தமிழகக் கோபுரக்கலை மரபு

முனைவர் **குடவாயில் பாலசுப்ரமணியன்**

அகரம்
எண்.1, நிர்மலா நகர்
தஞ்சாவூர் - 613 007
தொலைபேசி : 04362 - 239289

நூல் விபரம்

நூலின் பெயர்	:	தமிழகக் கோபுரக்கலை மரபு
ஆசிரியர்	:	© Dr. குடவாயில் பாலசுப்ரமணியன்
முதற்பதிப்பு	:	செப்டம்பர் 2013
இரண்டாம் பதிப்பு	:	மார்ச் 2017
மூன்றாம் பதிப்பு	:	செப்டம்பர் 2022
பக்கங்கள்	:	472 + 16
அளவு	:	டபுள் கிரவுன்
எழுத்தின் அளவு	:	12 புள்ளி
தாள்	:	N.S. Maplitho
வெளியீடு	:	அகரம் எண்.1, நிர்மலா நகர் தஞ்சாவூர் – 613 007 அலைபேசி : 99430 59371
அச்சாக்கம்	:	மீரா ஃபைன் ஆர்ட்ஸ், சிவகாசி.
விலை	:	ரூ. 850/-

முன்னுரை

தமிழகக் கோயில்கள் என்பவை வழிபாட்டுத் தலங்கள் என்று மட்டும் கருத முடியாதவாறு, அவை ஒரு நாட்டு மக்களின், பண்பாட்டை,கலையுணர்வை, சமூக ஒருங்கிணைப்பைப் பிரதிபலிக்கின்ற ஆடிகளாக விளங்குகின்றன. பண்டு தொட்டுத் தமிழ்வேந்தர்களால் எடுக்கப்பெற்ற கோயில்களை மரபுவழி பட்டியலிட்டு நோக்கும்போது அழிந்தவைபோக எஞ்சியுள்ளவற்றுள் பல்லவர்களின் காலப் பாங்குறு படைப்புக்களே முதன்மையானவைகளாக விளங்குகின்றன. பல்லவர் காலத்திற்கு முன்பு (ஏறக்குறைய கி.பி.6ஆம் நூற்றாண்டுக்கு முன்பு) தமிழகத்தில் கல்லால் எடுக்கப்பெறும் கற்றளிகள் இல்லை என்பதும் செங்கல், சுதை, மரம், உலோகம் ஆகியவற்றைப் பயன்படுத்தி எடுக்கப்பெற்ற மண்டளிகளே இருந்தன என்பதும் அறிய முடிகிறது. ‘சுடுமண் ஓங்கிய நெடுநிலைக் கோட்டம்’ என்ற சிலப்பதிகாரத் தொடரும் பண்டைக்கோயில்கள் மண்டளிகளாதலை வலியுறுத்துகின்றது.

மூவர் திருப்பதிகங்களிலும், ஆழ்வார்களின் பாடல்களிலும் எண்டோளீசர்க்கு மாடம் எழுபது செய்த கோச்செங்கணானின் பணி குறிப்பிடப் பெறுவதோடு ஞாழக் கோயில்,கரக் கோயில், கொகுடிக் கோயில், பெருங்கோயில், மணிக்கோயில் எனப் பல்வகைக் கோயில்களும் பேசப்பெறுகின்றன. கோயில் என்பது ஒரு குறிப்பிட்ட இடத்தை மட்டும் குறிப்பதன்று. அது தேர்வு செய்து வரையறுக்கப் பெற்ற நிலப்பகுதி, அதில் கட்டப்பெறும் ஸ்ரீவிமானம்,மண்டபங்கள்,திருச்சுற்று, திருச்சுற்று மாளிகை, பரிவாராலயங்கள், திருமதில், கோபுரங்கள் எனப் பல்வேறு அங்கங்களை, உள்ளடக்கியதாகும்.

பண்டை நாளில் சமுதாயக் கூடங்களாகத் திகழ்ந்த திருக்கோயில்களில்தான் கலை வளர் பணிக்கூடங்கள் செயல்பட்டன. தமிழகத்தைப் பொறுத்தவரை எந்தவொரு கவின் கலையும் பேரரசர்களின் அத்தாணி மண்டபத்திலோ, (திருவோலக்க மண்டபம்) அந்தப்புரத்திலோ வலம் வரவில்லை. மாறாகத் திருக்கோயில்களில்தான் அவை பலநிலைகளில் பயின்று வந்துள்ளன. கலைவாணர் என்போர் மன்னர்களின் ஏவல் புரியும் அடிமைகள் அல்லர் என்பதையும், அவர்கள் ஈசனின் தொண்டர்கள் என்பதையும் உலகவர்க்குச் செயல்முறையில் காட்டிய திருநாடும் தமிழ்நாடே. அதனால்தான் கோயில்கள் சமய வரையறையையும் கடந்து பண்பாட்டுக் கருவூலங்களாக விளங்குகின்றன.

தமிழகக் கோயில்களை ஒரு குறியீட்டால் காட்ட வேண்டுமெனின் அதற்குக் கோபுரம் என்ற வடிவமே பொருத்தமுடையதாகும். கோயிற் கட்டடக் கலையில் தலையாய இடம் பெற்றுத் திகழ்வது கோபுரம் எனும் கட்டுமானமேயாகும். கோபுரங்கள் கட்டடக்கலைத் திறத்தை மட்டும் வெளிக்காட்டுபவையல்ல. அங்குச் சிற்பக்கலை செழித்தன; நாட்டியக்கலை பரிணமித்தன; இசையும், ஓவியமும் இழையோடின; அங்கு வரலாற்று நிகழ்வுகளும் பதிவாயின. அத்தகு சிறப்புடைய தமிழகக் கோயில்களின் தலை வாயில்களாகத் திகழும் கோபுரங்கள் பற்றியும், அழிந்தவை போக எஞ்சி நிற்கும் மன்னர்கள் வாழ்ந்த கோயில்களின் (அரண்மனைகளின்) வாயிற் கோபுரங்கள் சிலவற்றைப் பற்றியும் இந்நூல் விவரிக்கின்றது.

'தமிழகக் கோபுரக் கலை மரபு' எனும் இந்நூல் எழுவதற்கு ஆசிகள் அருளி எல்லா வகையாலும் உதவி எனக்கு வழிகாட்டிய ஞானப் பேரொளி பூஜ்ய ஸ்ரீ சுவாமி தயானந்த சரஸ்வதி சுவாமிகள் அவர்களின் பொன்னார் திருவடிகளுக்கு என்றென்றும் நன்றிக் கடப்பாடுடையேன் ஆவேன்.

என் குருநாதர்களான டாக்டர் இரா.நாகசாமி, டாக்டர் தி.ந. இராமச்சந்திரன் ஆகிய பெரியவர்களுக்கும், இந்நூல் உருவாகும் காலம் எனக்கு உதவிய டாக்டர் பவுன்துரை. திரு.இரா. சுப்பராயலு, டாக்டர் ய. மணிகண்டன், திரு.வெ. சத்தியநாராயணன், டாக்டர் பா.ஜம்புலிங்கம்,பொறியாளர் திரு. சு.இராஜேந்திரன், திருவாளர்கள் மணி.மாறன், க.மனோகரன், த. செந்தில்குமார், தஞ்சை ஜெயபாலன் ஆகியோர்க்கும், என் துணைவியார் திருமதி கண்ணம்மாவுக்கும், நூல் வடிவம் தந்த அகரம் திரு மீரா கதிர் அவர்களுக்கும், கணினி அச்சு செய்த செல்வி திலகவதி அவர்களுக்கும் என் நெஞ்சார்ந்த நன்றியைத் தெரிவித்துக் கொள்கிறேன்.

குடவாயில் பாலசுப்ரமணியன்

உள்ளுறை

கோபுரக்கலைத் தோற்றம் – வடிவங்கள் – தத்துவம்

1. கோபுரம் – சொல்லாய்வு — 9
2. இந்தியக் கலை மரபில் கோபுரக்கலையின் தோற்றம் — 22
3. கோயிற்கோபுரங்களின் தோற்றமும் – வளர்ச்சியும் — 58
4. கோபுரத் தத்துவம் — 61

கோபுரக் கட்டடக் கலை வளர்ந்த திறம்

1. கோபுரக் கட்டுமானம் — 71
2. காலந்தோறும் கட்டட அமைப்பு பெற்ற மாற்றங்கள் — 99
3. செங்கற் கோபுரங்கள் — 183
4. அரண்மனை வாயில்கள் — 191
5. கோபுரப் புனரமைப்பு — 195

இடம் பெயர்ந்து எழுந்த கோபுரங்கள்

1. குடவாசல் கோனேஸ்வரர் திருக்கோயில் கோபுரம் — 209
2. கண்டியூர் வீரட்டானத்துக் கோபுரம் — 215
3. குடந்தை – சார்ங்கபாணி கோயில் திருக்கோபுரம் — 229
4. செந்தலை இராஜகோபுரம் — 236

கோபுரங்களில் கலைக் கூறுகள்

1. தெய்வ உருவச் சிற்பங்கள் — 259
2. கோபுரங்களில் மனித உருவச்சிலைகள் — 322
3. கோபுரங்களில் நாட்டியச் சிற்பங்கள் — 337
4. கோபுரங்களில் அரச இலச்சினைகள் — 362
5. கோபுரங்களில் அரிய சிற்பக் காட்சிகள் — 370
6. கோபுரச் சுதைச் சிற்ப உருவங்கள் — 392
7. செங்கற் சிற்பங்கள் — 396
8. மரச் சிற்பங்கள் — 397
9. ஸ்தூபி — 400
10. கோபுர ஓவியங்கள் — 401

கோபுரப்பதிவுகளில் வரலாற்று வெளிப்பாடு

1. கோபுரமேறி உயிர்த் தியாகம் — 431
2. திருக்கோபுரத்தில் உலகளந்தகோல் — 439
3. கோபுரத் திருப்பணிகளில் மக்களின் பங்களிப்பு — 444
4. மன்னர்கள் பெயரில் கோபுரங்கள் — 447
5. கல்வெட்டுப் பாடல்களும் – வரலாறும் — 452
6. வரலாற்றுப் பதிவுகள் — 462
7. மன்னர் மோகனப் பள்ளு — 463
   துணை நூற்பட்டியல் — 467

தமிழ்நாடு

களஆய்வு மேற்கொள்ளப்பெற்ற திருக்கோயில்கள் மற்றும் அரண்மனைகள் திகழும் ஊர்கள்

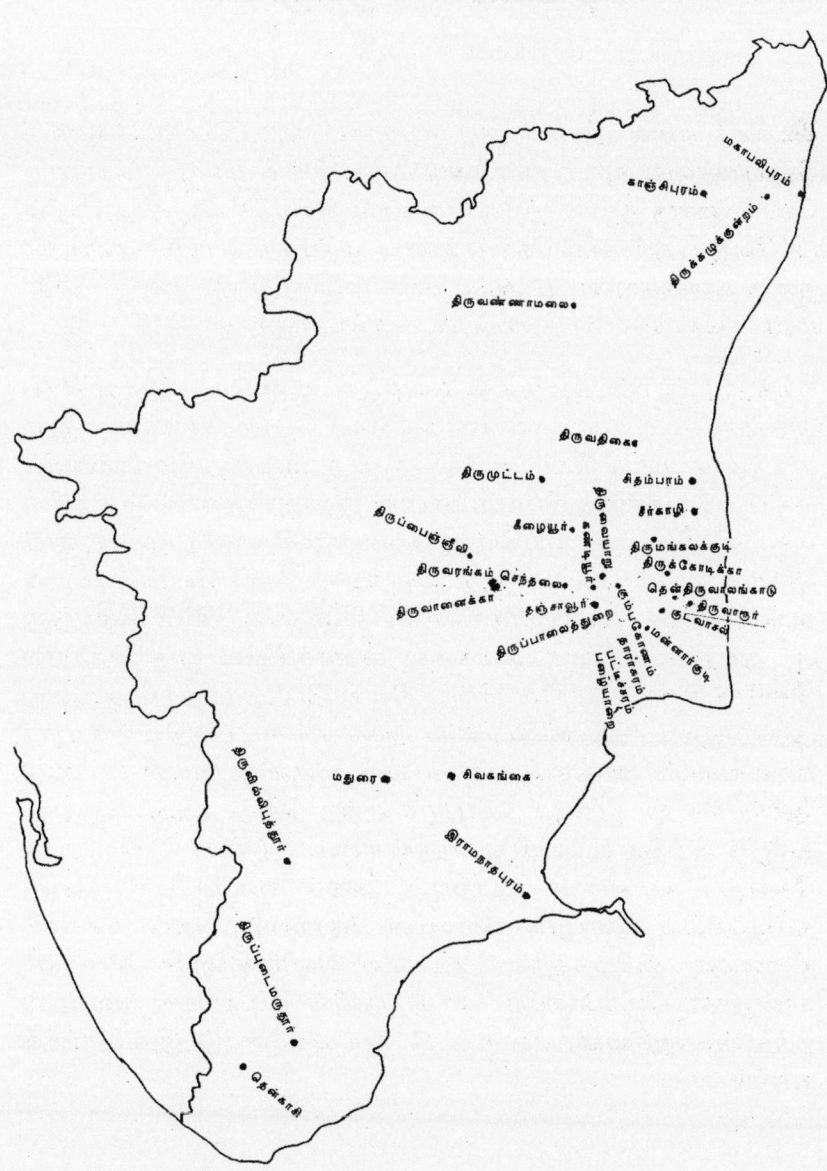

கோபுரக் கலைத்தோற்றம்
வடிவங்கள் - தத்துவம்

உலகக் கலை அரங்கிற்குத் தமிழகம் தந்த பெருங்கொடை கோபுரக்கலை ஆகும். பன்னெடுங்காலத்திற்கு முன்பு ஐம்பத்தாறு தேசங்களைத் தன்னகத்தே கொண்டு திகழ்ந்த பாரத நாட்டின் பல்வேறு பகுதிகளில் கோபுரக்கலை முகிழ்த்த போதும் தனித்துத் தனித் தன்மையுடைய ஆலமரமாக வளர்ந்து நிலைத்தது தமிழ் மண்ணில்தான் என்பது குறிப்பிடத்தக்கதாகும்.

ஏறத்தாழ இரண்டாயிரத்து முன்னூறு ஆண்டுகளுக்கு முன்பே இந்தியக் கட்டடக் கலையில் தோற்றம் பெற்ற கோபுரம் எனும் கட்டுமான மரபு கி.பி. ஆயிரமாவது ஆண்டில் தமிழ் மண்ணில் குறிப்பாகத் தஞ்சையில் மாமன்னன் இராஜராஜனால் ஒரு புதிய வளர்ச்சி நிலையை எய்தியது. அவ்வளர்ச்சி ஏறத்தாழ அறுநூறு ஆண்டு காலம் தொடர்ந்தது. அக்கால எல்லையில் கட்டுமான கலையில் மகத்தான சாதனைகள் நிகழ்ந்தன. கி.பி. ஆயிரத்து எழுநூறுக்குப் பிறகு அக்கலை வளர்ச்சியில் ஒரு தொய்வு தொடங்கியது. அதுவே பின்பு நிலை பெறலாயிற்று. அறுநூறு ஆண்டுகள் உச்சிநிலையெய்திய அக்காலக் கட்டத்திய கோபுரக் கலை வளர்ச்சியைத் தமிழகத்துக் கோபுரங்களின் துணை கொண்டு ஆராய்வதற்கு முன்பு, கோபுரம் என்ற சொல் பற்றிய ஆய்வு, தமிழில் அச்சொல் பயின்று வந்துள்ளமை. இந்தியக் கலை மரபில் கோபுரக் கலையின் தோற்றம். அதன் வளர்ச்சி நிலைகள், தமிழகத்தில் கோபுரக் கலையின் தோற்றம், அதன் வளர்ச்சி நிலைகள், தமிழகத்தில் அக்கலை வளர்ச்சியைக் காட்டும் சான்றுகள், திருக்கோயிற் கோபுரங்களின் வடிவங்கள் அவற்றின் தத்துவம் ஆகியவை ஒப்பீட்டு ஆய்வுகளோடு இவ்வியலில் காண்போம்.

1. கோபுரம் – சொல்லாய்வு

"கோபுரம்" என்ற சொல் தமிழ்ச் சொல்லா அல்லது பிறமொழிச் சொல்லா என்று ஆராய்வது இவ்வாய்வின் முதற்கட்டமாகும். ஞா. தேவநேயர் 'பண்டைத் தமிழ் நாகரிகமும் பண்பாடும்' என்ற நூலில் கட்டிடம் என்ற தலைப்பில் கோபுரம் என்ற சொல்பற்றி ஆராய்ந்துள்ளார் (பக் 159,161). அதில் "மாளிகை, கோபுரம், மணி மண்டபம் என்னும் நாற் சொல்லும் தென்சொல்லே" என்று கூறி, "கோ = அரசு, தலைமை. புரம் = உயர்வு. உயர்ந்த கட்டிடம்" என்றும் அச்சொல்லுக்குப் பொருள் கண்டுள்ளார். மேலும் கோபுரம் உள்ள நகர்களின் பெயர்களே முதலில் புரம் என்னும் ஈறுபெற்றன என்றும் அதற்கு எடுத்துக்காட்டாகக் காஞ்சிபுரம், கங்கை கொண்ட சோழபுரம் என்றும் குறித்துள்ளார். புரம் என்பதற்கு உயர்ந்த கட்டடமான மாடம் என்ற பொருளுரைக்கும் தேவநேயர் அரண்மனையிலுள்ள புரம் அரசன் இருக்கையாதலால் கோபுரம் எனப்பட்டது என்றும் வலியுறுத்துகின்றார்.

பிறமொழி நூல்களிலும், தமிழ்நூல்களிலும் "கோபுரம்" என்ற சொல் பயன்படுத்தப் பெற்றுள்ளமையைக் கால அடிப்படையில் வைத்து நோக்கும்போது, தமிழ்மொழியில் அச்சொல் கையாளப் பெறுவதற்கு முன்பே பிறமொழி இலக்கியங்களில் பயன்படுத்தப் பெற்றுள்ளதை அறிய முடிகிறது.

"கோபுரம்" என்ற சொல் சமஸ்கிருதம், பிராகிருதம், பைசாசம் போன்ற மொழிகளில் தோற்றம் பெற்றுப் பின்பு தமிழுக்கு வந்த சொல்லாகும். சங்கத் தமிழ் நூல்களில் "கோபுரம்" என்ற சொல் இடம் பெறவில்லை. சப்த கல்பத்ருமம் எனும் சமஸ்கிருத அகராதி, கோ: = பசுக்கள், பிபர்த்தி = காப்பது என்ற சொற்களைக் கோபுரம் என்பதற்கு விளக்கமாகக் கூறிப் பசுக்களைக் காக்கும் இடம் என்ற ஒரு பொருளும், கோபனம் = காப்பாற்றுதல், கோபாயதி = நகரத்தைக் காப்பாற்றுவது என்று மற்றொரு பொருளும் கூறுகின்றது. மேலும் (குப் + உரம்) குப் + உரச் = கோபுரம் என்றும் அச்சொல்லைப் பிரித்தும் கூறுகின்றது.[1] வடமொழியில் உள்ள இராஜ நிகண்டு எனும் நூல் கோபுர: என்ற சொல்லை எடுத்துக் கொண்டு, காம் = பூமியை, பயிர்த் தீதி = காக்கின்றது என்பதால் கோபுரம் என அழைக்கப் பெற்றதாகக் கூறுகின்றது.[2] ஹிந்து கட்டடக்கலைப் பேரகராதி பசுவான காமதேனு உறையும் இடத்தை "கோமதிபுரம்" என வேதங்களும் "கோ க்ருஹம்"

என சமஸ்கிருத காப்பியங்களும் கூறுவதால் பொதுவாகப் பசுக்கள் உறையும் இடத்தை அல்லது அவ்விடத்தின் வாயிலைக் கோபுரம் என்ற சொல்லால் குறிக்கத் தொடங்கி, பின்பு ஒரு நகரம் அல்லது கோயில் ஆகியவற்றின் வாயிலை அதே சொல்லால் குறிக்கும் மரபு ஏற்பட்டது என்றும் விவரிக்கின்றது.[3]

இதே நூல் "புரம் கோபுராட்டால கோபேதம்" (ம.பா. III *173,3*) "மிதிலாம் கோபுராட்டால கவதீம்" (ம.பா.III *207,7*) என்ற மகாபாரதத்து மேற்கோள்களையும், "கோபுராட்ட பரதோனிஷுசர்யாஸு" (இரா. IV *75,6*) என்ற இராமாயணத்து மேற்கோளையும் சுட்டிக்காட்டி கோபுரம் என்பது கோயில்களின் வாயிற் கட்டடத்தை மட்டும் குறிக்கும் சொல் என்றில்லாமல் அரண்மனை, நகரம் ஆகியவற்றின் வாயிலின் அமைப்புக்களையும் குறிப்பிடும் ஒருசொல் என்று விளக்கியுள்ளது.

> "*த்வி பக்ஷ கருட பிரக்ஸை : த்வாரை : ஸௌதைச்ச கோபிதம் |*
> *குப்தம் ப்ரசய ப்ரக்யை : கோபுரை : மந்தரோபணம் : ||*"

என்ற மகாபாரதத்துக் குறிப்பை (ம.பா *208:31*) எடுத்துக்காட்டி ஒரு கருடன் தன் இரு சிறகுகளை விரித்துக் கொண்டு நிற்பது போன்ற தோற்றத்தில் கட்டடங்களோடும், மதிலோடும் திகழும் அரண்மனை வாயிற் கட்டடத்தைக் கோபுரம் என்ற சொல்லால் குறிப்பிடுகின்றது.[4] இராமாயணம், மகாபாரதம் போன்ற வடமொழி மூல நூல்களில் கிறிஸ்து அப்தம் தொடங்குவதற்குப் பல நூற்றாண்டுகள் முன்பிருந்தே இச்சொல் பயன்படுத்தப் பெற்றுள்ளது என்பதறிய முடிகிறது.

> "*புரத்வாரம்து கோபுரம்*
> *த்வார மாத்ரிது கோபுரம்*"

என்று அமரகோசம் கூறுகின்றது.[5] கௌடில்யரின் அர்த்தசாஸ்திரம் "பிரகாரஸமம் முகம் அவஸ்தாப்ய த்ரிபங்க கோதா முகம் கோபுரம் காரயேத்" என்று அரண்மனை வாயிலாகக் கட்டப்பெறும் கோபுரம் பற்றி விளக்குகின்றது.[6] அர்த்தசாஸ்திரம் கி.மு.*3*ஆம் நூற்றாண்டில் மலர்ந்த நூலாகும்.

திருவரங்கத்திலுள்ள ஜடாவர்மன் சுந்தரபாண்டியனின் கல்வெட்டு,

> *பிரத்பாதிஷ்ட ஸுமேரு ச்ருங்க விபவம் பிச்வோத்ர க்ஷமாபதி:*
> *ச்ரீரங்கே நகரசிம்மதாம விததே கார்த்தஸ்வரம் கோபுரம் |*
> *யஸ்மின் னக்த முதீர்ண பாசுர மஹஸ்தோ மேமுகூர்த்தம் கதிர்*
> *பர்யாத்தாக் ஸ்திரேவ பாகரமிவ ப்ராசுப்தச்சசீ த்ருச்யதே ||*
> *கோரத்வைரதகின்ன காடக புரீஸம் பத்ஸ மாகர்ஷிணா* (7)
> *தேவனேந்து குலோத்வஹேன விதகே ஸர்வோத்தர க்ஷமாப்ருதா*
> *விஷ்வக்ஸேன விமான மக்ஷத நபஸ்ஸஞ்சார வேலோன்மிஷத்*
> *ரோசிஸ்மஞ்சய வஞ்சித த்யுமணினா க்ஷேம்னாதி பூம்னாவ்ருதம்* (8)

என்று கூறி, திருவரங்கத்தில் அப்பெருமன்னால் எடுக்கப்பெற்ற கோபுரம் பற்றியும், அதனைப் பொற்தகடுகளால் வேய்ந்து அழகுபடுத்தினான் என்பது பற்றியும் விரிவாக எடுத்துரைக்கின்றது.[7] இக்கல்வெட்டின் காலம் கி.பி.13ஆம் நூற்றாண்டாகும்.

“மஹாரங்க மண்டபவனூ ஆமுந்தண கோபுரவனூ
கட்டிஸி ஆமுந்தண ஹிரிய கோபுரவாநூ
ஜீர்ணோத்தாரனூ மாடிஸி ஸ்ரீவிருபாக்ஷ தேவரிக்”

என்ற ஹம்பி கல்வெட்டு[8] கூற்றால் (கி.பி.16ஆம் நூற்றாண்டு) ஸ்ரீவிருபாக்ஷ தேவர் ஆலயத்தில் மண்டபம், கோபுரம் ஒன்றினைப் புனர் நிர்மாணம் செய்து வைத்தார் என்று கூறுகின்றது.

“வப்ர கோபுர யுதைர் நாவா ஹர்மை.” (பா.26)

“கோபுர பிராகா சோத்ஸவ மண்டபைர் உபசிதம்” (பா. 27)

“சிகர மண்டப கோபுராலு” (வரி. 116)

என கிருஷ்ண தேவராயரின் கொண்ட வீடு கல்வெட்டு[9] “கூறுவதால் திருக்கோயிலுக்கென அப்பேரரசர் எடுப்பித்த கோபுரம், பிரகாரம், மண்டபங்கள் பற்றி அறிய முடிகிறது.

சதாசிவராயரின் கிருஷ்ணாபுரம் செப்பேடு[10] “விபுலோத்துங்க கோபுரம் தேவமந்திரம்” என்று கூறி அப்பேரரசர் கிருஷ்ணாபுரம் திருக்கோயிலில் உயர்ந்த கட்டடமான கோபுரத்தினை எடுத்து அலங்கரித்தார் என்றும் கூறுகின்றது. இச்செப்பேடும் கி.பி. 16 ஆம் நூற்றாண்டினைச் சார்ந்ததாகும்.

இதுகாறும் கண்ட சமஸ்கிருத நூல்கள், கல்வெட்டுக்கள், செப்பேடு ஆகியவற்றின் அடிப்படையில் நோக்கும்போது வேதகாலத்தில் (கி.மு.1500-800) பசுக்கள் உறைந்த இடத்தின் வாயிலைக் கோபுரம் என்ற சொல்லால் குறிப்பிடத் தொடங்கிப் பின்பு நகரவாயில், அரண்மனை வாயில், திருக்கோயில் வாயில் ஆகியவற்றில் எடுப்பித்த கட்டடங்களைக் கோபுரம் என்ற சொல்லாலேயே குறிக்கும் மரபு தோன்றியது என உணரலாம்.

தமிழில் கோபுரம் எனும் சொல்லாட்சி

பத்துப்பாட்டு எட்டுத்தொகை போன்ற சங்கத்தமிழ் நூல்களில் கோபுரம் என்ற சொல் கையாளப் பெறவில்லை. வாயில் மாடம் என்ற சொல்லே பண்டு வழக்கில் இருந்திருக்கிறது. மேலும் வழிபாட்டுத் தலங்களான கோயில், கோட்டம் போன்ற இடங்களில் கோபுரக் கட்டுமானங்கள் இருந்ததற்கான சான்றுகள் காணப் பெறவில்லை. அரண்மனை வாயில்கள் (கோபுர வாயில்கள்) பற்றியும் பல குறிப்புக்களைப் புலவர் பெருமக்கள் விரித்துரைத்துள்ளனர். மதுரைக்காஞ்சி,

நெடுநல்வாடை, கலித்தொகை போன்ற நூல்களில் மலை போன்று உயர்ந்த மாடங்கள் பல கொண்டு, நெடிய நிலையோடு வாயில்கள் திகழ்ந்ததாகக் குறிப்புகள் உள்ளன. ஏறத்தாழ கி.பி. 4ஆம் நூற்றாண்டில் எழுதப்பெற்றதாகக் கருதப்பெறும் சிலப்பதிகாரம், மணிமேகலை போன்ற நூல்களிலும் கோபுரம் என்ற சொல் கையாளப் பெறாமல் வாயில் என்றே குறிக்கப் பெற்றுள்ளமையைக் காணலாம்.

பெருங்கதை

காலத்தால் சங்கத் தமிழ் நூல்களுக்குப் பிறகு மலர்ந்த பெருங்கதை[11] எனும் நூலில்தான் கோபுரம் என்ற சொல்லாட்சி முதன் முதலாகப் பயின்று வந்துள்ளது. அந்நூலின் நான்காம் காண்டமான 'வத்தவ காண்டத்தில்' 'கொற்றங்கொண்டது' எனும் பகுதியில் உதயணன் வருடகாறன் முதலியோர்க்குச் சிறப்புச் செய்தல் பற்றிக் கூறுமிடத்து,

"வாழிய நெடுந்தகை யெம்மிடர் தீர்க்கெனக்
கோபுரந் தோறும் பூமழை பொழியச்
சேயுயர் மாடத்து வாயில் புக்கு ..." (பெருங். *23 - 25)*

என்று கூறுகின்ற காலை கொங்கு வேளிர் எனும் பெரும்புலவர் சேயுயர் மாடத்து வாயிலைக் கோபுரம் என்ற சொல்லால் குறிப்பிட்டுள்ளார்.

இதே நூலில் உஞ்சைக் காண்டத்தில் பிடிவீழ்ந்தது கூறுமிடத்து,

"பண்ணமை படைச் சுவர்க் கண்ண கன்றமைத்து
நாற்பெரு வாயி லேற்ப வியற்றி
கற்படை யமைத்துக் கடுமழை மறப்பினும்
உட்படு நீரோ டூற்றுடைத்தாகி' (பெருங்.*73 - 76)*

என்றும், இலாவண காண்டத்து நகர்வலம் கொண்டது கூறுமிடத்து,

"வாயின் மாடத்து மருங்கணி ...." (பெருங். *68)*

என்றும், மகத காண்டத்து இராச கிரியம் புக்கது விளக்குமிடத்து,

"வாயின் மாடத் தாய்நல வணிமுகத்து" *(30)*

என்றும், நலனாராய்ச்சியில் தோழி எழுதித் தந்த அரண்மனை வடிவு முதலியவற்றைக் கண்ட உதயணன் நினைப்பதாகக் கூறுமிடத்து,

"கோயில் வட்ட முங் கோணப் புரிசையும்
வாயின் மாடமும் வஞ்சப் பூமியும்..." (பெருங்.*14 -15)*

என்றும், அதே காண்டத்தில் அரசமைச்சு எனும் தலைப்பில்,

"வாயின் மாட மொடு நாயிலுள் வழி
இரவும் பகலும் மிகழாக் காப்பொடு" (பெருங். 14 -15)

என்றும், வத்தவக் காண்டம் விரிச்சிகைவரவு குறித்தது எனும் பகுதியில்,

"பூத்தோய் மாடமும் புலிமுக மாடமும்
கூத்தாடிட முங் கொழுங் சுதைக் குன்றமும்
நாயின் மாடமு நகர நன் புரிசையும்
வாயின் மாடமு மணி மண்டபமும்
ஏனைய பிறவு மெழிகையர் விழவணி
காணுந் தன்மையர் காண் வா வேறி . . ." (பெருங்.108 - 113)

என்றும் கூறும் பகுதிகளை நோக்கும்போது அரண்மனைகளில் நாற்பெருவாயில் என நான்கு திக்குகளிலும் நுழைவாயிற் கட்டுமானங்களை அமைத்தமையும், அவற்றைப் புலவர் நாற்பெருவாயில், வாயில்மாடம் என்ற சொல்லாட்சிகளால் குறிப்பிட்டிருப்பதையும் காண முடிகிறது. வாயின்மாடம் என்பதனை ஒரேயொரு இடத்தில் "கோபுரம்" என்ற சொல்லால் குறிப்பிட்டிருப்பதை இந்நூல் வழி அறிகிறோம். பெருங்கதையைப் பதிப்பித்த உ. வே.சாமிநாதையர், குணாட்டியர் என்பவரால் பைசாச பாஷையில் எழுதப்பட்ட பிருகத்கதா எனம் நூலின் மொழிபெயர்ப்பே இந்நூல் என்றும், ஏழு வித்யாதரர்களின் கதையைக் கூறும் அம்மூல நூலின் முதல் அறுவர் கதைகளையும் குணாட்டியர் தீக்கிரையாக்கவே, ஏழாவதான நரவாணதத்தனுடைய கதையை மட்டும் சாதவாகனன் எனும் மன்னன் வேண்ட அவர் அளித்ததாகவும் குறிப்பிட்டுள்ளார். மேலும் மூலநூலின் வழியே பல பைசாச, பிராகிருத, சமஸ்கிருத மொழிச் சொற்கள் பெருங்கதையில் இடம் பெற்றிருப்பதாகவும் சுட்டியுள்ளார். அவற்றில் ஒரு சொல்தான் "கோபுரம்" என்ற சொல் என்பதை ஈண்டு நோக்குதல் வேண்டும். மேலும் சாதவாகனர்களின் தமிழகத் தொடர்பு பற்றியும் சிந்திக்க வேண்டியுள்ளது.

சீவக சிந்தாமணி

ஐம்பெருங் காப்பியங்களுள் ஒன்றான சீவக சிந்தாமணியின் காலம் பற்றி ஆய்வாளர்களிடையே மாறுபட்ட கருத்துக்கள் உண்டு. சிலர் சங்கம் மருவிய காலத்தியது என்றும், சிலர் பிற்காலத்துப் படைப்பென்றும் கூறுவர். து.அ.கோபிநாதராவ் செந்தமிழ் இதழிலும், டி.எஸ்.குறிப்புசாமி சாஸ்த்ரி தமிழகம் இதழிலும், சீவக சிந்தாமணி கி.பி. 900 அல்லது அதற்குப் பிற்பட்ட காலத்தில் தான் எழுதப்பட்டிருக்க வேண்டும் என்ற கருத்தைத் தெரிவித்துள்ளனர்.[12]

இந்நூலில் திருத்தக்கதேவர் நாமகளிலம்பகம் 144ஆம் பாடலில்,

"முத்துமாலை முப்புரி மூரி மாமணிக் கத
வொத்த நான்கு கோபுர மோங்கி நின்றொளிர்வன

> "சத்தி நெற்றி சூட்டிய தாம நீண் மணி வண்ணன்
> தத்தொளி மணிம் முடித் தாம நால்வ போலுமே" (சீவக.144)

என்று கூறி கோபுரத்தின் மேல் சூலம் நடுகின்ற திறம் கூறியுள்ளார்.

> "பாடினருவிப் பயங்கெழு மா மலை
> மாட நகரத்து வாயிலுங் கோயிலும்
> ஆடம்பலமும் மரமுஞ் சாலையும்
> சேடனைக் காணிய சென்று தொக்கதுவே" (சீவ.2112)

என்ற மண்மகளிலம்பகப் பாடல் வாயிலாக மலைபோலும் மாடத்தையுடைய நகரத்து வாயில் என்ற குறிப்பையுங் காட்டியுள்ளார்.

திருவாய்மொழி

வைணவர்களின் வேதமான நாலாயிர திவ்ய பிரபந்தத்து நம்மாழ்வாரின் திருவாய் மொழியின் (நான்காமாயிரம்) 'சூழ்விசும்பு' எனத் தொடங்கும் பதிகமொன்றில் "கோபுரம்" என்ற சொல் பயின்று வந்துள்ளது.

> "குடி யடி யாரிவர் கோவிந்தன் றனக்கென்று
> முடி யுடை வானவர் முறைமுறை எதிர் கொள்ள
> கொடியணி நெடுமதிள் கோபுரம் குறுகினர்
> வடி வுடை மாதவன் வைகுந்தம் புகவே" (0 : 9 - 8)

நான்காயிரம் பாடல்களில் சில பாசுரங்களில் மட்டுமே கோபுரம் என்ற சொல் காணப் பெறுவது குறிப்பிடத்தக்கதாகும்.

மூவர் தேவாரத்தில் ...

மூவர் தேவாரப் பாடல்களை நோக்கும் போது கோபுரம் என்ற சொல்தமிழ்ச் சொல்லாக ஏற்கப்பட்ட ஒரு நிலையைக் காண்கிறோம். கி.பி. ஏழாம் நூற்றாண்டில் திருஞானசம்பந்தர் இரண்டு மற்றும் மூன்றாம் திருமுறைகளில் ஆறு பாடல்களில் இச் சொல்லைப் பயன்படுத்தியுள்ளார்.

> "மாடம் நீடுயர் கோபுரங்கள் மேல்" (II: 51, 8)
> "அரங்கின் அணி கோபுரங்கள்" (II: 88, 5)
> "மாட மாளிகை கோபுரம் கூடங்கள்" (II: 109, 7)
> "கொண்டல் சேர் கோபுரம்" (III: 32, 2)
> "கொடி நெடு மாளிகை கோபுரம்" (III: 32, 2)
> "கோபுரம் சூழ் மணிக் கோயில்" (III: 120, 4)

என்பன ஆளுடைய பிள்ளையால் கோபுரம் என்ற சொல் பயன்படுத்தப் பெற்ற இடங்களாகும்.

நாவுக்கரசர் திருக்கோகர்ணம் திருக்கோயிலைப் பாடுமிடத்து கறைக்கண்டன் உறை கோயில் கோலக் கோபுர கோகர்ணம் சூழாக் கால்களால் பயன் என் (VI:*16, 3)* என்று வினவுகிறார். சுந்தரர் எட்டாம் நூற்றாண்டில் ஆறு பாடல்கள் வாயிலாகக் கோபுரம் என்ற சொல்லாட்சியைப் பயன்படுத்திக் காட்டியுள்ளார்.

"மண்டபமும் கோபுரமும் மாளிகையும் சூளிகையும்
மறை ஒலியும் விழவு ஒலியும் மறுகு நிறைவு எய்தி
கண்டவர்கள் மனம் கவரும் புண்ட ரீகப் பொய்கைக்
காரிகையார் குடைந்து ஆடும் கலய நல்லூர்காணே" (VII*: 16, 3)*

"வளங் கொள் மதில் மாளிகை கோபுரமும்
மணி மண்டபமும் இசை மஞ்சு தன்னுள்
விலங்கும் மதிதோய் வெஞ்ச மாக் கூடல்" (V*: 42,2)*

"மாட மதிலணி கோபுர மணி மண்டபம்
மூடி முகில் தவழ் சோலை சூழ் முது குன்றூரே" (VII *: 43,5)*

"மாட மாளிகை கோபுரத்தோடு மண்டபம் வளரும் பொழில்
பாடல் வண்டு அறையும் பழனத் திருப் பனையூர்" (VII *: 87,1)*

"மரங்கள் மேல் மயில் ஆல மண்டபம் மாட மாளிகை கோபுரத்தின் மேல்
திரங்கள் வன் முகவன் புகப் பாய் திருப் பனையூர்" (VII *87,7)*

"மண்ணெலாம் முழவம் அதிர்தர மாட மாளிகை கோபுரத்தின்மேல்
பண் யாழ் முரலும் பழனத் திருப் பனையூர்" (VII*: 87,8)*

என்பன ஆளுடைய நம்பியின் சுந்தரத் தமிழ்ப் பாடலடிகளாகும்.

மூவரால் திருப்பதிகங்களில் சுட்டப் பெறும் கோபுரங்கள் திருக்கோயில்களின் கோபுரங்களாகவும், மாளிகைகளின் கோபுரங்களாகவும் விளங்கியமை குறிப்பிடத் தக்கதாகும். வாயின்மாடம் என்று பயின்று வந்த ஒரு சொல்லாட்சி கோபுரம் என்ற சொல் வரவால் வழக்கொழிந்தது.

சோழர் காலத் தமிழ்நூல்களில்...

சேக்கிழார் பெருமான் திருநாவுக்கரசு சுவாமிகள் புராணம் கூறுமிடத்து,

"மணி நெடுந் தோரணம் வண் குலைப் பூகம் மடற் கதலி
இணையுற நாட்டி எழுநிலைக் கோபுரந் தெற்றி எங்கும்
தணிவில் பெருக் கொளித் தாமங்கள் நாற்றிஞ் செஞ்சாந்து நீவி
அணி நகர் முன்னை அணிமேல் அணி செய்து அலங்கரித்தார்."

(பா.எண். 138)

என்று கூறுமாறு போலப் பெரிய புராணம் முழுவதும் பல்வேறு இடங்களில் கோபுரம் என்ற சொல்லாட்சியைக் காட்டியுள்ளார்[13] ஒட்டக்கூத்தர் தக்கயாகப் பரணி[14] வாழ்த்துப் பகுதியில்,

"கூட மெடுத்த குளத்தோடு கோபுர
மாட மெடுத்த பிரான் மகன் வாழியே" (தக்க 808)

"கோயில் முன்னேழ் நிலை கொண்ட தோர் கோபுர
வாயில் வகுத்த பிரான் மகன் வாழியே" (தக்க 809)

என்றும் குலோத்துங்க சோழனுலாவில்,

"நிலை யேழு கோபுரங் கணரே நெருங்கு
மலை யேழு மென்ன வகுத்து" (குலோ.உ. 97,98)

என்றும் இராசராச சோழனுலாவில்,

"மாட முங் கோபுரமும் .... குயிற்றி" (இரா.உ. 61)

என்றும் கூறி சோழமன்னர்கள் கோபுரங்கள் எடுத்த திறம் பேசுகிறார்.

கம்ப இராமாயணத்தில்[15] கோபுரம் என்ற சொல் பல இடங்களில் பேசப் பெறுகின்றது.ஊர் தேடு படலத்தில்,

"நீரும் வையமும் நெருப்பும் மேல் நிமிர் நெடுங்காலும்
வாரி வானமும் வழங்கல ஆகும் தம் வளர்ச்சி
ஊரின் இந் நெடுங் கோபுரத்து உயர்ச்சி கண்டு உணர்ந்தால்
மேரு எங்ஙனம் விளர்க்குமோ முழுமுற்றும் வெள்கி" (4854)

என்று காணப்பெறும் பாடல் வாயிலாகவும், யுத்த காண்டத்தில் இராவணன் வானர சேனையைக் காணக் கோபுரத்தின் மேல் ஏறிய காட்சியைக் காட்டுமிடத்து,

"இன்னவாறு இலங்கை தன்னை இளையவற்கு இராமன் காட்டி
சொன்னவா சொல்லா வண்ணம் அதிசயம் தோன்றும் காலை
அன்னமா நகரின் வேந்தன் அரிகுலப் பெருமை காண்பான்
சென்னி வான் தடவும் செம் பொற் கோபுரத்து உம்பர்ச் சேர்ந்தான்"
(6859)

என்ற பாடலாலும், கம்பன் ஏற்றுக்கொண்ட கோபுரம் என்ற சொல்லாட்சியைச் செந்தமிழ்ச் சொற்களிடை காண முடிகின்றது.

தமிழ் இலக்கிய வரலாற்று அடிப்படையில் நோக்கும்போது சங்க காலத்தில் வாயில் என்றும் வாயின் மாடம் என்றும் அழைக்கப்பட்ட ஒருவகை கட்டட அமைப்பினை முதன்முதலாகப் பெருங்கதை எனும் நூல் கோபுரம் எனக்

குறிப்பிடத் தொடங்கி, அதுவே பல்லவ,சோழர், பாண்டியர் கால நூல்களில் தமிழ்ச் சொல்லாகவே ஏற்கப்பட்டுத் தற்காலம் வரை நிலைபெற்று விட்டது என்பதறிகிறோம்.

கல்வெட்டுக்களில் .....

தமிழ்க் கல்வெட்டுகளைப் பொறுத்தவரை தஞ்சாவூர் மாவட்டம் திருநாகேஸ்வரம் மிலாடுடையார் பெரும்பள்ளி எனும் ஜீனாலயக் கல்வெட்டில்[16] தான் முதன் முதலாகக் கோபுரம் என்ற சொல் காணப் பெறுகின்றது. முதலாம் ஆதித்த சோழனின் இரண்டாம் ஆட்சியாண்டான கி.பி.872 இல் வெட்டுவிக்கப் பெற்ற அக்கல்வெட்டு.

1. ஸ்வத்திஸி ஸ்ரீ [||] கொ இராச
2. கெசரிபர்ம (ர்) க்கு யாண்
3. டு இரண்டாவது தென்
4. கரைத் திரைமுர் நாட்டு
5. க் குமரமாத்தாண்டபு
6. ரத்து பெருநகரத்தொ
7. ம் இவ்வூர் மிலாடுடையா
8. ர் பள்ளியில் எங்கள் மெ
9. (ள) ன குமாரமாத்தாண்டனா
10. ன(தி) ருச்சுற்றாலைக்குங்
11. கொபுரத்துக்கும் புது
12. க்குப்புறமாக இப்ப(ள்)ளி
13. யின் கிழை நந்தவான
14. த்துக்கும் மெலை நந்த
15. வானத்துக்குமாக நகர
16. த்தொங் கொள்ளும் வாரா
17. வைகல் ஆண்டடுத்து
18. கொள்வது இத்திருச்சுற்றா

19. லைக்குங் கொபுரத்துக்கு

20. (ம்) புதுக்குப்புறமாக நக

21. ர அநுச்சையால் வை

22. த்துக்குடுத்தொம் [||] இவ்

23. வாலாவை (ய்) கல் கொள்

24. கவென்று நகரத்தொ

25. மாக தனி . . . . னாக (சொ)

26.ன்னானெ இப்பள்ளி உடை

27.யொம்மவ (ன்) னெ தான் வெ

28.ண்டு களத்து தான் வெண்

29. டு பொன் மறையிலி ம

30.ன்றப் பெருவதாகவும் க

31.ங்கைக்கரை ஆயரங் குரா

32.லாக்கொன்றான் பாவங் கெ(ா)

33.ள்வதாகவும் இப்பரிசு சந்

34. திராதித்தவற் வைத்துக்கு

35.டுத்தொம் குமரமாத்தாண்

36. டபுரத்து பெருநகரத்தொம் [||]

என்று கூறுகின்றது.

திருநெல்வேலி மாவட்டம் தென்காசி விசுவநாத சுவாமி கோயிலில் காணப்பெறும் பராக்கிரம பாண்டியனின் (கி.பி.1422 - 1463) கல்வெட்டுப் பாடல்களில்[17] கோபுரம் என்ற சொல் ஒரு கட்டடத்திற்குரிய பெயராகவே கூறப்பெற்றுள்ளது.

பன்னு கலியுக நாலாயிரத் தைஞ்ஞூற் றைம்பத்
தெட்டின் மேலெவரும் பணிந்து போற்றச்
சென்னெல்வயற் றென்காசி நகரில் நற்கார்த்திகைத்
திங்கள் தியதியைந்திற் செம்பொன் வார

மன்னிய மார்கழி நாளில் மதுரை வேந்தன்
வடிவெழு தொணாத பராக்கிரம மகிபன்
சொன்ன வரைபோற் றிருக்கோபுரமுங் காணத்
துடியிடையா யுபானமுதல் துடங்கி னானே.

காண்டகு சீர்புனை தென்காசிக் கோபுரக் கற்பணியா
றாண்டில் முடித்துக் கயிலை சென்றா னகிலேசர் பதம்
பூண்டுறை சிந்தை யரிகேசரி விந்தைப் போர் கடந்த
பாண்டியன் பொன்னின் பெருமாள் பராக் கிரம பாண்டியனே (6)

ஓங்குநிலை யொன்ப துற்றதிருக் கோபுரமும்
பாங்கு பதினொன்று பயில்தூணுந் தேங்குபுகழ்
மன்னர் பெருமான் வழுதிகண்ட தென்காசி
தன்னிலன்றி யுண்டோ தலத்து. (13)

இப்பாடல்களால் கோபுரம் என்ற சொல்லாட்சி மட்டுமின்றித் தென்காசி கோயில் கோபுரத்தின் வரலாறும் அறிய முடிகிறது.

ஸ்ரீவில்லிபுத்தூர் வடபெருங் கோயிலுடையான் ஆலயத்தின் கிழக்குக் கோபுர நிலைக்காலில்

இருக்கோது மந்தணர் சூழ் புதுவா புரி யெங்கள்பிரான்
மருக்கோதை வாழும் வட பெருங்கோயில் மணிவண்ணனார்
திருக்கோபுரத் துக்கிணை யம்பொன் மேருச் சிகரமென்றே
பருக்கோ தலா மன்றிவே றுபமானப் பணிப்பில்லையே.

என்ற சாசனச் செய்யுள்[18] காணப்பெறுவது கொண்டு கி.பி.15ஆம் நூற்றாண்டிலும் கோபுரம் என்ற சொல்லே நிலைபெற்றிருந்தது என்பதறியலாம்.

இவ்வாறு முதலாம் ஆதித்த சோழன் காலத்தில் தொடங்கி பிற்காலச் சாசனங்கள் வரை திருக்கோயில்களின் நுழைவாயில்களாகத் திகழும் பல நிலைகளையுடைய கட்டடங்களைக் “கோபுரம்” என்ற சொல் கொண்டே மக்கள் அழைத்தனர் என்பது உறுதி பெறுகின்றது.

நிகண்டுகளில் ...

தமிழ் நிகண்டுகளில் தொன்மையானதும் கி.பி.9ஆம் நூற்றாண்டில் திவாகரால் இயற்றப் பெற்றதுமான திவாகர நிகண்டு.[19]

“கோபுரம்என்பது பெருவாயிலின் பெயரே
புதவு வாயிற் புகு பெரும் புழையே” (147)

என்றும்

"*கோபுர வாயிற்றிண்ணையின் பெயர்*
அளிந்த மவ்வழிச் சார் திண்ணை யாகும்
கோபுர வாயிற் படிச் சுருளின் பெயர்
அத்தினகம் வாயிற் படிச் சுருளாகும்" (148)

என்றும் கூறுகின்றது. பிங்கல நிகண்டு[20]

"*கோட்டியும் வாரியும் கோபுரவாயில்*" (பா.அ.634)

என்றும், கோபுரத்தின் பெயர்களென

1. கூடம்
2. கோபுரம்
3. சிகரி
4. சிகரம் (பா. அ. 657)

என்றும் குறிப்பிடுகின்றது.

அத்தாளம், அரிகூடம் எனும் சொற்கள் கோபுரத்தைக் குறிப்பிடும் சொற்கள் என்று காட்ட.

"அத்தாளமும் அரிகூடமுமதுவே" என்று கூறுகின்றது. கோபுரக் கதவிலுள்ள திட்டிவாசல் எனும் சிறுவழியைப் புதவு என்றும், வாயிலில் உள்ள திண்ணையை அளிந்தம் என்றும் கூற,

"*புதவே வாயிற் புக்குறும் புழையே*"

"*அவ்வழித் திண்ணை யளிந்த மென்றாகும்*"

என்ற பாடலடிகள் 636, 637 வாயிலாக விளக்குகின்றது. இந்நூலின் காலம் கி.பி.10 ஆம் நூற்றாண்டாகும்.

மண்டல புருடரின் சூடாமணி நிகண்டு[21] இடப்பெயர்த் தொகுதி கூறுமிடத்து,

"*விரிந்த கோபுரமே நோட்டிமிகும் புராவியிலின் பேர்*
பொருந்து மக் கதவில் விட்டுப் புகும்வழி புதவுதானே
திருந்துமவ் வழிச்சார் திண்ணை யளிந்த மாஞ்சிறந்த வாயிற்
பரந் திடும்படிச் சுருட்டிப் பகரத்தின் நாமம்"

என்ற பாடலை மேற்கோள் காட்டி;

"*நகர வாயிலின் பெயர் கோபுரம் கோட்டி*
நகர வாயிற் கதவில் விட்டுப் புகும் வழியின் பெயர் புதவு

நகர வாயிற் றிண்ணையின் பெயர் அளிந்தம்
நகர வாயிற் படிச் சுருளின் பெயர் அத்தினகம்"

என்றும் விவரிக்கின்றது. இந்நிகண்டு கி.பி.16ஆம் நூற்றாண்டில் எழுதப் பெற்றதாகும்.

நாமதீபநிகண்டின்[22] 493 ஆம் பாடலில்,

"பாழி மடந் தாபதங்க ரண்டை பன்னியாச்சிரம
மூழின் முனி வோர்வாச மோ மருண்டந் தாழ்தடவு
வேதியுமாங் கோபுரம் வே ரஞ்சிகரி தோட்டி பர
வாய்தல் வழித் திண்ணை யளிந்தம்"

என்று குறிக்கப்பெற்று, கோபுரத்தின் பெயர்களாக,

1. வேரம்
2. சிகரி
3. தோட்டி
4. புரவாய்தல்

என்றும், கோபுரவாயிலின் பெயர்களாக,

1. வாய்தல்
2. தொட்டி
3. வாய்தல்கடை
4. வாரி
5. துவாரம்
6. வாசல்

என்றும் கூறப்பெற்றுள்ளன. இந்நிகண்டு கி.பி.18ஆம் நூற்றாண்டில் இயற்றப் பெற்றதாகும்.

கி.பி.18ஆம் நூற்றாண்டில் ஈசுவர பாரதி என்பவரால் இயற்றப்பெற்ற வடமலை நிகண்டு[23]

"வாயிலென் பெயர் ஐம்புலனுமே துவும்
கதவின் விகற் பமும் இடமும் கருதுவர்"

என்று கூறி, வாயில் ஐம்பொறி, காரணம், கதவின் வகை, இடம் என்ற பொருள்களைச் சுட்டுவதாக விளக்குகின்றது. தமிழில் வெளிவந்துள்ள நிகண்டுகள் அனைத்தையும் தொகுத்து நோக்கும்போது நகரம், அரண்மனை, கோயில் ஆகியவற்றின் வாயில்கள் "கோபுரம்" என்ற பெயரால் குறிக்கப்பெற்றன என உணரலாம். மேலும் கோபுரத்திற்குரிய பிறபெயர்கள் பற்றியும், கோபுர உறுப்புக்களின் பெயர்கள் பற்றியும் அறிய முடிகிறது.

2. இந்தியக் கலை மரபில் கோபுரக்கலையின் தோற்றம்

இந்திய கட்டடக்கலை மரபை ஆராய்ந்த பெர்சி ப்ரவுன் கி.மு.1500- 800க்கும் இடைப்பட்ட காலத்தில் அமைந்த கிராமங்கள் பற்றி இந்தியக் கட்டடக் கலை எனும் நூலில் விவரித்துள்ளார்.[24] சிறிய வீடுகளுடன் திகழ்ந்த கிராமங்கள், மூங்கில்களால் அமைக்கப் பெற்ற மூன்று வரிசைகளைக் கொண்ட தடுப்பு அல்லது முள் வேலிகளோடு திகழ்ந்த பாதுகாப்பு அரண் கொண்டதாகவும், மூங்கிலாலேயே அமைந்த ஒரு வாயில் அமைப்புடன் திகழ்ந்ததாகவும் குறிப்பிட்டுள்ளார்.

அவ்வாறு அமைக்கப்பட்ட பாதுகாப்பு அரணின் வாயிலானது, தரையில் செங்குத்தாக நடப்பெற்ற இரண்டு மரக் கால்களின் மேல் மூன்று மூன்று துளைகள் இடப்பெற்று அதில் குறுக்காக மூங்கில்களைச் செருகி, அவற்றில் கழிகளை இணைத்து அமைத்தனர் என்றும் கூறியுள்ளார்.

இவ்வாறு கிராமங்களைப் பாதுகாக்க அமைக்கப்பட்ட சூழ் அரணின் வாயில் புனிதத் தன்மை வாய்ந்ததாகக் கொள்ளப்பட்டது என்றும், அதனைக் "கிராமத் துவாரம்" என அழைத்தனர் என்றும் குறிப்பிட்டுள்ளார். அவ்வாயில் வழியாகப் பசுக்கள் போன்ற கால்நடைகள் மேய்ச்சலுக்கு வெளிவரும் என்றும், இவ்வாயில் அமைப்பே பிற்கால பெளத்த ஸ்தூபங்களின் நுழைவாயில் அமைப்பான தோரண வாயில்கள் தோன்றுவதற்குக் காரணமாக அமைந்தன என்றும் விவரித்துள்ளார். புத்தமதம் பாரதநாடு முழுவதும் செழித்தபோது சிறந்து திகழ்ந்த தோரணவாயில் எனும் கட்டடக்கலை மரபு அம்மதம் கீழ்திசை நாடுகளுக்குப் பரவிய போது அங்கு சென்றதாகவும், அதனைத்தான் ஜப்பானியர் தோரி (TORI) என்றும், சீனர்கள் பூயூலு (PIU - LU) என்றும் போற்றியதாகக் குறிப்பிட்டுள்ளார்.

பண்டைய மரபின் தொடரும் எச்சங்கள்

பெர்சி ப்ரவுன் என்பவரால் மூவாயிரம் ஆண்டுகளுக்கு முன்பு திகழ்ந்ததாகக் கூறப்பெறும் "கிராமத்துவாரம்" எனும் மூங்கில் மற்றும் மரங்களால் அமைக்கப்பெறும் வாயில் அமைப்பும், வேலியிடும் மரபும் இன்றும் சோழநாட்டுக்

கிராமங்களில் காணப்பெறுவது குறிப்பிடத் தக்கதாகும். வீடுகளைச் சுற்றியோ அல்லது மாட்டுக் கொட்டில் எனப்பெறும் தொழுவங்களைச் சுற்றியோ வேலி அமைத்து மரங்கள் மற்றும் மூங்கில்களால் வாயில் அமைக்கப் பெறுகின்றது. முள்வேலியாயினும், மூங்கில் மரத் தடுப்பாயினும் மூன்று அல்லது ஐந்து வடும்புகள் (வரிச்சுகள்) வைத்து உருவாக்குகின்றனர்.

கிராமத்துவாரம்
(கி.மு.1500-800)

நன்றி - பெர்சிபுரவுன்

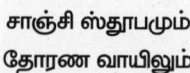

சாஞ்சி ஸ்தூபமும்
தோரண வாயிலும்

நுழைவுப் பகுதியில் இரண்டு தென்னை அல்லது பனைமரத் தூண்களை நட்டு அதன் தலைப்பகுதியை ஒன்று அல்லது மூன்று மூங்கில் துண்டுகளால் இணைக்கின்றனர். நுழைவுப் பகுதியில் ஒவ்வொரு தூணிலும் மூன்று மூன்று துளைகளை இட்டு அதில் மூங்கில் கழிகளைச் செருகி வைப்பர்.

இருபுறமும் நகரும் வசதியுடன் திகழும் மூன்று குறுக்குக் கழிகளே வாயிலின் கதவம் போன்று பயன்படுத்தப் பெறுகின்றது. இவ்வாயிலமைப்புகள் மூவாயிரம் ஆண்டுகளுக்கு முற்பட்ட கிராமதுவாரம் போன்று விளங்குவதோடல்லாமல், கி.மு. இரண்டாம் நூற்றாண்டிலிருந்து கி.பி. நான்காம்

நூற்றாண்டுவரை படைக்கப்பெற்ற பௌத்த ஸ்தூபங்களின் தோரணவாயில் போன்றும் திகழ்கின்றன.

சோழநாட்டு மாட்டுக் கொட்டிலும் வாயிலும் (தற்காலம்)

தமிழகக் கோயில்களில் நிகழும் கும்பாபிஷேகங்களுக்காக யாகசாலை அமைக்கும் போது, பெரிய கொட்டகைகள் அமைத்து அவற்றின் நடுவே யாககுண்டங்களுடன் கூடிய யாகசாலையை அமைப்பர். அவ்வாறு அமைக்கப்படுகின்ற யாகசாலைக்கு 4 வாயில்கள் உண்டு. அவற்றில் மரச்சட்டங்களால் செய்யப் பெற்ற நிலைவாயில்களை அமைப்பர். அவற்றின் மேற்பகுதி ஒன்று அல்லது மூன்று சட்டங்களுடனும்,கூரிய கலசம் போன்ற அமைப்புடனும் காணப்பெறும். இத்தகைய வாயில்கள் பண்டைய தோரணவாயில்களை ஒத்தே காணப்பெறும். சோழநாட்டுக் கிராமப்புறத்து மாட்டுக் கொட்டில் வாயில்களும், கோயில்களின் யாகசாலை வாயில்களின் அமைப்பும் பண்டைய தோரணவாயில் மரபின் தொடரும் எச்சங்களே என்பதில் ஐயமில்லை.

மாட்டுக் கொட்டில் இடபக் கொட்டில்

பண்டு தொட்டுத் தற்காலப் பேச்சு வழக்குவரை சோழநாட்டில் கால்நடைகளுறையும் தொழுவத்தைக் கொட்டில் என்ற சொல்லால் குறிப்பிடும் மரபு தொடர்ந்து இருந்து வருகின்றது. மாடு என்பது செல்வம் என்பதைச் சுட்டுவதாகும். வேளாண்மை புரிவோர்க்குக் கால்நடைகளே செல்வமாக விளங்குபவவையாகும். எனவேதான் கோ எனும் பசுவினைத் தெய்வமாகப் போற்றத் தொடங்கினர். பசுவின் உடலில் மூம்மூர்த்திகளும், திருமகள் உள்ளிட்ட தேவியர்களும் சூரிய சந்திரர்களும், எண்திசைக் காவலர்களும், அஷ்ட வசுக்களும், அனைத்துத் தேவர்களும் வாசம் செய்வதாக நம்பிக்கைக் கொண்டனர். கோ உறையும் இடத்தை மாட்டுக் கொட்டில் எனப் பெயரிட்டு அழைத்தனர்.

மாட்டுக் கொட்டில் என்ற சொல்லை மாடு கொட்டி + இல் எனப் பிரிக்கலாம். மாடு = செல்வம், கொட்டி கோபுரவாயில், இல் = இல்லம் எனப் பொருள் கொள்ளலாம். தமிழ்ப் பேரகராதி கொட்டி என்ற சொல்லுக்குக் கோபுரம் அல்லது வாயில் என்றே பொருள் கூறுகின்றது. எனவே செல்வம் எனக் கருதப்பட்ட பசுக்கள் உறையும் வாயிலமைப்புடைய (கோபுர வாயில்) இடம் என்பதே மாட்டுக் கொட்டில் என்பதின் பொருளாகும். கோபுர வாயிலை அணியாகக் கொண்ட ஒரு இடமே கொட்டிலாகும்.

மறைஞான சம்பந்தர் அருளிய “சிவதருமோத்தரம்” எனும் நூலில் பன்னிரண்டாவது இயலாகக் கோபுர இயல் பேசப்பெறுகின்றது. சிவலோகத்தில் சிவனின் சன்னிதியில் இடபம் இருக்குமென்றும், அதற்கருகே நந்தை, பத்திரை, சுரபி, சுசீலை, சுமனை எனும் ஐவகைப் பசுக்களையுந் தாங்கி யொப்பற்ற கோபுரமானது விளங்கா நின்றது என்றும் அந்நூலின் உரை விவரிக்கின்றது. மேலும் கோபுரம் என்பதைப் பசுப்புரை என்றும் குறிப்பிடுவதோடு பசுக்களின் உடலில் உறைந்துள்ள தெய்வங்களையும் பின்வருமாறு கூறுகின்றது.

தெய்வங்கள் உறையும் பசு – தஞ்சாவூர் ஓவியம்

“உறுப்புக்களிலே தேவர்களும் முனிவர்களும் தீர்த்தங்களும் இருக்குமாறு கூறுதும்.பிரமாவும் விட்டுணுவும் கொம்பினடியில் இருப்பர்: கோதாவரி முதலிய தீர்த்தங்களும் சராசரங்களும் கொம்பின் நுனியில் இருக்கும்; சிவன் சிரத்திலும், உமாதேவி நடுநெற்றியிலும், முருகக் கடவுள் மேல் நாசியிலும், நாகேசர் உள் நாசியிலும், அச்சுவினிதேவர் இரண்டு காதுகளிலும்,சூரியனும் சந்திரனும் இரண்டு கண்களிலும், வாயு பல்லிலும், வருணன் நாவிலும், சரஸ்வதி ஊங்காரத்திலும், இயமன் இருதயத்திலும், இயக்கர்கள் கெண்டைத் தலத்திலும், உதயாஸ்தமன சந்திகள் உதட்டிலும், இந்திரன் கழுத்திலும், அருக்கர்கள் திமிலிலும், சாத்தியர் மார்பிலும், அனிலவாயு நான்கு கால்களிலும், மருத்துவர் முழந்தாள்களிலும், நாகலோகத்தார் குரத்தின் நுனியிலும், கந்தருவர் குரத்தின் நடுவிலும்,

தேவமாதர்கள் மேற்குரத்திலும், உருத்திரர் முதுகிலும், வசுக்கள் சந்திகளிலும், பிதிர்கள் அரைப்பலகையிலும், சத்தமாதர்கள் பகத்திலும், இலக்குமி அபானத்திலும், நாகேசர் அடிவாலிலும் இருப்பர்; சூரியனொளி வால் மயிரிலும், கங்கை மூத்திரத்திலும், யமுனை சாணத்திலும் இருக்கும்; முனிவர்கள் உரோமத்திலும், பூமிதேவி உதரத்திலும் இருப்பர்; சமுத்திரம் மூலையிலும்,காருகபத்தியம் முதலிய அக்கினி மூன்றும் முறையே வயிறு இருதயம் முகம் என்னும் உறுப்புக்களிலும், யாகங்களெல்லாம் எலும்பிலும் சுக்கிலத்திலும் இருக்கும்; கற்புடை மகளிர் எல்லா அவயங்களிலும் இருப்பர்" என்பது 123 முதல் 128 வரை உள்ள ஆறு பாடல்களுக்கு உரிய உரையாகும்.

சோழநாட்டுத் திருக்கோயில்களில் கோபுர வாயில் கடந்து உள்ளே சென்றால் அங்கே இடபச் சிற்பம் மண்டபத்தோடு காணப்பெறும். அந்த சிறிய மண்டபத்தினைச் சோழர்காலக் கல்வெட்டுக்கள் "ரிஷபக் கொட்டில்" (இடபக்கொட்டில்) என்றே குறிப்பிடுகின்றன.[26] இடப இல்லுக்குக் கொட்டியாகத் (வாயிலாக) திருக்கோயில் கோபுரமும், மாட்டு இல்களுக்கு கொட்டியாகத் தோரணவாயில் போன்ற அமைப்புகளும் திகழ்வதைக் கோபுரங்கள் பற்றிய ஆய்வில் முக்கிய கருப்பொருளாக எடுத்துக் கொள்ள வேண்டியிருக்கின்றது.

இத்தகைய வாயில்கள் மங்கலம் பொருந்தியதாகவும், தெய்வமுறையும் இடமாகவும் மிகச் சேய்மையான காலம் முதல் போற்றப்பட்டு வருகின்றன. அனைத்துத் தெய்வங்களின் அம்சமாக விளங்கும் பசு, ஒரு வாயிலின் வழியாக நுழையும்போது அந்த இடம் புனிதம் பெறுவதாகக் கருதினர். அதனால் தான் இன்றும் புதிய இல்லங்கள் அமைக்கும்போது, நிலை வாயில்களைத் தெய்வப்படுத்தி மனைபுகு விழா நாளில் (கிரக பிரவேசம்) இல்லத்தார் புகுவதற்கு முன்பு பசுவை அவ்வாயில்கள் வழியே புகச் செய்து, அப்பசு கோமயம் பிரிப்பதால் அவ்விடம் புனிதம் பெறுவதாகப் போற்றுகின்றனர். அச்சடங்கின் போது நிலைக் காலில் உள்ள தெய்வத்தை வணங்குகின்றனர். பசுவின் நுழைவாலும், அது சொறிந்த நீராலும் அவ்விடத்தில் அதுவரை நிகழ்ந்த தீமைகளும் பிறவகையான அசுத்தங்களும், பேய் பிசாசங்களும் நீங்கி அந்த இல்லம் புனிதம் பெறுவதாகக் கொள்கின்றனர்.

இந்த மரபின் அடிப்படையில் தான் கோயிற் கோபுரங்களின் நிலைப்படியில் திருமகளைத் தெய்வப்படுத்துதல், கர்பப் பாத்திரம் அமைத்தல், வாயில்களில் சங்க நிதி பதும நிதி ஆகிய உருவங்களோடு வாயிற்காவலர் (துவார பாலகர்) உருவங்களையும் இடம் பெறச் செய்தல், புனிதநீர் சொரியும் கங்கை யமுனை ஆகிய நதிதெய்வங்களை நிறுத்துதல் ஆகியவை பன்னெடுங்காலமாகத் தொடர்ந்து நிகழ்ந்து வருகின்றன.

தோரண வாயில்கள்

கோபுரம் எனும் கட்டட அமைப்பின் தொடக்க வடிவமாகத் திகழ்ந்தவை தோரணவாயில்களே. பண்டைய தோரண வாயில்கள் எவ்வாறு திகழ்ந்தன

என்பது பற்றித் தமிழ் நூல்களில் பல குறிப்புகள் கிடைக்கின்றன.[27] இருப்பினும் அவற்றின் வடிவ அமைதியினைக் காணத் தொன்மையான தோரண வாயில்கள் தமிழகத்தில் இல்லை என்பது ஒரு குறையே. கால வெள்ளத்தில் அவை கரைந்த போதிலும், தமிழகத்தோடு நெருங்கிய தொடர்புடையவர்களும் ஆந்திரமாநிலத்தில் அரசோச்சியவர்களுமான சாதவாகன மன்னர்களின் கொடையாகத் திகழும் சாஞ்சி ஸ்தூபங்களில் உள்ள தோரணவாயில்களின் அமைதி கொண்டும் அமராவதி, கோலி, நாகார்ஜுனகொண்டா போன்ற இடங்களில் கிடைத்த சிற்பப் படைப்புகள் வாயிலாகவும் தோரண வாயில்களின் அமைப்பு பற்றி அறிந்து கொள்ள முடிகின்றது.

சாதவாகனர்கள்

கி.மு. இரண்டாம் நூற்றாண்டு தொடங்கி கி.பி. இரண்டாம் நூற்றாண்டு வரை ஏறத்தாழ நானூறு ஆண்டுகள் ஆந்திரம்,கர்நாடகத்தின் ஒருபகுதி, மத்திய பிரதேசம் உள்ளிட்ட ஒரு பரந்த பகுதியை ஆட்சிசெய்தவர்கள் சாதவாகன மன்னர்களாவர். சாஞ்சி ஸ்தூபத்தைச் சுற்றிலும் கல்லாலான வேலியிட்டு நான்கு திக்குகளிலும் வழி அமைத்து அவற்றின் முகப்பில் தோரண வாயில்களைப் படைத்து அமைத்து இந்தியக் கலைமரபில் அழியாப் புகழ் பெற்றவர்களும் அவர்களே.[28] தமிழகத்தில் கடைச்சங்ககாலம் நிலவியபோது, ஆந்திரப் பகுதியில் திகழ்ந்த அவர்களுக்கும், தமிழகத்திற்கும் ஒரு நெருங்கிய பிணைப்பு ஏற்பட்டது. அதன் பயனாய் இருநாட்டினர் படைப்புகளிலும் ஒத்த தன்மையுடைய கூறுகளைக் காண முடிகின்றது.

சாதவாகனர் காசுகளில் தமிழ்

தமிழ் மொழியில் எவ்வாறு பலபுலவர்கள் பாடிய அகநானூறு தொகுக்கப் பெற்றதோ அதேபோன்று அதே காலத்தில் ஹாலன் எனும் சாதவாகன மன்னனால் பிராகிருதத்தில் பல புலவர்கள் பாடிய எழுநூறு பாடல்கள் கொண்ட அகஇலக்கியம் காதாசப்த சதி தொகுக்கப்பெற்றது. இத்தகைய சமகாலத்து இலக்கிய ஒற்றுமை இருப்பது மட்டுமன்றி அம்மன்னர்கள் வெளியிட்டுள்ள காசுகளில் இரு மொழிக் குறிப்புகளும் உள்ளன.[29]

வசிஸ்த்தி புத்ர புலமவி, வசிஸ்த்தி புத்ர சதகர்ணி, வசிஸ்த்தி புத்ர சிவஸ்ரீபுலமவி, வசிஸ்த்தி புத்ர சிவஸ்கந்தசதகர்ணி,கௌதமி புத்ரயக்ஞ சதகர்ணி, வசிஸ்த்திபுத்ர விஜயசதகர்ணி என்ற ஆறு சதாவாகன அரசர்களின் காசுகளில் அம்மன்னர்களின் தலை உருவங்களோடு அவர்களின் பெயர் பிராகிருத்ததிலும், மறுபுறம் சில சின்னங்களோடு அதேபெயரின் தமிழ்மொழிபெயர்ப்பு தமிழ் எழுத்துக்களிலும் உள்ளன. உதாரணமாக "ரஜ்னோ வசிஷ்டி புதஸ ஸ்ரீ புலுமாவிஸ" என்று பிராகிருதத்தில் காசின் ஒரு பக்கத்தில் எழுதப் பெற்றிருப்பது, மறு பக்கத்தில் "அரசனகு வசிட்டிமகனகு திரு புலுமாவிகு" என்று காணப்பெறுகின்றது. "ஸ்ரீ" என்ற சொல்லுக்கு "திரு" என்ற மொழிபெயர்ப்பு காணப்பெறுவது

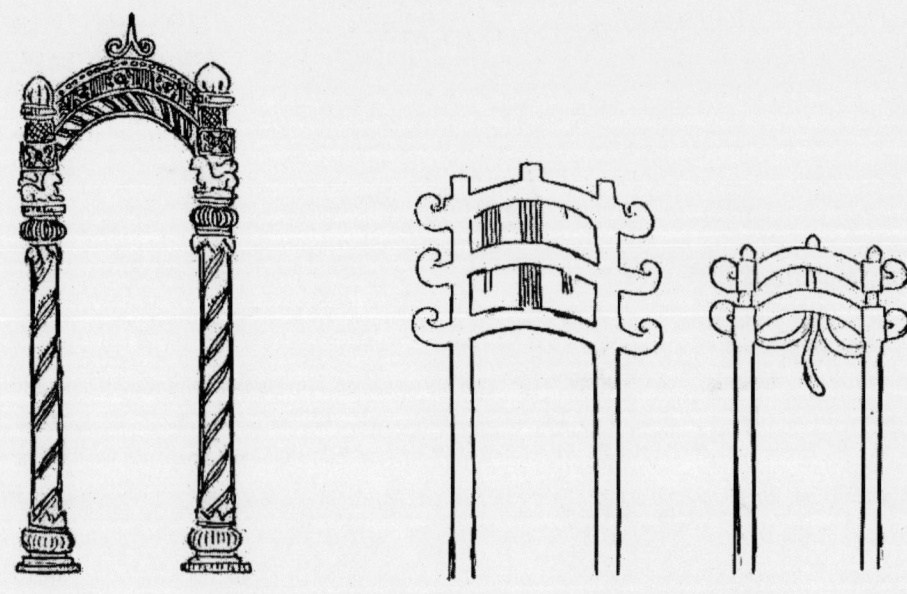

அமராவதி சிற்பங்களில் தோரண வாயில்களும் நகர வாயிலும்

சாதவாகனர் காசு (வெள்ளி)
(கி.மு. முதல் நூற்றாண்டு)

முன்புறம்

சாதவாகன மன்னனின் தலை உருவமும் 'ரஜ்னோ வசிஸ்ட புதச ஸ்ரீசதகர்ணிச' – என்ற பிராகிரத எழுத்துப் பொறிப்பும்.

பின்புறம்

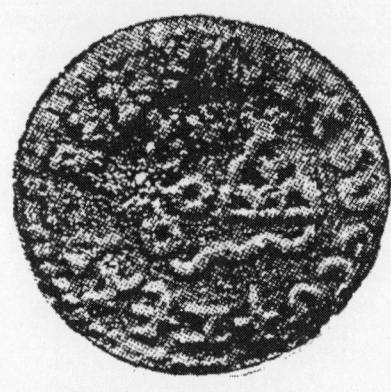

ஆறு முகடுகளையுடைய மலை நதி போன்ற உருவங்களும் 'அரசனகு வசிட்டி மகனகு திரு சதகனிகு' – என்ற தமிழ் எழுத்துப் பொறிப்பும்

குறிப்பிடத்தக்கதாகும். அதுபோலவே ராஜா என்பதை அரசன் என்றும், புத்ரன் என்பதை மகன் என்றும் மொழிபெயர்த்து, தமிழ் எழுத்துக்களாலேயே காட்டியுள்ள பாங்கினை ஆறுவகை காசுகளிலும் காண முடிகின்றது[30]. சாதவாகன அரசு மொழியாகப் பிராகிருதம் திகழ்ந்த போதும், தமிழுக்கும் சமநிலை கிடைக்கப் பெற்றிருப்பதை இக் காசுகள் உணர்த்துகின்றன.

அரசின் ஆட்சிமொழி, காதாசப்தசதி போன்ற இலக்கிய ஒற்றுமை ஆகியவை தமிழகத்திற்கும் சாதவாகனர்களின் ஆந்திர நாட்டுக்கும் உரிய நெருக்கமான தொடர்பை உறுதி செய்கின்றன. கி.மு. இரண்டாம் நூற்றாண்டிலிருந்து கி.பி. இரண்டாம் நூற்றாண்டு வரை தமிழகக் கட்டடக் கலையும், சாதவாகன கட்டடக் கலையும் ஒத்த நிலையுடையவைகளாகத்தான் திகழ்ந்திருக்க வேண்டும் என்பதைப் பல்வேறு கட்டடக் கலைக் கூறுகள் வாயிலாக உறுதி செய்ய இயலுகின்றது. அவ்வகையில் தோரண வாயில்களும், கோபுரங்களும் எவ்வாறு திகழ்ந்தன என்பது பற்றி இனிக்காணலாம்.

கலைச் சங்கமம்

தமிழகக் கட்டடக் கலையோடு பிறநாட்டு வல்லவர்களின் திறமும் சங்கமித்தது என்பதனை இலக்கியச் சான்றுகள் உறுதிப்படுத்துகின்றன. மகதம், அவந்தி,மராட்டம் ஆகிய நாட்டுக் கலைஞர்கள் தமிழகத்தில் பணிபுரிந்தனர் என்பதனை,

"மகத வினைஞரும் மராட்டக் கம்மரும்
அவந்திக் கொல்லரும் யவனத் தச்சரும்
தண்டமிழ் வினைஞர் தம்மொடு கூடி
கொண்டு இனிது இயற்றிய ...."

பசும்பொன் மண்டபத்தை மணிமேகலைக் குறிக்கின்றது.[31] சங்கம் மருவிய காலத்து நூலும் "கோபுரம்" என்ற சொல்லாட்சியைத் தமிழுக்கு அறிமுகம் செய்த நூலுமான பெருங்கதை.

"யவனத் தச்சரும், அவந்திக் கொல்லரும்
மகதத்துப் பிறந்த மணிவினைக் காரரும்
பாடலிப் பிறந்த பசும் பொன் வினைஞரும்
கோசலத்து இயற்றிய ஓவியத் தொழிலரும்
வத்தநாட்டு வண்ணக் கம்மரும்
தத்தம் கோண்மேல் தம் கைத் தொழில்தோன்ற"

என்று கூறுகின்றது[32]. எனவே பண்டைய பாரதநாட்டின் ஐம்பத்தாறு தேசங்களிலும் எந்தெந்த பகுதிகளில் சிறப்புடைய கைவினைஞர்கள் இருந்தார்களோ அவர்களைப் பிறபகுதிக்கு அழைத்துச் சென்று அவர்கள் வாயிலாக உன்னதப் படைப்புக்களை உருவாக்கும் மரபைப் போற்றி இருந்துள்ளனர்.

பூம்புகார் நகரில் நுட்பம் மிகுந்த படைப்பாளிகள் ஒருங்கே வாழ்ந்தனர் என்பதை இளங்கோவடிகள்.

"பட்டிலும் மயிரினும் பருத்தி நூலினும்
கட்டு நுண்வினைக் காருக ரிருக்கையும்
தூசும் துகிரும் ஆரமும் அகிலும்
மாசறு முத்தும் மணியும் பொன்னும்
அருங்கல வெறுக்கையோ டளந்து கடை யறியா
வளந்தலை மயங்கிய நனந்தலை மறுகும்
பால்வகைத் தெரிந்த பகுதிப் பண்டமொடு
கூலம் குவித்த கூல வீதியும்,
காழியர் கூவியர் கண்ணொடை யாட்டியர்
மீன் விலைப் பரதவர் வெள்ளுப்புப் பகருநர்
பாசவர் வாசவர் பன்னிண விலைஞரோடு
ஓசுநர் செறிந்த ஊன்மலி யிருக்கையும்
கஞ்ச காரரும் செம்புசெய் குநரும்
மரங்கொல் தச்சரும் கருங்கைக் கொல்லரும்
கண்ணுள் வினைஞரும் மண்ணீட்டாளரும்
பொன்செய் கொல்லரும் நன்கலந் தீருநரும்
கிழியினும் கிடையினும் தொழில் பல பெருக்கிப்
பழுதில் செய்வினைப் பால் கெழுமாக்களும்
குழலினும் யாழினும் குரல் முதல் ஏழும்
வழுவின் றிசைத்து வழித்திறம் காட்டும்
அரும் பெறல் மரபிற் பெரும்பா ணிருக்கையும்
சிறு குறுங் கைவினைப் பிறர்வினை யாளரொடு
மறுவின்றி விளங்கும் மருவூர்ப் பாக்கமும் . . ." *(சிலப். 433,456)*

என்று சிலம்பில் கூறுகின்றார். கண்ணுள் விணைஞர் என்றால் சிறந்த ஓவியர்கள் (சித்திரகாரர்கள்) என்றும், மண்ணீட்டாளர் என்றால் சுதையால் பாவை உள்ளிட்டன செய்வோர் என்றும் உரையாசிரியர் கூறுவர். எனவே கட்டடக் கலையைப் பொறுத்தவரை தக்காணம் உள்ளிட்ட தென் இந்தியப் பகுதிகளில் ஒத்த தன்மையுடைய கலைப்பாணி போற்றப் பெற்றிருக்க வேண்டும் என உறுதியாக நம்ப முடிகிறது. அதற்குப் பௌத்த சமயத்தின் பரவலாக்கம் ஒரு முக்கிய காரணமாக அமைந்தது.

தண்டமிழ் வினைஞர்களோடு பணிபுரிந்த யவனத் தச்சர் என்பார் கோதாவரி கிருஷ்ணாநதிகளுக்கு இடைப்பட்ட ஒரு பகுதியான யவனநாட்டிலிருந்து (தற்போதைய ஆந்திரம், கர்நாடகத்தின் ஒருபகுதி) வந்தவர்கள். யவன தேசம் என்பதைப் பெரும்பாலோர் உரோம் நாடு எனக் குறிக்கின்றனர். மேலை நாடொன்றுக்கு அப்பெயர் இருப்பினும் பண்டைய பாரதநாட்டின் 56 தேசங்களில் யவனதேசம் என்பதும் ஒன்றாகும்[33]. அவந்திக்

புராதன இந்தியா
என்னும்
பழைய 56 – தேசங்கள்

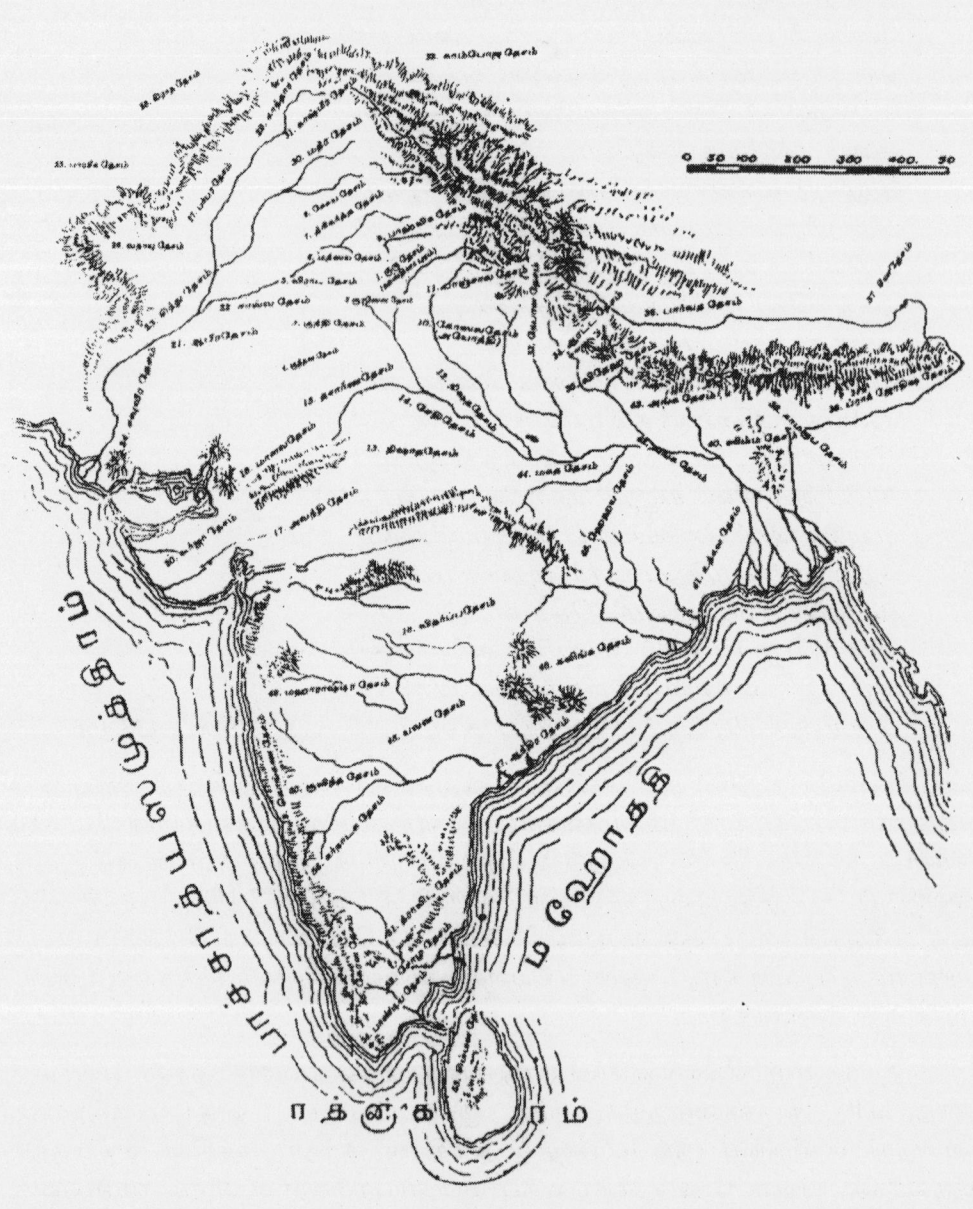

கொல்லர் என்பார் மத்திய பிரதேசத்தின் மேற்குப்பகுதி இராஜஸ்தானம், குஜராத் மாநிலங்களின் ஒரு சிறுபகுதியை உள்ளடக்கிய அவந்தி நாட்டினர்; மகதத்து மணிவினைக்காரர் என்பார் தற்போதைய பீகார் மாநிலமான பண்டைய மகததேசத்திலிருந்து வந்தவர்களாவர். மராட்டக் கம்மர் என்பார் தற்போதைய மகாராட்டிர மாநிலத்திலிருந்து வந்தவர்கள். தமிழகத்தைத் தவிர இங்குக் குறிப்பிடப் பெறும் நாடுகள் வரிசையில் ஒரு குறிப்பிட்ட பகுதியை ஈராயிரம் ஆண்டுகளுக்கு முன்பு சாதவாகன மன்னர்கள் ஆண்டுள்ளனர். எனவே சாதவாகனர் கலைமரபு தமிழகத்தோடு நெருங்கிய தொடர்புடைய ஒரு கலைமரபு என்பதில் ஐயமில்லை. அக்கலை மரபின் எச்சங்களாகத் திகழும் அமராவதி, கோலி, நாகார்ஜுன கொண்டா, சிற்பங்கள் வழியும் சாஞ்சி தோரணவாயிற் சிற்பங்கள் வாயிலாகவும் பண்டைய தமிழகக் கட்டடக் கலை மரபின் கூறுகளை ஓரளவு காணமுடியும்.

தமிழகம் வந்த தோரணவாயில்கள்

சங்ககால சோழப் பெருவேந்தனான கரிகாற் பெருவளத்தான் இமயம் வரை படை எடுத்துச்சென்று அம்மால் வரைமேல் புலிச் சின்னத்தினைப் பொறித்துத் திரும்புங்கால் வழியிலுள்ள வேந்தர்கள் கொடுத்த பரிசுப் பொருள்களைக் கொணர்ந்து காவிரிப் பூம்பட்டினத்தில் காட்சிப்படுத்தினான் என்று இளங்கோவடிகள் சிலப்பதிகாரத்தில் குறிப்பிடுகின்றார்[34]. அவ்வாறு கொணர்ந்தவற்றுள் அவந்தி மன்னன் உவந்து அளித்த தோரணவாயில் ஒன்று என்பதும் குறிப்பிடத்தக்கதாகும்.

"இமையவர் உறையுஞ் சிமையப் பிடர்தலைக்
கொடுவரி யொற்றிக் கொள்கையிற் பெயர்வோற்கு
மாநீர் வேலி வச்சிர நன்னாட்டுக்
கோனிறை கொடுத்த கொற்றப்பந்தரும்,
மகத நன்னாட்டு வாள்வாய் வேந்தன்
பகைபுறத்துக் கொடுத்த பட்டி மண்டபமும்
அவந்தி வேந்தன் உவந்தனன் கொடுத்த
நிவந்தோங்கு மரபில் தோரண வாயிலும்
பொன்னினும் மணியிலும் புனைந்தன வாயிலும்
நுண் வினைக் கம்மியர் காணா மரபின
துயர் நீங்கு சிறப்பினவரர் தொல்லோர் உதவிக்கு
மயன் விதித்தக் கொடுத்த மரபின இவைதாம்
ஒருங்குடன் புணர்ந்தாங்கு உயர்ந்தோரேத்தும்
அரும் பெறல் மரபின் மண்டபம் ...." (சில இந்திர வி.கா 514 - 527)

என்ற சிலம்பின் அடிகள் கூறும் செய்தி கற்பனையா? அல்லது உண்மை நிகழ்வா என்பதை ஆராய்வதும், தமிழகம் வந்த தோரணவாயிலின் கலைமரபு பற்றிய செய்திகளை அறிந்து கொள்வதும் இவ்வாய்வுக்கு இன்றியமையாதவையாகும்.

தமிழ்வேந்தர் மூவரும் இமயம் வரை படை எடுத்துச் சென்று புலி, வில், மீன் ஆகிய மூவேந்தர் இலச்சினைகளையும் அம்மலையில் பொறித்தனர் என்பதைத் தமிழ் நூல்கள் பல கூறுகின்றன. "தமிழவேந்தரின் இமயப்படை எடுப்பு" என்ற தலைப்பில் ஆராய்ச்சி மேற்கொண்ட பேரறிஞர் மு.இராகவையங்கார் அகநானூறு, சிலப்பதிகாரம், கலிங்கத்துப் பரணி, பெரியாழ்வாரின் திருப்பாசுரம் ஆகியவற்றில் காணப்பெறும் குறிப்புகளை மேற்கோள் காட்டி சிக்கிம் மாநிலத்திலிருந்து திபேத் (சீனா) பகுதிக்குச் செல்லும் வழியாகத் திகழும் சூம்பி பள்ளத்தாக்கை ஒட்டிய சோழ மலைத் தொடர் (Chola Range) மற்றும் சோழர் கணவாய் (Chola Pass) என்றழைக்கப்படும் பகுதிகளே பண்டு தமிழ் மன்னர்களால், குறிப்பாகத் திருமாவளவன் எனும் கரிகாற் சோழனால் கைப்பற்றப் பெற்றப் புலிச் சின்னம் பொறிக்கப்பட்ட இடம் என்பதைக் குறிப்பிட்டுள்ளார்[35].

இவ்வாய்வுக்கு அவர் இம்பீரியல் கெசட்டியர் ஆப் இந்தியா, ஹேண்ட் கெசட்டியர் ஆப் இந்தியா, என்சைக்ளோபிடியா பிரிட்டானிக்கா என்ற ஆங்கில நூல்களில் உள்ள குறிப்புகளையும் மேற்கோள் காட்டியுள்ளார். அவரது கட்டுரையின் முடிவில், இளங்கோ அடிகள் சிலப்பதிகாரத்தில் குறிப்பிட்டிருப்பதை எடுத்துக் காட்டி, 'சோழன் சென்ற காலத்தே அம்மலை பனியால் மூடப்பட்டு அக்கணவாய் அடைப்பட்டிருந்தது என்பதே கருத்து போலும்; இவ்வரிய செய்திகளை எல்லாம் அறிஞர்கள் மேலும் ஆராய்ந்து உண்மை கொள்வார்களாக' என்று தனது விருப்பத்தைத் தெரிவித்துள்ளார்.

கரிகாலனின் இமயப் படை எடுப்பு மற்றும் அவன் செய்த சாதனைகளை சிலப்பதிகாரத்தோடு, சேக்கிழாரின் பெரிய புராணப் பாடல்களை ஒப்பிட்டு நுணுகி ஆராய்வோமானால், இமயத்தில் புலிச்சின்னம் பொறிக்கப்பெற்ற நிகழ்ச்சி பற்றி மேலும் தெளிவான செய்திகளை அறியமுடிகிறது. பெரிய புராணத்திற்கு விரிவுரை எழுதிய சி.கே. சுப்பிரமணிய முதலியார், தி.ந. இராமச்சந்திரன் ஆகியவர்களின் குறிப்புகளால் மு. இராகவையங்காரின் கருத்துக்களுக்கேற்ற தெளிவான, அசைக்க முடியாத சான்றுகள் கிடைக்கின்றன.

பெரிய புராணத்தில் திருக்குறிப்புத் தொண்டர் வரலாறு கூறும் சேக்கிழார், "இலங்கு வேற் கரிகாற் பெருவளத்தோன் வண்திறல் புலி இமயால் வரை மேல் வைக்க வெகுவோன்"- என்று புலிச்சின்னம் பொறிக்கப்பெற்றதைக் காட்டுவதோடு, எறிபத்தர் கதையில் (இலை மலிந்த சருக்கம்) "பொன்மலை புலிவென்று ஓங்கப் புதுமலை இடித்துப் போற்றும் அந்நெறி வழியேயாக அயல் வழி அடைத்த சோழன்" என்ற மிக அரிய குறிப்பொன்றினையும் கூறியுள்ளார்.

இமயத்தின் மலைத் தொடர்களுக்கு இடையே செல்லும் கணவாய்க்களுள் ஒன்று ஏற்புடையதாக இல்லாமலும், பாதுகாப்பு இல்லாமலும் இருந்ததால், மலையின் ஒரு பகுதியை இடித்துப் புதிய பாதையை (கணவாய்) உருவாக்கித் தந்து பழைய கடினமான பாதையை அடைத்தான் என்பதே சேக்கிழாரின் வாக்காகும்.

சீன நாட்டிற்கும் தமிழகத்திற்கும் மிகப் பழங்காலத் தொட்டே வணிகத் தொடர்பு இருந்துள்ளது. அவர்கள் இமயமலையைத் திபேத் பகுதியிலிருந்து கடப்பதற்குப் பயன்படுத்திய கணவாய்களுள் ஒன்றுதான் சோழர் கணவாயாகும். சிக்கிம், பூடான் ஆகிய இரண்டு நாடுகளுக்கு இடையே வடபாகத்தில் திபேத்தின் ஒரு பகுதி ஊடுருவி நிற்கின்றது. அதற்கு சூம்பி பள்ளத்தாக்கு என்று பெயர்.

சிக்கிம் மாநிலத்தின் வடகிழக்குப் பகுதியிலுள்ள சோழர் மலைத்தொடர் எனும் இமயமலையின் தொடரே சூம்பி பள்ளத்தாக்கையும் சிக்கிம் மாநிலத்தையும் பிரிக்கின்றது. இம்மலையில் உள்ள கணவாய்தான் சோழர் கணவாய் என்றழைக்கப் பெறுகின்றது.

சேக்கிழாரின் வாக்கை வைத்து நோக்கும்போது, இம்மலைத் தொடரில் இருந்த கணவாய் பாதுகாப்புடையதாய் இல்லாமல் இருந்ததால், இம்மலைவரை படை எடுத்துச் சென்ற கரிகாற்சோழன், தமிழகத்து வீரர்களின் துணை கொண்டு அம்மலையின் ஒரு பகுதியை இடித்துத் தள்ளிப் பழைய வழியை அடைத்து விட்டுப் பாதுகாப்புடைய எளிய வழியாக அமைந்த கணவாயை உருவாக்கினான் என்று அறிய முடிகிறது.

அப்பகுதி மக்களுக்குப் பயன்படும் வழியை உருவாக்கிக் கொடுத்ததால் தான் அம்மக்கள் நன்றியோடு அம்மலைத் தொடருக்கும், கணவாய்க்கும் "சோழன்" என்று பெயரிட்டுப் போற்றினர் என்பதையும் அறிய முடிகிறது. அப்போதுதான் சோழனின் புலிச் சின்னம் அங்கு பொறிக்கப்பட்டது என்பது தெளிவு. புலியோடு உடன் சென்ற கயலும் வில்லும் அங்கு இடம் பெற்றன.

பூம்புகாரிலிருந்து வடபுலம் நோக்கிச் சென்ற கரிகாலனது பெரும்படை கிழக்குக் கடற்கரையை ஒட்டியே சென்று கலிங்கம் (ஒரிசா), வங்கம் போன்ற நாடுகளை அடைந்திருக்க வேண்டும்.

வங்கம், பீகார் பகுதிகளுள் அடங்கிய வஜ்ஜரதேசம் வழியாக இமயமலைத் தொடரை அடைந்து, பாதுகாப்புடைய புது வழியைத் தோற்றுவித்து, மூவேந்தர் சின்னங்களையும் பொறித்துவிட்டுத் திரும்பியிருத்தல் கூடும்.

அவ்வாறு திரும்பும்போது வஜ்ஜிர தேச மன்னன் பரிசுப் பொருளாகக் கொடுத்த கொற்றப் பந்தலைப் பெற்றுக் கொண்டு, மேற்கு திசை நோக்கிப் பயணித்து மகதநாட்டு (பீகார்) மன்னனை வென்று, அவன் கொடுத்த பட்டிமண்டபத்தைப் பெற்ற பின்னர், மேலும் மேற்கு நோக்கிச் சென்று அவந்தி மன்னன் (மத்தியபிரதேசம், இராஜஸ்தான்) மகிழ்வோடு அளித்த தோரண வாயிலொன்றினையும் பெற்றுக்கொண்டு பூம்புகார் திரும்பி, அந்நகரில் அவற்றைக் காட்சிப் பொருள்களாக அமைத்தான் என்பது சிலப்பதிகாரம் காட்டும் காட்சிகளாகும்.

கரிகாலன் இமயம் சென்று திரும்பிய வழித்தடம்

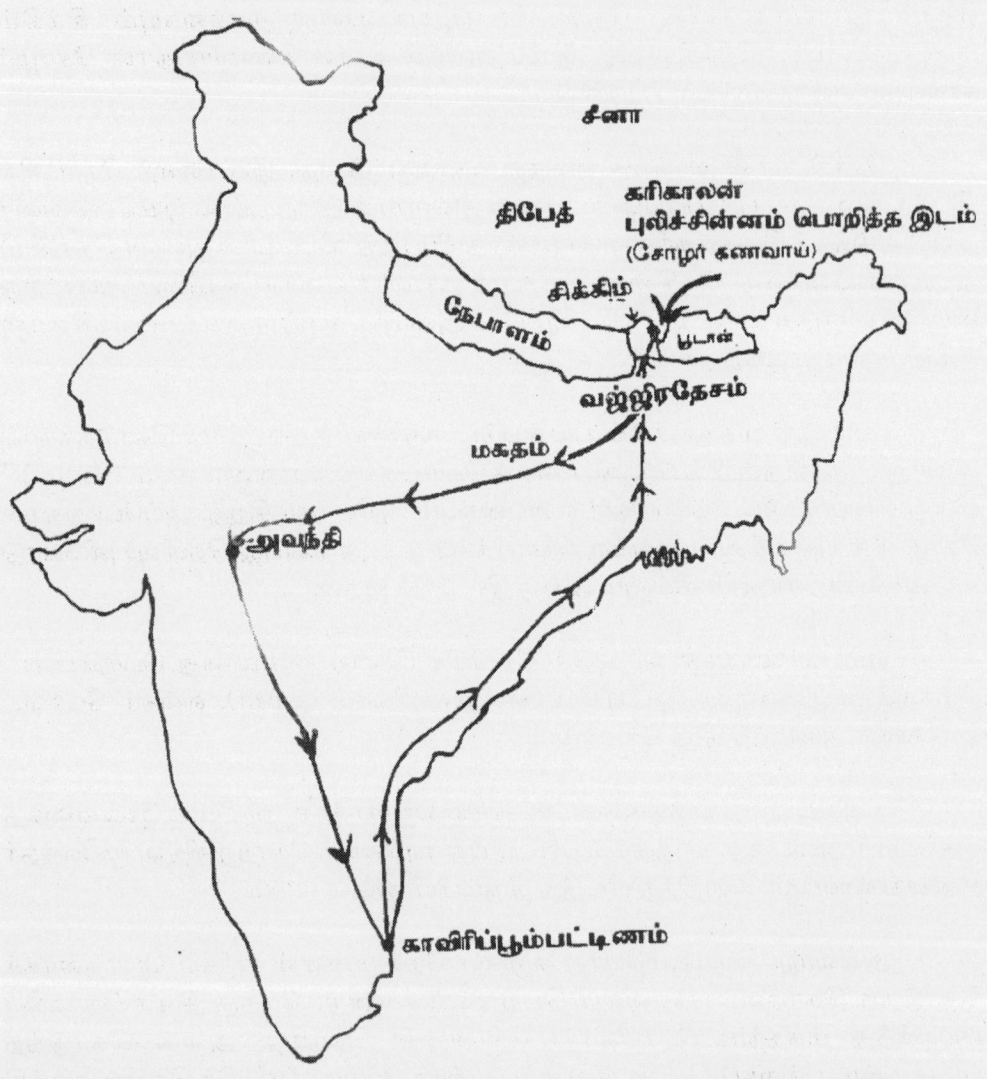

36 தமிழகக் கோபுரக்கலை மரபு

கரிகாற் பெருவளத்தானின் காலம் கி.மு. இரண்டு அல்லது முதலாம் நூற்றாண்டென ஆய்வாளர் குறிப்பர். அதே காலகட்டத்தில் அவந்தி, யவனம், ஆந்திரம் ஆகிய பகுதிகள் சாதவாகனர்களின் ஆட்சிக்குட்பட்டுத் திகழ்ந்தன. சாதவாகனர்களால் சாஞ்சியில் அமைக்கப்பெற்றுள்ள தோரணவாயில்கள் ஏறத்தாழ இதே காலகட்டத்தைச் சார்ந்தவைகளாகும். எனவே சாஞ்சியிலுள்ளது போன்றதொரு கலைநயம் மிகுந்த தோரண வாயிலொன்றே கரிகாற் பெருவளத்தானால் சோழநாட்டுக்கு எடுத்து வரப் பெற்றிருக்க வேண்டும் என்பது திண்ணம். அவ்வாறு எடுத்துவந்த அந்த தோரணவாயிலை மயனதுவிதிப்படி அமைத்த மண்டபம் ஒன்றில் ஏற்றினான் என்பது சிலம்பு கூறும் செய்தியாகும்[36]. எனவே மயனது நூல் விதிப்படி எடுக்கும் கட்டடக்கலை மரபு சோழநாட்டில் திகழ்ந்தது என்பது குறிப்பிடத்தக்க செய்தியாகும். இவ்வாறு மாற்றார் நாட்டிலிருந்து தோரணவாயில்களை வெற்றிச் சின்னமாக எடுத்துவரும் மரபினைக் கரிகாலனுக்கு ஆயிரம் ஆண்டுகளுக்குப் பின்பு வந்த கங்கை கொண்ட இராஜேந்திர சோழனும் பின்பற்றினான் என்பதை அவனது மெய்க்கீர்த்தி எடுத்துரைக்கின்றது.

'திருமன்னி வளர' எனத் தொடங்கும் முதலாம் இராஜேந்திர சோழனின் மெய்க்கீர்த்தி, அப்பெருவேந்தனின் கடல் கடந்த கீழ்த் திசை நாடுகளின் வெற்றிகளைப் பட்டியலிடும் போது,

"அலைகடல் நடு வுட் பலகலஞ் செலுத்திச்
சங்கிராம விசையோத்துங்க வர்ம
னாகிய கடாரத்தரசனை வாகையும்
பொருகடல் கும்பக் கரியோடு மகப்படுத்
துரிமையிற் பிறக்கிய பெருநிதி பிறக்கமும்
ஆர்த்தவ னகநகர்ப் போர்த்தொழில் வாசலில்
விச்சாதிரத்தோ ரணமு மொய்த்தொளிர்
புனைமணிப் புதவமுங் கணமணிக் கதவமும்....
மாப்பொரு தண்டாற் கொண்ட கோப்பர கேசரி வன்மரான
உடையார் ஸ்ரீ ராஜேந்திர சோழ தேவர் ...."

என்று கூறுகின்றது[37]. எனவே சோழமன்னர்கள் தோரணவாயில்களை வெற்றியின் சின்னமாகப் பிறநாடுகளிலிருந்து கொணர்ந்தனர் என்பது வெள்ளிடைமலை. காவிரிப் பூம்பட்டினம் கடல் கோளுக்குட்பட்டதாலும், கங்கை கொண்ட சோழபுரம் தரை மட்டமாக அழிந்ததாலும் அப்பேரரசர்கள் கொணர்ந்த தோரணவாயில்களை இன்று நம்மால் காண முடியவில்லை.

காகந்தி பிக்குணியின் கொடை

மத்தியபிரதேச மாநிலம் பர்குத் எனும் இடத்தில் பௌத்த ஸ்தூபம் ஒன்றுள்ளது. அதில் காணப்பெறும் வேலைப்பாடுடைய கல் ஒன்றினைக் காகந்தி நகரினைச் சேர்ந்த சோமா என்ற பிக்குணி கொடையாகக் கொடுத்தார் என்பதனை,

"காகந்தியா சோமாய பிச்சுனியா தானம்" என்று எழுதப்பெற்ற கல்வெட்டு[38] குறிப்பிடுகின்றது. கி.மு. இரண்டாம் நூற்றாண்டைச் சேர்ந்த அக்கல்வெட்டு காகந்தி எனும் தமிழகத்து ஊர் ஒன்றுக்கும் பர்குத் நகருக்கும் உள்ள 2200 ஆண்டுகளுக்கு முற்பட்ட கலைத் தொடர்பை விவரிக்கின்றது.

இதுகாறும் கண்ட செய்திகளைத் தொகுத்து நோக்கும்போது கி.மு. இரண்டாம் நூற்றாண்டிலிருந்து வடபுலத்து அவந்தி, மகதம்,யவனம் போன்ற பகுதிகளுக்கும் சோழநாட்டுக்கும் ஏற்பட்ட கலைத்தொடர்பு பற்றி அறியமுடிகிறது. அக்கலைத் தொடர்பில் தோரண வாயில்களே முக்கியத்துவம் பெற்றுத் திகழ்வது குறிப்பிடத்தக்கதாகும்.

தோரணவாயிலின் கீழ்ச்சங்ககால சேரமன்னன் உருவம்

கொல்லிப்புறைக் காசு

தமிழ்நாடு அரசு தொல்லியல் துறை காப்பாட்சியர் ச.பரணன் என்பவருக்குக் கிடைத்த சங்ககால சேரமன்னன் ஒருவனது காசொன்றில் தோரண வாயிலும் அதன்கீழ் வாளும் கேடயமும் ஏந்தி நிற்கும் மன்னன் ஒருவனது உருவமும் காணப்பெறுகின்றன. தோரண வாயிலைச் சுற்றி இரண்டாயிரம் ஆண்டுகளுக்கு முற்பட்ட தமிழ் எழுத்துக்களில் "கொல்லிப் புறை" என்ற பெயர் திகழ்கின்றது. காசின் மறுபுறம் சேரமன்னர்களின் அரசுச்சின்னமான வில், அம்பு, சிகரங்களுடைய மேரு, நந்திபாதம், கயல்கள் ஆகியவை உள்ளன.

இக்காசுகளை ஆராய்ந்த இரா. நாகசாமி இங்குக் குறிக்கப்பெற்றுள்ள கொல்லிப்புறை என்ற பெயர் கொல்லிமலையைக் கைப்பற்றியவனான கோப்பெருஞ்சேரல் இரும்பொறை என்ற சேரமன்னனைக் குறிப்பிடுவதாகவும், தோரணவாயிலின் கீழ் வாளும் கேடயமும் ஏந்தி நிற்கும் மன்னவனும் அவனே என்றும் குறிப்பிட்டுள்ளார்[39]. கி.பி. முதல் நூற்றாண்டைச் சேர்ந்த இக்காசு தோரணவாயிலுக்குரிய சிறப்பினை வெளிகாட்டுவதாகவே அமைந்துள்ளது.

இதே போன்று கொல்லிப்புறை என்ற பெயரும்,தோரணவாயிலின் கீழே திகழும் சேர மன்னனின் உருவமும் பொறிக்கப்பெற்ற மற்றொரு வகை காசினை இரா. கிருஷ்ணமூர்த்தி சங்ககால நாணங்கள் என்ற கட்டுரையில் குறிப்பிட்டுள்ளார்[40]. அதே கட்டுரையில் கொல்லிரும் பொறையன் என்ற பெயர் பொறிக்கப்பட்ட காசு ஒன்றினை பற்றியும் விவரித்துள்ளார்.

கொல் இரும்பொறையன் காசு

ஒருபுறம் தோரணவாயில், வாயிலின் நடுவே மனித உருவம். இருகைகளையும் இடுப்பில் வைத்த நிலை. காசின் சுற்று விளிம்பில் "கொல் இரும்புறைய்" என்ற தமிழ் எழுத்துக்கள், தோரணவாயிலின் அருகே வேலியிட்ட

சங்ககாலச் சேரன் கொல்லிப்புறை காசு

முன்புறம்

கொல் ஈபுறை என்ற தமிழ் எழுதுப் பொறிப்பும்
தோரண வாயிலின் கீழ் மன்னன் உருவமும்

பின்புறம்

வில் அம்புச் சின்னம்

கொல்லிப்புறை காசு

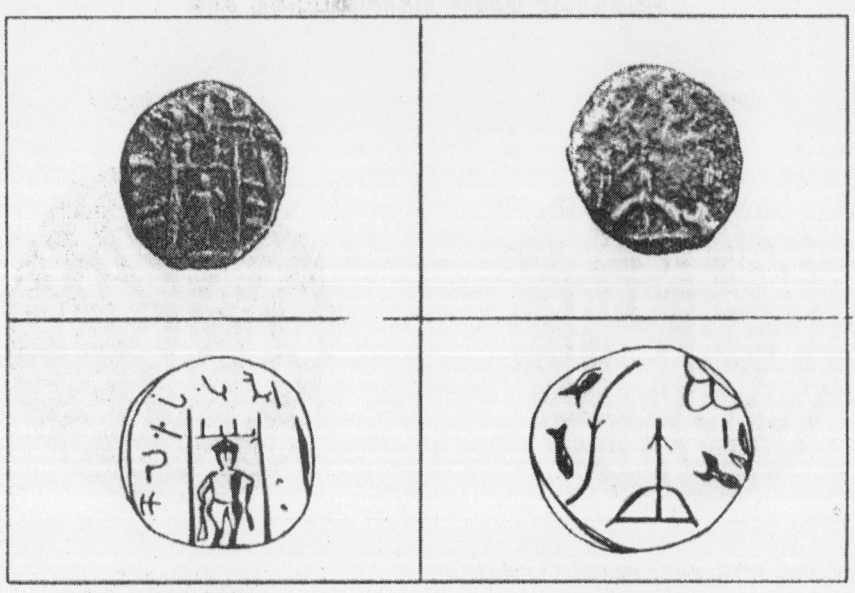

முன்புறம்   பின்புறம்

கொல் இரும்புறையன் காசு

முன்புறம்   பின்புறம்

நன்றி : தினமலர் இரா.கிருஷ்ணமூர்த்தி

மரச் சின்னம்,காசின் பின்புறம் வில் அம்பு, ஆறு, இருமீன்கள், அருகே ஒரு கோடு, அதற்கு மேலாக எதிரெதிராகத் திகழும் இணைகயல்கள் ஆகியவற்றோடு அக்காசு திகழ்வதாகக் குறிப்பிட்டுள்ளார்.

இவ்விரு வகை காசுகளையும் நோக்கும்போது சங்ககாலத் தமிழ் மன்னர்கள் தோரணவாயிலைப் புனிதம் மிக்கதாகவும் உயர்வுடையதாகவும் போற்றினர் என்பதறிய முடிகிறது.

கோலிச் சிற்பமும் தமிழகத்து கோயில்களின் தோரண வாயில்களும்

ஆந்திர மாநிலம் குண்டூர் மாவட்டத்தில் உள்ள கோலி எனும் ஊர் கிருஷ்ணாநதியின் தென்கரையில் திகழ்கின்றது. புகழ்பெற்ற அமராவதி நாகார்ஜுனகொண்டா ஆகிய இடங்களுக்கு இடையே திகழும் கோலி என்னும் இவ்வூரிலும் பண்டைய பௌத்த ஸ்தூப சிற்பங்கள் கிடைத்தன. அவற்றில் ஒரு சிற்பத் தொகுதியினை, 1950க்குப் பிறகு அங்கிருந்து பெயர்த்து அமெரிக்காவுக்கு அனுப்பிவிட்டனர். தற்போது அச்சிற்பத் தொகுதி சில துண்டுகளாக நியுயார்க் மெட்ரோபலிடன் மியுசியம் ஆப் ஆர்ட் என்ற அருங்காட்சியகத்தில் காட்சிப்படுத்தப் பெற்றுள்ளது[41].

புடைப்புச் சிற்பமாகத் திகழும் அத்தொகுதியில் செங்கற்கள் கொண்டு கட்டப்பெற்ற மதிலும் தோரணவாயிலும் உள்ளன. கி.பி. முதல் நூற்றாண்டைச் சார்ந்ததாகக் கருதப்பெறம் அச்சிற்பத்தில் காட்டப் பெற்றுள்ள வாயில் அமைப்புத் தமிழகத்திலுள்ள சில கோயில்களின் உயர்ந்த கோபுரமில்லாத நுழைவு வாயிலின் கட்டுமானத்தை முழுதும் ஒத்தே திகழ்கின்றது. திருக்கோயில் கோபுரங்களின் கட்டுமான அமைதியின் தொடக்கநிலை இத்தகைய வாயில்களேயாகும்.

தஞ்சாவூர் மாவட்டம் திருப்பூந்துருத்தி திருக்கோயில் கி.பி.7ஆம் நூற்றாண்டு முற்பட்டதாகும். திருநாவுக்கரசரால் போற்றிப் பதிகம் பாடப் பெற்ற திருக்கோயில். அவ்வூரில் திங்களும் ஞாயிறும் தோயும் திருமடம் ஒன்றினை அமைத்து அங்கு நாவுக்கரசர் நெடுநாள் தங்கித் திருக்கோயிலில் உழவாரப் பணி செய்ததோடு, பல திருத்தாண்டகங்களை இயற்றினார் எனச் சேக்கிழார் கூறியுள்ளார். அத்தகு பழமை நலம் சிறந்த திருப்பூந்துருத்தி பொய்யிலியப்பர் திருக்கோயிலின் முதல் திருச்சுற்றின் வாயிலில் அமைந்திருக்கின்ற நுழைவாயிலின் கட்டுமானம் (தோரணவாயில்) கோலி சிற்பத்தில் காணும் கட்டுமான அமைப்பை முற்றிலும் ஒத்துத் திகழ்கின்றது. அத்திருக்கோயிலின் வெளித் திருச் சுற்று வாயிலில் பிற்காலத்தில் எடுக்கப்பெற்ற உயர்ந்த கோபுரம் அமைந்திருந்தாலும், உள்திருச்சுற்றில் காணப்பெறும் வாயிலமைப்பு பழமையானதும் தொன்மையான கலை மரபைச் சார்ந்ததுமாகும்..திருமதிலும்,தோரணவாயிலும் மீண்டும் மீண்டும் திருப்பணிகளுக்கு உள்ளான போதும், பழமையின் எச்சமாகவே அவை இன்றும் திகழ்கின்றன.

கோலி சிற்பத்தில் நுழைவாயில்

திருப்பூந்துருத்தி கோயில் நுழைவாயில்

கபிலக் கல்லின் மீது கோயிலும் தோரணவாயிலும் (திருக்கோவலூர்)

கபிலக்கல்லில் தோரணவாயில்

தென்பெண்ணையாற்றின் தென்கரையில் அமைந்துள்ள திருக்கோவலூர் வீரட்டானேசுவரர் கோயிலுக்கு வடக்காக ஆற்றின் நடுவே உள்ள ஒரு பெரும் உருண்டை வடிவ பாறையே கபிலக் கல் என்பதாகும். அதன் மீது கபிலரின் நினைவாக கபிலேசுவரர் கோயில் எனும் சிறுகோயில் அமைந்துள்ளது. கிழக்கு நோக்கி அமைந்துள்ள அக்கோயிலுக்கு முன்பு தோரணவாயில் அமைந்துள்ளது ஆற்றில் நடந்து படிக்கட்டுகள் வழியே ஏறி அத்தோரணவாயில் கடந்து தான் அக்கோயிலுக்குள் செல்ல முடியும்.

கபிலேசுவரர் திருக்கோயிலும், நுழைவாயிலாகத் திகழும் தோரணவாயிலும் பழமையானவையாகும். அண்மையில் நிகழ்ந்த திருப்பணிகளின் போது அக்கோயிலும் தோரணவாயிலும் புதுபிக்கப் பெற்றுள்ளன. கபிலக்கல் மீது அமைந்திருக்கும் தோரணவாயிலாம் சிறுகோபுரம் பழமையான கோபுரக் கலையின் ஒரு வெளிப்பாடாக இன்றும் திகழ்கின்றது.

திருவரங்கத்தில் சுந்தரபாண்டியன் அமைத்த மகர தோரணவாயில்

திருவரங்கம் திருவரங்கன் திருக்கோயிலின் கருவறையின் வடபுறம் (இரண்டாம் பிரகாரம்) பாண்டியர்களின் இலச்சினையான இருகயல்கள் பொறிக்கப்பெற்று இடையே கிரந்தத்தில் மிகப்பெரிய கல்வெட்டு[42] காணப்பெறுகின்றது. அக்கல் வெட்டில் ஜடாவர்மன் சுந்தரபாண்டியன் (கி.பி.1250 - 1284) திருவரங்கம் திருக்கோயிலுக்குச் செய்த பொற் கொடைகள் பற்றிக் கூறப்பெற்றுள்ளது. அச்சாசனத்தின் ஒன்பதாம் பாடல்.

"க்ருதஸ்ய ந்ருப பாஸ்வதா ரிபுகிரீட ஹேமோச் சபை:
அநேக மணி சோபினோ மகர தோரணஸ் யாந்தரே"

என்றும் கூறுகிறது. இதற்கு முதற்பாடலில் அப்பெருவேந்தன் கோபுரம் ஒன்றினை எடுத்து அதனைப் பொற்றகடுகளால் அணி செய்து அழகு பார்த்தான் என்று கூறுவதோடு, இச்சுலோகம் வாயிலாக மேலும் அங்கு மகர தோரணவாயில் ஒன்றைத் தோற்றுவித்து அதனை, பகைமன்னர்களிடம் இருந்து வென்று கொண்டு வந்த பொன்னாலும், நவமணிகளாலும் அலங்கரித்தான் என்றும், அம்மகர தோரணவாயில் மழை மேகங்களிடை திகழும் வானவில் போன்று காட்சியளித்தாகவும் விவரிக்கின்றது.

தோரணவாயில்களில் சித்திரிக்கப்பெற்ற கோபுரங்கள்

சாதவாகன மன்னர்களின் படைப்புக்களான சாஞ்சி தோரண வாயில்களிலும் அமராவதி சிற்பங்களிலும் அரண்மனைக் கோபுரவாயில்கள் காணப்பெறுகின்றன. இலக்கியங்களாலும், கலையாலும், காசுகளாலும்

தமிழகத்தோடு நெருங்கிய தொடர்புடைய சாதவாகனர்களின் சிற்பங்கள் காட்டிடும் கோபுரங்களின் அமைப்பும், சங்கத் தமிழ்நூல்களான மதுரைக் காஞ்சி, நெடுநல்வாடை, கலித்தொகை போன்றவை விவரிக்கும் அரண்மனை வாயில்களின் அமைப்பும் ஒத்த அமைதியுடையவைகளாகவே விளங்குகின்றன.

சாதவாகனர் சிற்பங்களில் காணப்பெறும் அரண்மனைக் கோபுரவாயில்கள் மிக அழகாக ஓரடுக்கு ஈரடுக்குடைய மாடங்களோடும், கற்படைகளால் அமைக்கப்பெற்ற மதில்களோடும் திகழ்கின்றன. மதிலுக்கு உட்புறம் பல நிலைகளையுடைய அடுக்கு மாளிகைகளும் உள்ளன.[43]

தோரணவாயில்களில் தொடங்கி, அந்த வாயில்களே கோபுர கட்டுமானமாகமாறும் நிலையை அமராவதி சிற்பத்தொகுதியில் காணமுடிகின்றது இது தவிர கோபுர வாயிலின் பல்வேறு கட்டுமான அமைப்புக்களையும், அவ்வாயில் வழியே யானை, குதிரை, ஆகியவற்றுடன் வீரர்கள் செல்லும் காட்சிகளையும் காணமுடிகின்றது.

சாஞ்சி தோரணவாயிலும் சிற்பங்களும்

மதுரைக் காஞ்சியில்

சங்கத் தமிழ் நூலான மதுரைக் காஞ்சி,

"மண்ணுற வாழ்ந்த மணிநீர்க் கிடங்கின்
விண்ணுற வோங்கிய பல்படைப்புரிசை
தொல்வலி நிலைஇய வணங்குடை நெடுநிலை
நெய்படக் கரிந்த திண்போர்க் கதவின்
மழையாடு மலையினிவந்த மாடமொடு
வையை யன்ன வழக்குடை வாயில்" (மதுரைக் 351 - 356)

என்று கோபுரவாயில் பற்றிப் பேசுகின்றது. இதற்கு உரை கூறும் நச்சினார்க்கினியர், "மண்ணுள்ள அளவும் ஆழ்ந்த நீல மணிபோலும் நீரையுடைய கிடங்கினையும் தேவருலகிலே செல்லும் படி உயர்ந்த பல கற்படைகளையுடைய மதிலினையும், பழையதாகிய வலி நிலை பெற்ற வாயில் தெய்வத்தை உடைத்தாகிய நெடிய நிலையினையும், நெய்பலகாலுமிடுதலாற் கருகின திண்ணிய செருவினையுடைய கதவினையும் வையையாறு இடைவிடாது ஓடுமாறு போன்ற மாந்தரும் மாவும் இடையறாமல் வழங்குதலையுடைய வாயில்" எனக் கூறியுள்ளார்[44].

பாண்டியன் நெடுஞ்செழியனின் புகழுரைக்கும் மாங்குடி மருதனார் மதுரைக் காஞ்சியில் பிறிதோர் இடத்தில்

"அருங்குழு மிளைக் குண்டு கிடங்கி
னுயர்ந்தோங்கிய நிரைப் புதவி
னெடு மதினிரை ஞாயில்" (மதுரைக் 64 - 66)

என்று நகர வாயிலின் சிறப்புப் பற்றிக் குறிப்பிடுகிறார். இதற்கு உரை கூறும் நச்சினார்க்கினியர் 'பகைவர் சேர்தற்கரிய திரட்சியையுடை காவற் காட்டினையும் ஆழத்தினையுடைய கிடங்கினையும் உயர்ந்து வளர்ந்த கோபுரங்களிடத்து வாயில்களையும், நெடிய மதிலினையும் உடையதாக அவனது மதுரை நகர வாயில் திகழ்ந்தது" எனக் கூறுகின்றார்[45].

நெடுநல்வாடை

பாண்டியன் நெடுஞ்செழியனைப் புகழ்ந்து நெடுநல்வாடை பாடிய நக்கீரனார்.

"பெரும்பெயர் மன்னர்க் கொப்ப மனை வகுத்
தொருங்குடன் வளைஇ யோங்கு நிலைவரப்பிற்
பருவிரும்பு பிணித்துச் செவ்வரக்குரீ இத்
துணைமாண் கதவம் பொருத்தி யிணை மாண்டு
நாளொடு பெயரிய கோளமை விழுமரத்துப்

போதவிழ் குவளைப் புதுப்பிடி காலமைத்துத்
தாழொடு குயின்ற போரமை புணர்ப்பிற்
கைவல் கம்மியன் முடுகலிற் புரைதீர்ந்
தையவி யப்பிய நெய்யணி நெடுநிலை
வென்றெழு கொடியோடு வேழஞ் சென்று புகக்
குன்று குயின்றன்ன வோங்கு நிலைவாயிற்
றிரு நிலை பெற்ற தீதுநீர் சிறப்பிற்
றருமணன் ஞெமிரிய திருநகர் முற்றத்து" (78 - 90)

என்று கூறுகிறார்.

இப்பாடலடிகளுக்கு உரையாசிரியர் 'இவ்விடங்களையெல்லாம் சேர வளைத்து உயர்ந்த மதிலின் வாயிலென்க. ஆணிகளும், பட்டங்களுமாகிய பரிய இரும்பாலே கட்டிச் சாதிலிங்கம் வழித்து தாழோடே சேரப் பண்ணின இரண்டாய் மாட்சிமைப்பட்ட கதவைச் சேர்த்தி இணைதல் மாட்சிமைப் பட்டுப் புதிய போதாய் அவிழ்ந்த குவளைப் பூவோடே பிடிகளையும் தன்னிடத்தே பண்ணி உத்திரமென்னும் நாளின் பெயர் பெற்ற உத்திரக் கற்கவியிலே செருகுதல் பொருந்தின நெடுந்தலை யென்க. கைத்தொழில் வல்ல தச்சன் கடாவுகையினாலே வெளியற்றுப் பல மரங்களும் தம்மிற் கிட்டுதலமைந்த கூட்டத்தினையுடை நெடு நிலையென்க. வெண் சிறு கடுகு அப்பி வைத்த நெய்யணிந்த நெடிய நிலையினைவுடைய வென்றி கொண்டெழும் கொடிகளோடே யானைகள் சென்று புகும்படியுயர்ந்த மலையை நடுவே வெளியாகத் திறந்தாற் போன்ற கோபுரவாயில்களையும்..." என்று உரை கூறியுள்ளார்[46].

பாண்டியன் நெடுஞ்செழியனுடைய மதுரை நகர வாயில் கற்களால் கட்டப்பெற்ற மதிலரண் கொண்டு வையையாறு தொடர்ந்து ஓடுவது போன்று மனிதர்களும், குதிரைகளும் இடைவிடாது போய்க் கொண்டிருக்கின்ற உயர்ந்த கோபுர வாயில்களுடன் திகழ்ந்தது என்பதனை மதுரைக் காஞ்சியும், யானைகள் புகுந்து செல்லுமளவு உயர்ந்த வாயில்களோடு குன்றம் ஒன்றினை நடுவே குடைந்தாற் போலத் திகழும் கோபுரத்தின் வாயில் வழியாக யானைகள் புகுந்து சென்றன என்பதை நெடுநல்வாடையும் காட்சிப்படுத்துகின்றன.

சாஞ்சி மற்றும் அமராவதி சிற்பங்களில் கல்லால் கட்டப்பெற்ற மதில்களுடன் திகழும் குன்றனைய வாயில்கள் வழியாக யானைகளும், குதிரைகளும், மக்களும் வெளிவருவதை ஒப்பிட்டு நோக்கும் போது சிற்பங்களில் காணப்படுவது போன்ற கோபுரவாயில்கள் தான் மதுரையில் திகழ்ந்திருக்க வேண்டும் என்பதுணரலாம். மதுரைக் காஞ்சியும், நெடுநல்வாடையும் பாடப்பெற்ற அதே சமகாலத்துச் சிற்பங்கள்தாம் சாதவாகனர்கள் படைத்த சாஞ்சி, அமராவதி சிற்பங்கள் என்பது குறிப்பிடத்தக்கதாகும்.

இலக்கியக் கூற்றும் சிற்பக் காட்சியும் ஒத்த தன்டையுடையவையாகக் காணப்பட்டாலும், தமிழகத்துச் சிற்பப் படைப்புகளும் ஒத்த கலைப்பாணி

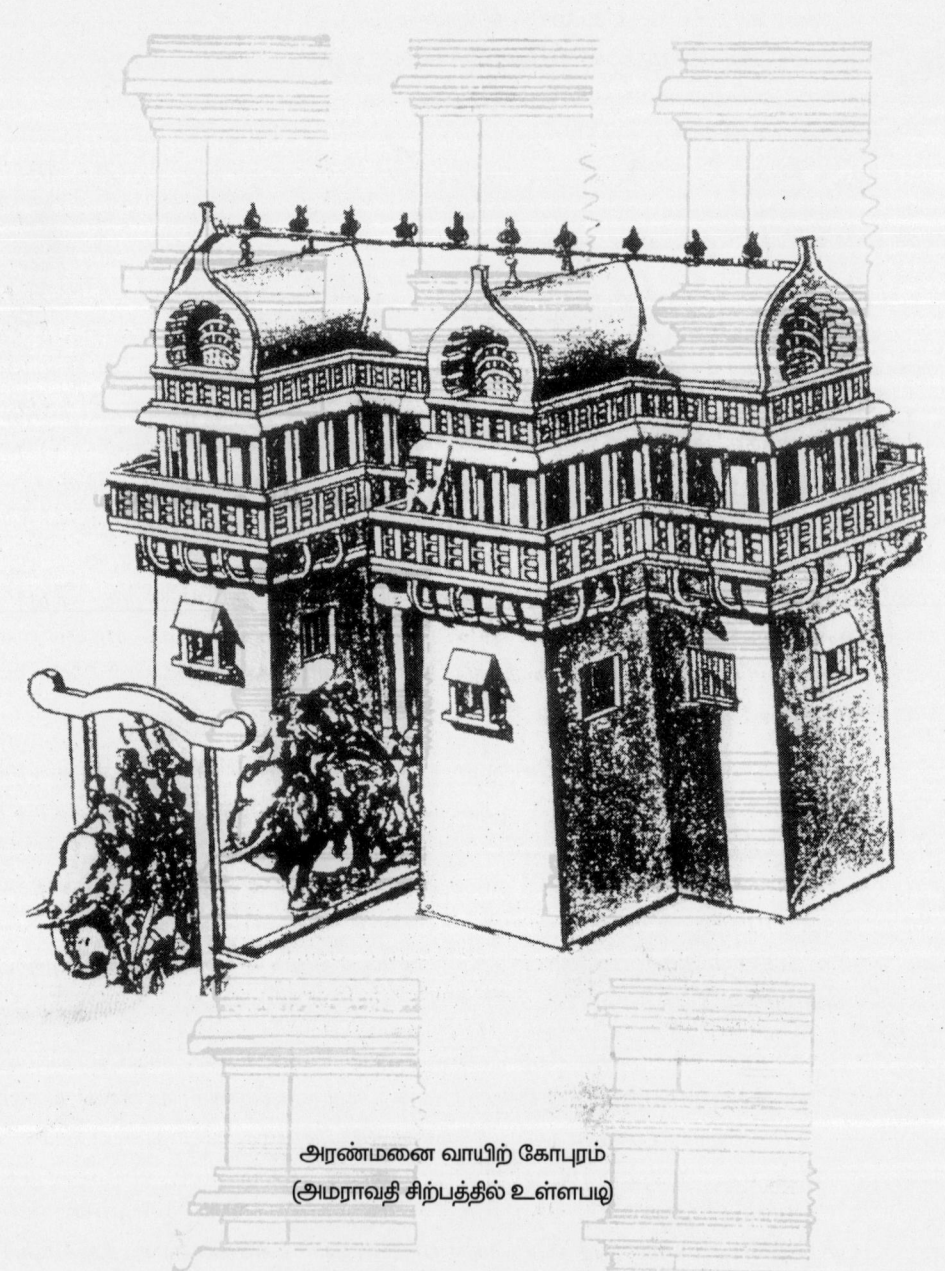

அரண்மனை வாயிற் கோபுரம்
(அமராவதி சிற்பத்தில் உள்ளபடி)

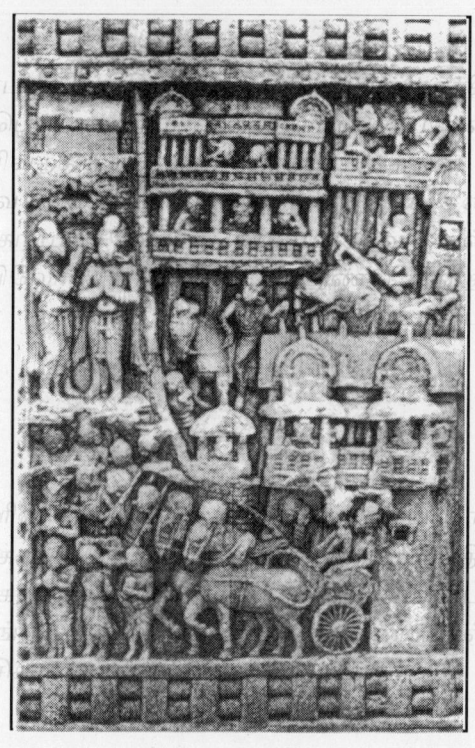

சாஞ்சி தோரணச் சிற்பக்காட்சிகள்

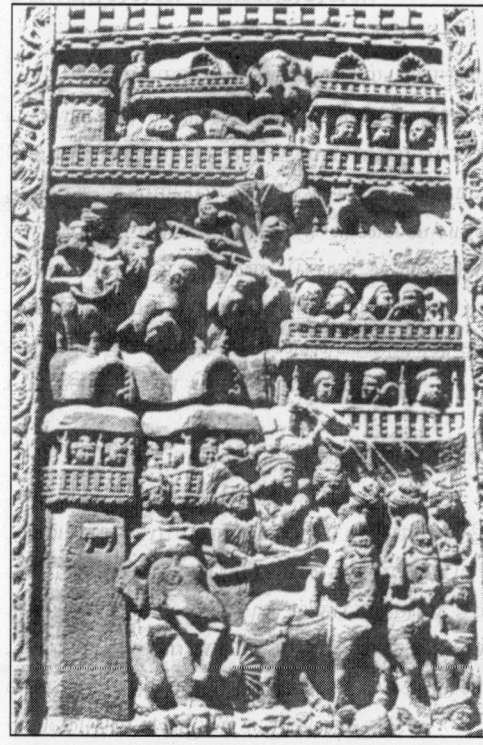

நகர வாயிலிருந்து வெளிவரும் குதிரை பூட்டிய தேர்கள்

அமராவதி சிற்பக்காட்சிகள்

நகர வாயிலிலிருந்து
வெளிவரும் யானைகளும் –
குதிரைகளும்

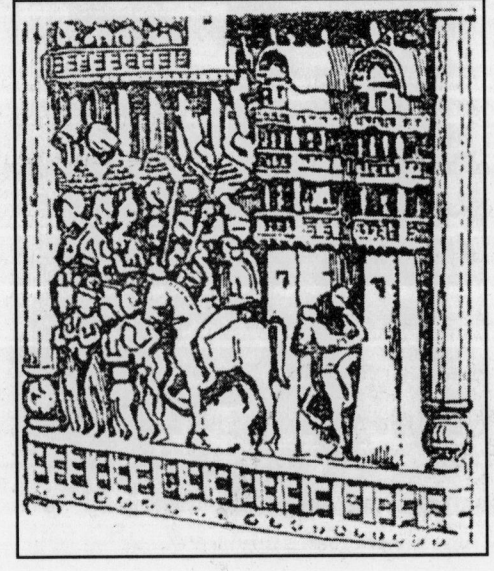

தமிழகக் கோபுரக்கலை மரபு

உடையவைகள் தான் என்பதை மெய்ப்பித்தால் அன்றி, ஈராயிரம் ஆண்டுகளுக்கு முன்பு இருவேறு நாடுகளிலிருந்த கோபுரவாயில்களின் அமைப்பும் ஒரே கலைப்பாணி உடையவை எனக் கொள்ள முடியாது.

கலைக் கூறுகளில் ஒப்புமை

தமிழ்நாட்டில் நகரவாயில்களாகத் திகழ்ந்த கோபுரங்களும் சாதவாகனர்களின் கோபுரங்களும் கட்டுமானம் மற்றும் கலை அமைதியால் ஒத்தத் தன்மையுடைய வைகளாகத்தான் இருந்திருக்க வேண்டும் என்பதை இருநாட்டு சிற்பக் கலைக் கூறுகளின் ஒற்றுமை வாயிலாகத் தான் உறுதி செய்யமுடிகிறது. இந்த அடிப்படையில் சில கலைக் கூறுகளை ஒப்பிட்டு நோக்கும் போது அக்கருத்து வலிவு பெறுகின்றது.

உத்திரக் கற்கவியில் திருமகள்

நிலைவாயிலின் மேல் உத்திரத்தின் நடுவே தாமரை மேல் திருமகள் உருவம் காட்டப்பெற்று இருபுறமும் யானைகள் நீர் சொரியும் காட்சியமைந்த கோபுரவாயில் பற்றி விவரிக்கும் கலித்தொகை.

"வரிநுதலெழில் வேழம் பூரி நீர் சொரிதரப்
புரிநெகிழ் தாமரை மலரங்கண் வீறெய்தித்
திருநயந் திருந்தென்ன்" (கலி. 44 : 5 - 7)

என்று கூறுகின்றது.

"நாளொடு பெயரிய கோளமை விழுமரத்துப்
போதவிழ் குவளைப் புதுப்பிடி காலமைத்து" (நெடு. 82,83)

என நெடுநல்வாடையும்.

"தொல்வலி நிலை இய வணங்குடை நெடுநிலை" (மதுரை. 353)

என மதுரைக் காஞ்சியும் கூறும் கூற்றுக்களால் திருமகள்வுருவம் நிலைக்கால்களில் பொறிக்கப் பெற்றன என்பதறியலாம்.

"இரண்டானை பக்கத்தே நின்று நீரைச் சொரிய நடுவே
தாமரைப் பூவிலே யிருந்த திருமகள்" (சீவக. 2595)

என்று கூறுவதையும் இங்கு ஒப்பிட்டு நோக்கலாம்.

சாஞ்சி தோரண வாயிலில் நடுவே தாமரை மலரில் ஒரு காலைத் தொங்க விட்ட நிலையில் (சுகாசனம்) திருமகள் அமர்ந்திருக்க இருமருங்கும் இரு யானைகள் நீர் சொரியும் காட்சி காட்டப் பெற்றுள்ளது. அங்குக் காட்டப் பெறும் திருமகள் வடிவமும் பாண்டிநாட்டுத் திருச்சுழியலில் காணப்பெறும் திருமகள் வடிவமும்

ஒத்த கலைப்பாணி உடையன வாய் விளங்குகின்றன. திருச்சுழியல் சிற்பம் சாஞ்சி சிற்பத்தைவிட சில நூற்றாண்டுகள் பிற்பட்டது என்றாலும் கலைவடிவால் ஒத்தநிலையில் இருப்பதைக் காண முடிகின்றது.

திருமறு

வைணவர்கள் திருமாலின் மார்பில் திருமறு வடிவம் இருப்பதாகப் போற்றுவர். இருநிலங் கடந்த திருமறு மார்பின் முந்நீர் வண்ணன் (*பெரும் பாணாற்றுப்படை 29,30*) "திருமறு மார்ப நீ யருளல் வேண்டும்" (*பரிபாடல். 1:36*) என்பவை சங்கப் பாடல்கள் காட்டும் திருமறு பற்றிய குறிப்புகளாகும். பௌத்தர்களும் சமணர்களும் திருவின் வடிவமாக (மங்கலச் சின்னமாக) திருமறுவைப் போற்றுவர். கிறிஸ்து சகாப்தத்திற்கு முன்பு பூம்புகார் நகரில் திகழ்ந்த பௌத்த விகாரை ஒன்றின் அடித்தளத்தைச் சென்ற நூற்றாண்டில் அகழ்வாய்வு செய்து கண்டு பிடித்தனர்[47]. அப்போது கிடைத்த கி.மு. முதல் நூற்றாண்டைச் சார்ந்த புத்தபாதம் ஒன்று இன்றும் பூம்புகாரில் காட்சிப் படுத்தப் பெற்றுள்ளது. அப்பாதத்தில் ஸ்வஸ்திகம் போன்ற மங்கலக் குறிகளோடு திருமறு வடிவமும் காணப்பெறுகின்றது. அதனைப் போலவே அண்மையில் கரூர் ஆற்றுப் படுகையில் கிடைத்த கி.மு. முதல் நூற்றாண்டைச் சார்ந்த முத்திரை மோதிரம் ஒன்றின் நடுவே திருமறு வடிவம் காணப்பெறுகின்றது[48].

கரூரில் கிடைத்த ஒருவகை சங்க கால சேரர் காசுகளில் ஒரு புறம் யானை, புனிதமரம், திருமறு, கொடி,தர்மசக்கரம் ஆகியவை உள்ளன[49]. தமிழகத்தில் கிடைத்துள்ள தொல் பொருள்களில் காணப்பெறும் திருமறு வடிவங்களும், அமராவதி, சாஞ்சி சிற்பங்களில் காணப்படும் திருமறு வடிவங்களும் ஒத்தே உள்ளன.

அரியாசனம்

தமிழகத்துச் சிற்பங்களில் காட்டப்பெறும் அரசு கட்டிலான அரியாசனமும், அமராவதி சாஞ்சி சிற்பங்களில் காணும் அரசு கட்டிலும் ஒரே கலைப் பாணியுடையவைகளாய் விளங்குகின்றன. கடைசல் செய்யப்பெற்ற நான்கு கால்கள், அமர்வதற்கும் முதுகுக்கும் மெத்தைகள், நீண்ட முதுகுச் சாய்வில் மகர வேலைப்பாடுகள், பக்கவாட்டில் பாயும் சிம்மங்கள், ஒரு காலை வைப்பதற்கு உயர்ந்த மெத்தையுடன் கூடிய அமைப்பு ஆகியவற்றுடன் அவை காணப்பெறுகின்றன.

அமராவதி சிற்பம் ஒன்றில் மன்னன் ஒருவன் ஒருகாலை மடித்து மறுகாலைத் தொங்கவிட்ட நிலையில் அமர்ந்து கொண்டு வலது கையை உயர்த்திய வண்ணம் அமர்ந்துள்ள காட்சித் திகழ்கிறது. அதனை ஒத்த காட்சிச் சிற்பமொன்று காஞ்சிபுரம் பரமேஸ்வர விண்ணகரம் எனும் திருக்கோயிலிலுள்ள பல்லவர் வரலாறு காட்டும் சிற்பத்தொடரில் உள்ளது. இரு இடங்களிலும் காணும்

சிற்பங்களின் ஒத்த கூறுகள்

அமராவதி சிற்பத்தில் மன்னன் அமர்ந்துள்ள காட்சி

காஞ்சி வைகுந்தநாதர் ஆலயச் சிற்பத்தில் பல்லவ மன்னன் அமர்ந்துள்ள காட்சி

அமராவதி - தமிழகச் சிற்பங்களில் காணப்பெறும் அரியாசனம்

அரியணைகள் முழுதும் ஒத்த கலை அமைப்புடையவைகளாய் இருப்பதை உணரலாம்.

நாகப்பட்டினத்தில் கிடைத்த புத்தர் செப்புத் திருமேனிகளில் காட்டப்பெற்றுள்ள அரியணையும், சோழநாட்டுத் திருவாட்போக்கி (ஐயர்மலை) அருகிலுள்ள சமண சிற்பம் உள்ள பாறையில் அருகதேவர் அமர்ந்துள்ள அரியணையும் அமராவதி சிற்பத்திலுள்ள கலை அமைதியுடன் இருப்பதைக் காணலாம். இவை போன்று பல ஒத்த கலைக் கூறுகளைத் தமிழக, சாதவாகன சிற்பங்களில் காணமுடிகின்றது.

தமிழகக் கட்டடக்கலைச் சின்னங்களின் அழிவிற்கான காரணங்கள்

சங்க காலத்தில் தமிழகத்தை அரசோச்சிய மன்னர்கள் வாழ்ந்த அரண்மனைகளையோ, அவர்களின் நகரவாயில்களையோ, பௌத்த விகாரகளையோ அல்லது பிற்கால மன்னர்கள் வாழ்ந்த தொன்மையான கட்டடங்களையோ இன்று காண இயலாது. இயற்கையின் சீற்றத்தால் சில அழிந்தாலும், காலவெள்ளத்தில் சில கரைந்தாலும் பெரும்பான்மையானவை தமிழ் மன்னர்களுக்குள் ஏற்பட்ட போர்களாலும், வடபுலத்தார் சூறையாடல்களாலும் சுவடில்லாமல் அழிந்துவிட்டன.

மூன்றாம் குலோத்துங்கன் மதுரை நகரின் மீது படை எடுத்தபோது மதுரை நகரத்து அரண்மனையைக் கைப்பற்றிப் பொடிபட இடித்து, அங்கு கழுதை கொண்டு உழுது வரகு விதைத்தான் என்பதை அவனது புயல் வாய்த்து மண் வளர எனும் மெய்க் கீர்த்தி கூறுகின்றது.

“தென் மதுரைப் புற மதிலைத் தன் நெடும் படைகடல் வளையப்
பெரு வழுதியரும் தம்பியரும் பெற்றதாயும் பேருரிமையும்
தென்மதுரைப் பதிப்புக்கு வந்ததையெல்லாம் கெடுத்துப்
பொடிபடுத்தி வழுதியர் தம் கூட மண்டபம்
கழுதையேரிட உழுது புகழ் கதிர் விளையக் கவடி வித்தி’

என்ற அம்மெய் கீர்த்தி அடிகள்[50] மதுரை நகர அழிவினை கண்முன் நிறுத்துகின்றன.

இதேபோன்று சோழனைப் பழிவாங்க நினைத்த மாறவர்மன் சுந்தரபாண்டியன் கி.பி.1219இல் சோழநாட்டு அரண்மனைகளை எல்லாம் இடித்துப் பொடிபடச் செய்து கழுதை கொண்டு ஏர் உழுது வரகு விதைத்தான். இதனை அவனது மெய்க்கீர்த்தி[51].

“பொன்னிசூழ் நாட்டிற் புலியாணை போயகலக்
கன்னிசூழ் நாட்டிற் கயலாணை கை வளர
வெஞ்சின விவுனியும் வேழமும் பரப்பித்
தஞ்சையு முறந்தையுஞ் செந்தழல் கொளுத்திக்

காவியு மாறு மணி நீர் நலனழித்துக்
கூடமு மாமதிலுங் கோபுரமு மாடரங்கும்
மாடமு மாளிகையு மண்டபமும் பலவிடித்துத்
தொழுது வந்தடையாநிருபர் தந்தோகையர்
அழுத கண்ணீராறு பரப்பிக்
கழுதை கொண்டு ழுது கவடி வித்திச்
செம்பியனைச் சினமிரியப் பொருது சுரம் புகவோட்டி
பைம் பொன் முடிபறித்து ...."

என்று கூறிச் சோழநாட்டில் ஏற்படுத்தப்பெற்ற அழிவுகள் பற்றி பட்டியலிடுகின்றது.

இப்படை எடுப்பினால் சோழரின் பழைய தலைநகரங்களாகிய தஞ்சாவூரும் உறையூரும் பாண்டிய நாட்டு வீரர்களால் கொளுத்தப்பட்டன. பல மாட மாளிகைகளும், கூட கோபுரங்களும், ஆடலரங்குகளும், மணிமண்டபங்களும் இடிக்கப்பெற்றன. இந்நிகழ்ச்சி நிகழ்வதற்கு ஆயிரம் ஆண்டுகளுக்கு முன்பாகச் சோழன் கரிகாற் பெருவளத்தான் தன்மீது பட்டினப் பாலைபாடிய கடியலூர் உருத்திரங் கண்ணனார் என்ற புலவர்க்குப் பரிசலாக வழங்கியிருந்த பதினாறு கால் மண்டபம் ஒன்றுதான் சோழநாட்டில் இடிக்கப் பெறாமல் விடப்பெற்றது என்றும் பிற எல்லாம் அழிக்கப்பட்டன என்றும் திருவெள்ளறைப் பாடல்[52] பின்வருமாறு கூறுகின்றது.

"*வெறியார் தளவத் தொடைசெய மாறன் வெகுண்டதொன்றும்*
அறியாத செம்பியன் காவிரி நாட்டி லரமியத்துப்
பறியாத தூணில்லை கண்ணன் செய் பட்டினப் பாலைக்கன்று
நெறியால் விடுந்தூண் பதினாறு மேயங்கு நின்றனவே"

ஒருபுறம் சோழனாலும் மறுபுறம் சுந்தர பாண்டியனாலும் நேரிட்ட அழிவுகளை விஞ்சுகின்ற வண்ணம் கி.பி.1310 இல் தமிழகத்தைச் சூறையாடிய தில்லி சுல்தானின் தளபதி மாலிகாபூரின் செயல்கள் அமைந்தன. அவனது தமிழக சூறையாடலை அவனுடன் பயணித்த அமீர்குஸ்ருவின் பார்சியமொழி குறிப்புகளும், வாசப் என்பவர் எழுதிய நூலும் மிகத் தெளிவாக விவரிக்கின்றன. மாலிக் காபூர் 4,75,000 போர் வீரர்களுடன் கொள்ளையிட்டான் என்பதை வாசப்பும்[53] தமிழகத்துக் கோயில்களும், அரண்மனைகளும் அழிக்கப்பட்டதை அமீர் குஸ்ருவும்[54] விவரித்துள்ளனர்.

கி.பி. 1323 - 1371 வரை மதுரையைத் தலைமை இடமாகக் கொண்டு ஆட்சிசெய்த மதுரை சுல்தானியர் ஆட்சிக் காலத்தும் தென் தமிழகம் பேரழிவுகளைச் சந்திக்க நேர்ந்தது. இத்தகைய பேரழிவுகள் காரணமாகத் தமிழ்மன்னர்களின் அரண்மனைகள் தரைமட்டமாயின. கோயில்கள் அழிவுக்கு உட்பட்டன. கலைச் செல்வங்கள் அழிந்தன. காஞ்சியிலும், தஞ்சையிலும்,

மதுரையிலும், திகழ்ந்த பண்டைய நகர வாயில்களும், அரண்மனைக் கோபுரங்களும் மண்ணோடு மண்ணாயின. அவற்றைச் சிற்பங்களிலோ ஓவியங்களிலோ காட்டுகின்ற சான்றுகள் கூட இல்லாமல் மறைந்து விட்டன. எனவே தான் தமிழகத்துப் பண்டைய நகரவாயில்களாகவும், அரண்மனை வாயில்களாகவும் திகழ்ந்த கோபுரக் கட்டுமானங்களின் வடிவங்கள் பற்றி அறிய சாதவாகனர்களின் சிற்பங்களின் துணையை நாம் நாடவேண்டியுள்ளது.

திருக்கோயில் முன்பு தோரணவாயிலும் கோபுரமும்

'கோபுரம் சூழ் மணிக்கோயில்' என்ற திருஞான சம்பந்தரின் திருவாக்கு[55], "கறைக் கண்டன் உறைக்கோயில் கோலக் கோபுர கோகர்ணம், என்ற திருநாவுக்கரசரின் கூற்று[56] ஆகியவற்றை வைத்து நோக்கும்போது கி.பி. 6,7 ஆம் நூற்றாண்டுகளில் திருக் கோயில்களுக்கென கோபுரம் எடுக்கும் மரபு தமிழகத்தில் நடைமுறையில் இருந்தது என்பதறியலாம். அதே காலகட்டத்தில் திருக்கோயில்கள் முன்பு தோரணவாயில்களும் திகழ்ந்தன என்பதைத் திருநாவுக்கரசர் புராணத்திலும் திருஞான சம்பந்தர் புராணத்திலும் சேக்கிழார் பெருமான் கூறியுள்ள பாடலடிகள் வாயிலாக அறிய முடிகிறது.

திருவாரூர் திருவீதியினை அடைந்த நாவுக்கரசர்,

"சூழந் திருத்தொண்டர் தம்முடன் தோரணவாயில் நண்ணி
வாழி திரு நெடுந்தேவாசிரியன் முன் வந்திறைஞ்சி
ஆழிவரைத் திருமாளிகை வாயில் அவை புகுந்து
நீள் சுடர் மாமணிப் புற்றுகந்தாரை நேர் கண்டுக்கொண்டார்"
(பெரி.புராணம் திருநாவு. புரா. 221)

என்றும், திருஞான சம்பந்தர் புராணம் பாடும்போது, அதே திருவாரூருக்கு வந்தடைந்த சம்பந்தர்,

"மன்னு தோரண வாயில் முன் வணங்கியுள் புகுவார்
தன்னுள் எவ்வகைப் பெருமையுந் தாங்கிய தகைத்தாம்
பன்னெடுஞ் சுடர்ப் படலையின் பரப்பினைப் பார்த்துச்
சென்னி தாழ்ந்ததே வாசிரி யன்தொழு தெழுந்தார்"
(பெரி.புரா, திருஞானசம்பந்தர் புரா. 509)

"மாடுசூழ் திரு மாளிகை வலங்கொண்டு வணங்கிக்
கூடு காதலிற் கோபுரம் பணிந்து கைகுவித்துக்
தேடுமாலயர்க் கரியராய்ச் செழுமணிப் புற்றில்
நீடுவார் முன்பு நிலமுறப் பலமுறை பணிந்தார்"
(பெரி. புரா. திருஞானசம்பந்தர் புரா. 510)

என்றும் கூறியுள்ளார். அனபாயன் எனும் இரண்டாம் குலோத்துங்கனின் முதலமைச்சராகத் திகழ்ந்த சேக்கிழார் இங்கு குறிப்பிட்டுள்ள தோரணவாயில் பற்றி ஆராய்வது முக்கியத்துவம் வாய்ந்ததாகும்.

திருவாரூர் திருக்கோயிலின் மூன்றாம் திருச்சுற்றில் கிழக்குக் கோபுரத்தை ஒட்டி உள்ளே தேவாசிரிய மண்டபம் உள்ளது. வெளியிலிருந்து கோயிலுக்குள் புகுவோர் கிழக்கு ராஜகோபுரம் கடந்துதான் தேவாசிரிய மண்டபத்தை அடைய முடியும். தில்லை, திருஅறத்துறை, பழுவூர், சீர்காழி, திருஐயாறு, திருநல்லூர், திருவலஞ்சுழி,ஆவடுதுறை, திருப்புகலூர், திருவீழிமிழலை, திருமறைக்காடு, திருவாலவாய், திருப்பூந்துருத்தி, திருவோத்தூர், காஞ்சி,திருமயிலை, திருவான்மியூர், திருஇடைச்சரம் போன்ற திருக்கோயில்களைக் குறிப்பிடும் சேக்கிழார் ஞானசம்பந்தர் போன்ற சமயக் குரவர்கள் அங்கு சென்று முதலில் கோபுரத்தை வணங்கி அதனுள் புகுந்த பின்பு கோயிலுக்குள் சென்று இறைவனை வழிபட்டதாகக் கூறுவார். ஆனால் திருநாவுக்கரசர், திருஞானசம்பந்தர் ஆகிய இருவரும் திருவாரூர் புற்றிடங்கொண்ட ஈசனை வழிபடச் சென்றபோது முதலில் தோரணவாயில் வழியாகச் சென்று, தேவாசிரியனை வணங்கிப் பின்பே திருமாளிகை முன்பு இருந்த கோபுரத்தை வணங்கி உள்ளே சென்றனர் என்று கூறுகிறார்.

தற்போது திருவாரூர் தேவாசிரிய மண்டபத்திற்கு அருகே மூன்றாம் திருச்சுற்றின் வாயிலாகத் திகழும் ஏழு நிலைக்கோபுரம் மூன்றாம் குலோத்துங்கனால் மதுரையை வென்று அங்கிருந்து கொணர்ந்த பெருஞ்செல்வத்தின் துணைகொண்டு எடுக்கப்பெற்றது என்று கல்வெட்டுக்கள் கூறுகின்றன[57]. எனவே தற்போது ஆரூரில் திகழும் கிழக்கு ராஜகோபுரம் சேக்கிழார் வாழ்ந்த காலத்திற்குப் பிறகு 50 ஆண்டுகள் கழித்துக் கட்டப் பெற்றதாகும். அக்கோபுரம் எடுக்கப்படுவதற்கு முன்பு அங்கு பழமையானதொரு தோரணவாயில் அமைந்திருக்கவேண்டும். அதன் வழியாகத்தான் நாவுக்கரசரும் ஞானசம்பந்தரும் புற்றிடங்கொண்டாரை வழிபட வந்தனர் என்பதே சேக்கிழார் கூறும் செய்தியாகும். திருவாரூரில் அவர்காலத்தில் முதல் திருச்சுற்றின் வாயிலில்தான் திருக்கோபுரம் இருந்திருக்கிறது.

திருவாரூரைப்பாடும் நாவுக்கரசர் ‘ஒருவனாய் உலகத்தே நின்ற நாளோ’, நிலத்தரத்து நீண்டுருவம் ஆன நாளோ’, ‘திருவாரூர் கோயிலாகக் கொண்ட நாள்’ என அக்கோயிலின் பழமையை ஒரு பதிகம்[58] முழுவதும் பேசுகிறார். கி.பி. 7ஆம் நூற்றாண்டில் வாழ்ந்த அவரது பார்வையிலேயே மிகப் பழமையான கோயிலாக அது விளங்கி இருந்திருக்கிறது. அத்தகைய கோயிலின் முதல் வாயிலாகத் தோரண வாயிலொன்று 12ஆம் நூற்றாண்டு வரை இருந்திருக்கிறது, பின்பே அந்த இடத்தில் எழுநிலை கோபுரம் எடுக்கப்பெற்றது என்பது அறியமுடிகிறது.

3. கோயிற்கோபுரங்களின் தோற்றமும் வளர்ச்சியும்

சங்கப் பாடல்கள் வழி நோக்கும் போது தமிழகத்தில் இரண்டாயிரம் ஆண்டுகளுக்கு முன்பு கோயில் அல்லது கோட்டங்களின் முன்பு கோபுரங்கள் அமைக்கப் பெறவில்லை நகரவாயில்கள், அரண்மனை வாயில்களில் சிறந்த கட்டுமான அமைப்புடனும் மாடங்களுடனும் கட்டடங்கள் திகழ்ந்தன என்பதையும் அறிய முடிகிறது. அவை கலைப் பாணியால் சாதவாகனர்களின் சிற்பங்களில் காணப் பெறும் வாயில்களை முழுதும் ஒத்தவைகளாகத்தான் திகழ்ந்திருக்க வேண்டும் என்பதை ஒப்பீட்டு ஆய்வால் உணர இயலும். அத்தகைய கட்டட அமைப்புகள் ஒருவளர்ச்சி நிலையை எய்திப் பின்னாளில் திருக்கோயிற் கோபுரங்களாக எவ்வாறு மாறின என்பதை இனிக் காண்போம்.

கோலி சிற்பத்தில் உள்ள தோரண வாயிலை ஒத்த கோபுரவாயில்கள் திருப்பூந்துருத்தி, திருக்கோவலூர் கபிலக்கல் ஆகிய இடங்களில் உள்ளமையை ஒப்பீட்டு ஆய்வின் மூலம் அறிய முடிகிறது. சேக்கிழார் வாக்கின் வாயிலாகத் திருவாரூரில் தோரணவாயில் முதலாவதாகத் திகழ, அடுத்துக் கோபுரம் இருந்ததாகவும், பின்னாளில் தோரணவாயில் இருந்த இடத்தில் பெருங்கோபுரம் ஒன்று எடுக்கப் பெற்றதைச் சான்றுகளுடன் காண இயலுகிறது. தோரணவாயில்களாகத் தொடங்கிய கோயில் வாயில்கள் பல நூற்றாண்டுகள் கோயிற் கட்டுமானக் கலை வளர்ச்சி பெற்ற காரணத்தால் பதினொரு நிலை, பதின்மூன்று நிலைக் கோபுரங்களாக நிலைபெற்றன என உறுதி செய்ய முடிகிறது.

தமிழகத்தின் மிகப் பழமையான கோபுரங்கள்

தமிழகத்தில் இன்று திகழும் கட்டுமான கோயில்களின் வரிசையில் மிகப் பழமையான கோபுரவாயிலுடைய திருக்கோயிலாகத் திகழ்வது காஞ்சிபுரம் கையிலாசநாதர் திருக்கோயிலாகும். அது போன்றே மகாபலிபுரம் கடற்கரைக் கோயிலுமாகும். இவ்விரு கோயில்களும் இராஜசிம்மன் எனும் பல்லவப் பேரரசனால் கட்டப் பெற்றவையாகும். மகாபலிபுரம் கடற்கரை கோயிலின் மேற்குக் கோபுரம் அழிந்து விட்டாலும் கிழக்குப்புறம் கடலை ஒட்டிய மதிலின் வாயிலில் சிறிய தோரணவாயில் போன்ற கோபுர அமைப்பு காணப் பெறுகின்றது.

காஞ்சிபுரம் கைலாசநாதர் கோயில் கோபுரம் ஒரே நிலையுடன் மிகச் சிறிய கோபுரமாக விளங்குகின்றது. அதிஷ்டானத்தில் தொடங்கி சிகரம் வரை கோபுரத்திற்குரிய அங்கங்கள் இருப்பினும் சாலை,கூடு போன்ற உறுப்புக்கள் இல்லை. பித்தியில் பாயும் சிம்மங்கள் இரண்டு உள்ளன.

கோபுரங்களை ஒத்த விமானங்கள்

தமிழகத்தில் காணப்பெறும் திருக்கோயில்களின் கருவறை விமானங்கள் பெரும்பாலும் விருத்தம் (வட்டம்) சதுரம் ஆகியவைகளாகத்தான் இருக்கும். சில இடங்களில் கஜப் பிருஷ்டவடிவிலும் திகழுகின்றன. இவ்வடிவங்களைத் தவிரச் செவ்வக வடிவில் சில இடங்களில் கருவறை விமானங்கள் காணப்பெறுகின்றன. அவ்வகை விமானத்திற்கு சிறந்த உதாரணம் காஞ்சிபுரம் கயிலாச நாதர் கோயிலின் கோபுரவாயில் கடந்து உள்ளே நுழைந்தால் திகழும் மகேந்திர பல்லவ ஈஸ்வர க்ருஹம் என அழைக்கப்படும் சிவாலயத்து விமானம்தான். அவ்விமானம் நீள் செவ்வக வடிவில் பிற்காலக்கோபுரம் போன்று காணப்பெறும் வெளியிலிருந்து பார்ப்பவர்களுக்கு அவ்விமானம் அக்கோயிலின் இரண்டாம் கோபுரம் போன்றே தோற்றமளிக்கின்றது.

கோபுரமொத்த விமானம் - கனேசரதம் - மாமல்லை

மகாபலிபுரத்திலுள்ள கணேச ரதமும், பீமரதமும் கோபுரங்கள் போன்று தான் காணப் பெறுகின்றன. ஆனால் இவற்றின் கலைக் கூறுகள் அமராவதி சிற்பங்களில் காணப்பெறும் கலைக் கூறுகளை முழுதும் ஒத்தேயுள்ளன. அதுபோலவே திரௌபதி ரதமும் அமராவதி சிற்பத்தில் காணப்பெறம் ஒரு கட்டட அமைப்பும் முழுதும் ஒத்தே திகழ்கின்றன. கணேசரதமும், பீமரதமும் அமராவதி, சாஞ்சி ஆகிய சிற்பப்படைப்புகளில் காணப்பெறும் நகர வாயிற் கோபுரங்களின் பல கூறுகளை உள்ளடக்கிய படைப்புக்களாகவே திகழ்கின்றன அவ்வாயில்களின் ஒரு மாறுபட்ட வடிவே இவை என்பதில் ஐயமில்லை.

இக்கோயில்கள் போன்றே தமிழகம் முழுவதும் பல்வேறு இடங்களில் கிராம கோயில்களாக எடுக்கப் பெற்ற சப்த மாதர் (எழுவர் தாயர்) கோயில்களின் கருவறை நீள் செவ்வகமாக திகழ்கின்றன. சப்தமாதர் உள்ளிட்ட ஒன்பது தெய்வங்கள் ஒரே கருவறையில் இடம் பெற வேண்டி வண்டிக் கூண்டு போன்ற அமைப்புடைய விமானத்தைச் செங்கற்கள் கொண்டு அமைத்தனர். செந்தலையிலுள்ள சப்தமாதர் ஆலயம் இதற்குச் சிறந்த எடுத்துக் காட்டாகும்.

பல்லவர்காலத்தில் குறிப்பாக இராஜசிம்ம பல்லவன் காலத்தில் வளர்ச்சி எய்தத் தொங்கிய கோபுரக்கலை, சோழப்பேரரசர்கள் காலத்தில் திருக்கோயிற் கட்டடக்கலையில் ஒரு முக்கிய இடத்தைப் பெறலாயிற்று. ஆதித்தன் பராந்தகன் போன்ற பேரரசர்கள் காலத்தில் எடுக்கப்பெற்ற கோபுரங்களைப் பின்னாளில் பலர் புதுக்கியதால் அவர்கள் படைப்புக்களின் முழு எழிலையும் குறைவு படாமல் பார்க்க இயலவில்லை. திருவாரூர் திருக்கோயிலின் புற்றிடங்கொண்ட ஈசனின் திருக்கோயில் முன்பு திகழும் சிறிய கோபுரம் முற்காலச் சோழர் படைப்புக்குச் சிறந்த சான்றாகும். இருப்பினும் அதன் மேல் தளங்கள் பலமுறை திருப்பணிகளுக்கு உள்ளானமையால் பழைமையான வடிவம் மாறுபட்டு விட்டது. மூன்று நிலைகளோடு திகழ்ந்த முற்காலச் சோழர்களின் கோபுரங்கள் மாமன்னன் இராஜராஜன் காலத்தில்தான் புதிய வளர்ச்சி நிலையை எய்தியது. தஞ்சைப் பெருங்கோயிலின் வாயில்களான கேரளாந்தகன் திருவாயில், இராஜராஜன் திருவாயில் எனும் இரண்டு கோபுரங்கள் தான் தமிழகக் கோபுரக்கலை வரலாற்றில் ஒரு புதிய பரிணாம வளர்ச்சியைத் தோற்றுவித்தன. ஆயிரம் ஆண்டுகளுக்கு முன்பு தமிழகத்தில் திகழ்ந்த மிகப்பெரிய கோபுரங்கள் இவைதான் என்பது குறிப்பிடத்தக்கது.

4. கோபுரத் தத்துவம்

அறுவகை சமயங்களும் இறையருளைப் பெற நிகழ்த்தும் வழிபாடுகளில் பாவனை என்பது முக்கியத்துவம் வாய்ந்தாகும். 16 வகையான பூசைகளில் (சோடச உபசாரம்) முத்திரை என்பதும் பாவனைகளில் ஒன்றே. பொதுவாகத் தூய்மை செய்யப் பட்ட ஒரு கலசத்தில் தூய நீரை நிரப்பி நூல்சுற்றி மாவிலை, தேங்காய் வைத்துத் பூரண கலசமாக்கி அக்கலசத்தில் கங்கை, யமுனை காவிரி முதலிய அனைத்து புனித ஆறுகளின் நீரும் சங்கமமாகட்டும் என்றும் அதில் தெய்வம் உறையட்டும் என்றும் போற்றி வணங்கும் போது அக்கலசம் அவ்வாறே திகழ்வதாகக் கொள்ளும் நம்பிக்கைதான் இச்சமயங்களின் அடிப்படைக் கோட்பாடாகும். அதுபோலவே மனிதனால் உருவாக்கப்படுகின்ற தெய்வ உருவங்களைப் பிரதிட்டை செய்து போற்றும் போது அது தெய்வ உயிர்ப்புடன் திகழ்வதாக நம்பப்படுகிறது.

இவை போல மங்கலம் பொலிகின்ற வாயிலாகவும், தெய்வங்கள் உடலில் உறைகின்ற பசு நுழைந்ததால் புனிதம் பெற்ற வாயிலாகவும், திருநிலை பெற்ற வாயிலாகவும் போற்றப்படுகின்ற கோபுரங்கள் பிற்காலத்தில் வளர்ச்சி எய்திய நிலையில் உன்னதத் தத்துவங்களை உள்ளடக்கிய ஒரு கட்டுமானமாகக் கருதப்பட்டது.

சுடர்விட்டொளிரும் வேதிகையின் வடிவே கோபுரம்

கோபுரம் என்பது ஒரு வேதிகையிலிருந்து எழுகின்ற தீப்பிழம்பின் உருவமாகக் கொள்ளப்பட்டது. உபபீடத்திலிருந்த பிரஸ்தரம் வரை உள்ள அங்கங்கள் அனைத்தம் ஹோம குண்டத்தின் பகுதிகளாகவே கொள்ளப் பெறுகின்றன. மேல் நிலைகளும் சிகரங்களும் தீசுவாலையின் வடிவாகக் கருதப்பெறுகின்றது. இத்தத்துவத்தினைக் கிழக்காசிய நாடுகளில் ஒன்றான இந்தோனிஷியாவிலுள்ள சைவக் கோயில்களின் நுழைவாயில்களின் அமைப்பால் எளிதில் புரிந்து கொள்ளலாம். எரிகின்ற ஒரு தீப்பிழம்பு இரண்டாகப்பிளந்து நடுவே ஒரு வழியை ஏற்படுத்தினால் எவ்வாறு திகழுமோ அதுபோலவே அக்கோபுரவாயில்கள் திகழும்.

ஒருவர் தீப் பிழம்பாகத் விளங்கும் கோபுரத்தின் உள்ளே புகுந்து கோயிலுக்குள் செல்லும்போது அவர் உடலை பாவனைத்தீ தீண்டுவதால் தூய்மை

கோபுரக் கட்டடக் கலையின் வளர்ச்சி நிலைகள்

தமிழகக் கோபுரக்கலை மரபு

பெறுகிறார். அந்த தூய உடலோடு இறையை நெருங்கும்போது ஆன்மா இறையின்பத்தை நுகர்கின்றது என்ற தத்துவ அடிப்படையில் தான் சுடர்விட்டொளிரும் வேதிகையின் வடிவாகக் கோபுரங்கள் திகழ்வதாக நம்பப் பெறுகின்றது. இதனை,

> "*கங்கை வார்சடையார் கபாலீச் தணைந்து*
> *துங்க நீள்சுடர்க் கோபுரந் தொழுது புக்கருளி*"
>
> (திருஞான. சம். புரா.*1077)*

> "*பொங்கு சுடர்க்கோபுரத்துக் கணித்தாகப் புனைமுத்தின் சிவிகை நின்று*
> *மங்கணிழிந் தருளுமுறை யிழிந்தருளி யணிவாயில் பணிந்து புக்கு*"
>
> *(மேலது .316)*

> "*வலஞ்சுழிப் பெருமான் மகிழ் கோயில் வந்தெய்திப்*
> *பொலங் கொள் நீள்சுடர்க் கோபுரம் இறைஞ்சியுட் புகுந்தார்*"
>
> *(மேலது.380)*

என்ற சேக்கிழாரின் பாடல் அடிகள் வாயிலாகக் கோபுரம் என்பது ஒளிவிடும் சுடரின் வடிவே என்பதறியலாம்.

தீயின் வடிவமாக விளங்குகின்ற கோபுரத்தினைக் கடந்து எந்த தீய சக்திகளும் (பேய் பிசாசங்கள்) கோயிலுக்குள் நுழைய முடியாது என்பதும் மரபுவழி நம்பிக்கையாகும். திருவிடை மருதூர் திருக்கோயிலின் தலபுராணம் இதனைச் சிறப்பாக விளக்கும்[59].பிரமஹத்தி துரத்த ஓடிவந்த வரகுணன் கிழக்குக் கோபுரம் வழியாகக் கோயிலுக்குள் புகுந்ததால் திரும்பி வரும் போது தீண்ட,கோபுரத்திற்கு வெளியே காத்து நின்றது. ஆனால் உள்ளே நுழைந்த வரகுணன் மேற்குக் கோபுரம் வழியாக வெளியே சென்றுவிடக் கிழக்கு வாயிலில் காத்து நின்ற பிரமஹத்தி இன்றுவரை அங்கேயே காத்திருப்பதாகவும், அதனால் அக்கோயிலுக்குள் செல்வோர் கிழக்கு இரண்டாம் கோபுரம் வழியாகச் சென்று மீண்டும் அதே வழியாகத் திரும்பாமல் மற்ற கோபுர வாயில்கள் வழியாகச் செல்வதை ஒரு புராணமரபாக இன்றும் போற்றி வருகின்றனர்.

மகாமேருச் சிகரமும் விண்ணகக் கங்கையும்

சிவாலயங்களின் கருவறை விமானத்தினை மகுடாகமம் போன்ற நூல்கள் மகாமேரு பர்வதமாக உருவகப்படுத்துகின்றன. அம்மேருவின் ஆவரணச் சிகரங்களாக (சுற்றுமலைகள்) கோபுரங்கள் விளங்குவதாகக் குறிக்கின்றன. எனவே மலையாக விளங்கும் அக்கோபுரங்களை விண்ணகக் கங்கை எப்போதும் தன் நீரால் தூய்மை படுத்திக் கொண்டே இருக்கின்றாள் என்றும் மகுடாகமம் கூறுகின்றது[60]. அதனால்தான் அம்மேரு பர்வத சிகரங்களில் விண்ணகக் கங்கை பொழிவதால் ஆங்காங்கே பள்ளங்களில் (த்ரோணி) நீர் நிரம்பிப் பின்பு வழிவதாகக் கூறுகின்றது.

உளன்தனுபதூர் கோயில் – பாலி

நன்றி – இராசு. பவுன்துரை

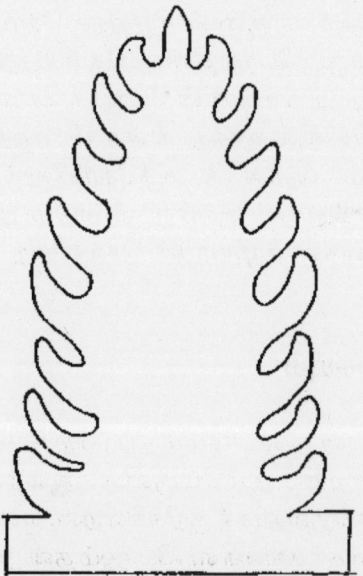   

சுடர்விட்டு ஒளிரும் தீப்பிழம்பு 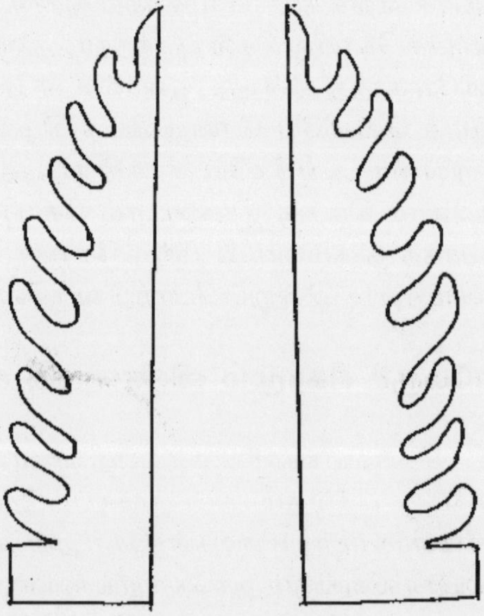   இருகூறாகப் பிளந்த நிலையில்
                                        வாயில்

தமிழகக் கோபுரக்கலை மரபு

அதனை எடுத்துக் காட்டும் வகையில் கோபுரங்களில் கும்ப பஞ்சரம் எனும் சிற்ப அமைப்புகள் விளங்குகின்றன.

கோபுரத் தத்துவம்

இதுபோலவே கோபுர வாயில் நிலைப்படிகளில் காணப்பெறும் இரு நதிப் பெண்களான கங்கையும் யமுனையும் கோபுரவாயில் வழியே நுழைவோரைத் தன் புனித நீரால் தூய்மைப் படுத்துவதாகவும் நம்பப்படுகின்றது.

நீராகவும், நெருப்பாகவும், மலையாகவும் இருந்து எண்திசைக் காவலர்கள், வாயிற்காவலர்கள் (துவார பாலகர்), நவகோள்கள், திருமகள், சங்க நிதி பதுமநிதி ஆகியோர் திகழ, தெய்வங்கள் அனைத்தும் அங்கே உறைந்து அருள்பாலிக்கும் இடமாக விளங்குபவையே திருக்கோபுரங்கள் என்பது பண்டைய சிற்ப ஆகம நூல்களின் கூற்றாகும்.

கோபுர நிலைக் காலில் கங்கை
(திருவண்ணாமலை கிழக்குக் கோபுரம்)

சான்றெண் விளக்கம்

1. சப்த கல்பத்ருமம் ப 356
2. இராஜ நிகண்டு ப 27
3. Prasanna Kumar Acherya, An Encylopedia of Hindu Architecture Volume VII/157 to 160
4. Ibid Page 158
5. அமரகோசம் II 16: III 182
6. அர்த்த சாஸ்திரம் XXIV pp 53
7. Epigraphia Indica Vol ca.pp 12,15
8. Ibid Vol VI pp 236, 237, 321, 322
9. Ibid Vol VI pp 236, 237, 321, 322
10. Ibid Vol IX pp 336, 341
11. உ.வே. சாமிநாதய்யர் (பதி.) பெருங்கதை 4.2: 24,25
12. உ.வே. சாமிநாதய்யர்(பதி.) சீவக சிந்தாமணி மூலமும், உரையும் நூலாசிரியர் வரலாறு பக் 16
13. தா.ம. வெள்ளைவாரணம் (பதி) திருத்தொண்டர் புராணம் நாவுக்கரசர் புராணம், திருஞானசம்பந்தர் புராணம்.
14. உ.வே. சாமிநாதய்யர் (பதி.) தக்கயாகப்பரணி 11:9,10
15. கம்ப இராமாயணம் பாடல்கள் 4854, 6859.
16. South Indian inscriptions Vol III Part 11 to 91
17. Trivangore Archaeological Series VolI p. 105
18. செந்தமிழ்த் தொகுதி ஐந்து :ப, 438
19. மு.சண்முகப்பிள்ளை,இ.சுந்தரமூர்த்தி (பதி) திவாகரம் பக்.318,319.
20. பிங்கல முனிவர் பிங்கல நிகண்டு பக் 91

குடவாயில் பாலசுப்ரமணியன்   67

21. அம்பலவாண வுபாத்தியாயர் (பதிப்பாசிரியர்) சூடாமணி நிகண்டு பக்.121

22. சிவசுப்பிரமணிய கவிராயர் நாமதீப நிகண்டு எண் 493 148

23. இரா. நாகசாமி (பதி) வடமலை நிகண்டு ப.252.

24. Percy Brown,Indian Architecture p.3

25. தமிழ்ப்பேரகராதி தொகுதி-II ப. 1188

26. குடவாயில் பாலசுப்ரமணியன் தமிழகக் கோயிற்கலை மரபு, ப.26

27. மயமதம்., காசியபசில்பம் 12 ஆவது படலம்

28. C. Sivaramamurthy,The Art of India p.465

29. R. Nagasamy, Tamil Coins, pp 132 - 139.

30. Ibid - pp. 132 - 134

31. வ.சுப. மாணிக்கம் (பதி.) இரட்டைக் காப்பியங்கள் ப. 382

32. பெருங்கதை 1.58 : 40

33. பி.வி.ஜகதீசய்யர் புராதன இந்தியா என்னும் பழைய 56 தேசங்கள் பக்.3 - 7

34. சிலப்பதிகாரம் இந்திர விழவூரெடுத்த காதை பா. 506 - 527

35. மு. இராகவய்யங்கார் ஆராய்ச்சித்தொகுதி, ப.177

36. சிலப்பதிகாரம் இந்திரவிழவூரெடுத்த காதை பா. 525 - 527

37. தி.வை. சதாசிவ பண்டாரத்தார். பிற்காலச் சோழர் வரலாறு ப.608

38. Corpus Inscriptionum Indicamum Vol II Pt II. A.37

39. R.Nagasamy: An Inscribed Tamil coin of First century A.D.P.L Gupta Felicitation Volume 187-193

40. எட்டாவது உலகத் தமிழ் மாநாடு மலர் 1995 பக் 267

41. DEBALA MITRA - A Frieze from, Goli in metropolitan Musecum of Art Newyork- Damilica p.19

42. E.G.Vol II p.p 12 to 15

43. C. Sivaramamurthi - Amaravathi Sculptures in the Chennai Government Museum P- 130

44. உ.வே. சாமிநாதய்யர் (பதிப்பா) பத்துப்பாட்டும் மூலமும் மதுரையாசிரியர் பாரத்துவாசி நச்சினார்க்கினியர் உரையும் பக். 375, 376.

45. மேலது ப. 346

46. மேலது ப. 452, 453

47. இரா. நாகசாமி, பூம்புகார் ப. 15

48. R.Nagasamy, Roman Karur p.67

49. Ibid - p.43.

50. தி.வை. சதாசிவ பண்டாரத்தார் ப.654

51. தி.வை. சதாசிவ பண்டாரத்தார் பாண்டியர் வரலாறு ப.21

52. செந்தமிழ்த் தொகுதி-41 ப.215

53. என். சேதுராமன் பாண்டியர் வரலாறு ப 184

54. மேலது ப.179 - 183

55. திருஞானசம்பந்தர், மூன்றாம் திருமுறை பதிக எண் 120 பாடல் எண்.4

56. திருநாவுக்கரசர், ஆறாம் திருமுறை பதிக எண் 49

57. தென்னிந்திய கோயிற் சாசனங்கள் பாகம் 11 கல்வெட்டு எண்.1007

58. திருநாவுக்கரசர் ஆறாம் திருமுறை பதிக எண் 34

59. பா. மகாலிங்கம், திருவிடை மருதூர் தலவரலாறு ப 14

60. தஞ்சை இராஜராஜேச்சரம் திருக்குட நன்னீராட்டுப் பெருவிழா மலர் 1997 ப. 9.

கோபுரக் கட்டடக் கலை வளர்ந்த திறம்

தமிழகத்தில் கி.பி. எட்டாம் நூற்றாண்டில் தொடக்கம் பெற்ற கோயிற் கோபுரக்கலை கி.பி. ஆயிரமாவது ஆண்டில் ஓர் உன்னத நிலையைத் தொட்டது. அதன் பிறகு அக்கட்டடக்கலை பல்வேறு பரிமாணங்களில் வளர்ச்சி பெறலாயிற்று. சிற்ப ஆகம நூல்கள் அக்கட்டடக் கலை வளர்ச்சிக்குப் பெரிதும் வழிவகுத்தன. சிற்பம் மற்றும் கட்டடக்கலை வல்லுநர்களின் திறமை, கற்பனை ஆகியவைகளுக்கேற்பக் கோபுரங்களின் வடிவமைப்பில் மாற்றங்கள் ஏற்பட்டன. ஏறத்தாழ அறுநூறு ஆண்டுகளுக்கு மேலாகப் பல்வேறு மாற்றங்களையும், செறிவையும் கண்ட அக்கலை பின்னர் ஆக்கம் தருவோர் இன்மையால் தொய்வு நிலை எய்தியது. அக்கால கட்டத்திற்குப் பின்பு புதுப்பிக்கப் பெற்ற பழைய கோபுரங்களும், புதிதாக எடுக்கப் பெற்ற கோபுரங்களும் அக்கலையின் சிறப்புக்களை வெளிக் காட்டுபவையாக அமையாமல், கட்டுமான நுட்பங்களைப் பொறுத்தவரை பின்னடைவையே காட்டுகின்றனவாக விளங்குகின்றன.

கால வரிசையில் குறிப்பிடத் தக்க தமிழகக் கோபுரங்கள் சில கட்டடக் கலை அடிப்படையில் இவ்வியலில் விளக்கப் பெறுகின்றன. மேலும் கோபுரக் கலை பற்றிப் பேசும் நூல்கள், அவை கூறும் தொழில் நுட்பங்கள், இராஜராஜசோழன் காலத்துத் தில்லைக் கோபுர அமைப்பு. கல்ஹாரமின்றி முழுதும் செங்கல்லாலேயே எடுக்கப் பெற்ற கோபுரங்கள், அவற்றிற்குரிய தொழில் நுட்பங்கள், அரண்மனைக் கோபுரங்களின் அமைப்பு, கோபுரத் திருப்பணிகள் ஆகியவை பற்றி விரிவாக இங்கு ஆராயப் பெறுகின்றது.

1. கோபுரக் கட்டுமானம்

கோபுரக் கட்டுமானம் என்பது மூன்று அடிப்படைக் கூறுகளை மையமாகக் கொண்டதாகும்.

1. *காப்பு அல்லது உறுதித் தன்மை (ரக்ஷா)* (STABILITY)
2. *உயரம் (உன்னதி)* (HEIGHT)
3. *அலங்காரம் (சோபா)* (DECORATIVE)

என்பவைகளே அக்கூறுகளாகும் இவை மூன்றும் செம்மையாக அமைந்த கோபுரங்களே சிறந்த கோபுரங்களாகப் பரிணமிக்கின்றன.

காப்பு (ரக்ஷா)

காப்பு என்பது கோபுரமாகிய கட்டடம் கட்டுவதற்குப் பயன்படுத்தப்பெற்றுள்ள பொருள்கள், கட்டடம் அமைந்துள்ள இடத்தின் தன்மை ஆகியவற்றின் அடிப்படையில் அமையும். கோபுரம் கட்டப் பெறும் இடம் (நிலம்) எவ்வாறு இருக்க வேண்டும் என்பதை சிற்ப நூல்களும், ஆகமங்களும் விவரிக்கின்றன. அவ்வாறு தேர்வு செய்யப் பெறுகின்ற இடத்தில் வகுக்கப் பெறுகின்ற வாஸ்த்து புருஷ மண்டலத்தில் (பத விந்யாசத்தில்) திக்கு அல்லது அதிக்குகளில் உள்ள பதங்களில் மட்டுமே கோபுரங்கள் அமைக்கப் பெற வேண்டும் என நூல்கள் இலக்கணம் வகுத்துள்ளன[1].

உயரம் (உன்னதி)

கோபுர உயரம் என்பது எந்த காரணத்திற்காக ஒரு கோயில் எடுக்கப் பெறுகின்றதோ அதன் அடிப்படையில் அமைவதாகும். மேலும் அக்கட்டடத்தைக் கட்டுவதற்கு யார் மூல காரணமாக விளங்குகிறாரோ (கர்த்தா) அவரது கைவிரல் அங்குலியோ, அல்லது மூலமூர்த்தியின் உயரத்தையோ அடிப்படையாகக் கொண்டு மானாங்குலமாகவோ அல்லது மந்திராங்குலமாகவோ வகுத்து அக்கோயிலின் கட்டுமானங்கள் நிர்ணயிக்கப்பெறுவதால் கோபுர உயரமும் அதற்கேற்ப அமையும்[2].

குடவாயில் பாலசுப்ரமணியன் 71

அலங்காரம் (சோபா)

சோபா என சிற்ப நூல்கள் கூறும் மூன்றாவது கூறு கட்டுமான நூல்கள் கூறும் வரையறைகளை மீறாமல் சிற்பி ஒருவனால் தனது படைப்புத் திறமைக்கும், கற்பனைத் திறனுக்கும் ஏற்ப அமைப்பதாகும். பெரும்பாலும் சிற்பியின் படைப்பாற்றல் தோரண வேலைப்பாடுகள், சிற்ப அலங்காரங்கள் வாயிலாகவே வெளிப்படும். தமிழ் நாட்டுக் கோபுரங்களைப் பொறுத்தவரை கட்டுமான வளர்ச்சி நிலைகளுக்கேற்ப அலங்கார வேலைப்பாடுகளில் மாற்றங்கள் காணப்பெறுகின்றன. இவை குறிப்பிட்ட ஒரு கோயில் எந்த ஆகம சிற்ப நூல்கள் அடிப்படையில் கட்டப் பெற்றதோ அவை கூறும் விதிகள் அடிப்படையிலேயே அமைவதாகும்.

நூல்கள்

'நூலறி புலவோர்' என நெடுநல்வாடையும் *(76)* "மேலோர் விழையும் நூனெறி மாக்கண்பால் பெற வகுத்த பத்தினிக் கோட்டம்" எனச் சிலப்பதிகாரமும் *(நடுகற்காதை 421,22)* கூறும் கூற்றுக்களால் மிகச் சேய்மையான காலந் தொட்டுத் தமிழகத்தில் நூல்கள் அடிப்படையில்தான் கட்டடக்கலை வளர்ந்துள்ளது என்பதறியலாம். சிலப்பதிகார உரையாசிரியர் "மயமதம் அறிவரால் புகழ்ச்சியுடைய மாடமென்னுமாம்"[3] என்று கூறுவதிலிருந்து மயமதம் எனும் நூல் தமிழகத்தின் மிகத் தொன்மையான கட்டடக்கலை நூல் என்பதை அறிய முடிகிறது.

மயமதம் காஸ்யபம், மானசாரம்[4] கோபுர லக்ஷணம்[5] போன்ற நூல்கள் கோபுரக் கட்டுமானம் பற்றி விரிவாகப் பேசுகின்றன. கோபுரம் கட்டத் தேர்வு செய்யப்பெறும் நிலத்தில் தொடங்கிக் கட்டுமானம் நிறைவு பெறும்வரை உள்ள அனைத்து அம்சங்களையும் விளக்குகின்றன. கட்டுமானத் தொடக்கத்திலிருந்து பின்பு நித்ய வழிபாடுவரை கடை பிடிக்க வேண்டிய விதி முறைகள் அனைத்தையும் கீழ்க்காணும் பட்டியலில் உள்ள இருபத்தெட்டு சைவாகமங்களும் அவற்றின் உபாகமங்களும் தெளிவாக விளக்குகின்றன. வைணவக் கோயிற் கோபுரங்கள் பற்றிப் பாஞ்சராத்திரம்[6] வைகானசம்[7] எனும் ஆகமங்கள் எடுத்துரைக்கின்றன.

சிவாகமங்கள்

காமிகம்	சஹஸ்ரம்	வீரம்	லலிதம்
யோகஜம்	அம்சுமான்	ரௌரவம்	சித்தம்
சிந்த்யம்	சுப்ரபேதகம்	மகுடம்	சந்தானம்
காரணம்	விஜயம்	விமலம்	சர்வம்
அஜிதம்	நிச்வாசம்	சந்த்ர ஞானம்	பாரமேச்வரம்
தீப்தம்	ஸ்வாயம்புவம்	பிம்பம்	கிரணம்
குக்ஷ்மம்	அனலம்	ப்ரோத்கீதம்	வாதுளம்

மேற்குறித்த 28 சிவாகமங்களும், அவற்றின் உபாகமங்களும் தமிழகத்தில் மட்டுமே பயன்பாட்டில் இருந்த நூல்கள் என்பது குறிப்பிடத்தக்கதாகும்.

தமிழகக் கோயிற் கோபுரங்களைப் பற்றிய இலக்கணங்களைக் கூறும் இந்நூல்கள் அனைத்தும் தமிழ் நாட்டிற்கே சொந்தமான கிரந்தலிபியில் சமஸ்கிருத நூல்களாக உள்ளன. இதற்கு மிக முக்கியமான அடிப்படைக் காரணம் ஒன்றுண்டு. சங்ககாலம் தொட்டுத் தமிழகக்கலை யவனம், ஆந்திரம், கர்நாடகம், மராட்டியம், போன்ற பல்வேறு நாடுகளுடன் நெருங்கிய தொடர்புடையதாய் விளங்கியது என்பது இந்நூலின் முற்பகுதியில் எடுத்துக் காட்டப்பெற்றுள்ளது. பிற நாடுகளுடன் தொடர்பு கொள்ளத் தமிழ்மக்கள் பிராகிருதம், சமஸ்கிருதம் ஆகிய மொழிகளையே கையாண்டனர். அதற்கெனக் கிரந்தம் எனும் லிபியையும் வகுத்தனர். தமிழகக் கட்டடக்கலை வல்லுநர்கள் யாத்த நூல்களின் திறன் பன்னாட்டவரும் அறியும் வகை செய்தனர். அதனால் தான் தமிழகக் கோபுரக்கலையின் வெளிப்பாட்டினைக் கர்நாடக மாநிலத்துச் சாமுண்டீஸ்வரி ஆலயத்திலும், கேரளத்து அனந்த பத்மநாபசாமி கோயிலிலும், ஆந்திரத்து ஸ்ரீசைலத்திலும், விஜய நகர தலைநகராம் ஹம்பியிலும் காணமுடிகிறது.

கோபுரங்களின் உருவ அமைதி

உபானம் முதல் ஸ்தூபி வரையிலான நுழைவாயிற் கட்டடமே கோபுரமாகும். அது உபபீடம், அதிஷ்டானம், வேதிகை, பித்தி அல்லது கால், பிரஸ்தரம், சாலை, கூடு கிரீவம்,சிகரம், ஸ்தூபி (கலசம்) எனப் பல்வேறு அங்கங்களைக் கொண்டதாகும். ஒவ்வொரு அங்கமும், பல்வேறு உபாங்கங்களைக் கொண்டதாகத் திகழும். பதினாறு நிலை வரையிலான கோபுரங்கள் பற்றிக் கட்டடக்கலை நூல்கள் கூறிய போதும்[8] 19ஆம் நூற்றாண்டு முடிய பதினொரு நிலைக் கோபுரங்களே தமிழகத்தில் மிகுந்த எண்ணிக்கையுடைய தளங்களைக் கொண்ட கோபுரங்களாகத் திகழ்ந்தன. 20ஆம் நூற்றாண்டின் பிற்பகுதியில் திருவரங்கத்துப் பெருங்கோபுரம் பதிமூன்று நிலைகளை உடையதாக எடுக்கப்பெற்றது.

மயமதம், காசியபசில்பம், மானசாரம் மற்றும் ஆகமநூல்கள் கோபுர அங்கங்கள் பற்றி விரிவாகக் கூறுகின்றன.

உபபீடம்

அதிஷ்டானம் எனும் பீடத்திற்கு வலுவூட்டும் அடித்தளமாய் அமையும் உறுப்பே உபபீடமாகும். கடைக்கால் (உபானம்) மீது (பூமி மட்டத்திற்கு மேலாக) அமைக்கப்பெறும் முதல் கட்டட உறுப்பு இப்பகுதியாகும்.

உபபீடம் பற்றியும் அது எவ்வகை அளவுகளில் அமைக்கப் பெற வேண்டும் என்பது பற்றியும் மய மதம் பின்வருமாறு கூறுகின்றது.

கோபுரம் கட்டுமான அமைப்பு

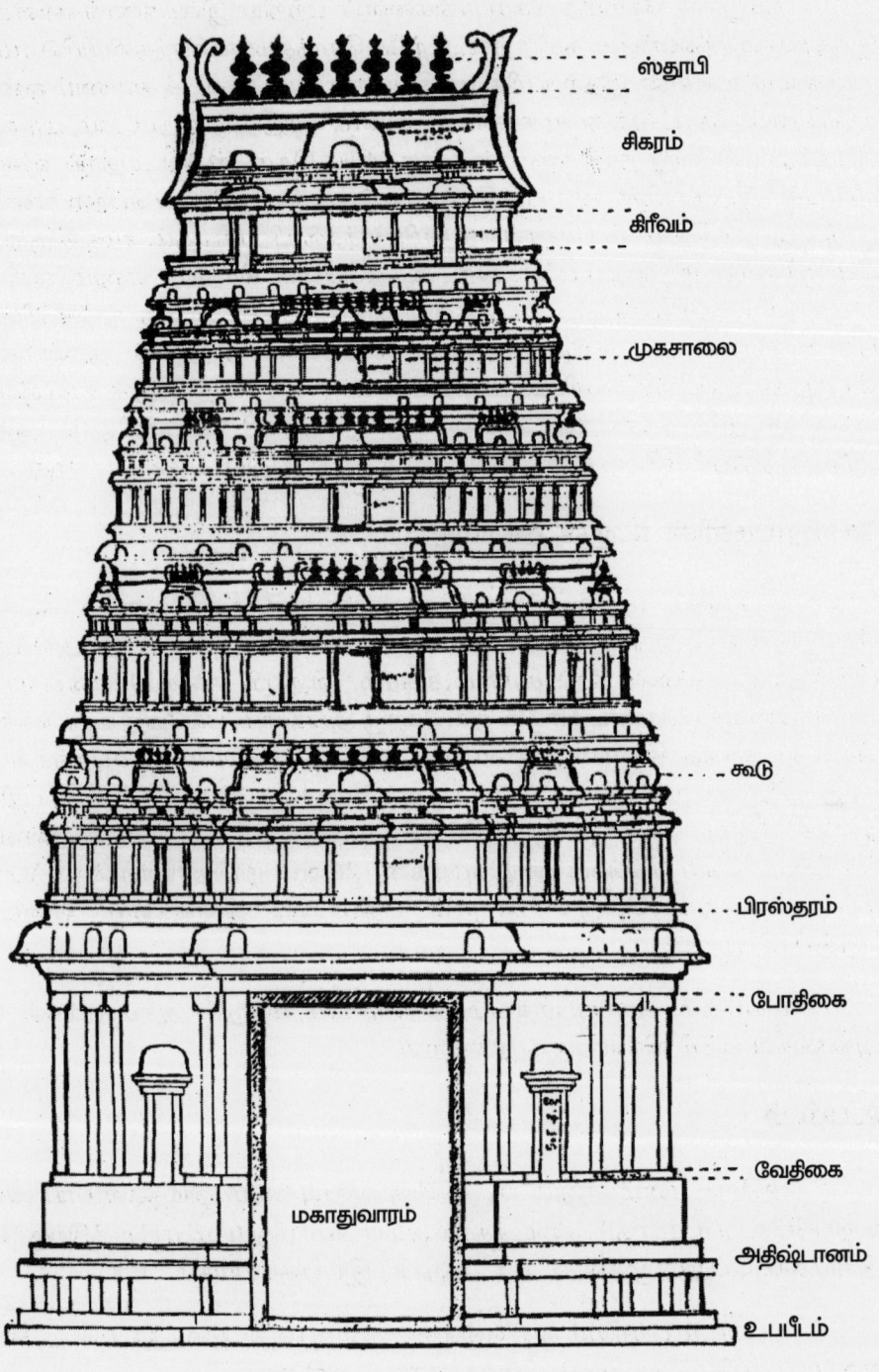

திருவானைக்கா

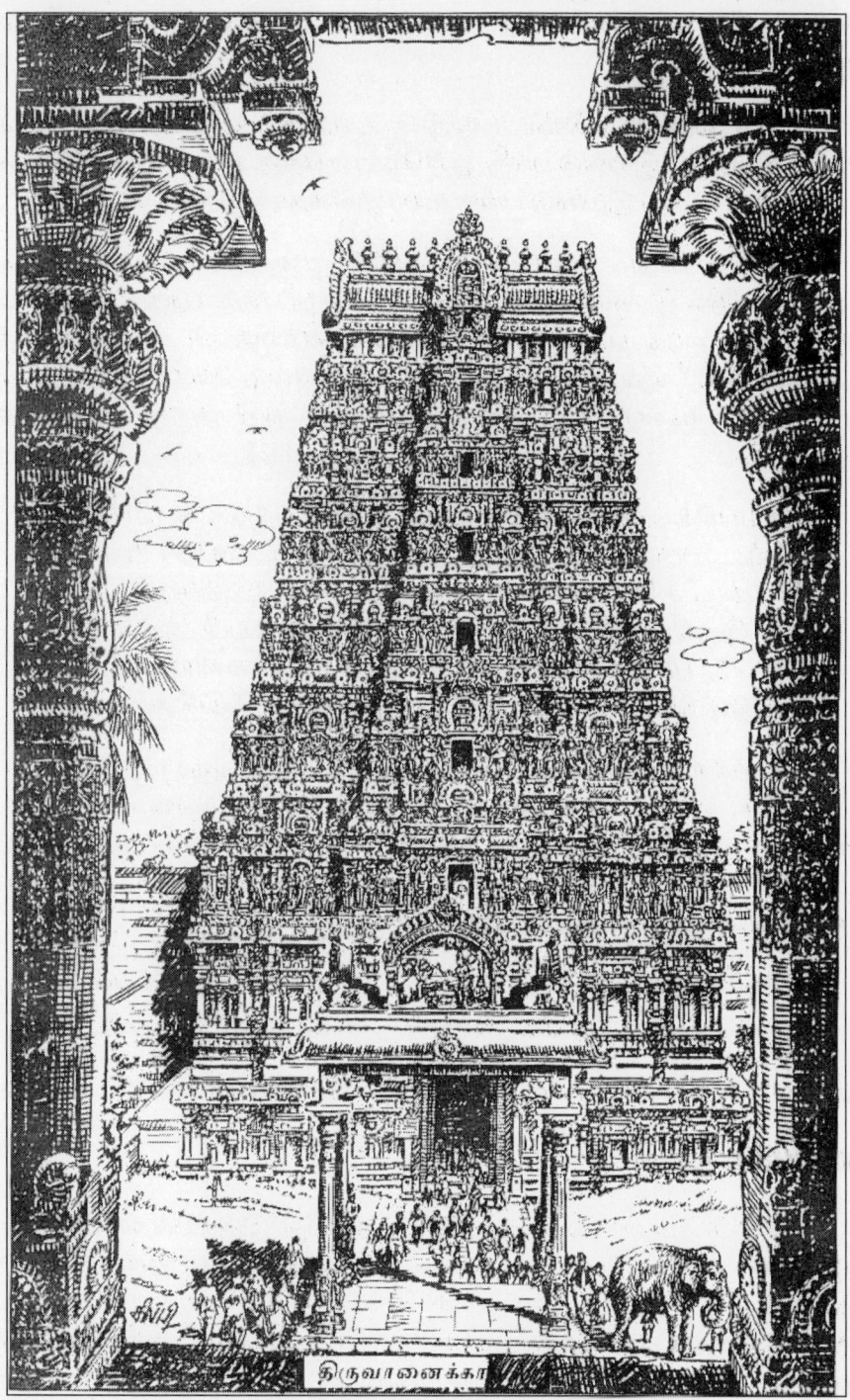

"அதிஷ்டானத்திற்குக் கீழே உபபீடத்தை அமைக்க வேண்டும் அது அதிஷ்டானத்தின் ரக்ஷைக்காகவும், உயரத்தைக் கூட்டுவதற்காகவும் அமைக்கப் பெறுவதாகும்[9]."

"உபபீடமானது அதிஷ்டானத்தின் உயரத்திற்கு சமம், முக்கால் பங்கு, அரைப்பங்கு, ஐந்தில் இரண்டு பங்கு, ஒன்றேகால் பங்கு, ஒன்றரைப் பங்கு, ஒன்றே முக்கால் பங்கு அல்லது இரண்டு பங்கு உயரமுள்ளதாக இருக்க வேண்டும்.[10]

அதன் உத்ஸேதமானது (பருமன்) அதிஷ்டானத்தின் அகலத்திற்குப் பத்தில் ஒரு பாகம், பத்தில் இரண்டு பாகம், பத்தில் மூன்றுபாகம், பத்தில் நான்கு பாகம் அல்லது பத்தில் ஐந்து பாகம் வரை அதிஷ்டானத்தை விட வெளியில் நீட்டி வைக்கவேண்டும்[11]" என்று கூறுவதோடு உபபீடமானது வேதிபத்ரம் பிரதிபத்ரம் ஸுபத்ரம் என மூன்று வகைப்படும் என்றும் கூறி அதன் அளவீடுகளை விவரிக்கின்றது.

> காசியபசில்ப சாஸ்த்திரம் உபபீட விதி பற்றிக் கூறும்போது அதிஷ்டானத்திற்கு சமமான உயரம். அதில் ¾ பங்கு, 1 ½ பங்கு, 3/5 பங்கு, 3 ¼ பங்கு, 3 ½ பங்கு, ¼ பங்கு, 2 பங்கு என எட்டு வகை இருத்தல் வேண்டும் என்று கூறுகின்றது. உபபீடத்தின் நீப்ரம் 1/10, 2/10, 3/10, 4/10, 5/10 பாகம் வெளியில் நீட்டிக் கொண்டிருக்க வேண்டும் என்றும் வரையறை செய்கின்றது.[12]

அங்கங்களின் எண்ணிக்கைக்கேற்பத் திரியங்கம், பஞ்சாங்கம், ஷடாங்கம், அஷ்டாங்கம், என மூன்று, ஐந்து, ஆறு, எட்டு பகுதிகளை உடையதாக உபபீடங்கள் வகுக்கப் பெறுவதை விவரிக்கின்றது. உபானம், பத்மம், கம்பம், கண்டம், அப்ஜம், வாஜனம், அந்திரி, ஆலிங்கம், பிரிதி, கபோதம் போன்ற உபாங்கங்களின் அமைப்புகளின் அளவுகளுக்கேற்ப.

1. பிரதி பத்ர உபபீடம்
2. பிரதி ஸுந்தர உபபீடம்
3. ஸௌபத்ர உபபீடம்
4. கல்யாணிகா உபபீடம்

என்று நான்கு வகையான உபபீடங்களை விவரிக்கின்றது.[13]

அதிஷ்டானம் (பீடம்)

பிரசாதம் முதலிய வாஸ்த்துக்கள் எதன்மீது இருக்கின்றனவோ அதற்கு அதிஷ்டானம் என்று பெயர் என மயமதம் கூறுகின்றது. ஒரு கோபுரத்தின் அடித்தளமே அதிஷ்டானம்தான். அதற்கு வலுவூட்டுவதற்கும், அழகுபடுத்துவதற்கும் உதவுவதுதான் உபபீடமாகும். அதிஷ்டானத்தின் பெயர்களாக (பரியாய நாமங்கள்) மஸுரகம். வாஸ்துவாதாரம், தராதலம், தலம், குட்டிமம், ஆதியங்கம் என மயமதமும்[14], தராதலம், அதிஷ்டானம், ஆதாரம், தரணீதலம், புவனம், பிருதிவீ, பூமி எனக் காஸ்பமும்[15] கூறுகின்றன.

உபபீட வகைபாடுகள்

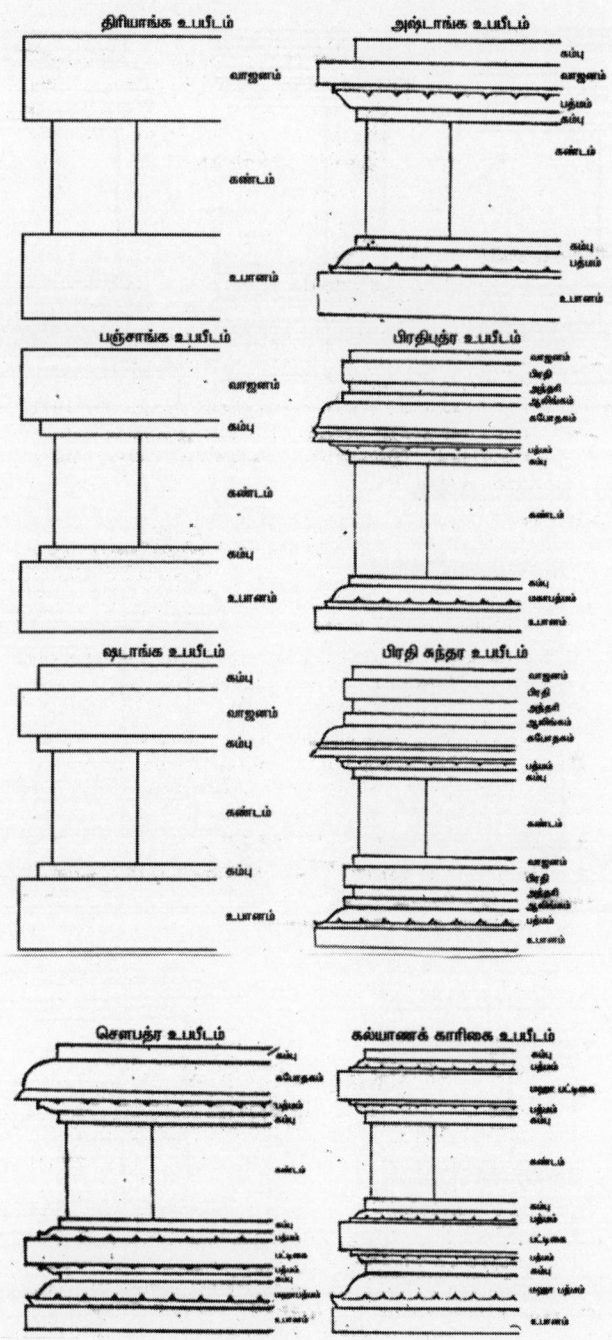

திரியாங்க உபபீடம்

அஷ்டாங்க உபபீடம்

பஞ்சாங்க உபபீடம்

பிரதிபத்ர உபபீடம்

ஷடாங்க உபபீடம்

பிரதி சுந்தர உபபீடம்

சௌபத்ர உபபீடம்

கல்யாணக் காரிகை உபபீடம்

பிரதிபத்ர உபபிடங்கள்

மஞ்சபத்ர உபபிடங்கள்

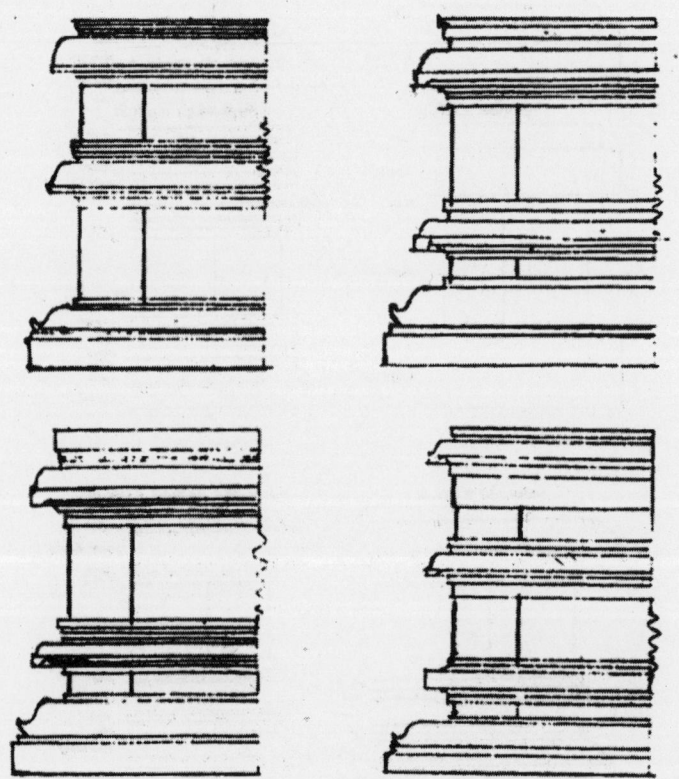

பாத பந்த அதிஷ்டானங்கள்

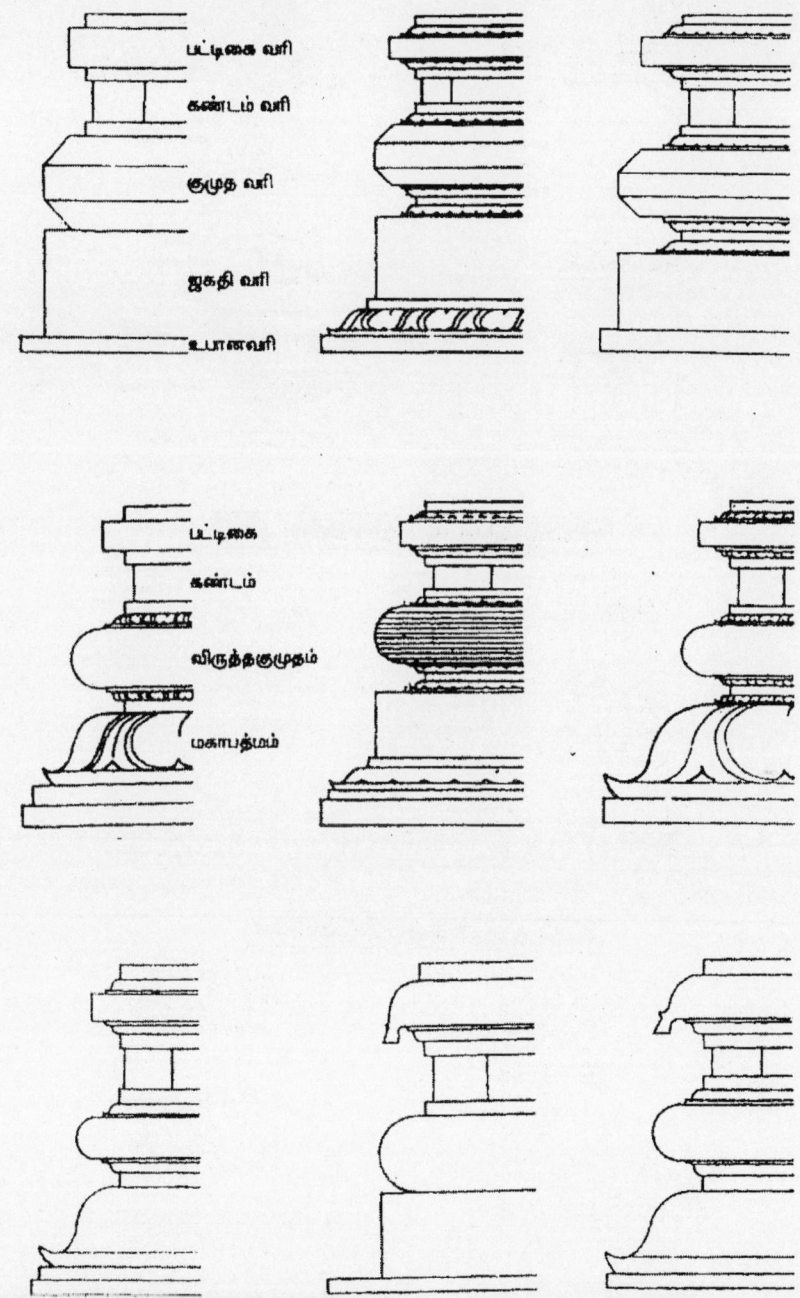

குடவாயில் பாலசுப்ரமணியன்

பிரதிபந்த வகைகள்

வர்க்கபேதத்துடன் கூடிய அதிஷ்டானம்

உபபீடத்துடன் கூடிய அதிஷ்டானம்

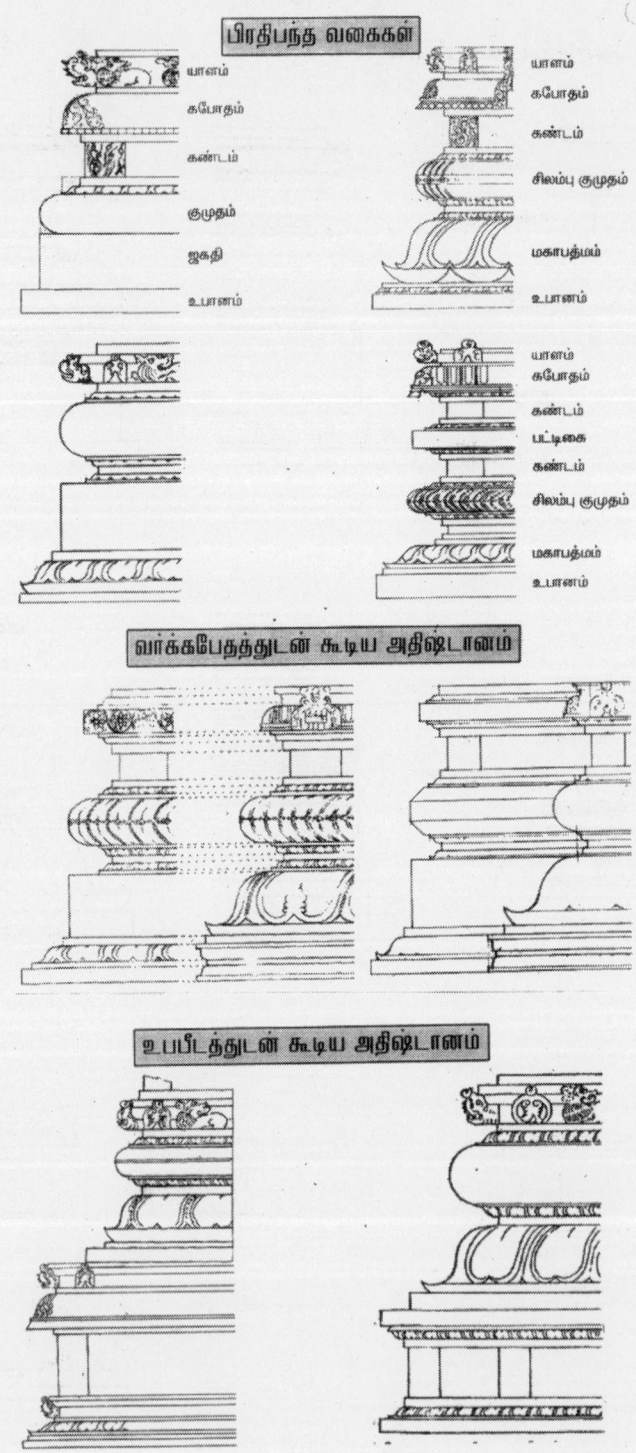

அதிஷ்டானத்தைப் பாதபந்தம், பத்மபந்தம், பிரதிபந்தம், என மூன்று வகைப்படுத்துவர். அதிஷ்டானத்தின் பேருறுப்புகள் மற்றும் அதில் இடம் பெறும் சிற்றுப்புகளைத் தேவைக்கேற்பக் கூட்டியும் குறைத்தும் பலவகையான அதிஷ்டானங்களாக உருவாக்குவர். அவ்வாறு அகல அளவுகளைச் சிற்பநூல்கள் விரிவாகக் கூறுகின்றன. மயமதம் பதிநான்கு வகையான மஸூரிகங்களை (அதிஷ்டானங்களை)க் கூறுகின்றது.[16] காசியபம்,பிரதி பந்தம், பாதபந்தம், பிரதி விருத்த பந்தம், பிரதிக் கிரமம், அம்போஜகேஸவரம், புஷ்ப பஷ்கலம், ஸ்ரீபந்தம், மஞ்சமபந்தம், ஸ்ரீ காந்தம், ஸ்ரேணி பந்தம், அப்ஜபந்தம், வப்ரபந்தம்,ப்ரதீ ஸூந்தரம், ஸ்ரீகண்டாந்தம், கரீர பந்தம், கலச பந்தம், ஸ்ரீ காரபந்தம்,ஸூந்தராம் புஜம், நளித காந்தம், ஸ்ரீ ஸெந்தர்யம்,ஸ்கந்த ஸ்காந்தம், அம்புஜ காந்தம் என இருபத்திரெண்டு வகையான அதிஷ்டானங்கள் பற்றி விவரிக்கின்றது[17].

பித்தி அல்லது பாதசுவர்

அதிஷ்டானத்திற்கு மேலாக உத்திரத்திற்குக் கீழ்வரை உள்ள பகுதியைப் பித்தி என்றும் பாதசுவர் என்றும் குறிப்பிடுவர். இப்பாதச் சுவரை வெறும் சுவராக அமைத்திடாமல் கலையழகுடன் அமைப்பதே மரபாகும். எனவே இப்பாதச் சுவரை அரைத்தூண் உருவங்களோடும், கோஷ்டங்கள், தோரணங்கள், பஞ்சரங்கள் போன்ற அலங்காரங்களுடனும் அமைத்துப் பித்தியின் எழிலைக் கூட்டுவர்.

வேதிகை அதிஷ்டானத்திற்கு மேலே ஸ்தம்பதிற்குக் கீழாக அமைக்கப்பெறும் ஓர் அங்கமாகும். அதில் இடம் பெறும் சிற்றுறுப்புக்களின் அளவுகளுக்கேற்ப வேதிகையின் வடிவங்கள் பல்வேறு வகைகளில் அமையும்.வேதிகைக்கு மேலாக உபானம்,பாதம், கலசம், பலகை.வீர காண்டம், போதிகை, உத்திரம் போன்ற உறுப்புகளோடு கால்கள் காணப்பெறும்.

பாத வர்க்கமாகிய பித்தியில் (சுவரில்) தோரணங்களோடு அமைக்கப் பெறும் மாடங்கள் கோஷ்டம் என அழைக்கப்பெறும். மாடங்களின்றி மாடம் போன்றே தோற்றமளிக்கக் கூடிய கோஷ்ட பஞ்சரமும், கும்பம் என்ற அமைப்போடு திகழும் கும்ப பஞ்சரமும், கோஷ்டங்களுக்கு இடையே அமைக்கப் பெறுபவையாகும். கோஷ்டங்களின் தலைப்பகுதியை அலங்கரிக்கும் தோரணம் எனும் பகுதியினை மூன்று வகையாக அமைப்பர். அவை பத்ர தோரணம், மகர தோரணம், சித்ர தோரணம் என்ற பகுப்பில் அடங்கும்.

பிரஸ்தரம்

அதிஷ்டானம், பாத சுவர் ஆகியவற்றை மூடும் வகையில் அமையும் அங்கமே பிரஸ்தரமாகும். உத்திரம்,கம்பு,வாஜனம், கபோதகம், யாளம்,போன்ற பல்வேறு உறுப்புகள் இதில் அடங்கும். கபோதகத்தில் கூடு, கொடிக் கருக்கு போன்ற அலங்காரங்கள் இடம் பெறும். கோபுரங்களைப் பொறுத்தவரை

பூமிமட்டத்திலிருந்து பிரஸ்தரம் வரை பெரும்பாலும் கருங்கற் கட்டுமானமாகவே அமைப்பார். இதனைக் கல் ஹாரம் எனக்குறிப்பிடுவர்.

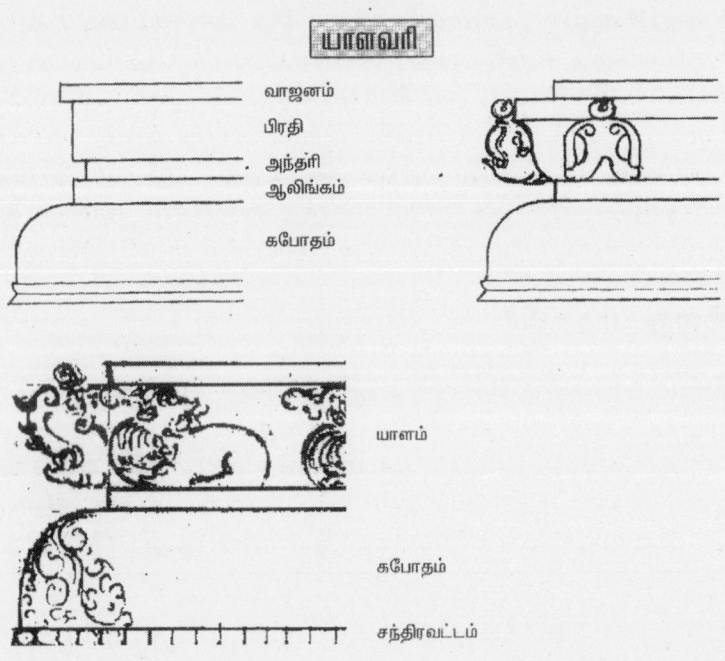

யாளவரி

தளம்

கல்ஹாரத்திற்கு மேலே எழுப்பப்பெறும் தளங்களைச் செங்கற்கொண்டே அமைப்பார். தஞ்சைப் பெரிய கோவிலில் திகழும் இராஜராஜன் திருவாயிற் கோபுரம் போன்ற ஓரிரு கோபுரங்கள் மட்டுமே உபானம் முதல் சிகரம் வரை கருங்கற் கட்டுமானமாகத் திகழ்கின்றன. செங்கற்கள் கொண்டோ அல்லது கருங்கற்கள் கொண்டோ அமைக்கப்பெறும் ஒவ்வொரு தளமும் பித்தி என்கிற சுவர் அமைப்பு, பிரஸ்தரம் ஆகியவற்றோடு திகழ்ந்தாலும். பாதப்பகுதியை சுவராகவோ கால்களாகவோ அமைக்காமல் கலையழகோடு கூடு சாலை போன்ற அமைப்புகளால் அணி செய்யப் பெறுகின்றன. இதனால் கோபுரங்கள் கம்பீரமாகக் காட்சி அளிக்கின்றன. இதனை பத்தி பிரிப்பு என்பர். கர்ண கூடுபத்தி, அகாரை பத்தி, முகசாலைபத்தி எனப் பலவகைப்படும். திருப்பங்களில் இடம்பெறும் சதுரவடிவ கட்டட அமைப்பினை கர்ணகூடு என்றும், மத்தியில் அமையும் வண்டிக்கூடு போன்ற அமைப்பினை முகசாலை என்றும் அழைப்பர். பிதுக்கம் பெற்ற முகசாலையின் மத்தியில் ஒவ்வொரு தளத்தின் துவாரம் இடம் பெறும். துவாரம் பெரியதாக இருப்பின் இடையே கால்கள் (தூண்கள்) அமைப்பர் சாலை, கூடு ஆகியவைகளுக்கு இடையே தெய்வத் திருவுருவங்களைச் சுதையால் அமைப்பர்.

சிகரம்

பல நிலைகளையுடைய கோபுரத்தின் இறுதித் தளத்தில் பிரஸ்தரத்திற்கு மேலோக உள்ளடங்கியவாறு இடம்பெறும் கட்டுமான அமைப்பு கிரீவம் அல்லது கழுத்து என்றழைக்கப்பெறும். கீரிவத்திற்கு மேலாகக் கட்டடத்தின் மூடு பகுதியான சிகரம் அமையும்.கிரீவத்தில் துவாரம் அமைவதோடு சுதைப் பிம்பங்களும் இடம்பெறம். சாலாகாரமாகவோ, சபாகாரமாகவோ அல்லது இருபுறமும் கஜ பிருஷ்டை வடிவிலோ சிகரம் அமைப்பதுண்டு சிகரத்தில் மகாநாசிக் கூடு, அர்த்த சந்திர வளைவு போன்றவை இடம்பெற்று அழகூட்டுபவையாகத் திகழும்

ஸ்தூபி

சிகரத்தின் இருபக்க நாசிகளின் தலைப் பகுதியாக விளங்கும் யாளித் தலைகளும், அர்த்த சந்திர வளைவுகளும் இடம்பெற்றுள்ள இடைப்பகுதியில் கோபுரத்தின் நிறைவு அங்கமான கலசங்கள் விளங்கும். ஸ்தூபி எனப்படும் கலசங்கள் செப்புக் குடங்களாக விளங்குவதோடு, அவை உலோக தண்டு அல்லது வலிமையுடைய மரத் தண்டுகளால் சிகரத்துடன் பிணைக்கப்பட்டிருக்கும்.

கோபுரத்தின் உட்பகுதிகள்

பிரதான கோபுர வாயில் மகாதுவாரம் என்றழைக்கப்படும். இம்மகாதுவாரம் ஒன்று அல்லது இரண்டு நிலை வாயில்கள் உடையதாக அமைக்கப்பெறும். வெளிவாயிலிலிருந்து உள்வாயில் வரை உள்ள இடைப்பகுதியில் நிலைக் கால்கள் தவிரச் சுவரிலேயே பிதுக்கம் பெற்ற பத்தித் தூண்கள் சிலகோபுரங்களில் காணப்பெறும். இரண்டு நிலைவாயில்களுக்கு இடையே திண்ணை போன்ற அமைப்புடன் இரண்டடுக்கு அறை இருபுறங்களிலும் காணப்படும். கீழ் அறையின் அடித்தளம் சற்று உயர்ந்து திண்ணையாக விளங்குவதனை அளிந்தம் என நூல்கள் கூறுகின்றன. இத்திண்ணையிலிருந்து தான் கோபுர மேற் தளங்களுக்குச் செல்லும் படிக்கட்டுகள் தொடங்கும்.

கோபுர துவாரத்தின் உயரமானது கோபுரத்தின் அகலத்தைவிட 5 முதல் 7 அம்சம், 7 முதல் 10 அம்சம், 2 பங்கு, 2 ½ பங்கு, 2 ¼ பங்கு என ஐந்து விதமாக அமைக்கலாம் என்றும், கோபுர துவாரத்தின் பாதாதிஷ்டானத்தின் உயரமானது மூல வஸ்த்துவின் அதிஷ்டானத்தின் உயரமே இருக்கவேண்டும் என்றும் மயமதம் கூறுகின்றது[18]. கோபுர ஸ்தம்பத்தின் உயரமானது பிரஸாத ஸ்தம்பத்தின் உயரம் அல்லது அதில் எட்டில் ஒரு பாகம், பத்தில் ஒருபாகம் குறைவாக அமைக்கலாம் என்றும், துவாரத்தின் வலது பக்கத்தில் எழுப்பப்பெற்ற சுவரில் கர்ப்பம் இருக்க வேண்டும் என்றும் கூறுகின்றது[19].

காசியபம் எனும் நூல் கம்பத்துவார லக்ஷணம் கூறும் பகுதியில் கம்பத்துடன் இணைத்து அமைக்கப்பெறும் மரக்கதவின் அமைப்பு முறைபற்றி விவரிக்கின்றது.[20] கதவில் உள்ள சிறிய வழி (சிறு கதவு) யினை புதவு அல்லது திட்டிவாசல் என்றழைப்பர். ஒரு கோபுரத்திற்கென வகுக்கப்பெற்ற அளவுகளை குறைப்பதோ கூட்டுவதோ கூடாது என்று ஆகம சிற்ப நூல்கள் வலியுறுத்துகின்றன.

உட்புற மேல் நிலைகள்

உபபீடத்தில் தொடங்கிப் பிரஸ்தரம் வரை கருங்கல்லால் எடுக்கப்பெறும் கல்ஹாரத்தின் மேற்பகுதி கருங்கற்பலகைகள் கொண்டோ அல்லது செங்கற் தளத்தாலோ மூடப்பெறுவதுண்டு. செங்கற் தளமாக இருக்குமாயின் அதற்கெனத் திராவி என அழைக்கப்பபெறும் மர உத்திரங்களை அமைத்து அதன் மேல் பலகைகளைத் தைத்துப் பின்பே செங்கல், சுண்ணாம்பு ஆகியவை கொண்டு தளம் அமைப்பர். இவ்வகை செங்கற்தள அமைப்பிலேயே மேல்நிலை வரை அனைத்துத் தளங்களையும் அமைப்பர். சில கோபுரங்கள் இரண்டு மூன்று தளங்களை மூடாமல் உட்கூடாகவே சிகரம் வரை அமைப்பதும் உண்டு. சில பழைய கோபுரங்களில் பின்னாளில் வந்தவர்கள் தளக்கூரைக்குக் கீழாகவுள்ள மரங்களை அப்புறப்படுத்தியதாலும், இயற்கையாகவே மரங்கள் சிதைந்தமையாலும் தளப்பகுதி இடிபாடுற்றுள்ளமையைக் காண முடிகிறது. ஒரு தளத்திலிருந்து மற்றொரு தளத்திற்குச் செல்லக் கற்படிகளோ, மரப்படிகளோ அல்லது ஏணிகளோ கோபுரங்களின் உட்பகுதியில் காணப்பெறுகின்றன.

நூல்கள் கூறும் மரங்கள்

மயமதம் காசியபம் போன்ற நூல்கள் கோபுரக் கட்டுமானத்தில் பயன்படுத்தப்பெறும் மரங்களின் பெயர்களைக் கூறுகின்றன[21]. கருங்காலி,தேக்கு, இலுப்பை, ஸ்தபகம், சிம்சுபை, மருது, அஜகர்ணீ,க்ஷிரிணி, பத்மம், சந்தனம், பிசிதம் தன்வளம் பிண்டீஸிம்ஹம்,ராஜதனம், வன்னி, திலகம் ஆகிய உத்தம மரங்களே உத்திரங்களுக்கும், தூண்களுக்கும் ஏற்ற மரங்கள் என வகுத்துள்ளன.

வேம்பு, வாகை, வேங்கை, ஏகம், காலம், கட்பலம், சிமிசை (தினிசை) லகுசம்,பலா, ஏழிலைப் பாலை,பௌளமை, கலாக்ஷீ ஆகியவை தூண்களுக்கும் உத்திரங்களுக்கும் மேலாகச் செய்யப்பெறும் வேலைகளுக்கு ஏற்ற மரங்களாக வகைப்படுத்தப் பெற்றுள்ளன.

கற்சிற்பங்களும் சுதை உருவங்களும்

கல்ஹாரமாகவுள்ள உபபீடம், அதிஷ்டானம்,பித்தி,கபோதகம் ஆகிய பகுதிகளிலும்,கோஷ்டங்களிலும்,சிற்பங்கள் இடம்பெறும்.அது போலவே துவாரங்களின் நிலை, உத்திரம்,வாயிலின் மேற்பகுதியாகத் திகழும் விதானம். அளிந்தப்பகுதி, அங்கணம், மாடம் போன்ற இடங்களிலும் சிற்பங்கள் இடம்

கோபுரம் - உட்புறக் கட்டுமான அமைப்பு

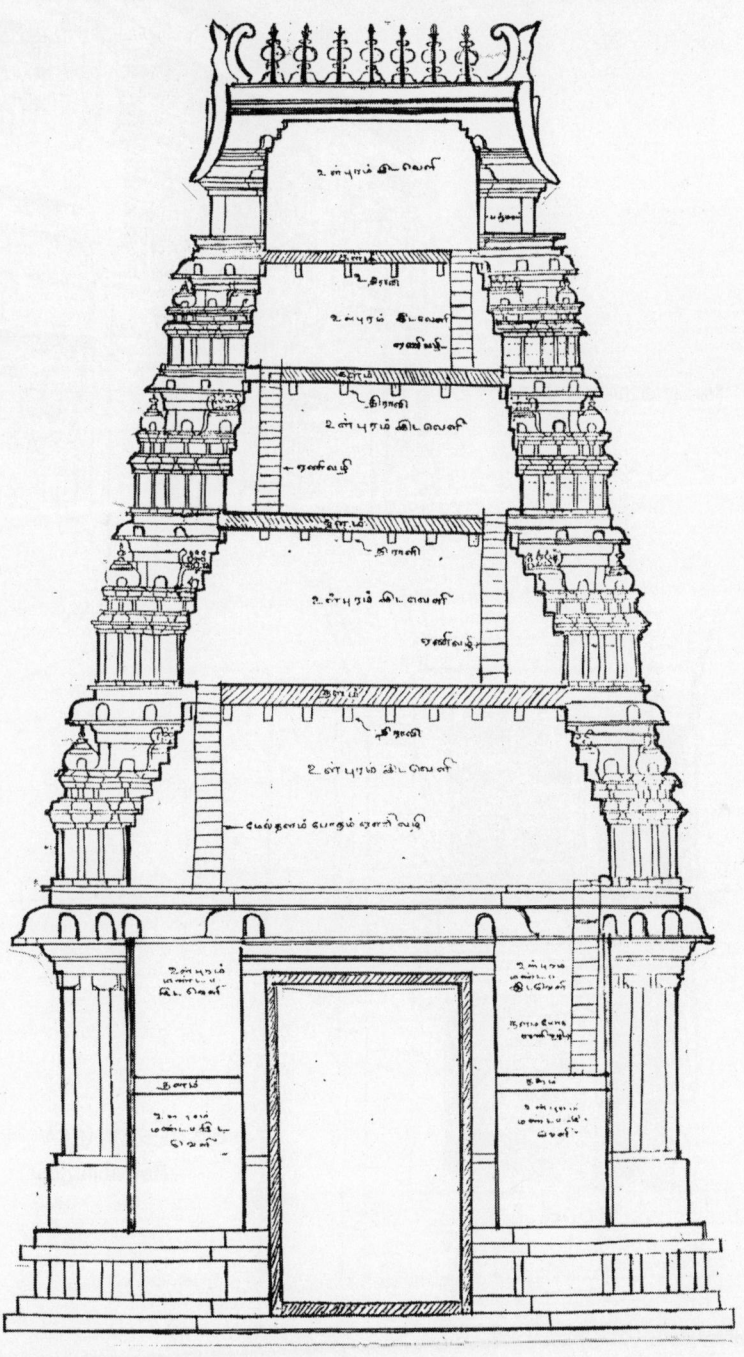

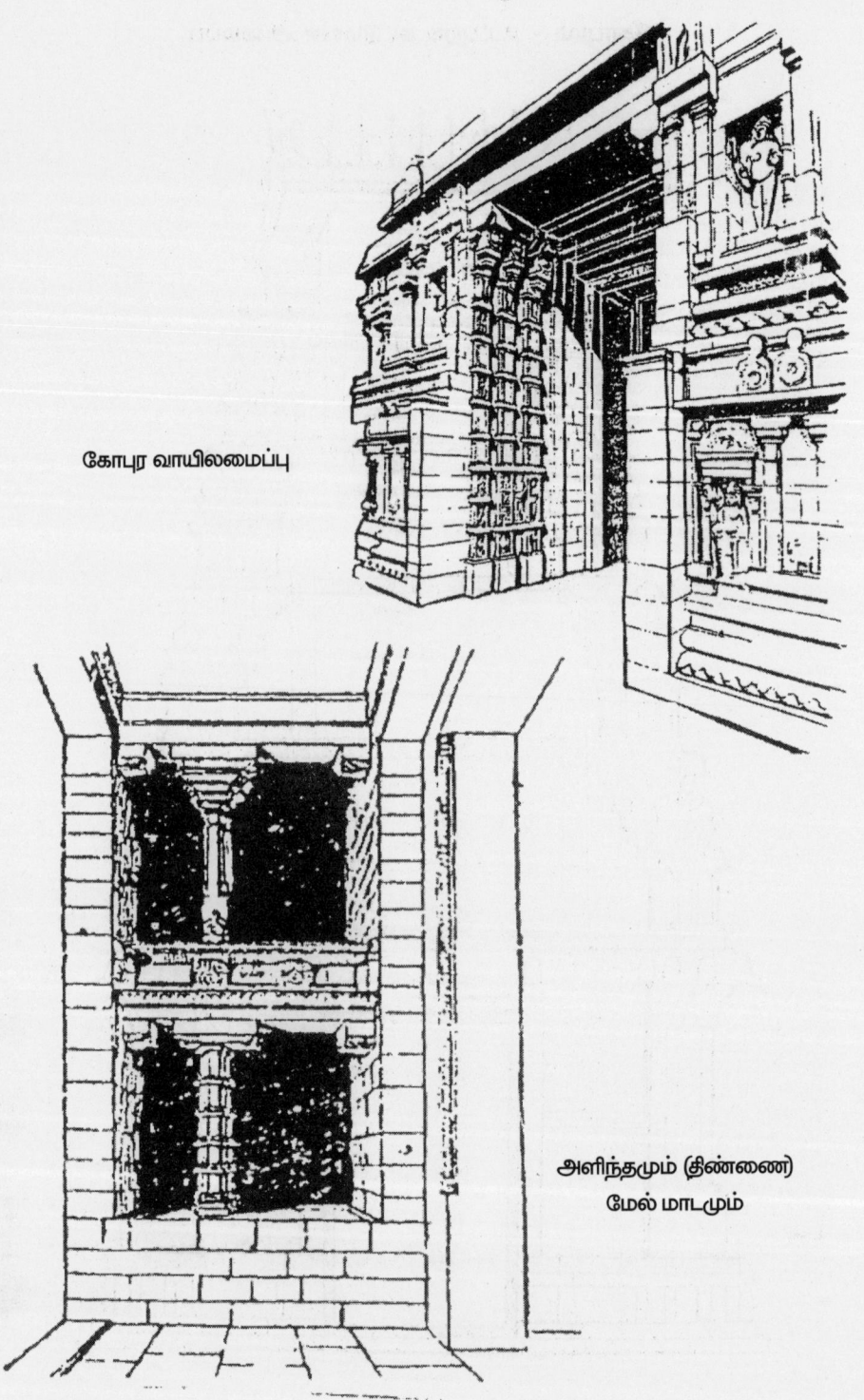

கோபுர வாயிலமைப்பு

அளிந்தமும் (திண்ணை) மேல் மாடமும்

கோபுர உட்புறக் கட்டுமானம் – திருப்பாலைத்துறை

கோபுர கட்டுமானம் (உட்புறம்) - படியமைப்பு
திருப்பாலைத்துறை

தளத்திற்கான மர உத்திரம்

பெறுமாறு செய்வர். ஒவ்வொரு மேல் நிலைகளிலும் சாலை கூடு ஆகியவைகளுடன் சுதைச் சிற்பங்களும் இடம் பெற்றிருக்கும். மிருத்சம்ஹிரகம் எனும் தலைப்பில் சிற்ப ஆகம நூல்கள் மண் மற்றும் கதைகளால் செய்யப்பெறும் உருவங்கள் பற்றியும், அவைகளுக்குத் தீட்டப்பெறும் வண்ணங்கள் (லேகா) பற்றியும் மிக விரிவாகக் கூறுகின்றன.[22]

கோபுர லக்ஷணம்

மயமதம், காசியபம், மானசாரம் போன்ற நூல்களும், ஆகமங்களில் உள்ள கோபுரலக்ஷணம் எனும் பகுதியும் கோபுரங்களின் வகைபாடுகள் பற்றி விவரிக்கின்றன.

1. துவார சோபை
2. துவார சாலை
3. துவார பிராஸாதம்
4. துவார ஹர்மியம்
5. துவார கோபுரம் (மஹாகோபுரம்)

என ஐந்து வகையான கோபுர அமைப்புகளைத் துவார சோபாதி பஞ்சகம் எனக் குறிப்பிடுகின்றன.

முதற் திருச்சுற்றின் மதிலில் (சாலம்) மூன்று தளங்கள் வரை அமைவது துவார சோபை என்பதாகும். இரண்டாம் திருச்சுற்று மதிலில் இரண்டு முதல் நான்கு தளங்கள் வரை அமையும் கோபுரம் துவார சாலை என்பதாகும். மூன்றாம் திருச்சுற்று மதிலில் மூன்று முதல் ஐந்து தளங்கள் வரை அமையும் கோபுரம் துவார பிராஸாதம் என அழைக்கப்பெறும். நான்காம் திருச்சுற்றில் ஐந்து முதல் ஏழு தளங்கள் வரை விளங்குவது துவார ஹர்மியம் என்றும், ஐந்தாம் திருச்சுற்றில் ஐந்து முதல் ஏழு நிலைகளுடன் திகழும் கோபுரம் மஹாகோபுரம் என்றும் கூறப்பெற்றுள்ளன. இவ்வைந்து வகை கோபுரங்களின் தளங்களின் எண்ணிக்கையைத் தேவைக்கேற்பக் கூட்டிக்கொள்ளலாம் என்றும் நூல்கள் உரைக்கின்றன.

தொடக்க காலத்தில் ஒரே திருச்சுற்றில் மதிலோடு கோபுரம் எடுக்கும் மரபு காலப்போக்கில் இரண்டு முதல் ஐந்து திருச்சுற்றுகள் எனக்கூடி இறுதியில் ஏழு எட்டு திருச்சுற்றுகளுடன், அவற்றின் நான்கு திக்குகளிலும் கோபுரங்கள் கட்டப்பெறுகின்ற ஒரு வளர்ச்சி நிலையை எய்தியது. இத்தகைய முழுவளர்ச்சி நிலையைத் திருவரங்கம் திருக்கோயிலில் காண இயலுகின்றது.

கோபுர வகைபாடுகள்

கோபுரங்களின் அலங்காரங்களை அடிப்படையாக வைத்து பதினைந்து வகையான கோபுரங்களை மயமதமும் காசியபமும் கூறுகின்றன.[23]

1. ஸ்ரீகரம்
2. ரதிகாந்தம்
3. காந்த விஜயம்
4. விஜய விலாசம்
5. விசாலாலயம்
6. விப்ரதீகாந்தம்
7. ஸ்ரீகாந்தம்
8. ஸ்ரீகேசம்
9. கேசவிசாலம்
10. ஸ்வஸ்திகம்
11. திசாஸ்வஸ்திகம்
12. மத்தளம்
13. மாத்ரா காண்டம்
14. ஸ்ரீவிசாலம்
15. சதுர்முகம்

இவற்றிற்கான அளவுகள் மற்றும் சாலாகாரம், ஸபாகாரம், மாலிகாகாரம் ஆகியவற்றள் ஏதோ ஒன்றின் அலங்காரம் அமைத்தல் ஆகியவை பற்றி இவ்விரு நூல்களும் விவரிக்கின்றன.

கட்டடக்கலை மற்றும் சிற்ப ஆகம நூல்கள் தெய்வமுறையும் கோயில் கோபுரங்களுக்கும், மன்னனுறையும் அரண்மனைக் கோபுரங்களுக்கும் நிலத்தேர்வில் தொடங்கிப் புனிதப்படுத்துதல், பதவிந்யாசம், ஆத்யேஷ்டகம், கர்பநியாசம் கட்டுமானம், மூர்தியேஷ்டகம், கலச ஸ்தாபனம், கடவுண் மங்கலம், நித்ய பூஜை, உத்சவகால வழிபாடு எனப் பல்வேறு நிகழ்வுகளுக்கான வரையறைகளைத் தெளிவாகக் கூறுகின்றன.

நிலத் தேர்வும் தூய்மையும்

கட்டடம் கட்டத் தேர்வு செய்யப் பெற்ற பூமியை பூபரிகிரஹம் செய்வது முதற் பணியாகும். அந்நிலத்தை எருதுகள் பூட்டப் பெற்ற கலப்பை கொண்டு உழுது கோமயம் கலந்த விதைகளை அங்கு விதைக்க வேண்டும். அந்த விதைகள் முளைத்து நிலம் பசுமையாக இருக்கும்போது அங்கு காளைகளுடனும், கன்றுகளுடனும் கூடிய பசுக்களை வசிக்கும்படி செய்ய வேண்டும். பசுக்களினால் சஞ்சரிக்கப்பட்டு, அவைகளின் காலடிகள் பட்டதும், அவைகளால் முகர்ந்து பார்க்கப்பட்டதுமான பூமியானது பரம பவித்ரமாகி பூஜிக்கத் தக்கதாகிறது.

பசுக்களுடன் கூடும் விருஷபங்களின் கர்ஜனை ஒலியினால் அந்த பூமியிலிருந்த தோஷங்கள் அனைத்தும் நீங்குகின்றன. கன்றுகளின் வாயிலிருந்து சிந்திய நுரையினாலும், பசுக்களின் பால் பெருக்கினாலும் அந்த பூமியானது சுத்தமாக்கப்படுகின்றது.

ஐந்து வகையான கோபுரங்கள்

(துவார சோபாதி பஞ்சகம்)

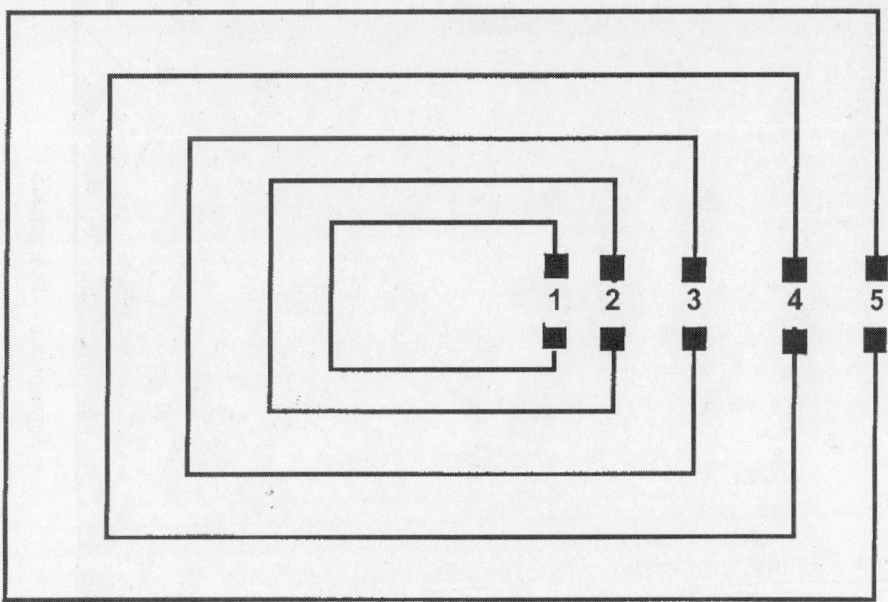

1. துவார சோபை
2. துவார சாலை
3. துவார பிராஸாதம்
4. துவார ஹர்மியம்
5. துவார கோபுரம் (மஹா கோபுரம்)

திருவரங்கம் - கோபுரங்கள்

நன்றி : பெர்சிபுரவுன்

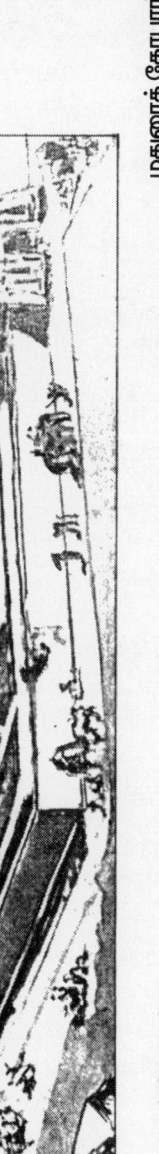

மதுரைக் கோபுரங்கள்

ஓவியம் – ஆங்கிலேயர் ஆட்சிக்காலம்

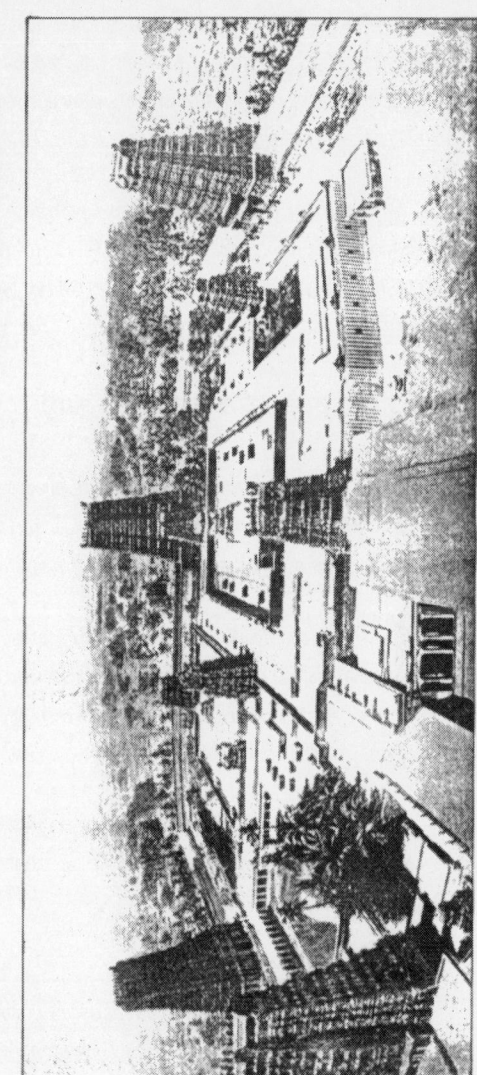

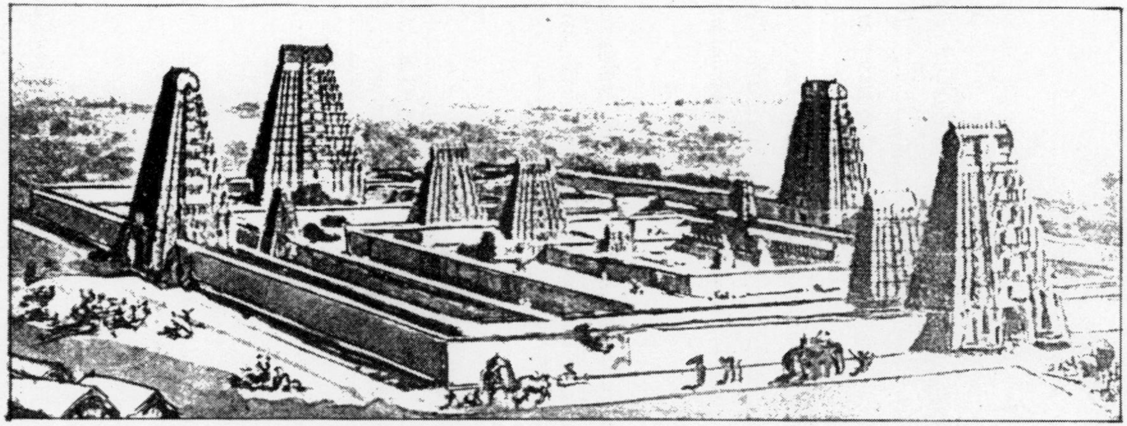

ஒளிப்படம் – அண்மைக் காலம்

பசுக்களின் மூத்திரத்தால் நனைந்தும் அவைகளின் சாணத்தினால் மெழுகப்பட்டும், அவைகளின் அசைவினாலே மணம் பெற்றும் விளங்குகின்ற அந்த பூமியானது, அவைகளின் குளம்படிகளினாலே கௌதுக பந்தனம் (காப்புக் கட்டப் பட்டதாகிறது) செய்யப் பட்டதாகிறது.

இவ்வாறு பசுக்களினால் புனிதம் பெற்ற நிலத்தில் புனித நதிகளின் நீரைத் தெளித்து மேலும் புனிதப்படுத்திய பிறகே கட்டுமானத்திற்குரிய பணிகளைத் தொடங்க வேண்டும் என்று மயமதம் உள்ளிட்ட அனைத்து நூல்களும் கூறுகின்றன.

திசை குறித்தல் (திக் பரிச்சேதம்)

கோபுரவாயில்கள் சரியான திசைகளிலே இருத்தல் வேண்டும்.குறிப்பாகக் கிழக்குக் கோபுரம் மிகத் துல்லியமான கீழ்த் திசைக்கோட்டில் அமைதல் வேண்டும். இதற்கென திசை (திக்நிர்ணய) விதிகளை நூல்கள் மிகச் சிறப்பாகக் கூறுகின்றன.

சூரிய கதியின் அடிப்படையில் கிழக்கு, மேற்கு ஆகிய திசைகளைக் குறித்தல் வேண்டும். மூலமூர்த்தியின் பார்வையும், கோபுரவாயில்களும் சரியான திசை நோக்கி அமையத் திசைக்காணும் (திக் பரிசேதம்) எனும் முறையை மயமதமும், காசியபமும் எடுத்துக் கூறுகின்றன.[25]

ஈராயிரம் ஆண்டுகளுக்கு முன்னரே தமிழகத்தில் எவ்வாறு சரியான திசைகளை மனைகளுக்கு வகுத்து அரண்மனை வாயில்களை எடுத்தனர் என்பதை நெடுநல்வாடை,[26] விவரிக்கின்றது.

> ".. மாதிரம்
> விரிகதிர் பரப்பிய வியல்வாய் மண்டில
> மிருகோற் குறிநிலை வழுக்காது குடக்கேர்
> பொருதிறஞ் சாரா வரைநா ளமயத்து
> நூலறி புலவர் நுண்ணிதிற் கயிறிட்டுத்
> தே எங்கொண்டு தெய்வ நோக்கிப்
> பெரும் பெயர் மன்னர்க் கொப்ப மனைவகுத்
> தொருங்குடன் வளைஇ யோங்கு நிலை வரைப்பிற்" (நெடுநல்.72, 79)

என்ற பாடலடிகளுக்கு நச்சினார்க்கினியர்,

"திசைகளிலே விரிந்த கிரணங்களைப் பரப்பின அகன்ற இடத்தையுடைய ஞாயிறு மேற்றிசைக் கட் சேறற் கெழுந்து, இரண்டிடத்து நாட்டின் இரண்டு கோலிடத்துஞ் சாயா நிழலால் தரைபோக ஓடுகின்ற நிலையைக் குறித்துக் கொள்ளுந் தன்மை தப்பாதபடி தான் ஒரு பக்கத்தைச் சாரப் போகாத சித்திரை

திங்களின் நடுவிற் பத்தினின்ற யாதோர்நாளிற் பதினைந்தா நாழிகையிலே அங்குரார்ப்பணம் பண்ணி, சிற்பநூலை அறிந்த தச்சர் கூரிதாக நூலை நேரே பிடித்துத் திசைகளைக் குறித்துக்கொண்டு அத்திசைகளில் நிற்குந் தெய்வங்களையும் குறைவறப் பார்த்துப் பெரிய பெயரினையுடைய அரசர்க்கொப்ப மனைகளையும் வாயில்களையும் கூறுபடுத்தி'' என்று உரை கூறியுள்ளார்.[27]

மயமதம் சங்குவைக் கொண்டு (நடப்படும் கோல்) திக்கு (திசை) வகுக்கும் முறையைப் பின் வருமாறு கூறுகின்றது.[28]

"உத்தராயணம் ஆறுமாதங்களுக்குள், யாதாமொரு மாதத்தில் சுக்லபக்ஷத்தில், சுபகிருஹங்கள் அஸ்தமனம் அடையாத காலத்தில், சுக்லபக்ஷத்தில் சுபநட்சத்திரத்தில் சூரிய மண்டலம் நிர்மலாக இருக்கும்போது தனக்காக கிரஹிக்கப்பட்டிருக்கிற வாஸ்துவின் மத்தியில், பூமியை ஸமப்படுத்தி, ஒருகோல் சதுரத்திற்கு அந்த பூமியில் ஜலத்தைத் தெளித்து அதை சமபூமியாகச் செய்ய வேண்டும். அந்த பூமியின் நடுவில் சங்குவை நடவேண்டும்.

(சங்குஸ்தாபனம் செய்யப்படும் பூமியில் சங்குஸ்தாபனம் செய்யப்படுமுன்) பூமியின் நடுவில் சங்குவின் அளவைப் போல இரண்டு பங்கு அகலமுள்ள மண்டலத்தைக் கல்பிக்க வேண்டும். பூர்வாஹ்ணத்திலும், அமராஹ்ணத்திலும் (காலையிலும், மாலையிலும்) சங்குவின் நிழலானது அந்த மண்டலத்தைத் தொடும்போது இரண்டு பக்கங்களிலும் இரண்டு பிந்துக்களை (புள்ளிகளை) கல்பிக்க வேண்டும். அந்த இரண்டு பிந்துக்களையும் ஒன்று சேர்த்து ஸூத்திரத்தைக் கல்பிக்க வேண்டும். இது கிழக்கு மேற்கு திக்குகளாகும்.

இந்த இரண்டு பிந்துக்களின் மத்தியில் சுழன்று வரக்கூடிய முகம், புச்சங்களையுடைய மீன் வடிவத்தைக் கல்பித்துக் கொண்டு அதை தெற்கு வடக்காக வைத்து இரண்டு பக்கங்களிலும் இருபுள்ளிகளை வைத்து அவ்விரண்டு புள்ளிகளையும் ஸூத்திரங்கொண்டு ஒன்று சேர்க்கவேண்டும். இவ்விதமாக இரண்டு ஸூத்திரங்களைக் கல்பித்துக் கொள்ள வேண்டும்.

இவ்வாறு திசைகளை வகுத்த பின்பு பல்வேறு கணக்கீடுகள் அடிப்படையில் துல்லியமான திசைக்கோட்டினை அந்த நிலத்தில் குறிப்பது குறித்தும் விவரிக்கின்றது. சித்திரை மாதம் முதல் பங்குனி வரை எவ்வாறு சரியான திசை வகுப்பது என்பது பற்றி மிக விரிவாக மயமதம் கூறுகின்றது.

சூரிய கதியினை மையமாகக் கொண்டு சித்திரை மாதம் மட்டுமின்றி பனிரெண்டு மாதங்களிலும் சரியான திக்கினை வகுப்பது பற்றி மயமதம் கூறுவது என்பது தமிழ் மக்களின் பண்டைய வானவியல் அறிவுத்திறத்தின் வெளிப்பாடே எனலாம். கோபுரக் கட்டுமானக் கலையில் சரியான திக்கில் வாயில் அமைக்கும் தொழில் நுட்பத்திற்குச் சான்றாக விளங்குபவை நெடுநல்வாடை எனும் சங்க இலக்கியமும், மயமதம்,காசியபம் போன்ற நூல்களும் ஆகும்.

பதவிந்யாசம்

தெரிவு செய்யப்பெற்ற நிலத்தில் திசைகளைக் குறித்த பின்பு கோயில் அமைப்பதற்காக மனையைச் (பதத்தினை) சதுரம் அல்லது செவ்வகமாக அமைத்து, அதனுள் சிறிய சிறிய சதுரங்களாகக் கூறிடுவதே பதவிந்யாசம் என்பதாகும். பதங்கள் அடிப்படையில் தான் கோபுரம், விமானம், மண்டபங்கள், பரிவாராலயங்கள் ஆகிய அனைத்தும் வகுக்கப்பெறும். மயமதம் முப்பத்திரண்டு வகையான பதங்களைப் பற்றி விரிவாகக் கூறுகின்றது.[29] பதவிந்யாசம் செய்வது, பததேவதைகளை ஆவாகனம் செய்தல் ஆகியவை பற்றி ஆகம நூல்கள் விரிவாகப் பேசுகின்றன.

வாஸ்த்து புருஷ வழிபாடு

கோள்நிலை அறிந்த கணியர்கள் குறிக்கும் நல்லோரையில் வாஸ்த்து சாந்தி எனும் வழிபாடு நிகழ்த்தப் பெறும். பின்பே கால் கோள் நிகழும். கடைக்கால் தோண்டி, மணல் நிரப்பி,நீர் இட்டு வலுப்படுத்திய பின்பே பூமி மட்டத்திற்குக் கீழ் உள்ள கட்டடப் பகுதியினை அமைப்பர்.

பிரதமேஷ்டிகை

கல்ஹாரத்துடன் உள்ள கோபுரமானால் சிலையாலும்(கருங்கல்), செங்கற்கட்டுமானால் இஷ்டகாவாலும் (செங்கல்) முதற் கட்டுமானம் தொடங்கப்பெற வேண்டும். நான்கு கற்களை எடுத்துப் புனித நீராட்டி, தெய்வப்படுத்தி, ஹோமங்கள் செய்து ஆத்யேஷ்டக விதிகளின் படி கலசஸ்தாபனம் செய்து, நிர்மாண கோபுரத்தின் வலதுபுற நிலைக்கால் அமைக்கப்படும் இடத்திற்குக் கீழாக, கிழக்கு,மேற்கு, தெற்கு, வடக்கு, ஆகிய நான்கு திசைகளையும் நோக்கும் வண்ணம் வைக்க வேண்டும். அதன் பிறகே கற்களை இணைத்துக் கட்டுமானம் தொடங்கப்பெறும். உபபீடம், அதிஷ்டானம், பித்தி போன்ற அங்கங்களுடன் கோபுரக் கட்டுமானம் நிகழும் போது துவார வாயிலில் ஸ்தம்பம் எனும் நிலைக்கால் வைப்பதற்கு முன்பு கர்பநியாஸம் செய்யவேண்டுவது அவசியமான ஒன்றாக நூல்களில் கூறப்பெறுகின்றது.[30]

கர்ப்ப நியாசம்

திருக்கோயில்களில் பிராசாதம் (கருவறை), மண்டபம், கோபுரம், பரிவார தேவதைகளின் ஆலயம் ஆகியவற்றில் கர்ப்ப நியாசம் செய்யவேண்டும் என்று காஸ்யபம் வலியுறுத்துகின்றது. எங்கு ஆத்தியேஷ்டகை (முதற்கல்) வைக்கப் பெறுகின்றதோ அங்கேயே கர்ப்ப பாஜனத்தை வைக்க வேண்டும் என்றும் கூறுகின்றது. கர்ப்பபாஜனம் என்பது தங்கம், வெள்ளி, தாமிரம் இவைகளால் செய்யப்பட்ட பெட்டி அல்லது பாத்திரமாகும். கர்ப்பபாஜனத்தின் அளவுகள் பற்றி நூல்கள் விரிவாகக் கூறுகின்றன.[31]

மூலமந்திரங்கள் எழுதப்பட்ட தகட்டின் மேல் வைரம், முத்து, இந்திர நீலம், ஸ்படிகம், சங்கம், புஸ்பராகம், சூர்ய காந்தம், விடூரகம், ஸ்வர்ணம் ஆகிய மணிகளை இடவேண்டும்.பின்பு வெள்ளியினால் கபாலம், வெண்கலத்தால் பினாகம், ஈயத்தால் பரசு, தராவால் மான், இரும்பால் சூலம்,தங்கத்தால் விருஷபம் ஆகியவற்றைச் செய்து வைத்து ஜாதிலிங்கம், அஞ்சனக்கல், கைளிகம், ஸௌராஷ்டிரம் ஆகியவற்றோடு கோரோசனை, நிலதாரம் ஆகியவற்றையும் வைத்து யவை, நீவாரம், சம்பாநெல், எள்ளு, கடுகு, பயறு, உளுந்து ஆகிய ஏழுதானியங்களையும் கர்ப்பபாஜனத்தில் நிரப்பி அதனை மூடிவிட வேண்டும்.கர்ப்பாத்திரம் வைக்கப்பட வேண்டிய இடத்தில் மிருத்து, இலைகள் (புனிதமண், புனித தளிர்கள்) ஆகியவற்றை இட்டுப் பசுவின் பாலால் சுத்தி செய்ய வேண்டும். நூல்கள் கூறுகின்ற குறிப்பிட்ட நாளில் சூர்யோதய முகூர்த்த ஹோரையில் மிருத்,கிழங்குகள் வைத்து நாட்டியம்,பாடல், வேதகோஷம் ஆகியவற்றோடு கர்ப்பபாத்திரத்தை வைத்து ஸ்தாபனம் செய்ய வேண்டும்.அதற்கு மேல் கருங்கல் அல்லது செங்கல் கொண்டு சுதையாலே நன்கு திடமாக உறுதி செய்ய வேண்டும் என்று சிற்ப ஆகம நூல்கள் கூறுகின்றன.

மூர்தேஷ்டகம் (மூடுகல்)

சிகரத்தின் உயரத்தில் பாதியளவில் மகா நாசியின் முடிவில் வைக்கப்படும் கல்லே மூர்தேஷ்டகை என்பதாகும். கோபுரத்தின் உட்பகுதி (உட்கூடு) எங்கு பூர்த்தியடைகிறதோ அந்த இடம் மூர்த்தேஷ்டகை வைக்கத் தகுந்த இடமாகும். கட்டுமானம் செங்கல்லாக இருந்தால் செங்கல்லாலும், கருங்கல்லாக இருந்தால் சிலாவாலும் மூர்த்தேஷ்டகாநியாசம் செய்யப் படவேண்டும்.

இஷ்டகைகளைக் கோபுர உச்சித் துவாரத்தின் மேல் வைத்து அதன்மேல் நவரத்தினங்கள் ரசபதார்த்தங்கள், உபரசங்கள், விதைகள் (தான்யங்கள்) ஔஷதாதிகள் ஆகியவற்றைப் பரப்பி அதன்மேல் மரம் அல்லது உலோகத்தால் செய்யப்பட்ட ஸ்தூபி தண்டத்தை நிர்மாணம் செய்ய வேண்டும். மூர்த்தேஷ்டகைகள், தண்டம் ஆகியவற்றில் பிரம்மா, விஷ்ணு,ருத்திரன், ஈஸ்வரன் ஆகிய அதிதேவதைகளை நியாஸம் செய்து பின்பு அனைத்துப் பூஜைகளையும் செய்து நிவேதனம் சமர்ப்பிக்க வேண்டும்.

பிருதுவி ரூபமான இஷ்டகையைக் கிழக்குத் திசையில் வடக்கு நோக்கியும், நீர் வடிவான இஷ்டகையைத் தெற்குத் திசையில் கிழக்கு நோக்கியும், அக்னி ரூபமான இஷ்டகையை மேற்குத் திசையில் வடக்கு நோக்கியும், வாயு ரூபமான இஷ்டகையை வடக்கு திசையில் கிழக்கு நோக்கியும் வைக்க வேண்டும்.

இவ்வாறு வைக்கப்பெற்ற நான்கு இஷ்டகைகளின் மேலே மாணிக்கம், மரகதம், வைடூரியம், இந்திர நீலம்,முத்து, ஸ்படிகம்,பத்மராகம், பவழம் ஆகியவற்றை எட்டு திக்குகளிலும் வைக்க வேண்டும். ஈசான மந்திரத்தை ஜபித்துக்

கொண்டு அதற்கு மேல் ஸ்தூபித்தண்டத்தை வைத்து அசையாமல் சுதை கொண்டு உறுதியாக்க வேண்டும். பிறகு மீதமுள்ள சிகரத்தைக் கட்டுமானம் செய்து பின்பே ஸ்தூபி தண்டத்தின் மீது கலசத்தைப் பொருத்த வேண்டும். இவ்வாறு மூர்த்தேஷ்டகா நியாசம் பற்றி நூல்கள் விவரிக்கின்றன.[32]

சம்புரோக்ஷணம்

பூர்த்தி செய்யப்பட்ட கோபுரத்தில் பேய் பிசாசங்கள், பூத பிரேதங்கள் வந்து தங்கும் என்பதற்காக அவற்றைக்களைய முறைப்படி அக்நி காரியங்கள் செய்து கலசங்களில் ஆவாகிக்கப்பெற்ற புனித நீரால் திருக்குடங்களை (கலசங்களை) புரோக்ஷணம் செய்து (நன்னீராட்டி) கடவுண் மங்கலம் செய்வதே சம்புரோக்ஷணம் எனச் சிற்ப ஆகம நூல்கள் கூறுகின்றன.

நித்ய வழிபாடும் உத்சவகாலச் சிறப்புகளும்

கோஷ்டங்கள், துவார வாயில்களிலுள்ள தெய்வத் திருமேனிகளுக்கும், துவார பாலகர்களுக்கும் உபானம் முதல் சிகரம் வரை உள்ள கோபுர அங்கங்களுக்கும், அவற்றின் அதிதேவதைகளுக்கும் நித்ய பூஜையில் வழிபாடு உண்டு. அதுபோலவே உற்சவ காலங்களில் கோபுர தெய்வங்களுக்குச் சிறப்பு வழிபாடு நிகழ்த்தப்பெறும். மகாதுவாரம் வழியாக தெய்வத் திருமேனிகள் உலாப் போகும் போதும், திரும்ப வரும்போதும் துவாரத்தில் வழிபாடுகள் நிகழ்த்தப் பெறும். கும்பாபிஷேக காலங்களில் யாகசாலையில் கோபுரத்திற்கெனத் தனிக்குண்டம், கலச ஆவாகனம் ஆகியவை செய்யப்பெறும்.

இவ்வாறு பூமி சங்கிரகத்தில் தொடங்கித் திருக்குட நீராட்டு விழா நிறைவடைந்து, நித்ய வழிபாடுவரை கோபுரக் கட்டுமானமும், வழிபாட்டு நெறிகளும் ஒன்றோடொன்று பிணைந்தே காணப்பெறுகின்றன. சிற்ப ஆகம நூல்கள். சிற்பியின் திறமை, கர்த்தாவின் ஆக்கம், காலம் இவைகளின் அடிப்படையில் கோபுர வடிவமைப்புகளில் மாற்றங்களைக் காணமுடிகிறது.

2. காலந்தோறும் கட்டட அமைப்புப் பெற்ற மாற்றங்கள்

பல்லவர் காலம் - காஞ்சி கயிலாய நாதர் ஆலயக் கோபுரம்

தமிழகத்தில் ஈராயிரம் ஆண்டுகளுக்கு முன்பே நகரவாயில்களிலும் அரண்மனை வாயில்களிலும் பல நிலைகளையுடைய கோபுரங்கள் திகழ்ந்திருந்த போதும், அவையனைத்தும் செங்கற்கட்டுமானமாய் அமைந்திருந்து காலவெள்ளத்தில் சுவடின்றி அழிந்துவிட்டன.திருக்கோயில்களைப் பொறுத்தவரை பல்லவப் பேரரசன் இராஜசிம்மன் காலத்திலிருந்துதான் (கி.பி. 700-728) கோபுரக் கட்டுமானம் தொடக்கம் பெற்றுள்ளது. அவன் எடுப்பித்த மாமல்லைக் கடற்கரைக் கோயிலின் மேற்குத் திக்கில் எடுக்கப் பெற்றிருந்த கோபுரம் பிற்காலத்தில் அழிந்த போதும் இன்றும் அடித்தளக் கட்டுமானத்தைக் காண இயலுகின்றது. எஞ்சியுள்ள அடித்தளத்தைக் காணும் போது தனித்த நிலைக்கால்களுடன் இக்கோபுரம் உயரமுடையதாக எடுக்கப் பெற்றிருத்தல் வேண்டும் என ஊகிக்கலாம். அதே கோயிலின் கீழ்ப்புற வாயிலில் சிறிய அளவில் கோபுர வாயில் ஒன்று தற்போதும் திகழ்கின்றது. அது புற மதிலோடு இணைந்து காணப்பெறுவதால், தனித்தன்மையுடையதாக விளங்கவில்லை.

இராஜசிம்ம பல்லவனே எடுப்பித்த காஞ்சி கயிலாய நாதர் ஆலயத்தின் கிழக்கு மற்றும் மேற்கு வாயில்கள்தாம் தமிழகக் கோயிற்கலை வரலாற்றில் மிகத் தொன்மைச் சான்றுகளாக விளங்குகின்றன. தோரண வாயில் என்ற நிலையிலிருந்து கோபுரக் கட்டுமானம் என்ற மாறுதல் நிலைக்கு இவையே சிறந்த எடுத்துக் காட்டாக விளங்குபவையாகும். கோயிற் கோபுரக் கட்டுமானம் என்பதற்கு வித்திட்ட முதற்பேரரசன் அத்தியந்தகாமன் எனும் இராஜ சிம்ம பல்லவனேயாவான்.

உபானம், பத்மம், திரிபட்டகுமுதம், கண்டம், பத்மம், கம்பு, ஆகிய உறுப்புகளோடு அதிஷ்டானம் திகழ அதன் மேல் வேதிகையும்,பித்தி எனும் கால்,போதிகை, பிரஸ்தரம்,யாளம், மகர நாசிகளோடு சிகரம் ஆகிய உறுப்புகள் கயிலாசநாதர் ஆலயக் கிழக்குக் கோபுர வாயிலை அலங்கரிக்கின்றன. பித்தியிலுள்ள இருபக்கக் கால்களில் பல்லவச் சிற்பக்கலையின் சிறப்புக் கூறாகிய பாயும் சிம்ம உருவங்கள் இடம் பெற்றுள்ளன.

காஞ்சி கயிலாயநாதர் ஆலய வரைபடம்

ஒருநிலைக் கோபுரம்

காஞ்சி கயிலாயநாதர் ஆலய வரைபடம்

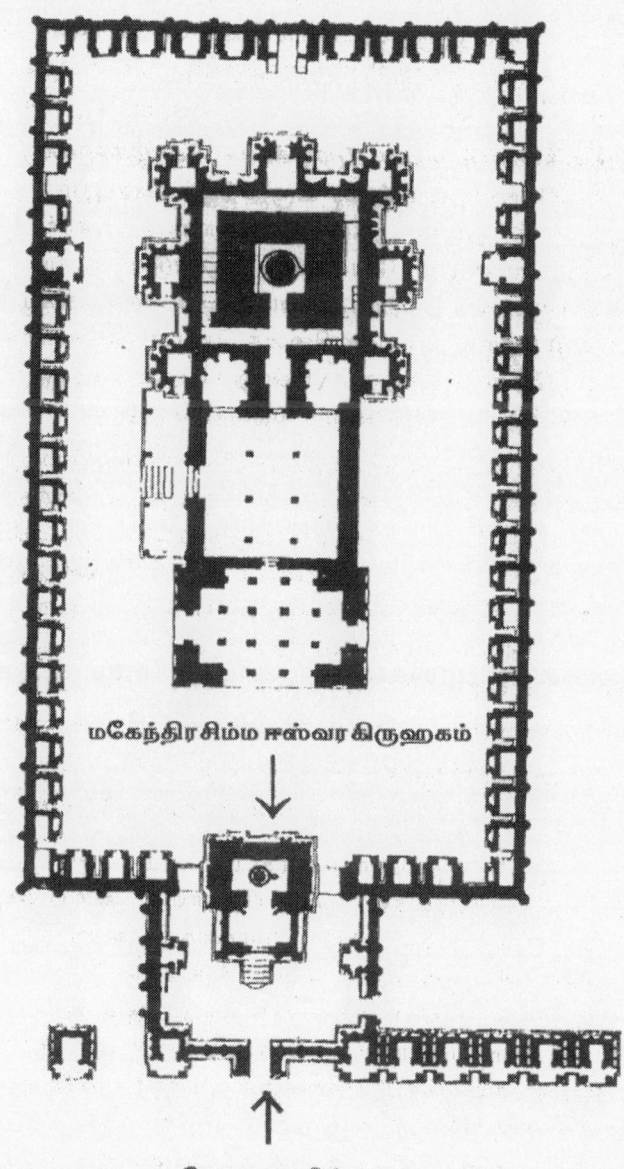

மகேந்திரசிம்ம ஈஸ்வர கிருஹகம்

கோபுர வாயில்

கட்டுமானம் செங்கல் இன்றி மணற்கல் எனும் ஒருவகை கல்லால் எடுக்கப்பெற்றுத் திகழ்கின்றது. கற்கள் சுண்ணாம்புச் சுதை கொண்டு இணைக்கப்பெற்றுள்ளன. சிகரப் பகுதியில் மேற்பூச்சு சுண்ணாம்பால் பூசப்பெற்று வண்ணம் தீட்டப் பெற்றிருந்துள்ளது. பின்னாளில் அது சிதைந்துள்ளது.

காஞ்சி கயிலாய நாதர் ஆலயத்துக் கோபுரம், அத்திருக்கோயிலின் அங்கங்களாகவுள்ள இராஜசிம்மேஸ்வரம் எனும் மூல ஆலயம்,அதற்கு முன்புள்ள மகேந்திரவர்மேஸ்வர கிருஹம் எனும் இரண்டு சிவாலயங்களுக்கும் உரிய கிழக்கு வாயிலாகும். இரு ஆலயங்களுமே ஒரே காலத்தில் கட்டப் பெற்றதென்றும் மூல ஆலயம் இராஜசிம்ம பல்லவன் பெயரால் இராஜசிம்மேஸ்வரம் என்றும், முன்னுள்ள மகேந்திர வர்மேஸ்வரகிருஹம் அவனது மகனான மூன்றாம் மகேந்திர பல்லவன் பெயராலும் அழைக்கப்பெறுகின்றன.[33]

கிழக்கு வாயிலாகத் திகழும் ஒரு தளக் கோபுரம் மகேந்திர சிம்மேஸ்வரத்திற்கே உரியதாகும்.

இக்கோபுரம் வழியே உள்ளே சென்று மகேந்திர சிம்மேஸ்வரத்தின் பின்புற மதிலில் உள்ள இருவாயில்கள் வழியேதான் இராஜ சிம்மேஸ்வரத்தின் திருச்சுற்றினை அடைய முடியும். மகேந்திர பல்லவ கிருஹத்தின் விமானம் இரு தள கோபுர வடிவிலேயே அமைந்திருப்பது குறிப்பிடத்தக்கதாகும். இராஜசிம்மேஸ்வரத்தின் பின்புற மதிலில் மேற்கு வாயிலாக ஒரு கோபுர அமைப்பு சிறிய அளவில் காணப்பெறுகின்றது.

மூன்று நிலைக்கோபுரங்கள் (முற்காலச் சோழர்காலம்)

கீழையூர் அவநிகந்தர்ப்ப ஈஸ்வர கிருஹத்துக் கோபுரம்

பழுவூரைத் தலை நகராகக் கொண்டு சேரர் வழிவந்த பழுவேட்டரையர் எனும் வேளிர்கள் ஆண்டுவந்தனர். சோழப் பேரரசர்களுக்குட்பட்ட சிற்றரசர்களாக அவர்கள் திகழ்ந்ததோடு சோழர்களோடு நெருங்கிய மணவினைத் தொடர்புடையவர்களாகவும் விளங்கினர். மேலைப் பழுவூர் மன்னு பெரும் பழுவூர் என்றும், கீழைப்பழுவூர் சிறு பழுவூர் எனவும் வழங்கப்பெற்றன.

பெரும் பழுவூரின் ஒரு பகுதியாக விளங்குவது கீழையூர் எனத் தற்போது அழைக்கப் பெறும் ஊராகும். இங்கு முதலாம் ஆதித்த சோழன் காலத்தில் (ஒன்பதாம் நூற்றாண்டில்) வாழ்ந்தவனான அவநிகந்தர்வன் எனும் பட்டம் பூண்ட மறவன் மானதனன் என்பான் இரண்டு எழிலார்ந்த கற்கோயில்களை ஒரே திருச்சுற்றுக்குள் எடுப்பித்தான். ஒரு கோயிலின் பெயர் வடவாயில் ஸ்ரீகோயில்,மற்றதன் பெயர் தென்வாயில் ஸ்ரீகோயில். இவற்றை முறையே அருணாசலேஸ்வரம், அகஸ்தீஸ்வரம் என அழைக்கின்றனர்.[34] அகஸ்தீஸ்வரத்திற்கு நேர் எதிரே ஒரே திருக்கோபுரத்துடன் திகழும் இக்கோயில் முழுவதையும் "அவநி கந்தர்வ ஈஸ்வர கிருஹம்" எனக் கல்வெட்டுக்கள் குறிப்பிடுகின்றன.[35]

முதலாம் ஆதித்த சோழன் (கி.பி.871-907) காலத்தில் எடுக்கப்பெற்ற கோபுரங்கள் பல பிற்காலத் திருப்பணிகளுக்கு இலக்காகியமையால் அக்காலத்திய கட்டுமானத் திறன் பற்றி முழுமையாக அறியசான்றுகள் குறைவாகவே உள்ளன. திருவாரூர்த் திருக்கோயிலின் முதற் திருச்சுற்றில் விளங்கும் கோபுரம் ஆதித்தன் காலத்தில் எடுக்கப்பெற்ற போதும், தற்போது கோஷ்ட சிற்பங்கள் தவிர மற்றவை முழுதும் திருத்தி அமைக்கப்பெற்றள்ளன. முற்காலச் சோழர்காலத்துக் கோபுர அமைப்பு பற்றி அறியப் பழுவேட்டரையர் படைத்த கீழையூர் கோபுரம் ஒன்றே சிறந்த சான்றாதாரமாக விளங்குகின்றது.

ஒரே திருச்சுற்றில் இரண்டு சிவாலயங்கள் திகழ்ந்தபோதும் அவநிகந்தர்வ ஈஸ்வரத்தின் பதம் சதுர அமைப்பாகவே உள்ளது. இதின் தென்பகுதியில் விளங்கும் அகஸ்தீஸ்வரத்தின் திருவாயிலாக மேற்குப்புற மதிலின் தென்பகுதியில் திருக்கோபுரம் அமைந்துள்ளது. பிரஸ்தரம் வரை கல்ஹாரமாகவும், அதற்கு மேலே

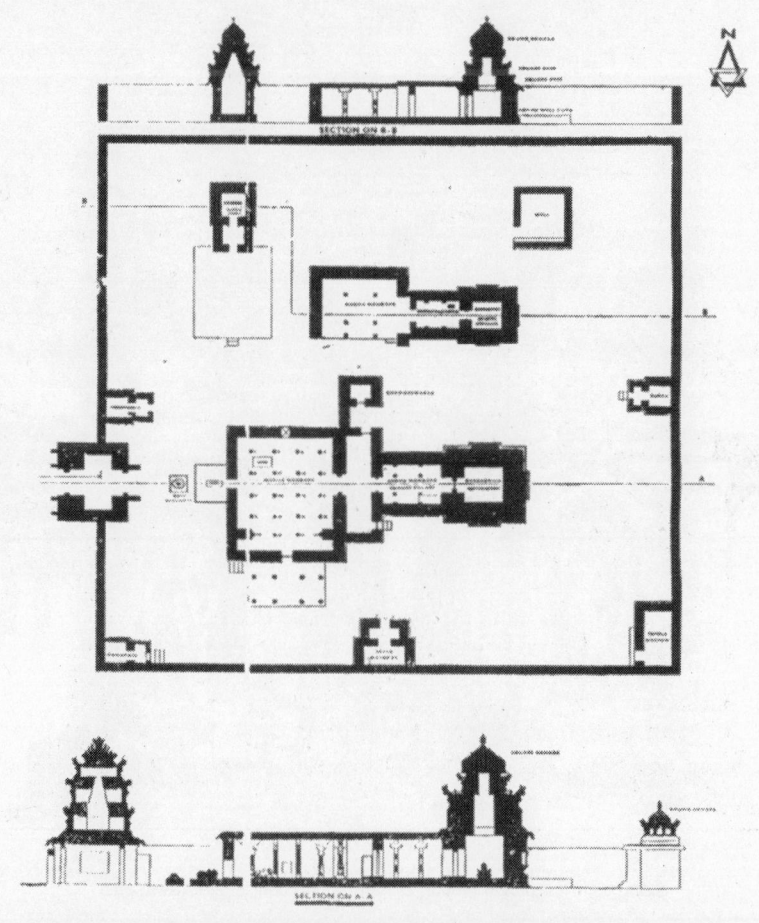

கீழையூர் (பழுவூர்) – கோயில் வரைபடம்

கீழையூர் (பழுவூர்) அவநிகந்தர்ப்ப ஈஸ்வரத்துக் கோபுரம்
(முற்காலச் சோழர்காலம்)

மூன்று தளங்களுடன் செங்கற் கட்டுமானமாய் இக்கோபுரம் திகழ்கின்றது. துவார வாயிலின் இருபுறமும் எழில்மிகு துவார பாலகர் சிற்பங்கள் உள்ளன. பிற்காலத்தில் துவாரபாலகர்களுக்கு முன்பாக வளைவு ஓட்டுடன் கூடிய சிறிய மண்டப அமைப்பினை ஏற்படுத்தியுள்ளனர்.

குறைந்த உயரமுடைய உபபீடத்தின் மேல் அதிஷ்டானம் அமைந்துள்ளது. குமுதம் போன்ற உறுப்புகளுடன் அதிஷ்டானம் திகழ்ந்தபோதும் காலவெள்ளத்தில் சிதைவுகளுக்கு இலக்காகி விளங்குகின்றது. பித்தியில் அமைந்துள்ள கால்களின் போதிகை பல்லவர் கால மரபை ஒட்டி அமைந்துள்ளது. பல்லவர்காலக் கட்டுமானப் பாணியிலிருந்து சோழர்காலக கட்டட அமைப்பிற்கு மாறும் காலக்கட்டடப் படைப்பிற்கு இக்கோபுரம் சிறந்த எடுத்துக் காட்டாகும். பிரஸ்தரத்திலுள்ள யாள வரிவரை கல்ஹாரமாக விளங்கினாலும், அதற்கு மேலுள்ள மூன்று தளங்கள், சிகரம், ஸ்தூபி உட்பட அனைத்தும் செங்கல், சுண்ணாம்புக்காரை கொண்டே கட்டப்பட்டுள்ளன. மூன்று அடுக்குகளின் துவாரங்களும் மூடப்பட்டேவுள்ளன. இது பிற்காலத்தில் நிகழ்ந்திருக்கலாம். கோபுரம் முழுவதும் பூசப் பெற்றிருந்த மெல்லிய காரைப் பூச்சு பிற்காலத்தில் முழுதுமாக உதிர்ந்து விட்டதால் செங்கற்கட்டுமானம் அப்படியே காட்சி தருகின்றது. உச்சிப்பகுதியில் ஒன்றின் கீழ் ஒன்றாக மூன்று வரிசை சாரத் துவாரங்கள் காணப் பறுவதால் பின்னாளில் திருப்பணிக்கான பூர்வ பணிகள் தொடங்கப்பெற்று முடிவு பெறாமலேயே இருந்திருக்க வேண்டும் என ஊசிக்க முடிகிறது.

துவாரவாயிலைக் கருங்கல் நிலைக்கால்களும் பழைய மரக்கதவங்களும் அலங்கரிக்கின்றன. கோபுரத்தின் வெளிப்புறம் திகழும் துவாரபாலகர் சிற்பங்கள் கோபுரம் எடுக்கப் பெற்ற காலத்திலேயே வடிக்கப் பெற்றவை என்பது குறிப்பிடத்தக்கதாகும்.

மூன்று ஐந்து நிலைக் கோபுரங்கள் (இடைக் காலச் சோழர் காலம்)

இராஜராஜசோழன் படைத்த கோபுரங்கள்

சோழப் பேரரசன் முதலாம் இராஜராஜனின் காலமே *(கி.பி.985-1014)* கோபுரக்கட்டடக்கலை வளர்ச்சியின் பொற்காலம் எனக் கூறலாம். இராஜராஜனின் காலத்தில் தொடங்கி கிருஷ்ணதேவராயர் காலம் வரை கோபுரக் கலை அடைந்த மாற்றங்கள்தான் தமிழகக் கட்டடக் கலை மரபுக்கு ஏற்றம் தந்தன. இம்மலர்ச்சிக்கு வித்திட்ட பெருந்தகை இராஜராஜனே என்பதில் இருவேறு கருத்துக்களுக்கு இடமே இல்லை. ஒரே வகையான கோபுர அமைதி என்றில்லாமல் பல்வேறு கோபுரக் கட்டடக் கலை நுணுக்கங்களை இம்மன்னன் அறிமுகம் செய்தான் என்பதற்குத் தஞ்சைப் பெருங்கோயிலே சான்றாக விளங்குகின்றது. தஞ்சையில் அவன் எடுப்பித்த மூன்று, ஐந்து நிலைக்கோபுரங்கள் பற்றியும் அவன் காலத்தில் அதே கோயிலில் மற்ற வாயில்கள் எவ்வாறு திகழ்ந்தன என்பது பற்றியும் இங்கு ஆராயப் பெறுகின்றது.

தஞ்சை இராஜராஜேச்சரத்துக் கோபுரங்கள்

தஞ்சைப்பெரிய கோயிலின் திருச்சுற்று மாளிகைக்கு ஐந்து வாயில்கள் உள்ளன. கிழக்கு வாயிலான இராஜராஜன் திருவாயில்[36] மூன்று நிலைகளையுடைய கருங்கற் கோபுரமாக (உபானம் முதல் சிகரம் வரை) விளங்குகின்றது. இக்கோபுரத்திற்குக் கிழக்காக ஐந்து நிலைகளோடு கூடிய கேரளாந்தகன் திருவாயில்[37] எனும் பெருங்கோபுரம் உள்ளது. திருச்சுற்று மாளிகையின் புறச்சுவரான திருமதிலில் தென்கிழக்கு மூலையில் திகழும் அக்நிதேவர் ஆலயத்தை அடுத்து ஒருவாயிலும், தென்மேற்கு மூலையில் திகழும் நிருதி ஆலயத்திற்கு அருகாக ஒரு வாயிலும் உள்ளன. மேற்குப் புற மதிலில் மிகச் சரியான மையத்தில் வருணதேவர் ஆலயத்தை ஒட்டி ஒருவாயிலும், வடபுறமதிலில் வாயுதேவர் ஆலயத்திற்குக் கிழக்காக அணுக்கன் திருவாயில் எனும் வாயிலும் உள்ளன.

பொதுவாகப் பெரும்பாலான திருக்கோயில்களின் திருமதில்களில் அமைந்துள்ள கோபுரவாயில்கள் அந்தந்தத் திசை மதில்களின் மையப் பகுதியில் மட்டுமே அமைந்திருக்கும் தஞ்சைப் பெரிய கோயிலைப் பொறுத்தவரை கிழக்கு மற்றும் மேற்கு வாயில்கள் மட்டுமே மதிலின் மையப் பகுதியில் அமைந்துள்ளன. தென்புற மதிலில் உள்ள இருவாயில்களும் வட புற மதிலில் ஒருவாயிலும் மதிலின் மையப் பகுதிகளில் அமையாமல் வெவ்வேறு இடங்களில் காணப்படுகின்றன. இங்கு வாயில்களின் அமைவிடம் மற்ற திருக்கோயில்களில் காணப்பெறுகின்ற முறையிலிருந்து மாறுபட்டுக் காணப்படுவதற்கான காரணங்களை இனிக்காணலாம்.

தற்போது நந்திமண்டபம் (ரிஷபக் கொட்டில்). பலிபீடம், துவஜஸ்தம்பம் ஆகியவை இரண்டாம் கோபுரமான இராஜராஜன் திருவாயிலுக்கு மேற்காகவும், மகாமண்டபத்திற்குக் கிழக்காகவும் அமைந்துள்ளன. தற்போது காணப்பெறும் பெரிய நந்தியும், நந்தி மண்டபமும் தஞ்சையை ஆட்சிசெய்த நாயக்க மன்னன் அச்சுதப்பன் காலத்தியப் படைப்புகளாகும். இவை போன்றே அம்மன் திருக்கோயில் பாண்டிய மன்னன் ஒருவனாலும், கந்தகோட்டம், மல்லப்ப நாயக்கர் மண்டபம், மூர்த்தி அம்மாள் மண்டபம் ஆகியவை செவ்வப்ப நாயக்கர் காலத்திலும், கணபதி ஆலயம் மராட்டியர் காலத்திலும் கட்டப் பெற்றவைகளாகும்.[39]

காஞ்சி கயிலாசநாதர் கோயில், தாராசுரம் ஐராவதேஸ்வரர் கோயில், திருபுவன வீரேச்சரம் ஆகிய திருக்கோயில்களின் பத அமைப்பு.கோயில் கட்டுமானம் ஆகியவற்றைத் தஞ்சைப் பெரிய கோயிலோடு ஒப்பிட்டு நோக்கும்போது இக்கோயிலுக்குரிய நந்தி மண்டபம், பலிபீடம் ஆகியவை பண்டு அக்கோயில் எடுக்கப்பெற்ற காலத்தில் இராஜராஜன் திருவாயிலுக்கும், கேரளாந்தகன் திருவாயிலுக்கும், இடைப்பட்ட பகுதியில்தான் இருந்திருத்தல் வேண்டும் என உறுதியாகக் கொள்ள முடிகிறது. முன்பு இவ்விடத்தில்

தஞ்சைப் பெரியகோயில் கோபுரங்கள்

கேரளாந்தகன் திருவாயில்

இராஜராஜன் திருவாயில்

தஞ்சைப் பெரியகோயில் அமைப்பு வரைபடம்

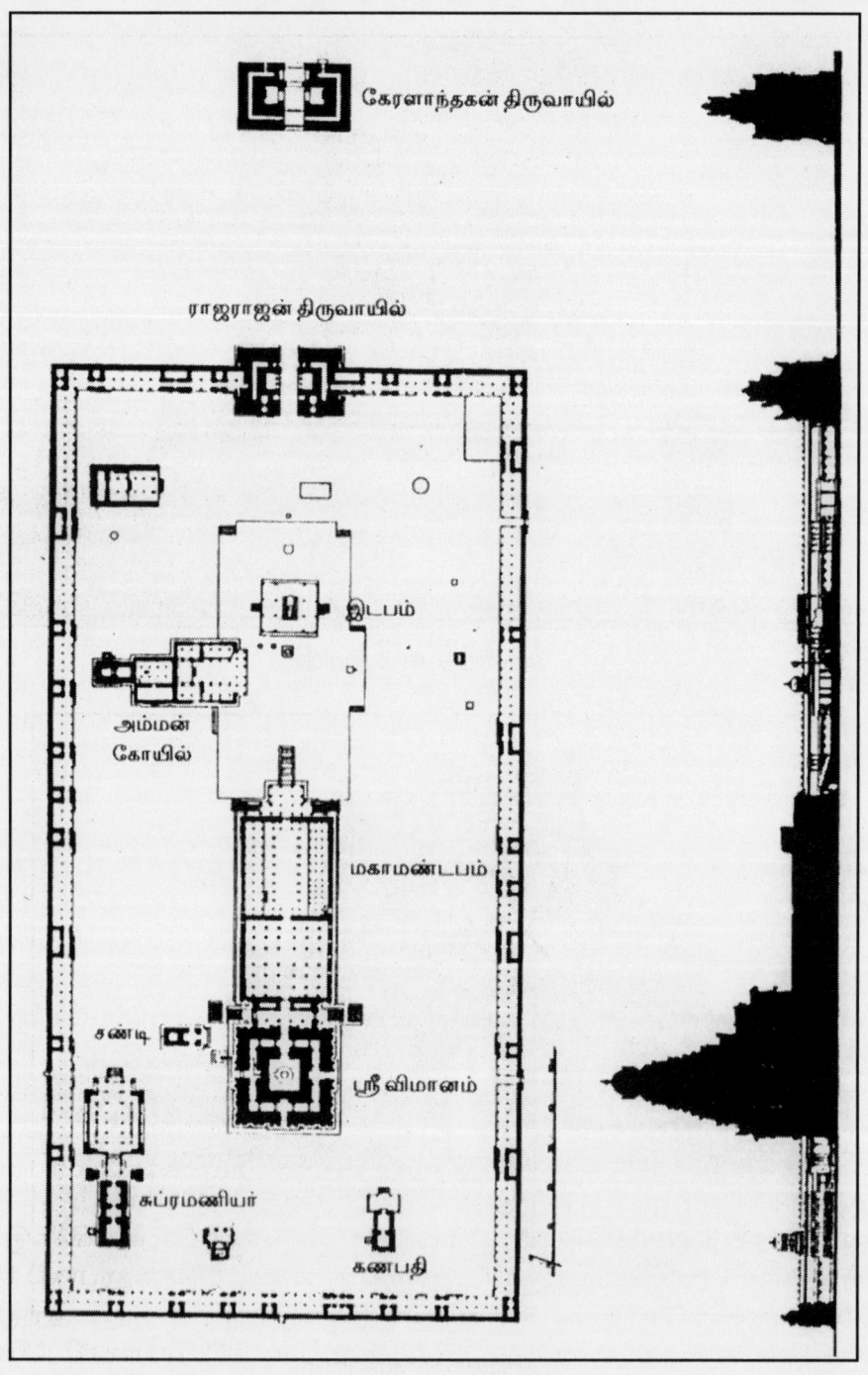

இடம் பெற்றிருந்த இராஜராஜேச்சரத்துச் சோழர்கால நந்தி தற்போது தென்புற திருச்சுற்று மாளிகையில் இடம் பெற்றுத் திகழ்கின்றது. இவற்றைத் தொகுத்து நோக்கும்போது இராஜராஜேச்சரத்தின் முதற் பிரகாரத்தில் சண்டீசர் ஆலயம் தவிர எந்த ஒரு கட்டுமானமும் இல்லாமல் இருந்தது என்பது உறுதியாகின்றது.

தஞ்சைப் பெரிய கோயிலின் பதத்தில் நீளவாக்கில் மிகச்சரியான இரு கூராக்கும் மையக்கோட்டினை இடும்போது அக்கோடானது கேரளாந்தகன் திருவாயிலின் மையம், இராஜராஜன் திருவாயிலின் மையம். இராஜராஜேஸ்வரமுடைய பரமசாமியான மகாலிங்கத்தின் மையம், சாந்தாரத்தின் மேற்குப் புறவாயிலின் மையம் ஆகியவற்றை மிகத் துல்லியமாக இணைக்கும் நேர்கோடாக விளங்குவதைக் காணமுடிகிறது.

அதுபோலவே நீள் செவ்வகப் பதத்தை இரு சம அளவுடைய பதமாக ஆக்கினால் இரண்டு சதுரபதங்கள் கிடைக்கும். அப்பதத்தின் தெற்கு வடக்கு மையங்களைக் கொண்டு அவற்றை ஒரு நேர் கோட்டால் இணைத்தால் அக்கோடு திருச்சுற்றின் தென்மேற்கு வாயிலின் மையம், சாந்தாரத்தின் தென்புறம் உள்ள ருத்ரமூர்த்தியின் பீடத்தின் மையம், லிங்கத்தின் மையம், சாந்தாரத்தின் வடபுறம் உள்ள மனோன்மனியின் பீடத்தின் மையம், அணுக்கன் வாயிலின் மையம் ஆகியவற்றை இணைக்கின்றது.

தென்புற மதிலில் அக்நிதேவர் ஆலயத்திற்கு அருகே காணப்படும் திருவாயிலின் மையம், வடபுற திருச்சுற்றிலிருந்த ஆடவல்லான் பீடத்தின் மையத்திற்கு மிகச் சரியான தெற்கு வடக்குக் கோட்டில் திகழ்கின்றது. எனவே இவ்வாயில்கள் அனைத்தும் குறிப்பிட்ட சில தெய்வ உருவங்களின் பார்வைக் கோட்டினை மையமாகக் கொண்டு அமைக்கப்பெற்றுள்ளன என்பது அளவீடுகளால் உறுதியாகின்றது.

திரு மூலட்டானத்தில் திகழும் இலிங்கத் திருமேனியின் நேர்கோட்டுப் பார்வையில் இராஜராஜன் திருவாயில், நந்தி, பலிபீடம், கேரளாந்தகன் திருவாயில் ஆகியவை உள்ளன. சாந்தாரத்திலுள்ள ருத்ரமூர்த்தியின் பார்வையில் தென்மேற்கு வாயிலும், சாந்தாரத்திலுள்ள சந்தியா நிருத்த மூர்த்தியின் பார்வையில் மேற்கு வாயிலும், மனோன்மனியின் பார்வையில் அணுக்கன் வாயிலும், திருச்சுற்று மாளிகையில், திகழ்ந்த ஆடவல்லான் பார்வையில் தென்கிழக்கு வாயிலும் துல்லியமாக வகுக்கப்பெற்றன என்பது அறிய முடிகிறது. குறிப்பாகச் சரியான மேற்கு திசையில் இருக்க வேண்டிய வருணன் ஆலயம் சற்று வடபுறம் தள்ளியும், கிழக்கில் கோபுரவாயிலை ஒட்டி இந்திர ஆலயமும் ஒதுங்கியே உள்ளன.

தஞ்சைக் கோயிலின் ஆறு வாயில்களும் (5 + 1) இராஜராஜேஸ்வரமுடைய பரமசுவாமி (மூலலிங்கம்) ருத்ரமூர்த்தி, சந்தியா நிருத்த மூர்த்தி, மனோன்மனி, ஆடல்வல்லான் ஆகிய தெய்வங்களின் பார்வைக்குரிய வாயில்களாகவே மகுடாகம அடிப்படையிலும் மகாசாயிகா பதவிந்யாச அடிப்படையிலும் வகுக்கப்பெற்றவை என்பதறிய முடிகிறது.

கேரளாந்தகன் திருவாயில்

கி.பி.ஆயிரமாவது ஆண்டு காலகட்டத்தில் தமிழகத்தில் விளங்கிய கோபுரங்களிலேயே மிகப்பெரிய கோபுரமாகத் திகழ்ந்தது தஞ்சைப் பெருங்கோயிலின் கிழக்குக்கோபுரமான கேரளாந்தகன் திருவாயிலே ஆகும். பின்னாளில் ஏழுநிலை, ஒன்பது நிலை, பதினொரு நிலை, பதின் மூன்று நிலைக் கோபுரங்கள் எடுக்கப்படுவதற்கு அடிப்படையாய் விளங்கியது இக்கோபுரமேயாகும்.

97' 2" நீளம், 55' 9" அகலம், 110' உயரத்துடன் இக்கோபுரம் அமைந்துள்ளது. உபபீடம், அதிஷ்டானம், வேதிகை, பித்தி, பிரஸ்தரம் என அமைந்து ஐந்து நிலைகளோடு விளங்குகின்றது. பித்தியில் நான்கு அரைச் செதுக்குருவத் தூண்களும், பக்கத்திற்கு இரண்டாக எட்டுக் கோஷ்டங்களும் தெய்வ உருவங்களின்றி உள்ளன. ஒவ்வொரு தளத்திலும் அகண்ட சாலைகள் சபாகாரமாக அமைந்து வாயில்களுடன் விளங்குகின்றன. கூடு, கோஷ்ட பஞ்சரம், கதை உருவங்கள் ஆகியவையும் இக்கோபுரத்திற்கு எழில் கூட்டுகின்றன. இரு மகாநாசிகளோடு சிகரம் ஏழு கலசங்களைப் பெற்றுத் திகழ்கின்றது. இதுபோன்று ஒவ்வொரு தளத்திலும் எட்டு சாலேகங்கள் (பலகணி) உள்ளன.

உபானத்திலிருந்து இரண்டாம் தளத்தின் பாதி சுவர் வரை கல்ஹாரமாகவும், அதற்கு மேலாகச் செங்கற் கட்டுமானமாகவும் உள்ளது. இரண்டாம் தளத்திற்கு மேலாக ஒவ்வொரு தளத்திற்கும் பயன்படுத்தப்பட்டிருந்த மரங்களைப் பிற்காலத்தில் அகற்றவே ஒவ்வொரு தளமும் சிதைந்து உட்கூடாகவே காணப்பெறுகின்றது.

மேல்நிலையில் இரு சிற்றாலயங்கள்

முதற்தளத்தின் வெளிப்புறம் தென் திசையிலும், வட திசையிலும் இரு சிற்றாலயங்கள் இடம் பெற்றுள்ளன. அவைகளுக்கெனச் சிறிய தோரண வாயில்களும் உள்ளன. தென்திசை சிற்றாலயத்தில் தட்சிணாமூர்த்தி உருவமும், வடதிசையில் பிரமன் உருவமும் உள்ளன. அத்திருமேனிகள் நித்ய வழிபாட்டில் அபிடேகத்திற்குட்பட்டவை என்பதால் அச்சிற்றாலயத்தில் அபிடேக நீர் வெளியேறும் நீர்த்தூம்புகளாகிய கோமுகங்களும் உள்ளன.

மிகப்பெரிய நிலைக்கால்கள்

கோபுர வாயிலை இரண்டு பெரிய நிலைக்கால்கள் உத்திரக்கவிகளோடு அலங்கரிக்கின்றன. 4' x 4' அளவில் 40 அடி உயரத்தில் இரண்டு நிலைக்கால்களும் அமைந்துள்ளன. நுழைவாயிலின் வழியாக உட்புகும்போது இருபுறமும் முதலில் ஒரு மாடம் போன்ற அமைப்பும், அடுத்து இரு பெரிய அறைகளும், அதனை அடுத்து இருபுறமும் உள்ளே செல்லக்கூடிய வழிகளும் உள்ளன. அவ்வழியே உள்ளே சென்றால் கீழ்ப் புறத்தில் (கோபுரத்தின் வெளிப்புறத்தில்) உள்ள வாயில்

வழி வெளியே வந்துவிடலாம். வெளிவாயிலை ஒட்டி பிற்காலத்தில் கோட்டை மதில் எடுக்கப்பெற்றுள்ளது.

சாந்தார அமைப்போடு இரண்டடுக்கு கட்டுமானம்

உபபீடத்திலிருந்து பிரஸ்தரம் வரை உட்பகுதியில் கட்டுமான அமைப்பு முறை புதுமையானதாகவும், மேல் தளங்களுக்கு மிகவும் வலுவூட்டும் வண்ணமும் அமைந்துள்ளது. மகாதுவாரம் எனும் வாயிற் பகுதியில் பக்க அறைகள் எவ்வாறு ஒன்றின் மேல் ஒன்றாக விளங்குகின்றவோ அவை போன்றே அடித்தளக் கட்டுமானமும் இரு அடுக்குடையதாகும். உட்சுவர், புறச்சுவர் இவைகளுக்கிடையே சாந்தாரம் எனும் சுற்று அறை ஆகியவை தரைமட்டத்திலும் மேல் நிலையிலும் உள்ளன. இவ்வகைச் சுற்று அறை அமைப்புகளுடன் கூடிய அடித்தள அமைப்பினைப் பிற்காலச் சோழர் கோபுரங்களிலோ, விஜய நகர அரசு காலத்துக் கோபுரங்களிலோ காண முடியாது. மிகத் தேர்ந்த கட்டுமான நுட்பக் கூறுகள் பலவற்றை இக்கட்டட அமைப்பில் காண முடிகின்றது.

தஞ்சைப் பெரிய கோயிலில் (இராஜராஜேஸ்வரம்) விமான (கருவறை) அடித்தளம் எவ்வாறு உள் நான்கு சுவர்கள், வெளி நான்கு சுவர்கள் அவைகளுக்கிடையே சாந்தாரம் எனும் சுற்று அறை என இரு அடுக்கு முறையில் விளங்குகின்றதோ அதுபோன்றே இக்கோபுரக் கட்டுமானமும் உள்ளது. இதனால் கோபுரத்தின் தாங்குதிறன் அதிகரிப்பதோடு அடித்தளத்தில் விரிசல் ஏற்பட்டு முழுக் கட்டுமானமும் சிதையும் நிலை முற்றிலுமாகத் தவிர்க்கப்படுகின்றது. இந்தக் கோபுரத்தின் கீழ்த் தளத்திலுள்ள சுற்று அறை கோயிலின் பிரதானக் கதவு மூடப்பட்டிருக்கும் போது பணியாளர்கள் உள்ளே செல்லும் வழியாகப் பயன்பட்டிருக்கிறது. இங்கு பக்கச்சுவர்களில் பலகணிகள் இல்லை. ஆனால் இரண்டாம் தளத்தில் உள்ள சுற்று அறையின் புறச்சுவர்களில் பலகணிகள் இருப்பதால் அங்கு வெளிச்சமும், காற்றோட்டமும் மிகுந்த அளவில் கிடைக்கின்றன.

முழுவதும் கருங்கற்கொண்டு இரு அடுக்கு முறையில் கட்டுமானமாகவே பிரஸ்தரதம் வரை கட்டப் பெற்றுள்ள இராஜராஜன் காலத்துத் தொழில் நுட்பம் பிற்காலச் சோழர்கள் அமைத்த கோபுரங்களில் கூடப் பின்பற்றப்படவில்லை. மாறாகப் புறச்சுவரினை மட்டும் கட்டுமானமாக அமைத்து விட்டு, உட்புறம் கரடுமுரடான கற்களையும் மணலையும் நிரப்பி மேற்தளங்களை அமைத்துள்ளனர். புறச்சுவரில் கட்டுமானம் விரிசல் கண்டு சுவர் சரியுமானால் உட்புறம் நிரப்பப் பெற்றுள்ள பொருள்களும் சரிந்து கோபுரம் இடிபாடுறும். இவ்வாறு தமிழகத்தில் பிற்காலக்கோபுரங்கள் பல அழிந்துள்ளன. உதாரணத்திற்குப் பழையாறை வடதளி கோபுரம் இத்தகைய கட்டுமானத்தால் இடிபாடுற்றுக் காணப் பெறுகின்றது. மிகச்சிறந்த கட்டுமான நுட்பத்தைத் தஞ்சைக் கோபுரத்தில் பயன் படுத்தியுள்ளதால் ஓராயிரம் ஆண்டைக் கடந்தாலும் அக்கோபுரம் ஒரு சிறு விரிசல் கூடக் காணாது அப்படியே உள்ளதைக் காண முடிகின்றது.

கேரளாந்தகன் திருவாயில் கட்டுமான அமைப்பு

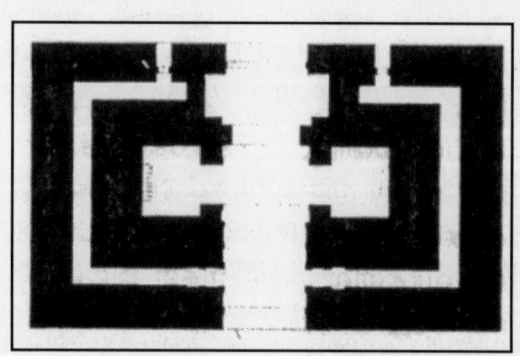

கேரளாந்தகன் திருவாயில் – தென்புறக் காட்சி

கேரளாந்தகன் திருவாயில் கட்டுமான அமைப்பு

பலகணிகள்

கீழ்த்தளத்தின் பித்தியில் நான்கு பக்கங்களிலும் மொத்தம் 12 பலகணிகள் உள்ளன. அவ்வமைப்பிலே எல்லா தளங்களிலும் பலகணிகள் உள்ளன. சிகரத்தின் கிரீவத்தில் உள்ள துவாரவாயிலைத் தவிர நாற்புறமும் பலகணிகள் உள்ளன. இவை ஒவ்வொரு தளத்தின் உட்புறமும் நல்ல காற்றோட்டம், வெளிச்சம் ஆகியவை வேண்டி அமைக்கப் பெற்றவையாகும். இந்த அளவு மிகுதியான பல கணிகள் உள்ள கோபுரம் தமிழகத்திலேயே இதுவன்றி வேறு கோபுரம் எதுவும் இல்லை.

மதராஸ் டெர்ரஸ் எனும் தள அமைப்பு

ஒவ்வொரு தளத்தின் உட்புறமும் சுவரில் பிதுக்கம் கொடுத்துச் சாளரம் எனும் துவாரம் அமைத்து, அதில் திராவி எனும் மர உத்திரங்களை நெருக்கமாகப் பதித்து, அவற்றின் மேல் பலகைகளைத் தைத்து, செங்கற்களைக் குத்துவாட்டில் சுண்ணாம்புச் சாந்துகொண்டு இணைத்து தளம் அமைத்திருக்கிறார்கள். இவ்வகை தளக்கூரை அமைப்பினை 'மதராஸ் டெர்ரஸ்' என கட்டடக்கலை வல்லோர் கூறுவர்.[40] கி.பி. 1600க்குப் பின்பே மேலை நாட்டவர்களால் தமிழகத்திற்கு அறிமுகப்படுத்தப்பெற்ற கட்டுமான நுட்பமாக இதனைக் கூறுவர். ஆயிரம் ஆண்டுகளுக்கு முன்பே கேரளாந்தகன் திருக்கோபுரத்திலும், இராஜராஜன் திருக்கோபுரத்திலும் இத்தகைய தளக்கூரை அமைப்பு இருந்துள்ளமையைக் காணும்போது இக்கட்டட அமைப்பு நுட்பம் தமிழகத்தைப் பொறுத்தவரை புதிய வரவு அல்ல என்பது இக்கோபுர ஆய்வில் உறுதிபெறுகின்றது.

படிக்கட்டுகள்

மேற்தளத்தின் இரண்டாம் நிலை வரை செல்லக் கருங்கற்படிக்கட்டுகள் உள்ளன. படிகளின் எடையைக் குறைக்க அவற்றின் ஒரு பகுதியை வெட்டி 'L'வடிவில் அமைத்திருப்பது மிகச்சிறந்த தொழில் நுட்பமாகும். சுய எடைக்குறைப்பு எனும் கட்டுமானக் கோட்பாடு இங்கு பின்பற்றப்பட்டுள்ளது.

பிரஸ்தரத்திற்கு மேலுள்ள அனைத்துத் தளங்களும் சுண்ணாம்புக்காரை கொண்டு பூசப்பெற்றுச் சாலை,கூடு, பஞ்சரங்கள், சுதை உருவங்கள் ஆகியவற்றால் அணி செய்யப் பெற்றுள்ளன. சோழர் காலத்திற்குப் பின்பு தஞ்சை நாயக்கர்கள், மராட்டியர்கள், இந்தியத் தொல்லியல் துறையினர் எனப்பலரால் இக்கோபுரம் பலமுறை திருப்பணிகளுக்கு இலக்காகியதால் சுதை அலங்கார வேலைப்பாடுகளில் பல்வேறு கலைப் பாணிகளைக் காண முடிகிறது.

இராஜராஜன் திருவாயில்

இரண்டாம் கோபுரமாகத் திகழும் இராஜராஜன் திருவாயிலும் முதலாம் இராஜராஜனாலேயே எடுக்கப்பெற்ற மூன்று நிலைக் கோபுரமாகும்.

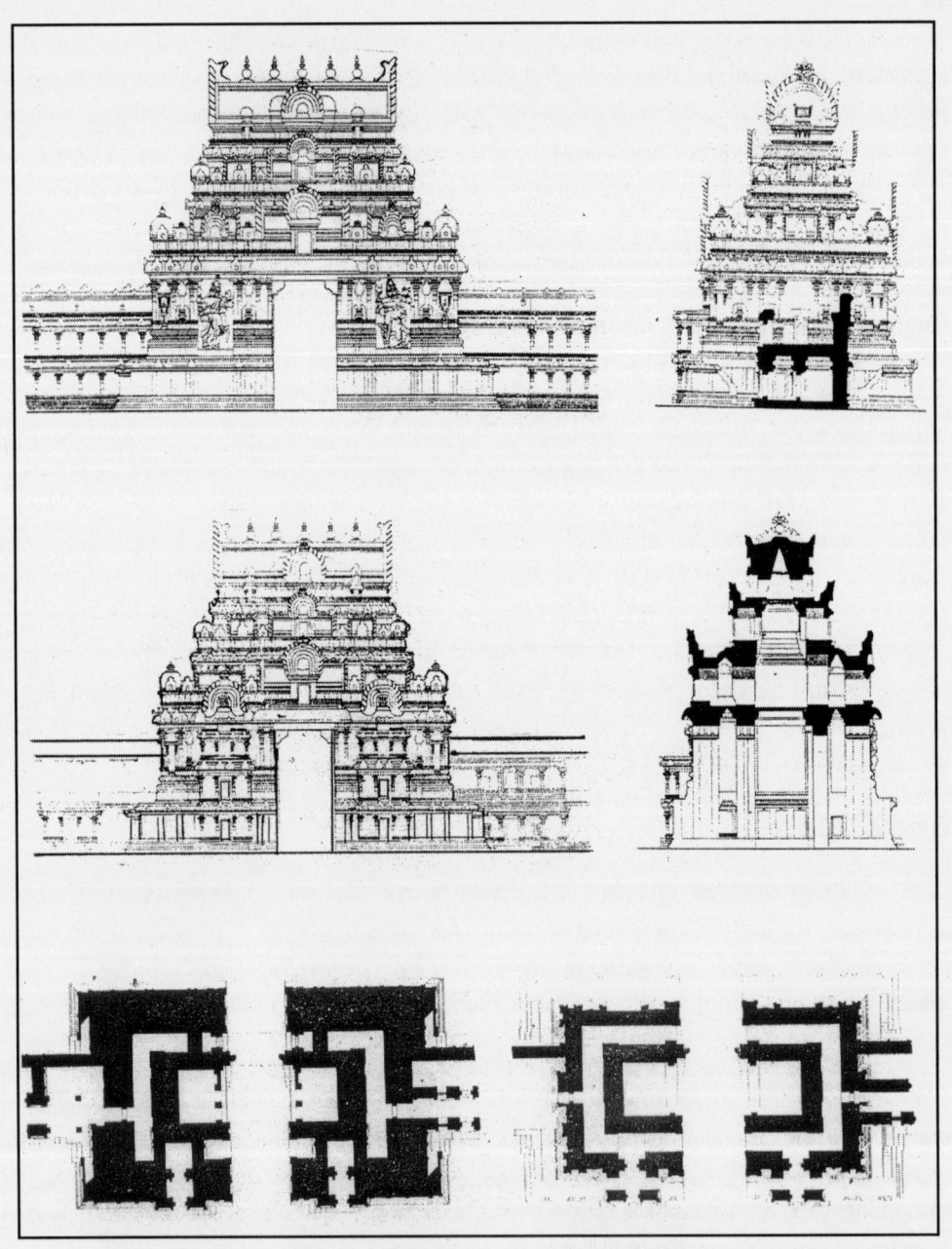

இராஜராஜன் திருவாயில் - கட்டுமான அமைப்பு

உபபீடத்திலிருந்து சிகரம். ஸ்தூபி வரை கருங்கற் கட்டுமானமாகவே இக்கோபுரம் விளங்குகிறது. உயர்ந்த உபபீடம், அதிஷ்டானம், பித்தி, பிரஸ்தரம் முதலிய அங்கங்களோடும் மூன்று நிலைகளிலும் எழிலார்ந்த வேலைப்பாடுகளோடும், சிற்பச் சுதை உருவங்களோடும் இக்கோபுரம் காட்சி தருகின்றது. மகாதுவார வாயிலில் கேரளாந்தகன் திருக்கோபுரத்தில் இருப்பது போன்றே 4 x 4 அடி அளவில் 40 அடி உயரத்தில் ஒரே கல்லாலான இரண்டு நிலைக்கால்கள் உள்ளன. பிற்காலத் திருப்பணிகளின் போது இக்கால்கள் உள்ள பகுதியில் புதிய கட்டுமானம் அமைத்து வாயிலைச் சுருக்கியுள்ளனர். இது ஆகமங்கள், சிற்ப நூல்களின் கூற்றுக்குப் புறம்பான செயலாகும். வாயிற் பகுதியில் இருமருங்கும் இரண்டடுக்குடைய அறைகள் உள்ளன.

கேரளாந்தகன் திருவாயில் போன்றே இக்கோபுரத்திலும் தரைமட்டத்திலிருந்து பிரஸ்தரம் வரை உள்ள கட்டுமானம் விளங்குகிறது. இங்கு திருச்சுற்று மாளிகையோடு கோபுரம் இணைந்து காணப்பெறுகின்றது. கேரளாந்தகன் திருவாயிலில் மேல்நிலையில் இரண்டு சிற்றாலயங்கள் இருப்பது போன்று இங்கு கோபுரத்தின் தரைமட்டத்திலேயே உட்பிரகாரத்தை நோக்கிய வண்ணம் இந்திரனுக்கும், நாகராஜனுக்கும் என இரண்டு சிற்றாலயங்கள் உள்ளன. இவை மேல் நிலையிலும் பிதுக்கம் பெற்றுக் காணப்படுகின்றன. இத்திருக்கோபுரத்தின் வெளிப்புறம் மகாவாயிலுக்கு இருமருங்கும் பித்தியில் 20 அடி உயரமுடைய பிரம்மாண்டமான துவாரபாலகர் கற்சிற்பங்கள் இடம்பெற்றுள்ளன. உலகிலேயே மிகப்பெரிய துவாரபாலகர் சிற்பங்கள் இவை என்பதோடு மட்டுமில்லாமல் கோபுரத்தின் உத்திர மட்டம் வரை இவை உயர்ந்து காணப்படுகின்றன. உபபீடத்தில் புராணச்சிற்பங்கள் இருமருங்கும் காணப்பெறுகின்றன.

கோபுரத்தின் உட்கட்டுமான அமைப்புகள் கேரளாந்தகன் வாயிலில் இருப்பது போன்றே உள்ளன. திருச்சுற்றின் மேற்தளத்திலிருந்து கோபுரத்தின் மேற்தளத்திற்கு வருவதற்கு வழி அமைந்துள்ளது. உபபீடத்திலிருந்த அதிஷ்டானமட்டம் செல்ல நான்கு திசைகளிலும் படிக்கட்டுகள் அமைந்துள்ளன.

தஞ்சைக் கோபுரங்களில் கட்டுமானத் திறத்தால் அறியப்படும் செய்திகள்

அ. நிலத்தேர்வும் தாங்குதிறனும்

சோழ மண்டலத்தின் தலைநகராக விளங்கிய தஞ்சை நகரம் பரந்துபட்ட ஒரு பெரு நகரமாக விளங்குகிறது. இங்கு ஒரு புறம் காவிரியின் கிளை நதியான வெண்ணாறு, அதன் கிளையான வடவாறு எனும் இருநதிகளும் செல்வதால் அப்பகுதி வண்டல், களிமண், மணல் சார்ந்ததாக விளங்குகிறது. இப்பகுதி தஞ்சை நகரத்தின் வடபகுதியாகும். மேற்கு மற்றும் கிழக்குப் பகுதிகள் வயல்களும்,

புன்செய் நிலங்களும் உள்ள பகுதியாகத் திகழ்வதால் மண் அழுத்தமுடையதாக இல்லை. நகரின் தென்பகுதி மட்டுமே செம்பாறை கற்களால் ஆன அழுத்தமான பூமியாகும். குறிப்பாகப் பெரிய கோயில் அமைந்துள்ள நிலப் பகுதி மட்டுமே உயர் அழுத்தம் தாங்கக்கூடிய திறன் கொண்டதாகும்.

இப்பகுதியின் நிலத்தின் தாங்குதிறன் ஆராயப்பெற்றது.[41] ஒரு சதுர மீட்டர் பரப்பளவுடைய நிலத்தின் தாங்குதிறன் 162 டன்களாகும். கோயிற் கட்டுமானத்திற்கு பயன்படுத்தப்பெற்ற கற்களின் எடையை வைத்து நோக்கும்போது ஒரு சதுர மீட்டர் நிலப் பகுதியில் மிகுந்த அளவாக 47.40 டன் எடையே கீழ்நோக்கி அழுத்தப்படுகின்றது. எனவே மாமன்னன் இராஜராஜனின் தலைமைத் தச்சனான குஞ்சரமல்லன் எனும் இராஜராஜப் பெருந்தச்சன் இத்தனை பெரிய விமானம், கோபுரம் ஆகியவற்றின் எடையைத் தாங்கும் திறனுடைய நிலத்தைத் தேர்வு செய்தே கோயிலை எடுத்துள்ளான். மூன்று ஐந்து நிலைகளையுடைய இராஜராஜன் திருவாயிலும், கேரளாந்தகன் திருவாயிலும் ஆயிரம் ஆண்டுகளாகப் புதுப்பொலிவோடு திகழ்வதற்குக் காரணம் சரியான தாங்கு திறன் உடைய நிலத்தைத் தேர்வு செய்ததுதான் என்பதறிய முடிகிறது.

ஆ. கற்கள் அடுக்கும் நுட்பம்

கட்டுமானத்திற்குச் செவ்வக அல்லது சதுர வடிவ கற்களைப் பயன்படுத்தாமல் துண்டு கற்களை எந்த வடிவில் வெட்டி எடுத்தார்களோ, அதே வடிவில் அதனை மேடு பள்ளமின்றிப் படிமானமுடையதாய்ச் செய்து அடுக்கும் புதிய தொழில் நுட்பத் திறனை இக்கோபுரங்களில் காண முடிகிறது. ஒரு குறிப்பிட்ட வடிவமின்றி எவ்வகைக் கல்லையும் கட்டுமானத்திற்காகப் பயன்படுத்தும் இம்முறைக்கு மிகத் தேர்ந்த தொழில் நுட்பத்திறன் அவசியமானதாகும். குறிப்பாக ஒரு கல்லுக்கும் மறுகல்லுக்கும் இடையே ஒட்டுகின்ற எந்தவித பொருள்களும் (சுண்ணாம்புக்காரை) பயன்படுத்தாமல் கற்களை மிக நேர்த்தியாக இடைவெளியின்றி படியவைத்துள்ள தனித்திறனை இங்குக் காணமுடிகிறது. பல்கோணப் பிணைப்பு முறையால் இறுக்கம் அதிகரித்துச் சுவரின் தாங்கு திறனும் உறுதியும் அதிகப்படுத்தப் பெற்றுள்ளது.

இ. பிணைப்பு முறை

சுவரின் கற்களைப் பல்கோணப் பிணைப்பில் அடுக்குவது மட்டுமின்றி,

1. பந்துக் குழிவு முறை (BALL AND SOCKET JOINT)
2. நீள் குழிவு முறை (GROOVE JOINT)
3. கோர்வை முறை (INTER LOCKING JOINT)
4. காடி பள்ள முறை (TONGUE AND GROOVE -BUTT JOINT)

எனப் பல்வேறு இணைப்பு முறைகளைப் பயன்படுத்தியும் இணைத்துள்ளனர். மேலும் ஒவ்வொரு உறுப்புகளின் அமைப்பு மற்றும் எடையைக் கணக்கீடு செய்து

தஞ்சைக் கோபுரம் - கற்கள் பிணைப்பு முறை

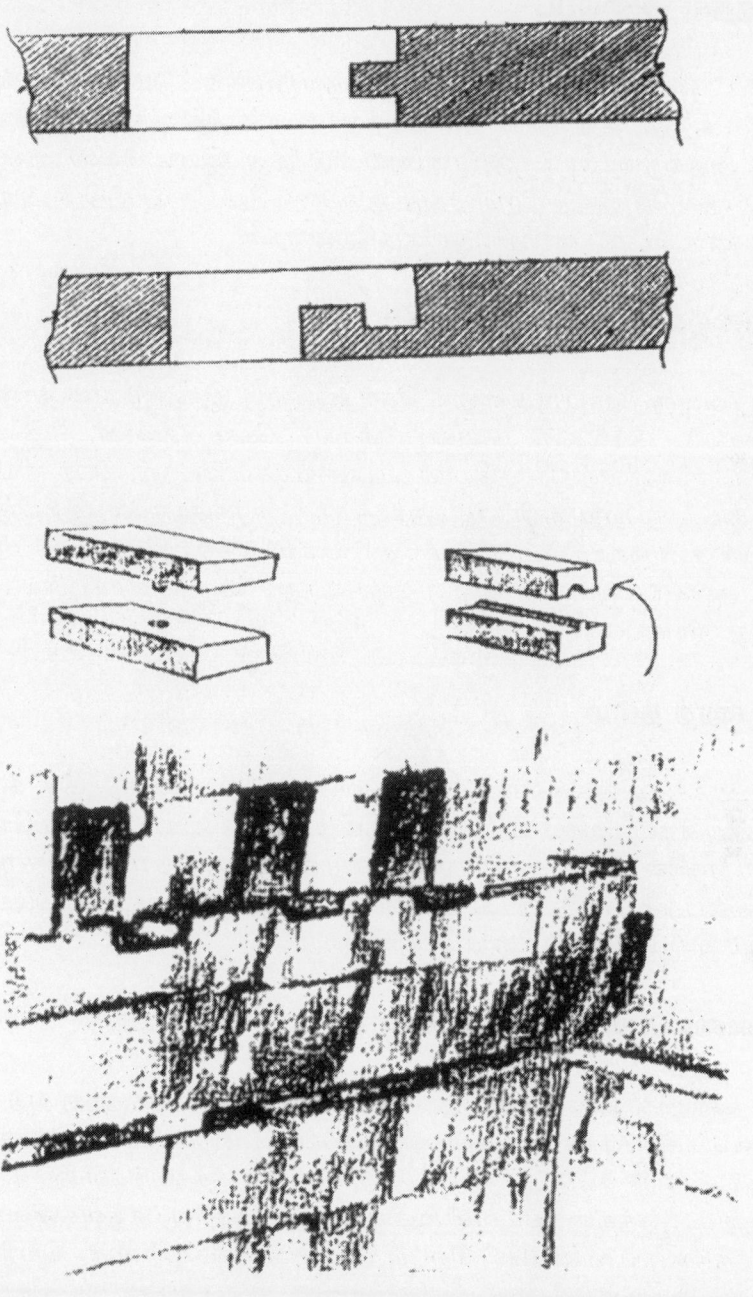

தள உத்திர அமைப்பிற்கான கட்டுமானம்

குடவாயில் பாலசுப்ரமணியன்

அந்த எடை சுவரிலேயே தாங்கும்படி பொதித்துள்ளதும் இக்கோபுரங்களில் பின்பற்றப்பட்டுள்ள கட்டுமான நுட்பங்களாகும்.

ஈ. அடித்தள அமைப்பு

உட்சுவர்கள், புறச் சுவர்கள் என இருவரிசைக் கட்டுமானத்துடன் இடையே சாந்தாரம் எனும் உள்வெளி அமைத்தது, உபபீடத்திலிருந்து பிரஸ்தரம் வரை இரண்டு அடுக்குடைய கட்டுமானமாய் எடுத்தது, இடைவெளி அமைத்து உதிரி கற்கள் மணல் கொண்டு நிரப்பாதது ஆகியவையே கோபுரத்தின் அடித்தளத்தை மிக வலுவுடையதாய் மாற்றிய நுட்பத்திறனாகும்.

உ. ஒற்றைக்கல் நிலைக்கால்கள்

இவ்விரு கோபுரங்களிலும் கோபுரத்திற்கு இரண்டு என நான்கு 40 அடி உயரநிலைக் கால்கள் பயன்படுத்தப் பெற்றுள்ளன. இவை சிற்ப வேலைப்பாடுகளின்றி நேர்த்தியாக வடிவமைக்கப் பெற்று, மிகச் சரியாக 90° யில் நிறுத்தப்பட்டிருப்பது குறிப்பிடத்தக்கதாகும். கருங்கற்களே இல்லாத தஞ்சைப் பகுதிக்குக் குறைந்த பட்சம் 80 கி.மீ தொலைவிலிருந்து இவ்வளவு பெரிய கற்களை ஆயிரம் ஆண்டுகளுக்கு முன்பு எடுத்து வந்து, கோபுர வாயிற்கல்லாக நிறுத்தி இருப்பது வியப்புக்குரியதாகும்.

ஊ. கூரைத் தளம்

மரச்சட்டங்களையும், செங்கல்லையும் பயன்படுத்திக் கூரைத்தளம் அமைத்திருக்கும் முறை பண்டைய தமிழகத்துக் கட்டடக்கலையே என்பதை இக்கோபுரங்கள் மெய்ப்பிக்கின்றன. இம்முறை மேலை நாட்டுத் தொழில் நுட்பம் அன்று என்பதும், பல நூறு ஆண்டுகளாகத் திகழும் தமிழகக் கட்டுமானத் திறமே என்பதும் இவ்வாய்வால் உறுதி பெறுகின்றது.

எ. கதவமைப்பும் மாற்று வழிகளும்

நிலைக்காலின் உத்திரத்தில் கதவுகள் பொருத்துவதற்கு ஏற்ற வகையில் கல்லிலேயே சிறப்பு வடிவமைப்புகள் செய்யப்பெற்றுக் காட்சியளிக்கின்றன. இக் கோபுரங்கள் எடுக்கப்பட்ட காலத்தில் திகழ்ந்த மரக்கதவங்கள் தற்போது இல்லை என்றாலும், எத்தகைய வலிமையுடைய பெரிய கதவுகளையும் அதில் பொருந்தக்கூடிய வகையில் சிறப்பு அமைப்புகள் உள்ளன. பெரிய கதவுகள் பூட்டப்பட்டிருக்கும்போது பணியாளர்கள் திட்டிவாசல் வழியே போகாமல் கோபுரத்தின் வாயிலை ஒட்டி இருபுறமும் செல்லும் புறவழிகள் வழியே உள்ள செல்ல ஏற்றவகையில் வழியமைப்புகள் செய்திருப்பதும் குறிப்பிடத்தக்கதாகும்.

ஏ. காற்றோட்டமும் வெளிச்சமும்

கோபுரங்களின் ஒவ்வொரு தளத்திலும் கோயிலோடு தொடர்புடைய ஏதேனும் ஒரு பணி நிகழ்வதோ அல்லது ஓவியம், சிற்பம், இசை, நாட்டியம் போன்ற நுண்கலை பயிற்று விக்கும் பணிகளோ அங்கு நிகழ்ந்திருக்கவேண்டும். அதனால்தான் ஒவ்வொரு தளத்திலும் மக்கள் ஏறுவதற்கு வசதியாக படியமைப்புகள் இருப்பதோடு, நல்ல காற்றோட்டத்திற்கும் வெளிச்சத்திற்கும் வழிவகைகள் செய்திருப்பதையும் இங்குக் காணமுடிகிறது.

ஐ. கோபுரங்களில் சிற்றாலயங்கள்

கோஷ்டங்களிலும், பித்தியிலும், உபபீடத்திலும் தெய்வ உருவங்களுக்கும், புராண வரலாற்றுச் சிற்பங்களுக்கும் இடமளிக்கும் வகையில் கோபுரங்கள் அமைக்கப் பெற்றிருந்த போதும் நித்ய வழிபாட்டுக்குரிய சிற்றாலங்களைக் கோபுரங்களில் இடம் பெறச் செய்திருப்பதை இக்கோபுரங்களில் காணமுடிகிறது. கேரளாந்தகன் திருவாயில் மேல் நிலையில் தட்சிணாமூர்த்திக்கும், பிரம்மனுக்கும் சிற்றாலயங்கள் இருப்பது போன்று இராஜராஜன் திருவாயிற் கோபுரத்தில் அஷ்டதிக் பாலகர்களில் கிழக்குத் திசையின் கடவுளான இந்திரனுக்கும், நாகராஜனுக்கும் சிற்றாலயங்கள் உள்ளன. இவ்வாலயங்கள் பிற்காலச் சேர்க்கையாக அமையாமல் கோபுரம் வடிவமைக்கப்பெற்றபோதே எடுக்கப் பெற்றவையாகும்.

அணுக்கன் திருவாயிலும் மற்றவாயில்களும்

மாமன்னன் இராஜராஜனின் கல்வெட்டுக்கள் எவ்வாறு கேரளாந்தகன் திருவாயில், இராஜராஜன் திருவாயில் என இரண்டு கோபுரங்களைக் குறிப்பிடுகின்றனவோ அதுபோலவே அப்பேரரசனின் மற்றொரு கல்வெட்டு[42] இவ்வாலயத்தில் திகழ்ந்த அணுக்கள் திருவாயில் என்ற வாயிலொன்றினைக் குறிப்பிடுகின்றது. இவ்வாயில் திருமதிலின் வடமேற்குப் பகுதியில் வடபுறத் திருவாயிலாக விளங்குகின்றது.

கருவறையின் உட்புறச் சுற்று அறையான சாந்தாரத்தின் வடபுற வாயிலுக்கும், மனோன்மனி எனும் தெய்வத்திருமேனிக்கும் நேர் எதிரே திகழும் வாயில் என முற்பகுதியில் குறிப்பிடப்பெற்றுள்ள வாயில் இதுவேயாகும்.

இவ்வாயில் பற்றியும், மேலும் திருச்சுற்று மாளிகையின் மேற்கு மற்றும் தெற்கு மதில்களில் உள்ள மற்ற மூன்று வாயில்கள் பற்றியும் இதுவரை கட்டடக் கலை வல்லுநர்களால் ஆராயப்பெற்று எந்த ஒரு கருத்தும் வெளியிடப்

பெறவில்லை என்பது குறிப்பிடத்தக்கதாகும். அணுக்கன் திருவாயிலும் மற்ற மூன்று வாயில்களும் இராஜராஜன் திருவாயில் போன்று தமிழக பாணி கோபுரங்களாக அமையாமல், கேரளநாட்டுக் கோபுரப் பாணியில் இரண்டு அல்லது மூன்று அடுக்குகளோடு திகழ்ந்திருக்க வேண்டும் என்பதைக் கட்டுமான அமைதியால் உணர முடிகிறது.

இந்த நான்கு வாயில்களில் அணுக்கன் திருவாயிலே மிகுந்த எழிலோடு படைக்கப் பெற்றிருக்க வேண்டும் என்பதை அங்கு காணப்பெறும் எச்சங்களால் உணரமுடிகிறது. மரத்தால் செய்யப்பெற்றது போன்ற நுணுக்கமான வேலைப்பாடுகளுடன் வாயில் நிலை கல்லால் அமைந்துள்ளது. அருகே சங்கநிதி, பதுமநிதி, சாமரம் ஏந்திய பெண்கள், குத்து விளக்குகள், பூரணகலசம் ஆகிய சிற்பங்களும் இடம் பெற்றுள்ளன. நிலைக்காலுக்கு மேலாக மதிற்சுவரில் இரண்டு வரிசையாகச் சாரத்துவாரங்களும், அவற்றிற்குக் கீழாகச் சிம்ம வேலைப்பாடுகளுடன் தண்டியங்களும் கல்லிலேயே செதுக்கப்பெற்றுக் காணப்பெறுகின்றன. இவற்றில் மரச் சட்டங்களைச் சொருகி மரப்பலகைகளாலும், செம்பு, தங்கம் போன்ற தகடுகளாலும் போர்த்திக் கோபுர முகம்பை உருவாக்கி இருந்திருக்க வேண்டும்.

இவ்வகை அமைப்புக் கோபுரங்கள் இராஜராஜன் காலத்தில் திகழ்ந்தன என்பதை அப்பேரரசன் தீட்டியுள்ள தஞ்சை பெருங்கோயிலின் ப்ரஸ்கோ ஓவியங்கள் நமக்கு எடுத்துக்காட்டுகின்றன. தில்லைக் கோபுரங்கள் அனைத்தும் அவ்வகைக் கோபுரங்களாகத் தான் இருந்தன என்பதை இராஜராஜன் தன் மனைவியருடன் தில்லைக் கோயிலில் வழிபடும் காட்சியில் காணமுடிகின்றது.

இராஜராஜசோழனின் அரண்மனை இவ்வாயிலுக்கு அருகே திகழும் சீனிவாசபுரம் பகுதியில் இருந்திருக்க வேண்டும் என்பது தொல்லியல் ஆய்வுகளால் உறுதிப்படுத்தப் பட்டுள்ளது.மாமன்னன் இறைவனை வழிபட வரும் திருவாயில் இது என்பதால்தான் இவ்வாயில் பேரழகோடு மங்கலம் பொலிகின்ற திருவாயிலாக அமைந்துள்ளது. இவ்வாயில் வழியாகப் புகுந்து கருவறைக்குச் செல்லும் வடபுறவாயிலில் மட்டுமே அட்டமங்கலச் சிற்பங்கள் இடம் பெற்றுள்ளன. செம்பு மற்றும் தங்கத் தகடுகள் போர்த்தப் பெற்றிருந்த இவ்வாயிலின் முகப்புப்பகுதி பிற்காலக் கொள்ளையடிப்புகளின் போது சிதைந்திருக்க வேண்டும். இவ்வாயில் முக்கியத்துவம் பெற்ற வாயில் என்பதால் மாமன்னன் இராஜராஜன் மெய்க் காவலர்கள் பலரை அங்கு நியமித்திருந்தான் என்பதை அவனது சாசனம் ஒன்று எடுத்துக் கூறுகின்றது.[43]

அணுக்கன் திருவாயில் போன்றே மற்ற மூன்று வாயில்களும் கேரளநாட்டு கோபுரபாணியில் தான் திகழ்ந்திருக்க வேண்டும் என்பதை மெய்ப்பிக்கும் வண்ணம் மரச்சட்டம் சொருகுவதற்கேற்ற சாரத்துவாரங்களும், தண்டியங்களும் அவ்வாயில்களின் மேற்புறம் உள்ளன.

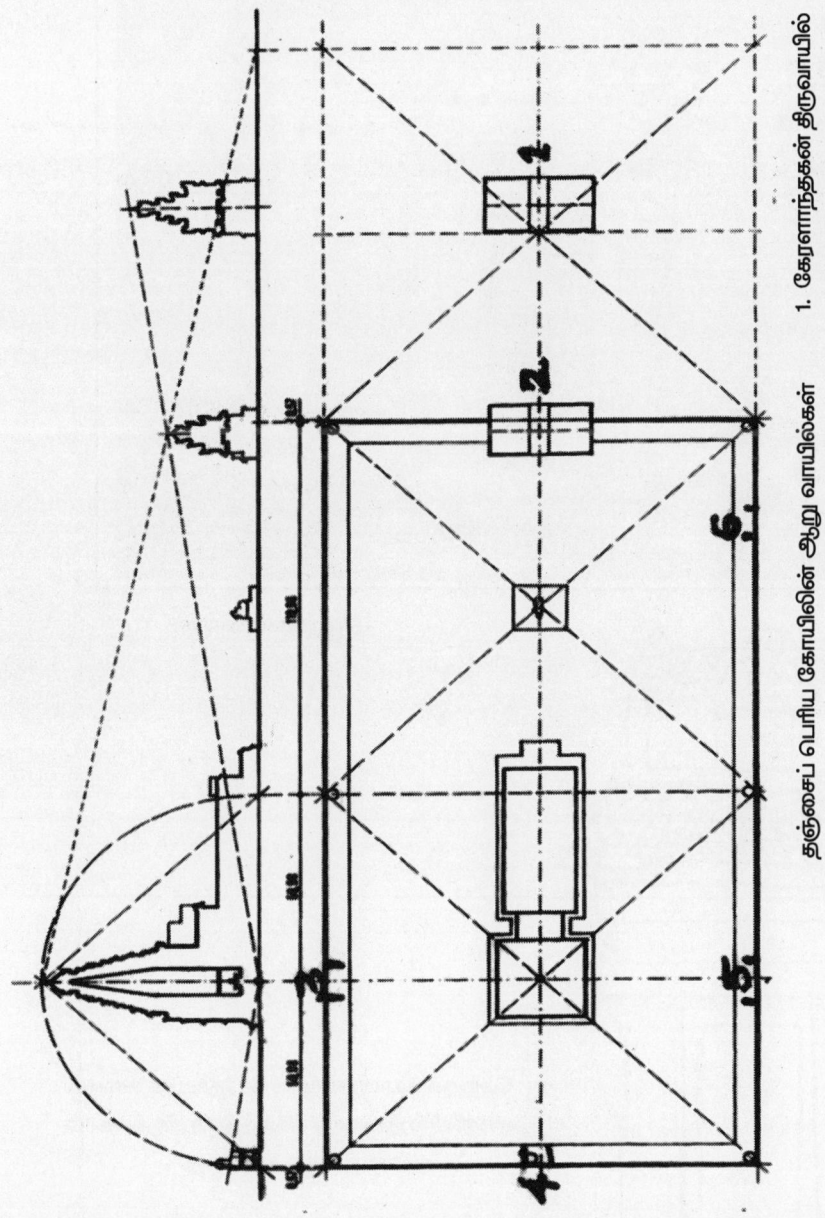

தஞ்சைப் பெரிய கோயிலின் ஆறு வாயில்கள்

1. கேரளாந்தகன் திருவாயில்
2. இராஜராஜன் திருவாயில்
3. அணுக்கன் திருவாயில்
4. மேற்கு வாயில்
5. தெற்கு வாயில்
6. தெற்கு வாயில்

தஞ்சைப் பெரிய கோயில் திருவாயில்கள்

அணுக்கன் வாயில்

மேற்குக் கோபுர வாயில் சேரநாட்டுக் கலைப் பாணியில் இவ்வாறு திகழ்ந்திருந்திருக்கலாம் எனக் கருத முடிகிறது.

சேரர்பாணி கோபுரங்களும், ஏழுநிலைக் கோபுரங்களும்

(சோழர், பிற்காலப் பல்லவர், போசளர் விஜயநகர காலம்)

தில்லைக் கோபுரங்கள்

கலை இயல் அடிப்படையில் முதலாம் குலோத்துங்கன் காலம் தொடங்கி மூன்றாம் இராஜேந்திர சோழன் காலம் இறுதியாக (கி.பி.1070-1270) அமைந்த காலப் பகுதியில், அப்பேரரசர்களின் ஆக்கத்தால் மலர்ந்த கலைப் படைப்புகள் அனைத்தும் பிற்காலச் சோழர் கலைப்பாணி என எஸ்.ஆர். பாலசுப்பிரமணியம் போன்ற கலை வல்லோர் பகுத்துள்ளனர்.[44] அக்காலப் பகுதியில் கோபுரக் கட்டுமானக்கலை மேலும் ஒரு வளர்ச்சி நிலையை எய்தியது. பிற்காலச் சோழர்கள் தில்லையில் அறிமுகம் செய்த அப்புதிய கட்டுமான நெறியை அவர்களின் இறுதிக் காலத்தில் தமிழகத்தில் செங்கோலோச்சிய பிற்காலப் பல்லவ மரபினன் கோப்பெருஞ் சிங்கனும், பின்வந்த பாண்டியர்களும்,போசளர்களும், விஜயநகர அரசர்களும் தில்லையில் பின்பற்றித் தங்கள் பணியாகவும் கோபுரக் கலையைப் போற்றினர். அவ்வாறு பிற்காலச் சோழர்களாலும் பின்வந்த பல்வேறு மரபினராலும் தில்லையில் வளர்ந்த கோபுரக் கலை இப்பகுதியில் ஆராயப்பெறுகின்றது.

எழுநிலைக் கோபுரங்கள் எனும் கோபுர அமைப்பே பிற்காலச் சோழர்களால் தில்லையில் அறிமுகமான புதியகட்டுமான அமைப்பாகும். அவ்வாறு எழுநிலை கோபுரங்கள் தோன்றுவதற்கு முன்பு தில்லையில் எத்தகைய கோபுரங்கள் இருந்தன என்பதை அறிந்து கொள்ள முயல்வது கோபுரங்கள் பற்றிய ஆய்வில் பயனுள்ளதாக அமையும்.

தஞ்சை ஓவியத்தில் தில்லைக் கோபுரங்கள்

இராஜராஜேச்சரம் எனும் தஞ்சைப் பெரிய கோயிலை எடுப்பித்த மாமன்னன் இராஜராஜன் அக்கோயிலின் கருவறையைச் சுற்றி அமைந்துள்ள சாந்தாரம் எனும் பகுதியின் சுவரில் ப்ரஸ்கோ எனும் வகை ஓவியப் படைப்புக்களை இடம் பெறுமாறு செய்துள்ளான். அங்கு திகழும் ஓவியங்களில் இரண்டு காட்சிகளில் கோபுரங்கள் காட்டப்பெற்றுள்ளன.

முதலாவது காட்சியாகத் திகழ்வது சுந்தரின் வரலாறு காட்டும் ஓவியத் தொகுதியாகும். அதில் புத்தூரில் சுந்தரரின் திருமணப் பந்தர் காட்சி, சிவபெருமான் திருமணத்தை வழக்கு கூறித் தடுத்தல்,வெண்ணை நல்லூர் சபையோர் முன்பு வழக்கு நிகழ்தல், பின்பு சபையோரும், சுந்தரரும் வேதியருடன் வெண்ணை நல்லூர் கோயிலுக்குச் செல்லும் காட்சி ஆகியவை உள்ளன. இதற்கு அடுத்த பகுதியாகத் திருக்கோயில் ஒன்றின் முன் சுந்தரர் அமர்ந்து பதிகம் பாடும் காட்சியுள்ளது. அதனைத் தொடர்ந்து சுந்தரரும் சேரமான் பெருமானும் கயிலை ஏகும் காட்சியும், மேலாகக் கயிலையில் சிவபெருமானோடும், கணங்களோடும் அமர்ந்து நடனம் காணும் காட்சியும் உள்ளன. கயிலைக்குச் செல்லும் காட்சிக்கு முன்பாக உள்ள கோயிலொன்றில் சுந்தரர் பதிகம் பாடும் காட்சியில் அழகான

மூன்று தளங்களை உடைய விமானம் ஒன்றும் அதன் முன் மண்டபத்தில் நடராசப்பெருமான் திருவுருவம், இவைகளுக்கு முன்பாகச் சுந்தரர் அமர்ந்திருக்க அருகே இருதளமுடைய சிறியகோபுரம் ஒன்றும் காணப்பெறுகின்றன. அக்கோபுரம் இரண்டு அடுக்குகளிலும் ஒடு வேயப்பெற்றுச் சேரநாட்டுக் கலைப்பணியில் திகழ்கின்றது. இவ்வோவியத்தைக் கலம்பூர் சிவாரமூர்த்தி சோழமன்னன் ஒருவன் தில்லைக் கோயிலில் வழிபடும் காட்சி என்று கூறியுள்ளார்[45]. இரா. நாகசாமி சுந்தரர் தில்லையில் வழிபடும் காட்சி என்று குறிப்பிட்டுள்ளார்[46].

ஓவியத்தின் முழு அமைதியையும் நோக்கும்போது இங்கு காணப்பெறும் கோயில் திருவஞ்சைக்களம் சிவாலயமாகச் சித்தரிக்கப் பெற்றிருக்க வேண்டும் எனக் கொள்ள முடிகிறது. இக்காட்சித் தொகுதிக்கு அடுத்ததாகத் திகழும் தில்லையில் இராஜராஜன் பொன்னம்பலத்தில் வழிபடும் காட்சி ஓவியத்தில் திகழும் தில்லைக் கோயில் அமைப்பும், பொன்னம்பல அமைப்பும் மாறுபட்டுக் காணப்படுவதால், இக்காட்சியினைத் திருவஞ்சைக்களத்துக் கோயில் காட்சி என்றே கொள்ள அதிக வாய்ப்புகள் உள்ளன.

இங்குக் காணப்பெறும் கோபுரம் பிரஸ்தரம் வரை கற்கட்டுமானமாகவும் மேலே உள்ள இருதளக் கூரைகளும் மரம், ஓடு ஆகியவற்றால் அமைக்கப் பெற்றவையாகவும் உள்ளன. எந்த ஊர் கோயிலாக இருப்பினும் இங்கு காணப்பெறும் கோபுரம் இராஜராஜன் காலத்திலும் அதற்கு முன்பும் திகழ்ந்த ஒருவகை கோபுர வகையைச் சார்ந்தது என்பதில் ஐயமில்லை.

தில்லைக் கோயிலின் பொன்னம்பலத்தில் இராஜராஜனும் அவனது தேவியர் மூவரும் ஆடல் வல்லானை வணங்கும் காட்சி ஓவியத்தில் அக்கோயிலின் முழு அமைப்பும் மேலிருந்தும், பக்கவாட்டிலிருந்தும் காணும் நிலையில் சித்தரிக்கப்பட்டுள்ளது. பொன்னம்பலம் இன்று எவ்வாறு ஒன்பது கலசங்களுடனும், பொன் ஓடுகளுடனும் உள்ளதோ அதைப் போன்று அப்படியே ஓவியத்திலும் விளங்குகின்றது. திருமதிலுடன் நான்கு திக்குகளிலும் கோபுரங்கள் உள்ளன. திருமதிலின் ஒரு பகுதியில் இரண்டு அடுக்குடைய திருச்சுற்று மாளிகை திகழ்கின்றது.

இங்கு ஓவியத்தில் காணும் கோபுரங்கள் சோழர்களின் கோபுர அமைப்பிலிருந்து முற்றிலும் மாறுபட்டு, தற்போது தமிழகத்தில் எங்கும் காணமுடியாத வடிவமைப்பில் உள்ளன.இருஞ்சாலக்குடா, திருச்சூர் போன்ற கேரளநாட்டுக் கோபுர வாயில்களோடு ஒப்பிட்டுப் பார்த்தால் இவை பழந்தமிழகச் சேரர் கலைப் பாணி என்பது புலப்படும்.

ஓவியத்தில் காணப்பெறும் தில்லைக் கோபுரங்களில் நுழைவாயிலுக்கு மேல் இரண்டடுக்குகள் (இரண்டு தளம்) உள்ளன. அவற்றின் கூரைகள் மர வேலைப்பாடுகளோடு ஓடுகள் வேயப்பெற்றுக் காணப்பெறுகின்றன. உச்சியில் கலசங்கள் இல்லை. கீர்த்தி முகம் மட்டும் உள்ளது. ஓடுகள் சிவப்பு வண்ணம் தீட்டப் பெற்றுக் காட்சி அளிக்கின்றன.

தஞ்சை ஓவியத்தில் சேரர் கலைப் பாணியில் அமைந்த கோபுரங்கள்

திருவஞ்சைக் களம் திருக்கோயில்

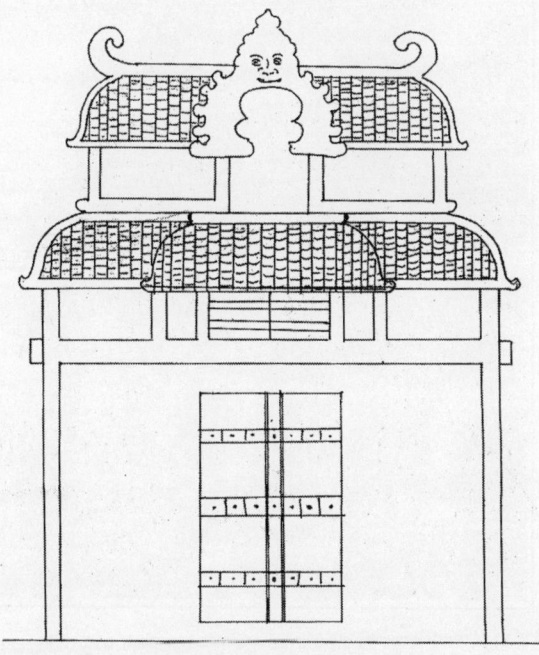

தில்லைக் கோயில் கோபுரம்

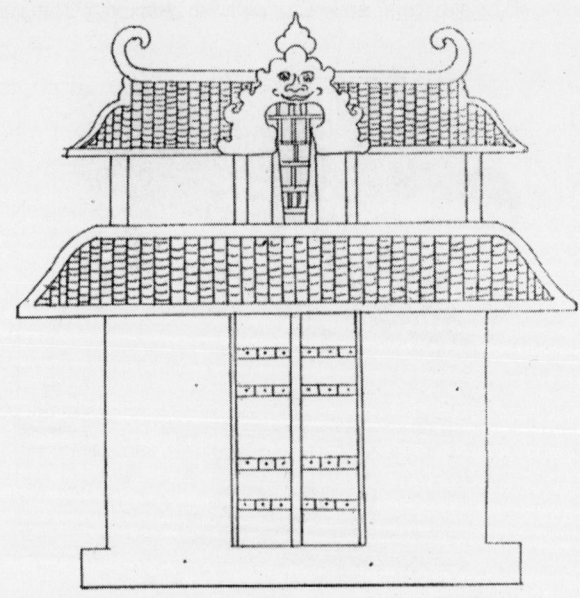

தஞ்சை ஓவியத்தில் தில்லைக் கோபுரம் (கி.பி.10ஆம் நூற்றாண்டு)

கேரள மாநிலம் திருச்சூர் பாரமேகாவு பகவதி அம்மன் கோவில் கோபுரம்

இவ்வோவியம் தஞ்சையில் தீட்டப்பெற்ற அதே காலத்தில் தஞ்சைப் பெரிய கோயிலில் இராஜராஜன் எடுத்த கேரளாந்தகன் திருவாயிலும், இராஜராஜன் திருவாயிலும் இருந்தன என்பது வெள்ளிடைமலை. அக்கோபுரங்களின் கட்டுமான அமைதியை ஓவியத்தில் காணப்பெறும் தில்லைக் கோபுரங்களின் கட்டுமான அமைதியோடு ஒப்பிட்டால் இவை தனித்தனிக் கலைப்பாணியை உடையவை என்பது நன்கு விளங்கும், இராஜராஜன் காலத்தில் மூன்று, ஐந்து நிலைகளையுடைய கோபுரக்கலை தோற்றம் பெற்றுவிட்டதால் சேரர் பாணியில் அமைந்த கோபுரங்கள் இம்மாமன்னன் காலத்திற்கு முன்பிருந்தே தில்லையில் இருந்திருக்க வேண்டும். குறிப்பாகப் பராந்தக சோழன் அம்பலத்திற்குப் பொன் வேய்ந்த காலத்திலிருந்தே இத்தகைய கோபுரங்கள் அங்கு திகழ்ந்திருக்க வாய்ப்புகள் உண்டு. பின்னாளில் சோழர்கள் ஏழுநிலைக் கோபுரங்கள் எடுக்கும் வரை அச்சேரர் கலைப்பாணி கோபுரங்கள் நீடித்திருக்க வேண்டும்.

தில்லையில் சேரர்கலைத் தாக்கம் காணப்படுவதற்குப் பல்வேறு காரணங்கள் உள்ளன. தில்லைப் பொன்னம்பலம் முழுமையும் சேரர்கலைப் பாணியில் அமைந்ததாகும். கூத்தம் பலம் என்ற பெயரில் கேரளநாட்டுக் கோயில்களில் ஓர் இடம் நிச்சயம் உண்டு. அங்கு கூடியாட்டம் போன்ற கூத்து நிகழ்வுகள் நடைபெறும். தில்லையம்பலம் அதிஷ்டானம் வரை கற்பணியாகவும் அதற்கு மேல் உள்ள தூண்கள், அம்பலக் கூரை ஆகியவை மரத்தால் அமைந்து, செம்பு, தங்கம்கொண்டு ஓடுகள் வேயப்பெற்றுக் காணப்பெறுகின்றது. இத்தகைய கட்டுமான அமைப்பு கேரளக் கலைப்பாணியேயாகும்.

கோபுரங்களும் அம்பலமும் சேரர் கலையமைதியில் இருப்பதோடு மட்டுமின்றித் தில்லைக் கோயிலின் முழு உரிமை பெற்றதில்லை மூவாயிரவரின் நடைமுறை பழக்க வழக்கங்களும் சேரநாட்டுத் தொடர்பை வெளிப் படுத்துவனவாகவே விளங்குகின்றன. தமிழ்நாட்டு அந்தணர்களிலிருந்து அவர்கள் வேறுபட்டவராக வாழ்வதோடு, நம்பூதிரிகள் போன்று முன்குடுமி பெற்றவர்களாகவும், தமிழ்நாட்டுக் கோயில்களின் பூஜா பத்ததிகளிலிருந்து வேறுபட்ட நெறியுடையவர்களாகவும் விளங்குகின்றனர். அவர்களுக்கும் கேரள நாட்டுக்கும் உரிய தொடர்பு பற்றிச் சேக்கிழார் பெருமான் ஒரு நிகழ்ச்சி மூலமாகப் பெரியபுராணத்தில் கோடிட்டுக் காட்டியுள்ளார்.[47]

களந்தை என்ற ஊரின் தலைவரான கூற்றுவநாயனார் தன் பெருவீரத்தின் செருக்கால் பல மன்னர்களை வென்று நாடு பல கவர்ந்தார். பேரரசனாக மகுடம் சூட விரும்பிய அவர் தில்லைவாழ் அந்தணர்களை அணுகித் தனக்கு அம்பலவன் கோயிலில் மகுடம் சூட்ட வேண்டும் எனக் கேட்டுக் கொண்டார். ஆனால் தில்லை மறையவர்கள் சோழப்பெரு மன்னனுக்கன்றிப் பிற யாருக்கும் முடி சூடமாட்டோம் என்று மறுத்துவிட்டு, கூற்றுவரின் தொல்லைக்கு ஆளாகாமல், பூசை முட்டுப்பாடுறாமல் ஒரே ஒரு குடியைமட்டும் தில்லையில் விட்டுவிட்டுச் சேரநாட்டுக்குச் சென்று விட்டனர்.

*"மல்லல் ஞாலம் புரக்கின்றார் மணிமா மவுலி புனைவதற்குத்
தில்லை வாழ் அந்தணர் தம்மை வேண்ட அவரும் 'செம்பியர்தம்
தொல்லை நீடுங்குல முதல்வோர்க்கு அன்றிச் சூட்டோம் முடி' என்று
நல்காராகிச் சேரலன்றன் மலை நாடணைய நண்ணுவார்"*

(பெரிய. கூற்று. புரா.4)

*"ஒருமை உரிமைத் தில்லை அந்தணர்கள் தம்மில் ஒரு குடியைப்
பெருமை முடியை அருமை புரி காவல் பேணும்படி இருத்தி
இருமை மரபுத் தூயவர் தாஞ்சேரர் நாட்டில் எய்தியபின்
வரும் ஐ யுறவால் மனந்தளர்ந்து மன்றுள் ஆடும் கழல் பணிவார்"*

(மேலது.5)

என்ற சேக்கிழார் பெருமான் அந்நிகழ்ச்சியைக் குறிப்பிட்டுள்ளார்.

இவ்வாறு சேரநாடு ஏகிய தில்லைவாழ் மறையோர் களந்தை மன்னரின் (கூற்றுவநாயனார்) மனமாற்றத்திற்குப் பின்பே மீண்டும் சோழநாடு திரும்பினர். பழைமைத் தொடர்பின் காரணமாகவே தில்லைவாழ் அந்தணர்கள் சேரநாடு சென்றிருக்க வேண்டும் என்று நன்கு துணியலாம்.

தில்லைக்கோயிலின் தெற்குக் கோபுரத்தில் காணப்பெறும் வீரகேரளன் குலசேகர தேவனின் கல்வெட்டில்[48] (கி.பி. 1272) மலை மண்டலத்து (கேரளநாட்டைச் சார்ந்த) பள்ளிக்கோடு எனும் ஊரினன் ஒருவன் தில்லை நடராஜப் பெருமானுக்காக அளித்த கொடையைக் குலசேகர தேவர் உறுதிப்படுத்தி வரிவிலக்கு அளித்ததைக் கூறுகிறது. இக்கல்வெட்டு தில்லைக் கோயிலோடு உள்ள கேரளத்து மக்களின் தொடர்பை எடுத்துக் காட்டுகின்றது.

சகம் 1606 இரக்தாக்சி வருஷம் கார்த்திகை மாதம் 22ஆம் நாள் வெள்ளிக்கிழமை தசமி, அஸ்த நட்சத்திரமும் கும்பலக்னமும் உடைய நாளில் (கி.பி.1684ஆம் ஆண்டில்) மராட்டிய மன்னன் சாம்போஜியின் ஆதரவால் குலகுரு முத்தைய தீட்சிதரால் பொன்னம்பலத்திற்குக் குட நீராட்டு நிகழ்ந்ததையும், பொன்னம்பலத்துத் திருப்பணியைக் கேரளத்துச் சிற்பி செய்ததாகவும் செப்பேடு ஒன்று குறிப்பிடுகின்றது. அச்சிற்பியே அளித்த அச்செப்பேட்டில் தில்லை சபாபதி கேரள நாட்டவர்க்கு உரியவர் என்றும் குறிக்கப் பெற்றுள்ளது. தில்லைக் கோயிலின் உடைமையான இச்செப்பேடு தற்போது திருவாரூர் திருக்கோயில் பாதுகாப்பில் உள்ளது.

இலக்கிய வரலாற்றுச் சான்றுகளையும், ஓவியத்தில் காணும் சேரர் பாணி தில்லைக் கோபுரத்தையும் இணைத்து நோக்கும் போது இராஜராஜன் காலத்திற்கு முன்பிருந்து, பிற்காலச் சோழர்கள் ஏழுநிலைக் கோபுரம் எடுக்கும் வரை தில்லையில் கேரளநாட்டுக்கலை அமைதியில் நான்கு கோபுரங்கள் திகழ்ந்தன என்று உறுதியாக நம்பலாம்.

இடைக்காலச் சோழர் காலத்தில் ஐந்து நிலைக் கோபுரம் எடுத்த அனுபவம், தொழில் நுட்பத்திறம் ஆகியவற்றால் பின்வந்த கோபுரக் கட்டடக் கலை வல்லுநர்கள் ஏழு நிலைகளையுடைய கோபுரம் எடுக்கும் புதிய மரபை உருவாக்கினர். அவ்வாறு எழுந்த கோபுரங்கள் வரிசையில் தொன்மையானதாகத் திகழும் கோபுரம் அமைந்ததும், நான்கு பெருங் கோபுரங்களுமே, ஏழுநிலைக் கோபுரங்களுமாக விளங்குவதுமாகிய கோயில் தில்லைப் பெருங்கோயிலாகும். ஏழுநிலைகளையுடைய கோபுரங்கள் பற்றி ஆராய ஏற்றதொரு களமாகத் தில்லை (சிதம்பரம்) விளங்குவதோடு, அங்குத் திகழும் கோபுரங்களை எடுத்தவர்கள் பற்றி ஆய்வு அறிஞர்களிடையே மாறுபட்ட கருத்துக்கள் உள்ளதால், மேலாய்வு செய்வதற்குரிய ஏற்றதொரு கோயிலாகவும் அது விளங்குகின்றது.

எழுநிலையா? ஏழுநிலையா?

"இடம் சிறந்து உயரிய எழுநிலை மாடத்து" (பத்துப்பாட்டு 86), "ஏழுயர் மாடமூதூர்" (வில்லிபாரதம் நிரை மீட்சி,118) "எழுநிலை மாடஞ் சேர்ந்தும்", (சீவக சிந்தாமணி 2840)" என்னும் இலக்கியச் செய்திகளை நோக்கும்போது தமிழகத்தில் ஈராயிரம் ஆண்டுகளுக்கு முன்பிருந்தே ஏழுநிலைகளையுடைய மாடங்கள் உள்ள மன்னர்களின் கோயில்கள் (அரண்மனை) திகழ்ந்தன என்பதறிய முடிகிறது. ஏழுநிலைகளையுடைய கோபுரங்கள் (வாயில்கள்) இருந்ததற்கான சான்றுகள் கிடைத்தில. குறிப்பாகத் தெய்வங்கள் உறையும் கோயில்களுக்கு கோபுரம் எடுக்கும் மரபு ஈராயிரம் ஆண்டுகளுக்கு முன்பு இல்லாத காரணத்தால் அது கோயில்களைப் பொறுத்தவரை பிற்கால மரபே என்பதறியலாம்.

எழுநிலை என்பதைச் சிலர் ஏழுநிலை எனக்கொள்வது தவறு என்றும், மேலெழுகின்ற நிலை என்பதால் ஏழு என்றே கொள்ள வேண்டும் எனவும் குறிப்பிடுகின்றனர். கல்வெட்டுக்களிலும் ஏடுகளிலும் எழுதும் பண்டைய மரபுப்படி எ,ஏ என்ற இரு எழுத்துக்களும் எ என்ற ஒரு எழுத்து கொண்டு தான் எழுதப்பெற்றிருக்கும். இடம் பொருள் ஆகியவை கொண்டு படிக்கும் போது ஏற்புடைய எழுத்தைக் கொள்வர். மேலும் ஏழுயர் மாடமூதூர் என்ற வில்லிபாரதச் சொல்லாட்சியும், "நிலை ஏழு கோபுரம்" என்ற தில்லைக் கோயிற்கல்வெட்டு வரிகளும்[50] ஏழு நிலைகளைக் கொண்ட கட்டடத்தைத் தான் குறிக்கின்றன. சேக்கிழார் பெருமான் திருத்தொண்டர் புராணத்தில் உயர்ந்த பொன்வரை போல் நிலை ஏழு கோபுரங் கடந்து" (தடுத்தாட்.புராணம் 109) என்றும், "நிலையேழ் கோபுரம் உற மெய்யோடு தொழுதுபுக்கார்" (திருநாவு.புராணம் 164),"எழுநிலைக் கோபுரம் பணிந் தெழுந்தார் (திருஞான.புராணம் 157)," "எழுநிலைக் கோபுரத்தை அடைந்தார் (கழறிற்றறி.புராணம் 53)" என்றும் தில்லைக் கோபுரங்களைக் குறிப்பிடும் பாங்காலும் 'எழுநிலைக் கோபுரம்' 'நிலை ஏழு கோபுரம்' என்ற சொல்லாட்சிகள் ஏழு அடுக்குகளையுடைய கட்டடத்தைக் குறிப்பிடுபவையே என்பதில் ஐயமேதும் இல்லை.

குடவாயில் பாலசுப்ரமணியன் 131

தில்லைத் திருப்பணிகள்

மாமன்னன் இராஜராஜன் காலத்தில் தில்லைப் பெருங்கோயில் ஒரே திருச்சுற்றுடன், அதன் நான்கு திக்குகளிலும் சேரர் கலைப்பாணியில் மரவேலைப் பாடுகளுடன் ஓடுகள் மேயப்பெற்ற ஈரடுக்குக் கோபுரங்கள் அணி செய்ய, உள்ளே பொன்மேயப் பெற்ற அம்பலம் திரு மூலட்டானம் ஆகியவற்றோடுதான் திகழ்ந்தது என்பதனைத் தஞ்சை ஓவியங்கள் வாயிலாக அறிய முடிந்தது. அப்பெருவேந்தன் காலத்திற்குப் பின்னர் முதலாம் குலோத்துங்க சோழனின் (கி.பி.*1070-1120*) உயர்நிலை அலுவலனான காலிங்கர்கோன் எனும் நரலோக வீரனால் தொடங்கப் பெற்றதில்லைக் கோயிற் திருப்பணிகள் சோழர்களின் இறுதிக் காலம் வரை நீடித்ததோடு, கோப்பெருஞ்சிங்கன், பிற்காலப் பாண்டியர்கள், அதன்பின் வந்த பல்வேறு மரபினர்களாலும் தொடரப்பெற்றது.

குலோத்துங்கன் தன் காலத்தில் சேரர்க்கலை அமைதியில் திகழ்ந்த கோபுரங்களை அகற்றிவிட்டு முதற் திருச்சுற்றினைத்திருத்தி அமைத்தான். அத்திருச் சுற்று மதிலின் மேற்குச் சுவரில் காணப்பெறும் நரலோக வீரனின் கல்வெட்டு, தமிழ்ப்பாக்கள் முப்பத்தொன்றும், வடமொழிப்பாக்கள் *31*ம் கொண்டு திகழ்கின்றது.[51] முதற் திருச்சுற்றில் இரண்டு கோபுரங்களையும் நரலோகவீரன் திருமாளிகையினையும், சிவகாமி அம்மைக் கோயிலையும் எடுப்பித்தான் என்று வடமொழிப் பாடல்கள் கூறுகின்றன. முதலாம் குலோத்துங்கனின் மகனான விக்கிரம சோழன் இரண்டாம் திருச்சுற்று மதிலை எடுப்பித்து அதில் விக்கிரம் சோழன் திருமாளிகையை அமைத்தான் என்ற செய்தியைத் தில்லைக் கல்வெட்டுக்கள் எடுத்துக் கூறுகின்றன. அம்மன்னனின் மெய்க்கீர்த்தி

"தன்குல நாயகன் தாண்டவம் பயிலுஞ்
செம்பொன்னம்பலஞ் சூழ் திருமாளிகையும்
கோபுர வாசல் கூட சாலைகளும்
உலகு வலங் கொண்டொளி விளங்குநேமிக்
குலவரை உதய குன்றமொரு நின்றெனப்
பசும் பொன் மேய்ந்த பலிவளர் பீடமும்
விசும்பொளி தழைப்ப விளங்கு பொன் மேய்ந்து"

என்று கூறுகின்றது.[52]

முதற் குலோத்துங்கச்சோழன், நரலோக வீரன் ஆகியோர் பெயரில் திருமாளிகையுடன் அமைந்த முதற்திருச்சுற்று, சிவகாமி அம்மை ஆலயம், சிவகங்கைக் குளம், ஆயிரங்கால் மண்டபம், நூற்றுக்கால் மண்டபம் ஆகிய அனைத்தையும் உள்ளடக்கிய மூன்றாம் திருச்சுற்று மதிலின் உட்புறமாக, மேற்கு, தெற்கு, கிழக்கு ஆகிய திசைகளில் திருச்சுற்று மாளிகைப்பகுதி உள்ளது. இம்மாளிகைப் பகுதிக்கு 'இராஜாக்கள் தம்பிரான் திருமாளிகை' என்று பெயர்.

இராஜாக்கள் தம்பிரான் எனும் பட்டம் மூன்றாம் குலோத்துங்கனுக்குரியதாகும். மூன்றாம் திருச்சுற்றின் மதிலுக்குத் திருநீற்றுச் சோழன் மதில் என்ற பெயரும் உண்டு. இது இரண்டாம் குலோத்துங்கனின் விருதுப்பெயராகும். இம்மதிலின் நான்கு திக்குகளிலும் ஏழுநிலைகளைக் கொண்ட கோபுரங்கள் திகழ்கின்றன. இவற்றின் வரலாற்றைத் தெளிவாக ஆராய்ந்தால் ஏழுநிலைக் கோபுரங்களின் தோற்றம் பற்றியும், அதற்குக் காரணமாக விளங்கிய மன்னவன் பற்றியும் அறிதல் எளிதாகும்.

அறிஞர்களின் கூற்று

தில்லைச் சிற்றம்பலவன் கோயில் எனும் நூலை எழுதிய ஜே.எம். சோமசுந்தரம் பிள்ளை தம்நூலில் தில்லைக்கோபுரங்கள் பற்றிப் பின்வருமாறு கூறியுள்ளார்.

"தில்லைக் கிழக்குக் கோபுரம் ஏழுநிலை மாடமாக இரண்டாம் குலோத்துங்கன் (கி.பி. 1133 - 1150) ஆரம்பித்ததாகக் குலோத்துங்க சோழன் உலா கூறுகின்றது. இவனே இன்னும் வடக்குக் கோபுரத்தையும் ஆரம்பித்திருக்க வேண்டுமென்பதும் தெரிகின்றது. இவ்வாறாக இரண்டாம் குலோத்துங்கனால் ஆரம்பித்து முடிக்கப்பெற்ற கிழக்குக் கோபுரம் பிறகு காடவர் கோன் (கி.பி.1243 - 1279) இரண்டாம் கோப்பெருஞ்சிங்கனால் பதிமூன்றாம் நூற்றாண்டில் திருத்தி அமைக்கப் பெற்றும், சமீபத்தில் பச்சையப்ப முதலியாராலும் (கி.பி.1754 - 1794) அவரது தமக்கை சுப்பம்மாளாலும் சீர் பெற்றும் துலங்குகின்றது" (பக். 48).

"மேற்கு ராஜகோபுரம் பாண்டியன் முதல் ஜடாவர்மன் சுந்தர்பாண்டியனால் (கி.பி.1251) கட்டப்பெற்றதெனப் பல கல்வெட்டுக்கள் (S.I.I. Vol. IV Nos.628-630) குறிக்கின்றன" (பக்.50) என்று கூறுவதோடு வடக்கு ராஜகோபுரம் கிருஷ்ணதேவராயரால் கி.பி.1516இல் எடுக்கப்பட்டதெனக் கல்வெட்டுக்கள் அறிவிக்கின்றன என்றும், தெற்குக் கோபுரம் கி.பி. 1237இல் தொடங்கப் பெற்றுக் கி.பி. 1240இல் முடிவுற்றதாகவும் இதனைக் கட்டியவன் சொக்கசீயன் என்ற முதற் கோப்பெருஞ்சிங்கன் என்று கூறுவதோடு அக்கோபுரத்தைச் சுந்தரபாண்டியன் கட்டியதெனச் சிலர் கூறுவது பொருந்தாது என்றும் குறிப்பிட்டுள்ளார்[53]. தெற்குக் கோபுரத்தில் காணப்பெறும் இரு கயல் உருவங்கள் கோப்பெருஞ்சிங்கன் பாண்டியர்களுக்கு அடங்கிய குறுநில மன்னன் என்பதைக் காட்டவே பொறிக்கப் பெற்றிருப்பதாகவும் கூறியுள்ளார்.

துப்ராய் எனும் மேலை நாட்டு வல்லுநர் கிழக்குக் கோபுரம் கி.பி.1251-1268 வரை ஆட்சி செய்த முதலாம் ஜடாவர்மன் சுந்தரபாண்டியனால் கட்டப் பெற்றது என்று தம் நூலில் குறிப்பிட்டுள்ளார்.[54] பல்லவர் வரலாற்றை எழுதிய வே. வேங்கட சுப்பையர் மேற்குக் கோபுரத்தைச் சுந்தர பாண்டினும்,கிழக்குக் கோபுரத்தைக் கோப்பெருஞ்சிங்கனும், தெற்குக் கோபுரத்தைப் பாண்டியனும் எடுப்பித்ததாகக் கூறியுள்ளார்.[55]

ஜேம்ஸ் சி.ஹார்லி கிழக்குக் கோபுரத்தை மூன்றாம் குலோத்துங்கன் கி.பி.1178க்குள் கட்டத் தொடங்கியிருக்க வேண்டும் என்றும், பின்னர் கி.பி.1250இல் கோப்பெருஞ்சிங்கனும், பாண்டியர்களும் அதனைப் பூர்த்தி செய்தனர் என்றும் கூறியுள்ளார். தெற்குக் கோபுரம் கி.பி.1248இல் தொடங்கப்பெற்று 1272க்குள் முழுமையாக அடிப்படையிலிருந்து எடுக்கப் பெற்றிருக்க வேண்டும் என்ற கருத்தை வலியுறுத்துகின்றார்[56]. வடக்குக் கோபுரத்தைப் பொறுத்த வரை பதிமூன்றாம் நூற்றாண்டின் பிற்பகுதியில் கட்ட ஆரம்பிக்கப் பெற்று, பல்வேறு கலை மரபுகளின் சங்கமாக அதனை கிருஷ்ண தேவராயர் திருப்பணி செய்தார் என்றும் குறிப்பிட்டுள்ளார்.[57]

சோழர் கோயில்கலை மரபை முழுதுமாக ஆராய்ந்து பல நூல்களை எழுதியுள்ள எஸ். ஆர். பாலசுப்பிரமணியம் தில்லையிலுள்ள நான்கு எழுநிலைக் கோபுரங்களிலும் மேலைக் கோபுரத்தின் வாயிற்பகுதியே மிகப் பழமையானது என்றும் இம் மேலைக் கோபுரத்தை விக்கிரம சோழன் தொடங்க அவன் மகன் இரண்டாம் குலோத்துங்கன் கட்டி முடித்திருக்க வேண்டும் என்ற கருத்தை வலியுறுத்தியுள்ளார். மேலும் வடக்கு கிழக்கு கோபுரங்களின் திருவாயிற் பகுதிகள் மாத்திரம் இரண்டாம் குலோத்துங்கன் காலத்திலேயே கட்டப்பட்டிருக்கவேண்டும் என்ற கருத்தையும் தெரிவித்துள்ளார்.[58]

இரண்டாம் குலோத்துங்கன் கட்டிய கீழைக் கோபுரத் தலைவாயிலுக்கு மேலுள்ள நிலைகளைப் பிற்பட்ட காலப் பல்லவ மன்னான கோப்பெருஞ்சிங்கன் (கி.பி. 1243 - 1279) நாற்றிசைகளையும் வென்று பெற்ற திரைப்பொருளால் வனப்புற எடுப்பித்தான் என்று திரிபுராந்தகக் கல்வெட்டை மேற்கொள் காட்டி வலியுறுத்தியுள்ளார்.[59]

தில்லை நான்கு கோபுர வாயில்களின் அடிப்படைகள் பிற்காலச் சோழர்களின் பணி என்றும் மேலேயுள்ள ஏழுநிலைகளை மட்டும் பின்வந்தோர் எடுப்பித்தனர் என்பது எஸ்.ஆர். பாலசுப்பிரமணியம் அவர்களின் கருத்தாகும். சிதம்பரம் தெற்குக் கோபுர வாயிலுக்கு மேலுள்ள எழுநிலை மாடம் கோப்பெருஞ்சிங்கனால் கட்டப்பெற்றது என்றும், வடகோபுரத் தலை வாயிலுக்கு மேலுள்ள நிலைகளை விசயநகர மன்னர்களான கிருஷ்ணதேவராயரும் அச்சுததேவராயரும் கட்டினர் என்பதைக் கல்வெட்டுக்களை மேற்கோள்காட்டி அவரே வலியுறுத்தியுள்ளார்.[60]

மேற்குக்கோபுரம்

தற்போது திகழும் நான்கு கோபுரங்களின் கட்டுமான அமைப்பு, சிற்பங்களின் அமைதி, கல்லெழுத்துக்களின் வரிவடிவம் ஆகிய பல்வேறு கூறுகள் அடிப்படையில் நோக்கும்போது காலத்தால் தொன்மையுடையதாகத் திகழ்வது மேற்குக் கோபுரமாகும். இக்கோபுரம் கட்டும் பணி விக்கிரம சோழனால் தொடங்கப் பெற்று இரண்டாம் குலோத்துங்கன் காலத்திலேயே

தில்லைக் கோபுரங்களின் காலம் பற்றிய அறிஞர்களின் கணிப்பு

எண்.	ஆராய்ச்சி அறிஞர்	கிழக்குக் கோபுரம்	தெற்குக் கோபுரம்	மேற்குக் கோபுரம்	வடக்குக் கோபுரம்
1.	எஸ்.ஆர்.பால சுப்பிரமணியம்	அடிப்படை இரண்டாம் குலோத்துங்கன் மேல்நிலை கோப்பெருஞ்சிங்கன் + அச்சுததேவராயர்	அடிப்படை பிற்காலச் சோழர் மேல்நிலை கோப்பெருஞ்சிங்கன்	விக்கிரம சோழன் இரண்டாம் குலோத்துங்கன் கிருஷ்ண தேவராயர்	அடிப்படை இரண்டாம் குலோத்துங்கன் மேல்நிலை
2.	ஜேம்ஸ்சி.ஹார்லி	மூன்றாம் குலோத்துங்கன் கி.பி.1178-1218க்குள் கட்டத்துவங்கி பின் 1250ல் கோப்பெருஞ்சிங்கனும், பாண்டியனும் முடித்தனர்	1248 - 1272இல் கோப்பெருஞ்சிங்கனால் முழுமையாக எடுக்கப் பெற்றது	கி.ப.1150இல் தொடங்கப்பின் கோப்பெருஞ்சிங்கனும் பாண்டியர்களும் முடித்தனர்	13ஆம் நூற்றாண்டின் பிற்பகுதியில் கட்ட ஆரம்பித்து பின் பல்வேறு கலை மரபுகளின் சங்கமமாக விளங்குகின்றது.
3.	துப்பராய்	முதலாம் ஜடாவர்மன் சுந்தர பாண்டியனால் (கி.பி.1251 - 1278) கட்டப் பெற்றது.			
4.	ஜே.எம்.சோம சுந்தரம் பிள்ளை	இரண்டாம் குலோத்துங்கன் கட்டியதை கோப்பெருஞ்சிங்கன் திருத்தியமைத்தான்	கி.பி.1237இல் தொடங்கப் தொடங்கப் பெற்று 1240ல் கோப்பெருஞ்சிங்கனால் முடிக்கப் பெற்றது.	பாண்டியன் முதல் ஜடாவர்மன் சுந்தரபாண்டியன்	இரண்டாம் குலோத் துங்கன் கட்டியதை கிருஷ்ண தேவராயரால் புதுப்பிக்கப் பெற்றது.
5.	வி.வி. அய்யர்	கோப்பெருஞ்சிங்கன் II	கோப்பெருஞ்சிங்கன் I	ஜடாவர்மன் சுந்தர பாண்டியன் I	
6.	இராமகிருஷ்ண அய்யர்	குலோத்துங்கன் II கோப்பெருஞ்சிங்கன் I	குலோத்துங்கன் I		

நிறைவடைந்திருக்க வேண்டும் என்பது எஸ்.ஆர். பாலசுப்பிரமணியம் கூறும் கருத்தாகும். விக்கிரம சோழன்தான் எடுத்தான் என்பதற்கு நேரிடையான சான்றாதாரங்கள் எதனையும் அவர் குறிப்பிடவில்லை. அவர் குறிப்பிடும் விக்கிரம சோழனின் மெய்க்கீர்த்தியும் ஏழுநிலைக் கோபுரம் எடுத்ததாகக் கூறவில்லை. தில்லைக் கோயிலில் காணப்பெறும் அம்மன்னவனின் நான்கு கல்வெட்டுச் சாசனங்களில்[61] கூட ஏழுநிலை கோபுரத்திருப்பணி பற்றி எதுவும் குறிப்பிடப் பெறவில்லை.

மேற்கு இராஜகோபுரம் பாண்டிய மன்னன் முதல் ஜடாவர்மன் சுந்தரபாண்டியனால் கட்டப்பெற்றது எனக்கூறும் ஜே.எம். சோமசுந்தரம் மூன்று கல்வெட்டுக்களைக் குறிப்பிட்டுள்ளார். கி.பி. 1251இல் பொறிக்கப்பெற்ற அம்மூன்று கல்வெட்டுக்களிலோ அல்லது ஜடாவர்மன் முதலாம் சுந்தரபாண்டியனின் வேறு எந்த ஒரு கல்வெட்டிலோ அவன் தில்லைக் கோபுரத்தை எடுத்ததாகக் கூறவில்லை. தில்லையில் இருப்பதாக அவர் குறிப்பிடும் கல்வெட்டுக்கள் அவன் தில்லைக் கோயிலுக்குச் செய்த துலாபாரம் போன்ற அறக்கட்டளைகளை மட்டுமே குறிப்பிடுகின்றனவேயன்றிக் கோபுரம் எடுத்தது பற்றிக் பேசவில்லை என்பது குறிப்பிடத்தக்கதாகும்.

ஜேம்ஸ்.சி. ஹார்லி மேற்குக் கோபுரம் கி.பி.1150இல் தொடங்கப்பெற்றுப் பின்னர் கோப்பெருஞ்சிங்கனும் பாண்டியர்களும் நிறைவு செய்தனர் என்று கூறுகிறார்.

அவர் குறிப்பிடும் ஆண்டில் ஆட்சிபுரிந்தவர் சோழப் பெருமன்னன் இரண்டாம் இராஜராஜனாவார். இப்பெருவேந்தனால் அப்பணி தொடங்கப் பெற்றது என்பதற்குக் கல்வெட்டுச் சான்றோ அல்லது இலக்கியச் சான்றோ இல்லாதபோது இது ஊகத்தின் அடிப்படையில் எடுக்கப்பெற்ற முடிவே எனக் கருத வேண்டியுள்ளது வி.வி. அய்யர் மேற்குக் கோபுரம் சுந்தர பாண்டியனால் கட்டப்பெற்றது எனக் கூறும் கூற்றுக்கும் சரியான சான்றேதும் காட்டப்படவில்லை. இராமகிருஷ்ணய்யர் மேற்குக் கோபுரம் எடுத்தவர் யார் எனக் குறிப்பிடச் சான்றுகள் இல்லை என்று மட்டுமே கூறியுள்ளார்.

ஒட்டக் கூத்தரால் எழுதப்பெற்ற மூவருலா, தக்கயாகப் பரணி போன்ற நூல்களில் கூறப்பெறும் இரண்டாம் குலோத்துங்கன் தில்லைக் கோயிற் கோபுரம் எடுத்த செய்தி ஆதாரங்களை ஏற்றுக்கொள்ளும் எஸ்.ஆர். பாலசுப்பிரமணியம் மேற்குக் கோபுரம் குலோத்துங்கனால் தான் நிறைவு பெற்றிருக்வேண்டும் என வலியுறுத்துகிறார். ஒட்டக்கூத்தர், சேக்கிழார் போன்ற அவனது சமகாலத்துச் சான்றோர்களின் வாக்குகளை கூர்ந்து நோக்கினால் இரண்டாம் குலோத்துங்கன்தான் தில்லையில் ஏழ்நிலை கோபுரம் எனும் புதிய மரபை முதன் முதலில் அறிமுகம் செய்தவன் என்பதை நன்குணர முடியும்.

கவிச்சக்கரவர்த்தி ஒட்டக்கூத்தர், விக்கிரம சோழன், இரண்டாம் குலோத்துங்கன், இரண்டாம் இராஜராஜன் ஆகிய மூவர் காலத்திலும் வாழ்ந்த

பெருமகனாவார். அவர் தாம் கண்ட வரலாற்றுக் காட்சிகளையே தம்முடைய நூலில் பதிவு செய்துள்ளார். இரண்டாம் குலோத்துங்கனைப் பற்றிக் கூறுமிடத்து அவன் தில்லையில் ஏழுநிலைகளையுடைய கோபுரங்கள் எடுத்தான் என்று மட்டும் கூறாமல், அவனது மகனான இரண்டாம் இராஜராஜனின் புகழைக் கூறும்போது, "கோயில் முன் ஏழ்நிலை வகுத்த பிரான் மகன் வாழியே"[62] என்று போற்றுவதால் இரண்டாம் குலோத்துங்கன்தான் தில்லையில் முதன் முதலாக ஏழுநிலைகளையுடைய கோபுர வாயிலினை எடுத்தான் என்பது உறுதியாகின்றது.

இரண்டாம் குலோத்துங்கன் காலத்தில் வாழ்ந்து சோழ அரசின் முதலமைச்சராகத் திகழ்ந்து, தில்லைப் பெருங்கோயிலில் 'திருத்தொண்டர் மாக்கதை' எனும் பெரிய புராணத்தை அரங்கேற்றியவர் சேக்கிழாராவார். அவர் தம் நூலில் தில்லைக்கோபுரங்கள் பற்றிய பலநுட்பமான செய்திகளைப்பதிவு செய்திருக்கின்றார். திருநாவுக்கரசு சுவாமிகள் புராணத்தில் திருவதிகையிலிருந்து புறப்பட்ட நாவுக்கரசர் திருத்தூங்கானை மாடம், நீவாக்கரை ஆகிய தலங்கள் வழியாகத் தில்லை நகரத்தின் மேற்குவாயிலை அடைந்ததாகவும், பின்பு அங்கிருந்து நெடுவீதிவழியாக வந்து மேற்குப்புறம் திகழ்ந்த நிலையேழ் கோபுரத்தைத்தொழுது பின்பு கோயிலினுட் புகுந்தார் என்றும் கூறியுள்ளார். நாவுக்கரசர் காலத்தில் நிலையேழு கோபுரங்கள் இல்லை என்றாலும், சேக்கிழார் தம் காலத்தில் திகழ்ந்த கோபுர அமைப்பை மனதில்கொண்டு, மரபுவழி மேற்குவாயில் வழியே வந்தார் என்ற செய்தியைக் குறிப்பிட்டுள்ளார்.

"அஞ்சொல் திருமறை அவர்முன் பகர்தலும் அவரும் தொழுதுமுன் அளிகூரும்
நெஞ்சிற் பெருகிய மகிழ்வும் காதலும் நிறையன் போடும் உரை தடுமாறச்
செஞ்சொல் திருமறை மொழியந் தணர்பயில் தில்லைத் திருநகர் எல்லைப்பால்
மஞ்சிற் பொலிநெடு மதில்சூழ் குடதிசை மணி வாயிற்புறம் வந்துற்றார்
(திருநாவு.புரா.161)

மேலம் பரதலம் நிறையுங்கொடிகளில் விரிவெங் கதிர்நுழை வரிதாகும்
கோலம் பெருகிய திருவீதியை முறை குலவும் பெருமையர் பணிவுற்றே
ஞாலம் திகழ்திரு மறையின் பெருகொலி நலமார் முனிவர்கள் துதியோடும்
ஓலம் பெருகிய நிலையேழ் கோபுரம் உறமெய் கொடுதொழுதுள் புக்கார்
(164)

வளர் பொற் கனமணி திருமா ளிகையினை வலம் வந் தலமருவரை நில்லா
அளவிற் பெருகிய ஆர்வத் திடைஎழும் அன்பின் கடல்நிறை உடலெங்கும்
புளகச் செறிநிரை விரவத் திருமலி பொற்கோபுரமது புகுவார் முன்
களனிற் பொலிவிடம் உடையார் நடநவில் கனகப்போது எதிர் கண்ணுற்றார்"
(165)

இப்பாடல்களை கூர்ந்து நோக்கும்போது குடதிசை மணிவாயில் வழியே வந்த நாவுக்கரசர் "ஏழுநிலை மாடங்களோடு திகழ்ந்த மேற்குக் கோபுரம் வழியே உள் நுழைந்து, திருமாளிகையினை வலம் வந்து பின்பு உள்ளே திகழ்ந்த

பொற்கோபுரம் வழியே நுழைந்து நடம் நவில் கனகப் போது கண்ணுற்றார்". என்பது சேக்கிழார் காட்டும் காட்சியாகும்.

ஏழுநிலைகள் கொண்ட கோபுரம் அக்கோயிலில் திகழ்ந்ததையும், விக்கிரம சோழன் திருமாளிகை எடுப்பித்ததோடு உட்கோபுரங்களுக்கும் பொன் வேய்ந்ததையும் அவனது மெய்க்கீர்த்தியும் ஒட்டக்கூத்தரின் உலாவும் எடுத்துக் கூறுகின்றன. அதனையே இங்கு சேக்கிழார் பெருமான் உறுதி செய்கின்றார்.

எனவே தில்லை மேற்குக் கோபுரம் விக்கிரம சோழன் காலத்தில் எடுக்கப்பெற்றது அல்ல என்பதும் அது அவனது மகனான அநபாயன் எனும் இரண்டாம் குலோத்துங்கனால் எடுக்கப்பெற்றது என்பதும் உறுதியாகின்றது. இக்கோபுரத்தைப் பொறுத்தவரை கல்ஹாரம் தொடங்கி உச்சியிலுள்ள சிகரம் வரை உள்ள கட்டுமானம் இப்பேரரசனால் எடுக்கப்பெற்றதாகும். எழுநிலை கோபுர கட்டுமான அமைப்பில் தில்லை மேற்குக் கோபுரமே முதற் கட்டுமானம் என்பது உறுதி.

கிழக்குக் கோபுரம்

கிழக்குக் கோபுரத்தைப் பொறுத்தவரை எஸ்.ஆர்.பாலசுப்ரமணியம் இரண்டாம் குலோத்துங்கன் எடுத்த அடிப்படை மீது (கல்ஹாரம் மீது) கோப்பெருஞ்சிங்கன் ஏழுநிலைகளை உடைய மாடங்களை எடுப்பித்தான் என்று கூறியுள்ளார். ஜேம்ஸ். சி. ஹார்லி கி.பி. *1178 - 1218*க்குள் இக்கோபுரத்தை மூன்றாம் குலோத்துங்கன் கட்டினான் என்றும், பின் கி.பி.1250இல் கோப்பெருஞ்சிங்கன் எழுநிலை மாடமாகப் புதுப்பித்தான் என்றும் கூறியுள்ளார். ஜே.எம்.சோமசுந்தரம் இரண்டாம் குலோத்துங்கன் கட்டியதைக் கோப்பெருஞ்சிங்கன் திருத்தி அமைத்தான் என்றும் கூறுகிறார். இக்கோபுரம் முதலாம் ஜடாவர்மன் சுந்தர பாண்டியனால் எடுக்கப் பெற்றது என்பது துப்பராய் கூறும் கருத்தாகும். வி.வி.அய்யரோ இரண்டாம் கோப்பெருஞ்சிங்கன் என்பவன் கட்டினான் என வாதிடுகிறார். ராமகிருஷ்ணய்யர், இரண்டாம் குலோத்துங்கனால் எடுக்கப்பெற்ற அடிப்படை மீது கோப்பெருஞ் சிங்கன் எழுநிலை கோபுரம் அமைத்தான் என்று கூறியுள்ளார். இக்கோபுரத்தைப் பொறுத்த வரை கட்டுவித்தவன் பற்றி அறிஞர்களிடை ஒத்த கருத்து இல்லை.

இரண்டாம் குலோத்துங்கன் கிழக்கு எழுநிலை கோபுரத்தை எடுத்தான் என்று கூற நேரிடையான கல்வெட்டுச் சான்றோ,இலக்கியச் சான்றோ எதுவும் இல்லை. மேலும் இக்கோபுரத்தில் கருங்கற் கட்டுமானமாகவுள்ள கல்ஹார பகுதி, மேற்குக் கோபுர கட்டுமானத்தோடு ஒப்பிடப்படும்போது கலை அம்சத்தால் வேறுபட்ட நிலையிலேயே உள்ளது. இக்கோபுரத்தில் இடம் பெற்றுள்ள நாட்டிய கரணச் சிற்பங்களோ, அவற்றின் கீழ் எழுதப்பெற்றுள்ள பரதசாத்திர

சுலோகங்களின் கிரந்த எழுத்துக்களின் அமைதியோ கோப்பெருஞ்சிங்கம் காலத்திற்கு உரிய தன்மைகளுடன் தான் விளங்குகின்றன. மேற்குக் கோபுரவாயிலில் காணப்படும் இரண்டு உருவச் சிலைகளை இரா. நாகசாமி இரண்டாம் குலோத்துங்கன் மற்றும் சேக்கிழார் பெருமான் உருவ சிற்பங்களாகக் குறித்துள்ளார். அதே போன்று கிழக்குக் கோபுர வாயில் மாடங்களில் உள்ள இரண்டு உருவச் சிற்பங்கள் சோழர்களின் உருவச்சிலைகள் என்று உறுதியாகக்கூற முடியாது. அவற்றை முறையே கோப்பெருங்சிங்கம் மற்றும் ஒரு அடியார் உருவச் சிலைகளாகக் கொள்ளலாம்.

இக்கூறுகளை ஆராய்ந்த பிறகு கோப்பெருஞ்சிங்கனின் திரிபுராந்தகக் கல்வெட்டினை[64] ஆழமாக நோக்குவோமாயின் தற்போது காணப்பெறும் தில்லைக் கிழக்குக் கோபுரம் அடிப்படையில் இருந்து முழுமையாக எழுநிலை கோபுரமாகப் பேணு செந்தமிழ் வாழப்பிறந்த காடவன் கோப்பெருஞ்சிங்கனால்தான் எடுக்கப் பெற்றது என்பது தெளிவாகின்றது. இவன் இசை, நாட்டியம் ஆகிய கலைகளை மிகவும் போற்றினான் என்பதைப் பல கல்வெட்டுக்கள் எடுத்துரைக்கின்றன. திராக்ஷாராமக் கல்வெட்டு, கலா நாட்டாக்ய வேதரம் பூதி, பரதார்ணபரீணன், சைரஸ ஸாகித்ய ஸாகர சாம்யாத்ரியன், என்றும், திரிபுராந்தகக் கல்வெட்டு, பரதார்ணவ கர்ணதாரன்,சர்வக்ஞன், ஸாகித்ய ரத்னாகரன், பரதம் வல்லான், என்றும் திருவக்கரை சாசனம் பரதம் வல்ல பெருமாள் என்றும் கூறுகின்றன[65]. பரதார்ணவம் போன்ற நாட்டிய நன்னூல்களை நன்கு கற்றறிந்தவன் என்பதால் தான் எடுப்பித்த தில்லைப் பெருங்கோயிலில் சோழ மன்னன் செய்தது போன்று கரணச் சிற்பங்களை இடம்பெறச் செய்தான். பரத சாத்திர சுலோகங்களையும் கல்வெட்டாகப் பொறித்துள்ளான்.

இவனது திரிபுராந்தகக் கல்வெட்டையும், ஆற்றூர் சாசனத்தையும்[66] ஒப்பிட்டு நோக்கும்போது ஒரு பேருண்மை புலப்படும். வடமொழிப் பாடல்களாக அமைந்த திரிபுராந்தகம் கல்வெட்டு தில்லைக் கிழக்குக் கோபுரத்தைத் தன் பெயரால் எடுத்தான் என்று கூறுகின்றது. ஆற்றூர்க் கல்வெட்டோ கோப்பெருஞ்சிங்கனாகிய அப்பெருமான் இந்நாயனார் கோயில் தெற்கில் திருவாசல் சொக்கசீயன் திருநிலை ஏழு கோபுரமாகச் செய்யத் திருப்பணிக்கு உடலாக ஜயங்கொண்ட சோழமண்டலத்து ஊற்றுக்காட்டுக் கோட்டத்து ஆற்றூர் நாட்டு ஆற்றுரான ராஜராஜ நல்லூரை அளித்தது குறிக்கப்பெற்றுள்ளது. கோபுரத்தை எடுப்பித்தான் என்பது அடிப்படையிலிருந்தே புதிதாகக் கட்டப்பெறுவதாகும். திருப்பணி என்பது முன்பே திகழ்ந்த கோபுரத்தைப் புனர்நிர்மானம் செய்வதாகும்.கோப்பெருஞ்சிங்கனின் சான்றுகளை வைத்து நோக்கும்போது தற்போது திகழும் தில்லை நிலையேழு கோபுரம் கோப்பெருஞ்சிங்கனால் அடித்தளத்திலிருந்து புதிதாக எடுக்கப்பெற்றது என்பது நன்கு விளங்கும். இதனை மேலும் தெளிவாக அறிய திரிபுராந்தகக் கல்வெட்டு முழுவதையும் அறிதல் வேண்டும்.

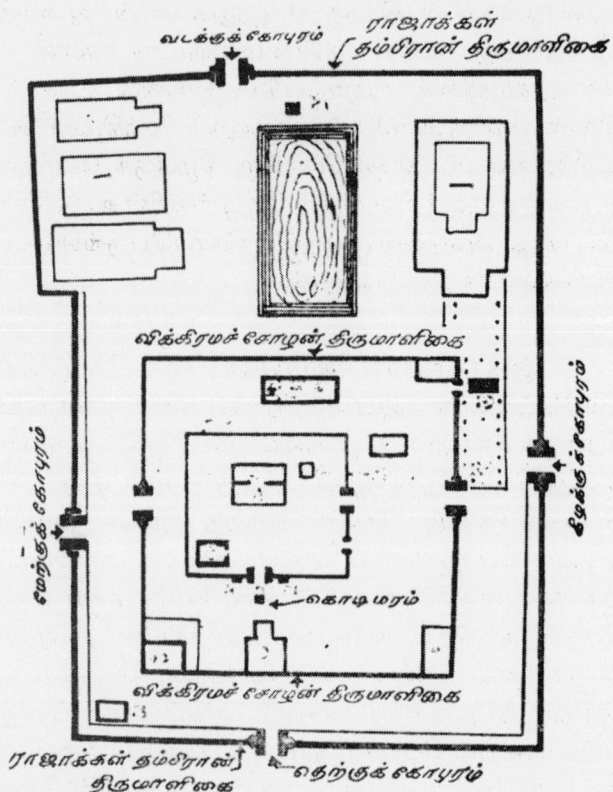

தில்லைக் கோயிலமைப்பு

தில்லைக் கிழக்குக் கோபுரம்

தமிழகக் கோபுரக்கலை மரபு

தில்லைக் கோபுரங்கள்

வடக்குக் கோபுரம்

மேற்குக் கோபுரம்

திரிபுராந்தகக் கல்வெட்டு (வடமொழிக் கல்வெட்டின் தமிழாக்கம்)

சகல புவன சக்கரவர்த்தியும், காடவகுல திலகனும், கர்நாடக ராஜமான மர்த்தனனும், சோழகுல கமலாகர திவாகரனும், பாண்டிய ராஜ்ய ஸ்தாபனா சூத்ரதாரனும், ஸகல குண கண ரத்நாகரனும், ஸமஸ்தஜன உபகரணீபூத ஸாம்ராஜ்ய ஸம்பதனும், ஸரஸ ஸாகித்ய ஸாம்யாத்ரிகனும், பரதார்ணவ கர்ணதாரனும், பவித்ர கீர்த்தியனும், கநகசபாபதி நாத சரணாரவிந்த மதுகரமானவனும், ஸர்வக்ஞ கட்கமல்லனும் ஆகிய கோப்பெருஞ்சிங்கனால், இடப்புறத்தில் மனையாளான பார்வதி பார்த்துக் கொண்டிருக்கையில், மங்களகரமான ஆகாயம் என்னும் மேடையில் ஒப்பற்ற ஆனந்த வடிவோடு நடனம் செய்பவரும், சந்திர ஜடாதரருமாகிய பரமேசுவரர் உலகைக் காப்பதில் விழிப்புடன் இருப்பவனும், ஒப்பற்ற சிவபக்திப் பெருக்கு நிறைந்தவனுமாகிய அவனியாளப் பிறந்தானை வெகுகாலம் காப்பாராக.

அவனியாளப் பிறந்தான் காவேரி பாயும் நாட்டை வென்றதனால் சம்பாதிக்கப்பட்ட பொருள்களால் கனக சபைக்குக் கிழக்கே (கீழைக் கோபுரத்தை) மேருமலை போன்றதும், தேவர் கூட்டங்களுடைய மகுடங்களோடு இடறக் கூடியதுமாகிய கோபுரத்தைத் தன் பெயரால் சிறிது காலத்தில் எடுப்பித்தான்.

கட்க மல்லனாகிய அரசன் ஏழு சமுத்திரங்களையுடைய அலைகளையும் கடக்கக்கூடிய திறமையுடைய புகழை உடையவன். அவன் ஏழு தீவுகளையும் வென்று ஈட்டிய பொருளால் ஏழு உலகங்களுக்கும் நலன் தரக்கூடிய நடேசனான நடராசனுக்கு, நட்சத்திரக் கூட்டங்களை இடிக்கக்கூடிய அன்பர்களின் விருப்பத்தைப் பூர்த்தி செய்யும் ஸ்ரீ கோபுரத்தை எடுப்பித்தான்.

கிழக்குத் திக்கிலுள்ள அரசர்களை வென்று அவர்கள் கொடுத்த பொன்னைத் துலாபாரம் செய்து, நிச்சங்கமல்லன் பார்வதி சமேதராக இருக்கும் நடேசன் நித்யமான சபையின் கிழக்குப்பக்கத்தில் கீழைக் கோபுரக் கீழ்ப் பகுதியைச் சூரியன் முறிந்து விழுந்தது போன்று ஒளிமிக்கதாக நிர்மாணித்தான்.

சோழமன்னன் பயத்தினால் குழந்தையைப் போல நடுங்கவும், அவனைத் தூக்கிவிட்டு உறுதியான புத்தியை உடைய இவ்வரசன் மன்னனின்றும் கவர்ந்த பணத்தினால் துலாபாரம் செய்து, அந்தத் தங்கத்தால் கிழக்குக் கோபுரத்தினுடைய தக்ஷிண பாகத்தை அழகியதாகச் செய்தான் இந்தத் திரிபுவனநாதன்.

சிவனுடைய கோபுரத்தின் மேற்குப் பாகத்தை, கர்நாடக ராஜ்யத்தை அழித்து அந்நாட்டு மன்னர்களுடைய பொன்னால் துலாபாரம் செய்து கிருபாணமல்லன் அத்தங்கத்தால் எடுப்பித்தான்.

கட்கமல்லன் ஆந்திர நாட்டரசரைப் படைவலியால் வென்று, அவர்களால் அனுப்பப்பட்ட காணிக்கைப் பொருள்களால் துலாபாரம் செய்து,

தப்ரசபாபதியின் ஸ்ரீ கோபுரத்தின் வட பாகத்தை அந்தத் தங்கத்தால் மின்னல் கூட்டம் போல் நிர்மாணித்தான்.

ஒப்பற்ற புகழை உடைய மகாராஜஸிம்மன் கோபுரமாகி ராஜ்யத்தில் நடராசனுடைய கோபுரத்துக்கும் கும்பாபிஷேகத்தைச் செய்தான். தோற்ற மன்னர்களின் கிரீடங்களால் கோபுரத்துக்குரிய தங்கக் கலசங்களைச் செய்தான் என்று அக்கல்வெட்டு விவரிக்கின்றது.

மூன்றாம் திருமதிலில் திகழும் திருச்சுற்று மாளிகைக்கு 'இராஜாக்கள் தம்பிரான் திருமாளிகை' என்ற பெயர் கல்வெட்டுக்களில் குறிப்பிடப் பெறுவதாலும் அப்பெயர் மூன்றாம் குலோத்துங்கனுக்குரியது என்பதாலும் இக்காரணங்களைக் கொண்டு ஜேம்ஸ் சி.ஹார்லி அம்மதிலில் காணப்பெறும் கிழக்குக் கோபுரத்தின் கல்ஹாரத்தினை குலோத்துங்கன்தான் எடுத்தான் என்றும், பின்பே கோப்பெருஞ்சிங்கன் புதுப்பித்து ஏழ்நிலைகளையுடையதாக்கினான் என்றும் கூறுகிறார். இது ஏற்புடையதாக இல்லை. இதே மதிலின் மேற்குத் திசையில் இரண்டாம் குலோத்துங்கன் காலத்திலேயே கோபுரம் கட்டப்பெற்றிருப்பதால் திருச்சுற்று மாளிகையின் பெயரினைக் கொண்டு மட்டும் கோபுரங்களின் காலத்தைக் கணித்தல் தவறுடையதாகிவிடும்.

இரண்டாம் குலோத்துங்கனின் பட்டப்பெயரான 'திருநீற்றுச் சோழன்' என்ற பெயரில் இம்மதில் அழைக்கப் பெற்றதாகக் குறிப்புகள் உள்ளன[67]. கட்டடக்கலை அமைதி, கோஷ்ட சிற்பங்களின் அமைதி ஆகியவற்றைக்கொண்டு ஜேம்ஸ் சி.ஹார்லி மூன்றாம் குலோத்துங்கன் காலமே என வலியுறுத்துகின்றார். தில்லைக் கோபுரங்களைப் பொறுத்தவரை இக்கூற்று ஏற்புடையதாகாது. ஏனெனில் ஒரே திருமதிலில் பல்வேறு காலங்களில் அமைந்த நான்கு கோபுரங்களும், முதன் முதலாக எடுக்கப் பெற்ற மேற்குக் கோபுரத்தின் கலைப்பாணியையும், கட்டுமான அம்சங்களையும், அளவீடுகளையும் ஏறத்தாழ அப்படியே பின்வந்தவர்கள் பின்பற்றிய காரணத்தால் இவர்களுடைய தனித்த பாணி எனப்பிரித்து அறிதல் எளிமையன்று.

துப்ராய் கிழக்குக் கோபுரத்தில் காணப்பெறும் சுந்தரபாண்டியனின் கல்வெட்டை மட்டும் வைத்துக்கொண்டு அது சுந்தரபாண்டியனால் எடுக்கப்பெற்றது என்று கூறுவது ஏற்புடையதாகாது. அக்கல்வெட்டு அவனது புகழையும், துலாபாரம் அளித்ததையும் மட்டுமே கூறுகின்றதேயன்றிக் கோபுரம் எடுத்ததைப் பற்றி கூறவில்லை.

வி.வி.அய்யர் கிழக்குக் கோபுரத்தை இரண்டாம் கோப்பெருஞ்சிங்கனும், தெற்குக் கோபுரத்தை முதலாம் கோப்பெருஞ்சிங்கனும் கட்டியுள்ளான் என்று கூறவதை எஸ்.ஆர். பாலசுப்ரமணியம் உள்ளிட்ட அனைத்து அறிஞர்களும் மறுத்துள்ளனர். கோப்பெருஞ்சிங்கன் ஒருவனே என்று இவர்களால் உறுதிப்படுத்தப்பட்டுள்ளது.

எஸ்.ஆர். பாலசுப்ரமணியம், இராமகிருஷ்ணய்யர், ஜே.எம். சோமசுந்தரம்பிள்ளை ஆகியோர் இரண்டாம் குலோத்துங்கனால் எடுக்கப்பெற்ற கிழக்குக் கோபுரத்தின் அடித்தளத்தை, கோப்பெருஞ்சிங்கன் எழுநிலைக் கோபுரமாகத் திருத்தி அமைத்தான் என்று கூறியுள்ளனர். ஆனால் தற்போது திகழும் கல்ஹாரமாகிய அடித்தளம். கோப்பெருஞ்சிங்கனாலேயே எடுக்கப்பெற்றது என்பதைக் கட்டுமானம், நாட்டியக் கரணச் சிற்பங்களின் அமைதி, பரதசாஸ்த்திர சுலோகக் கல்வெட்டெழுத்துக்களின் வரிவடிவம், உருவச்சிலைகள் ஆகியவை கொண்டு உறுதி செய்ய முடிகிறது.

சோழப் பேரரசர்கள் காலத்தில் முதற் திருச்சுற்றில், கீழ்த்திசையில் அணுக்கன் கோபுரம் மட்டுமே இருந்துள்ளது.மூன்றாம் திருச்சுற்றில் அதே திக்கில் எழுநிலை கோபுரம் அமையாமல் ஒரே தளத்துடன் கூடிய திருவாயிலே இருந்திருக்கிறது. இதனைச் சேக்கிழாரின் திருத்தொண்டர் புராணம் வாயிலாக உறுதிசெய்ய இயலும்[68] சீகாழியிலிருந்து புறப்பட்ட திருஞானசம்பந்தர் தில்லை நகரின் எல்லையிலிருந்த தென்திசை திருவாயிலில் நுழைந்து, திருவீதி வழியே நேரே வந்து தெற்குக் கோபுரத்தைப் பணிந்தெழுந்ததாகவும் பின்பு அக்கோபுர வாயிலில் நுழைந்து திருச்சுற்றை வலம் வந்து அணுக்கள் வாயில் வழியாகச்சென்று, அம்பலக்கூத்தனைத் தரிசித்துப் பதிகங்கள் பலபாடித் திருமுன்றிலில் தாழ்ந்தெழுந்து பின்பு கோயிலின் திருவாயிலை வந்தடைந்து அங்கிருந்து திருவேட்களம் புறப்பட்டார் என்று கூறுகிறார்.

'செல்வம் மல்கிய தில்லைமூ தூரினில் தென்றிசைத் திருவாயில்
எல்லை நீங்கியுள் புகுந்திரு மருங்குநின் றெடுக்கும்ஏத் தொலிசூழ,
மல்லல் ஆவண மறுகிடைக் கழிந்து போய் மறையவர் நிறைவாழ்க்
கைத் தொல்லை மாளிகை நிரைத்திரு வீதியைத் தொழுதனைந் தனர்
தூயோர்.' *(பெரி.திருஞா. பு.156)*

'மலர்ந்த பேரொளி குளிர்தரச் சிவமணங் கமழ்ந்துவான் துகள்மாறிச்
சிலம்ப வம்புசே வடியவர் பயில்வுறுஞ் செம்மையால் திருத்தொண்டு
கலந்த அன்பர் சிந்தையில் திகழ்திரு வீதிகள் களிசெய்யப்
பலன்கொள் மைந்தனார் எழுநிலைக் கோபுரம் பணிந்தெழுந் தனர்
போற்றி' *(157)*

'நீடு நீள்நிலைக் கோபுரத் துள்புக்கு நிலவிய திருமுன்றின்
மாடு செம்பொனின் மாளிகை வலங்கொண்டு வானுற வளர்திங்கள்
சூடு கின்றபோ ரம்பலந் தொழுதுபோந் தருமறை தொடர்ந்தேத்த
ஆடுகின்றவர் முன்புற அணைந்தனர் அணிகிளர் மணிவாயில்.' (158)

'நந்தி எம்பிரான் முதற்கண நாதர்கள் நலங்கொள்பன் முறைகூட
அந்த மில்லவர் அணுகிமுன் தொழுதிரு அணுக்கனாம் திருவாயில்
சிந்தை ஆர்வமும் பெருகிடச் சென்னியிற் சிறியசெங் கையேற
உய்ந்துவாழ்திரு நயனங்கள் களிகொள்ள உருகுமன்பொடுபுக்கார்.' (159)

'அண்ண லார்தமக் களித்த மெய்ஞ் ஞானமே யான அம் பலமும்தம்
உண்ணி ளைந்தஞா னத்தெழும் ஆனந்த ஒருபெருந் தனிக்கூத்துங்
கண்ணின் முன்புறக் கண்டுகும் பிட்டெழுங் களிப்பொடுங் கடற்காழிப்
புண்ணி யக்கொழுந் தனையவர் போற்றுவார் புனிதரா டியபொற்பு
(160)

'முன்மால் அயன் அறியா மூர்த்தியார் முன்னின்று
சொன்மாலை யாற்காலம் எல்லாந் துதித்திறைஞ்சிப்
பன்மா மறைவெள்ளஞ் சூழ்ந்து பரவுகின்ற
பொன்மா ளிகையைவலங் கொண்டு புறம்போந்தார்.'
(164)

'செல்வத் திருமுன்றில் தாழ்ந்தெழுந்து தேவர்குழாம்
மல்குந் திருவாயில் வந்திறைஞ்சி மாதவங்கள்
நல்குந் திருவீதி நான்குந் தொழுதங்கண்
அல்குந் திறம் அஞ்சு வார்சண்பை ஆண்டகையார்.'
(165)

'செய்ய சடையார் திருவேட் களஞ்சென்று
கைதொழுது சொற்பதிகம் பாடிக் கழுமலக்கோன்
வைகி அருளுமிடம் அங்காக மன்றாடும்
ஐயன் திருக்கூத்துக் கும்பிட் டணைவுறுநாள்.'
(166)

சீகாழியிலிருந்து தில்லை நகரத்திற்குள் தென்திசை வாயில் வழியே வந்த திருஞானசம்பந்தர் தெற்குக்கோபுரம் வழியாகத்தான் கோயிலுக்குள் செல்ல இயலும். மேலும் அம்பலநாதனை வழிபட்டபின்பு திருவேட்களம் செல்ல வேண்டுமெனின், கிழக்கு வாயில் வழியாகத்தான் செல்ல வேண்டும். இவற்றைக் கூறும் சேக்கிழார் பெருமான் தெற்கு வாயிலை ஏழ்நிலைக் கோபுரமாகவும், கிழக்கு வாயிலைக் கோபுரம் எனக் குறிப்பிடாமல் வாயில் வழியாக வெளிப்போந்தார் என்றே குறிப்பிட்டுள்ளார். கோபுரம் இருக்கும் இடங்களை குறிப்பிடும் இடமெல்லாம், அக்கோபுரத்தினை வணங்கும் காட்சியைச் சேக்கிழார் பெருமான் தவறாமல் உரைப்பதைப் பெரியபுராணம் முழுவதும் காணலாம். எனவே தில்லை அம்பலவாணனை வழிபட்டுத் திருவேட்களம் புறப்பட்ட திருஞானசம்பந்தர் வெளிவந்த வாயிலில் கோபுரம் இல்லை என்பது சேக்கிழார் கூறும் செய்தியாகும். திருஞானசம்பந்தர் காலத்தில் ஏழ்நிலைக் கோபுரம் எடுக்கும் மரபு இல்லாமல் வழிபட்ட மரபு அறிந்தவர் என்பதால், அவர்தம் காலத்தில் இருந்த கோயில் அமைப்பு முறையைத் தம் பாடல்களில் கூறியுள்ளார். இதே மரபினைப் பெரியபுராணம் முழுதும் காணமுடிகின்றது.

தில்லைக் கோயிலின் இரண்டாம் பிரகாரத்து மேற்கு திசையில் காணப்பெறும் கோப்பெருஞ்சிங்கனின் கல்வெட்டில்[69] "கீழைத்திருவாசல் முக கட்டணத்து எழுந்தருளி இருந்து பூஜை கொண்டருளுகின்ற குலோத்துங்க சோழ விநாயகப் பிள்ளையாரை...." என்று குறிப்பிடும் வரிகளை நோக்கும்போது, கீழைக்கோபுரம் என்ற சொல்லாட்சி கூறப்பெறாமல் கீழைத்திருவாசல் என்றே

கூறப்பெற்றுள்ளது. அங்குள்ள விநாயகர் பெயரோ குலோத்துங்கசோழ விநாயகர் என்று குறிக்கப் பெற்றுள்ளது. எனவே குலோத்துங்க சோழன் அவ்விநாயகரை எடுப்பிக்கும் காலத்தில் அங்கு திருவாசல் மட்டுமே இருந்திருக்கிறது என்பதனை இக்கல்வெட்டு வாயிலாக அறியமுடிகிறது.

இவை அனைத்தையும் தொகுத்து நோக்கும்போது, சேக்கிழார் காலத்தில் வாழ்ந்த இரண்டாம் குலோத்துங்கன் தில்லையில் கிழக்கு வாயிலை ஏழ்நிலைக்கோபுரமாக எடுக்கவில்லை என்பதும், மாறாக அங்கு திருவாயில் அமைப்பு மட்டுமே திகழ்ந்தது என்பதும் அறிய முடிகிறது. அவ்வமைப்பை முற்றிலுமாக நீக்கிவிட்டு, கோப்பெருஞ்சிங்கன் மேலைக்கோபுரத்தை ஒத்த புதிய ஏழ்நிலைக் கோபுரத்தை அடித்தளத்திலிருந்து எடுத்தான் என்பதே இவ்வாய்வின் முடிவாகக் கொள்ள முடிகிறது.

தெற்குக் கோபுரம்

தில்லைப் பெருங்கோயிலில் தற்போது காணும் தெற்கு நிலையேழு கோபுரத்தை ஆராய்ந்த அறிஞர்களான ஜேம்ஸ். சி.ஹார்லி, வி.வி.அய்யர், ஜே.எம். சோமசுந்தரம் பிள்ளை. இராமகிருஷ்ண அய்யர் ஆகியோர் அதனைக் கோப்பெருஞ்சிங்கன் அடிப்படையிலிருந்து எடுத்தான் என்று கூறியுள்ளனர். பாண்டிய மன்னன் முதலாம் ஜடாவர்மன் சுந்தரபாண்டியன் கோப்பெருஞ்சிங்கனை வென்று, தொண்டை மண்டலத்தைத் தன் மேலாதிக்கத்தின் கீழ் கொண்டு வந்ததால் அக்கோபுரத்தில் பாண்டிய இலச்சினையைப் பொறித்தான் என்பதும் அவர்களது கருத்தாகும். எஸ்.ஆர்.பாலசுப்ரமணியம் இக்கோபுரத்தின் அடித்தளமும் சோழர்களுடையதுதான் என்பதைக் கூறுவதோடு, ஆற்றூர் சாசனத்தை[70] மேற்கோள் காட்டி மேல்நிலைகளான எழுநிலைக் கோபுரத்தைக் கோப்பெருஞ்சிங்கன் எடுப்பித்தான் என்று வலியுறுத்துகின்றார்.

கோப்பெருஞ்சிங்கனின் ஆற்றூர் சாசனம் அப்பணியைப் பின்வருமாறு குறிப்பிடுகின்றது.

1. ஸ்வஸ்தி ஸ்ரீ சகலபுவன சக்கரவர்த்தி கோப்பெருஞ் சிங்க தேவர்க்கு யாண்டு 5ஆவது, தனியூர் பெரும்பற்றப் புலியூர் உடையார் திருச்சிற்றம்பல முடையாருக்கு அழகியசீயன் அவனியாளப் பிறந்தான் காடவன்.

2. கோப்பெருஞ்சிங்கனேன். இந்நாயனார் கோயில் தெற்கில் திருவாசல் சொக்கச்சீயன் திருநிலை எழுகோபுரமாகச் செய்யத் திருப்பணிக்கு உடலாக ஜயங்கொண்ட சோழ மண்டலத்து ஊற்றுக் காட்டுக் கோட்டத்து ஆற்றூர் நாட்டு ஆற்றூரான ராஜராஜ நல்லூருக்கு எல்லை ....

இக்கல்வெட்டு குறிப்பிடும் 'திருப்பணி' என்ற சொல்லாட்சியும், திரிபுராந்தகக் கல்வெட்டு குறிப்பிடும் ' எடுப்பித்தான்' என்ற சொல்லாட்சியும்

வேறு வேறு பொருள்களை உணர்த்துபவை என்பது முற்பகுதியில் விளக்கப்பெற்றுள்ளது. எனவே இக்கோபுரத்தை கோப்பெருஞ்சிங்கன் அடிப்படையிலிருந்து எடுக்காமல் முன்பு திகழ்ந்த கோபுரத்தை புனர் நிர்மாணம் செய்தான் என்றுதான் கொள்ள வேண்டும்.

புதிய எழுநிலைக் கோபுரமாக எடுக்காமல், முன்பே திகழ்ந்த கோபுரத்தைக் கோப்பெருஞ்சிங்கன் திருப்பணி செய்தான் என்பதை இதே கோயிலிலுள்ள கோப்பெருஞ்சிங்கனின் இரண்டு கல்வெட்டுக்கள் உறுதி செய்கின்றன. கி.பி.1248ல் பொறிக்கப்பெற்ற ஒரு கல்வெட்டில்[71] இக்கோயில் தெற்கில் திருவாசல் சொக்கசீயன் திருநிலை ஏழுகோபுரத் திருவாசல் திருப்பணிக்கு உடலாக விட்டோம் என்று கூறப்பெற்றுள்ளது. அடுத்த கல்வெட்டில்,[72] 'தெற்கில் திருவாசல் சொக்கசீயன் திருநிலை ஏழுகோபுரமாகச் செய்தத் திருப்பணிக்கு உடலாக.....' அவன் செய்த அறக்கொடை பற்றிய விவரம் குறிக்கப்பெற்றுள்ளது.

தெற்குக்கோபுரம் பற்றிச் சேக்கிழார் பெருமான் கூறும் கூற்றுக்குள் இங்கு முக்கியமாக ஆராயப்பட வேண்டியவையாகும். திருஞானசம்பந்தர் புராணம் கூறுமிடத்து ஞானப்பிள்ளையார் தெற்கு ஏழுநிலைக் கோபுரத்தை வழிபட்டு அதன் வழியே கோயிலினுள் வந்த காட்சி விளக்கப் பெற்றுள்ளது. மேலும் சுந்தரமூர்த்தி சுவாமிகள் திருநாவலூர், திருத்துறையூர், திருவதிகை, சித்தவட மடம், திருமாணிக்குழி வழியாகத் தில்லை நகரத்திற்கு வந்து, அந்நகரின் வடதிசை வாயில் வழியாக உட்புகுந்து திருக்கோயிலுக்கு வந்த காட்சியைத் தடுத்தாட்கொண்ட புராணத்தில்,

'பார்வி ளங்கவளர் நான்மறை நாதம் பயின்ற பண்புமிக வெண்
கொடி ஆடும், சீர்வி ளங்குமணி நாவொலி யாலும் திசைகள் நான்
கெதிர் புறப்பட லாலும், தார்வி ளங்குவரை மார்பின் அயன்பொன்
சதுர்மு கங்களென ஆயின தில்லை ஊர்வி ளங்குதிரு வாயில்கள் நான்கின்
உத்த ரத்திசை வாயில்முன் எய்தி.' (பெரி.தடுத்தா.97)

'அன்பின் வந்தெதிர் கொண்டசீர் அடியார் அவர்க ளோநம்பி ஆரூரர்
தாமோ, முன்பு றைஞ்சின ரியாவரென் றறியா முறைமை யால்எதிர்
வணங்கி மகிழ்ந்து, பின்பு கும்பிடும் விருப்பில் நிறைந்து பெருகு
நாவல்நக ரார்பெரு மானும், பொன்பி றங்குமணி மாளிகை நீடும்
பொருவி றந்ததிரு வீதி புகுந்தார்.' (98)

'மால யன்சத மகன்பெருந் தேவர் மற்றும் உள்ளவர்கள் முற்றும்
நெருங்கிச், சீல மாமுனிவர் சென்றுமுன் துன்னித் திருப்பி ரம்பின்
அடிகொண்டு திளைத்துக், காலம் நேர்படுதல் பார்த்தயல் நிற்பக்
காதல்
அன்பர்கண நாதர் புகும்பொற், கோல நீடுதிரு வாயி லிறைஞ்சிக்
குவித்த செங்கைதலை மேற்கொடு புக்கார்.' (103)

'பெருமதில் சிறந்த செம்பொன்மா ளிகைமின் பிறங்குபே ரம்பலம் மேரு, வலமுறை வலங்கொண் டிறைஞ்சிய பின்னர் வணங்கிய மகிழ் வொடும் புகுந்தார். அருமறை முதலில் நடுவினில் கடையில் அன்பர்தம் சிந்தையில் அலர்ந்த திருவளர் ஒளிசூழ் திருச்சிற்றம் பலர்முன் திருஅணுக் கன்திரு வாயில்.' (104)

'வையகம் பொலிய மறைச்சிலம் பார்ப்ப மன்றுளே மாலயன் தேட ஐயர்தாம் வெளியே ஆடுகின் றாரை அஞ்சலி மலர்த்திமுன் குவித்த கைகளோ திளைத்த கண்களோ அந்தக்கரணமோ கலந்த அன் புந்தச்,செய் தவப் பெரியோன் சென்றுதாழ்ந் தெழுந்தான் திருக்களிற் றுப்படி மருங்கு.' (105)

என்ற பாடல்கள் வாயிலாகக் காட்டுகின்றார். பின்னர் தில்லைக் கூத்தனை வணங்கி, பதிகம்பாடி நின்றபோது ஈசன் 'ஆரூரில் வருக நம்மால்' என விண்ணகத்தினின்று உரைக்க அதன்படியே சுந்தரர் தில்லைக் கோயிலின் தெற்கு வாயிலாம் ஏழுநிலைக் கோபுத்தைக் கடந்து திருநெடுவீதி வழியே கொள்ளிடக் கரையை அணைந்தார் என்பதை,

'ஐந்துபேர் அறிவும் கண்களே கொள்ள அளப்பரும் கரணங்கள் நான்கும், சிந்தையே ஆகக் குணம்ஒரு மூன்றும் திருந்துசாத் துவிகமே ஆக இந்துவாழ் சடையான் ஆடும் ஆனந்த எல்லையில் தனிப்பெருங் கூத்தின் வந்தபேர் இன்ப வெள்ளத்துள் திளைத்து மாறிலா மகிழ்ச்சியின் மலர்ந்தார்' (பெரிய.தடுத்தா.106)

'ஆடுகின் றவர்பேர் அருளினால் நிகழ்ந்த அப்பணி சென்னிமேற் கொண்டு சூடுதங் கரங்கள் அஞ்சலி கொண்டு தொழுந்தொறும் புறவிடை கொண்டு மாடுபே ரொளியின் வளரும் அம் பலத்தை வலங்கொண்டு வணங்கினர் போந்து நீடுவான் பணிய உயர்ந்த பொன் வரைபோல் நிலை எழு கோபுரங் கடந்து' (109)

'நின்று கோ புரத்தை நிலமுறப் பணிந்து நெடுந்திரு வீதியை வணங்கி மன்றலார் செல்வ மறுகினூ டேகி மன்னிய திருப்பதி அதனில் தென் றிசை வாயில் கடந்து முன் போந்து சேட்படுந் திருவெல்லை இறைஞ் சிக் கொன்றைவார் சடையான் அருளையே நினைவார் கொள்ளிடத் திருநதி கடந்தார்' (110)

என்ற பாடல்கள் வாயிலாகக் கூறியுள்ளார்.

இக்கூற்றுக்களை ஆழமாக நோக்கும் போது சேக்கிழார் காலத்தில் மூன்றாம் திருச்சுற்றின் வடதிசையில் மேல்நிலைகளின்றித் திருவாயிலும், தென்திசையில் ஏழுநிலைகள் கொண்ட கோபுர வாயிலும் இருந்தன என்பது உறுதிப்படுகின்றது.

இக்கருத்தைச் சேக்கிழார் பெருமானின் கழறிற்றறிவார் புராணம் வாயிலாக மேலும் உறுதி செய்ய முடிகிறது. பொன்னிநாடு வந்தடைந்த கழறிற்றறிவாரான

148 தமிழகக் கோபுரக்கலை மரபு

சேரமான் பெருமான் பொன்னி நதியில் (கொள்ளடத்தில்) தீர்த்தம் மகிழ்ந்தாடி மருங்கு வடகரை ஏறித் தில்லை நகரினுள் நுழைந்து, நெடுந் திருவீதி வழியாகச் சென்று எதிர்பட்ட ஏழ்நிலைக் கோபுரத்தைக் கண்டு தரிசித்து, தரை வீழ்ந்து வணங்கி பின்பு கோயிலினுள் நுழைந்து பேரம்பலம் அடைந்து தில்லைக் கூத்தனைக் கண்டு தரிசித்தார் என்று கூறியுள்ளார். இதனை,

'பொருவில் பொன்னித் திருநதியின் கரைவந் தெய்திப் புனிதநீர்
மருவந் தீர்த்தம் மகிழ்ந்தாடி மருங்கு வடபாற் கரைஏறித்
திருவிற் பொலியுந் திருப்புலியூர்ச் செம்பொன் மன்றுள் நடம்போற்ற
உருகு மனத்தி னுடன்சென்றார் ஒழியா அன்பின் வழிவந்தார்'
(பெரிய.கழறிற்.52)

'வந்து தில்லை மூதூரின் எல்லை வணங்கி மகிழ்ச்சியினால்
அந்தணாளர் தொண்டர்குழாம் அணைந்த போதில் எதிர்வணங்கிச்
சந்த விரைப்பூந் திருவீதி இறைஞ்சித் தலைமேற் கரம்முகிழ்ப்பச்
சிந்தை மகிழ எழுநிலைக்கோ புரத்தை அணைந்தார் சேரலனார்.' (53)

'நிலவும் பெருமை எழுநிலைக்கோ புரத்தின் முன்னர் நிலத்திறைஞ்சி,
மலருங் கண்ணீர்த் துளிததும்பப் புகுந்து மணிமா ளிகைவலங்
கொண்(டு), உலகு விளக்குந் திருப்பேரம் பலத்தை வணங்கி உள்ள
ணைந்தார்,அலகில் அண்டம் அளித்தவர்நின் நாடுந் திருச்சிற்
றம்பலமுன்.' *(54)*

என்ற சேக்கிழாரின் பாடல்கள் வழி அறிய முடிகிறது.

சேக்கிழாரின் சமகாலத்தவரான ஒட்டக்கூத்தர் தக்கயாகப் பரணியில் இரண்டாம் இராசராசனைப் போற்றுமிடத்தில் அவன் தந்தை இரண்டாம் குலோத்துங்கன் தில்லையில் செய்த பணிகளாக,

'கூட மெடுத்த குளத்தொடு கோபுர
மாட மெடுத்த பிரான் மகன் வாழியே' (தக்க.வாழ்.8)

' கோயின் முனேழ் நிலை கொண்ட தோர் கோபுர
வாயில் வகுத்த பிரான் மகன் வாழியே' (தக்க.வாழ்.8)

என இரண்டு கண்ணிகள் வாயிலாகக் கூறியுள்ளார். மேலும் ஒட்டக்கூத்தரே குலோத்துங்கச் சோழனுலாவில் கோபுரம் எடுத்த செய்தியை விரிவாகக் கூறியுள்ளார்.

"கோலத் தாற் கோயிற் பணி குயிற்றிச் சூலத்தான்
ஆடுந் திருப் பேரம் பலமுங் கோபுர
மாடம் பரந் தோங்கு மாளிகையுங் கூடிப்
பொல் கொட்டு மாமேருப் பூதரமும் யோய

வலங் கோட் டிகிரி மானத் தலங்கொள்
நிலை யேழு கோபுரங்கணேரே நெருங்க
மலை யேழு மென்ன வகுத்துத் தலையில்
மகரங் கொள் கோபுரங் கண் மாக விமானச்
சிகரங்களாகித் திகழ .....” (குலோ.உலா.92-100)

என்ற அடிகள் வாயிலாகத் தில்லையில் நிலையேழு கோபுரங்களை இரண்டாம் குலோத்துங்கன் எடுத்தான் என்பது ஒட்டக்கூத்தர் கண்ணாரக் கண்ட காட்சியாகும்.

‘நிலையேழு கோபுரங்கள் நேரே நெருங்க மலை யேழு மென
வகுத்துத் தலையில் மகரங்கொள் கோபுரங்கள் ஆக
விமானச் சிகரங்களாகித் திகழ’

எனப் பன்மையில் கூறப் பெற்றிருப்பதால் ஒன்றுக்கும் மேம்பட்ட ஏழுநிலைக் கோபுரங்கள் எடுக்கப்பெற்றன என்பது தெளிவாகின்றது.

குலோத்துங்கச் சோழனுலாவில் கூறப்பெறும் ‘கோயில் முன் ஏழ்நிலை கொண்டதோர் கோபுர வாயில் எடுத்த பிரான்’ என்ற அடியைச் சுட்டிக்காட்டி ‘ஓர் கோபுரம்’ என்ற சொல்லாட்சியால் ஒரு நிலையேழு கோபுரத்தை மட்டுமே எடுத்தான் என வாதிடலாம்.

ஆனால் முதற்கண்ணியில் ‘குளத்தொடு கோபுர மாடமெடுத்த பிரான்’ என்று கூறியிருப்பதால் ஒன்றுக்கும் மேற்பட்ட கோபுரங்களை எடுத்தான் என்பது உறுதியாகின்றது. மேலும் ‘ஓர் கோபுரம்’ என்பதற்கு ஒரு கோபுரம் என்று பொருள் கொள்ளாமல் ஓர் என்பதற்குத் தமிழில் ‘ஒப்பற்ற’ என்ற பொருள் இருப்பதைக் கொண்டு நோக்கினால் ஏழுநிலைகளைக் கொண்ட ஒப்பற்ற கோபுரங்களை எடுத்தான் எனக் கொள்வது பொருத்தமாக அமையும்.

தில்லைக் கோயிலிலுள்ள மூன்றாம் இராஜராஜனின் 24ஆம் ஆண்டு (கி.பி.1241) சாசனத்தில்[73] ‘திருநிலை ஏழு கோபுரப் பெருந் தெரு’ என்ற குறிப்பு காணப்பெறுகின்றது. இது தெற்குக் கோபுரம் திகழும் பெருந்தெருவைக் குறிப்பதாக இருக்கலாம். இதனை உறுதிசெய்ய மேலும் சான்றுகள் கிடைக்குமானால் கோப்பெருஞ்சிங்கன் முடிசூடிய ஆண்டான கி.பி. 1243க்கு முன்பே தெற்குக் கோபுரம் ஏழுநிலைகளோடு திகழ்ந்தது என உறுதி செய்யலாம்.

தெற்குக் கோபுர பிரதான வாயிலின் இருமருங்கும் மாடங்களில் இருந்த உருவச்சிலைகள் உளிகொண்டு முற்றிலுமாக அகற்றப் பெற்றதற்கான சுவடுகள் அப்படியே உள்ளன. அங்கு இரண்டாம் குலோத்துங்கனின் உருவச்சிலை இருந்து பின்பு திருப்பணிகளின் போது அகற்றப்பட்டிருக்கலாம் என ஐயப்படவும் வாய்ப்புகள் உள்ளன.

சுந்தர பாண்டியன் திருநிலை யேழு கோபுரம்

தெற்கு நிலையேழு கோபுரத்திற்குப் பின்னாளில் 'சுந்தர பாண்டியன் நிலை யேழு கோபுரம்' என்ற பெயர் வழங்கியதைத் தில்லைப் பெருங் கோயிலிலுள்ள கல்வெட்டொன்று[74] கூறுகிறது. அதில் 'சுந்தர பாண்டியன் திரு நிலை யேழு கோபுரச் சன்னதியில் சொக்க சீயன் குறளில் கீழ்ப்பக்கத்துக் கீழை மடஸ்தானமாகத் திருநோக்கியான் திருமடமென்னும் பேரால் செய்வித்த மடத்துக்கு...' என்ற வரிகள் காணப் பெறுகின்றன. சொக்கசீயன் என்பது கோப்பெருஞ் சிங்கனின் பட்டமாகும். அப்பெயரால் தெற்குக் கோபுரத்தெரு வழங்கப்பட்டது. கோப்பெருஞ்சிங்கனை ஜடாவர்மன் சுந்தரபாண்டியன் வென்று தன் மேலாதிக்கத்தைச் செலுத்திய கால கட்டத்தில் அப்பெருவேந்தனும் தெற்குக் கோபுரத்திற்குத் திருப்பணிகள் செய்தான். அவனது மேலாதிக்கத்தை வலியுறுத்தும் சின்னமாகத் தனது பாண்டிய இலச்சினையான இரு கயல்கள் செண்டுகோல் ஆகிய உருவங்களை உத்திரக்கற் கவியில் சிற்பங்களாகப் பொறித்துள்ளான்.

எனவே, தெற்குக் கோபுரம் இரண்டாம் குலோத்துங்கனால் ஏழ்நிலை மாடமாக எடுக்கப்பெற்றுப் பின்பு கோப்பெருஞ்சிங்கனால் முழுமையாகப் புதுப்பிக்கப்பெற்றும், சுந்தரபாண்டியனால் அழகுபடுத்தப்பட்டும் திருப்பணிகள் நிகழ்ந்தமையால், அத்திருப்பணிக்குப் பிறகு அவரவர் பெயர்களுடன் அக்கோபுரம் அழைக்கப்படலாயிற்று.

வடக்குக் கோபுரம்

தில்லை வடக்குக் கோபுரத்தின் அடித்தளத்தை இரண்டாம் குலோத்துங்கன் எடுக்கப், பின்பு கிருஷ்ண தேவராயரும் அச்சுததேவராயரும் அங்கு ஏழு நிலைகளைக் கொண்ட கோபுரத்தை எடுத்தனர் என்பது எஸ்.ஆர்.பாலசுப்பிரமணியம் கூறும் கருத்தாகும். வடக்குக் கோபுரத்தில் காணப்பெறும் மூன்று கல்வெட்டுக்களையும்,[75] மூன்றாம் பிரகாரத்தில் உள்ள அச்சுததேவராயர் கல்வெட்டையும் மேற்கோள் காட்டி ஏழுநிலைக் கோபுரமாகப் பிற்காலத்தில் கிருஷ்ணதேவராயர் திருப்பணி செய்தபோதும், கல்ஹாரப் பகுதி குலோத்துங்கன் காலத்திய கலை அம்சத்துடன் விளங்குகின்றது எனக் கூறியுள்ளார்.

ஜேம்ஸ் சி.ஹார்லி இக்கோபுரம் 13 ஆம் நூற்றாண்டின் பிற்பகுதியில் கட்ட ஆரம்பித்து பின் பல்வேறு கலை அம்சங்களின் சங்கமமாக விளங்குவதையும் குறிப்பிட்டுள்ளார். இடிபாடுற்ற இக்கோபுரத்தின் ஒரு பகுதி 16ஆம் நூற்றாண்டில் சீர்படுத்தப் பெற்றுள்ளதாகவும் விவரித்துள்ளார்.

ஜே.எம்.சோமசுந்தரம் பிள்ளை கிருஷ்ண தேவராயரால் இக்கோபுரம் எடுக்கப்பெற்றது என்று வலியுறுத்துகின்றார். எம்.ஹெச்.கிரேவ்லி மற்றும் டி.என். இராமச்சந்திரன் ஆகிய இருவரும் வடக்குக் கோபுரத்தின் கல்ஹாரப் பகுதி மற்ற மூன்று கோபுரங்களின் காலத்தையே சார்ந்தது என்ற கருத்தைக் கூறியுள்ளனர்.[76]

கிருஷ்ண தேவராயரின் தமிழ், கிரந்தம், தெலுங்கு கல்வெட்டுக்கள்[77] வடக்குக் கோபுரம் அவரால் கட்டப்பெற்றது என்று கூறினாலும் அக்கோபுரத்தின் கல்ஹாரப் பகுதி அவரது காலக் கட்டுமானம் அல்ல என்பது தெளிவு. அக்கோபுர நுழைவாயிலில் ஒரு மாடத்தில் கிருஷ்ண தேவராயரின் உருவச்சிலை உள்ளது. மாடத்தின் வாய் பகுதியைவிடச் சிலையின் உயரம் பெரிதாக உள்ளதால் உட்புறம் குடைந்து பின்பே சிலையை நிறுவியுள்ளனர். உருவச்சிலை பிற்கால இணைப்பு என்பதை அக்கட்டுமானம் தெளிவாகக் காட்டுகின்றது.

கிருஷ்ண தேவராயர் சிலைக்கு எதிர்புறம் திகழும் அதிகார நந்தியின் உருவ அமைதியும், ஒரு கையில் பிடித்துள்ள கத்தி அமைப்பும் சோழர்கால அதிகார நந்தி அல்ல என்பதைத் தெளிவாகக் காட்டுகின்றன. திருவானைக்கா சுந்தரபாண்டியன் கோபுரத்தில் திகழும் அதிகார நந்தியின் கலை அமைதியிலேயே இந்த அதிகார நந்தியின் உருவம் உள்ளது.

கிருஷ்ண தேவராயர் சிலைக்குக் கீழாகத் திகழும் நான்கு மனித உருவச் சிற்பங்களை ஒட்டி முறையே

'விருத்த கிரியில் சேவகப் பெருமாள்'

'இந்த சேவகப் பெருமாள் மகன் விசுவ முத்து'

'இவன் தம்பி காரணாகாரி'

'திருப் பிறைக் கொடை ஆசாரி திருமருங்கன்'

எனும் 16ஆம் நூற்றாண்டு எழுத்தமைதியில் உள்ள கல்வெட்டுப் பொறிப்புகள் உள்ளன. ஆனால் மனித உருவச் சிற்பங்களின் கலை அம்சம் 13,14ஆம் நூற்றாண்டினைச் சார்ந்த போசலர்களின் (ஹோய்சளர்) கலை அம்சமுடையனவாகவே உள்ளன. முன்பு திகழ்ந்த உருவச் சிற்பங்களின் அருகே கிருஷ்ண தேவராயர் காலத்தில் அக்கோபுரத்தைத் திருப்பணி செய்த சிற்பிகள் தங்கள் பெயர்களைப் பொறிந்துள்ளனர் என்றே கருத வேண்டியுள்ளது.

மேற்கு, கிழக்கு, தெற்குக் கோபுரங்களில் உள்ள நாட்டியப் பெண்களின் தலை அலங்காரம், உடை அலங்காரம் ஆகியவற்றை இக்கோபுரத்திலுள்ள கரணச் சிற்பங்களுடன் ஒப்பிடும் போது மற்ற மூன்று கோபுரப் பெண்களின் உடை அலங்காரத்திலிருந்து சற்று மாறுபட்ட நிலையைக் காண முடிகிறது. அதே நேரத்தில் கிருஷ்ண தேவராயர் காலத்துக் கோபுரங்களான திருவண்ணாமலை, திருவதிகை, திருமுதுகுன்றம் (விருத்தாசலம்) ஆகிய இடங்களில் உள்ள சிற்பங்களில் காணப்பெறும் நாட்டியப் பெண்களின் உடை அலங்காரத்திலிருந்து வேறுபட்டதாகக் காணப்பெறுகின்றன. இவை திருவரங்கம், திருவானைக்கா, திருவெள்ளறை போன்ற இடங்களிலுள்ள போசளர் வடித்த நாட்டிய சிற்பங்களை ஒத்தே விளங்குகின்றன.

சேக்கிழார் பெருமானின் வாக்கின்படி[78] நோக்கும்போது சுந்தரர் தில்லைக்கு வருகை புரிந்தபோது வடக்குப்புறம் கோபுரமின்றி வாயில் இருந்ததையே கூறியுள்ளார். அக்கூற்றின்படி நோக்கும்போது இரண்டாம் குலோத்துங்கன் காலத்தில் அங்கு ஏழுநிலைகளையுடைய கோபுரம் இல்லை என்பதும் உறுதியாகின்றது.

சோழர்களின் இறுதிக் காலத்தில் போசளர்களின் துணை அவர்களுக்குத் தேவை ஏற்பட்டது. கோப்பெருஞ்சிங்கன் மூன்றாம் இராஜராஜனை வென்று சேந்தமங்கலத்தில் அவனைச் சிறைபடுத்தியிருந்த போது கி.பி. 1232இல் போசள மன்னன் வீரநரசிம்மன் கோப்பெருஞ்சிங்கனை வென்று சோழனை சிறைமீட்டதோடு மீண்டும் சோழ அரியணையில் அமரச்செய்தான்.[79] வீரநரசிம்மனுக்குப் பிறகு வீரசோமேஸ்வரன், வீரவல்லாளன் போன்ற போசளர்கள் திருச்சிராப்பள்ளிக்கு அண்மையிலுள்ள கண்ணனூரரைச் (சமயபுரம்) தலைமையிடமாகக் கொண்டு சோழநாட்டில் ஆட்சி செய்தனர். பதின்மூன்று மற்றும் பதினான்காம் நூற்றாண்டின் தொடக்கத்தில் இவர்கள் தம் செல்வாக்கு சோழமண்டலத்தில் சிறந்து விளங்கிற்று. திருவரங்கம், திருவெள்ளறை, திருவானைக்கா போன்ற கோயில்களில் பல திருப்பணிகள் செய்ததோடு கோபுரங்கள் சிலவற்றையும் எடுப்பித்துள்ளனர். இவர்களின் சிற்பக்கலையின் உச்ச வெளிப்பாட்டைத் திருவரங்கம் வேணுகோபாலன் கோயிலில் காணலாம். அவர்கள் கலைப் பாணியின் கூறுகளைத் தில்லை வடக்குக் கோபுரத்தில் காணமுடிகின்றது. எனவே போசளர்களால் கல்ஹாரமாக எடுக்கப்பெற்ற தில்லை வடக்குக் கோபுரத்தினைக் கிருஷ்ணதேவராயர் பின்னாளில் ஏழுநிலைகளையுடைய கோபுரமாகப் பூர்த்தி செய்திருக்கலாம் எனக் கருத மிகுந்த வாய்ப்புகள் உள்ளன.

தில்லை ஏழுநிலைக் கோபுரங்களின் கட்டமைப்பு

தஞ்சை ஐந்து நிலைக் கோபுரத்தின் கட்டமைப்பிலிருந்து பல்வேறு மாறுபாடுகளைத் தில்லை ஏழுநிலைக் கோபுரங்களில் காண முடிகின்றது. ஐந்து நிலைக் கோபுத்தின் உபபீடத்தில் சிற்றுறுப்புகளைத் தவிர வேறு வேலைப்பாடுகள் ஏதும் இல்லை. ஆனால் தில்லையின் ஏழுநிலைக் கோபுரங்களின் உபபீடத்தில் மகர தோரணங்களோடு, கோஷ்டங்கள், கும்ப பஞ்சரங்கள், கோஷ்ட பஞ்சரங்கள், கபோதக் கூடுகள், அவற்றில் வேலைப்பாடுகள் எனப் பல்வேறு உறுப்புகளும் இடம் பெற்றிருப்பதைக் காணலாம். மேலும் உபபீடத்துக் கோஷ்டங்களிலும், தோரணங்களிலும் கபோதக் கூடுகளிலும் எழில் மிகுந்த தெய்வ உருவச்சிற்பங்கள் என ஒரு வளர்ச்சி நிலையைக் காண முடிகின்றது. இங்கு கோஷ்டங்களில் மற்ற கோபுரங்களில் காணமுடியாத தெய்வ உருவங்களுக்கு இடமளிக்கப் பெற்றிருப்பதோடு அவ்வுருவங்களின் பெயர்களும் கிரந்த தமிழ் எழுத்துக்களில் கல்வெட்டாகப் பொறிக்கப்பெற்றும் காணப்பெறுகின்றன.

உபபீடத்தை ஒப்பிடும்போது அதிஷ்டானத்தில் வேலைப்பாடுகள் குறைவாகவே உள்ளன. வேதிகைக்கு மேலாகவுள்ள பித்தியில் முன்பிதுக்கம் பெற்ற

கோஷ்டங்களும், சுவரில் உள்நோக்கித் திகழும் அகாரைப் பகுதிகளில் விருத்தஸ்புடிதம் அல்லது கும்பலதா எனும் கும்ப பஞ்சரங்களும் அணி செய்கின்றன. கோஷ்டிகளில் தெய்வ உருவங்கள் இடம் பெற்றுள்ளன. வாயிற்பகுதியை ஒட்டி ஜாலங்களும் (பலகணி) காணப்பெறுகின்றன. பிரஸ்தரப்பகுதியில் அமைந்துள்ள போதிகைகள் பெரும்பாலும் தரங்கப் போதிகைகளாகவே விளங்குகின்றன. பிரஸ்தரத்துக் கபோதகத்தில் கொடிக்கருக்கு வேலைப்பாடுகளும், கூடுகளில் சிற்பங்களும் உள்ளன.

செங்கற் கட்டுமானமாகத் திகழும் மேல்நிலைகள் மற்ற கோபுரங்களைப் போன்றே அனைத்து உறுப்புகளையும் கொண்டு விளங்குகின்றன. முன்னர் மிகுதியாக சுதைச் சிற்பங்கள் இடம் பெற்றிருந்ததைப் பிற்காலத் திருப்பணிகளின் போது அகற்றியுள்ளனர் என்பது பழைய ஒளிப்படங்களை ஒப்பிட்டு நோக்கும் போது அறிய முடிகிறது. சிகரத்தின் உச்சியில் பதிமூன்று கலசங்கள் அணி செய்கின்றன. ஏழு தளங்களும் படிக்கட்டுக்களோடு விளங்குகின்றன. தஞ்சையில் காணப்பெறுவது போன்று தளங்களில் பலகணிகள் கிடையாது.

துவாரவாயிலின் இருமருங்கும் நிலைக் கால்களைத் தவிரப்பிதுக்கம் பெற்ற கால்கள் அணி செய்கின்றன. இடையே அளிந்தம் எனும் திண்ணைப் பகுதியுடன் ஈரடுக்கு அறை இருமருங்கும் உள்ளன. மேற்தளங்களுக்குச் செல்லப் படிக்கட்டுகள் அப்பகுதியில் உள்ளன. சுவரின் இருபுறமும் காணப்பெறும் மாடங்களில் தெய்வ உருவங்களும், மனித உருவச் சிலைகளும் இடம் பெற்றுள்ளன. இவை தவிரச் சுவர், அணி செய்யும் கால்கள் ஆகியவற்றில் பரதக் கலையின் கரணங்களைக் காட்டிடும் நாட்டிய நங்கையரின் ஆடற் சிற்பங்கள், இசை வாணர்கள் மற்றும் கட்டடம் கட்டிய சிற்பிகள் ஆகியவர்களின் சிற்பங்களும் உள்ளன. பிரதான நிலைக்கால்களில் மிகுந்த வேலைப்பாடுகள் இடம் பெறவில்லை.

மகாதுவார வாயிலின் மேற்புறம் விதானத்தில் மிகுந்த சிற்ப வேலைப்பாடுகள் காணப்பெறுகின்றன. இவ்வகை வேலைப்பாடுகள் தஞ்சை ஐந்து நிலைக்கோபுரத்தில் இடம்பெறவில்லை முப்பத்தியாறு சதுர கட்டங்களாகப் பிரித்து அதில் கோயிலின் பதவிந்யாச அமைப்பு அவைகளுக்குரிய தேவதைகளின் உருவங்களும் காட்டப்பெற்றுள்ளன. கோபுர விதானத்தில் சிற்பங்கள் வடிக்கும் புதிய கலை அம்சம் தில்லைக் கோபுரங்களில் முதன் முதலாக அறிமுகமாகியுள்ளதைக் காணலாம்.

அடித்தளக் கட்டுமானம் தஞ்சையில் இருப்பது போன்று முழுக் கற்கட்டுமானமாக அமையாமல் புறச்சுவர்கள் மட்டுமே கருங்கற்களால் அமைந்து உட்பகுதி முண்டு கற்கள் நிரப்பப்பட்ட பகுதியாகவே உள்ளது. இது கல்ஹார கட்டுமான வளர்ச்சித் திறத்தைப் பொறுத்தவரை ஒரு பின்னடைவு என்றே கூறலாம்.

கட்டுமான அமைப்பு, சிற்பங்களின் கலையமைதி கல்வெட்டுச் சான்றுகள், இலக்கிய சான்றுகள் அறிஞர்களின் கருத்துக்கள், கள ஆய்வில் கண்ட முடிவுகள்

ஆகிய அனைத்தையும் தொகுத்து நோக்கும் போது ஏழுநிலைக் கோபுரம் எனும் கோபுரக் கட்டடக்கலை தமிழகத்திலேயே முதன் முறையாகத் தில்லைப் பெருங்கோயிலில் இரண்டாம் குலோத்துங்கனால் தான் அறிமுகம் செய்யப்பெற்றது என்பதறிய முடிகிறது. பிற்காலச் சோழர் காலத்தில் தொடங்கிய இக்கட்டடக்கலை மரபைக் கோப்பெருஞ்சிங்கன், ஜடாவர்மன் சுந்தரபாண்டியன், போசளமன்னன், கிருஷ்ணதேவராயர் எனப் பலரும் போற்றி வளர்த்தனர் என்பதும் தில்லைக் கோபுரங்கள் பற்றிய ஆய்வால் அறியமுடிகிறது.

குறிப்பிடத்தக்க பிற ஏழுநிலைக் கோபுரங்கள்

இரண்டாம் குலோத்துங்கனுக்குப் பின் வந்த சோழப் பேரரசர்களும், பாண்டியர்களும், பிற அரசர்களும் ஏழுநிலைக் கோபுரங்களை அமைப்பதில் நாட்டம் கொண்டு பொலிவுடைய பல கோபுரங்களை எடுத்துள்ளனர். அவ்வாறு திகழும் ஏழுநிலைக் கோபுரங்கள் பல திகழ்ந்தபோதும் இக்கட்டுமானக் கலையின் பிற வளர்ச்சி நிலைகளைக் காண மேலும் நான்கு கோபுரங்களை ஒப்பாய்வு செய்வது இன்றியமையாத ஒன்றாகும். தாராசுரம் ஐராவதேஸ்வரர் கோயிலின் கிழக்குக் கோபுரம், பழையாறை சோமநாதர் ஆலயத்து இடிபாடுற்ற கிழக்குக் கோபுரம், திருவாரூர் திருக்கோயிலின் கிழக்குக் கோபுரம், திருவானைக்கா சுந்தரபாண்டியன் திருக்கோபுரம் ஆகியவை இக்கலையின் வளர்ச்சி நிலைகளின் பல்வேறு கூறுகளை வெளிப்படுத்துபவையாகத் திகழ்கின்றன.

அ. தாராசுரம் கோபுரம்

இரண்டாம் குலோத்துங்கனின் மகனான இரண்டாம் இராஜராஜன் தன் தந்தை தில்லையில் எடுத்தது போன்ற ஏழ்நிலைக் கோபுரம் ஒன்றைத் தாராசுரத்தில் எடுத்துள்ளான்.[80] காவிரியின் பெருவெள்ளம் அக்கோயிற் பகுதியைப் பலமுறை தாக்கியதாலும், இயற்கையின் சீற்றத்தாலும் அக்கோபுரம் மேல்நிலைகளை இழந்து, கல்ஹாரப்பகுதி இடிபாடுற்ற நிலையில் காணப்பெறுகின்றது. தாராசுரம் ஐராவதேஸ்வரர் கோயிலின் இரண்டாம் பிரகாரத்தின் கிழக்குப் புறம் மிகப்பெரிய அடித்தளத்தோடு விளங்கும் இக்கோபுரத்தின் உபபீடம், அதிஷ்டானம் பித்தி, தேவகோஷ்டங்கள் ஆகியவை பெரியனவாகவும், வேலைப்பாடுகள் உடையனவாகவும் விளங்குகின்றன. தில்லை கிழக்கு, மேற்கு கோபுரங்களில் காணப்பெறுவது போன்றே கோஷ்ட தெய்வங்களின் பெயர்கள் கல்வெட்டாகப் பொறிக்கப் பெற்றுத் திகழ்வது குறிப்பிடத்தக்கதாகும். இவ்வாறு கோபுர கோஷ்ட சிற்பங்களுக்குப் பெயரெழுதும் மரபு தில்லை, தாராசுரம், திருவாரூரில் ஓரிரு கோஷ்டங்கள் ஆகியவற்றைத் தவிர வேறு எங்கும் காணமுடியவில்லை. இக்கோபுரத்தில் பலகணிகளுக்கு (ஜாலம்) மிகுந்த முக்கியத்துவம் கொடுக்கப்பெற்றுள்ளன. ஒவ்வொரு பலகணியும் ஒவ்வொரு வகையான வேலைப்பாடுகளுடன் திகழ்கின்றன. ஆனால் அவை காற்றோட்டத்திற்காக அமைக்கப்பெறாமல் கோபுரத்தின் அழகிற்காகவே இடம் பெற்றுள்ளன. வேறு

எந்தக் கோபுரத்திலும் காண முடியாத சாக்தநெறி அடிப்படையிலான தெய்வங்களுக்கு இக்கோபுரத்தில் முக்கியத்துவம் கொடுக்கப்பெற்றுள்ளது. தில்லை போன்று பரத நாட்டியக் கரணச் சிற்பங்கள் இங்குஇடம் பெறவில்லை. தில்லை மேற்குக் கோபுரத்தைவிட நுட்பமான வேலைப்பாடுகளும், செய்நேர்த்தியும் இக்கோபுரத்திற்குரிய சிறப்பு அம்சமாகும்.

ஆ. பழையாறை சோமநாதர் ஆலயகோபுரம்

கீழப் பழையாறை சோமநார் ஆலயம் மூன்றாம் குலோத்துங்கனால் எடுக்கப்பெற்றதாகும்[81]. இக்கோபுரமும் தாராசுரம் திருக்கோபுரம் போன்றே மொட்டைக் கோபுரமாக விளங்குகின்றது. இங்கு கல்ஹாரத்திற்கு மேலாக ஒரு தளம் மட்டும் செங்கற்பணியாக இடிபாடுகளுடன் எஞ்சியுள்ளது. இக்கோபுரமும் ஏழ்நிலைக்குரிய அகன்ற அடித்தளத்தோடு விளங்குகின்றது. உபபீட அதிஷ்டான வர்க்கங்களில் தில்லை. தாராசுரம் போன்று கோஷ்டங்கள் மிகுந்து காணப்படினும் தெய்வ உருவங்களோ பெயர்ப் பொறிப்புகளோ இல்லை.

மற்ற கட்டுமான அமைப்புகளில் ஒரே தன்மை காணப்படினும் புதிய அறிமுகமாக உபபீடம் முழுவதும் பாயும் சிம்மம் யாளி போன்ற உருவங்கள் தொடர்ந்து காணப்பெறுகின்றன. இச்சிற்பங்கள் பல்லவர்களாகச் சிம்ம உருவங்களிலிருந்து மாறுபட்டு மெலிந்த உடலுடன், நுட்பமான வேலைப்பாடுகளுடனும் விளங்குவது குறிப்பிடத்தக்கதாகும். இவை பிதுக்கம் பெற்று முன்னோக்கி வராமல், குத்திட்ட நிலையில் ஒரே நேர்கோட்டமைதியில் சுவரோடு பிணைந்து திகழ்வதால் உபபீடத்திற்குப் புதுவகையான பொலிவினைத் தருகின்றன. இவ்வகை புதிய உபபீட அணி அமைப்பினை மூன்றாம் குலோத்துங்கனே எடுத்த திரிபுவனம், திருவாரூர்க் கோபுரங்களிலும் காண முடிகிறது.

இ. திருவாரூர் கிழக்குக் கோபுரம்

திருவாரூரில் உள்ள வண்மீகநாதர் திருக்கோயிலின் கிழக்குக் கோபுரம் மூன்றாம் குலோத்துங்கனால் மதுரை வெற்றிக்குப் பிறகு எடுக்கப்பெற்றது என்பதனைத் திரிபுவனம் திருக்கோயில் கோபுரத்தில் காணப்பெறும் கல்வெட்டு[82] எடுத்துரைக்கின்றது. அக்கல்வெட்டில்,

‘வன்மிகேஸ்வர வேஸ்வதி நிகிலம்
நிர்மாய ஹைமேத நிருபோ
வன்மீகாதிய தேஸ்வகாரச சபா
திவ்யாம் மஹத் கோபுரம்’

எனக் காணப்பெறும் அடிகளே அப்பெருமன்னனால் எடுக்கப்பெற்றது என்பதற்குச் சான்றாகும்.

திருவாரூர் கிழக்கு இராஜகோபுரம்

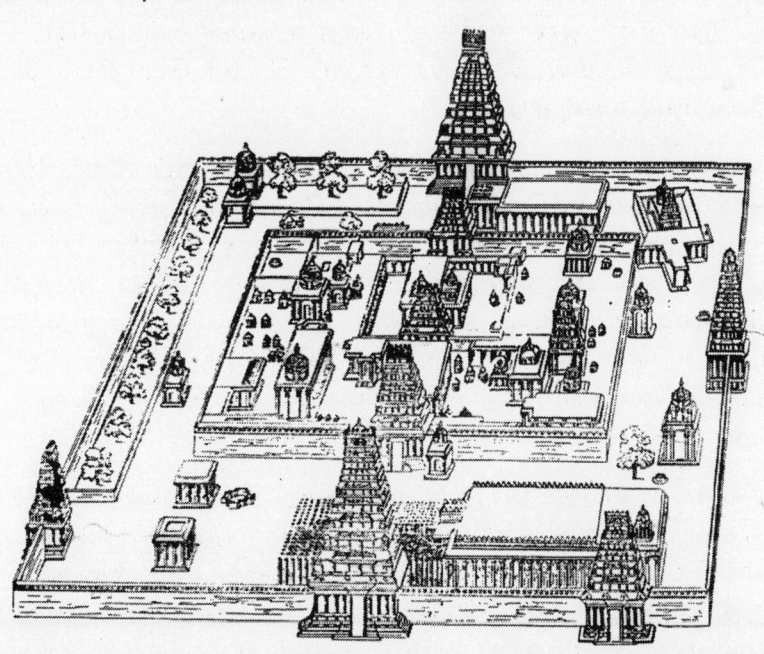

திருவாரூர் கோயில் அமைப்பு

110 x 60 அடித்தளமும் 120 அடி உயரமும் கொண்ட இக்கோபுரம் பிரதான வாயிலின் மேற்தளம் (முதல்தளம்) வரை முற்றிலும் கருங்கற் கட்டுமானமாகவும் அதற்கு மேல் ஆறுதளங்களும் செங்கற் கட்டுமானமாகவும் விளங்குகின்றன உபபீடப்பகுதி பழையாறை சோமநாதர் ஆலயக் கோபுரம், திரிபுவன வீரேச்சரத்துக் கோபுரம் ஆகியவற்றில் உள்ளது போன்றே பாயும் சிம்ம உருவங்கள், அணி செய்யப் பெற்ற கோஷ்டங்கள், அவற்றில் தெய்வ, மனித உருவச் சிற்பங்கள் ஆகியவை இடம் பெற்றுள்ளன. கால்களின் தலைப் பகுதியில் மிக எடுப்புடன் திகழும் பலகைகள் அணி செய்கின்றன. இப்பலகைகளின் அழகமைப்பு மற்ற கோபுரங்களை விடத் தனித்தன்மை வாய்ந்ததாகத் திகழ்வதோடு அவற்றின் மேற்புறம் தேர்ப்பாவைகள் போன்று தனித்து முழு உருவ எழிலுடன் செதுக்கப்பெற்ற ஆடும் அரம்பையர் மற்றும் இசைக் கருவிகள் இசைப்போர் சிற்பங்கள் அமைந்துள்ளன.

தில்லைக் கோயிற் கோபுரத்தின் நுழைவது போன்றல்லாமல் வாயிலின் இருமருங்கும் நாட்டிய கரணச் சிற்பங்கள் இடம் பெற்று அழகூட்டும். இங்குக் கோபுரத்தின் உபபீட வர்க்கத்தின் கால்களுக்கு மேலாகவுள்ள பலகைகளின் மேல்நாட்டிய காரணமாடும் பெண்களின் சிற்பங்கள் இடம் பெற்றிருப்பது தனித் தன்மையுடையதாகவுள்ளது. கோபுரத்தில் உட்புறக் கீழ்நிலைக் கோஷ்டங்களில் அக்கோபுரத்தை எடுத்த மன்னன், அவனது இராஜகுரு ஆகியவர்களின் உருவங்கள் இடம் பெற்றிருப்பதோடு அச்சிற்பங்களின் பீடத்தில் அவர்களின் பெயர்கள் கல்வெட்டாகவும் திகழ்கின்றன.[83] தில்லை மேற்குக் கோபுரத்தில் மனித உருவச் சிலைகளுக்குப் பெயர் பொறிக்கப்படாமல் தெய்வ உருவங்களுக்குப் பெயர் பொறிக்கப்பெற்றுள்ளன. ஆனால் இங்கு மனித உருவச்சிலைகளுக்குப் பெயர் பொறிக்கப்பெற்றுத் தெய்வ உருவங்களுக்குப் பெயர் பொறிக்கப்பெறாத மாறுபட்ட நிலையைக் காணமுடிகிறது.

தில்லை, தாராசுரம், பழையாறை கோபுரங்களில் காணப்படுவது போன்றே இக்கோபுரத்தின் மகாதுவாரம் நெடிதுயர்ந்தும், ஒரே கல்லால் ஆன இரண்டிரண்டு நிலைக்கால்களுடனும் திகழ்கின்றது. முதல் நிலைக்கு முன்னே பக்கத்துக்கு மூன்றாக ஆறு கால்கள் பீடத்தில் சிம்ம சிற்ப அலங்காரத்துடன் உள்ளன. இதேபோன்று இரண்டாம் நிலைக்கு அடுத்தும் ஆறுகால்கள் சிம்ம சிற்பத்துடன் உள்ளன. முதல் நிலைக்கும் இரண்டாம் நிலைக்கும் இடையே இரு அடுக்குள்ளதாகவும் அளிந்தம் எனும் திண்ணையுடனும் உள்ள கோபுர அறை விளங்குகின்றது.

மேல்நிலையில் காணும் போது முதல் மூன்று நிலை துவார வாயில்களை இரண்டிரண்டு கற்தூண்கள் அலங்கரிக்கின்றன. முதற்தளத்துத் தூண்களை மட்டும் சிம்மங்கள் தாங்கி நிற்கின்றன. உபபீடத்திலிருந்து இரண்டாம் நிலைவரை ஒரே நேர் கோட்டில் செங்குத்தாகச் செல்லும் கட்டட அமைப்பு அதற்கு மேல் ஒவ்வொரு நிலையிலும் சிகரம் வரை குறுகிச்செல்வதால் திருவாரூர் கோபுரத்தின் தோற்றம் சற்று மாறுபட்டுக் காணப்பெறுகின்றது. அகன்ற அடித்தளமும், குறைந்த

குறுக்கமும் இக்கோபுரத்தின் சிறப்பு அம்சமாகும். இது தஞ்சை இராஜராஜேச்சரத்துக் கோபுரங்கள், திரிபுவன வீரேச்சரத்துக் கோபுரம் ஆகியவற்றின் புறத்தோற்றத்திற்கு ஒப்பானதாகும். தில்லை திருவானைக்கா கோபுரங்கள் இவ்வாறு திகழாமல் முதற் தளத்திலிருந்து ஒவ்வொரு நிலையிலும் குறுக்கம் பெறுவதால் பக்கவாட்டில் தோய்வில்லாத சாய்தளத் தோற்றம் இருப்பதைக் காணலாம்.

முதல் இரண்டு அடுக்குகளில் சிற்பங்களோ, சுதைப்பாதைகளோ இடம்பெறவில்லை. மூன்றாம் அடுக்கு முதல் ஆறாம் அடுக்கு வரை சாலைகளாலும் பஞ்சரங்களாலும், கர்ண கூடுகளாலும் அலங்கரிக்கப் பெற்றிருப்பதோடு சுதையால் ஆன தெய்வ உருவங்கள் மிகுந்த அளவில் இடம் பெற்றுக்கோபுர அழகுக்கு மேலும் எழில் கூட்டுகின்றன.ஏழாவது பிரஸ்தரத்தில் மேல் சிகரத்தின் கழுத்தடி அமைந்துள்ளது. இதனை ஒட்டிய தளம் சற்று அகன்று காணப்படுகின்றது. இத்தளம் வரை கோபுரத்தின் உட்புறம் உள்ள படிகள் வழியாகச் செல்லலாம். இத்தளத்தின் நான்கு மூலைகளிலும் இரண்டிரண்டு நந்திகள் உள்ளன. சிகரம் நீண்டும் அதன் நடுவில் திகழும் ஏழாம் துவாரத்தின் மேல் மகாநாசிக்கூடும் உள்ளன. இதனை அடுத்து இருபுறங்களிலும் இரண்டு பண்டிகைகள் விளங்குகின்றன. சிகரத்தின் இருமருங்கும் சந்திர வளைவுகளுடன் கூடிய சிம்மவல்லாபக் கட்டடம் அமைந்துள்ளது. இவற்றின் இடையே பதினொரு செப்புக் கலசங்கள் உள்ளன.

ஈ. திருவானைக்கா சுந்தரபாண்டியன் கோபுரம்

திருவானைக்கா திருக்கோயிலின் மூன்றாம் பிரகாரத்தின் கிழக்குக் கோபுரம் ஏழு நிலைகளுடன் சுந்தர பாண்டியன் திருக்கோபுரம் என்ற பெயரில் விளங்குகின்றது. இக்கோபுரத்தினை எந்தச் சுந்தரபாண்டியன் எடுப்பித்தான் என்பதற்குச் சாசனச் சான்றுகள் ஏதும் கிடைத்தில. இருப்பினும் கோபுர வாயிலின் விதானத்தில் பாண்டியர் இலச்சினையான இருகயல்கள், செண்டுகோல் ஆகியவை சிற்பங்களாகத் திகழ்கின்றன. மரபுவழியிலும், சிற்பங்களின் அமைதி கொண்டும் இக்கோபுரம் பதிமூன்றாம் நூற்றாண்டில் எடுக்கப்பெற்றததால் வேண்டும் எனக் கொள்ள முடிகிறது.

கோஷ்டங்களுடன் கூடிய உயரமான உபபீடம், பலவுறுப்புகள் உடைய அதிஷ்டானம் பித்தியில் நான்கு புறமும் தேவ கோஷ்டங்கள் ஆகியவற்றுடன் பிரஸ்தரம் வரை கருங்கற் பணியாகவும் அதற்கு மேல் ஏழு நிலைகளும் செங்கற் கட்டுமானமாகவும் விளங்குகின்றன. சிகரத்தை பதிமூன்று கலசங்கள் அலங்கரிக்கின்றன. கோபுர வெளிப்புற கோஷ்டங்களிலும், மகாதுவாரப் பகுதியிலும் தில்லைக் கோபுரங்களில் காணப்பெறுவது போன்றே தெய்வத் திருவுருவங்கள் இடம் பெற்றுள்ளன.

இக் கோபுரத்தைப் பொறுத்தவரை செங்கற் கட்டுமானமாக விளங்குகின்ற ஒவ்வொரு தளமும் நேர்த்தியாக வடிவமைக்கப் பெற்றுத் திகழ்கின்றது. படிகட்டு அமைப்பும் மற்ற கோபுரங்களில் இருப்பதைவிடத் தொழிநுட்பச் சிறப்புகளோடு விளங்குகின்றது. ஏழு நிலைக் கோபுரங்களில் இக்கோபுரத்தின் கட்டுமானம் மிகச் சிறப்புடையதாக விளங்குகின்றது.

திருவானைக்கா சுந்தரபாண்டியன் கோபுரம்

திருவானைக்கா திருக்கோயிலில் சுந்தரபாண்டியன் கோபுரம் எனும் கிழக்கு ஏழுநிலைக் கோபுரத்தைப் போன்றே மேற்குத் திக்கில் ஒரு ஏழுநிலைக் கோபுரம் உள்ளது. சுந்தரபாண்டியன் கோபுரத்தில் காணப்பெறுகின்ற அளவுகட்டுமான, சிற்பச் சிறப்புகளை அக்கோபுரத்தில் காண முடியவில்லை.

குறுக்கமும் இக்கோபுரத்தின் சிறப்பு அம்சமாகும். இது தஞ்சை இராஜராஜேச்சரத்துக் கோபுரங்கள், திரிபுவன வீரேச்சரத்துக் கோபுரம் ஆகியவற்றின் புறத்தோற்றத்திற்கு ஒப்பானதாகும். தில்லை திருவானைக்கா கோபுரங்கள் இவ்வாறு திகழாமல் முதற் தளத்திலிருந்து ஒவ்வொரு நிலையிலும் குறுக்கம் பெறுவதால் பக்கவாட்டில் தோய்வில்லாத சாய்தளத் தோற்றம் இருப்பதைக் காணலாம்.

முதல் இரண்டு அடுக்குகளில் சிற்பங்களோ, சுதைப்பாதைகளோ இடம்பெறவில்லை. மூன்றாம் அடுக்கு முதல் ஆறாம் அடுக்கு வரை சாலைகளாலும் பஞ்சரங்களாலும், கர்ண கூடுகளாலும் அலங்கரிக்கப் பெற்றிருப்பதோடு சுதையால் ஆன தெய்வ உருவங்கள் மிகுந்த அளவில் இடம் பெற்றுக்கோபுர அழகுக்கு மேலும் எழில் கூட்டுகின்றன.ஏழாவது பிரஸ்தரத்தில் மேல் சிகரத்தின் கழுத்தடி அமைந்துள்ளது. இதனை ஒட்டிய தளம் சற்று அகன்று காணப்படுகின்றது. இத்தளம் வரை கோபுரத்தின் உட்புறம் உள்ள படிகள் வழியாகச் செல்லலாம். இத்தளத்தின் நான்கு மூலைகளிலும் இரண்டிரண்டு நந்திகள் உள்ளன. சிகரம் நீண்டும் அதன் நடுவில் திகழும் ஏழாம் துவாரத்தின் மேல் மகாநாசிக்கூடும் உள்ளன. இதனை அடுத்து இருபுறங்களிலும் இரண்டு பண்டிகைகள் விளங்குகின்றன. சிகரத்தின் இருமருங்கும் சந்திர வளைவுகளுடன் கூடிய சிம்மவல்லாபக் கட்டடம் அமைந்துள்ளது. இவற்றின் இடையே பதினொரு செப்புக் கலசங்கள் உள்ளன.

ஈ. திருவானைக்கா சுந்தரபாண்டியன் கோபுரம்

திருவானைக்கா திருக்கோயிலின் மூன்றாம் பிரகாரத்தின் கிழக்குக் கோபுரம் ஏழு நிலைகளுடன் சுந்தர பாண்டியன் திருக்கோபுரம் என்ற பெயரில் விளங்குகின்றது. இக்கோபுரத்தினை எந்தச் சுந்தரபாண்டியன் எடுப்பித்தான் என்பதற்குச் சாசனச் சான்றுகள் ஏதும் கிடைத்தில. இருப்பினும் கோபுர வாயிலின் விதானத்தில் பாண்டியர் இலச்சினையான இருகயல்கள், செண்டுகோல் ஆகியவை சிற்பங்களாகத் திகழ்கின்றன. மரபுவழியிலும், சிற்பங்களின் அமைதி கொண்டும் இக்கோபுரம் பதிமூன்றாம் நூற்றாண்டில் எடுக்கப்பெற்றததால் வேண்டும் எனக் கொள்ள முடிகிறது.

கோஷ்டங்களுடன் கூடிய உயரமான உபபீடம், பலவுறுப்புகள் உடைய அதிஷ்டானம் பித்தியில் நான்கு புறமும் தேவ கோஷ்டங்கள் ஆகியவற்றுடன் பிரஸ்தரம் வரை கருங்கற் பணியாகவும் அதற்கு மேல் ஏழு நிலைகளும் செங்கற் கட்டுமானமாகவும் விளங்குகின்றன. சிகரத்தை பதிமூன்று கலசங்கள் அலங்கரிக்கின்றன. கோபுர வெளிப்புற கோஷ்டங்களிலும், மகாதுவாரப் பகுதியிலும் தில்லைக் கோபுரங்களில் காணப்பெறுவது போன்றே தெய்வத் திருவுருவங்கள் இடம் பெற்றுள்ளன.

இக் கோபுரத்தைப் பொறுத்தவரை செங்கற் கட்டுமானமாக விளங்குகின்ற ஒவ்வொரு தளமும் நேர்த்தியாக வடிவமைக்கப் பெற்றுத் திகழ்கின்றது. படிகட்டு அமைப்பும் மற்ற கோபுரங்களில் இருப்பதைவிடத் தொழிநுட்பச் சிறப்புகளோடு விளங்குகின்றது. ஏழு நிலைக் கோபுரங்களில் இக்கோபுரத்தின் கட்டுமானம் மிகச் சிறப்புடையதாக விளங்குகின்றது.

திருவானைக்கா சுந்தரபாண்டியன் கோபுரம்

திருவானைக்கா திருக்கோயிலில் சுந்தரபாண்டியன் கோபுரம் எனும் கிழக்கு ஏழுநிலைக் கோபுரத்தைப் போன்றே மேற்குத் திக்கில் ஒரு ஏழுநிலைக் கோபுரம் உள்ளது. சுந்தரபாண்டியன் கோபுரத்தில் காணப்பெறுகின்ற அளவுகட்டுமான, சிற்பச் சிறப்புகளை அக்கோபுரத்தில் காண முடியவில்லை.

திருவாரூர் திருக்கோயில் மேற்கு ராஜகோபுரமும் திருக்குளமும்

திருவாரூர் கிழக்குக் கோபுரத்து உபபீடமும் அதிட்டானமும்

காஞ்சி கைலாசநாதர் ஆலய கோபுரம்

தஞ்சை கேரளாந்தகன் திருவாயில்

திருவாரூர் திருக்கோயில் கிழக்கு இராஜகோபுரம்

துக்காச்சி சிவாலயத்து இடிந்த கோபுரம்

திருவனந்தபுரத்து அனந்த பத்மநாப சுவாமி திருக்கோயில் கோபுரமும் அரண்மனையும்

காஞ்சிபுரம் ஏகாம்பரநாதர் ஆலயத்துத் திருக்கோபுரம்

திருவாரூர் கிழக்குக் கோபுரத்து உபபீட சிற்பங்கள்

மேலப்பழுவூர் அவனி கந்தர்வ ஈசுவர கிருகத்து திருக்கோபுரம்

கீழப்பழுவூர் கோபுரம்

திருவெள்ளறை வைணவ ஆலயத்து திருக்கோபுரம்

திருவெள்ளறை வைணவ ஆலயத்துத் திருக்கோபுரத்துக் கல்வெட்டுப் பாடல் – இப்பாடலில் மாறவர்மன் சுந்தரபாண்டியன் சோழநாட்டுப் படையெடுப்பின்போது பட்டினப்பாலை பாடிய உருத்திரங்கண்ணனார்க்கு கரிகாலன் கொடுத்த 16 கால் மண்டபத்தைக் காத்த செய்தி கூறப்பெற்றுள்ளது.

தில்லை மேற்குக்கோபுரம்

திருமழபாடி சிவாலயத்துக் கோபுரம்

சிவாயத்து சிவாலய கோபுரம்

வழுவூர் வீரட்டானத்துத் திருக்கோபுரமும் திருக்குளமும்

தஞ்சை இராஜராஜேச்சரத்துத் திருக்கோபுரங்கள்

திருவண்ணாமலை இராஜகோபுரத்துச் சிற்பங்கள்

யானை உரித்த தேவர்

நான்கு முகங்களுடன் சிவசூரியன்

சேக்கிழார் பெருமான்

திருமாலைத் தாங்கும் கருடன்

தில்லைக் கோபுரச் சிற்பங்கள்

கயிலையைத் தாங்கும் இராவணன்

பிச்சை உகக்கும் பெருமான்

திருவண்ணாமலை கோபுரச் சிற்பங்கள்

தில்லை வடக்குக்கோபுரமும் சிவகங்கைக் குளமும்

தில்லை மேற்கு கோபுரத்தில் காணப்பெறும் நாட்டியச் சிற்பங்கள்.
கல்வெட்டுப் பொறிப்புடன்

திருவண்ணாமலை அருணாசலேசுவரர் திருக்கோயில் கோபுரங்கள்

ஒன்பது நிலைக்கோபுரங்கள் மதுரைக் கோபுரங்கள்

(பாண்டியர் விஜய நகர அரசு மற்றும் பிற்காலம்)

ஏழு நிலைக் கோபுரங்கள் பற்றி ஆராய்வதற்கு எவ்வாறு தில்லைப் பெருங்கோயிற் கோபுரங்கள் துணை நின்றனவோ அது போன்று ஒன்பது நிலைக்கோபுரங்கள் பற்றி ஆராய்வதற்கு மிகவும் ஏற்ற களமாக விளங்குவது மதுரை மீனாட்சி சுந்தரேஸ்வரர் திருக்கோயிலேயாகும். இத்திருக்கோயிலினை பன்னிரண்டு திருக்கோபுரங்கள் அலங்கரிக்கின்றன.

சுந்தரேஸ்வரர் உறையும் முதற் திருச்சுற்றில் திகழும் சன்னதி கோபுரங்கள் எனும் சிறிய கோபுரங்களே இக்கோயிலைப் பொறுத்தவரை பழமையான கோபுரங்களாகும். இரண்டாம் திருச்சுற்றில் காணப்பெறும் கோபுர நாயக கோபுரம் கி.பி.1372 இல் கட்டப்பெற்றதாக மதுரைத்திருப்பணி விவரம் கூறினாலும்[84] அக்கோபுரத்திலுள்ள கல்வெட்டு விஜய நகரப் பேரரசர் அச்சுதப்ப நாயக்கனின் அடப்பம் விஸ்வப்பா என்பரால் கட்டப்பெற்றதாகக் கூறுகின்றது.[85] இதே திருச்சுற்றில் காணப்பெறும் நடுக்கட்டுக் கோபுரத்தினைக் கி.பி.1559இல் செவ்வந்திமூர்த்தி என்பவரும்[86] மீனாட்சி ஆலயத்திருச்சுற்றிலுள்ள காடக கோபுரத்தைக் கி.பி. 1570இல் வீரதும்மாச்சி எடுத்ததாகவும் திருப்பணி மாலை குறிப்பிடுகின்றது.[87] சுவாமி சன்னதி இரண்டாம் திருச்சுற்றிலுள்ள பாலக கோபுரம் பாண்டியர் காலக் கட்டுமான அமைதியுடன் திகழ்ந்த போதும், அதனைக் கி.பி.1374இல் மல்லப்பன் எடுத்ததாகத் திருப்பணி விவரம் கூறுகின்றது.[88]

சுவாமி சன்னதி இரண்டாம் பிரகாரத்தின் வடபுறம் ஐந்து நிலைகளுடன் காணப்பெறும் சின்ன மொட்டைக்கோபுரம் கி.பி.1560இல் செவ்வந்தி வேளாண் என்பவரால் கட்டப்பெற்றதாகத் திருப்பணி விவரம் அறிவிக்கின்றது.[89] சித்திரைக்கோபுரம் எனும் ஏழுநிலைக் கோபுரம் மீனாட்சி அம்மன் சன்னதிக்கு நேர் எதிரில் வெளிப்பிரகாரத்தில் உள்ளது. இதனுடைய கல்ஹாரம் கலை நயம் மிகுந்ததாகக் காணப்பெறுகின்றது. சகம் 1492 (கி.பி. 1570)இல் அரியநாத முதலியாரின் மகனான காளத்தி முதலியார் இக்கோபுரத்தை எடுத்தார் என திருப்பணி விவரம் கூறுகின்றது.[90] திருப்பணி மாலையின் ஐம்பத்தேழாம் பாடலோ அரிய நாத முதலியாரின் மகனான காளத்தி நாதர் கருங்கற் கட்டுமானாகிய கற்படையை எடுத்ததாகவும், ஐம்பத்தோராம் பாடல் மேல்நிலையான செங்கற்படையை விஸ்வநாத நாயக்கரின் பெயரனான கிருஷ்ண வீரப்ப நாயக்கர் எடுத்ததாகவும் கூறுகின்றன. அப்பாடலில் மேலும் ஒரு தகவலாகச் சித்ரகோபுரம் எனும் அக்கோபுரம் ‘முத்தளக்கும் கோபுரம்’ என்றும் அழைக்கப்பெற்றதாகக் கூறுகின்றது. இக்கோபுரங்கள் அனைத்தும் பாண்டியர் காலம் தொடங்கி விஜயநகர நாயக்கர் காலம் வரை பல்வேறு கால கட்டத்தில் எடுக்கப்பெற்றும் திருப்பணிகள் செய்யப் பெற்றும் விளங்குபவையாகும்.

மதுரைக் கோயிற் கோபுரங்கள்

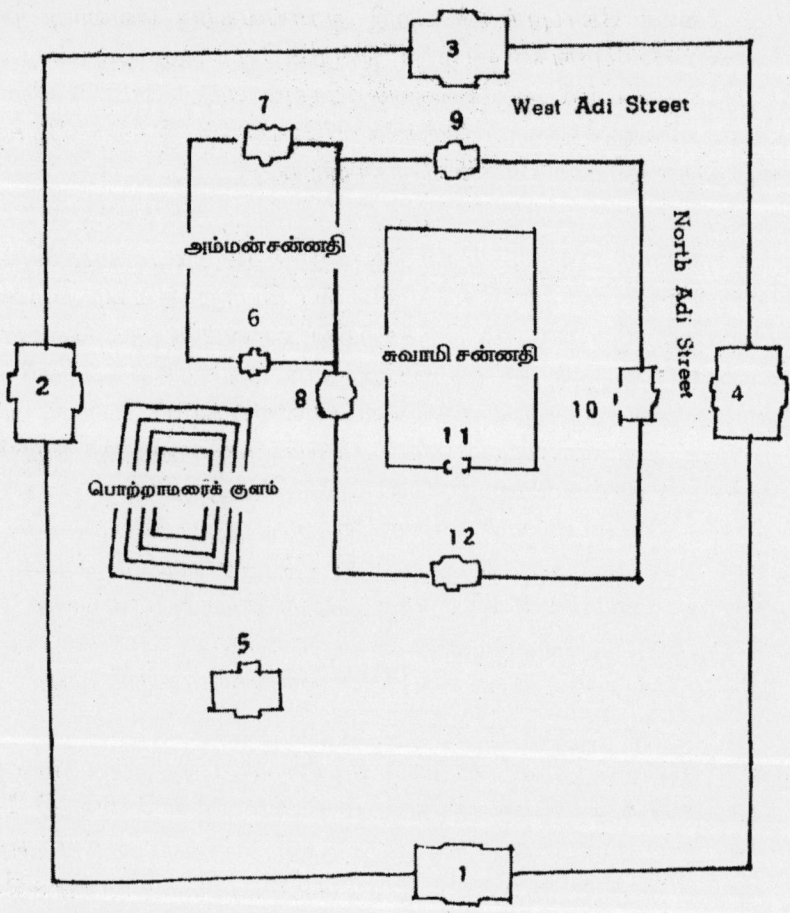

1. சுந்தரபாண்டியன் கோபுரம்
2. தெற்குக் கோபுரம்
3. மேற்குக் கோபுரம்
4. மொட்டைக் கோபுரம்
5. சித்திரைக் கோபுரம்
6. அம்மன் சன்னதி கோபுரம்
7. காடக கோபுரம்
8. நடுக்கட்டுக் கோபுரம்
9. பலக கோபுரம்
10. சின்னமொட்டைக் கோபுரம்
11. சுவாமி சன்னதிக் கோபுரம்
12. கோபுர நாயக கோபுரம்

ஒன்பது நிலைக் கோபுரங்கள்

மதுரைத் தெற்குக் கோபுரம்

சங்கரன் கோயில் கோபுரம்

சுந்தரபாண்டியன் திருக்கோபுரம் (கிழக்கு ஒன்பது நிலைக் கோபுரம்)

இத்திருக்கோயிலின் வெளி மதிலினை நான்கு திசைகளிலும் ஒன்பது நிலைக் கோபுரங்கள் அலங்கரிக்கின்றன. கிழக்குக் கோபுரத்தின் அடித்தளம் மற்ற மூன்று கோபுரங்களின் தளங்களைப் போன்று கருங்கற் பணியாக காணப்பெறுகின்றது. கோபுரத்தின் அடிப்பகுதியின் முகப்பு, பிதுக்கம் பெற்று முன்னோக்கியுள்ளது. உபபீடப் பகுதியில் பெருமளவு வீதியின் சாலை மட்டம் உயர்ந்ததால் பூமியில் புதையுண்ட நிலையில் விளங்குகின்றது. உபபீடத்தின் கபோதகம் முன்னோக்கிப் பிதுக்கத்துடன் விளங்குவதோடு, அதில் உள்ள கோஷ்டங்களின் தோரணத் தலைப்பு கபோதகத்திற்கும் மேலாக நீண்டுள்ளது. அதிஷ்டான வர்க்கம் சோழர்களின் கலைப் பாணியிலிருந்து வேறுபட்டு கருக்கு வேலைப்பாடுகளுடனும், சிற்பங்கள் உடையதாகவும் உள்ளது. பித்தியில் முழுமையான கோஷ்டங்கள் இடம் பெறாமல் பஞ்சரங்களாலேயே அணி செய்யப்பெற்றுக் காணப் பெறுகின்றது. ஆதலால் தில்லைக் கோயிலில் இருப்பது போன்று கோஷ்ட தெய்வங்கள் இடம் பெறவில்லை. முதல் நிலைக்கு மேலாகவுள்ள மற்ற எட்டு நிலைகளும் செங்கற்படையாக விளங்குகின்றன. அவை கூடு பஞ்சரம்,சாலை போன்றவற்றால் அணி செய்யப் பெற்றுக் காணப்பெறுகின்றன.

கோபுரத்தின் எல்லா நிலைகளையும் சுதையால் செய்யப் பெற்ற உருவங்கள் அணிசெய்கின்றன. காலந்தோறும் நிகழும் திருப்பணிகளால் இவை பழமையானவையாகத் திகழாமல் புதுமைப் படைப்புக்களாகவேயுள்ளன. சிவபுராணக் கதைகள், திருவிளையாடற் புராணக் கதைகள் ஆகியவை இக்கோபுரத்தை அணி செய்யும் சுதையுருவங்களாகும்.

ஒவ்வொரு நிலையிலும் துவார வாயிலோடு பிதுக்கம் பெற்றுக் காணப்பெறும் கட்டட அமைப்பு அதற்கு மேலாக மகா நாசிக்கூட்டோடு நிறைவடைகின்றது. மகாநாசிக்கு இருபுறமும் பக்கத்திற்கு இரண்டிரண்டு பண்டிகைகள் திகழ்வதோடு, சிகரத்தின் இருமருங்கும் சிம்மவல்லாபத்துடன் அர்த்தசந்திர வளைவுகளும் காணப் பெறுகின்றன. சிகரத்தின் உச்சியில் ஒன்பது கலசங்கள் அணி செய்கின்றன.

இக்கோபுரத்தின் மொத்த உருவமைப்பு சோழர் காலக்கட்டுமான அமைப்பிலிருந்து மாறுதல் பெற்று விளங்குகின்றது. சோழர்களின் கோபுரங்களின் அடித்தளம் அகன்றும் சிகர உச்சி குறுகியும் முதல் அல்லது இரண்டாம் தளத்திலிருந்து மிகுந்த சாய் கோணத்தில் கட்டட அமைப்புத் திகழும். ஆனால் மதுரை கிழக்கு மற்றும் மேற்குக் கோபுரங்களின் ஒன்பது நிலைகளும் அவ்வளவாகச் சாய்கோணம் இல்லாமல் ஓரளவே மெலிந்து செல்வதால் இவை மிகுந்த உயர முடையவை போன்று விளங்குகின்றன.

கிழக்குகோபுர வாயிலில் இரண்டுக் கல்வெட்டுக்கள் உள்ளன. முதற்கல்வெட்டு[91]. "திரிபுவனச் சக்கரவர்த்தி கோனேரின்மை கொண்டான்

சுந்தரபாண்டியன் திருக்கோபுரம்" என்ற பொறிப்பாகவும், இரண்டாம் கல்வெட்டு[92] "(திரிபுவ) ன சக்கரவர்த்தி கோனேரி (ன்) மை கொண்டான் அவனி வேந்த ராமன் திருக்கோபுரம் என்ற பொறிப்பாகவும் திகழ்கின்றன. கி.பி 1256இல் முடிசூடிக்கொண்ட முதலாம் ஜடாவர்மன் சுந்தரபாண்டியனின் விருதுப் பெயரே அவனி வேந்த ராமன் என்பதாகும்[93] திருப்பணிமாலையின் ஏழாம் பாடல் இக்கோபுரத்தைச் சுந்தரபாண்டியன் எடுத்தான் என்று கூறுகின்றது. ஸ்ரீதளம் எனும் நூல் சன்னதி பெரிய கோபுரத்தைச் சுந்தரபாண்டியன் எடுத்தான் என்று குறிப்பிடுகின்றது. திருப்பணி விவரம் எனும் நூலில் (பாடல் எண் 3) சகம் 1140 இல் (கி.பி.1218இல்) சன்னதி ஒன்பது நிலைக் கோபுரத்தைச் சுந்தரபாண்டியன் எடுத்தான் என்று குறிப்பிடுகின்றது. திருப்பணி விவரத்தின் அடிப்படையில் நோக்கும்போது கி.பி.1216லிருந்து 1244 வரை செங்கோலோச்சிய முதலாம் மாறவர்மன் சுந்தரபாண்டியனால்தான் இக்கோபுரம் எடுக்கப்பெற்றது எனக் கருத வேண்டியிருக்கின்றது. வாயிலில் உள்ள கல்வெட்டுச் செய்தியும், திருப்பணி விவரம் கூறும் செய்திகளும் முரண்படுகின்றன. திருப்பணி மாலையும் ஸ்ரீதளமும் எந்தச் சுந்தரபாண்டியன் என்று குறிப்பிடவில்லை.

இக்கோபுரத்தின் இரண்டாம் நிலையில் உள்ள ஐந்து தூண்களில் நான்கு கல்வெட்டுச் செய்திகள் காணப்பெறுகின்றன. இவை முறையே கி.பி.1190இல் முடி சூடிய ஜடாவர்மன் குலசேகரனின் இரண்டாம் ஆண்டுக் கல்வெட்டு,[94] கி.பி.1216இல் முடிசூடிய முதலாம் மாறவர்மன் சுந்தரபாண்டியனின் பத்து[95] மற்றும் பதினைந்தாம் ஆண்டு[96] கல்வெட்டுக்கள், கி.பி. 1238இல் முடிசூடிய ஜடாவர்மன் குலசேகரனின் இரண்டாம் ஆண்டு கல்வெட்டு[97] ஆகியவையாகும். ஜடாவர்மன் குலசேகரனின் கல்வெட்டு பூதல வனிதை எனும் அவனது மெய்க் கீர்த்தியோடு காணப்பெறுகின்றது. இவற்றை ஆய்வு செய்த டி.தேவகுஞ்சரி மதுரைக் கோயிலில் உள்ள பதிவு செய்யப்பெற்ற கல்வெட்டுக்களிலேயே மிகப் பழமையான கல்வெட்டு இங்கு குறிப்பிடப்பெறும் ஜடாவர்மன் குலசேகரனின் கல்வெட்டே (MER 62 of 1905) என்றும், எனவே இந்த ஒன்பது நிலைக் கோபுரப்பணி கி.பி. பன்னிரண்டாம் நூற்றாண்டின் கடைப் பகுதிக்கு முன்பே தொடங்கப் பெற்றிருக்க வேண்டும் என்று குறிப்பிட்டுள்ளார்.[98] கல்வெட்டுச் செய்திகளையும், நூல்கள் கூறும் செய்திகளையும் தொகுத்து நோக்கும் போது ஜடாவர்மன் குலசேகரன், முதலாம் மாறவர்மன் சுந்தரபாண்டியன் ஆகியோர் காலத்தில் நிகழ்ந்த இக்கோபுரம் கட்டும் பணி ஜடாவர்மன் சுந்தரபாண்டியன் காலத்தில் நிறைவடைந்திருக்க வேண்டும் என்பது உறுதி. இக்கோபுர வாயிலில் பல இடங்களில் பாண்டியர்களின் இலச்சினையான இணைகயல்களுடன் செண்டுகோல் உருவங்கள் சிற்பமாகக் காணப்பெறுகின்றன. இவையும் இக்கோபுரம் பாண்டியர்க்கு உரியது என்பதை எடுத்துக் கூறுபவையாகவே விளங்குகின்றன.

மேற்கு ஒன்பது நிலைக் கோபுரம்

கிழக்குக் கோபுரத்தைப் போன்றே உபபீடப் பகுதியின் அடிப்பகுதி

மேற்குவீதியின் சாலைமட்டம் உயர்த்தப்பட்டுள்ளதால் புதையுண்டு காணப்பெறுகின்றது. எல்லா அம்சங்களிலும் கிழக்குக் கோபுரத்தை போன்றே அமைந்துள்ள இக்கோபுரத்தின் மேல்நிலைகளில் காணப்பெறும் அலங்கார அமைப்பு மற்ற கோபுரங்களிலிருந்து இதனை வேறுபடுத்திக் காட்டுகின்றது.

திருப்பணி விவரத்தின் 6ஆம் பாடல் ஆடிவீதியில் அமைந்துள்ள ஒன்பது நிலை மேலைக் கோபுரம் சகம் 1245 (கி.பி.1323)இல் பராக்கிரம பாண்டியனால் கட்டப் பெற்றதாகக் குறிப்பிடுகின்றது. திருப்பணிமாலையும் பராக்கிரம பாண்டியனால் எடுக்கப்பெற்றதையே உறுதி செய்கின்றது. இக்கோபுர வாயிலில் பாண்டியர் இலச்சினை பொறிக்கப் பெற்றிருப்பதால் இது பாண்டியர் எடுத்த கோபுரம் என்பதைக் காட்டுவதோடு, அருகிலுள்ள கல்வெட்டுப் பாடலும்[99] பராக்கிரமப் பாண்டியனின் புகழினையே பேசுகின்றது. இக்கோபுரத்தின் கட்டடக் கலை அமைதியும் பிற்காலப் பாண்டியர்களின் கலை நயத்தை, எடுத்துக் காட்டுவதாகவே விளங்குகின்றது. 14ஆம் நூற்றாண்டில் பல பராக்கிரமப் பாண்டியர்கள் திகழ்ந்ததால் எந்த பராக்கிரம பாண்டியன் இக்கோபுரத்தை எடுத்தான் என அறிய முடியவில்லை எனத் தேவகுஞ்சரி கூறியுள்ளார்.[100]

மதுரை திருப்பணி விவரம் கூறும் பராக்கிரமப் பாண்டியனால் இக்கோபுரம் எடுக்கப்பெற்றது என்ற செய்தியினைத் திருப்பணி மாலையும் உறுதிப்படுத்துகின்றது. இக் கோபுரத்தில் உள்ள கல்வெட்டில் “வாளால் வழித்திறந்த வையம் தொழநின்ற பெருமாள்” என்பான் அக்கோபுரத்தைக் கட்டியதாகக் கூறுகின்றது.[101] இதே திருக்கோயிலில் மீனாட்சி அம்மன் சன்னதியின் எதிரே உள்ள நுழைவாயிலின் வலப்பக்கச் சுவரில் காணப்பெறும் கல்வெட்டுப் பாடல்களில் பராக்கிரமப் பாண்டியன், வாளுண்டு மண்மகளை வாளால் வழி திறந்தான் என்றும், மண்ணாளும் தோள்வழுதி வாளால் வழி திறந்தான் என்றும் அழைக்கப்படுகிறான்.[102] திருக்கோயிலூர் வட்டம் நகர் எனும் ஊரில் உள்ள ஒரு கல்வெட்டு[103] புதுக்கோட்டை குளத்தூர் வட்டம் சூரியூர் கல்வெட்டு[104] ஆகியவற்றை நோக்கும்போது வாளால் வழி திறந்தான் எனும் பட்டம் பூண்டவன் கி.பி.1315-1334 வரை ஆட்சி செய்த முதலாம் சடையவர்மன் சுந்தரபாண்டியன் என்பது அறியலாம். கி.பி. 1318இல் தில்லியிலிருந்து தமிழகத்திற்குப் படை எடுத்து வந்த தில்லி சுல்தான் குத்புதீன் முபாரக்கின் தளபதி குஸ்ரூகானையும் அவனது படைகளையும் பராக்கிரமப் பாண்டியன் விரட்டியதால் வாளால் வழி திறந்தான் என்ற பட்டம் பூண்டான் என்பதை அறிய முடிகிறது.[105] எனவே மதுரை மேற்குக் கோபுரத்தை ஒன்பது நிலைக் கோபுரமாக எடுத்தவன் முதலாம் சடையவர்மன் பராக்கிரமப் பாண்டியனே என்பது தெளிவாகின்றது.

தெற்கு ஒன்பது நிலைக் கோபுரம்

பொற்றாமரைக் குளத்தை ஒட்டித் தென்புற வெளி மதிலில் திகழும் தெற்குக் கோபுரமும் ஒன்பது நிலைகளைக் கொண்டதாகும். இக் கோபுரத்தின் வடிவமைப்பு கிழக்கு, மேற்கு, வடக்குக் கோபுரங்களிலிருந்து மாறுபட்டதாகும்.

அகண்ட கல்ஹாரம் கொண்டு திகழும் இக் கோபுரத்தின் மேல் நிலைகள் ஒரு வளைவுப் பெற்று பின்பு செங்குத்தாக உயர்ந்து காணப்பெறுகின்றது. கட்டுமான அமைப்பு மற்ற கோபுரங்களைப் போன்று இருந்தாலும் புறத்தோற்றம் மட்டும் மற்ற கோபுரங்களை விடத் தனி அழகு பெற்றதாக விளங்குகின்றது.

முதற்தளம் முடிய கருங்கற் படையாகவும், அதற்குமேல் செங்கற்படையாகவும் திகழும் இக் கோபுரத்தைச் சகம் *1400* (கி.பி.*1478*) இல் சிராமலை செவ்வந்தி என்பவர் கட்டுவித்ததாகத் திருப்பணிமாலை விவரம் பன்னிரெண்டாம் பாடல் கூறுகின்றது. இதே செய்தியினைத் திருப்பணி மாலையின் இருபத்திஏழாம் பாடலும் வலியுறுத்திகின்றது. ஸ்ரீதளம் இக்கோபுரத்தினை பணியாரக்கடைக் கோபுரம் என்று பெயர் கூறி அதனை பெரிய சிவந்திலிங்கம் செட்டி கட்டுவித்ததாகவும் கூறுகின்றது. அவர் திருச்சிராப்பள்ளியைச் சேர்ந்தவர் என்பதும்,அவர் மதுரைத் திருக்கோயிலுக்குப் பல பணிகள் செய்தவர் என்பதும் அறிய முடிகிறது.

வடக்கு ஒன்பது நிலைக் கோபுரம்

வடக்கு வெளிமதிலில் ஒன்பது நிலைகளுடன் காணப்பெறும் வடக்குப் பெரிய கோபுரம் மொட்டைக் கோபுரம் என்ற பெயரால் அழைக்கப் பெறுகின்றது. கோபுரம் எடுக்கப் பெற்ற காலத்தில் கற்படையுடன் (கல்ஹாரம்) பணிகள் நின்று போனதால் மக்கள் வழங்கிய மொட்டைக் கோபுரம் என்ற பெயரால் அழைக்கப் பெற்று வந்துள்ளது. பின்னாளில் *19* ஆம் நூற்றாண்டில் நகரத்துச் செட்டியார்கள் இக்கோபுரத்தில் மேல்நிலைகளை எடுப்பித்து கோபுரத்திற்கு முழுவடிவம் தந்துள்ளனர். இக் கோபுரத்தைப் பற்றிக் குறிப்பிடும் தேவகுஞ்சரி இக்கோபுரம் உத்தம வகுப்பு அளவீடுகளைக் கொண்டு திகழ்வதாகவும், மேல்நிலைகளில் மரவேலைப்பாடுகளுக்கு முக்கியத்துவம் கொடுக்கப் பெற்றுள்ளதாகவும் கூறியுள்ளார்.[106]

திருப்பணி விவரத்தின் இருபத்தி ஆறாம் பாடல் சகம் *1494* (கி.பி *1572*) இல் விஸ்வநாத நாயக்கரின் பெயரனான கிருஷ்ண வீரப்ப நாயக்கர் கம்பத்தடி மண்டபத்தை எடுத்தபோது இக்கோபுரத்தையும் எடுத்ததாகக் கூறுகின்றது. திருப்பணி மாலையின் அம்பத்தி மூன்றாம் பாடலும் இச்செய்தியினை வலியுறுத்துகின்றது. ஸ்ரீதளம் பெரிய மொட்டைக் கோபுரத்தைச் செட்டிகளும் அபிஷேக பண்டாரமும் இணைந்து திருப்பணி புரிந்தாக விவரிக்கின்றது.

இக் கோபுரத்தின் கல்ஹாரம் மற்ற மூன்று கோபுரங்களின் கலை அம்சங்களைக் கொண்டு திகழ்ந்தாலும் வேலைப்பாடுகளில் மேலும் நுட்பங்களைக் காணமுடிகிறது. பாண்டியர் மற்றும் விஜயநகரக் கலைப் பாணியைப் பின்பற்றி நாயக்கர்களின் காலத்திய தனிப் படைப்புத் திறனை இக்கோபுரத்தில் காண முடிகின்றது. தஞ்சைப் பெரியகோயிலுள்ள கந்தக் கோட்டத்தில் (செவ்வப்ப நாயக்கர் காலம்) உள்ள வேலைப்பாட்டு நுட்பங்களை இங்கும் காணமுடிகின்றது.

ஒன்பது நிலைக் கோபுரங்களின் தொடக்க நிலையைப் பிற்காலப் பாண்டியர்களின் கட்டடக் கலையில்தான் முதன்முதலில் காண முடிகின்றது. பன்னிரண்டாம் நூற்றாண்டின் இறுதியில் தொடக்கம் பெற்ற இக்கட்டுமான அமைப்பு ஜடாவர்மன் முதலாம் சுந்தர பாண்டியன் காலத்தில்தான் நிறைவு பெற்றுள்ளது. இப்பெருவேந்தன் தில்லையில் ஏழ்நிலைக் கோபுரத்தைத் திருப்பணி செய்து சுந்தரபாண்டியன் கோபுரம் எனப் பின்னவர்கள் அழைப்பதற்கு வகை செய்தவன், திருவானைக்காவில் ஏழ்நிலைக் கோபுரம் எடுத்ததோடு, திருவரங்கத்தில் சுந்தர பாண்டியன் மதிலும் கோபுரமும் எடுத்துக் கோயிற் கட்டடக் கலைக்கு மெருகூட்டினான். சோழநாட்டில் காணப்பெறும் அவனது படைப்புகளையும், மதுரை கிழக்குக் கோபுரத்தையும் ஒப்பிடும்போது, சோழநாட்டில் அவன் செய்த பணிகள் சோழர்காலப் பாணியின் தாக்கத்தோடு விளங்குவதையும் மதுரைப் பணிகளில் தனித் தன்மையுடைய பாண்டியர் கலைமணம் கமழ்வதையும் காணமுடிகின்றது. மதுரைக் கோயிற் கோபுரங்களை ஆராயும்போது ஒன்பது நிலைக் கோபுரக் கட்டுமானம் என்பது பன்னிரெண்டு, பதிமூன்றாம் நூற்றாண்டிலிருந்து பத்தொன்பதாம் நூற்றாண்டு வரை தொடர்ந்து பல்வேறு காலங்களில் வளர்ந்த திறத்தைச் சான்றுகள் அடிப்படையில் காணமுடிகின்றது.

தமிழகம் முழுவதும் பல்வேறு திருக்கோயில்களில் ஒன்பது நிலைக் கோபுரங்கள் பல இருப்பினும் அவற்றுள் உருவ அமைதியால் வேறுபட்டவைகளாகத் திகழ்பவை திருவரங்கத்து வெள்ளைக் கோபுரமும், தொண்டை மண்டலத்தில் திகழும் கோபுரங்களுமேயாகும்.

திருவரங்கத்து வெள்ளைக் கோபுரம்

திருவரங்கம் திருக்கோயில் ஏழு திருமதில்களுடன் விளங்குகின்றது. அவற்றில் ஒன்றான நான்காம் திருமதிலில் கிழக்கு, தெற்கு மற்றும் மேற்கு திசைகளில் திருக்கோபுரங்கள் உள்ளன. கிழக்கு திசையில் உள்ள கோபுரம் மட்டுமே ஒன்பது நிலைகளையுடைய பெரிய திருக்கோபுரமாக விளங்குகின்றது. அண்மையில் ஏழாம் திருமதில் உள்ள தெற்கு மொட்டைக் கோபுரத்தை பதிமூன்று நிலை உடைய பெருங் கோபுரமாக எடுப்பித்த காலம் வரை வெள்ளைக் கோபுரமே திருவரங்கத்துக் கோபுரங்களில் உயரம் அதிகமுடைய கோபுரமாக விளங்கியது.

கி.பி.15ஆம் நூற்றாண்டில் விஜயநகரப் பேரரசர்களின் ஆக்கத்தால் இக்கோபுரம் எடுக்கப் பெற்றது. இக்கோபுரத்தின் வாயிற்பகுதி மற்ற கோபுரங்களில் இருப்பதைவிட மிகவும் முன்னோக்கிப் பிதுக்கம் பெற்றுக் காணப்பெறுகின்றது. இம் முன்னோக்கிய கட்டுமான அமைப்பு கல்ஹாரப் பகுதியில் மட்டுமில்லாமல் தொடர்ந்து சிகரத்தின் மகாநாசி வரை செல்கின்றது. முன்புறம் இருப்பது போன்றே பின்புறமும் பிதுக்க அமைப்பு மகாநாசி வரை தொடர்கின்றது. கல்ஹாரப் பகுதி விஜயநகர அரசு காலத்திய கோபுரக் கட்டுமான அமைப்புகளை ஒத்தே கலை அலங்காரங்களுடன் திகழ்கின்றது.

காஞ்சிபுரத்துக் கோபுரங்கள்

காஞ்சிபுரம் ஏகாம்பரநாதர் கோயில் பெரிய கோபுரம், வரதராஜ பெருமாள் கோயில் பெரிய கோபுரம் ஆகியவை விஜயநகரப் பேரரசர் கிருஷ்ண தேவராயரால் எடுக்கப் பெற்றவையாகும். கிருஷ்ண தேவராயர்தான் எடுத்தார் என்பதனை இத்திருக்கோயில்களில் உள்ள கல்வெட்டுக்கள் எடுத்தியம்புகின்றன. குறிப்பாக ஏகாம்பரநாதர் கோயில் நுழைவாயிலின் மேற்புறம் உள்ள உத்திரத்தில் "கிருஷ்ண தேவராயர் பண்ணுவித்த கோபுரம்" என்ற சொற்றொடர் தெலுங்கு மற்றும் தமிழில் மிகப்பெரிய எழுத்துக்களில் கல்வெட்டாகப் பொறிக்கப் பெற்றுள்ளது.

இவ்விரண்டு கோபுரங்களும் ஒன்பது நிலையுடைய கோபுரங்களாகத் திகழ்கின்றன. கட்டுமான அமைப்பால் இவை தில்லைக் கோபுரங்களை ஒத்தவையாகத் திகழ்ந்தாலும், சிகர அமைப்பு சற்று மாறுபட்டுக் காணப்பெறுகின்றது. சிகரத்தின் சிம்ம வல்லாப கட்டடம் தில்லையில் உள்ளது போன்று சற்று உள்நோக்கி எடுப்பாக இருப்பது போன்று அமையாமல், கோபுரத்தின் பக்கவாட்டுச் சாய்கோணத்தின் தொடர்ச்சியாகவே திகழ்வதால் சிகரம் எடுப்பாக அமையவில்லை பிரமிடு போன்று ஒரே சாய்தளமாக விளங்குகின்றது. இத்தகை கோபுர கட்டட நிர்மாண முறை திருக்கோவிலூர், திருவண்ணாமலை, திருக்கழுக்குன்றம் போன்ற தொண்டை மண்டலப் பகுதியில் மட்டுமே காண முடிகின்றது.

திருக்கழுக்குன்றத்துக் கோபுரங்கள்

திருக்கழுக்குன்றம் பக்தவத்சலர் கோயில் இரண்டு திருமதில்களுடன் விளங்குகின்றது. உள்மதிலின் ஒரே திருவாயிலான கிழக்குக் கோபுரம் ஐந்து நிலைகளுடன் விளங்குகின்றது. வெளிமதிலில் நான்கு திசைகளிலும் நான்கு பெரிய கோபுரங்கள் உள்ளன. கிழக்கு மற்றும் மேற்குக் கோபுரங்கள் ஏழுநிலைகளோடு விளங்குகின்றன. தெற்கு மற்றும் வடக்குக் கோபுரங்கள் ஒன்பது நிலைகளுடன் உள்ளன.

இத்திருக்கோயிலில் காணப்பெறும் அனைத்துக் கோபுரங்களும் ஒரேவித கட்டுமான அமைப்புடன் காஞ்சிக் கோபுரங்களை ஒத்துத் திகழ்கின்றன. விஜயநகரப் பேரரசர்கள் காலத்தில் செஞ்சி நாயக்கர்களால் இந்த ஒன்பது நிலைக் கோபுரங்கள் எடுக்கப் பெற்றிருத்தல் வேண்டும்.

பாண்டி நாட்டு மதுரையில் திகழும் ஒன்பது நிலைக் கோபுரங்களையும், சோழநாட்டுத் திருவரங்கத்தில் திகழும் வெள்ளைக் கோபுரத்தினையும், தொண்டை மண்டலத்திலுள்ள கோபுரங்களையும் ஒப்பிட்டு நோக்கும்போது இவைகள் புறத் தோற்றத்தில் தனித்தனி வடிவமைப்புடைய அந்தந்த மண்டலங்களுக்குரிய கலைப் பாணிகளோடு விளங்குவதைக் காணலாம்.

பதினொரு நிலைக் கோபுரங்கள் (விஜயநகர அரசு காலம்)

கோபுரக் கட்டடக் கலை வளர்ச்சியில் பல்வேறு காலகட்டங்களில் ஒன்று, மூன்று, ஐந்து, ஏழு, ஒன்பது என கோபுர நிலைகள் அமைக்கும் மரபு தோன்றி, விஜய நகர அரசு காலத்தில் பதினொரு நிலைகளுடன் கோபுரம் அமைத்த ஒரு புதிய பாணியைக் காண முடிகின்றது. இவ்வாறு பதினொரு நிலைகளுடன் திகழும் கோபுரங்களாக விளங்கும் திருவில்லிபுத்தூர் வடபத்ரசாயி கோயில் கிழக்குக் கோபுரம், திருவண்ணாமலை அருணாசலேஸ்வரர் திருக்கோயில் கிழக்குக் கோபுரம், மன்னார்குடி இராஜகோபாலசாமி கோயில் கிழக்குக் கோபுரம் ஆகியவற்றின் கட்டடக் கலை நுட்பங்கள் பற்றி இங்கு ஆராய்வோம்.

திருவில்லிபுத்தூர் (ஸ்ரீவில்லிபுத்தூர்) பெருங்கோபுரம்

ஆண்டாள் கோயிலின் முக்கிய அங்கமாக விளங்குகின்ற வடபத்ரசாயி கோயிலின் திருக்கோபுரம் பதினொரு நிலைகளையுடையதாகும்.இக்கோபுரத்தை எடுப்பித்தவர் யார் என்பதற்கான சான்றுகள் கிடைக்கவில்லை. விஜயநகர பேரரசர்கள் அல்லது பாண்டி மண்டலத்து வானாதிராயர்களால் இக் கோபுரம் எடுக்கப் பெற்றிருக்கலாம் எனக் கருத முடிகிறது. மிகச் சிறந்த நுட்பமான வேலைப்பாடுகளுடன் விளங்கிய கல்ஹாரப் பகுதியை அண்மையில் நிகழ்த்திய திருப்பணிகளால் சிதைத்துவிட்டனர். அச்சிதைவு பற்றி இவ்வியலின் பிற்பகுதி விரிவாகக் காண்போம்.

திருவண்ணாமலைக் கீழைக் கோபுரம்

திருவண்ணாமலை திருக்கோயில் ஆயிரங்கால் மண்டபத்துக்கு முன்புள்ள கற்பலகையில் கி.பி.1517இல் பொறிக்கப் பெற்றுள்ள கல்வெட்டுச் சாசனம் ஒன்றுள்ளது. அதில் "திருவண்ணாமலையுடைய நாயனார்க்கும், நாச்சியார் உண்ணாமுலை நாச்சியார்க்கும் கிருஷ்ணராய மகராயர் தர்மமாக பண்ணுவித்த திருப்பணி ஆயிரங்கால் மண்டபம், இதுக்கு முன்பாக வசந்தன் தொப்பைத் திருநாளுக்கு வெட்டின திருக்குளம், இதற்கு தண்ணீர் வரத்து வெட்டின திருலைதேவி அம்மன் சமுத்திரம் பதினோரு நிலைக்கோபுரம், ஏழாந்திருநாள் மண்டபம்"....... என அக்கல்வெட்டு[107] கிருஷ்ணதேவராயர் செய்த தர்மங்கள் பற்றி விவரிக்கின்றது.

இக்குறிப்பு கொண்டு நோக்கும்போது இக்கோயிலில் காணப்பெறும் கோபுரங்களில் கிழக்குப் பெரியகோபுரம் மட்டுமே 217 அடி உயரத்தில் பதினொரு நிலைக் கோபுரமாக விளங்குவதால் இதுவே கிருஷ்ணதேவராயர் தர்மமாக எடுக்கப்பெற்ற கோபுரம் எனக் கொள்ள முடிகிறது. இக்கோபுரத்தை பற்றி மேலாய்வு செய்வதற்கு முன்பு இத்திருக்கோயிலில் காணப்பெறும் மற்ற கோபுரங்களின் கட்டுமான அமைப்புப் பற்றி அறிந்து கொள்வதும் அவசியமான ஒன்றாகும்.

திருவில்லிபுத்தூர்க் கோபுரம்

திருவண்ணாமலை இராஜகோபுரம்

வெளித் திருமதிலில், கிழக்குப் பதினொரு நிலை கோபுரத்தை அடுத்துத் தெற்கு திசையில் ஒன்பது நிலைகளுடன் திருமஞ்சனக் கோபுரம் திகழ்கின்றது. இதே திருமதிலின் மேற்கு வாயிலாக எட்டு நிலைகளையுடைய பேய்க் கோபுரமும், வடதிசையில் பத்து நிலைகளையுடை அம்மணி அம்மாள் கோபுரமும் உள்ளன. வெளிமதிலை அடுத்துத் திகழும் இரண்டாம் உள் கிழக்குக் மதிலும் மேற்குத் திசைகளில் இரண்டு ஆறு நிலைக் கோபுரங்களும் உள்ளன. கிழக்குக் கோபுரம் வள்ளாள கோபுரம் என்று அழைக்கப் பெறுகின்றது. தெற்கு மற்றும் வடக்குக் கோபுரங்கள் நான்கு நிலைகளுடன் காணப் பெறுகின்றன. இதனை அடுத்து மூன்றாம் திருமதிலினைக் கிளிகோபுரம் எனும் கிழக்குத்திசை கோபுரம் மட்டுமே அலங்கரிக்கின்றது. கிளிக்கோபுரமும் ஆறு நிலைகளை உடையதாகவே விளங்குகின்றது. இந்த ஒன்பது கோபுரங்களுமே கலைப்பாணியால் ஒத்த தன்மையுடையவைகளாகவே விளங்குகின்றன.

பொதுவாக ஒன்று, மூன்று, ஐந்து, ஏழு, ஒன்பது, பதினொன்று, பதிமூன்று, என ஒற்றைப்படை எண்கள் அடிப்படையிலேயே கோபுரங்கள் வகுக்கப் பெறுவது மரபு. ஆனால் திருவண்ணாமலைத் திருக்கோயிலிலோ 6,8,9,10,11 ஆகிய எண்கள் அடிப்படையில் நிலைகள் அமைக்கப்பெற்றிருப்பது புதுமையானதாகவும், குறிப்பிடத்தக்கதாகவும் உள்ளது.

கிழக்கு பதினொரு நிலைப் பெரிய கோபுரத்தில் தமிழ், தெலுங்கு, சமஸ்கிருதம் ஆகிய மொழிகளில் அமைந்த 21 கல்வெட்டுக்கள் தஞ்சை முதல் நாயக்க மன்னனான செவ்வப்ப நாயக்கர் மற்றும் அவரது மகன் அச்சுதப்ப நாயக்கன் ஆகியவர்களின் சாசனங்களாக விளங்குகின்றன.[108] இவை அனைத்தும் அத்திருக் கோபுரத்தினைச் செவ்வப்ப நாயக்கர் எடுப்பித்ததாகவே கூறுகின்றன.

செவ்வப்ப நாயக்கர் செய்த திருப்பணிகளுள் மகுடமெனத் திகழ்வது திருவண்ணாமலை இராஜகோபுரத் திருப்பணியாகும். அண்ணாமலையார் திருக்கோயில் கோபுரங்களுள் மிகப் பெரியதும், கிழக்கு வாயிலாகவும் திகழும் பதினொரு நிலை இராஜகோபுரத்தைச் சிவநேசர், லோகநாதர் என்ற தபஸ்விகளிருவரின் விருப்பிற்கிசைந்து செவ்வபூபன் எனும் இம்மன்னவன் கட்டுவித்தான் என்பதை அங்குள்ள தமிழ், வடமொழிக்கல்வெட்டுப் பாக்கள் இனிது விளங்கும்[109]

தமிழில் திகழும் மூன்று பாடல்கள் வெண்பாக்களாகும். இவை காலிங்கராயன் உண்ணாமுலை எல்லப்பர் எனும் பெரும்புலவர் யாத்தவையாகும்.

தானேற்ற மாகச் சகாத்த களாயிரத்து
நானூற்றுத் தொண்ணூற்று நாலின்மேல் மானேற்ற
தென்னருணை நாதருக்குச் செவ்வமகி பன்கயிலை
யன்னதொரு கோபுரங்கண் டான்.

மருவுசிவ நேசன் மகிழுலக நாதன்
இருவரும்பே ரன்பா லியற்ற அருணையிலே
மானபரன் செவ்வ மகிபாலன் பதினொன்
றானநிலைக் கோபுரங்கண் டான்

எல்லப்ப நயினார் சொன்னவை.

இருபுறமு மீன மெழுது புலியிட்
டருவரையிற் பேரெழுத வையத் தொருவரையை
வைத்ததெனச் செவ்வ மகிபாலன் தென்னருணை
அத்தருக்குக் கோபுரங்கண் டான்.

காலிங்கராயன் உண்ணாமுலை எல்லப்ப நயினார் சொன்னது.

வடமொழிப் பகுதி

ஸ்வருதி ஸ்ரீ வேதோபாசர சகாப்தக் = அங்கீரசாத் ஸிம்ஹாதிருட்ஹே ரவயு ஸ்ரீமத் திம்மய்ய சின்ன செவ்வா ந்ருபதிஸ் சோனாசல வயாதனோத் கௌரீ தர்சன கௌதீக் ஆகத மஹா வாஸ்யாய பூரின் நிபம் ஸ்பாரம் கா தபீபூம் சினஜத் அமரஸ்திரீ நூபுரம் கோபுரம் (11) சிவநேச லோகநாதெள ஜ்பேஷ்ட கனி டிட்வெள தபஸ்விநெள பரோர்ய்ய வயாதத மகாமர்யா தாஸாலம்/ மகாகோபுரம் ச செவ்வந்ருப (12) கேசவதீக்ஷித தாதோ லக்ஷ்மி தாயா திவாப்த ரதீபாங்க ஆண்டாம் பிள்ளை தாஜோ பாந்திஸ்ம ஸ்ரீ நிவாஸாயா ஜ்ஜவம் (13) இது சத்திமங்கலம் ஸ்ரீனிவாச தீக்ஷிதர் சொன்னது. அதட்டே ப்ரிதிவை உயந்தம் அருண ஷிமா ப்ரின் மகாகோபுரம் பத்ராலம்பம் உத்தத திவஜா பதிவ்யாஜன்னு லப்தும ஜூர்தாம் ஜிவாம்பொளம ஸூதைதிதா மயத்மதே சக்யாதே ஆபுண்யஏதத் கேது கட்டித் அம்ரதரு கிம் பிஷ்டியா த்யாகத இதுவும் ஸ்ரீனிவாச தீட்சிதர் சொன்னது.

இக்கவிஞர்களின் கூற்றால் திருவண்ணாமலை இராஜகோபுரம் செவ்வப்ப நாயக்கரால் எத்துணை அழகுடையதாகப் படைக்கப் பெற்றது என்பது அறிகிறோம். இப்பெரும் பணிக்குச் செவ்வப்பனால் கொடையாக வழங்கப்பட்ட ஊர்கள் பற்றி மற்றொரு கல்வெட்டு கூறுகின்றது.[110] அதுவருமாறு:

> ஸ்ரீ சுபமஸ்து ஸ்வஸ்தி ஸ்ரீமன் மகா மண்டலேசுவர இராசாதிராச இராச பரமேஸ்வரன் பூர்வதெ க்ஷணபச்சிம உத்தரசதுசமுத்திராதிபதி எம் மண்டலமும் கொண்டருளி ஸ்ரீ வீரபிரதாபன் ஸ்ரீ திருமலை தேவ மகாராயர் பிருதிவிராச்சியம் பண்ணி அருளாநின்ற சகாப்தம் 1492 மேல் செல்லாநின்ற பிரமோதூத சம்வத்சரத்து மகர நாயற்று பூர்வ பக்ஷத்து தசமியும் சோம வாரமும் பெற்ற திருவோண நட்சத்திரத்து நாள் உடையார் திரு அண்ணாமலை உடைய நாயினார் திருக்கோயிலுக்கு திருப்பணிக்கு தேவ மண்டல சீர்மை ஆக திருமலை தேவமகாராயர் கையில் செவ்வப்ப

நாயக்கர் அய்யன் விடுவித்த சீர்மை செயங் கொண்ட சோழ மண்டலத்து பல் குன்றக் கோட்டத்து உத்தம சோழ வளநாட்டு நீலகிரி பர்வதம் சூழ்ந்த பாக்கப் பற்று பாக்கத்துக்கு வடமேல் புரிவை ஆன ஆர்பாக்கமும் மேற்படி திம்ம சமுத்திரமும் பொன்னன்பட்டு பறையன்.... பட்டு மணியாண்டார் பட்டு தாமனூர் ஆண்டனேந்தல் திரப்புபாடியும் மற்றுமுண்டான ஏந்தல் தாங்கல் கிராமங்கள் உள்பட சந்திராதித்திய வரையும் நடக்கக் கடவதாகவும் இந்தத் தன்மத்துக்கு அகிதம் பண்ணினவன் கெங்கைக் கரையிலே காராம் பசுவைக் கொன்ற பாவத்திலே போகக் கடவானாகவும் உபன்மாயேஸ்வர ரக்ஷை

செவ்வப்ப நாயக்கரால் பல கிராமங்கள் கொடுக்கப்பெற்று, தபசிகள் இருவர் துணையோடு எடுக்கப் பெற்ற நெடுங்கோபுரத்திற்கு இம் மன்னவனின் புதல்வர் அச்சுதப்ப நாயக்கர் முனைந்து ஆங்கீரச ஆண்டு கார்த்திகைத் திங்கள் புதன் கிழமை முழுமதி நாள் ரோகிணி விண்மீனுடைய புனித நாளில் பொற்கலசங்களைப் பிரதிட்டை செய்தார் என்ற செய்தியினை அழகிய வடமொழிப் பாடலொன்று கூறுகின்றது.

செவ்வப்பரால் கட்டப்பெற்ற திருவண்ணாமலைக் கோபுரத்தின் எழிலைப் பலமுறை பார்த்து மகிழ்ந்த வடமொழிப் புலவரொருவர் (சத்திமங்கலம் ஸ்ரீனிவாச தீட்சிதர்) தாம் கண்ட காட்சியை அருமையாகப் படம்பிடித்துக் காட்டுகிறார்[111]. “மேகக் கூட்டங்கள் சூழும் போது செவ்வப்ப நாயக்கரால் கட்டப் பெற்ற இக் கோபுரம் கருவுற்ற கார் முகிலின் வயிற்றிலிருந்து பிறந்து இந்த புவிமேல் விழுவது போன்றுள்ளதே...! செவ்வப்பன் எடுத்த இந்தக் கோபுரத்தின் மீது கதிரவனின் கிரணங்கள் பட்ட அளவிலேயே மக்கள் துயில் விழிக்கத் துவங்கி விடுகின்றனரே..! செவ்வப்பன் எடுத்த இந்தக் கோபுரம், காயும் நிலவொளியில் கனகமுத்துவெனத் திகழ்கின்றதே. கோபுரக்கலசங்களின் பொன்னொளி மெருமலையை ஒத்தல்லவா விளங்குகின்றது…! இக்கோபுரமோ வெண்பனியிடை இமயகிரியன்ன துலங்குகின்றதே....! இமவான் மங்கை மணாளனைக் காண இங்கு ஏகினனோ..! செவ்வபூபன் எடுத்த எழில்மிகு இக் கோபுரம் விண்மீன் ஒளியிடை வியத்தகு காட்சியோ...! எனப் பலபட வியந்து பாடுகிறார்.

இவ்வாறு இருபதிற்கும் மேற்பட்ட கல்வெட்டுக்கள் செவ்வப்ப நாயக்கரின் திருவண்ணாமலை கோபுரத்திருப்பணியைப் பலவாறாகப் புகழ்ந்து கூறுகின்றன.

கி.பி.1517இல் பொறிக்கப் பெற்ற கிருஷ்ண தேவராயரின் கல்வெட்டுச்சாசனம் திருவண்ணாமலை பதினொரு நிலை கோபுரத்தினைக் கிருஷ்ணதேவராயர் தர்மமாகக் குறிப்பிடும் போது, அந்த பதினொரு நிலைக்கோபுரத்தில் காணப்பெறும் 21 கல்வெட்டுக்கள் செவ்வப்ப நாயக்கர் அக்கோபுரத்தை எடுத்தார் என்று விரிவாகக் கூறுவது முரண்பாடுடையவையாகத் தோன்றினாலும், அதனை ஆழமாக ஆராயும்போதுதான் அக்கூற்றுக்களின் உண்மை பற்றித் தெளிவாக அறிய முடிகிறது.

செவ்வப்ப நாயக்கரின் தந்தை திம்மப்ப நாயக்கர் கிருஷ்ணதேவராயரின் வாசல் அலுவலராக பணிபுரிந்ததோடு, பின்னாளில் வட ஆர்க்காடு மாவட்டம் நெடுங்குன்றம், திருவண்ணாமலை உள்ளிட்ட பகுதிகளின் ஆட்சியாளராக விளங்கியவர். அவரது மகன்களான பெத்தமல்லப்ப நாயக்கர். சின்னமல்லப்ப நாயக்கர் ஆகியோர் கிருஷ்ண தேவராயரிடமே வாசல், அடப்பம் போன்ற பதவிகளை வகித்தனர். அவரது மகன் இளையவரான செவ்வப்ப நாயக்கர் இளம் வயதில் கிருஷ்ணதேவராயரிடம் தளவாயாக விளங்கினார். கிருஷ்ணதேவராயரின் மறைவுக்குப் பின்பு விஜயநகர பேரரசான அவரது தம்பி அச்சுத தேவராயரின் தேவி திருமலாம்பாவின் தமக்கை மூர்த்திமாம்பாவைச் செவ்வப்ப நாயக்கர் மணந்து, தஞ்சை அரசுரிமையைப் பெற்றார். தஞ்சை அரசு பதவி வகிப்பதற்கு முன்பு கிருஷ்ண தேவராயரிடம் பணிபுரிந்த காரணத்தால் கிருஷ்ண தேவராயர் கட்ட நினைத்துத் தொடங்கிய திருவண்ணாமலை பதினொரு நிலைக்கோபுரப் பணியைத் தொடக்க காலம் முதல் செவ்வப்ப நாயக்கரே மேற்கொண்டார். மேலும் காஞ்சிபுரம் ஏகாம்பரநாதர் கோயில் ஒன்பது நிலை கோபுரத்தைக் கிருஷ்ணதேவராயர் கட்டியபோது அப்பணியை மேற்பார்வை செய்தவர் செவ்வப்ப நாயக்கர் என்பதை ஏகாம்பரநாதர் கோயில் வரலாறு எடுத்துரைக்கின்றது.

இவ்வாறு கிருஷ்ணதேவராயர் தொடங்கிய திருவண்ணாமலை பதினொரு நிலை கோபுரத்தைப் பின்னாளில் தஞ்சை அரசரான செவ்வப்பநாயக்கர் தம் தமையன் அச்சுதப்ப நாயக்கர் துணையோடு முடித்தார். அதனால்தான் அக்கோபுரத்தில் காணப்பெறும் எல்லப்ப நாவலரின் கவிதை, கோவிந்த சூரியின் கவிதை, ஸ்ரீனிவாச தீட்சிதரின் கவிதை ஆகியவை அடங்கிய கல்வெட்டுக்களும் பிறகல்வெட்டுக்களும் அக்கோபுரம் செவ்வப்ப நாயக்கர் எடுத்த கோபுரம் என்பதையே வலியுறுத்துகின்றன.

கோபுரக் கட்டுமான அமைப்பு

தமிழகத்தின் மிகப்பெரிய கோபுரம் என்ற வகையில் 217 அடி உயரமுடன், எழில் மிகுந்த சிற்பக்களஞ்சியமாக இக்கோபுரம் திகழ்கின்றது. தில்லைக் கோயிலின் ஏழ்நிலைக் கோபுரம் போன்றே உபபீடத்திலும், பித்தியிலும் தொடர்ச்சியாகக் கோஷ்டங்களும், அவற்றில் தெய்வத்திருவுருவங்களும் காணப்படுகின்றன. உபபீடத்தின் கொடுங்கையில் வேலைப்பாடமைந்த கூடுகள் உள்ளன அதிஷ்டான வர்க்கம் முழுவதும் மிகுந்த வேலைப்பாடுகள் காணப்பெறுகின்றன. கண்டப்பகுதியில் தொடர் சிற்பங்களாக யாளி உருவங்கள் அலங்கரிக்கின்றன. குமுதம் மிகவும் அணி செய்யப் பெற்ற வேலைப் பாடுகளுடன் விளங்குகின்றது. பித்தியில் உள்ள கோஷ்டங்கள் கால், தோரண வேலைப்பாடுகளோடு விளங்குகின்றன. இரண்டு கோஷ்டங்களுக்கு இடையே உள்ள கும்பபஞ்சரங்கள் சோழர் பாண்டியர் படைப்புகளில் இருப்பதைவிட மிக அதிகப்படியான வேலைப்பாடுகளோடு காணப்பெறுகின்றன. கால்களின் அடிப்பாகத்திலும்,

பலகைக்கு மேலும் பாயும் சிங்கங்களின் உருவங்கள் உள்ளன. பிரஸ்தரத்திற்குக் கீழ் உள்ள கொடுங்கையில் உள்ள கூடுகள் அதிக வேலைப்பாடுகளுடன் இருப்பதோடு நடுவே மனித உருவங்களுடனும், கூட்டின் உச்சியில் சிம்மத்தலை உருவங்களும் காணப்பெறுகின்றன.

முதல்நிலை துவார வாயிலில் இருபுறமும் கல்லாலான பலகணிகள் உள்ளன. ஒவ்வொரு தளமும் மிகவும் வேலைப்பாடுடைய சாலை மற்றும் பஞ்சரங்களால் அணி செய்யப் பெற்றுக் காணப்பெறுகின்றன. எந்த நிலையிலும் சுதை உருவங்கள் இடம் பெறவில்லை. சிகரத்தினை ஒவ்வொரு மூலையிலும் தாங்கும் கணங்களுடன் ரிஷப உருவங்கள் இடம் பெற்றுள்ளன. சிம்மவல்லாபக் கட்டடத்துடன் திகழும் அர்த்தசந்திர வளைவுகளுக்கு இடையே பதிமூன்று கலசங்கள் அணிசெய்கின்றன. முதல்நிலை வரை கல்ஹாரமாகவும், அதன் மேலுள்ள நிலைகள் முழுவதும் செங்கற்படையாகவும் விளங்குகின்றன.

நுழைவாயிலின் நிலைக்கால்களில் நதிப்பெண்களின் உருவங்கள் கொடிக்கருக்கு வேலைப்பாடுகளுடன் விளங்குகின்றன. தில்லையில் இருப்பது போன்றே நாட்டியக் கரணச்சிற்பங்கள், மனிதர்களின் உருவச்சிலைகள் இருமருங்கும் அழகு செய்கின்றன. கோபுர விதானம் பலவகையான வேலைப்பாடுகளுடன் திகழ்கின்றது. இத்தகைய அதிகமான விதான வேலைப்பாடுகள் விஜயநகர அரசு காலத்தில் எடுக்கப்பெற்ற கோபுரங்களில் மட்டுமே திகழ்வது குறிப்பிடத்தக்கதாகும்.

மன்னார்குடி பதினொரு நிலைக் கோபுரம்

மன்னார்குடி இராஜ கோபால சுவாமி திருக்கோயில் ஐந்து பிரகாரங்களுடன் திகழ்கின்றது. இக்கோயில் முதலாம் இராஜாதிராஜ சோழன், குலோத்துங்கன் போன்ற சோழமன்னர்கள் காலத்தில் எடுக்கப்பெற்றதாயினும் விரிவு பெற்ற பிரகாரத் திருப்பணிகள் தஞ்சை நாயக்க மன்னர்களான அச்சுதப்பன், இரகுநாதன், விஜயராகவன் ஆகியோர் காலத்திலேயே நிகழ்ந்தன. இவர்கள் காலத்தில் இக்கோயிலில் பதினாறு கோபுரங்கள் எடுக்கப் பெற்றன. மேற்குக் கோபுரம் ஒன்பது நிலைகளுடனும், தெற்கு வடக்குக் கோபுரங்கள் ஏழு நிலைகளுடனும் உள்ளன.

இத்திருக்கோயிலின் கிழக்குக் கோபுரம் பதினொரு நிலைகளுடன் கம்பீரமாக காட்சி நல்குகின்றது. இதன் மொத்த உயரம் 154 அடிகளாகும். பிரஸ்தரம் வரை கற்படையாகவும் அதற்கு மேலாக பதினொரு நிலைகளும் செங்கற்படையாகவும் விளங்குகின்றன. மற்ற பதினொரு நிலைக் கோபுரங்களின் கட்டுமான அமைப்பிலேயே இக்கோபுரம் திகழ்ந்தாலும், வெளிப்புறக் கோஷ்டங்களில் தெய்வ உருவங்கள் ஏதும் இடம் பெறவில்லை. இக்கோபுரத்தின் சிறப்பு அம்சமாக நிலைக்கால்கள் மிகுந்த வேலைப்பாடுகளுடன் திகழ்கின்றன. தசாவதாரக் காட்சிகள், கொடிப்பெண்கள் போன்ற சிற்பங்கள் கொடிக்கருக்கு

வேலைப்பாடுகள் ஆகியவை மரநிலைகளில் செதுக்கப் பெற்றவை போன்றே காட்சியளிக்கின்றன. அச்சுதப்ப நாயக்கர் எடுத்த இக்கோபுரத்தைப் பின்னாளில் விஜயராகவ நாயக்கர் திருப்பணி செய்தபோது நிலைக்காலில் முன்பே திகழும் சிற்பங்களுக்கு மேலாகத் தனது உருவத்தையும், இராஜகோபால சுவாமியின் உருவத்தையும் அம்மாடத்தில் செதுக்கச் செய்துள்ளார். விதானத்திலும் சிற்பங்கள் மிகுதியாக உள்ளன.

இங்கு தனிச்சிறப்பாக கோபுரத்தின் முன் கருட ஸ்தம்பம் எனும் உயரமான கற்றூண் நிறுவப்பெற்றுள்ளது. அதன் தலைப்பில் பலகை எனும் அங்கமும் அதற்கு மேல் கருடன் உருவத்துடன் சிறு கோயிலும் உள்ளன. இதே போன்ற கருடஸ்தம்பத்தினை ஸ்ரீமுஷ்ணம் (திருமுட்டம்) வராக சுவாமி கோயிற் கோபுரத்தின் முன்பும் காணலாம்.

பதின்மூன்று நிலைக் கோபுரங்கள்

விஜய நகரப் பேரரசின் வீழ்ச்சிக்குப் பிறகும் நீடித்த நாயக்க அரசர்களின் ஆட்சிக் காலத்திலும் கோபுரக்கலை தொடர்ந்து அரசர்களின் ஆக்கத்தால் தழைக்கலாயிற்று. குறிப்பாகத் தஞ்சை, மதுரை நாயக்க மன்னர்கள், சேதுபதி அரசர்கள், மற்ற குறுநில ஆட்சியாளர்கள் தங்களது ஆட்சிக்குட்பட்ட பகுதியிலும் ஆங்காங்கு புதிய கோபுரங்களை எடுத்து அக்கலையைப் போற்றினர். இக்கால கட்டத்தில் கோபுரக்கலை வளர்ச்சியில் மேலும் ஒரு புதிய சாதனையை நிகழ்த்த முயன்றுள்ளனர். ஆனால் அம்முயற்சியில் அவர்கள் முழுதுமாக வெற்றி அடைய இயலவில்லை.

திருவரங்கத்துப் பெருங்கோபுரம்

தற்போது தமிழகத்தில் பதிமூன்று நிலைகளுடன் கூடிய ஒரே பெருங்கோபுரம் திருவரங்கத்துத் தெற்குப் பெரிய கோபுரமேயாகும். இந்த பதிமூன்று நிலை அமைப்பு கி.பி.1997ஆம் ஆண்டில் தான் பூர்த்தியடைந்தது. கல்ஹாரத்திற்கு மேலுள்ள பதிமூன்று நிலைகள் செங்கல், சிமெண்ட், கான்கிரிட் ஆகிய பொருள்களால் கி.பி. 1990 ஆண்டில் கட்டத்தொடங்கி கி.பி.1997ஆம் ஆண்டு நிறைவு பெற்றது. ஆனால் அடித்தளமாக விளங்கும் கற்படை (கல்ஹாரம்) அச்சுத தேவராயராலும், தஞ்சை நாயக்கர்களாலும் கி.பி.16ஆம் நூற்றாண்டில் எடுக்கப்பெற்றதாகும். அவர்கள் பூர்த்தி செய்யாதிருந்த பதிமூன்று மேல் நிலைகள் தான் அண்மைக் காலத்தில் கட்டப்பெற்றன. இக்கோபுர கல்ஹாரத்தின் அளவீடுகளை மற்ற பதினொரு நிலைக் கோபுரங்களொடு ஒப்பிடும்போது அளவில் பெரியதாகவும், பதிமூன்று நிலைகளுக்கென வகுக்கப் பெற்றதாகவும், விளங்குகின்றது. எனவே பதிமூன்று நிலைகள் எடுக்கும் முயற்சி கி.பி.16ஆம் நூற்றாண்டிலேயே எடுக்கப்பெற்றும் பின்பு பணியை நிறைவு செய்யாமல் கைவிட்டிருக்கிறார்கள் என்பதை இதனை ஒத்த மேலும் சில கோபுரக் கல்ஹாரங்களைக் கொண்டு ஊகிக்க முடிகின்றது.

மன்னார்குடி கிழக்குக் கோபுரமும்
கருடத் தம்பமும்

திருவானைக்கா கோபுர அடித்தளக் கட்டுமானம்

திருவானைக்கா நிலைக்கால்களுடன் அடித்தளக் கட்டுமானம்

இந்த பதிமூன்று நிலைக் கோபுரம் திகழும் திருவரங்கத்து ஏழாம் வெளித் திருமதிலின் மேற்கு, வடக்கு, கிழக்கு ஆகிய திசைகளில் இக்கோபுரத்தின் அடித்தளத்தைப் போன்று மிகப்பெரிய அளவில் கோபுரம் எடுப்பதற்கான கட்டுமானப் பணிகள் தொடங்கி நிலைக்கால்கள் நிறுத்தப்பெற்ற நிலையில் பணி முற்றுப்பெறாமல் கைவிடப்பெற்றுக் காணப்பெறுகின்றது. இக்கோபுரங்கள் எடுக்கும் பணியினைத் தஞ்சை அச்சுதப்ப நாயக்கர் செய்தார் எனத் தஞ்சை நாயக்கர் காலத்துச் சுவடி நூல் கூறுகின்றது.[112]

திருவரங்கத்து பதிமூன்று நிலைக் கோபுரத்தின் மேல்நிலைகளின் ஒவ்வொரு தளமும் செங்கற் சுவர்கள் மேல் கம்பி, கான்கிரிட்தளத்தோடு விளங்குகின்றது. வெளிப்புறம் சாலை, பஞ்சரம் போன்ற அணியமைப்பால் அழகுப்படுத்தப் பெற்றுள்ளது. அரங்கனின் உருவம், துவார வாயிற் காப்போன் உருவங்களைத் தவிர வேறு சுதை உருவங்கள் இடம்பெறவில்லை. இக்கோபுரமும் திருவரங்கத்து வெள்ளைக் கோபுரம் போன்று வாயில்களை ஒட்டி முன்னும் பின்னும் பிதுக்கம் பெற்றுச் சிகரம் வரை உயர்ந்து திகழ்கின்றது. சிகரத்தைப் பண்டிகைகளும் சிம்ம வல்லாப கட்டடமும் அணி செய்கின்றன. பதிமூன்று கலசங்கள் உள்ளன.

இதே போன்று மதுரை சுந்தரேஸ்வரர் திருக்கோயிலுக்குக் கிழக்காக ராயகோபுரம் என்ற பெயரில் ஒரு பெருங்கோபுரத்தின் அடித்தளம் காணப்பெறுகின்றது. 200 அடி நீளமும் 120 அடி அகலமும் கொண்ட இவ்வடித்தளத்தில் 50 அடி உயர நிலைக்கால் நிறுத்தப்பெற்றுள்ளது. முழுவதும் கருங்கற் கட்டுமானமுடையதாகவும், நுட்பமானதும் மிகச் சிறந்த சிற்ப வேலைப்பாடுகளுடன் இக்கோபுர அடித்தளம் விளங்குகின்றது. இக்கோபுரத் தளம் மதுரை நாயக்க மன்னர் திருமலை நாயக்கரால் எடுப்பிக்கப் பெற்றதாகத் தேவகுஞ்சேரி குறிப்பிட்டுள்ளார்[113].

திருவானைக்கா கோபுர அடித்தளம்

திருவானைக்கா கோவிலின் கிழக்குப் பெரிய கோபுரமான சுந்தரபாண்டியன் திருக்கோபுரத்திற்குக் கிழக்காக பதிமூன்று நிலைகளுடன் கோபுரம் எடுக்க வேண்டும் என்ற நோக்கத்தோடு தொடங்கிய கட்டுமான அடித்தளம் அப்படியே பணி முடிக்கப் பெறாமல் உள்ளதைக் காணலாம். சுந்தரபாண்டியன் திருக்கோபுரம் உள்கோபுரங்களின் அமைப்பின் நேர்க்கோட்டில் திகழாமல் ஒருபுறம் சற்று ஒதுங்கிய நிலையில் உள்ளது. ஆனால் புதிதாக எடுக்க முனைந்த கோபுர அடித்தளம் உட்கோபுரங்களின் நேர்க் கோட்டிற்கே அமைக்கப்பெற்றுள்ளது கட்டுமானம் பற்றிய குறிப்பிடத்தக்க செய்தியாகும்.

3. செங்கற் கோபுரங்கள்

பல்லவப் பேரரசர்கள் காலம் தொடங்கி, சோழர், பாண்டியர், சம்புவரையர், காடவர், சேதுபதி மன்னர்கள், தென்காசி பாண்டியர், விஜயநகரப் பேரரசர்கள், மதுரை, செஞ்சி, தஞ்சை நாயக்கர்கள் எனப் பல்வேறு மரபு மன்னர்கள் எடுத்த கோபுரங்களை எல்லாம் காணும்போது பெரும்பாலான கோபுரங்கள் முதல் அல்லது இரண்டாம் தளம் வரை கருங்கல் கொண்டும், மேல்நிலைகள் செங்கற்கொண்டும் எடுத்துள்ளமையை அறியமுடிகிறது. காஞ்சி கயிலாயநாதர் ஆலயத் திருவாயில், தஞ்சைப் பெரிய கோயிலின் இராஜராஜன் திருவாயில் போன்ற குறிப்பிடத்தக்க சில கோபுரக் கட்டுமானங்களே முழுதும் கருங்கல்லால் விளங்குகின்றன. கி.பி.16ஆம் நூற்றாண்டில் தொடங்கி கி.பி.18ஆம் நூற்றாண்டு வரை உள்ள கால கட்டத்தில் எடுக்கப்பெற்ற பல கோபுரங்கள் முழுதும் செங்கற் கட்டுமானமாகவே விளங்குகின்றன.

இத்தகைய செங்கற் கட்டுமானக் கோபுரங்களை கடைக்காலில் தொடங்கி உபபீடம், அதிஷ்டானம், கால், பிரஸ்தரம், மேல்நிலைகள், சிகரம், ஸ்தூபி உள்ளிட்டவைகளைச் செங்கற் கொண்டே கட்டி மேலே சுண்ணாம்புக் காரை பூசிப், பஞ்சவண்ணம் தீட்டி அழகுபடுத்தினர். இவ்வாறு மேற்பூச்சுப் பூசுவதும், அதிஷ்டானம், கோஷ்டம், கால், கபோதகம், கூடு, சாலை, பஞ்சரம் போன்றவற்றைத் தேவைக்கேற்பச் சுண்ணச்சுதை கொண்டு அழகுபடுத்துவதும் கருங்கல்லில் செய்வதைவிட எளிமையானதுதான். இம்முறையைத்தான் கல்ஹாரங்களுக்கு மேல் உள்ள நிலைகளில் சிகரம், கலசம் வரை பண்டு தொட்டு மேற்கொண்டு வந்துள்ளனர்.

மேற்பூச்சின்றித் திகழும் செங்கற் கட்டுமான கோபுரங்கள்

கட்டுமானத்தில் ஒரு செங்கல்லுக்கும் மறுகல்லுக்கும் இடையே உள்ள சுண்ணாம்புக்காரை வெளியில் தெரியாவண்ணம் கற்களை அடுக்கி, மேற் பூச்சில்லாமல் கோபுரம் கட்டிய ஒரு புதிய கட்டுமான நுட்பத்தைச் சோழநாட்டில் மட்டுமே காண முடிகின்றது. மேற்பூச்சில்லாத கட்டுமானம் மட்டுமின்றி ஒரு கோபுரத்தின் அனைத்து அங்கங்களின் நுட்பமான அணி செய்யப்பெற்ற வேலைப்பாடுகளையும் செங்கல்லிலேயே செதுக்கி இக்கோபுரங்கள் கட்டப் பெற்றுள்ளன. இவை மட்டுமின்றிக் கோபுரத்தில் இடம் பெறுகின்ற சிற்பங்களைக்

கும்பகோணம் வீரபத்ர சுவாமி கோயில் கோபுரம்

கும்பகோணம் வீரபத்ர சுவாமி கோயில் கோபுரம்

செங்கல்லாலமைந்த கும்ப பஞ்சரமும் கால்களும்

கோஷ்ட பஞ்சரமும் கால்களும்

கும்பகோணம் வீரபத்ர சுவாமி கோயில்

செங்கற் கோபுர கட்டுமான அமைப்பு

தமிழகக் கோபுரக்கலை மரபு

கூடச் செங்கற் கட்டுமானத்திலேயே குடைந்து அமைக்கப்பெற்றுள்ள திறத்தை சோழநாட்டிலன்றி எங்கும் காண இயலாது. ஏறத்தாழ 300 ஆண்டுகள் தழைத்த இக்கலையினை இன்று தமிழகம் முற்றிலுமாக இழந்து விட்டது.

கும்பகோணம் வீரபத்திரசுவாமி கோயில் கோபுரம்

கும்பகோணம் மகாமகக் குளத்தின் வடமேற்குத் திசையில் ஒட்டக்கூத்தர் பெரியமடம் என்ற வீர சைவ மடம் உள்ளது. கவிச்சக்கரவர்த்தி ஒட்டக்கூத்தர் வரலாற்றோடு தொடர்புடைய இம்மடத்தின் வாயிலில் வீரபத்திர சாவமித் திருக்கோயில் உள்ளது. இக்கோயிலும், பெரிய மடத்தின் அனந்த கல்யாண மண்டபமும் தஞ்சை நாயக்க அரசர் இரகுநாத நாயக்கர் காலத்தில் (கி.பி.1600-1645) அவரது அமைச்சர் கோவிந்த தீட்சிதரால் புதுப்பிக்கப் பெற்றதை அங்குள்ள கல்வெட்டு எடுத்துக் கூறுகின்றது[114]. வீரபத்திர சுவாமி திருக்கோயிலின் ஒரே திருவாயிலான மேற்குக் கோபுரம் செங்கற் கட்டுமானத்தின் ஒரு புதிய கலைமரபை எடுத்துக் காட்டுவதாக உள்ளது.

மூன்று நிலைகளுடன் திகழும் இக்கோபுரம் உபபீடம் அதிஷ்டானம் ஆகியவற்றில் தொடங்கிச் சிகரம் வரை காரை பூசப்படாத செங்கற் கட்டுமானமாகவே உள்ளது. உபபீடத்தில் தொடங்கி ஜகதி, குமுதம். கம்பு, வாஜனம் போன்ற உறுப்புகளோடு கருங்கல் வேலைப்பாடு போன்றே திகழ்கின்றது. பித்தி எனும் கால்பகுதியில் கோஷ்டப் பஞ்சரங்களும், கும்ப பஞ்சரங்களும் உள்ளன. பித்தியில் உள்ள ஸ்தம்பங்கள் பாதம், ஓமம், கலசம், தாமரை இதழ்கள், பலகை, போதிகை, உத்தரம் ஆகிய அங்கங்கள் அனைத்தும் நுட்பமான வேலைப் பாடுகளோடு செங்கல்லாலேயே அமைந்து காணப்படுகின்றது. சோழநாட்டில் குறிப்பிட்ட சில கட்டுமானங்கள் இத்தகைய தனித்தன்மை வாய்ந்தவையாக விளங்கினாலும் இத்தகைய கோபுரங்களைத் திருப்பணி என்ற பெயரால் செங்கற்கள் மேல் கதைபூசிப் (சிமெண்ட்) பெரும்பாலும் அக்கலைப் பாணி தெரியா வண்ணம் அழித்து விட்டனர். அத்தகைய கோபுரங்களைத் தஞ்சாவூர், கும்பகோணம், திருவாரூர் பகுதிகளின் காண முடிகின்றது. கோபுரங்கள் தவிர இதே கலைப்பாணியில் எடுக்கப்பட்ட மண்டபங்கள் சில இன்று அழிவின் விளிம்பிற்கே சென்ற நிலையில் காணப்பெறுகின்றன. தஞ்சைக் கருகிலுள்ள மாத்தூர், நீடாமங்கலம் சத்திரம், அம்மையப்பன், திருவாரூர், திருக்கண்ணமங்கை ஆகிய இடங்களில் இத்தகைய படைப்புகளைக் காணமுடிகின்றது.

பதப்படுத்தப் பெற்ற செங்கற்கள்

பொதுவாகச் சுட்ட செங்கற்களில் கருங்கற்களில் செதுக்குவது போன்று வேலைப்பாடுகளை செய்தல் இயலாததாகும். ஆனால் கும்பகோணம் வீரபத்திர சுவாமி கோயிற் கோபுர வேலைப்பாடுகளை நோக்கும்போது, அங்கு பயன்படுத்தப் பெற்ற செங்கற்கள் சிற்பங்கள் செதுக்குவதற்கென்றே சிறப்பாகத் தயாரிக்கப் பெற்றவை என்பது நன்கு விளங்கும்.

குடவாயில் பாலசுப்ரமணியன் 187

செங்கல் தயாரிப்பு முறை

இந்த கலைமரபு முற்றிலுமாக அழிந்த காரணத்தால் அத்தகைய செங்கற்களை உருவாக்குவர்களோ அல்லது சிற்பங்கள் செதுக்கிக் கட்டுமானம் செய்பவர்களோ தற்காலத்தில் யாரும் இல்லை. மேலும் அத்தகைய செங்கற்களைத் தயாரிக்கும் முறைகளை மரபுவழி அறிந்தவர்கள் கூட இல்லை. எனவே இவை பற்றி அறிய துணை நிற்பவை கட்டடக்கலை நூல்களே. தமிழகத்தின் கோயிற்கலை பற்றியும் கட்டுமானக் கலை பற்றியும் கூறும் நூலான மயமதம் செங்கற்கள் தயாரிக்கும் முறைபற்றி திரவிய பரிகிரஹம் எனும் 15 ஆவது அத்தியாயத்தில் விரிவாகக் கூறுகின்றது.

அப்பகுதியின் தமிழாக்கம்

உஷரமண், வெளுப்பு மண், கருப்பு மண், பசையுள்ள செம்மண் என்று மண் நான்கு விதமாகும். இந்த நான்கு விதமான மண்களில் தாமிர புல்லகமென்னும் நல்ல செம்மண்ணையே கற்களுக்காகக் கிரஹிக்க வேண்டும். (115)

மணல் இல்லாமலும் கூழாங்கற்கள் இல்லாமலும், வேர்களில்லாமலும், எலும்புகளில்லாமலும், சல்லிகளில்லாமலும் ஒரே விதமான நிறமுள்ளதும், கைக்கு மிருதுவாகவும் இருக்கின்ற மண்ணானது ஓடுகள், கற்கள் செய்வதற்குச் சிறந்த மண்ணாகும்.

முதலில் மண்கட்டிகளை முழங்கால் மட்டம் நீரில் நிரப்ப வேண்டும். பிறகு அதை நன்கு கலந்து துகைக்க வேண்டும். இவ்விதம் நாற்பது தடவை செய்ய வேண்டும். (116)

பிறகு பாலுள்ள மரங்களான அடப்பமரம், மாமரம், கடுக்காய் மரம், தானிமரம் இவைகளின் பட்டைச் சாறுகள், திரிபலா (கடுக்காய், நெல்லிக்காய், தானிக்காய்) தூளில் ஊறிய நீர் ஆகியவற்றை விட்டு ஒருமாதம் வரை நன்கு மர்த்திக்க வேண்டும். (117)

பிறகு அந்த மண்ணைக்கொண்டு நான்கு, ஐந்து, ஆறு அங்குலம் அகலமும், அதன் இரு மடங்கு நீளமும், அகலத்தில் சரிபாதி, கால்பாகம் அல்லது முக்கால் பங்கு கனமுள்ள கற்களைச் செய்யவேண்டும். இவைகள் முறையே உத்தம, மத்திம, அதம கற்களாகும். (118)

இவற்றை நன்கு காயவைத்து, பிறகு அந்த கற்கள் யாவும் ஒரே விதமாக இருக்கும்படி அவைகளைக் காளவாயில் எரிக்க வேண்டும். (119)

சமர்த்தனான சிற்பியானவன் அவைகளை ஒரு மாதம், இரண்டு மாதம், மூன்று மாதம், அல்லது நான்கு மாதம் ஆறவிட்டு, பிறகு அவைகளை எடுத்துச்

சாவதானமாக நீரில் போட்டு, பின்பு அவைகளை நீரிலிருந்து எடுத்து ஈரமில்லாமல் நீர் முற்றிலுமாகச் சுண்டிய பிறகு தேவையான கட்டுமானப் பணிகளுக்கு உபயோகிக்கவேண்டும். *(120)*

என்று கூறுகின்றது.

இவ்வாறு தயாரிக்கப்படும் செங்கற்களே இங்கு குறிப்பிடப் பெற்றுள்ள செங்கற் சிற்பங்கள், மற்றும் கோபுரக்கட்டுமானங்கள் செய்ய ஏற்றவை என்பது நன்கு விளங்கும்.

கட்டுமான சாந்து தயாரிப்பு முறை

செங்கல் தயாரிப்புமுறை பற்றி மயமதம் கூறுவது போன்று கட்டுமானத்திற்குரிய சுண்ணாம்புச் சாந்து எவ்வாறு தயாரிப்பது என்பது பற்றித் திருவாலவாயுடையார் கோயிற் திருப்பணி மாலை எனும் நூல் விரிவாகக் கூறுகின்றது.[115]

சுண்ணாம்போடு சேர்த்து நன்றாகப் பசைபடும் வண்ணம் மணலை அரைத்துக் கொள்ளவேண்டும்.இக்கலவையை நன்றாகப் புளிக்க வைத்து, மிக நுண்மையாகச் சற்றும் சிறுகட்டிகள் கூட இல்லாமல் தயாரிக்கப்பெற்ற வெல்லச் சாற்றை விட்டுக் குழைக்கவேண்டும்.பிறகு கடுக்காய், பெருநெல்லிக்காய், தான்றிக்காய், உளுந்து ஆகியவற்றை நுண்மையான மாவாக ஆகும்வரை மூன்று, நான்குமுறை இடித்து, சுத்தமான தண்ணீரில் ஊற வைத்துத் தயாரிக்கப்பெற்ற கருஞ்சாற்றோடு முற்சொல்லப்பெற்ற சுண்ணாம்புக் கலவையில் நன்றாக கலந்துவிட வேண்டும். இதுவே கட்டடச் சாந்தாகும். இது மிக உறுதியாக நிற்கும் என்பது அப்பாடலின் கூற்றாகும்.

பிரஹதீஸ்வர மகாத்மியம் எனும் வடமொழி நூலின் பதினைந்தாவது அத்தியாயத்து 31, மற்றும் 32 சுலோகங்கள்[116] கட்டடத்திற்கான சுண்ணாம்புக்காரை பற்றிக் குறிப்பிடுகின்றது. மஞ்சள், வெல்லச்சாறு, கடுக்காய்த் தண்ணீர் ஆகியவற்றைக் கலந்து தயாரித்த சுண்ணாம்புக் கலவையை, ஒரு மயிரிழை அளவு கனத்திற்குப் பூசி கற்களை இணைத்தால் வலுவுடையதாக இருக்கும் என்பதே அச்சுலோகங்களின் கூற்றாகும்.

கொடுங்கை அமைப்பும் தொழில்நுட்பமும்

மண்டபக் கூரைகளின் விளிம்பு, கோபுர நிலைவாயில்களின் விளிம்பு ஆகியவை நீண்டு வளைந்து காணப்பெறும். அவ்வமைப்பினைக் கொடுங்கை எனக் குறிப்பிடுவர். சோழர் காலக் கொடுங்கைகளை விட விஜயநகர, நாயக்கர் காலக் கோபுரங்களிலும் மண்டபங்களிலும் அமைக்கப்பெற்ற கொடுங்கைகள் சிறப்பு

வாய்ந்தவையாகும். கருங்கல்லில் எவ்வாறு அற்புத கொடுங்கைகளைப் படைத்தார்களோ அவ்வாறே செங்கற் கொடுங்கைகளையும் அமைத்தனர். இதற்கு அவர்கள் பலவிதமான உத்திகளைக் கையாண்டுள்ளனர் என்பது இவ்வாய்வின் போது கண்டறியப்பட்டது.

கொடுங்கைகளை அமைப்பதற்குச் செங்கற்களுடன் கருங்கல்துண்டு, மரக்கழி, மூங்கில் கழி, கயிறு ஆகியவற்றை உபயோகித்துள்ளனர். சுவரிலிருந்து சற்று சாய்ந்த வண்ணம் மரக்கழிகளையோ அல்லது கருங்கற்களையோ பொருத்தி, இவைகளுக்கு இடையே செங்கற்களைச் சுண்ணாம்புக் கலவையுடன் இணைத்துக் கொடுங்கையை உருவாக்கியுள்ளனர். கடைசியில் மரமோ, கற்களோ தெரியாமல் மேற்பூச்சும் பூசியுள்ளனர். இதற்குத் தேக்கு, கருங்காலி, இலுப்பை ஆகிய மரக் கழிகளையே பயன்படுத்தியுள்ளனர். சில இடங்களில் மூங்கில் துண்டுகளையும் உபயோகித்துள்ளனர். மரக்கழிகள் மட்கிச் சேதமடையாமல் இருக்க அவற்றின் மீது தேங்காய் நாராலான கயிற்றைச் சுற்றியுள்ளனர். 400,500 ஆண்டுகளுக்கு மேற்பட்ட இத்தகைய கொடுங்கைகளில் அப்பொருள்கள் மக்கி அழியாமலும், சிதையாமலும் இருப்பது வியப்பூட்டுகின்றது.

இத்தகைய கொடுங்கைகளின் நீளம் சில கோபுரங்களிலும், மண்டபங்களிலும் 6 அடிவரை வெளிநோக்கி அமைந்துள்ளன. நீண்ட கொடுங்கைகளைத் தாங்குவதற்கும், கோபுர துவாரவாயிலின் மேற்புறக் கட்டுமானத்திற்காகவும் மரச்சட்டங்களைப் பயன்படுத்தியுள்ளனர். அதுபோலவே ஒவ்வொரு நிலையின் தளம் அமைப்பதற்கு கீழே மர உத்திரங்களையும், சட்டங்களையும் பயன்படுத்தி அதற்கு மேலாகச் செங்கற்களை ஒட்டித்தளம் அமைத்துள்ளனர். இவ்வாறு சுவருக்குள் புதைக்கப்படுகின்ற மர உத்திரப்பகுதியோ அல்லது மரச்சட்டங்களோ, கழிகளோ சிதையாமல் இருக்கத் தாமரை இலைகளை மரத்தின் மேல் அடுக்காகப் பரப்பி மெல்லி தேங்காய் நார்க்கயிறு கொண்டு சுற்றிப் பின்பே சுவற்றுக்குள் பதித்துள்ளனர்.

இத்தகைய கட்டுமான நுட்பம் திருப்பாலைத்துறைக் கோபுரத்தின் மேற்தளத்தில் பயன்படுத்தப் பெற்றிருப்பது கண்டறிய முடிந்தது. இதே முறை மரச்சட்டங்கள் பதிக்கும் முறை தஞ்சை அரண்மனைக் கோபுரம் மற்றும் எழுநிலை மாடப்பகுதிகளிலும் கையாளப் பெற்றிருந்ததைக் காண முடிந்தது. தாமரை இலைகளுடன் சுவரில் பதிக்கப்பட்ட மரச்சட்டங்களை வெளியில் எடுத்தபோது அவை அப்படியே புதுமெருகு குலையாமல் இருப்பதும் அறியமுடிந்தது. மரப்பொருள்களை கட்டுமானத்திற்குள் சிதையாமல் பாதுகாக்க முன்னவர்கள் கையாண்ட இவ்வறிவியல் நுட்பம் என்றென்றும் போற்றுதற்குரியதாகும்.

4. அரண்மனை வாயில்கள்

பண்டைய தமிழ் மன்னர்களின் அரண்மனைகள் சுவடின்றி அழிந்தது வருத்தத்தை அளிப்பதாகவே உள்ளது. பின்னாளில் தமிழ்நாட்டில் ஆட்சிசெய்த மன்னர்களின் அரண்மனைகள் ஒரு சிலவே இன்றுள்ளன. அவற்றிலும் அரண்மனைக் கோபுர வாயில்கள் உள்ள அரண்மனைகள் மிகச் சிலவேயாகும். அவற்றுள் தஞ்சாவூர், இராமநாதபுரம் அரண்மனைகளின் வாயிற் கோபுரங்களே இங்கு ஆராயப்படுகின்றன.

தஞ்சாவூர் அரண்மனைக் கோபுரங்கள்

தஞ்சை அரண்மனைக்கு இரண்டு பாதுகாப்பு மதிற்சுவர்களும், ஒரு அகழியும் உள்ளன. அகழியை ஒட்டி உட்புறமாக அமைந்துள்ள கோட்டையின் கொத்தளச் சுவரில் வடக்கு மற்றும் கிழக்குத் திசைகளிலேயே வாயில்கள் இருந்தன. அவ்வாயில்களில் இருந்த கட்டடப்பகுதிகள் பின்னாளில் முற்றிலுமாக அகற்றப்பட்டு விட்டதால் இன்று அங்கு வாயிற் கட்டடங்கள் இருந்த சுவடே இல்லாமல் உள்ளது. உள் மதிற்சுவரைப் பொறுத்தவரை வடக்கு வாயிலே நாயக்கர் காலத்தியதாகும். இங்கு நுழைவாயிற் கட்டடம் முன்பு மேற்தளங்களோடு கோபுரமாக இருந்து பின்னாளில் மராட்டியர்களாலும், ஆங்கிலேயர்களாலும் கட்டுமான அமைப்புகள் மாற்றப்பட்டு விட்டதால் பழமையான கட்டட அமைப்பு பற்றி அறிய முடியவில்லை. இவ்வாயிலினை ஹாஜாரம் என்றழைத்தனர். குறவஞ்சி போன்ற பிற்காலத் தமிழ்நூல்களில் ஆசாரவாசல் என்றே இத்தகைய வாயில்கள் குறிக்கப்படுகின்றன.

உபவனவாயிற் கோபுரம்

தஞ்சை அரண்மனையின் உட்பகுதியில் நாயக்க மன்னர்களின் இருப்பிடமான இந்திரா மந்திரம் எனும் உயர்ந்த கட்டடத்திற்குப் பின்புறம் அரண்மனைத் தோட்டத்திற்கும், குளத்திற்கும் செல்லும் வழியில் ஒரு கோபுரவாயில் உள்ளது. இது கி.பி. 1550 ஆம் ஆண்டு காலகட்டத்தில் தஞ்சை நாயக்க மன்னர்களால் கட்டப்பெற்றதாகும். அக்கட்டடத்தின் வாயிற் பகுதியைப் பிற்காலத்தில் செங்கற்கள் கொண்டு நிரந்தரமாக மூடிவிட்டனர். இருப்பினும் இக்கோபுரம் விஜயநகர, நாயக்கர் காலத்திய அரண்மனைக் கோபுரக் கட்டுமானம் எவ்வாறு இருந்தது என்பதற்குச் சிறந்த சான்றாக விளங்குகின்றது.

அரண்மனைக் கோபுரங்கள்

தஞ்சை அரண்மனை உபவன வாசல்

ஹம்பியில் உள்ள தாமரை மகால் (லோட்டஸ் மகால்) எனும் கட்டட அமைப்பின் கட்டுமானக் கூறுகளை அப்படியே பின்பற்றி இக்கோபுர வாயிலின் அடித்தளம் அமைத்துள்ளனர். முழுவதும் செங்கற் கட்டுமானமாக ஐந்து அடுக்குகளுடன் இக்கோபுரம் விளங்குகிறது.

தமிழகக் கோயிற் கோபுரங்களை ஒத்த அமைப்பில் இக்கோபுரம் எடுக்கப் பெற்றுள்ளது. வாயிற் பகுதிக்கு மேலேயுள்ள முதல் இரண்டு அடுக்குகளும் உயரமான தளமாகவும்,அதற்கு மேலுள்ள மூன்று அடுக்குகளும் உயரம் குறைந்தும் உள்ளன. ஒவ்வொரு தளத்தின் பிரஸ்தரப் பகுதியான கபோதகம் நீண்ட கொடுங்கை அமைப்பாக உள்ளது. இக்கொடுங்கைகள் மரம்,செங்கல்,சுண்ணாம்பு கொண்டு அமைக்கப் பெற்றவையாகும்.ஒவ்வொரு தளத்தையும் அலங்கரிக்கும் வண்ணம் கூடுகளுக்குப் பதில் குட்டையான தூணும்,அதன்மேல் உருண்டைக் கோளமும் உள்ள முகலாயப்பாணி மினார்களின் வடிவத்தில் திகழும் கட்டுமான அமைப்புகளே உள்ளன. உச்சியில் ஒரே கலசம் உள்ள சிகரம் உள்ளது.

தமிழகக் கோயிற் கோபுரக் கலையோடு முகலாயக் கட்டுமானக் கலையின் ஒரு சில கூறுகளும் இக்கோபுரத்தில் கலந்து திகழ்கின்றன.

இராமநாதபுரம் இராமலிங்க விலாச அரண்மனை வாயில்

சேதுபதி அரசர்கள் இராமேஸ்வரம் தீவு உட்பட்டதமிழகத்தின் ஒரு பகுதியைக் காக்கின்ற பொறுப்பை வகித்தவர்களாவர்.அவர்களுக்கு சேதுபதி காவலர், சேதுபதி காத்த தேவர் எனும் பட்டங்கள் வழக்கிலிருந்தன. இராமேஸ்வரம் திருக்கோயிலில் அருள் பாலிக்கின்ற இலிங்கப் பெருமான் மீது அன்பு பூண்டவர்கள் என்பதால் தங்கள் தலைநகராம் இராமநாதபுரத்தில் திகழ்ந்த அவர்களுடைய அரண்மனைக்கு இராமலிங்க விலாசம் எனப்பெயர் சூட்டினர்.

கி.பி. 1604இல் சடையக்கத் தேவரால் தொடக்கம் பெற்ற சேதுபதி அரச மரபு பதினேழாம் நூற்றாண்டு தொடங்கிப் பத்தொன்பதாம் நூற்றாண்டு வரை ஆட்சி செய்து இன்றும் தொடர்கின்றது. இராகுநாத சேதுபதி எனும் கிழவன் சேதுபதியின் ஆட்சிக்காலத்தில் (கி.பி.1674-1710) மோகனூரில் இருந்த சேதுபதிகளின் தலைநகர் இராமநாதபுரத்திற்கு மாற்றப்பட்டது. இரகுநாத சேதுபதி 27 அடி உயரமும் 5 அடி அகலமும் உடைய கோட்டைச் சுவருடன் கூடிய அரண்மனையை உருவாக்கினார். கி.பி.1726க்குப் பிறகு தாமோதரம் பிள்ளை என்ற அமைச்சர் அக்கோட்டையை மிகவும் வலிமையுடையதாக மாற்றினார்.[117]

இராமலிங்க விலாசத்தின் நுழைவாயிற் கோபுரம் நடுவே பெரிய வாசலுடன், இருபுறமும் இரண்டடுக்குடைய அறைகளுடனும் திகழ்கின்றது. வாயிலின் மேற்புறம் வட்டச் சிகரம் கலசத்துடன் அணி செய்கின்றது. வாயிலின் இருமருங்கு மற்றும் நான்கு மூலைகளிலும் மினார் போன்ற உயர்ந்த தூண்கள் கட்டடத்துடன் இணைந்து காணப் பெறுகின்றன.

முகமதியக் கட்டடக் கலையின் சில சிறப்புக் கூறுகள் இவ்வாயிற் கோபுரத்தில் காணப் பெறுகின்றன. பல கலைமரபுகளின் சங்கமாக இவ்வரண்மனை வாயில் திகழ்கின்றது.

சிவகங்கை அரண்மனை வாயிற்கோபுரம்

நாலுகோட்டை உடைய தேவரால் தொடக்கம் பெற்ற சிவகங்கை சமஸ்தானத்தின் தலைமையிடமாகச் சிவகங்கை அரண்மனை திகழ்ந்தது. சேதுபதியின் மகள் அகிலாண்டேஸ்வரி நாச்சியாரை மணந்த சசிவர்ண தேவருக்குச் சேதுபதி மன்னரின் உதிவியால் ஆட்சிப் பரப்பு கூடியது[118] வேலு நாச்சியார், மருது சகோதரர்கள் ஆகியோர் அரசவாழ்வு நடத்திய பெருமையுடைய சிவகங்கை அரண்மனையின் நுழைவு வாயில் மிகுந்த எழிலுடையதாய்த் திகழ்கின்றது.

மிக எழிலுடைய வாயில், உட்புறத் தின்ணைகள்,இருமருங்கும் அறைகள், மேற்தளத்தில் நீண்ட வளைவு ஒட்டு மண்டபம், இருமருங்கும் ஆறு பட்டை வடிவில் வட்டச் சிகரத்துடன் கூடிய கண்காணிப்பு மண்டபங்கள், வளைவு ஒட்டு மண்டபத்தின் சிகரத்தில் ஐந்து கலசங்கள் ஆகியவற்றுடன் இக்கோபுர வாயில் திகழ்கின்றது. பல்வேறு கலை மரபுகள் ஒருங்கிணைந்து இவ்வாயில் தனிச் சிறப்புகளுடன் விளங்குகின்றது.

5. கோபுரப் புனரமைப்பு

எட்டாம் நூற்றாண்டில் ஒரு தளக்கோபுரத்தில் தொடங்கிய கோயிற் கோபுரக்கலை இருபதாம் நூற்றாண்டில் பதின்மூன்று நிலை வரை வளர்ந்த ஒரு எழுச்சி நிலையை இவ்வியலில் காண முடிந்தது. கட்டடத்தின் உயரம்,நிலைகளின் எண்ணிக்கை ஆகியவை கூடினாலும்,உன்னதி எனும் கட்டடத்தின் உறுதித் தன்மையை நோக்கும் போது இராஜராஜன் எடுத்த தஞ்சைக் கோயிற் கோபுரங்களின் உறுதித்தன்மை அளவு பிற கோபுரங்கள் இல்லை. இதற்கு முக்கிய காரணம் நிலத் தேர்வும், கல்ஹாரத்தின் தாங்கு திறனுமேயாகும்.

காலம் செல்லச் செல்ல ஏழு, ஒன்பது, பதினொரு நிலைக் கோபுரங்களில் மேல் நிலைகளில் விரிசல்கள் ஏற்படலாயின. அதற்குப் பின்வரும் காரணங்கள் அடிப்படையாய் அமைந்தன.

1) தரையின் ஈரத்தன்மையால் கல்ஹாரத்தின் ஒருபகுதி பூமியில் இறங்கி மேற்தளத்தில் சிதைவுகள் ஏற்படுதல்.

2) கோபுரத்தில் அரசு,ஆல் போன்ற மரங்கள் முளைத்துச் சுவர்களில் விரிசல் ஏற்படுதல்.

3) உட்தளங்களில் இருந்த உத்திர மரங்கள் இயற்கையான அழிவுக்கு உட்படுதல், அல்லது மனிதர்களால் அகற்றப்படுதல் ஆகிய காரணங்களால் தளங்கள் சிதைந்து சுவர்களில் விரிசல் ஏற்படுதல்.

4) பகைவர்களின் தகர்ப்பு.

5) பராமரிப்பு இன்றிக் கைவிடப்படுதல்.

6) இயற்கையின் உத்பாதங்களாகிய பெருவெள்ளம், பூகம்பம், இடிவிழுதல், பெருமழை ஆகியவற்றாலும் சிதைவடைதல் என்பவையாம்.

அரசுத் துறையினர், கோயில் நிர்வாகத்தினர், ஆர்வமுடைய பொதுமக்கள், சமயத் தலைவர்கள் ஆகிய பலரின் முயற்சிகளால் காலங்காலமாகக் கோயிற் கோபுரங்கள் புதுப்பிக்கப் பெற்று வருகின்றன. இத்தகைய முயற்சிகளில் சில கோபுரங்கள் முறையான திருப்பணிகளுக்கும், சில தவறான திருப்பணிகளுக்கும்

இலக்காகியுள்ளன. அவ்வகையில் இங்கு மூன்று கோபுரங்களின் திருப்பணிகள் குறித்து ஆராயப்பெறுகின்றது.

அ. மன்னார்குடி மேலைக்கோபுரத்தின் திருப்பணி

ஒன்பது நிலைகளுடன் திகழும் மன்னார்குடி இராஜகோபால சுவாமி கோயிலின் கோபுரம் 16-17ஆம் நூற்றாண்டுகளில் தஞ்சை நாயக்கர்களால் எடுக்கப்பெற்றதாகும். இக்கோபுரத்தின் மேல் நிலைகளில் விரிசல் கண்டு பாழ்பட்டிருந்தது.

கி.பி. 1995 ஆம் ஆண்டில் அப்பெருங்கோயிலில் நிகழ்ந்த திருப்பணிகள் போது அக்கோபுரத்தைப் புதுப்பிக்க நடவடிக்கைகள் மேற்கொண்டனர். சில கட்டடக்கலை பொறியாளர்கள் அக்கோபுரப் பகுதியை இடித்துவிட்டுப் புதிதாக கட்ட வேண்டும் என அறிவுரை வழங்கினர். கோயில் நிர்வாகிகளும், திருப்பணிக் குழுவினரும் அதே நேரத்தில் கோபுரத் திருப்பணி நிகழ்ந்து கொண்டிருந்த திருவில்லிபுத்தூர் கோபுரத்தைப்பார்வை இட்டு வந்தனர். அங்கு நிகழ்ந்த பணிகளால் நிறைவு பெறாத அக்குழுவினர் கோபுரத்தை இடிக்காமலும், புறத்தோற்றத்திற்கு எந்த ஊறும் விளையாமலும், கலையழகு குன்றாமலும் கோபுரத்தைப் புதுப்பிக்க வேண்டும் என முடிவு எடுத்தனர். தொழில் நுட்ப வல்லுநர்கள் பலரைக் கலந்தாலோசித்து இறுதியாகக் கோபுரத்தின் உட்பகுதியில் கிரவுடிங் எனும் தொழில் நுட்பத்தைப் பயன்படுத்திச் சில பகுதிகளில் துளையிட்டு, கான்கிரிட் பெல்ட் எனும் அமைப்புகளை ஏற்படுத்தி, விரிசல் கண்ட பகுதி விரிவடையாமல் இருப்பதற்குப் பந்தணம் செய்தனர். பின்பு விரிசல் பகுதிகளில் மிக நுட்பமான தொழில் நுட்பத் திறத்தைப்பயன்படுத்தி இணைப்புகளை ஏற்படுத்தியுள்ளனர்.

இதன் பயனாய் இனி எத்தனை நூற்றாண்டுகள் கடந்தாலும் முன்பு ஏற்பட்ட அந்த விரிசல்கள் காரணமாக அக்கோபுரம் சிதையாதவாறு காப்பு செய்துள்ளனர். கோபுரத்தின் வெளிப்புறத்தில் நாயக்கர்கள் கால கதைச் சிற்பங்களைச் சிதைக்காமல் அப்படியே கலையழகு குன்றாமல் சீர் செய்து,பல வண்ணங்களைப் பூசிக் கோபுர அழகைக் குறைக்காமல் ஒரே வண்ணப் பூச்சால் பொலிவுடைய கோபுரமாக மாற்றியுள்ளனர். இது பாராட்ட வேண்டிய கோபுரத் திருப்பணியாகும்.

ஆ. திருவில்லிபுத்தூர் இராஜ கோபுரத்திருப்பணி

பதினைந்து அல்லது பதினாறாம் நூற்றாண்டில் பதினோரு நிலைகளுடன் எடுக்கப் பெற்ற இக்கோபுரம் பின்னாளில் மேல்நிலைகளில் விரிசல் கண்டது. இதற்கு மூன்று அடிப்படைக் காரணங்கள் காரணமாக அமைந்தன. முதலாவதாக ஆகமகங்கள் கூறுவது போலப் பன்னிரண்டு ஆண்டுகளுக்கு ஒருமுறை பராமரிக்கும் பணி பல நூற்றாண்டுகளாக நிறுத்தப்பட்டது. இரண்டாவதாக கோபுரத்தின் உட்புறம் இருந்த மரங்கள் காலப் போக்கில் மனிதர்களால்

மன்னார்குடி மேற்குக் கோபுரம்
(திருப்பணிக்குப் பின்பு)

உட்புறக் காட்சி

அகற்றப்பட்டன. மூன்றாவதாக அடித்தளம் ஓர்புறம் பூமியில் ஈரம் காரணமாக இறக்கம் கண்டது ஆகியவை ஆகும்.

இக்கோபுரத்தைப் புதுப்பிக்கும் முதல் முயற்சி 1970 ஆண்டு ஜுன் 5ஆம் நாள் தொடங்கியது. 3.29இலட்சம் செலவில் புதுப்பிப்பது என்ற குறிக்கோளோடு தொடங்கிய அப்பணி முழுமையாக நிறைவு பெறவில்லை. முறையான அறிவியல் கோட்பாடுகளின் பின்புலத்தோடு மேல் நிலைகளில் உள்ள மர உத்திரங்கள், சட்டங்கள் அகற்றப்பட்டுப் புதுப்பிக்கப்படாததால் விரிசல்கள் மேலும் கூடின. 1981 மற்றும் 1986 ஆகிய ஆண்டுகளில் திருப்பணிகள் மேற்கொள்ள முயன்றும் நடைபெறாமல் தடைப்பட்டன. பின்பு 1990இல் தமிழ்நாடு கட்டுமானக் கழகம் கோபுரத் திருப்பணியை மேற்கொண்டது. 1991இல் உரூபாய் ஆறுபது இலட்சம் செலவில் முதற்கட்ட பணியை முடித்தனர்.

கோபுரத்தின் மொத்த உயரம் 196 அடியாகும் இதில் கல்ஹாரம் 32 அடியும், செங்கற்படை 164 அடியாகும். பதினொரு நிலைகள் உடைய செங்கற்படையின் உட்புறம் உள்ள மரங்களைப் புதுப்பித்தனர். இதற்குக் கோயிலின் செண்பகத்தோப்பு எனும் மரக்காட்டிலிருந்து தேக்கு மரங்களை வெட்டி எடுத்துவந்து பயன்படுத்தினர். சில இடங்களில் மரத்தூண்களை எடுத்துவிட்டு சிமெண்ட் கான்கிரிட் தூண்களைப் பயன்படுத்தினர். 125 டன் சிமெண்ட் விரிசல்கள் அடைப்பதற்கும், பழுதுபார்ப்புப் பணிகளுக்கும் பயன்படுத்தினர். கல்ஹாரத்தின் புதைவிடை (பேஸ்மண்ட்) பகுதியை வலிமைப்படுத்த பைல்கான்கிரீட் எனும் தொழில் நுட்பத்தைப் பயன்படுத்தினர்.

நான்காண்டுகள் கழித்து அடுத்தகட்ட பணியைத் தொடர்ந்தனர். பூச்சுவேலை, கல்ஹாரத்திற்குக் கான்கீரிட் பீம் அமைத்தல், சுதை உருவங்கள் அமைத்தல் எனும் பணி உரூபாய் முப்பது இலட்சம் செலவில் நிறைவேற்றப்பபட்டன. 1995 க்குள் நிகழ்ந்த இப்பணிகளின் போது சாரங்கள் முழுதும் சிதைந்ததால் 1997 இல் புதிய திருப்பணிக் குழு அமைக்கப் பெற்றுப் புதிய சாரங்கள் அமைக்கப் பெற்றுப் பல இலட்ச ரூபாய் செலவில் கோபுரத்திற்கு வண்ணம் தீட்டினர்.

இக்கோபுரப் பணிக்காகவும், பிறபணிகளுக்காகவும் உரூபாய் இரண்டு கோடியே ஐம்பது இலட்சம் செலவழித்துக் கும்பாபிஷேக விழாவும் நடத்தி முடித்தனர்.

இவ்வாறு பல கட்டங்களில் நிகழ்ந்த திருப்பணியால் ஓர் எழில் மிகு கோபுரம் இன்று காண முடியாத அளவுக்குக் கோரமாக மாறிவிட்டது. ஒரு தொன்மையான கட்டடத்தை எந்த அளவுக்குச் சீர்குலைக்க முடியுமோ அந்த அளவுக்கு இந்தத் திருப்பணிகள் அமைந்துவிட்டன.

கல்ஹாரப் பகுதியை வலுகூட்டுவதாக நினைத்துக் கொண்டு அதனைச் சுற்றிக் கம்பி கட்டி கல், ஜல்லி, சிமெண்ட் இவற்றால் கான்கிரிட் அமைத்திருக்கிறார்கள். துவார வாயிற் பகுதியும் இக்கொடூரமான திருப்பணியிலிருந்து தப்பிக்கவில்லை.

198 தமிழகக் கோபுரக்கலை மரபு

திருப்பணிக்கு முன் திருவில்லிப்புத்தூர்க் கோபுரம்

திருப்பணிக்குப் பின் திருவில்லிபுத்தூர் கோபுரம்

திருப்பணிக்கு முன் பேரழகோடு விளங்கிய கல்ஹாரம் இன்று கான்கிரிட்டால் கட்டப் பெற்ற அணைக்கட்டு போன்று காணப்படுகின்றது. தமிழகக் கட்டுமானக் கழகத்தில் மரபுக்கலை பற்றி அறிந்த ஒரு பொறியாளர் கூட இல்லாமல் போனது வருத்தம் தருவதாகும்.

உலக அதிசயங்களுள் ஒன்றாகத் திகழும் பைசா நகரத்து சாய்ந்த கோபுரத்தின் சரிவை இன்று நிறுத்திக் காண்பித்துள்ளது உலக அறிவியல் திறன். தில்லியில் உள்ள குதுப்மினார் கட்டடத்தின் விரிசல்களையும், சிதைவுகளையும் யாராலும் கண்டுபிடிக்க முடியாத அளவு சீர் செய்துள்ள திறம் இந்தியத் தொல்லியல் துறையின் பாதுகாப்புப்பிரிவின் சாதனையாக விளங்குகிறது. அழிவின் விளிம்பிற்கே சென்ற பல மரபுச் சின்னங்களைத் தமிழக அரசின் தொல்லியல் துறை காப்பாற்றி இருந்திருக்கிறது. இந்த அளவு அறிவியல் திறமும், நுட்பமிகு வல்லுநர்களும் மிகுந்து திகழும் நாட்டில் அரசு இலச்சினையாகத் திகழும் ஒரு கோபுரத்தை முறைப்படி பாதுகாக்கத் தவறியது வருத்தத்தையளிக்கிறது. யுனெஸ்கோ நிறுவனத்தின் கலாச்சாரப் பிரிவின் உதவியையோ, இங்கிலாந்து நாட்டின் இலண்டன் அருங்காட்சியகத்துப் பாதுகாப்புப் பிரிவையோ ஆலோசனைக் கேட்டுக்கூட இக்கோபுரத்தைப் புதுப்பிக்கும் முயற்சியில் இறங்கியிருக்கலாம்.

மன்னார்குடி கோபுரத்தினைச் சீர்செய்த அந்த திறம் திருவில்லிபுத்தூரில் அதே துறையினர்க்குக் கிட்டாமல் போனது பேரிழப்பேயாகும்.

இ. தஞ்சைப் பெரியகோயில் கோபுரத் திருப்பணி

இந்திய அரசு தொல்பொருள் துறையின் கீழ் திகழும் தஞ்சைப் பெரிய கோயிலின் இரண்டு கோபுரங்களையும் அத்துறையினர் முறையாகப் பராமரித்து வருகின்றனர். வண்ணங்கள் அடிப்பதோ, தேவையில்லாத இடங்களில் கதை பூசுவதோ, சுதை உருவங்கள் அமைப்பதோ அவர்கள் பணி அல்ல. சீர்குலைந்துள்ள இடங்களை மரபுப்படி, பயன்படுத்தப் பெற்றுள்ள அதே பொருள்கள் கொண்டு, வடிவங்களை மாற்றாமல் சீர் செய்வது அத்துறையினர் பின்பற்றும் முறைகளாகும்.

மரங்கள் முளைக்காமல் பராமரிப்பது,குறிப்பிட்ட ஆண்டுகளுக்கொரு முறை வேதிமப் பொருள்களால் கோபுரத்தைச் சுத்தம் செய்வது, பாதுகாப்புக் கவசமாகக் குறிப்பிட்ட இரசாயனப் பொருள்களைப் பூசுதல் போன்ற பல்வேறு முறைகளை பின் பற்றி வருகின்றனர். அக்கோபுரங்கள் புதுமெருகு குலையாமல் திகழ்கின்றன.

எந்த ஒரு கோபுரத்தையும் திருப்பணி எனும் பெயரால் புதுப்பிக்க முயலும்போது, அதன் நிர்வாகிகள் உரிய துறையினர், தொல்பொருள் பாதுகாப்பு வல்லுநர்கள் போன்றவர்களிடம் அறிவுரைகள் பெற்று, அதன்படி பாதுகாக்க முயலவேண்டும். இப்பணியை மேற்கொள்வார்களாயின் பலமரபுச் சின்னங்களைக் காப்பாற்றி அடுத்த தலைமுறையினர்க்கு அவற்றைச் சேர்பிக்க முடியும்.

சான்றெண் விளக்கம்

1. கே.எஸ். சுப்ரமண்ய சாஸ்திரி (பதி.), மயமதம் இரண்டாவது அத்யாயம் (பூபரிக்ஷை) பக். 4 - 13 கே.எஸ். சு (பதி.) காசியப சில்ப சாஸ்திரம் முதல் பாகம், பக்.11 - 19

2. மயமதம், மானோபகரணம பக். 20-26

3. உ.வே. சாமிநாதையர்(பதி.) சிலப்பதிகார மூலமும் அரும்பதவுரையும் அடியார்க்கு நல்லார் உரையும், ப.357

4. மானசாரம்,33ஆவது அத்யாயம்.

5. கோபுர லக்ஷணம், தஞ்சை சரஸ்வதி மகால் சமஸ்கிருத சுவடி.டி.எண். 15423

6. H. Daniel Smith, Pancaratra Prasada prasadhaam (Chapter 1- 10,p-161

7. Vimanarchana kalpa, Marichi Samhita Ekadasa patala

8. மானசாரம், 33ஆவது அத்யாயம், சுலோகம். 97& 103.

9. மயமதம், 13 ஆவது அத்யாயம் சுலோகம். 1

10. மேலது. சுலோகம் 2,3 ப. 161

11. மேலது, சுலோகம் 4,ப. 161

12. காசியப சில்ப சாஸ்திரம், 5ஆவது படலம் உபபீடவிதானம், பக். 56 - 57

13. மேலது, பக். 59 - 64

14. மயமதம், 14ஆவது அத்யாயம், அதிஷ்டான லக்ஷணம் (ஆறாவதுபாடல்), ப.65

15. காஸ்யப சில்ப சாஸ்திரம், ஆறாவது படம், பக். 72-98

16. மயமதம்,24ஆவது அத்யாயம், கோபுர விதானம்,சுலோகம் 26, ப.425

17. காஸ்யப சில்ப சாஸ்திரம்,ஆறாவது படம், ப. 72,98

18. மயமதம்,24ஆவது அத்யாயம், கோபுர விதானம், சுலோகம் 26, ப.425

19. மேலது, 9ஆவது அத்யாயம்,ப. 92

20. காஸ்யப சில்ப சாஸ்திரம்,17ஆவது படலம், கம்பதுவார லக்ஷணம்,ப. 160

21. மயமதம், 15ஆவது அத்யாயம், திரவிய பரி கிரஹம்,ப.202

22. வி. சுந்தர சர்மா (பதி), ப்ரமீய சித்ரகர்ம சாஸ்திரம், 15ஆவது அத்யாயம், கே.எஸ்.சு. ஸாரஸ்வதியசித்ர கர்ம சாஸ்திரம், 43ஆவது அத்யாயம், மிருத்சம்ஹகரவிதி

23. மயமதம், 24ஆவது அத்யாயம், கோபுர விதானம், ப. 439

24. மேலது, 4ஆவது அத்யாயம், பூபரிகிரஹம், பக். 14-19

25. காசியப சில்ப சாஸ்திரம், முதலாவது படலம் திக் பரிசேதம்,ப.19 மயமதம் 6ஆவது அத்யாயம், திக்கு நிர்ணய விதி, ப. 29

26. உ.வே. சாமிநாதய்யர் (பதி), பத்தப்பாட்டு மூலமும் நச்சினார்க்கினியர் உரையும், ப. 438

27. மேலது ப. 452

28. மயமதம், 6 ஆவது அத்யாயம் திக் நிர்ணயவிதி, ப.29

29. மேலது 7ஆவது அத்யாயம் பதவிந்யாசம், ப. 36

30. மேலது 9ஆவது அத்யாயம் கர்ப விந்யாசம், ப. 92

31. காசியப சில்ப சாஸ்திரம், 26ஆவது படலம், சுலோகம் 4 - 6

32. மேலது, 42ஆவது படலம், மூர்த்தேஷ்டகை விதி, பக். 428-439

33. R. Nagasamy, The Kailasanatha Temple, pp. 9-15

34. S.R. Balasubramaniam, Four chola Temples pp. 15-16

35. Annual Report of Epigraphy No 356 of 1924, No. 372 of 1924

36. South Indian inscriptions vol II, No. 57

37. I bid vol II, No. 11

38. I bid vol Part III

39. குடவாயில் பாலசுப்ரமணியன், தஞ்சாவூர் பக். 227 - 236

40. தஞ்சை பெருவுடையார் கோயில் குடநீராட்டு விழாமலர்

41. பெரியார் மணியம்மை பொறியியற் கல்லூரி, வல்லம், கட்டடக்கலைத் துறை ஆய்வு அறிக்கை

42. S.I.I. vol II Part III

43. மேலது

44. எஸ்.ஆர்.பி. சோழர் கலைப்பாணி,பக். 102,123,137

45. C. Sivaramamurthy, Royal conquests and cultural migrations in south India and Decan p.29

46. இரா. நாகசாமி, ஓவியப்பாவை ப. 116

47. பெரிய புராணம், கூற்றுவ நாயனார் புராணம்.

48. A.R.E No. 350 of 1913

49. குடவாயில் பாலசுப்ரமணியன், திருவாரூர் திருக்கோயில், பக். 332 - 335

50.

A.R.E No. 176 of 1892	:	S.I.I. vol VIII. No. 229
Ibid No 124 of 1888	:	Ibid IV No 51
Ibid No 463 of 1902	:	Ibid VIII No 51
Ibid No 285 of 1921	:	Ibid XII No 119
Ibid No 1 of 1935,36		
Ibid No 295 of 1913		
Ibid No 366 of 1913		

51. A.R.E. No.120 of 1888, South Indian Temple inscriptions vol III Part II No. 1271- 73

52. A.R.E. No 276 of 1913, 282, 284, 287, 289, of 1913

53. ஜே.எம். சோமசுந்தரம், தில்லைச் சிற்றம்பலவன் கோயில் ப.50

54. Archelegie du sud de I'Inde paris, vol I Architecture P.125,136

55. V.V. Iyar, The pallavas. S.I.I. Vol XLL, PIX and XL

56. James C.Harle, Temple Gate Ways in south India pp.57,58

57. Ibid pp. 67- 69

58. எஸ். ஆர்.பி. சோழர் கலைப் பணி, ப. 36

59. மேலது ப.37

60. மேலது ப. 37

61. A.R.E. No.268 of 1913,303 of 1958 - 59, 314 of 1958 - 59, 109 of 1934 - 35

62. தக்கயாகப்பரணி, வாழ்த்துப் பாடல்

63. இரா. நாகசாமி, சொல் மாலை, ப. 120

64. எஸ்.ஆர்.பி., கோப்பெருஞ்சிங்கன், பக் 119 - 122

65. மேலது ப. 115

66. S.I.I. vol XII No. 119: ARE No. 285 of 1921

67. இரா. நாகசாமி, சொல்மாலை, ப.122

68. பெரியபுராணம், திருஞானசம்பந்தர் புராணம், பக். 156 - 166

69. S.I.I. vol VII No. 43: ARE No 455 of 1902

70. S.I.I. vol XII No. 119 ARE No 285 of 1921

71. S.I.I. vol VIII, No. 51

72. S.I.I vol XLL, - No. 119: ARE No 285 of 1921

73. ARE, No 1 of 1935 - 36

74. S.I.I vol IV, No 624: ARE, No 176 of 1892

75. ARE No 174 of 1892, 172 of 1892, B.71 of 1913

76. F.H. Gravely and T.N. Ramachandran, Catalogue of South Indian Hindu metal images in the Madras Museum - p- 36

77. A.R.E Nos 174 and 175 of 1892, B.71 of 1913

78. பெரியபுராணம், தடுத்தாட் கொண்ட புராணம், பாடல் எண். 103.

79. தி. வை. சதாசிவ பண்டாரத்தார். பிற்காலச் சோழர் வரலாறு ப.445

80. மேலது ப 365

81. பட்டீச்சரம் தேனுபுரீஸ்வரர் திருக்கோயில் குடநீராட்டு விழாமலர் (1999), ப.14

82. S.I.T.I. vol II, pp. 945 - 950

83. குடவாயில் பாலசுப்பிரமணியன், சோழ மண்டலத்து வரலாற்று நாயகர்களின் சிற்பங்களும் ஓவியங்களும், பக். 179,185

84. மதுரைத் திருப்பணி விவரம், எண்.7

85. ARE No. 269 of 1942

86. திருவாலவாயுடையார் திருப்பணி மாலை, பாடல் 23

87. மதுரைத் திருப்பணி விவரம் எண். 25.

88. மேலது, எண் 7
89. மேலது எண் 11
90. மேலது எண் 24
91. A.R.E.No. 286 of 1942
92. A.R.E. No. 285 of 1942
93. D.Devakunjari, Madurai through the ages, p.221
94. A.R.E. No. 62 of 1905
95. A.R.E. Nos. 60,61,59 of 1905
96. A.R.E. No.59 of 1905
97. Devakunjari, Madurai through the ages, p.221
98. A.R.E. No 58 of 1915
99. Devakunjari, Madurai through the ages, pp.222- 223
100. A.R.E. No. 58of 1915
101. A.R.E. No.7 of 1915
102. A.R.E. No. 303 of 1910
103. புதுக்கோட்டைக் கல்வெட்டுக்கள், எண். 622
104. என். சேதுராமன், பாண்டியர் வரலாறு, ப. 169
105. Devakunjari, Madurai through the ages, p. 224
106. S.I.I vol VII, No. 165
107. Tiruvannamalai inscription vol. II part II No. 430,432,433, 438,445,(ARE No 419 of 1829) 446 (ARENo.428of1929) 448(ARE No. 422 of 1929) 449 (ARE 428 of 1929) 450 to406
108. குடவாயில் பாலசுப்ரமணியன், தஞ்சை நாயக்கர் வரலாறு.ப. 97
109. மேலது ப. 99
110. மேலது ப. 100
111. இரகுநாத நாயக்கர், சங்கீதசுதா, சுலோ. 38,44
112. Devakunjari, Madurai through the ages, ages, p.225

65. மேலது ப. 115

66. S.I.I. vol XII No. 119: ARE No. 285 of 1921

67. இரா. நாகசாமி, சொல்மாலை,ப.122

68. பெரியபுராணம், திருஞானசம்பந்தர் புராணம்,பக். 156 - 166

69. S.I.I. vol VII No. 43: ARE No 455 of 1902

70. S.I.I.vol XII No. 119 ARE No 285 of 1921

71. S.I.I. vol VIII, No. 51

72. S.I.I vol XLL, - No. 119: ARE No 285 of 1921

73. ARE,No 1 of 1935 - 36

74. S.I.I vol IV,No 624: ARE, No 176 of 1892

75. ARE No 174of 1892,172 of 1892, B.71 of 1913

76. F.H.Gravely and T.N. Ramachandran, Catalogue of South Indian Hindu metal images in the Madras Museum - p- 36

77. A.R.E Nos 174 and 175 of 1892, B.71 of 1913

78. பெரியபுராணம், தடுத்தாட் கொண்ட புராணம்,பாடல் எண். 103.

79. தி. வை. சதாசிவ பண்டாரத்தார். பிற்காலச் சோழர் வரலாறு ப.445

80. மேலது ப 365

81. பட்டீச்சரம் தேனுபுரீஸ்வரர் திருக்கோயில் குடநீராட்டு விழாமலர் (1999), ப.14

82. S.I.T.I. vol II,pp. 945 - 950

83. குடவாயில் பாலசுப்பிரமணியன், சோழ மண்டலத்து வரலாற்று நாயகர்களின் சிற்பங்களும் ஓவியங்களும், பக். 179,185

84. மதுரைத் திருப்பணி விவரம், எண்.7

85. ARE No. 269 of 1942

86. திருவாலவாயுடையார் திருப்பணி மாலை, பாடல் 23

87. மதுரைத் திருப்பணி விவரம் எண். 25.

88. மேலது, எண் 7

89. மேலது எண் 11

90. மேலது எண் 24

91. A.R.E.No. 286 of 1942

92. A.R.E. No. 285 of 1942

93. D.Devakunjari, Madurai through the ages, p.221

94. A.R.E. No. 62 of 1905

95. A.R.E. Nos. 60,61,59 of 1905

96. A.R.E. No.59 of 1905

97. Devakunjari, Madurai through the ages, p.221

98. A.R.E. No 58 of 1915

99. Devakunjari, Madurai through the ages,pp.222- 223

100. A.R.E. No. 58of 1915

101. A.R.E. No.7 of 1915

102. A.R.E. No. 303 of 1910

103. புதுக்கோட்டைக் கல்வெட்டுக்கள், எண். 622

104. என். சேதுராமன், பாண்டியர் வரலாறு, ப. 169

105. Devakunjari, Madurai through the ages, p. 224

106. S.I.I vol VII, No. 165

107. Tiruvannamalai inscription vol. II part II No. 430,432,433, 438,445,(ARE No 419 of 1829) 446 (ARENo.428of1929) 448(ARE No. 422 of 1929) 449 (ARE 428 of 1929) 450 to406

108. குடவாயில் பாலசுப்ரமணியன், தஞ்சை நாயக்கர் வரலாறு.ப. 97

109. மேலது ப. 99

110. மேலது ப. 100

111. இரகுநாத நாயக்கர், சங்கீதசுதா, சுலோ. 38,44

112. Devakunjari, Madurai through the ages, ages, p.225

113. தஞ்சை நாயக்கர் வரலாறு, ப. 230

114. திருவாலவாயுடையார் கோயிற் திருப்பணி மாலை, பாடல் 82

.... யரைத்த சுண்ணாம்பைவெல் லச்சாறு விட்டுநன்
றாய்க் குழைத்துச் செங்கலும்
அடுக்காப் பரப்பிக் கடுக்காயொ டாமலக
மரிய தான் றிக்காயுமுந்
தொருக்கா லிருக்காலிடித்து நன்னீரினி
லூறிய கடுஞ்சாறும் விட்
டூழிகாலங்களிலு மசையாத வச்சிரக்
காரையிட் டோங்கு மம்மை
சிரக்காலம் வாழவே மீனாட்சி கோயிலுஞ்
செப்பமிடு வித்து நன்றாய் ......

115. பிரஹதீஸ்வர மகாத்மியம், அத்யாயம் 14, சுலோகம், 31,32

"ஹரிதகீ குடரஸ கதக க்ரமுகைரஸை: ।
கேச பிரமாணம் பாஷாண ஸந்தி பந்தினாம் ।।"

தமிழாக்கம்

கடுக்காய், வெல்லச்சாறு, தேத்தாங்கொட்டை, பாக்கு இவைகளாலான சாந்துக் குழைவுடன் காரையினையும் (சுண்ணாம்புச் சாந்தையும்) சேர்த்து அரைத்து வெண்ணெய் போன்ற அந்த வஜ்ரக் காரையினைப் பெரிய கற்களின் இடையே மயிரிழை கனத்திற்குப் பரப்பிக் கட்டடம் எழுப்ப வேண்டும் என்பதாகும்.

116. R. Nagasamy, N.S. Ramsamy, Ramanathapuram, pp.105, 107

117. Ibid p.41

இடம் பெயர்ந்து எழுந்த கோபுரங்கள்

இரண்டாம் இயலில் காட்டப் பெற்றுள்ள கோபுரங்கள் அனைத்தும் அந்தந்தத் திருக்கோயில்களில் புதிதாகக் கொணர்ந்த கற்களைக்கொண்டு எடுக்கப் பெற்ற கோபுரங்களாகும். தில்லை போன்ற இடங்களில் முன்பே எழுப்பப் பெற்ற அடிப்படையின் மேல் (கல்ஹாரத்தின் மேல்) பின்பு வந்தவர்கள் செங்கற்கள் கொண்டு மேல் நிலைகளை எடுத்ததையும், சில இடங்களில் முன்பே நிகழ்ந்த மேல் நிலைகளைப் புதுப்பித்துள்ளதையும் காண முடிகின்றது.

புதிய கற்களால் வடிவமைக்கப் பெறுகின்ற கோபுரக் கட்டுமான அமைப்பு என்பது பொதுவாக நிகழ்ந்த போதும், சில இடங்களில் முன்பே கோயிற் கட்டுமானங்களாகத் திகழ்ந்து பின்பு அவை இடிபாடுற்ற போது அங்குள்ள கோயில்களின் கற்களை எடுத்து வந்து மற்றொரு இடத்தில் கோபுரங்களை நிர்மாணிப்பதும் தமிழகத்தில் நிகழ்ந்துள்ளன. இவ்வாறு உபபீடம், அதிஷ்டானம், கால், பிரஸ்தரம் போன்ற அங்கங்களிலிருந்து கற்களை அப்படியே வேறு ஒரு இடத்தில் அவர்கள் புதிதாக எடுக்கும் கோபுரத்திற்கும் பயன்படுத்தியுள்ளனர். எப்படிப்பட்ட வடிவமைப்பில் கற்கள் கிடைத்தனவோ அவற்றைத் திருத்தம் செய்யாமல் புதிய கட்டுமானத்தில் இணைந்துள்ளனர். உதாரணமாக ஒரு கோபுரத்தின் குமுதப்படையை மட்டும் எடுத்துக் கொண்டால் ஒரே வரியில் திரிபட்ட குமுதம், விருத்த குமுதம் ஆகியவை ஒழுங்கின்றி இருப்பதைக் காண முடிகிறது. முன்பே வடிவமைக்கப்பெற்ற பழைய கற்கள் குறைவுபடும்போது அவர்கள் எடுத்து வந்த கற்களிலேயே தேவையான வடிவமைப்புகளையும் புதிதாகச் செதுக்கிச் சேர்த்துக் கட்டியுள்ள திறத்தையும் காண முடிகிறது.

இவ்வாறு பழைய கோயில்களிலிருந்து இடம் பெயர்ந்து கொண்டு வந்த கட்டுமானக் கற்களால் எடுக்கப்பெற்ற நான்கு கோபுரங்கள் இவ்வியலில் ஆராயப்பெறுகின்றன. அக்கோபுரங்கள் பற்றியும் அவை எடுப்பிப்பதற்காகக் கற்கள் எங்கிருந்து கொண்டு வரப்பெற்றன என்பதும், அவ்வாறு கொண்டு வந்து கட்டுவதற்கான காரணம் என்ன என்பதும் இவ்வியலில் விளக்கப் பெறுகின்றன.

1. குடவாசல் கோனேஸ்வரர் திருக்கோயில் கோபுரம்

சோழநாட்டுக் குடவாயில் எனும் ஊரில் திருஞானசம்பந்தரால் ‘பெருங்கோயில்’ எனக் குறிப்பிடப்பெற்ற சிவாலயம் ஒன்றுள்ளது.சோழநாட்டு மாடக்கோயில்களுள் ஒன்றான இத்திருக்கோயில் மூன்றாம் குலோத்துங்கச்சோழன் காலத்திய கற்றளியாக விளங்குகின்றது[1] வெளிப்பிரகார மதிலும்,பெரிய நுழைவு வாயிலும் விஜய நகர அரசு காலத்தில் (கி.பி.15, 16ஆம் நூற்றாண்டு) கட்டப்பெற்றிருக்க வேண்டும் என்பதைக் கட்டுமான அமைப்பாலும் அங்கு திகழும் சில கல்வெட்டுக்களாலும்[2] உறுதி செய்ய இயலுகின்றது.

நுழைவு வாயிலாகத் திகழும் மேற்கு வாயிலில் பெரிய கோபுரம் எடுப்பதற்கான கற்படை (கல்ஹாரம்) அமைக்கப்பெற்று மேல் நிலைகள் எழுப்பப் பெறாமல் மொட்டைக் கோபுரமாக விளங்கியதை நூறாண்டுகளுக்கு முன்பு நிகழ்ந்த திருப்பணியின்போது மேற்தளத்தில் அலங்கார அமைப்புகளுடன் ரிஷப வாகன தேவர், சண்டீசர்,தேவி, கணபதி, முருகன் ஆகிய தெய்வ உருவங்களையும், கணங்களையும், ரிஷபங்களையும் சுதையால் செய்து இடம் பெறச் செய்துள்ளனர். இக்கோபுர நிலைக்காலில் உள்ள தஞ்சை செவ்வப்ப நாயக்கரின் கல்வெட்டுள்ள கற்பலகை குத்துவாட்டில் பதிக்கப் பெற்றுள்ளதால் கி.பி. 16ஆம் நூற்றாண்டிற்குப் பிறகு கூடக் கட்டுமான மாற்றங்கள் நிகழ்ந்துள்ளன என்பதறிய முடிகிறது.

இக்கோபுரத்தில் உபபீடத்திற்கு மேலேயுள்ள அதிஷ்டானத்தில் கண்டப்பகுதி முழுவதும் சோழர்காலக் கல்வெட்டுக்கள் உள்ளன. இக்கல்வெட்டு வரிகளைத் தொடர்ச்சியாகப்படிக்க இயலாது. ஒவ்வொரு கற்துண்டும் பல கல்வெட்டுச் சாசனங்களின் வெவ்வேறு பகுதிகளாகவுள்ளன. ஏறத்தாழ 50 துண்டு கல்வெட்டுக்கள் இக்கண்டப் பகுதி முழுவதும் காணப் பெறுகின்றன. அவற்றில் பெரும்பாலான கல்வெட்டுக்கள் சமணப் பள்ளிகள் பற்றியும் அங்கிருந்த சமண ஆசார்யர் புஷ்பசேனபடாரர் என்பவர் பற்றியும்,அப்பள்ளிகளுக்கு அளிக்கப்பெற்ற நிவந்தங்கள் பற்றியும் குறிப்பிடுகின்றன. பள்ளிச் சந்தம், பள்ளிவாரியம் போன்ற குறிப்புகளும் காணப்படுகின்றன. ஒரு சொற்றொடர் கூடக் குடவாயில் சிவாலயத்தைப் பற்றிக் குறிப்பிடவில்லை என்பது நோக்குதற்குரியதாகும்.

மொட்டைக் கோபுரத்தின் அதிஷ்டானத்தில் காணப்படும் கல்வெட்டுக்களைப் படிக்க முற்படும் போது ஒவ்வொரு கல் துண்டும் தொடர்பில்லாமல் இருப்பதோடு,சில கல்துண்டுகள் தலை கீழாகவும் உள்ளன. இவற்றை நோக்கும்போது பிறிதொரு இடத்தில் இருந்த இடிந்த கோயிலொன்றின் கற்களை எடுத்து வந்து இக்கோபுரத்தினைக் கட்டியிருத்தல் வேண்டும் என்பது தெளிவாகிறது.

இவ்வாறுள்ள ஒவ்வொரு துண்டுக் கல்வெட்டுப் பகுதிகளையும் தனித்தனியே படி எடுத்துப் பின் உரியமுறையில் இணைத்துப் பார்க்கும் போது வரலாற்றுக்குத் தேவையான அரிய செய்திகள் பல வெளிப்பட்டன.

கி.பி 13ஆம் நூற்றாண்டில் வெட்டப்பட்ட இக்கல்வெட்டுக்கள் அடங்கிய கற் பகுதிகள் (அதிஷ்டானப் பகுதிகள்) அனைத்தும் அருமொழி தேவ வள நாட்டில் இருந்த ஒரு அமண் பள்ளியினுடையது என்ற ஆச்சரியமான உண்மை தெரியவந்தது. தற்போது இக்கல்வெட்டுக்கள் உள்ள கோயில் இருப்பதோ குலோத்துங்க சோழ வளநாடு. மேலும் இது சைவத்திருக்கோயில். இச்சைவத்திருக்கோயிலின் உண்ணாழி (மூலத்தானம்) குலோத்துங்கன் காலத்தியது என்பதை அவனது கல்வெட்டுக்களால் அறிய முடிகிறது. ஆனால் நுழைவுக் கோபுரத்தின் கல்வெட்டுக்களோ அருமொழி தேவ வளநாட்டு அமண் பள்ளி பற்றிப் பேசுகிறது. ஒரு குறிப்பிட்ட கல்வெட்டு "இந்த அமண் பள்ளிக்கு" என்றே கூறுகிறது. அமண் பள்ளி பற்றிக் குறிப்பிடும் கற்பலகைகளில் ஒன்று சிதைக்கப்பட்டு அதில் நாயக்கர்கள் காலக் கல்வெட்டும் பொறிக்கப்பட்டுள்ளது.

எனவே இங்குள்ள கற்கள் பல்வேறு காலகட்டங்களில் நிகழ்ந்த நிகழ்ச்சிகளை உணர்த்துகின்றன.

தனித்தனியே படி எடுத்து இணைத்த கல்வெட்டுப் படிகளைப் படிக்கும்போது சுங்கம் தவிர்த்தருளிய முதற் குலோத்துங்கச் சோழனால் தன் பதினாறாம் ஆட்சியாண்டில் (கி.பி.1086) அருமொழித் தேவ வளநாட்டில் இருந்த இந்தச் சமணப் பள்ளிக்கு அளிக்கப்பட்ட பள்ளிச்சந்த நிலங்கள் பற்றியும் பிற அறக்கொடைகள் பற்றியும் அறியமுடிகிறது. இக்கல்வெட்டு சுங்கந் தவிர்த்த சோழனைக் குறிப்பிட்டாலும் அவன் காலமாகிய 11ஆம் நூற்றாண்டு எழுத்தமைதியில் இல்லை. இதைத் தீவிரமாக ஆராயும் போது மூன்றாம் இராஜராஜனின் ஆறாம் ஆட்சியாண்டில் (கி.பி.1222) இக்கல்வெட்டுக்கள் வெட்டப்பட்டுள்ளதைக் காண இயலுகிறது.

பிறிதொரு கல்வெட்டில் மூன்றாங் குலோத்துங்கனின் முப்பத்தி ஓராம் ஆட்சியாண்டில் (கி.பி. 1209) இச்சமணப் பள்ளிக்கு அளித்த நிலங்கள் பற்றியும், மூன்றாம் இராஜராஜனின் ஆறாம் ஆட்சியாண்டில் (கி.பி.1222) அவன் அளித்த நிலங்கள், கொடைகள், சலுகைகள் பற்றிய செய்திகளையும் காண முடிகிறது.

இவை மட்டுமின்றி மூன்றாம் இராஜராஜனின் ஆறாம் ஆட்சியாண்டில் (கி.பி.1222) இதே அருமொழித்தேவ வளநாட்டைச் சேர்ந்த தெங்கூர் என்றழைக்கப்படும் திருச்சிற்றம்பல நல்லூரில் "குணதுங்க பெரும்பள்ளி" என்ற அமண் பள்ளியில் கட்டுமான வேலைகள் நடைபெற்றதாகவும் அதற்கு அளித்த உதவிகள் பற்றியும் மற்றொரு கல்வெட்டுப் பேசுகிறது. இச்செய்தி "தெங்கூரான திருச்சிற்றம்பல நல்லூரில் எடுப்பிக்கிற அமண் பள்ளி குணதுங்க பெரும் பள்ளிக்கு" என வெட்டப்பட்டுள்ளது.

அங்கிருந்த பள்ளி வாரியம், பள்ளிச் சந்தங்கள், பள்ளி விளாகம், குளம் போன்றவைகள் பற்றிக் குறிப்பிடும் பல கல்வெட்டுக்களில் அச்சமணப் பள்ளியில் இருந்த தலைமை ஆச்சார்யரான புஷ்பசேனன் என்பவர் பற்றியும், அரசன் ஆணையைச் சாஸனத்தில் இட்ட அதிகாரிகளான நறியனுடையான் காலிங்கராயன் போன்றவர்களின் பெயர்களும் குறிப்பிடப் பட்டுள்ளன.

மாமன்னன் இராஜராஜ சோழன் காலத்தில் குடவாயில், சத்திரிய சிகாமணி வளநாட்டில் செற்றூர் கூற்றத்தில் திகழ்ந்த ஊராக அப்பமல்மமலமில் சாசனங்களில் குறிக்கப் பெற்றுள்ளன. சோழ சூடாமணி எனும் காவிரியின் கிளை நதி இவ்வூரினை ஊடறுத்துச் செல்கிறது. முதலாம் குலோத்துங்கன் காலத்திற்குப் பின்பு இவ்வாற்றின் வடகரைப் பகுதி குலோத்துங்க சோழ வளநாட்டிலும், தென்கரைப் பகுதி அருமொழி தேவ வளநாட்டிலும் திகழலாயிற்று. தென்கரைப் பகுதியில் உள்ள ஊர் ஓகை என்ற பெயரால் அழைக்கப் பெறுகின்றது. ஆலங்குடி திருக்கோயிலுள்ள முதலாம் குலோத்துங்கன் காலத்தியக் கல்வெட்டில்[3] குலோத்துங்க சோழ தேவர்க்கு யாண்டு 45ஆவது துலாநாயிற்று பூர்வபக்ஷத்து வியாழக்கிழமையும் ஸப்தமியும் பெற்ற உத்திரட்டாதி நாள் அருமொழி தேவவளநாட்டுச் செற்றூர் கூற்றத்து ஓகையில் ஓகை உடையார் என்ற வரிகள் காணப் பெறுவது கொண்டு நோக்கும் போது ஓகைப் பகுதி அருமொழி தேவ வளநாட்டில் அடங்கியிருந்தது என்பது உறுதியாகின்றது. கோணேசர் கோயில் இருக்கும் வடகரைப் பகுதி குலோத்துங்க சோழவளநாடு எனப் பல சோழர்காலக் கல்வெட்டுக்கள் கூறுகின்றன.

குடவாயில் கோபுரத்து அதிஷ்டானத்தில் காணப்பெறும் கல்வெட்டுச் செய்திகளைத் தொகுத்து நோக்கும்போது அருமொழித்தேவ வளநாட்டுப் பகுதியில் ஒரு மிகப் பெரிய அமண் பள்ளி கற்கோயிலாக இருந்திருக்கிறது என்பதும், இது முதற் குலோத்துங்கன், மூன்றாங் குலோத்துங்கன் மூன்றாம் இராஜராஜன் போன்ற சோழப் பெருமன்னர்களின் அரவணைப்பால் சீரும் சிறப்புடன் திகழ்ந்திருந்தது என்பதும், ஊர்ச் சபையில் பள்ளி வாரியம் என்ற பிரிவு செயல்பட்டமையும் தெளிவாகிறது. அதிஷ்டானப் பகுதிகளின் அளவீடுகளை நிர்மாணக்கலை இலக்கணங்களோடு ஆராயும்போது இந்த அமண் பள்ளி மிகப்பெரிய ஒரு ஆலயமாக இருந்திருக்க எல்லாச் சாத்தியக் கூறுகளும் உள்ளன.

கல்வெட்டுக்களில் கூறப்படும் இச்சமணப்பள்ளி அருமொழி தேவ வளநாட்டுப் பகுதியில் எந்த இடத்தில் இருந்திருத்தல் வேண்டும் என்பதை ஆராய

முற்படும் போது, மிகத் தெளிவான சான்றாக, அண்மைக் காலத்தில் குடவாயில் நகரின் கீழ் ஓகைப் பகுதியில் உள்ள ஒரு சிறிய கோயிலான கயிலாநாதர் கோயில் பிரகாரத்தில் பூமியைத் தோண்டும் போது சுமார் 3½ அடிஉயரமுடைய அருகதேவர் கற்சிலை ஒன்று பூமியினின்று வெளிப்பட்டது. இப்படிமத்தின் பீடத்தை இரண்டு சிம்மங்கள் சுமப்பதாகவும், இடையே இரண்டு யானைகளுக்கு மத்தியில் தேவி (கஜலெஷ்மி போன்றே) அமர்ந்துள்ள சிற்பங்கள் அலங்கரிக்கின்றன. பீடத்தின் மேலே இரு கால்களையும் மடக்கி அமர்ந்த நிலையில் உள்ள மகாவீரரின் எழில் மிகு சிற்பமும், தலையின் இருமருங்கும் சாமரம் வீசும் இயக்கர்களின் உருவங்களும் சிறப்பாக வடிக்கப்பட்டுள்ளன.

மிக அழகிய கருப்பு வண்ணக் கல்லில் செய்யப்பட்ட இப்படிமம் கிடைத்த இடத்தின் அருகே பல பட்டிகைகளும் குமுதங்களும் புதைந்து காணப்படுகின்றன. சிலவற்றில் கல்வெட்டுக்களும் உள்ளன. அவை குடவாசல் கோணேசர் கோயில் கோபுர அதிஷ்டான கல்வெட்டுக்களுடன் தொடர்புடையவையாகவும் விளங்குகின்றன.

எழில் மிகுந்த இந்தச் சமணச்சிற்பம் கிடைத்த இடம் தற்போது சிவன் கோயிலாக இருந்தாலும் இது பிற்காலத்தில் கட்டப்பட்டதாகவே தெரியவருகிறது. மேலும் இந்த இடத்திலிருந்து சிறிது தூரத்தில் உள்ள பருத்திக்காமேடு என்ற இடத்தில் எழில் மிகுந்த 11,12ஆம் நூற்றாண்டு ஆடல்வல்லான் செப்புத் திருமேனி புதையுண்டு கிடைத்தது. மேலும் அதே இடத்தில் சைவத் திருக்கோயில் இருந்து அழிந்த சான்றுகளும், சப்தமாதர்கள் உருவச் சிலைகளும் உள்ளதால் நிச்சயம் சோழர் காலத்தில் சிவன் கோயில் பருத்திக்கா மேட்டில் இருந்திருக்கக்கூடும். அருக தேவர் சிலை புதையுண்டு இருந்த இடம் மிகப் பெரிய அமண் பள்ளியாக இருந்திருக்கக் கூடும் என்பதை இடிபாட்டுத் தடயங்கள் காட்டுகின்றன.

சோழர்கள் காலத்தில் சிறப்புடன் இருந்த இச்சமண ஆலயம் பின்பு சிதைவுற்றுத் தரை மட்டமாக அழிவுற்றிருத்தல் வேண்டும். இவ்வாறு இடிபாடுற்ற ஆலயத்தின் கற்களான குமுதம், பட்டிகை போன்ற அதிஷ்டானப் பகுதிகள் பிற்காலத்தில் (நாயக்கர்கள் காலத்தில்) குடவாயில் மாடக்கோயிலுக்கு இராஜ கோபுரம் கட்டப்படுவதற்காக எடுத்துச் செல்லப் பட்டிருத்தல் வேண்டும். சோழர்கால அமண்பள்ளி பற்றிக் கூறும் கல்வெட்டுக்களைச் சிதைத்து மேலே நாயக்கர் காலக் கல்வெட்டுக்கள் காணப்படுவதை குடவாயிலில் காணமுடிகிறது. எனவே அருமொழி தேவ வளநாட்டுக் குடவாயில் ஓகைப் பகுதியில் இருந்த இப்பெரும்பள்ளியின் கட்டுமானக் கற்கள் ஆறு கடந்து குடவாயில் மாடக்கோயிலில் இடம் பெற்றுள்ளன என்பது தெளிவாகின்றது.

ஓகைப் பகுதி திகழ்ந்த அருமொழி தேவ வளநாட்டின் இங்கனாட்டுப் பகுதியும், குடவாயிலும் பண்டு முதல் சமணர்கள் மிகுந்து வாழ்ந்த பகுதி என்பதைப் பல்வேறு கல்வெட்டுச் சாசனங்கள்மூலம் அறிய முடிகிறது. திருநெல்வேலி மாவட்டம் கழுகு மலைக் குன்றின் சுவரில் எண்ணற்ற எழில்மிகு

குடவாசல் கோணேசர் ஆலயக் கோபுரம்

சமணப் பள்ளியின் கற்களால் எடுக்கப் பெற்றது

அகர ஓகை கயிலாச நாதர் ஆலயப்
பிரகாரத்தில் புதையுண்டிருந்த
அருக தேவர் சிற்பம்

சமணத் தீர்த்தங்கரர் சிற்பங்கள் செதுக்கப்பட்டு, ஒவ்வொரு சிற்பத்திற்குக் கீழேயும் செதுக்கச் செய்தவர்கள் பற்றியும், இன்னபிற தகவல்களும் கல்வெட்டாகப் பொறிக்கப்பட்டுள்ளன. இங்குள்ள கல்வெட்டுக்களில் கன்னியாகுமரி மாவட்டம் சித்தரால் எனும் இடத்திலுள்ள திருச்சாரணத்து மலையில் கி.பி.9ஆம் நூற்றாண்டில் மிகச்சிறந்த சமணப் பல்கலைக் கழகம் இருந்ததாகவும், அங்கிருந்த ஆசார்யர்கள் சமண சமயக் கோட்பாடுகளைப் போதித்தது மட்டுமின்றி எண்ணற்ற குருமார்களும், மாணாக்கியர்களுக்கும் பயிற்சி அளித்து, அவர்களை நாடெங்கும் அனுப்பிச் சமணம் பரவச் செய்தனர் என்றும் கூறப்பட்டுள்ளன.[4]

நாடெங்கும் சமணம் பரப்பப் பல ஆசார்யர்களையும், பெண் துறவிகளையும் உருவாக்கிய அப்பல்கலைக்கழகம் விளங்கிய சாரணத்து மலை சமணப்பள்ளி இருந்த இடத்தில் கி.பி.9ஆம் நூற்றாண்டில் வடிக்கப்பெற்ற அருகதேவர் சிற்பங்களும், கல்வெட்டுப் பொறிப்புகளும் காணப்பெறுகின்றன.

பழம் பெருமைமிக்க அக்கல்வெட்டுக்களில் சிலவற்றை ஆழ்ந்து நோக்கினால், சோழ மண்டலத்தினைச் சேர்ந்த குடவாயிலிலிருந்து வந்த சமண ஆசார்யர்களும்,சமணப் பற்றாளர்களும் அச்சிற்பங்களைத் தோற்றுவித்தனர் என்பது அறிய முடிகிறது[5]. குடவாயிற் சமணர்கள் கி.பி.9ஆம் நூற்றாண்டிலேயே தமிழகத்தின் தென்கோடி வரை சென்று சமண சமயப் பணியினை மேற்கொண்டவர்கள் என்பது அக்கல்வெட்டக்களால் உறுதியாகின்றது.

தஞ்சைப் பெரிய கோயிலுள்ள இராஜராஜ சோழனின் கல்வெட்டுக்களில் இங்கனாட்டு ஊர்கள் சில குறிக்கப் பெற்று அங்கு சமணப் பள்ளிகள் திகழ்ந்தமை கூறப்பெற்றுள்ளது.[6] ஆரப்பாழ், கீரன் தேவன்குடி, பாலையூர் என்பன அவ்வூர்கள். இவை முறையே ஆர்ப்பார் கீரன்தன்குடி, பாலையூர் என்ற பெயர்களால் குடவாயிலுக்கு அருகிலேயே திகழ்கின்றன.

சோழர் காலக் கல்வெட்டுக்கள் குறிப்பிடும் இங்கனாட்டுத் தீயன் குடி எனும் ஊர் குடவாயிற் பகுதியில் தீபங்குடி என்ற பெயரில் விளங்குவதோடு, இன்றும் அவ்வூரில் சமணர்கள் மிகுந்து வாழ்ந்து வருகின்றனர் என்பதும், அங்கு அழகான ஜினாலயம் ஒன்று விளங்குவதும் குறிப்பிடத்தக்க செய்தியாகும். கலிங்கத்துப்பரணியின் ஆசிரியரான ஜெயங்கொண்டார் இவ்வூரினர் என்பதைத் தீபங்குடி பத்து எனும் நூல் கூறுகின்றது. முன்பு சமணம் தழைத்த அருமொழி தேவ வளநாட்டு இங்கனாட்டு ஓகையில் திகழ்ந்த சமண ஆலயத்துக் கற்கள் பின்னாளில் இடம் பெயர்ந்து குடவாயில் பெருங்கோயிலின் வாயிற் கட்டடமாக (கோபுரமாக) உருப்பெற்றுள்ளது என்பது அக்கோபுர ஆய்வின் மூலம் உறுதி செய்ய இயலுகிறது.

2. கண்டியூர் வீரட்டானத்துக் கோபுரம்

அதிகை, கடவூர், கண்டியூர், குறுக்கை கோவலூர், பறியலூர், வழுவூர், விற்குடி எனும் அட்ட வீரட்டங்களுள் சோழநாட்டுக் கண்டியூர் எனும் தலம் பிரமன் தலையைக் கொய்த இடமாகப் போற்றப் பெறுகின்றது. இங்குள்ள சிவாலயம் பல்லவர்காலக் கற்றளியாகும். கருவறையின் வடபுறம் நிருபதுங்க பல்லவனின் சாசனம் ஒன்றும் உள்ளது.

மேற்கு நோக்கிய சிவத்தலமாக இது விளங்குவதால் இதன் பிரதான கோபுரம் இரண்டாம் பிரகார மதிலின் மேற்கு திசையில் ஐந்து நிலைகளோடு விளங்குகின்றது.இக்கோபுரக் கற்படையின் கட்டுமானம், சிற்பங்கள் அமைப்பு ஆகியவற்றை நோக்கும் போது ஒரு கோபுரக் கட்டுமானத்திற்குரிய இலக்கண முறைகளிலிருந்து அது சற்று மாறுபட்டு விளங்குவதைக் காண முடிகிறது.

உபபீடம், அதிஷ்டானம் ஆகியவற்றின் அங்கங்கள் ஒரே சீராக இல்லாமல் மாறுபட்ட பல்வேறு வகையான கற்படைகளை வைத்துக் கட்டப் பெற்றுள்ளன. கோபுரத்தின் வெளிப்புறமும் உட்புறமும் கோஷ்டங்களில் தெய்வ உருவங்களை அமைக்காமல் அவற்றை சுவரில் பொதித்து வைத்துள்ளனர். கண்டம் குமுதம் ஆகிய வரிகளில் இராஜேந்திர சோழனின் கல்வெட்டுச் சாசனப் பகுதிகள் துண்டு துண்டாகக் காணப் பெறுகின்றன. நுழைவாயிலின் இருபுறமும் சுவரில் பொதிந்து காணப்பெறுகின்ற துவாரபாலகர் சிற்பங்களும், மற்ற தெய்வ உருவங்களும் இராஜேந்திர சோழனின் காலத்துக் கலைப்பாணியுடையவைகளாக விளங்குகின்றன.

கல்வெட்டுக்கள்

அதிஷ்டானத்தில் காணப்பெறும் துண்டுக் கல்வெட்டுக்களில் ஒன்றில்,

"ஸ்வஸ்திஸ்ரீ ராஜ ராஜேந்திர மகுடஸ்ரேணி ரத்தனேஷ~....
சீர்தனித் செல்வியும் தன்பெருந் தேவி...
கொள்ளிப்பாக்கையும்...."

என்ற பொறிப்பு காணப்பெறுகிறது. மற்றொரு துண்டில்

ராஜராஜ ....
ராஜேந்திர....

என்ற சொற்களும், பிறிதொரு கல்லில்

1. ல இழ கந்த
2. கிரமவித்த
3.ம் தென்பார்க் கெல்
4.ல் காலுக்கு வடக்கும்
5.ல் கிழக்கு ....தது

என்ற பொறிப்பும் காணப்பெறுகின்றன. இவற்றை நோக்கும் போது அந்த கல்ஹாரத்தில் (உபபீடத்திலிருந்து பிரஸ்தரம் வரை) பயன்படுத்தப்பெற்ற கற்கள் அனைத்தும் முதலாம் இராஜேந்திர சோழன் காலத்திய கற்றளி ஒன்றின் கற்கள் என்பது நன்கு புலப்படும்.

சிற்பங்கள்

இக்கோபுரத்தின் வெளிப்புறம் வாயிலை ஒட்டி இருபுறமும் துவாரபாலகர் சிற்பங்கள், கணபதி, லிங்கோத்பவர், தட்சிணாமூர்த்தி, அர்த்தநாரி, வீணாதாரர் ஆகிய உருவங்கள் சுவரில் பொதிந்துள்ளன. உட்புறம் நின்ற நிலையில் முருகன், இந்திரன், பிட்சாடனர், தலையில் கூடையுடன் திகழும் பூதகணம், தாடியுடன் கூடிய பிரம்மா ஆகிய கற்சிற்பங்கள் காணப்பெறுகின்றன.

இச்சிற்பங்களின் கலை அமைதியை நோக்கும்போது அவை இராஜேந்திர சோழன் எடுப்பித்த கற்றளிகளான பழையாறை பஞ்சவன்மாதேவீச்சரம், மானம்பாடி சிவாலயம் போன்ற கோயில்களின் கோஷ்டங்களில் காணப்படும் சிற்பங்களை முழுவதும் ஒத்து விளங்குகின்றன.

விஜய நகர அரசு கால கல்வெட்டுப் பொறிப்பு

இந்த ராஜ கோபுரத்தின் நுழைவாயிலில் திம்மரசனு என்ற பெயர் எழுதப்பெற்ற கன்னடக் கல்வெட்டொன்றுள்ளது. இப்பெயர் கொண்டு நோக்கும்போது திம்மன் என்ற விஜயநகர அரசின் பிரதிநிதி ஒருவன் இக்கோபுரத்தை எடுத்திருக்க வேண்டும் எனக்கருத முடிகிறது. இக்கல்வெட்டின் காலம் கி.பி.15-16ஆம் நூற்றாண்டாகும்.

இக்கோபுரத்தில் இடம்பெற்றுள்ள இராஜேந்திர சோழன் காலத்தில் வடிவமைக்கப்பெற்ற கற்களும் சிற்பங்களும் கண்டியூர் வீரட்டானேஸ்வரர் கோயிலின் வளாகத்திலுள்ளேயே இருந்த ஒரு கோயிலின் பகுதிகளா? அல்லது வேறு இடத்திலிருந்து இடம் பெயர்ந்து இங்கு வந்தவையா என ஆராய்வது இங்கு முக்கியத்துவம் வாய்ந்ததாகும்.

கண்டியூர் வீரட்டானேசுவரர் கருவறையும், முதற்திருச்சுற்றிலுள்ள பரிவாராலயங்களும் பல்லவர் மற்றும் முற்காலச்சோழர் காலத்துப் படைப்புக்களாகும். இத்திருச்சுற்றினையும், இரண்டாம் பிரகாரத்தையும் முழுமையாக ஆராய்ந்தால் அங்கு இராஜேந்திர சோழன் காலத்திய கோயிலொன்று இருந்ததற்கான சான்றுகள் ஏதும் இல்லை. ஆனால் இக்கோபுரத்தினை அடுத்துக் கோயில் கொடிமரம் மற்றும் ரிஷபக் கொட்டில் (நந்தி மண்டபம்) ஆகியவைகளுக்கு வடக்காக ஒரு அம்மன் கோயில் கற்றளியாக விளங்குவதைக் காணலாம். அக்கோயிலின் கட்டுமானக் கற்களின் வேலைப்பாடுகளும், கோஷ்ட சிற்பங்களும் கோபுரத்தின் கட்டுமானத்தோடும் சிற்பங்களோடும் எல்லா அம்சங்களிலும் ஒத்த தன்மையுடையவைகளாக விளங்குகின்றன.

மங்களாம்பிகை திருக்கோயில்

கண்டியூர் வீரட்டத்தின் அம்மன் கோயிலான மங்களாம்பிகை கோயிலின் கருவறை, அர்த்த மண்டபம்,கோஷ்டங்களில் காணப்பெறும் தெய்வ உருவங்கள், அங்கு திகழும் இரண்டு கல்வெட்டுச் சாசனங்கள் ஆகிய அனைத்தும் முதலாம் இராஜேந்திர சோழன் காலத்தியவை ஆகும். இந்தக் கோயிலின் அதிஷ்டானமும், வெளிக்கோபுரத்தின் அதிஷ்டானமும் ஒரே வகையான அமைப்புடையவை களாகத் திகழ்கின்றன.

இக்கோயில் தெற்கு நோக்கி அமைந்துள்ளது. கருவறை அர்த்த மண்டபம் உள்ள பகுதியின் மேற்குச் சுவரில் மூன்று கோஷ்டங்களும் வடபுறம் ஒரு கோஷ்டமும் கீழ்ப்புறம் மூன்று கோஷ்டங்களும் என்று ஏழு தேவகோஷ்டங்கள் உள்ளன. மேற்குப் புறத்திலுள்ள முதல் கோஷ்டத்தில் ஆடும் கணபதியார் திருவுருவம் உள்ளது. தலைக்கு மேலே குடையுடன். ஒருபுறம் குள்ள பூதமொன்று குடமுழ விசைக்கவும், மறுபுறம் பலாப்பழம் சுமந்த கணமொன்று நிற்கவும் கணபதிப் பெருமானார் ஆடுகின்ற வடிவம் கோஷ்டத்திருமேனியாக விளங்குகின்றது. அடுத்த கோஷ்டத்தில் தெய்வத்திருமேனி முன்னர் இடம் பெற்றுத் தற்போது திருமேனியின்றி விளங்குகின்றது. அக்கோஷ்டத்தின் ஒருபுறம் நந்தி குடமுழவு இசைக்க மறுபுறம் தாளமிடும் கணமொன்றின் உருவம் காணப்பெறுகின்றது. இவ்வகைச் சிற்ப அமைப்பு, சோழர்காலக் கோயில்களில் உள்ள நடராஜர் கோஷ்டத்தின் அமைப்பு என்பதில் எள்ளளவும் ஐயமில்லை.

அடுத்து மங்களாம்பிகை கருவறையின் மேற்குப்புறக் கோஷ்டத்தில் சனகாதி முனிவர் நால்வர் சிற்பங்கள் மட்டுமே உள்ளன.ஆலமர் செல்வர் (தட்சிணாமூர்த்தி) இடம் பெயர்ந்த சுவடு அப்படியே உள்ளது. இக்கருவறையின் வடபுறக் கோஷ்டத்தில் இது போன்றே இலிங்கோத்பவர் திருமேனி முன்பொருகால் இடம்பெற்றிருந்த சுவடுகள் அப்படியே உள்ளன. கிழக்குப்புறக் கோஷ்டம் தெய்வ உருவம் இன்றிக் காணப்பெறுகின்றது. அது பிரமன் திருமேனி இருந்த இடமாக இருத்தல் வேண்டும் என்பது முன்னர் உள்ள கணபதி, நடராசர், தட்சிணாமூர்த்தி, இலிங்கோத்பவர் கோஷ்டங்களின் அமைப்புக் கொண்டு உறுதி

கண்டியூர் வீரட்டானத்துக் கோபுரம் (உட்புறப் பார்வை)

மங்களாம்பிகை விமானமும் வீரட்டத்துக் கோபுரமும் – பள்ளிப்படைக் கற்களால் எடுக்கப்பெற்றவை

கண்டியூர் கோபுரச் சிற்பங்கள்
(முன்பு பள்ளிப்படையில் இடம்பெற்றிருந்தவை)

துவார பாலகர்

முருகன்

கண்டியூர் கோபுரச் சிற்பங்கள்
(முன்பு பள்ளிப்படையில் இடம்பெற்றிருந்தவை)

கங்காளர்

சந்திரசேகரர்

செய்ய முடிகிறது. அடுத்து அதே கீழ்ப்புறமுள்ள அடுத்த கோஷ்டமும் தெய்வ உருவமின்றித் திகழ்கின்றது. அது பிட்சாடன மூர்த்தி திகழ்ந்த கோஷ்டமாய் இருத்தல் வேண்டும் என்பதைப்பிற சோழர்காலக் கருவறை அமைப்பு கொண்டு ஊகிக்க முடிகின்றது. கீழ்புறம் கடைசியாகத் திகழும் கோஷ்டத்தில் மகிஷாசுரமர்த்தினியின் எழில்மிகு சிற்பம் இடம் பெற்றுள்ளது. இச்சிற்பத்தின் முகம் சிதைந்துள்ளது.

இந்த அம்மன் கோயில் அமைப்பு முழுவதையும் சோழர்காலக் கட்டுமான இலக்கண அமைதியோடு ஒப்பிட்டுப் பார்க்கும்போதும், தமிழகக் கட்டடச் சிற்ப சாத்திரங்கள், ஆகம நூல்கள் ஆகியவற்றின் அடிப்படையில் நோக்கும் போதும் பல முரண்பாடுகள் இருப்பது நன்கு விளங்கும்.

1. பொதுவாகச் சிவாலயங்களில் விளங்கும் தனித்த அம்மன் கோயில்களான திருக்காமக் கோட்டங்களின் கருவறையின் மூன்று புறக்கோஷ்டங்களில் அம்மன் திருவுருவங்கள் மட்டுமே இடம் பெற்றிருக்கும் இங்கு அவ்வாறு அம்மன் திருவுருவம் ஏதும் இல்லை. அம்மன் கோயில் கோஷ்டங்களில் நர்த்தன கணபதியோ,மகிஷாசுர மர்த்தினியான துர்க்கையின் திருவுருவமோ இடம் பெறுவது மரபன்று.

2. சிவாலயங்களில் இடம் பெறும் கோஷ்டத்துத் துர்க்கைத் திருமேனி வடபுற கோஷ்டத்தில் மட்டுமே இடம் பெற்றிருக்க வேண்டுமேயன்றிக் கீழ்ப்புறம் இடம் பெறுவதில்லை.இதே கண்டியூர் வீரட்டானேஸ்வரர் கருவறையின் வடபுறக் கோஷ்டத்தில் துர்கையின் திருவுருவம் வடக்கு நோக்கி இருப்பது குறிப்பிடத்தக்கதாகும்.

3. மங்களாம்பிகை கோயிலாக விளங்கும் இக்கோயிலில் ஆடல்வல்லான், தட்சிணாமூர்த்தி, லிங்கோத்பவர் கோஷ்டங்கள் இடம் பெற்றிருப்பதும், அங்கு அக்கோஷ்டங்களுக்குரிய மற்ற உருவங்கள் திகழ,தெய்வத் திருமேனிகள் மட்டும் இடம்பெறாமல் இருப்பதும் ஆகிய தடயங்கள் இது இராஜேந்திரசோழன் காலத்தில் அம்மன் கோயிலாக அமைக்கப்படவில்லை என்பதைத் தெள்ளத்தெளிவாக எடுத்துக் காட்டுகின்றன.

4. இங்கு சனகாதி முனிவர்களுடன் திகழும் தட்சிணாமூர்த்தி கோஷ்டம் மேற்குத் திசை நோக்கி இருக்கின்றது. தென்திசையன்றி வேறு திசைகளில் தட்சிணாமூர்த்தி கோஷ்டம் எக்காலங்களிலும் எம் மரபிலும் அமைக்கப் படுவதில்லை. இதே வீரட்டானேஸ்வரர் கருவறை மேற்கு நோக்கியதாக இருப்பினும் தட்சிணாமூர்த்தி கோஷ்டம் தென்திசையில் தான் அமைந்துள்ளது.

இவை அனைத்தையும் வைத்து நோக்கும்போது இந்த அம்மன் கோயில் இராஜேந்திரசோழன் காலத்தில் வேறு ஒரு இடத்தில் சிவபெருமானுக்காக, எடுக்கப்பெற்றிருந்த சிவாலயம் என்பது நன்கு விளங்குகின்றது. பின்னாளில்

அக்கோயிலை அப்படியே பிரித்து எடுத்துவந்து வீரட்டானேஸ்வரர் கோயில் வளாகத்தில் தெற்கு நோக்கிய அம்மன் கோயிலாக மாற்றியுள்ளனர் என்பது உறுதியாகத் தெரிகின்றது. அவ்வாறு தெற்கு நோக்கி மாற்றி எடுத்த காரணத்தாலும், அம்மன் கோயிலாக மாற்றப்பட்ட காரணத்தாலும் தேவிகோயிலில் இடம்பெற, சிற்ப ஆகம நூல்கள் அனுமதிக்காத ஆடல்வல்லான், தட்சிணாமூர்த்தி, இலிங்கோத்பவர், பிரமன், ஆகிய தெய்வ உருவங்களை முழுவதுமாக அகற்றிவிட்டு, கணபதி திருமேனியையும், துர்க்கைதேவியின் திருமேனியையும் நீக்காமல் இங்கு இடம் பெறுமாறு செய்துள்ளனர்.

இந்த தேவ கோஷ்டங்களில் இடம் பெற வேண்டிய தெய்வ உருவங்களில் ஆடவல்லான் நீங்கலாக மற்ற உருவங்களான தட்சிணாமூர்த்தி, இலிங்கோத்பவர், பிரமன், பிட்சாடனர் ஆகிய திருவுருவங்கள் அருகிலுள்ள இராஜகோபுர சுவரில் பொதிக்கப் பெற்றுள்ளன. சிவாலயமாகத் திகழ்ந்த இக்கோயிலில் முன்பு கருவறை வாயிலில் திகழ்ந்த இரண்டு துவாரபாலகர் சிற்பங்களும் தற்போது கோபுர வாயிலில் திகழ்கின்றன.

இவை தவிர இதே காலத்தில் இதே சிற்ப பாணியில் எடுக்கப்பெற்ற மற்றொரு சிவாலயத்திற்குரிய கோஷ்ட தெய்வங்களின் திருமேனிகள் வீரட்டானேசுவரர் கோயிலின் திருச்சுற்று மண்டபங்களில் பல இடங்களில் காணப்பெறுகின்றன.

மங்களாம்பிகை கருவறைக் கல்வெட்டுக்கள்

மங்களாம்பிகை அம்மன் கோயில் கருவறையின் கீழ்ப்புறச் சுவரில் அடுத்தடுத்து இரண்டு முழுமையான கல்வெட்டுகள் உள்ளன. இவ்விரண்டு கல்வெட்டுக்களும்

> "*ஸ்வஸ்தி ராஜதிராஜன்ய மகுட ஸ்ரேணி*
> *ரத்னேஷு சாசனம் ஏதத்*
> *ராஜேந்திர சோளஸ்ய பரகேசரிவர்மண: திரு*
> *மன்னி வளர இருநில மடந்தையும் போர்ச் செயப்*
> *பாவையும் .....*"

என்ற முதலாம் இராஜேந்திர சோழனின் வடமொழி புகழுரையுடனும், தமிழ் மெய்க் கீர்த்தியுடனும் தொடங்கி இருவகையான சாசனங்கள் பொறிக்கப்பெற்றுள்ளன. மேற்காணும் சொற்றொடர் இராஜேந்திர சோழன் வெளியிட்ட ஆணைகளுள் மிக முக்கியத்துவம் பெற்றதும் தனது நேரிடையான ஆணைகளில் மட்டுமே காணப்படுவதாகும். மிக முக்கியமான அவனது கல்வெட்டுக்களிலும் செப்பேடுகளில் மட்டுமே இந்தச் சிறந்த பொறிப்பு காணப்பெறுவதை ஈண்டு நோக்குதல் வேண்டும். மற்ற சாசனங்கள் திருமன்னி வளர என்ற மெய்க்கீர்த்தியுடன் மட்டும் காணப்பெறும்.

இத்தகைய முக்கியத்துவம் பெற்ற கல்வெட்டு வரிகள் மங்களாம்பிகை கோயிலில் உள்ள இரண்டு கல்வெட்டுக்களின் தொடக்கமாகத் திகழ்வதோடு மட்டுமின்றி இதே பொறிப்புள்ள துண்டுக் கல்வெட்டுக்கள் இராஜகோபுரத்து அதிஷ்டானத்திலும் காணப் பெறுகின்றன.

இந்த அம்மன்கோயில் கல்வெட்டுக்களில் முதற்கல்வெட்டு[7] அப்பெரு மன்னன் தனது ஆறாவது ஆட்சியாண்டுவரை பெற்ற பெருவெற்றிகளான இடைதுறை நாடு, வனவாசி, கொள்ளிப் பாக்கை, மன்னக்கடக்கம், ஈழமண்டலம், கேரளம், பழந்தீவு ஆகிய நாட்டு வெற்றிகளை மட்டுமே குறிப்பிடுகின்றன. மேலும் இக்கல்வெட்டு வெட்டப் பெறும் போது மாமன்னன் இராஜராஜன் இறந்து நான்கே ஆண்டுகள் ஆயின என்பதும் சிந்திக்க தக்கதாகும்.

இக்கல்வெட்டு நித்த விநோத வளநாட்டு கிழார் கூற்றத்து ஆயிரத்தளிபாற் திகழ்ந்த ஸ்ரீவானவன்மாதேவீஸ்வரம் என்ற சிவாலயத்தின் பூசைகளுக்காகவும் பிற நிர்வாக பணிகளுக்காகவும் அளித்த நிலக்கொடை பற்றி விரிவாகப் பேசுகின்றது. இக்கொடை கி.பி. 1018இல் அளிக்கப்பெற்றதாகும். இதில் வானவன் மாதேவீஸ்வரம் எனும் அக்கோயிலுடன் இணைந்த மடத்தினை நிர்வாகம் செய்த ரகுளீசபண்டிதர் என்பவருக்கு ஆசார்ய போகம் அளித்ததும் கூறப்பெற்றுள்ளது. எனவே அக்கோயில் மடத்தலைவர் ஒருவரால் நிர்வகிக்கப்பெற்றது என்பது நன்கு விளங்குகின்றது.

இரண்டாம் கல்வெட்டும்[8] முதற்கல்வெட்டு போன்றே கிரந்த வரிகள் தமிழ் மெய்க்கீர்த்தி ஆகியவற்றுடன் தொடங்கி அம்மன்னனின் 30ஆம் ஆண்டில் ஆணையிட்ட சாசனம் பற்றி விளக்குகின்றது. இக்கல்வெட்டின் மெய்க்கீர்த்தியில் முதலாம் இராஜேந்திர சோழனின் இந்திய நாட்டு வெற்றிகள், கடல் கடந்த கீழை நாடுகளின் வெற்றிகள் கூறப்பெற்றுப் பின்பே சாசனம் எழுதப் பெற்றுள்ளது. இதன் காலம் கி.பி. 1038 ஆகும்.

இச்சாசனத்தில் நித்தவிநோத வளநாட்டுக்கிழார் கூற்றத்து ஆயிரத்தளிப்பால் இருந்த ஸ்ரீபராந்தக தேவேஸ்வரம் எனும் சிவாலயத்திற்கு அளித்த அறக்கட்டளை பற்றி கூறப்பெற்றுள்ளது. மன்னனின் இந்த ஆணையின் நகலினைப் பெற்றவர்களில் ஒருவராக அக்கோயில் மடமுடைய ப்ரம்ஹஸோம பண்டிதர் குறிக்கப் பெறுகின்றார்.

பராந்தக தேவ ஈஸ்வரம் வானவன் மாதேவீஸ்வரம்

கண்டியூர் வீரட்டானத்துக் கோபுரம், அம்மன் கோயில் ஆகியவை இரண்டும் நித்த விநோத வளநாட்டுக் கிழார் கூற்றத்து ஆயிரத்தளி எனும் இடத்திலிருந்த பராந்தக தேவ ஈஸ்வரம், வானவன் மாதேவீஸ்வரம் எனும் இரண்டு கோயில்களின் இடம் பெயர்ந்த புனர் வடிவங்களே என்பது இதுகாறும் கண்ட கட்டடக்கலை அமைப்பு, கல்வெட்டுச் சான்றுகள் அடிப்படையில் உறுதி செய்ய முடிகின்றது.

ஆயிரத்தளி எனும் இடம் பற்றியும் அங்கிருந்த இக்கோயில் பற்றியும் அறிய முயல்வது இவ்வாய்வின் இரண்டாம் நிலையாகும்.ஆயிரத்தளி எனும் பெயரில் தமிழகத்தில் இரண்டு இடங்கள் திகழ்ந்தன என்பது அண்மைக் காலத்தில் உறுதி செய்யப் பெற்றுள்ளது.[9] நந்திபுரத்து ஆயிரத் தளி என்பது இரண்டாம் நந்திவர்ம பல்லவனால் சோழநாட்டில் அமைக்கப்பெற்ற தலைநகராகும். நியமத்து ஆயிரத்தளி என்பது திருக்காட்டு பள்ளிக்கு அருகே திகழும் நியமம் எனும் ஊரின் ஒரு பகுதியாகும். இங்கு இராஜேந்திர சோழனின் கல்வெட்டில் குறிக்கப் பெற்றுள்ள ஆயிரத்தளி நித்த விநோத வளநாட்டுக்கிழார் கூற்றத்தில் இருந்ததாகச் கூறப்பெற்றுள்ளது.

கண்டியூர் வீரட்டம் இருக்கும் இடம் நித்த வினோத வளநாட்டு ஆர்க்காட்டுக் கூற்றத்தைச் சார்ந்தது என்பதனை வீரட்டத்திலுள்ள சோழர் காலக் கல்வெட்டுக்கள் அனைத்தும் உறுதி செய்கின்றன. கண்டியூருக்குக் கிழக்காகத் திகழும் அடுத்த ஊர்களான இரட்டைக் கோவில், ஆவிக்கரை, வீரசிங்கம் பேட்டை, செங்கமேடு ஆகிய ஊர்கள் நித்தவினோத வளநாட்டுக் கிழார் கூற்றத்து ஊர்களாகும். அவ்வூர்கள்தான் பண்டைய நந்திபுரத்து ஆயிரத் தளி என்பதும் இந்நூலாசிரியரால் உறுதி செய்யப் பெற்றிருக்கின்றது[10]. இவ்வூர்களில் ஒன்றான இரட்டைக்கோயில் எனுமிடம் கண்டியூர் வீரட்டத்திலிருந்து ஒரு கிலோமீட்டர் தொலைவிற்குள்ளேயே இருப்பதாகும். அங்கு சோழர்காலக் கோயில்கள் இரண்டு முன்பு திகழ்ந்திருந்தன என்பதனை அங்குள்ள இரண்டு பெரிய சிவலிங்கங்களும், கோயில்கள் இருந்ததற்கான தடயங்களும் உறுதி செய்கின்றன. ஊரின் பெயரான இரட்டைக் கோயில் என்பதே காரணப் பெயராகும். எனவே கண்டியூர் இராஜகோபுர கட்டுமானக் கற்களும், மங்களாம்பிகை அம்மன் கோயிற் கட்டுமானக் கற்களும், இரட்டைக் கோயிலிலிருந்து இடம் பெயர்ந்தவை என்பதில் ஐயமேதுமில்லை.

சுந்தர சோழன் பெயரில் அமைந்த பராந்தகதேவ ஈஸ்வரம், அவரது தேவி வானவன் மாதேவி பெயரில் அமைந்த வானவன் மாதேவீஸ்வரம் ஆகியவை இரண்டும் அவர்களின் மறைவிற்குப் பின்பு எடுக்கப் பெற்ற பள்ளிப் படைக் கோயில்களாக இருந்திருக்க வேண்டும் என்பதற்கான சாத்தியக் கூறுகள் பல உள்ளன.

சோழ அரச குடும்பத்தார்க்காக எடுக்கப்பெற்ற பள்ளிப்படைகள்

சோழப் பெருமன்னர்கள் மறைந்த போது அவர்கள் உடலை எரியூட்டி, பின்பு அவர்களின் அஸ்திக் கலசத்தை வைத்து அவர்களுக்காக பள்ளிப் படைக் கோயில்கள் எடுக்கப்பெற்றதைப் பல கல்வெட்டுக்கள் கூறுகின்றன. கி.பி. 907 இல் சித்தூர் மாவட்டம் தொண்டைமான் பேராற்றூரில் உயிர் துறந்த முதலாம் ஆதித்த சோழனுக்கு அங்கு எடுக்கப்பெற்ற நினைவாலயம் "பள்ளிப்படை வாகீஸ்வர பட்டாரர் ஸ்ரீ கோதண்ட ராமேசுவரமாகிய ஆதித்கேசுவரம்" என்ற பெயரில் குறிக்கப்படுகின்றது[11].

தென் ஆர்க்காடு மாவட்டம் ஜம்பையில் கண்டராதித்த சோழருக்காக எடுக்கப்பெற்ற பள்ளிப் படைக் கோயில் இருந்ததற்குரிய கல்வெட்டொன்றினைத் தமிழ்நாடு அரசு தொல்லியல் துறையினர் கண்டுபிடித்தனர். அதனை அதீத கிருஹம் எனக் கல்வெட்டு குறிக்கின்றது. ஆற்றூர் எனும் இடத்தில் உயிர் துறந்த அரிஞ்சய சோழருக்காக எடுக்கப்பெற்ற பள்ளிப்படை திருவரிஞ்சிகை ஈஸ்வரம் என அழைக்கப்பெற்றது. அக்கோயிலை முதலாம் இராஜராஜன் எடுப்பித்ததாகக் கல்வெட்டொன்று கூறுகின்றது[12].

பழையாறை நகரை ஒட்டியுள்ள உடையாளூரில் உள்ள ஒரு கல்வெட்டு அங்கு இராஜராஜ சோழனுக்கு நினைவாலயம் இருந்தமையை எடுத்துரைக்கின்றது[13]. மேலும் அதே பழையாறையில் பட்டீச்சரத்திற்கருகில் "பள்ளிப்படை பஞ்சவன் மாதேவீஸ்வரம்" என்ற பெயரில் அப்பேரரசனின் மனைவிக்கு இராஜேந்திர சோழன் எடுப்பித்த பள்ளிப் படைக்கோயிலொன்றும் உள்ளது[14].

பள்ளிப் படை ஆதித்தேஸ்வரம், அரிஞ்சிகை ஈஸ்வரம், பஞ்சவன் மாதேவீஸ்வரம் போன்ற பள்ளிப்படைக் கோயில்களை அவற்றுடன் இணைந்து திகழ்ந்த மடத்தின் ஆசார்யர்களே நிருவகித்தனர் என்பதையும், அவர்கள் லகுளீச பாசுபத மார்க்கத்தினர் என்பதையும் அங்குள்ள கல்வெட்டுக்கள் கூறுகின்றன.

மாமன்னன் இராஜேந்திர சோழனின் காலத்தில் அரிஞ்சிகை ஈஸ்வரம், பஞ்சவன் மாதேவீஸ்வரம் ஆகிய பள்ளிப் படைகளை லகுளீச பண்டிதர் என்பவரே நிருவகித்துள்ளார் என்பதை இராஜேந்திர சோழனின் சாசனங்களே கூறுகின்றன[15]. ஜம்பையிலிருந்த கண்டராதித்த அதீதகிருஹத்தை லகுளீச பண்டிதரே நிருவகித்தார் என்பதை வீரராஜேந்திரனின் கல்வெட்டு கூறுகின்றது[16]. இங்கு குறிக்கப்பெற்றுள்ள ஆயிரத்தளி பராந்தக தேவ ஈஸ்வரத்தையும், வானவன் மாதேவீஸ்வரத்தையும் லகுளீசபண்டிதரும், ப்ரஹ்ம சோமபண்டிதரும் நிருவகித்ததாக இராஜேந்திரனின் கல்வெட்டுக்களே கூறுகின்றன.

மற்ற பள்ளிப்படைகளை நிருவகித்தவரான லகுளீச பண்டிதர் என்பவரே நந்திபுரத்து இக்கோயில்களையும் நிருவகித்திருக்கிறார் என்பது குறிப்பிடத் தக்கதாகும். கி.பி.1018இல் இராஜேந்திர சோழன் வானவன் மாதேவீச்சரத்திற்கு நிலக்கொடை அளிக்கும்போது அதன் வருவாயிலிருந்து மடமுடைய லகுளீச பண்டிதருக்கு ஆசார்ய போகம் அளிக்க ஆணையிட்ட செய்தி குறிக்கப் பெற்றுள்ளது. அந்நிலையில் லகுளீச பண்டிதர் வயது முதிர்ந்த ஆசார்யராகத் திகழ்ந்திருக்க வேண்டும் என அறியமுடிகிறது. பின்பே அந்நிருவாகம் கி.பி. 1038இல் ப்ரமஹஸோம பண்டிதருக்கு மாற்றமடைந்திருக்கிறது.

பள்ளிப்படை அரிஞ்சிகை ஈஸ்வரம், பள்ளிப்படை பஞ்சவன் மாதேவீஸ்வரம் ஆகிய இரண்டு கோயில்களை நிருவகித்தவரே நந்திரபுரத்து இரட்டைக் கோயில்களையும் நிருவகித்துள்ளார் என்பது கொண்டு அது நிச்சயம்

பள்ளிப் படைக் கோயில்களாகத்தான் இருந்திருக்க வேண்டும் எனக் கொள்ள முடிகின்றது. லகுளீச பாசுபத மார்க்கம் மயானக் கோயில்களுக்கு முக்கியத்துவம் கொடுக்கும் நெறியைப் பின்பற்றிய ஒன்று என்பதையும் ஈண்டு நோக்குதல் வேண்டும்.

ஆதித்த சோழனுக்காக எடுக்கப்பெற்ற பள்ளிப்படைக் கோயில் மகாவிரதிகளால் பராமரிக்கப் பெற்றது என்பதை அங்குள்ள கல்வெட்டு கூறுகின்றது[17]. அதுபோல இராஜேந்திர சோழனின் திருவொற்றியூர்க் கல்வெட்டில்[18] "திருவொற்றியூருடைய மகாதேவர்க்கு உடையார் ஸ்ரீராஜேந்திர சோழதேவர் திருநாள் மார்கழித் திருவாதிரை ஞான்று நெய்யாடி யருள வேண்டும் மமிசத்திற்கு திருவொற்றியூர் திருமயானமும் மடமுமுடைய சதுரானன பண்டிதர் தேவர் பண்டாரத்து வைத்த காசு நூற்றைம்பது என்று கூறுகிறது." மயானக் கோயில்களைப் பாசுபத மகாவிரதிகள் பராமரித்தனர் என்பது இதனால் நன்கு விளங்கும். இதே சோழநாட்டிலுள்ள தேவாரப் பாடல் பெற்ற சிவாலயங்கள் எதனையும் லகுளீச பண்டிதர்கள் நிருவகித்தனர் என்பதற்குக் கல்வெட்டுச் சான்றுகள் ஏதும் இல்லை.

சுந்தர சோழர் மரணமுற்ற இடம் எது?

சோழர் வரலாறு எழுதிய நீலகண்ட சாஸ்திரியாரும், சதாசிவ பண்டாரத்தாரும் அரிஞ்சய சோழருக்குப் பின்பு சோழப் பேரரசராக முடிசூடிய சுந்தர சோழர் தன் ஆட்சிக் காலத்திலேயே தன்மூத்தமகன் ஆதித்தகரிகாலனை இழந்தார் என்பதையும் பின்பு மனவேதனையுடன் ஏறத்தாழ கி.பி.973இல் மரணமுற்றதாகவும் குறிப்பிட்டுள்ளனர். அவரைப்பற்றிக் குறிப்பிடும் கல்வெட்டுக்கள்.[19] "பொன் மாளிகை துஞ்சின தேவர்" என்று குறிப்பிடுவதையும் எடுத்துக்காட்டியுள்ளனர். அவர் இறந்த பொன் மாளிகை காஞ்சிபுரத்து அரண்மனையில் திகழ்ந்தது என்று திருமால்புரம் (S.I.I. Vol III - No 142), சிந்தாமணி (ARE 1933- 34) கீரப்பாக்கம் (21 of 1934 - 35) கல்வெட்டுக்களை மேற்கோள் காட்டிக் கூறியுள்ளனர். இவர்கள் கூறும் எந்த ஒரு கல்வெட்டும் சுந்தரசோழர் காஞ்சிபுரத்து அரண்மனையில் திகழ்ந்த பொன் மாளிகையில் துஞ்சினார் என்று குறிப்பிடவில்லை. பொன்மாளிகை துஞ்சிய தேவர் என்ற கல்வெட்டுச் சாசனங்களையும், காஞ்சிபுரத்து பொன்மாளிகை பற்றிக் கூறும் கல்வெட்டுக்களையும் இவர்கள் இணைத்து அக்கருத்தை கூறியுள்ளனர். சுந்தர சோழர் துஞ்சிய பொன் மாளிகை என்பது தஞ்சாவூர், கங்கை கொண்ட சோழபுரம், நந்திரபுரம், பழையாறை போன்ற சோழர்களின் அரண்மனைகளில் எங்கு வேண்டுமானாலும் இருந்திருக்கலாம். நேரடி கூற்று இல்லாதவரை அவர் துஞ்சிய இடம் காஞ்சிபுரத்துப் பொன்மாளிகை தான் என உறுதியாக எடுத்துக் கொள்ள முடியாது.

சுந்திரசோழர் நந்திபுரத்தையே மிகவும் நேசித்து வாழ்ந்தவர் என்பதை வீரசோழிய உரையால் அறிய முடிகிறது. பொன்பற்றிக் காவலர் புத்தமித்திரர்

என்பவர் கி.பி. 11 ஆம் நூற்றாண்டில் சோழ மன்னனின் ஆக்கத்துடன் எழுதிய நூலே வீரசோழியமாகும். அந்நூலுக்கு கி.பி. 12 ஆம் நூற்றாண்டில் பெருந்தேவனார் என்பவர் உரை எழுதினார். வீரசோழியத்தின் யாப்பதிகாரத்தில், வண்ணக ஒத்தாழிசைக் கலிப்பா, நேரிசை ஒத்தாழிசைக் கலிப்பா என்பவற்றுள் வரும் உறுப்பும் வெண்கலிப்பா ஆமாறும் என்ற கருத்தினைப் புத்தமித்திரரின் வண்ணக வொத்தாழிசை .... எனத்தொடங்கும் 115 ஆம் பாடல் வாயிலாகக் கூறியுள்ளார். இதற்கு உரையாசிரியர்

“மண்வாழும் பல்லுயிரும் வான்வாழும் இமையவரும்”.....

எனத்தொடங்கும் நீண்ட பாடலை எடுத்துக்காட்டாகக் காட்டியுள்ளார். அப்பாடலில் அம்போதரங்கம் என்பதற்கு,

“பவளச் செழுஞ்சுடர் பாசடைப்
பசும் பொன் மாச்சினை விசும்பகம் புதைக்கும்
போதியந் திரு நிழற் புனிதநிற் பரவுதும்
மேதகு நந்தி புரிமன்னர் சுந்தரச்
சோழர் வண்மையும் வனப்புந்
திண்மையு முலகிற் சிறந்து வாழ் கெனவே”

என்ற பகுதியை மேற்கோள் காட்டியுள்ளார்[20].

சோழப் பேரரசர்கள் காலத்தில் வாழ்ந்த ஒரு இலக்கணப் புலவர் சுந்தரசோழரை நந்திபுர மன்னர் எனக் குறிப்பிட்டிருப்பது நோக்குதற்குரியதாகும்.

சுந்தரசோழர் இறந்த போது அவரது பட்டத்தரசியான வானவன் மாதேவி தன் கணவனிடத்தில் அளவற்ற அன்புடையவளாதலின் பிரிவுத்துயர் தாளாமல் உடன் கட்டை ஏறி ஒருங்கே மாய்ந்தாள் என்பதனை திருவாலங்காட்டு செப்பேட்டின் வடமொழிப் பாடல்கள் வழி அறிய முடிகிறது[21]. சுந்தரசோழர், வானவன் மாதேவி ஆகியோரின் புதர்வனான இராஜராஜன் காலத்தில் பொறிக்கப்பெற்ற திருக்கோவலூர்க் கல்வெட்டுப் பாடல்[22] இந்த நிகழ்ச்சியினை வலியுறுத்துகின்றது.

“செந்திரு மடந்தைமன் சீராஜராஜன்
இந்திர சமானன் இராஜசர்வஞ்ஞனெனும்
புலியைப் பயந்த பொன்மான்
கலியைக் கரந்து கரவாக் காரிகை சுரந்த
முலை மகப் பிரிந்து முழுங்கெரி நடுவணும்
தலைமகன் பிரியாத் தையல்
நிலைபெறுந் தூண்டாவிளக்கு ....
....................மணிமுடி வளவன்
சுந்தர சோழன் மந்தரதாரன்
திருப்புய முயங்குதேவி’

என்று அப்பாடல் சுந்தரசோழன், வானவன் மாதேவி ஆகியோர் மறைவு பற்றிக் கூறுகின்றது.

இவை அனைத்தையும் தொகுத்து நோக்கும்போது சுந்தரசோழர் நந்திபுரத்து ஆயிரத்தளி அரண்மனையில்தான் மரணமுற்றிருக்க வேண்டும் எனக் கொள்ள முடிகிறது. பொன் மாளிகை துஞ்சின என்பதற்கு விளக்கம் காண முயலும் போது மாறவர்மன் சுந்தரபாண்டியனுடைய மெய்க்கீர்த்தியிலிருந்து ஒரு தெளிவினைப் பெற முடிகிறது. அப்பெருவேந்தன் சோழநாட்டை வென்று ஆயிரத்தளி அரண்மனையில் வீராபிஷேகம் விஜயாபிஷேகம் செய்து கொண்டதை அவனது மெய்க்கீர்த்தி[23]

"ஆடகப் புரிசை ஆயிரத் தளியில்
.................செய்தருளி"

என்று கூறுகிறது. ஆடகம் என்பது பசும்பொன் ஆகும். பொன்னால் அழகு செய்யப்பட்ட மாளிகைகளையும், மதிலையும் உடைய ஆயிரத்தளி என்பதே பாண்டியனின் மெய்க்கீர்த்தி கூறும் செய்தியாகும். எனவே நந்திபுரத்து அரண்மனையில் பொன்மாளிகை ஒன்று நிச்சயம் இருந்திருக்க வேண்டும்.

நந்திபுரத்து ஆயிரத்தளியில் மரணமுற்ற சுந்தரசோழனை அவ்வூரில் எரியூட்டும் போது அவனது தேவி வானவன் மாதேவி தீப்பாய்ந்து உயிர்நீத்திருக்க வேண்டும். தீப்பாய்ந்தவர்களுக்குக் கோயிலெடுக்கும் மரபு விசயநகர அரசு காலம் வரை தொடர்ந்த ஒன்றாகும். அத்தகைய கோயில்களை தீப்பாய்ந்த அம்மன் கோயில் என இன்றும் அழைப்பர்.

சுந்தரசோழன், வானவன் மாதேவி ஆகிய இருவரது உடலும் எரியூட்டப்பட்ட இடத்தில் இராஜராஜசோழன் காலத்தில் பள்ளிப்படை அமைந்திருத்தல் வேண்டும். அந்தப் பள்ளிப் படைகளை இராஜேந்திர சோழன் கற்றளிகளாக எடுப்பித்துப்பாசுபத மகாவிரதிகளின் நிர்வாகத்தில் வழிபாடு இயற்றுமாறு செய்தான் என்பதை வரலாற்றுத் தடயங்கள் கொண்டு அறியமுடிகிறது. அந்த இருபள்ளிப்படைகளும் சோழராட்சிக்குப் பிறகு ஏதோ ஒரு காரணத்தால் இடிபாடுற்று வழிபாடிழந்து திகழ்ந்திருக்க வேண்டும். கி.பி.15ஆம் நூற்றாண்டில் விஜயநகர அரசு காலத்தில் சோழநாட்டுக் கோயில்கள் பல புதுப்பிக்க பெற்றன. அப்போது திம்மரசன் என்ற விஜயநகர ஆட்சியாளர் ஒருவர் கண்டியூர்க் கோயிலை விரிவுபடுத்திப் புதுக்கிய போது இரட்டைக் கோயில் எனும் ஊரில் பூசைகளின்றித் தனித்துத் திகழ்ந்த பராந்தகதேவேஸ்வரம், வானவன் மாதேஸ்வரம் எனும் இரண்டு கோயில்களையும் அப்படியே பிரித்து வந்து ஒரு கோயிற்கட்டுமானத்தை கொண்டு மங்களாம்பிகை கோயிலையும், மற்றொரு கோயிற் கட்டுமானத்தைக் கொண்டு மேற்கு இராஜ கோபுரத்தையும் எடுப்பித்தான் என்பதை அறியமுடிகிறது.

3. குடந்தை சார்ங்கபாணி கோயில் திருக்கோபுரம்

திருக்குடந்தை என அழைக்கப் பெறும் கும்பகோணம் நகரத்தில் மட்டும் பன்னிரெண்டு சிவாலயங்களும், நான்கு விஷ்ணு ஆலயங்களும் இருப்பதாக ராபர்ட் சீவல் 1882ஆம் ஆண்டில் வெளியிட்ட லிஸ்ட் ஆப் ஆண்டி குரியன் ரிமைன்ஸ் இன் மெட்ராஸ் பிரிசிடென்சி எனும் நூலில் (பக்.74) குறித்துள்ளார். அவற்றுள் பதினொரு கோயில்களில் மிக நல்ல சிற்பங்கள் இருப்பதாகவும் ஒரு கோபுரம் பெரியதாகவும் அழகாகவும் இருப்பதாகக் குறித்துள்ளார். கும்பகோணம் நகரத்தில் விளங்கும் கோயில்களின் கோபுரங்களிலேயே பெரியதும், பதினொரு நிலைகளை உடையதுமான அழகிய கோபுரம் சார்ங்கபாணி திருக்கோயில் கோபுரமாகும். "குடந்தைக் கிடந்தான்" என வைணவ ஆழ்வார்களால் போற்றப் பெற்று மங்களாசாசனம் செய்யப்பெற்ற திருக்கோயிலும் இதுவாகும்.

கிழக்கு நோக்கிய இந்த வைணவ ஆலயத்திற்குத் தென்புறம் சோமேஸ்வரர் கோயில், மேற்புறம் கும்பேஸ்வரர் கோயில், தென்கிழக்கே குடந்தைக் கீழ்க்கோட்டம் எனும் நாகேஸ்வரர் கோயில் ஆகிய சிவன் கோயில்கள் விளங்குகின்றன. சோமேஸ்வரர் கோயில் மட்டும் இக்கோயிலை ஒட்டியே அமைந்துள்ளது.

பதினொரு நிலைக் கோபுரம்

இக்கோயிலில் வெளிமதிலின் கீழ்ப்புறவாயிலாக உயர்ந்த உபபீடத்தின்மேல் அமைந்த அதிஷ்டானத்தோடு கோபுரத்தின் கல்ஹாரம் விளங்குகின்றது. பித்தியில் கோஷ்டங்களும், பஞ்சரங்களும், கால்களும் அணி செய்கின்றன. கபோதகம் எடுப்பாக விளங்குகின்றது. பிரஸ்தரத்தின் மேல் செங்கற்படையாக அமைந்த பதினொரு தளங்கள் அணி செய்கின்றன.

90 அடி நீளமும் 51 அடி அகலமுடைய அடி பீடத்துடனும் 150 அடி உயரத்துடனும் இக்கோபுரம் உள்ளது. ஒவ்வொரு நிலையின் வெளிப்புறமும் சாலை, பஞ்சரம் கூடு போன்றவற்றால் அழகு செய்யப்பட்டிருந்தாலும் அப்பகுதி முழுவதும் சுதையால் அமைந்த உருவங்கள் மிகுதியாகக் காணப்படுகின்றன. மதுரை திருக்கோயிற் கோபுரத்தில் இருப்பது போன்றே கோபுரம் முழுவதும் சுதை உருவங்கள் காட்சி அளிக்கின்றன.

கும்பகோணம் சார்ங்கபாணி கோயில் கோபுரம்

கி.பி.15ஆம் நூற்றாண்டில் திப்ப தேவ மகாராயனால் எடுக்கப்பெற்றது

கரணச் சிற்பங்கள்

அதிஷ்டானத்திற்கு மேலாக வேதிகைப் பகுதி முழுவதும் நாட்டிய கரணச் சிற்பங்கள் தொடர்ச்சியாகவுள்ளன. அச்சிற்பங்களுக்குக் கீழாகக் கரண விளக்கம் கிரந்த எழுத்தில் பொறிக்கப் பெற்றுக் காணப்பெறுகின்றன. சில இடங்களில் சிவன் ஆடும் ஊர்த்துவ தாண்டவம் போன்ற ஆடல்காட்சிகளும், காளி நடமிடும் காட்சியும் இடம் பெற்றள்ளன.

கல்ஹாரப் பகுதியைக் கூர்ந்து நோக்குகினால் இக்கோபுரத்தின் கற்படையானது புதிதாக எடுக்கப்பெறுகின்ற கோபுரத்திற்கு உரியது போன்று திகழாமல் முன்பே வேறு இடத்தில் வேறு வகையான கோயிற் கட்டுமானத்திற்கு பயன்படுத்தப்பெற்ற கற்களைக் கொண்டு எடுக்கப் பட்டிருப்பது நன்கு விளங்கும். அதுவும் குறிப்பாகச் சிவாலயத்துக் கட்டுமானக் கற்களின் பெரும்பகுதி இங்கு இடம் பெற்றிருப்பது சிற்றுருவச் சிற்பங்களின் வாயிலாக அறியமுடிகிறது.

இக்கோபுரத்தைப்பற்றி ஆராய்ந்த அறிஞர்கள் பலரும் இங்கு வெளிப்புற வேதிகையில் இடம் பெற்றுள்ள 96 கரணசிற்பங்களையே முக்கிய ஆய்வுப் பொருளாக எடுத்துக்கொண்டு ஆய்வு மேற்கொண்டனர். கலம்பூர் சிவராம மூர்த்தி இந்த 96கரண சிற்பங்களும் விஷ்ணு (கண்ணன்) ஆடுகின்ற நடனக் கோலங்களே என்று தம் நடராஜர் எனும் நூலில் குறிப்பிட்டுள்ளார்[24]. இரா. நாகசாமி அவர்கள் உதவியுடன் இக்கோயில் கல்வெட்டுக்களையும் கரணச் சிற்பங்களையும் ஆராய்ந்த கபிலாவாத்சாயன் கி.பி. 14ஆம் நூற்றாண்டில் கட்டப்பெற்ற இக்கோபுரத்தில் கி.பி. 12ஆம் நூற்றாண்டைச் சார்ந்த இக்கரணச்சிற்பங்கள் பொதிக்கப் பெற்றதாகவும், இவை தில்லை நடராசர் கோயில் கரணச் சிற்பங்களின் காலத்திற்கு ஒத்ததாகவும் கூறியுள்ளார்[25].

இக்கோயிலிலிருந்த இந்தியத் தொல்லியல் துறையினர், படி எடுத்து வெளியிட்டுள்ள கல்வெட்டுப் பற்றிய அறிக்கைகளில் இக்கோயிலுக்குரிய கல்வெட்டுக்களைத் தவிரச் சோழர்காலத்துச் சிவாலயங்களுக்குரிய கல்வெட்டுக்களும் இங்கு இடம் பெற்றிருப்பதாகக் கூறியுள்ளனர். அக்கல்வெட்டுக்களுள் ஒன்று (294/1927) கி.பி. 1178 ஆம் ஆண்டைச் சார்ந்தது. குலோத்துங்கன் காலத்தில் சோமநாத தேவர் ஆலயம் எனும் சிவாலயத்துள் விநாயகர் கோயிலுக்கு அருகே விப்ரசபாபதீஸ்வரம் உடையார் திருமேனி திகழ்ந்தது என்பதனைக் கூறுகின்றது.இங்கு குறிப்பிடப்பெறும் சோமநாதர் ஆலயம் இக்கோயில் வளாகத்தை ஒட்டிய சிவாலயமாகும்.

இதே சார்ங்க பாணிகோயில் கோபுரத்தில் காணப்பெறும் மற்றொரு துண்டுக்கல் வெட்டில் மன்னிநாட்டுப் பிரமதேயமான சோழமார்த்தாண்ட சதுர்வேதி மங்கலத்திலிருந்த திருமயானமுடையார் எனும் சிவாலயத்தைப் பற்றிக் குறிப்பிடுகின்றது. இவ்விரு கல்வெட்டுச் செய்திகளை அடிப்படையாகக் கொண்டு இங்கு காணப்பெறும் கரணச் சிற்பங்கள் அனைத்தும் அருகிலுள்ள சோமநாதர்

ஆலயம் அல்லது மன்னிநாட்டு சோழ மார்த்தாண்ட சதுர்வேதி மங்கலத்திலிருந்து கொண்டு வரப்பெற்று இங்கு கோபுரத்தில் பதித்திருக்க வேண்டும் என்று இக்கோபுரச் சிற்பங்கள் பற்றி ஆராய்ந்தவர்கள் முடிவு கொண்டனர். அதே கோயிலிலுள்ள இது வரைபடி எடுக்கப்பெறாத வேறு துண்டுக் கல்வெட்டுக்களைப் படித்த குடந்தை சேதுராமன் பழையாறை நகரினை ஒட்டி விளங்கும் சிவபாத சேகரமங்கலம் எனும் ஊரிலிருந்த சிவாலயத்திலிருந்து கூடக் கற்களைக் கொண்டு வந்திருக்கக் கூடிய சாத்தியக் கூறுகளைக் கூறியுள்ளார்[26].

இக்கோயிலிலிருந்து கிடைக்கும் துண்டுக் கல்வெட்டுக்கள் அடிப்படையில் நோக்கும்போது விஜய நகர அரசு காலத்தில் சார்ங்கபாணி கோயில் புதுப்பிக்கப் பெற்று விரிவுபடுத்தப் பெற்றது என்பதும், அதற்கு மேலே கூறப்பெற்ற மூன்று சிவாலயங்களின் கற்களும் பயன்படுத்தப்பட்டுள்ளன என்பதும் அறிய முடிகிறது. சோமநாதர் கோயிலில் விப்ரசபாபதீஸ்வரர் உடையார் எனும் தனிக்கோயில் இருந்தமையைக் கொண்டு நோக்கும் போது இக்கரணச் சிற்பங்கள் அனைத்தும் அருகிலுள்ள சோமநாதர் கோயிலிருந்துதான் எடுத்து வரப்பெற்று இங்கு இடம் பெற்றிருக்க வேண்டும் என்பது தெளிவு.

இவ்வாய்வுக்குக் கரணச் சிற்பங்கள் பற்றிமட்டும் ஆராய்வது என்பது போதுமானது அல்ல. முழுக்கோபுரக் கல்ஹாரப் பகுதியையும் ஆராய்வது அவசியமானதாகும்.

இங்குக் கோபுரத்தின் ஒரு அங்கமாக விளங்குகின்ற தொன்னூற்றாறு கரணச் சிற்பங்களுடன் திகழும் வேதிகைப் பகுதி சோமநாதர் கோயிலிருந்து இடம் பெயர்ந்து வந்தது என்று உறுதி செய்தபோதும் கல்ஹாரப் பகுதி பல கோயில்களின் கட்டுமானப் பகுதிகளைச் சார்ந்தது என்பது தெரியவருகின்றது. உபபீடத்தின் அங்கங்களும், அதிஷ்டானத்தின் உறுப்புகளும், கால், போதிகை, கபோதம் போன்ற உறுப்புகளும், ஒரே சீராக இல்லாமல் மாற்றம் பெற்ற கலை அமைதியை உடையனவாகவே விளங்குகின்றன. எனவே இக்கோயிற் துண்டு கல்வெட்டுக்கள் மூலம் அறியப்படுகின்ற மூன்று வெவ்வேறு சிவாலயங்களின் கட்டுமானக் கற்களையும், இக்கோபுரம் எடுப்பித்தபோது வடிக்கப் பெற்ற சில உறுப்புக் கற்களையும் இணைத்தே இக்கோபுரம் உருவாகியுள்ளது என்பதை உறுதிசெய்ய முடிகின்றது.

இக்கோபுரத்தைப் பொறுத்த வரை சோழர்காலச் சிவாலயத்துக் கற்களையும் சிற்பங்களையும் எடுத்துவந்து இங்கு வைணவ ஆலயக் கோபுரமாக எடுப்பித்தவர் யார் என்பதை ஆராய்வதே முக்கியமான நோக்கமாகும். இதுவரை இக்கோயில் பற்றி ஆராய்ந்தவர்கள் கி.பி.14ஆம் நூற்றாண்டிலிருந்து 17ஆம் நூற்றாண்டுக்குள் விஜய நகர அல்லது நாயக்கர் கால அரசு சார்பில் இக்கோபுரம் எடுக்கப் பெற்றிருக்க வேண்டும் என்பதையே முடிவாகக் கொண்டனர். யார் என்பதைக் குறிப்பிட்டு ஒருவரும் உறுதி செய்யவில்லை. அண்மையில் இக்கோயில் இரண்டாம் வாயிலின் நிலைக்காலில் இருந்து மூன்று கல்வெட்டுக்களைப் படிக்க

முடிந்தது. கன்னடம், தெலுங்கு, தமிழ் ஆகிய மும்மொழிகளில் அக்கல்வெட்டுக்கள் விளங்குகின்றன. இக்கல்வெட்டுக்களுள்ள இரண்டாம் வாயில் சோழர்காலக் கட்டுமானமாகும்.

முதற்கல்வெட்டு (கன்னடம்)

1. ஸ்வஸ்தி ஸ்ரீ சகாப்த 1362
2. க்கு மேலே ஸல்லுவ ரௌத்ர
3. ஸம் வத்ஸர தல்லி அரமனே
4. மஹாப்ரதான தக்கிண
5. ஹமுத்ர ....
6. சாளுவ கோப திப்ப ....
7. ப்ரஸித்த ....ஸ்ரீஸா
8. ரங்கபாணி நாத தேவர்
9. ஸ்ரீபாத ஸே வெகெ........
10. பாசிலு கோபுரம்

இதன் மூலம் கி.பி. 1440 இல் மகாபிரதானியாக விளங்கிய சாளுவ கோபதிப்பன் ஸ்ரீசார்ங்கபாணி நாததேவருக்குப் பாத சேவையாகக் கோபுரம் எடுத்தார் என்பது அறிய முடிகிறது.

இரண்டாம் கல்வெட்டு (தெலுங்கு)

1. தீ சுண்டு
2. ஸால்வ கோப
3. திரி பூ தீப்ப
4. நிருபால வம்ச
5. செஞ்சி விக்ரம தீ
6. விஹார ஸா
7. ல்வ பிருதம்பு
8. னுரம்புன
9. டால்சுமன்ம
10. னோ வுரமு
11. ....
12. ....
13. ....

இக்கல்வெட்டும் சாளுவ கோபதிப்பனுடையது ஆகும்.

குடவாயில் பாலசுப்ரமணியன்

மூன்றாம் கல்வெட்டு

*“தெரிக்கும் புகழ் கொண்ட சாளுவக் கொப்பயன் திப்பய்யன்
தரிக்கும் பதாகைத் தரணி வராகம் தனிமருப்பால்ப்
பரிக்கும் புவனம் பதினாலு மென் நிலப் பணி வரையைப்
புரிக்கும் கயலை புலியை எவ்வாறு புகழ்கின்றதோ*

*கன்றிப் பொருங்கம்ப வெங்களிற்றான் கலியாண மன்னன்
மன்றலித் தொடையல் பனை திப்பராயன் வருவனென்று
வென்றிப் புலி கயல் வில்லிட்ட மாகன் வெற்பிலன்ன
பன்றிக் கொரு பதமிட்டு வைத்தார்ப் படை மன்னரே”*

இவ்விரண்டு கல்வெட்டுப் பாடல்களும் சாளுவ கோபதிப்பன் எனும் திப்ப தேவ மாராயனின் புகழைப் பாடுகின்றன. அவனது பன்றிக் கொடியின் புகழ் வில்புலி கயல் ஆகிய கொடிகளையுடைய மூவேந்தரின் புகழைவிடச் சிறந்தது என்று கூறுகின்றன.

இக்கல்வெட்டுகளைத் தொகுத்து நோக்கும் போது கி.பி.1440இல் சார்ங்கபாணி திருக்கோயில் கோபுரம் எடுக்கப் பெற்றது என்பது அறிய முடிகிறது. இக்கோயிலில் சோழர்களுக்குப் பின்பு இவன் புகழே பரக்கப் பேசப் பெற்றுள்ளது குறிப்பிடத்தக்கதாகும்.

சாளுவ திருமலை தேவ மகாராயரும், சாளுவ திப்பதேவ மகாராயரும் உடன் பிறந்தவர்களாவர். மேலும் விஜய நகரப் பேரரசர் இரண்டாம் ஹரிஹரரின் நெருங்கிய உறவினருமாவர். தொண்டை மண்டலம் சோழமண்டலம் உள்ளிட்ட தமிழகப் பகுதியின் விஜய நகர அரசின் மகாமண்டலேசுவரர்களாக இணைந்து பணியாற்றியவர்கள். இவர்கள் காலத்தில் சோழநாட்டில் பல கோயில்கள் இடிபாடுகளிலிருந்து மீண்டு புதுப்பொலிவு பெற்றன. பட்டீசுவரம் கோயில் கிழக்கு ராஜகோபுரம் திருமலை தேவமகாராயரால் எடுக்கப் பெற்றதாகும்.

திப்பதேவமகாராயர் கோயிற்பணிகள் புரிந்ததோடு மிகச் சிறந்த நாட்டியக்கலை வல்லுநராகவும் திகழ்ந்திருக்கிறார். இவர் சமஸ்கிருதத்தில் யாத்த “தாலதீபிகா” எனும் நூல் மிகச்சிறந்த நாட்டிய நன்னூலாகும்[27]. நாட்டிய வல்லுநராகத் திகழ்ந்த காரணத்தால் ஓர் அழிவுபட்ட சிவாலயத்தின் கரணச் சிற்பங்களையும், அவற்றில் பொறிக்கப்பட்டிருந்த பரதசாத்திர சுலோகங்களையும் அழிந்து விடாமல் தான் எடுத்த சார்ங்கபாணி ஆலயப் பெருங்கோபுரத்தில் அப்படியே இடம் பெறச்செய்துள்ளார். பரதக் கலையைக் காக்கவேண்டும் என்ற பெருநோக்கோடு வைணவ ஆகமங்கள் கூறாத பரதசாத்திர சிற்பங்களையும், முருகன் ஆடுகின்ற திருக்கோலச் சிற்பங்களையும், வைணவ ஆலயக் கோபுரத்தில் மிக அழகாக இடம்பெறுமாறு செய்துள்ளார்.

திருவாரூர் புற்றிடங் கொண்ட ஈசனின் கருவறை முகமண்டபச் சுவரில் இவர் யாத்த மாலைமாற்று, நாகபந்தம், சக்கர மாற்று போன்ற வடமொழி சித்திரக் கவிதைகள்[28] இடம் பெற்றிருப்பதை நோக்கும்போது அவர் தம் கலை உள்ளத்தையும் இலக்கியப் புலமையையும் நன்குணர முடிகிறது. கும்பகோணத்திற்கு அருகில் இவர் பெயரால் திப்ப தேவராயபுரம் (திப்பராஜபுரம்) என்ற ஊர் இன்றும் விளங்குகின்றது. சோழநாட்டிலும், தொண்டை மண்டலத்திலும் காணப்பெறும் கல்வெட்டுக்கள் அவர் செய்த அளப்பரிய கோயிற் பணிகளைப் பற்றி விரிவாக பேசுகின்றன. சிவாலயங்களுக்கும், வைணவ ஆலயங்களுக்கும் இவர் ஆற்றியுள்ள பணிகளைக் கல்வெட்டுக்கள் வாயிலாக அறியும் போது ஒரு காலகட்டத்தில் பல கோயில்கள் இடிபாடுற்றுத் திகழ்ந்த காலத்தில் அவற்றில் ஒரு சிலவற்றையாவது முழுமையாகத் திருப்பணி செய்ய முனைந்துள்ளார் என்பதை அறிய முடிகிறது. கோபுரங்கள் எடுப்பதிலும் மிகுந்த ஆர்வம் உடையவராகத் திகழ்ந்துள்ளார்.

4. செந்தலை இராஜகோபுரம்

காவிரியாற்றின் கிளை நதியான குடமுருட்டி ஆற்றின் தென்கரையில், கண்டியூர் திருக்காட்டுப்பள்ளிச் சாலையில் செந்தலை எனும் ஊர் திகழ்கின்றது. சோழர் காலக் கல்வெட்டுக்கள் இவ்வூரைச் சந்திரலேகைச் சதுர்வேதி மங்கலம் எனக் குறிப்பிடகின்றன. இவ்வூரின் நடுவிலமைந்த சிவாலயத்தினைத் திருப்பெருந்துறை மகாதேவர் திருக்கோயில் என்று கல்வெட்டுக்கள் குறிப்பிடுவதால் சந்திரலேகைக்குத் திருப்பெருந்துறை என்ற பெயர் இருந்ததும் அறிய முடிகிறது. இவ்வாலயம் கிழக்கு நோக்கிய ஏழுநிலைகளோடு கூடிய பெருந் திருக்கோபுரத்தினையும் இரு திருச்சுற்றுக்களையும் பெற்றுத்திகழ்கின்றது.

பல்லவப் பேரரசர்களாலும், முத்தரைய மன்னர்களாலும், சோழப் பேரரசர்களாலும் போற்றப் பெற்ற சந்திரலேகையில் உள்ள திருப்பெருந்துறை மகாதேவர் ஆலயத்தின் கிழக்கு இராஜகோபுரம் கட்டுமான அமைப்பால் எழில்மிகு தோற்றத்தோடு விளங்குவதோடு பல வரலாற்றுப்புதிர்களையும் தன்னகத்துக்கொண்டு திகழ்கின்றது. பிரஸ்தரம் வரை கருங்கற் கட்டுமானத்தோடும், அதற்கு மேலாகச் செங்கற் கட்டுமானமாக ஏழுநிலை கொண்டு அக்கோபுரம் விளங்குகின்றது. ஏழு அடுக்குகளையும் சுதைச் சிற்பங்கள் அலங்கரிக்கின்றன. இவை அனைத்தும் சிவபுராணக் கதைகள் மற்றும் சந்திரலேகை சதுர்வேதி மங்கலத்துத் தலபுராணக் கதைகள் ஆகியவற்றை விவரிக்கும் வண்ணம் அமைந்துள்ளன.

கோபுரத்தின் அடித்தளமான, உபபீடம், அதிஷ்டானம், பிரஸ்தரம் வரை உள்ள கருங்கற் கட்டுமானங்கள் அனைத்தும் புதிதாக எழுப்பப் பெறுகின்ற கோபுரம் ஒன்றினுக்காக வடிவமைக்கப் பெற்ற அமைப்பாக இல்லாமல் முன்பே திகழ்ந்த ஒரு கட்டுமானத்தின் கற்களைக் கொண்டு எடுக்கப்பட்டதாகத் திகழ்வதைக் கூர்ந்து நோக்கும் போது அறியமுடிகிறது. கோஷ்டங்களின் தோரணங்கள், கால்கள் போன்ற பல இடங்களில் முக்குடையோடு அமர்ந்த நிலையில் உள்ள சமண தீர்த்தங்கரர்களின் உருவங்கள் இருப்பதைக் காண இயலுகின்றது. கோபுரத்தின் வடகிழக்குப் பகுதியில் உள்ள ஒரு கோஷ்டத்தில் படமெடுத்த ஐந்தலை அரவிற்குக் கீழாக நின்ற கோலத்தில் பார்சுவநாதரின் சிற்பம் உள்ளது. கோபுரம் முழுவதையும் ஆராயும் போது சமண ஆலயத்தின் பல்வேறு சிற்பக் கூறுகள் அங்கு மிளிர்வதைக் கண்கூடாகக் காணலாம்.

செந்தலை இராஜகோபுரம்
(அமண்குடி சமணப்பள்ளி மற்றும் கருப்பூர் சிவாலத்து கற்கள் கொண்டு எடுக்கப்பெற்றது)

செந்தலை இராஜகோபுரத்தில் உள்ள சமண ஆலயச் சிற்பங்கள்

செந்தலை இராஜகோபுரத்தில் உள்ள சமண ஆலயச் சிற்பங்கள்

மிகப்பெரிய அளவிலும், நுட்பமான வேலைப்பாடுகளுடனும் திகழ்ந்த ஒரு சமண ஆலயத்தின் கட்டுமானக் கற்கள் அப்படியே இங்கு இடம் பெற்றுள்ளன என்பது தெளிவாகப் புலப்படும். செந்தலைக் கோபுரத்தின் கட்டுமானம் கி.பி. 15ஆம் நூற்றாண்டைச் சார்ந்தது என்பது தெளிவு. ஆனால் அதிஷ்டானத்திலிருந்து பிரஸ்தரம் வரை உள்ள கட்டுமான சிற்ப அமைதி முற்காலச் சோழர்களின் கலைக்கூறுகளைக் காட்டுபவையாக உள்ளன. அவ்வாறாயின் ஒரு சமண ஆலயக் கட்டுமான கற்கள் எங்கிருந்து, எப்போது யாரால் இங்கு கொண்டு வரப்பட்டுக் கட்டப்பட்டது என்பது பற்றிய செய்திகளை அறிவது தான் இக்கோபுரம் பற்றிய வரலாற்று ஆய்வின் அடித்தளமாக அமைகின்றது.

இக்கோபுரத்தில் பத்துக்கும் மேற்பட்ட துண்டுக் கல்வெட்டுக்கள் உள்ளன. ஆனால் அவற்றில் ஒரே ஒரு கல்வெட்டு மட்டுமே இந்தியத் தொல்லியல் துறையால் படி எடுக்கப்பெற்றுள்ளது.[29] அது இரண்டு பகுதிகளாகவுள்ளது.

கல்வெட்டு

1. ஸ்வஸ்திஸ்ரீ (11) கோப்பர கெஸரி வர்மற்கு யாண்டு 10வது க....
2. குடிப்பள்ளியுடைய ஆரம்பவீரனேன் கையெழுத்து வடகவிர நாட்டு
3. பள்ளியுடைய கனக(ஸெ) ன படாரர் கைய்யால் யான் கொண்டு கடவ (ஈ)ழ......
4. இக்காசு நூற்றைம்பதுங் கொண்ட பரிசாவது காசின் வா(ய)ப்பூவழி கலநெல்லு.......
5. பொலிந்து கார்ப்பலிசை 150ள (கலத்தைக் குறிப்பது) நூற்றம்பதின் கலமுந்......
6. இவ்வூர் வீர சிகாமணிப்பேரரிக்கு அட்டி கல்லு விப்பதாகவும்
7. ய் 150 ள நூற்றம்பதின் கலமும் இவ்வாட்டைச் சித்திரை.........
8. யு மட்டி கல்லுவிப்பதாகவும் இவ்விரண்டு பலிசையுமெற்றி வந்த நெ.....
9. கல நெல்லு மறவட்டி ஆட்டை வட்டமும் வீரசிகா மணிப்பெரெரி க........
10. டென். இப்பள்ளியுடைய ஆரம்ப வீர னென் வட கவிர நாட்டு....

இரண்டாம் துண்டு

1. .... பலிசை நெல்லும் இவ்வீரசி...........
2. ....ள்ளியுடைய கனக ஸெனபடார...........
3. ....பரகெஸரி வர்மற்கு யா...............

4. ....(ணி) யுடைய ஆரம்ப விரனென்..........

5. ....ய கனகஸென படாரர் கைய்ய...........

6. ....கொண்ட பரிசாவது காசின்வாய்..........

7. ....ண்டு பலிசையு மெற்றி வந்த..............

8. ....முற்பக்கத்து ஸ்ருதமந்தர...................

இக்கல்வெட்டின் எழுத்தமைதி, குறிக்கப்படும் மன்னனான கோப்பரகேசிவர்மர் என்பவற்றை வைத்து நோக்கும் போது இது முதலாம் பராந்தக சோழரின் பத்தாவது ஆட்சியாண்டான கி.பி. 917 இல் வெட்டுவிக்கப் பெற்ற ஒரு சாசனத்தில் ஒரு பகுதி என்பதை நன்கு அறியமுடிகிறது. இக்கல்வெட்டின் இரண்டு பகுதிகள் தவிர, இதே கோபுரத்தில் காணப்படும் மற்றொரு கல்வெட்டும் இதே காலத்தைச் சேர்ந்ததும், இங்கு கூறப்பெற்றுள்ள சமண ஆலயத்தோடு தொடர்புடையது என்பதும் அவற்றில் கூறப்பெற்றுள்ள செய்திகளால் அறிய முடிகிறது.

இத்திருக்கோபுர வாயிலின் வலதுபுறம் காணப்பெறும் அக்கல்வெட்டில்,

.....முக்கலமுந் திருப்பள்ளித் தாமமுள்ளி
.....லுப்பதினாற் கலமுங் கொண்டு
.....ண்டென் புத்தாமூர் கனகஸேனபட்
.....தம் இக்காசினால் வந்த பலிசையு நான்
..... ஸ ....த்தா ரகைஷ

என்றுள்ளது.

இம்மூன்று கல்வெட்டுப் பகுதிகளையும் வைத்து நோக்கும்போது ....குடி என்று முடியும் பெயரில் உள்ள ஊர் ஒன்றில் சமணப்பள்ளி ஒன்று இருந்தது தெளிவாகின்றது. அந்த சமணப் பள்ளியின் கற்கள் முழுவதும் எடுத்துவரப் பெற்றுச் செந்தலை இராஜகோபுரம் வடிவமைக்கப்பட்டது என்பது உறுதியாகின்றது. இங்குக் காணப்பெறும் கட்டுமானக் கற்களில் தமிழ் எண்கள் கல்வெட்டாகக் குறிக்கப்பட்டுள்ளன. இவை ஓர் ஊரிலிருந்து கட்டுமானக் கற்கள் பிரிக்கப்படும் போது வெட்டப் பெற்றவையாகும். அவற்றைச் செந்தலைக்கு எடுத்து வந்து கற்கள் மாறாமல் அடுக்கிக் கோபுரம் எடுத்துள்ளார்கள். அழகிய வேலைப்பாடுகள் உடைய கட்டுமானப் பகுதிகளில் மட்டுமே தமிழ் எண்கள் இடம் பெற்றுள்ளன.

அடுத்துப் பராந்தக சோழன் காலத்தில்.... குடி என்று முடியும் பெயரில் உள்ள ஊரில் இருந்த சமணப்பள்ளியை ஆரம்பவீரன் என்பவர் நிருவகித்தார் என்பதும், அவரது பொறுப்பில் அவ்வூரில் இருந்த வீரசிகாமணிப் பேரேரி எனும் ஏரியைப் பேணுவதற்கு வடகவீரநாட்டு புத்தாமூர் கனகஸேன படாரர் என்ற சமணத்தலைவர் ஒருவர் காசும் நெல்லும் அளித்தமையும் விவரிக்கப்பெற்றுள்ளன.

சமண ஆலயத்தில் இடம் பெற்றிருந்த முதலாம் பராந்தகனின் கல்வெட்டுக்கள்
(தற்போது செந்தலை இராஜகோபுரத்தில் உள்ளவை)

கருப்பூர் (மீ பிரம்பில்) சிவாலயத்துக் கல்வெட்டு
தற்போது செந்தலை இராஜகோபுரத்திலுள்ளது

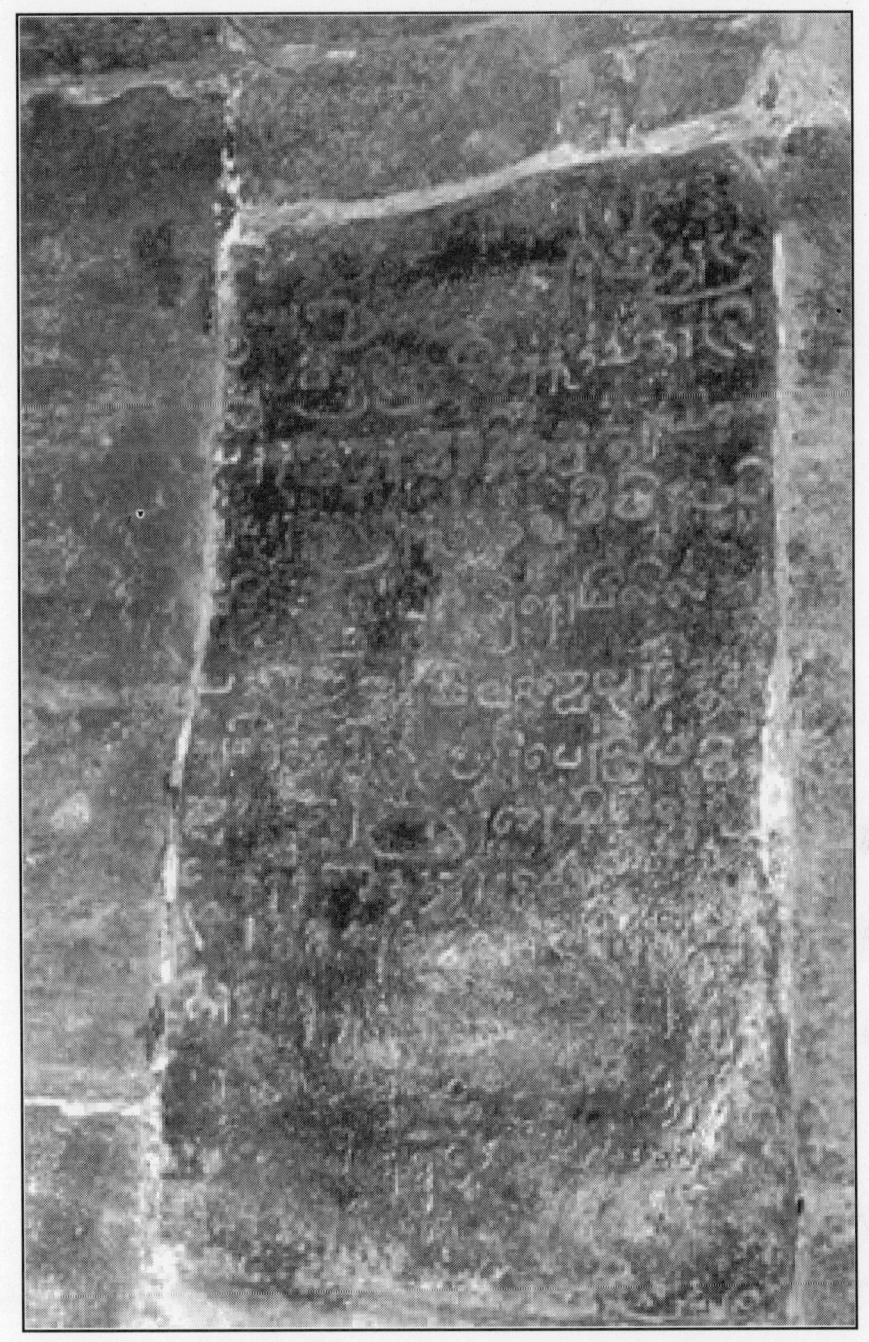

செந்தலை இராஜகோபுரம்
(அமண் பள்ளியின் கட்டுமான கற்கள் தமிழ்
எண் பொறிக்கப்பெற்ற கல்வெட்டுக்களுடன்
காணப்பெறுபவை)

இதே கோபுரத்தின் உட்புற அதிஷ்டானத்தில் பல துண்டுக் கல்வெட்டுக்கள் உள்ளன. அவை முதலாம் இராஜேந்திர சோழன் காலத்தியவையாகும். அவற்றில் பாண்டிய குலாசினி வளநாடு, குறிக்கப்பட்டு வீரசிகாமணிப் பேரேரியின் பராமரிப்புக்காக அளிக்கப்பட்ட நிலங்கள் பற்றிய குறிப்புகள் காணப்பெறுகின்றன. மேலும் தீனசிந்தாமணி வாய்க்கால் குறிக்கப்படுவதோடு இராஜேந்ர சோழனின் சேனாபதி ஜெயமூரி நாடாள்வான் பெயரும் காணப்பெறுகின்றது.

சேனாதிபதி ராஜேந்திர சோழ ஜெயமூரி நாடாள்வான் இலங்கை தீவு முழுவதும் சோழப்படைகளால் வெற்றி கொள்ளப்பட்ட போது தலைமை வகித்தவன். இவனைப்பற்றிக் குறிப்பிடும் கல்வெட்டு ஈழத்தில் கனதாரகொரலே எனும் இடத்தில் உள்ளது[30] அதில் இராஜேந்திர சோழனின் சேனாதிபதி, ஜெயமூரி நாடாள்வான் என்றே குறிக்கப்படுகிறான்.

இராஜேந்திர சோழனின் கல்வெட்டுப் பகுதிகள் வீரசிகாமணிப் பேரேரி பாண்டிய குலாசனி வளநாட்டில் இருந்ததைக் காட்டி நிற்கின்றன. இக்கல்வெட்டுக்கள் தவிர மேலும் சில துண்டுக் கல்வெட்டுக்கள் அக்கோபுரத்துடன்

இணைத்துக் கட்டப்பெற்றுள்ள மதிற்சுவரிலும் மண்டபத்திலும் காணப்பெறுகின்றன. அவை சிவாலயம் ஒன்றின் கற்களே என்பதைக் கல்வெட்டுக் குறிப்புகளால் அறியமுடிகிறது. ஆர்க்காட்டுக் கூற்றத்து மீபிரம்பிலான கருப்பூர் என்ற குறிப்பும் அக்கல்வெட்டுப் பகுதிகளில் காணப்பெறுகின்றது.

செந்தலை சிவாலயம் இருப்பது பாண்டிய குலாசனி வளநாட்டு ஆர்க்காட்டுக் கூற்றமாகும். அக்கோயிற் திருப்பணி நிகழ்ந்தபோது சுற்றுவட்டாரத்திலுள்ள பல இடிபாடைந்த சிவாலயங்கள், ஜீனாலயம் போன்றவற்றின் கற்களை எடுத்து வந்து பயன்படுத்தி இருக்கிறார்கள். கருப்பூர்,(மீ பிரம்பில்) என்பது செந்தலைக்குக் கிழக்காக இரண்டு கி.மீ. தொலைவில் உள்ள ஊராகும். செந்தலை கோயிலின் உள் மண்டபத்தில் நியமத்து காளாபிடாரி கோயில் தூண்கள் பயன்படுத்தப் பட்டுள்ளதை வரலாற்றுலகம் நன்கறியும்[31]. பெரும்பிடுகு முத்தரையன், பாண்டியன் மாறஞ்சடையன், தெள்ளாறெறிந்த நந்திவர்மன், ஆதித்த சோழன் ஆகிய நான்கு மரபு மன்னர்கள் கல்வெட்டுக்களும், மூன்று புலவர்கள் பாடிய பாடல்களும் அந்த கற்றூண்களில் உள்ளன. நியமம் எனும் அவ்வூர் செந்தலைக்கு மேற்காக, ஆறு கி.மீ. தொலைவில் உள்ள ஊர் என்பது குறிப்பிடத்தக்கதாகும். செந்தலை இராஜ கோபுரத்தை எடுப்பித்தவர்கள் ஒரு ஜீனாலயத்தின் கட்டுமானக் கற்களை ஓர் ஊரிலிருந்து எடுத்து வந்து அப்படியே கட்டுமானத்திற்குப் பயன்படுத்தியுள்ளனர்.

... குடி என முடியும் பெயரில் அமைந்த ஊரில் (பாண்டிய குலாசனி வளநாட்டு ஆர்க்காட்டுக் கூற்றத்து ஊர்) இருந்த சமணப்பள்ளி பராந்தகச் சோழன்

காலத்தில் அவ்வூரில் இருந்த மிகப்பெரும் ஏரியான வீரசிகாமணிப் பேரேரியின் பராமரிப்பை மேற்கொண்டு இருந்திருக்கிறது. அப்பராமரிப்பை மேற்கொண்டவன் ஆரம்பவீரன் என்பவனாவன். அதற்கு பொருள் உதவி அளித்தவர் வடகவீர நாட்டில் புத்தாமூர் எனும் ஊரில் இருந்த சமணப்பள்ளி ஒன்றினை நிருவகித்த கனகஸேன படாரர் என்பவர். வடகவீர நாடு என்பது திருச்சிராப்பள்ளி தாலுக்காவில் உள்ள திரு எறும்பியூர், திருநெடுங்களம் ஆகிய ஊர்களை உள்ளடக்கிய பகுதியாகும். அப்பகுதி செந்தலையிலிருந்து 15கி.மீ. தூரத்தில் உள்ளதாகும். அங்கிருந்த புத்தாமூர் என்பது தற்போது புத்தாம்பூர் என்ற பெயரால் வழங்குகின்றது. அங்கும் ஒரு சமணப்பள்ளி இருந்தது என்று இக்கல்வெட்டுக்களால் உறுதியாகின்றது. பராந்தகசோழன், ஏரிகளைப் பராமரிப்பதில் மிகவும் ஆர்வம் காட்டினான் என்பதை வரலாறு பேசுகின்றது. வீரநாராயணன் என்ற பெயரால் வீரநாராயணன் ஏரியை (வீராணம் ஏரி) அவன் தோற்றுவித்தான் என்பதும், சோளசிங்கபுரத்தில் (சோளிங்கர்) சோழவாரிதி (சோழ சமுத்திரம்) என்ற ஏரியை அமைத்தான் என்பதும் கல்வெட்டுக்கள் வாயிலாக அறியமுடிகிறது[32]. அதே காலகட்டத்தில் ஆர்க்காட்டுக் கூற்றத்தில் அவனது விருதுப் பெயரான வீரசிகாமணி என்ற பெயரில் மிகப் பெரும் ஏரி ஒன்றினை உருவாக்கி இருக்கிறான்.

வீரசிகாமணிப் பேரேரி இருந்த இடத்தைக் கண்டு கொண்டால் சமண ஆலயம் இருந்ததும் குடி என முடிவதுமான ஊரினை எளிதில் அறிய முடியும் என்பதே இவ்வாய்வின் முதல் நிலையாகும்.காவிரி, குடமுருட்டியாறுக்கும் (தென்கரை) வெண்ணாற்றுக்கும் (வடகரை)இடைபட்ட ஆர்க்காட்டுக் கூற்றத்தில் (பாண்டிய குலாசனி வளநாட்டு ஆர்க்காட்டுக் கூற்றம்) செந்தலைக்கு தென்கிழக்காக வரகூர், அம்மையகரம், கழுமங்கலம், அமண்குடி,அம்பதுமேல் அகரம் ஆகிய ஊர்களுக்கு இடையே மிகப்பெரிய பேரேரி ஒன்று இருந்து தற்போது அது சில இடங்களில் சுருங்கி வயல்வெளியாகவும் மாறியுள்ளதை அறியமுடிகிறது. அந்தப் பேரேரியின் கீழ்ப் பகுதியான அல்லூர், அழிசிக்குடி பகுதியில் ஏரி நல்ல நிலையில் உள்ளதை இன்றும் காணலாம்.

ஏறத்தாழ பத்து மைல் சுற்றளவு உடைய இந்த பேரேரி தான் வீரசிகாமணிப் பேரேரி என்பதில் ஐயமே இல்லை. இவ்வேரியின் தென்மேற்குப் பகுதியில் தான் அந்த ஜீனாலயம் இருந்து பின்னாளில் செந்தலைக்கு இடம்பெயர்ந்துவிட்டது. இந்த இடத்திலிருந்து செந்தலை ஐந்து கி.மீ. தொலைவு என்பதும் குறிப்பிடத்தக்கதாகும். அமண்குடி என்பது சமணர் வாழ்ந்த பகுதி என்பது உறுதி. மேலும் இவ்வூரில் இருந்த சமண தீர்த்தங்கரர் சிற்பம் ஒன்று 50 ஆண்டுகளுக்கு முன்பு கலைக்கூடம் ஒன்றுக்காக எடுத்துச் செல்லப்பட்டதாக ஊரிலுள்ள முதியவர்கள் கூறுகின்றனர். எனவே முறையே கருப்பூர் எனும் கோனேரிராஜபுரம் (மீபிரம்பில்) கழுமங்கலம், அமண்குடி, நியமம் ஆகிய ஊர்களில் இருந்த சிவாலயம், ஜீனாலயம், காளாபிடாரி கோயில் ஆகியவற்றின் இடிபாடுற்ற கற்கள் செந்தலை சிவாலயத்திற்குப் பயன்படுத்தப்பட்டுள்ளன என்பது உறுதி.

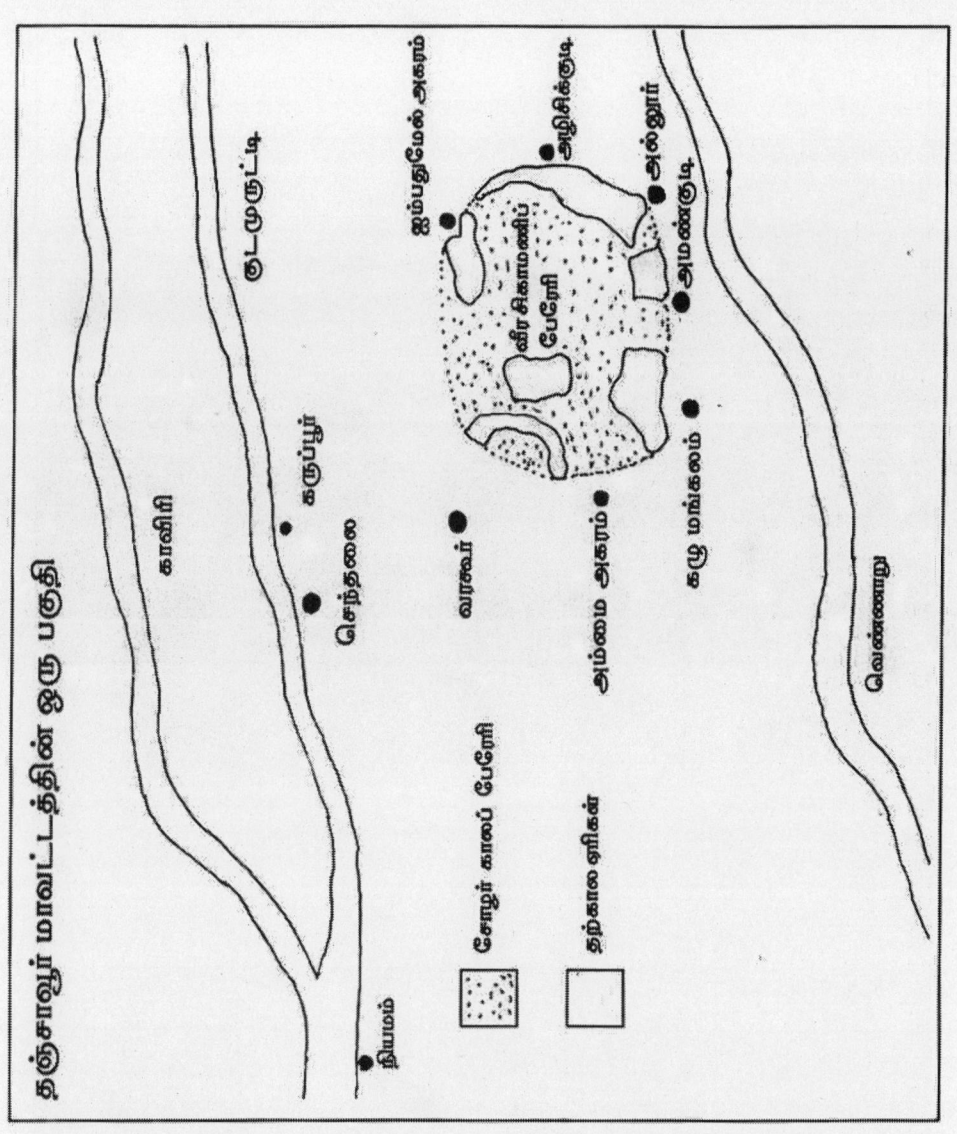

தஞ்சாவூர் மாவட்டத்தின் ஒரு பகுதி
காவிரி
குடமுருட்டி
கருப்பூர்
செந்தலை
நியமம்
வரகூர்
ஐம்பதுமேல் அகரம்
அழிசிக்குடி
வீரசிகாமணிப் பேரேரி
அல்லூர்
அமண்குடி
அம்மை அகரம்
கரு மங்கலம்
வெண்ணாறு
சோழர் காலப் பேரேரி
தற்கால ஏரிகள்

பராந்தக சோழனின் கல்வெட்டு குறிப்பிடும் வீரசிகாமணிப் பேரேரி

அச்சமண ஆலயம் பலவந்தமாக இடிக்கப்பட்டு எடுத்துவந்து கோபுரம் கட்டப்பட்டதா? அவ்வாறு எடுத்துவந்து கோபுரத்தைக் கட்டியவர் யாராக இருக்க முடியும் என்று ஆராய்வது இக்கோபுரம் பற்றிய ஆய்வின் இரண்டாம் நிலையாகும்.

தஞ்சாவூர் மாவட்டத்தில் உள்ள கோபுரங்களை ஆராயும் போது அவற்றில் சில கோபுரங்கள் முன்பு சிவாலயமாகவோ, வைணவ ஆலயமாகவோ, சமணப் பள்ளியாகவோ அல்லது சோழமன்னர்களின் பள்ளிப்படையாகவோ இருந்து, பிற்காலத்தில் (ஏறத்தாழ 15,16 ஆம் நூற்றாண்டுகளில்) வழிபாடு இன்றி, இடிபாடுற்றுக் கிடந்த போது அவற்றின் கட்டுமானக் கற்களை அப்படியே எடுத்துவந்து, தேவைப்படும் கற்களை இணைத்துப் புதிய கோபுரமாகக் கட்டப்பெற்றிருப்பதை அறியமுடிகிறது.

செந்தலைக் கோயிலில் காணப்பெறும் ஒரு வட மொழிக் கல்வெட்டில்[33] திப்ப தேவராயனின் பெருமைகள் பாடலாகக் காணப்பெறுகின்றது. கும்பகோணம் சார்ங்கபாணி கோயிலில் காணப்பெறுவது போன்றே அவனது விரிந்த புகழ் பேசப்பெறுகின்றது. இக்கல்வெட்டு, கோபுரம் எடுக்கப்பெற்ற காலச்சூழல் இவைகளை ஆழ்ந்து நோக்கும்போது இக்கோபுரமும் திப்பதேவ மகாராயனால் எடுக்கப்பெற்றிருக்க வேண்டும் எனக் கொள்ளமுடிகிறது. அமண்குடி ஜினாலயம், மீபிரம்பில் எனும் கருப்பூர் சிவாலயம் ஆகியவற்றின் கட்டுமானக் கற்களைக் கொண்டு இப்பெருங்கோபுரம் எடுக்கப்பெற்றது என்ற முடிவே இக்கோபுர ஆய்வால் உறுதிசெய்ய இயலுகின்றது. குடவாசல் கோணேசர் ஆலயத்துக் கோபுரம், கண்டியூர் வீரட்டத்துக் கோபுரம்,கும்பகோணம் சார்ங்கபாணி ஆலயக் கோபுரம், செந்தலை திருப்பெருந்துறை மகாதேவர் ஆலயத்துக் கோபுரம் ஆகியவற்றின் கற்படை முழுதும் பல்வேறு இடங்களிலிருந்து ஜினாலயங்கள், சிவாலயங்கள், காளாபிடாரி கோயில் பள்ளிப்படைக் கோயில்கள் ஆகியவற்றின் கட்டுமானப் பகுதிகளே என்பது களஆய்வால் உறுதி செய்யப்பட்டது. அக்கோபுரங்கள் கி.பி.15, 16 ஆம் நூற்றாண்டுகளில் தான் எடுக்கப்பெற்றன என்பதையும் கல்வெட்டுக்கள், இலக்கியங்கள் வழி அறியமுடிந்தது. இவ்வாறு புதிய கட்டுமானங்கள் கட்டுவதற்கு ஏற்பட்ட சூழ்நிலை, பழைய ஆலயங்கள் ஏன் ஆங்காங்கு இடிபாடுற்றுத் திகழ்ந்தன என்பதற்கான காரணங்கள் ஆகியவற்றை அறிந்தால் கோயில் கட்டுமானக் கற்களும், சிற்பங்களும் ஏன் இடம் பெயர்ந்தன என்பதை அறியமுடியும்.

முகமதிய வரலாற்று ஆசிரியர்களும் குறிப்புகளும்

கி.பி.16ஆம் நூற்றாண்டில் மொகலாய சக்ரவர்த்தி அக்பரின் நூலகத்தில் அரபிய பர்சிய மொழிகளில் எழுதப்பெற்ற பல நூல்களும் ஆவணங்களும் இருந்தன. பிற்காலத்தில் இவற்றின் பிரதிகள் திப்பு சுல்தானுக்குக் கிடைத்ததால் அவை ஸ்ரீரங்கப்பட்டணம் வந்தடைந்தன. கி.பி.1798இல் கிழக்கிந்திய கம்பெனியார் திப்பு சுல்தானைக் கொன்று ஸ்ரீரங்கபட்டணத்தைக் கைபற்றியபோது திப்புவின் பொருள்களையும், செல்வங்களையும்

கொள்ளையடித்தனர். அவர்களால் எடுத்து செல்லப்பெற்ற நூல்களும், ஆவணங்களும் இலண்டன் மாநகரை அடைந்தன. அங்குள்ள இலண்டன் இந்தியா ஹவுஸ் எனும் காப்பகத்தில் அவை இடம் பெற்றன. அரபிய பர்சிய மொழிகளில் இருந்த நூல்களையும் ஆவணங்களையும் கி.பி.1833இல் ஜெர்மானிய பேராசிரியர் ஹாமர் பர்க்ஸ்டால் என்பவர் ஜெர்மானிய மொழியில் மொழிபெயர்த்தார். பின்னர் ஆங்கிலமொழி பெயர்ப்புகளும் செய்தனர். முகமதிய வரலாற்று ஆசிரியர்களால் கூறப்பெற்ற இந்திய வரலாறு எனும் நூலையும் ஆங்கிலேயர்கள் வெளியிட்டனர். எல்லியட், டௌசன் என்ற வரலாற்று ஆசிரியர்களால் மொழிபெயர்க்கப்பட்ட அந்நூலின் மூன்றாம் தொகுதியில்[34] பர்சிய கவிஞன் வாசப், டெல்லி சுல்தான் அலாவுதீன் கில்ஜியின் அரசவைக் கவிஞர்களான அமீர்குஸ்ரு, பர்னி ஆகியோர் எழுதிய பாடல்களின் மொழிபெயர்ப்புச் செய்திகள் குறிக்கப்பெற்றுள்ளன. இவைகளில் மாலிக்காபூர் குஸ்ரூகான் ஆகியோரின் தமிழகப் படைஎடுப்பு, சூறையாடல்கள் பற்றிய செய்திகள் விரிவாகக் கூறப்பெற்றுள்ளன. இவற்றையும் கி.பி.1323இல் தொடங்கி கி.பி.1371 வரை ஆட்சி செய்த மதுரை சுல்தானியர் வரலாற்றையும் தொகுத்து நோக்கும்போது தமிழகக்கோயில்களின் பேரழிவுக்கான காரணங்கள் நன்கு விளங்கும்.

மாலிக்காபூரின் தமிழ்நாட்டுப் படையெடுப்பு – அமீர்குஸ்ரு கூறுவது[15]

வ. எண்.	நிகழ்ச்சி	ஹிஜ்ஜிரா ஆண்டு	கிறிஸ்து ஆண்டு
1.	அலாவுதீன் கில்ஜியின் உத்தரவுப்படி மாலிக்காபூர் டில்லியிலிருந்து கிளம்பியது.	710 - சுமதல் - அக்கீர் 24	18.11.1310
2.	மாலிக்காபூர் தேவகிரியை அடைந்து உதவி பெற்றது.	710 - ரம்ஜான் 13 வியாழன்	4.2.1311
3.	மாலிக்காபூர் தேவகிரியிலிருந்து கிளம்பியது.	710 - ரம்ஜான் 17	8.2.1311
4.	பண்டிரியை (புண்டரீகபுரம்) மாலிக்காபூர் கிளம்பியது.	5 நாள் பின்பு	13.2.1311
5.	பண்டிரியை விட்டு மாலிக்காபூர் கிளம்பியது.	710 - ரம்ஜான் 23 - ஞாயிறு	14.2.1311
6.	துவாரசமுத்திரம் அடைந்தது.	710 - ஷாவல் 5	25.2.1311
7.	போசள மன்னன் வல்லாளன் தனது செல்வங்களை அளித்து மாலிக்காபூரிடம் சரண் அடைந்தது.	710 - ஷாவல் 6 வெள்ளி	26.2.1311

8.	துவாரசமுத்திரம் விட்டு மாலிக்காபூர் மாபார் (தமிழ்நாடு) நோக்கிப் படையெடுத்தது.	710 - ஷாவல் புதன்	10.3.1311
9.	மாலிக்காபூர் திருச்சியில் இருந்த பாண்டியர்களின் தலைநகர் வீர தாவளத்தில் படுகொலை செய்தது. கண்டியூரிலும் ஜலக்கோட்டை (ஸ்ரீரங்கம்) என்னும் தீவையும் அழித்தது உலோக விக்கிரங்களை உடைத்து நிறைய செல்வங்களைக் கைப்பற்றியது.	710 - ஜில்கிதா 13	4.4.1311இல்
10.	காம் என்னும் நகர் அடைந்தது	710 - ஜில்கிஜா 17 வியாழன்	8.4.1311
11.	சுந்தர பாண்டியனின் அண்ணனான வீரபாண்டியனுக்கு உரிய மதுரையை மாலிக்காபூர் அடைந்தது.	5 நாள் பிறகு	13.4.1311
12.	மாலிக்காபூர் மதுரை நகரத்தையும், அரண்மனையையும் கொள்ளையிட்டது. சொக்கநாதர் சிவன் கோயிலைத் தீ இட்டது. கொள்ளை அடித்த பொருள்கள், செல்வங்களுடன் மதுரையை விட்டுக் கிளம்பியது.	710 - ஜில்கிஜா 4 ஞாயிறு	25.4.1311
13.	மாலிக்காபூர் டில்லியை அடைந்து கொள்ளை அடித்த பொருட்களை அலாவுதீன் கில்ஜியின் முன் வைத்தது.	711 - ஜுமதாஸ் சானி 4 திங்கள்	18.10.1311

அமீர்குஸ்ருவின் ஆவணங்கள் துணைகொண்டு நோக்கும்போது 10.03.1311இல் தொடங்கிய தமிழக கொள்ளையடிப்பு 25.04.1311 வரை நீடித்துள்ளது. 45 நாட்கள் தமிழகத்தைச் சூறையாடிய அவன் படைகள் கண்டியூரில் முகாமிட்டுச் சோழநாடு முழுதும் சென்று கோயில்களையும், அரண்மனைகளையும் கொள்ளையடித்துத் தரை மட்டமாக்கிய நிகழ்ச்சிகள் குறிக்கப்பட்டுள்ளன. அவை வருமாறு:

"மாலிக்காபூரின் படைகள் துவார சமுத்திரத்தை விட்டுத் தமிழ்நாடு நோக்கி முன்னேறி சேர்மானி (சேர்வராயன் மலை), டாபார் (தகடூர்) ஆகிய இடங்களைத் தாண்டிக் கானோபாரி (காவேரி) நதி தீரத்திற்கு வந்து காவிரியின் கரையில் முகாமிட்டன. அங்கிருந்து பிர்தூலைச் சுற்றிப் (வீரதாவளமாகிய திருச்சி உய்யக்கொண்டான் திருமலை) படுகொலைகளும், அழிவுகளும் ஏற்படுத்தினான்.

பீர்பாண்டியன் (வீரபாண்டியன்) காண்டூருக்குச் (தஞ்சை கண்டியூர்) சென்று விட்டான். அங்கிருந்து காடுகளுக்குச் சென்று ஒளிந்து கொண்டான். காண்டூரில் (கண்டியூரில்) முஸல் மான்களும் இருந்தனர். இந்துக்களால் முஸல் மான்களுக்குப் பாதுகாப்பு அளிக்க முடியவில்லை. தமிழர்களாகிய முஸல்மான்கள் இந்துக்கள் போன்றே இருந்தார்கள். அவர்கள் தமிழர்கள் ஆதலால், அவர்களுக்கு கலிமாவைச் (குரான்) சரியாக உச்சரிக்கத் தெரியவில்லை. எனவே அவர்கள் கொல்லப்பட வேண்டியவர்களாக இருந்தாலும் முகமதியர்களாக இருந்ததால் மாலிக்காபூர் அவர்களைக் கொல்லாமல் விட்டுவிட்டான்."

"மாக்காபூர் வீரதாவளத்தில் 108 யானைகளைக் கைப்பற்றினான். அவைகளில் ஒரு யானை நவமணிகளால் அலங்கரிக்கப்பட்டு இருந்தது. (பட்டத்து யானை). மாலிக்காபூர் கண்டியூரில் பொதுப் படுகொலைக்கு உத்தரவிட்டான். தண்ணீரால் சூழப்பட்டு இருந்த கோட்டைக்கு வீரபாண்டியன் சென்றுவிட்டான். மாலிக்காபூர் வீரபாண்டியனை பின்பற்றித் துரத்தினான். ஆனால் வீரபாண்டியன் மீண்டும் காட்டிற்குள் ஒளிந்து கொண்டான்.

பிரஹ்மஸ்த்புரி என்ற ஊரில் (சிதம்பரம் அல்லது சீகாழி) தங்க விக்ரகம் இருப்பதாகவும், அங்கே நிறைய யானைகள் இருப்பதாகவும் அறிந்தான். அவ்வூரிலிருந்து 250 யானைகளைக் கைக்கொண்டான். அழகிய கோயிலைத் தரைமட்டமாக்க மாலிக்காபூர் நினைத்தான். விக்கிரக ஆராதனை செய்யும் இந்துக்கள் கட்டிய கோயில் ஷாதாதின் சொர்க்கம் போன்று இருந்தது. இந்துக்களுக்குப் புனிதமான இவ்விடத்தை (அஸ்திவாரத்தோடு) ஜாக்கிரதையாக மாலிக்காபூர் பிடுங்கி எடுத்தான். நிறைய தங்கமும், நகைகளும் முஸல்மான்களுக்குக் கிடைத்தன. பிர்தூலில் (திருச்சி) இருந்த எல்லாக் கோயில்களுக்கும் சேதம் விளைவித்தான். திருச்சியிலும், மதுரையிலும் கொள்ளை அடித்தவை ஏராளம். மதுரையில் மாலிக்காபூரின் படுகொலை பன்னிரெண்டு நாட்கள் நடந்தது."

பர்னியின் கூற்று

பர்னி என்பவரும் ஒரு கவிஞர். இவரும் அலாவுதீன் கில்ஜியின் அரசவையில் இருந்தார். அமீர்குஸ்ரூவின் நண்பர், குஸ்ரு கி.பி.1325இல் இறந்து போனார். பர்னி இருபத்தைந்து ஆண்டுகள் கழித்து கி.பி.1350இல் காலமானார். மாலிக்காபூரின் தமிழ்நாட்டுப் படையெடுப்பின்போது பர்னியும் சமகாலத்தவராக இருந்தார். சரித்திர நிகழ்ச்சிகளை டாரிகி பிரோன் ஷாஹி (Tarikhi - Firon - Shahi) என்னும் நூலில் எழுதியுள்ளார். இந்நூல் கி.பி.1340லிருந்து கி.பி.1350க்குள் எழுதப்பட்டது. பர்னி கூறுவதாவது:

"ஹிஜ்ரா 710இன் முடிவில் (கி.பி.1310) அலாவுதீன் கில்ஜி தென்னிந்தியாவை வெற்றிகொள்ளத் தனது படைத்தவனாகிய மாலிக்காபூரை அனுப்பினான். மாலிக்காபூர் தேவகிரிக்குச் சென்று அங்கிருந்து துவாரசமுத்திரம் ஏகினான். பிறகு

தமிழ்நாட்டில் தங்க விக்கிரகம் இருந்த கோயிலை அழித்தான். தமிழ்நாட்டில் இரண்டு மன்னர்கள் இருந்தனர். அவர்களுடைய யானைகளும் மற்றைய செல்வங்களும் மாலிக்காபூரால் கைக் கொள்ளப்பட்டன."[30]

வாசப்

அமீர்குஸ்ரூ, பர்னிபோன்று வாசப் எனும் பயண எழுத்தாளரும் மாலிக்காபூரின் தமிழகப்படை எடுப்புப் பற்றிக் குறிப்பிட்டுள்ளார். பர்ஸிய நாட்டின் சுல்தான் உல்ஜித்து ஆட்சிபுரியும்போது, வாசப் அங்கு கவிஞராகத் திகழ்ந்தார். அவர்தம் குறிப்புகளிலும் தமிழகத்துக் கோயில்கள் அழிக்கப்பட்ட செய்தி கூறப்பெற்றுள்ளது.

கி.பி.1318இல் நிகழ்ந்த இரண்டாம் சூறையாடல்

கி.பி.1311இல் மாலிக்காபூர் தில்லியிலிருந்து தமிழகம் வந்து திரும்பிய பிறகு கி.பி.1318இல் குஸ்ரூகான் என்பான் தலைமையில் தில்லியிலிருந்து வந்த முகமதியப்படை தமிழகத்தின் கோயில்களை மீண்டும் ஒருமுறை கொள்ளையடித்தோடு பாழ்படுத்தித் திரும்பின.[37]

மதுரை சுல்தானியர் ஆட்சி

கி.பி.1320இல் கியாசுதீன் துக்ளக் டில்லி சுல்தானாக அமர்ந்தார். அப்போது அவர்தம் மகனான உலூகான் என்பவனுக்கு இளவரசு பட்டம் கட்டினார். அவ்விளவரசன் தென்னாட்டில் குறிப்பாகத் தமிழகத்தில் நாடு பிடிக்க வேண்டும் என்ற எண்ணத்தோடு படை எடுத்து வந்து கி.பி.1323இல் மதுரையைக் கைப்பற்றி தன் படைத் தலைவர்களான ஆதி சுல்தான், மலுகநேமி ஆகிய இருவரையும் மதுரையில் சுல்தான்களாக நியமித்தான். கி.பி.1323இல் தில்லி பேரரசுக்குட்பட்ட ஒரு நாடாக மதுரையைத் தலைமை இடமாகக் கொண்ட தமிழகத்தின் ஒரு பகுதி திகழலாயிற்று. அவ்வாட்சி கி.பி.1371வரை நீடித்தது. தமிழகக் கோயில்களை எல்லாம் காக்க முனைந்த போசள மன்னன் வீர வல்லாளன் சுல்தானியார்களால் கொடூரமாகக் கொல்லப்பட்டான். மதுரை சுல்தானியர் ஆட்சியின்போது எத்தகைய நிகழ்ச்சிகள் நிகழ்ந்தன என்பதை மதுரை சுல்தானியர் வரலாறு பின்வருமாறு கூறுகின்றது.

"சகாப்தம் 1245க்கு மேல் (கி.பி.1323) ருத்ரோத்காரி வருடம் ஆனி மாதம் 22ஆம் தேதி டில்லியிலிருந்து பாச்சா வாசல் மந்திரி ஆதி சுல்தானும் மலுக்நேமியாரும் 60,000 குதிரை உடனே புறப்பட்டுச் சீமையிலுண்டான சிவஸ்தானம், விஷ்ணுஸ்தலம் கோயில் குளமெல்லாம் ஸ்ரீபண்டாரம் முதல் கொள்ளையிட்டுக் கொண்டு பிம்பங்களைக் கூட மோசப்படுத்திவிட்டு திரிசிரபுரம் (திருச்சி) வந்தார்கள். அவ்விடத்திலுள்ள ஸ்தானீகரும் எடுபட்டார்கள். ஸ்தலங்களும் எடுபட்டுப்போயின. இந்த சமாசாரம் வாளால் விழித்துறங்கும்

பராக்கிரம பாண்டிய ராஜா கேட்டுப் பயந்து காளையார் கோயில் அரண் போய்ச் சேர்ந்தார். அப்போது ஸ்தானீகர்கள், சுவாமியுடையவர்கள் திருவாலவாயுடைய தம்பிரானாற்கு கெர்ப்பக் கிரகத்துள்ளே சுவாமிக்குக் கிளிக்கூண்டு பண்ணுவித்து மண்மேடுகள் போட்டுக் கெர்ப்பக் கிரக வாசலும் கல்வரிதீர்த்து அர்த்த மண்டபத்திலே வேறு ஒரு லிங்கத்தைப் பிரதிஷ்டை பண்ணுவித்து மூலவர் நாச்சியாரையும், அஷ்ட்ட பந்தனம் செய்து, விமானத்தின் உற்சவ மேற்போக்கியே நாச்சியாரை எழுந்தருளப் பண்ணிவித்து உற்சவமூர்த்தி இளைய நாயனாரையும், பின்னுமுள்ள பரிவார விக்கரகங்களையும் முசுகுந்தீஸ்வரமுடையார் தோப்பிலே பூபதனம் (மண்ணில் புதைத்து) பண்ணுவித்துப் போட்டு, சொர்ண நாயகரையும், சிறிது சொர்ண விக்கிரகங்களையும் எடுத்துக்கொண்டு நாஞ்சில் நாட்டில் கிலுகிலுப்பை காடுபோய் சேர்ந்தார்கள்."

"அதற்கு மேல் திருச்சிராப்பள்ளியில் வந்திருந்த பாளையம் மதுரைக் கோட்டையை வந்து கட்டிக்கொண்டு, பாண்டியன் கோட்டையையும் பிடித்துக் கோயில் திருமதில், கோபுரம் முதலான திருப்பணிகள் அனேகம் இடித்துப் போட்டார்கள். அப்பால் எடுபட்டுப்போன திருப்பணிகள் போகக் கபாலி உடையார் திருமதிலும் கெர்பக்கிரக முதல் ஆறுகால் பீடம் வரைக்கும் பாண்டியர் செய்த திருப்பணியில் இவ்வளவே நிலைத்தன."

"அப்பால்... வருஷம் 48க்கு துலுக்கானமாய் இருந்தது. அப்படி இருக்கையில் கலியுகம் 4472க்கு மேல் சகாப்தம் 1293க்கு மேல் (கி.பி.1371) கம்பண உடையார் துலுக்கனை எடுத்துவிட்டுச் சீமையும் கட்டிக் கொண்டார். கம்பண உடையார் சுவாமி தரிசனம் பண்ணி அனேக திருவிளையாடற் கிராமமும் விட்டுக் கொடுத்து அநேக திரு ஆபரணங்கொடுத்து திரு ஆராதனைக் கட்டளையும் நடப்பித்தார்."

என்று கூறுகின்றது. மதுரைத் தல வரலாறோ சகாப்தம் நடப்பு கி.பி.1246 முதல் 48 ஆண்டுகள் துலுக்காணியமாய் நாயனார் மதுரைக்கு வாய்த்த பெருமாளும் நாஞ்சில் நாடு தேசத்துக்குப் போய், பஞ்சாக்ஷர திருமதிலும் பதினான்கு கோபுரமும் தெருவீதிகளும் இடிபட்டன. நாயகர் கோயில் கெர்பக்கிரகம் அர்த்தமண்டபம் மகாமண்டபம் வரைக்கும் தப்பி இருந்தது. - என்று கூறி பின் நிகழ்ந்தவற்றையும் விவரிக்கின்றது.[28]

கல்வெட்டுச் சான்றுகள்

கி.பி.1332இல் பொறிக்கப்பெற்ற மதுரை சுல்தானின் ராஞ்சியம் கல்வெட்டு[39], கி.பி.1333ஆம் ஆண்டுக்குரிய சடைவர்மன் ஸ்ரீவல்லபனின் திருக்கடையூர் கல்வெட்டு[40], கி.பி. 1335க்குரிய மதுரை சுல்தானின் இலுப்பூர் கல்வெட்டு[41], கி.பி.1336க்குரிய வென்று மண்கொண்ட சம்புவரையனின் திருவாமாத்தூர் கல்வெட்டு[42], கி.பி.1336ஆம் ஆண்டுக்குரிய மதுரை சுல்தானின் வேலன்குடி கல்வெட்டு[43], கி.பி.1342இல் பொறிக்கப்பட்ட சடையவர்மன் வீரபாண்டியனின் திருப்பத்தூர் கல்வெட்டு[44], கி.பி.1371க்குரிய மாறவர்மன்

வீரபாண்டியனின் திருக்களக்குடி கல்வெட்டு[45] ஆகியவை மதுரை சுல்தான்களின் ஆட்சிக் காலத்தில் கோயில்கள் எத்தகைய சீரழிவுகளுக்கு இலக்காகின என்பதை விவரிக்கின்றன.

கும்பகோணத்திற்கு அருகிலுள்ள இன்னம்பூரிலுள்ள வீரகம்பணனின் கி.பி.1370ஆம் ஆண்டுக்குரிய கல்வெட்டு[46] துலுக்கர் கலகத்தால் 40 ஆண்டுகள் கோயில்கள் மூடப்பெற்றிருந்தன எனக் கூறுகிறது. இராஜநாராயண சம்புவரையனின் திருவொற்றியூர் சாசனம்[47] துருக்கியர்களால் கோயில்கள் சீரழிந்ததை விவரிக்கின்றது. கி.பி.1381இல் பொறிக்கப்பெற்ற வீரசாவண உடையாரின் திருவையாறு சாசனம்[48] அத்திருக்கோயிலிலே திருமண்டபம் துலுக்கர் நாளில் நேர்குலைந்து இற்றுப் போயிற்று என்று கூறிப் பின்னர் அவற்றைப் புதுப்பிக்க மேற்கொண்ட நடவடிக்கைகள் பற்றி கூறுகின்றது.

திருபுவனம் திருக்கோயில் கோபுரம்

இவை அனைத்தையும் தொகுத்து நோக்கும்போது கி.பி.14ஆம் நூற்றாண்டில் வடபுலத்தாரால் கோயில்கள் இடிக்கப்பெற்றதையும், பின்புவந்த மன்னர்களும் ஆட்சியாளர்களும் அவற்றில் சிலவற்றைப் புதுப்பித்தனர் என்பதோடு இடிபாடுற்ற கோயிற் கற்கள் கொண்டு புதிய கோபுரங்களை எடுத்தனர் என்பதும் அறிய முடிகிறது.

சான்றெண் விளக்கம்

1. குடவாயில் பாலசுப்ரமணியன், குடவாயிற் கோட்டம். ப.62
2. மேலது, பக்.44, 45
3. South Indian Inscriptions, Vol.IV, No.445
4. Ibid. vol V., No.324; 326
5. குடவாயில் பாலசுப்ரமணியன், குடவாயிற் கோட்டம், பக்.41, 42
6. S.I.I. vol. II, No.4
7. Ibid. vol V. No.578; A.R.E. No.22 of 1895
8. Ibid. vol V. No.579; A.R.E. No.23 of 1895
9. குடவாயில் பாலசுப்ரமணியன், நந்திபுரம், ப.20
10. மேலது, ப.16 - 22
11. S.I.I. vol. VIII, pp.268 & 269
12. S.R. Balasubramanian, Early Chola Temples, p.216
13. குடவாயில் பாலசுப்ரமணியன். கோயில் கலைமரபு, - ப.69
14. Annual Report of Epigraphy, 1927
15. S.I.I. vol. III, Nos. 15, 16, 17
16. K.A. Nila Kamda Sastri, The colas, 1,603; II 493, 494
17. S.I.I. vol, VIII. No.529
18. Ibid vol.v, No.1345
19. Ibid vol. II No.6, vol V, nos 723, 980
20. வீரசோழியம், ப.144
21. S.I.I. vol. III No.250: verses 165 - 166
22. இரா.நாகசாமி, திருக்கோயிலூர்ப்பாட்டு, ப.4
23. A.R.E., No.47 of 1938

24. C. Sivaramamurthi, Nataraja Art Thought and literature chapter 5, pp.60-69

25. Kapila vatsayan, Dance Sculpture in Sarangapani Temple. pp.4 to 10

26. எஸ்.சேதுராமன், சார்ங்கபாணிகோயில் - கட்டுரை.

27. சரஸ்வதி மகால் நூலகம், தஞ்சாவூர் சமஸ்கிருத சுவடி எண். B11522/ 10830

28. குடவாயில் பாலசுப்ரமணியன், திருவாரூர் திருக்கோயில், ப.517

29. A.R.E. No.7 of 1899

30. S.I.I. vol IV, No.1408

31. Epigraphia Indica, vol XIII, pp.142 to 148

32. Travancore Archacological Series, vol.III No.34, verse 60. Ep.Ind. vol.IV, pp.221-25

33. A.R.E., No.56 of 1897

34. Elliot, Dowson, History of India as told by the Mohammadan Historians.

35. என். சேதுராமன், பாண்டியர் வரலாறு, ப.179

36. மேலது, ப.183

37. மேலது, ப.221

38. மதுரைத் தலவரலாறு, 1323 - 1371

39. புதுக்கோட்டை கல்வெட்டுக்கள், எண்.669

40. S.I.I. Vol. VIII, No.247

41. A.R.E., 297 of 1944

42. S.I.I. Vol. VIII No.750

43. A.R.E., 546 of 1959

44. Ibid. 120 of 1908

45. Ibid. 64 of 1916

46. A.R.E., No.322 of 1927.

47. A.R.E., No.203 of 1912

48. S.I.I. vol. V No.552

கோபுரங்களின் கலைக் கூறுகள்

கோபுரக்கட்டட அமைப்பில் கற்படை (கல்ஹாரம்), செங்கற்படை (மேற்தளங்கள்) கலசங்கள், மரக்கதவம் எனப் பல்வேறு அங்கங்கள் இடம் பெற்றுத்திகழ்கின்றன. அவை இலக்கண வரையறைகளுக்கு உட்பட்டும் சிற்பிகளின் கற்பனைத் திறத்திற்கேற்பவும் உருப்பெறும் போது ஒவ்வொரு காலகட்டத்திலும் தனித்துவம் பெற்றவைகளாக விளங்குகின்றன. கல்(சிலை), உலோகம், மரம், சுண்ணாம்பு எனப் பலவகைப் பொருள்களும் கோபுர அமைப்பிற்குப் பயன்படுத்தப் பெறுகின்றமையால் பல்வேறு வகையான கலைஞர்களின் உழைப்பும் திறமையும் இங்கு சங்கமிக்கின்றன. அக்கலைஞர்களின் படைப்புக்களான,

(1) தெய்வ உருவச் சிற்பங்கள், (2) மனித உருவச் சிற்பங்கள், (3) நாட்டியச் சிற்பங்கள், (4) அரச இலச்சினைகள், (5) பிற அரிய சிற்பங்கள், (6) சுதை உருவங்கள், (7) செங்கற் சிற்பங்கள், (8) மரச்சிற்பங்கள், (கதவுகள், தூண்களில் இடம் பெறுபவை), (9) ஸ்தூபிகள் (கலசங்கள்), (10) ஓவியங்கள் ஆகியவை கட்டுமானத்தோடு இணையும்போது கோபுரங்கள் பேரழகோடு விளங்கலாயின. அவ்வழகுக்குக் காரணமான கோபுரங்களின் கலைக் கூறுகள் பற்றியும், அவை பல்வேறு காலங்களில் அடைந்த வளர்ச்சி, எய்திய சிறப்பு ஆகியவை பற்றியும் இவ்வியல் ஆராய்கின்றது.

1. தெய்வ உருவச் சிற்பங்கள்

பல்லவர் கால கோபுரச் சிற்பங்கள்

தமிழகக் கோபுரக்கலை வரலாற்றில் முதல் நிலைக் கோபுரங்களாகத் திகழும் காஞ்சி கயிலாயநாதர் கோயில் மற்றும் மகாபலிபுரத்துக் கடற்கரைக் கோயில் ஆகியவற்றின் வாயில்களில், சிற்பங்களுக்கு முக்கியத்துவம் கொடுத்துள்ளனர். கடல் மல்லை தலசயனக் கோயிலின் கிழக்கு வாயிலில் துவார பாலகர் சிற்பங்கள் இடம் பெற்றுள்ளன. அங்குத் திகழந்த பிற சிற்பங்கள் உப்பு அரிப்பால் சிதைந்து விட்டன.

இக்கோயிலின் மேற்கு வாயிலாகத் திகழும் மொட்டைக் கோபுரப் பகுதியில் இரண்டு சிதைந்த நிலைக்கால்கள் உள்ளன. அவற்றில் எதிரெதிரே இரண்டு பெரிய சிற்பங்கள் உள்ளன. தென்புறம் மூவருவும் ஓருருவாய் நின்ற ஏகபாத மூர்த்தியின் உருவம் உள்ளது. இவ்வுருவுக்கு மூன்று தலைகளும், ஒருடலும், ஆறுகரங்களும் உள்ளன. அவர் சூலம், பாம்பு போன்றவற்றைத் தரித்துள்ளார். வடபுறம் பல தலைகளையுடைய அரவின் கீழ் நிற்கும் நாகராஜனின் உருவம் உள்ளது.

கோயிலுக்குள் நுழையும் போது பிரமன், திருமால், சிவன் ஆகிய மும்மூர்த்திகளையும், உலகத்தைத் தாங்கி நிற்கும் நாகராஜனையும் வழிபடும் மரபை இச்சிற்பங்கள் எடுத்துக்காட்டுகின்றன. தஞ்சைப் பெரியகோயில் இரண்டாம் கோபுர வாயிலின் உட்புறம் நாகராஜனுக்கெனச் சிற்றாலயம் ஒன்றுள்ளது. பிற்காலக் கோபுரங்களில் ஆவரண தெய்வச் சிற்பங்களில் ஒன்றாக நாகராஜனுக்கு முக்கியத்துவம் கொடுக்கப்பெற்றுள்ளதை இங்கு ஒப்பிட்டு நோக்க வேண்டியுள்ளது. காஞ்சி கயிலாயநாதர் ஆலயத்து மேற்குப்புற வாயிலில் உள்ள தூண்களில் வணங்கும் கோல நாக தேவதைகளின் உருவங்கள் இடம் பெற்றுள்ளன. தொடக்க காலம் முதல் கோபுரங்களில் நாக தெய்வச் சிற்பங்கள் இடம் பெற்று வந்துள்ளன. என்பது கோபுர ஆய்வால் அறிய முடிகின்றது.

முற்காலக் கோபுரங்களில் உள்ள சிற்பங்கள்

முற்காலச் சோழர் கோபுரங்களில் சிற்ப அமைப்பு எவ்வாறு திகழ்ந்தன என்பதை அறிய ஏற்ற கோபுரங்களாக விளங்குபவை கீழையூர் அவனிகந்தர்வ

ஈஸ்வரத்து கோபுரச் சிற்பங்களும், திருவாரூர் அணுக்கன் கோபுரத்துச் சிற்பங்களுமேயாகும்.

கீழையூர் கோபுரத்தில் கோஷ்டங்கள் அமைக்கப் பெறாமல் நுழைவாயிலை ஒட்டிஇருபுறமும் இரண்டு துவாரபாலகர் சிற்பங்களை அமைத்துள்ளனர். வாயிலின் வலதுபுறம் உள்ள துவாரபாலகரின் இருகால்களும் தரையில் பதிந்துள்ளன. நின்ற கோலத்தில் திகழும் அவ்வுருவத்தின் வலக் கரம் கதை மேல் ஊன்றியும், இடக் கரம் மேலுயர்த்திய நிலையில் விஸ்மயம் எனும் முத்திரை காட்டியும் உள்ளன. இடப்புறம் உள்ள துவாரபாலகர் உருவம் ஒரு காலைத் தரையில் ஊன்றியும், மறுகாலை உயர்த்திச் கதையின் மீது வைத்த வண்ணமும் காணப்பெறுகின்றது. அதுபோன்றே இடக் கரம் கதை மீது திகழ வலக் கரம் மேலுயர்த்தி விஸ்மயம் காட்டுகின்றது. எழிலோடு கூடிய சடைமுடி, காதுகளில் பத்ர குண்டலம், மார்பு கை, கால்களில் அணிகலன்கள், அழகிய மடிப்புக்களுடன் இடுப்பாடை ஆகியவற்றோடும், பொலிவு பெற்ற முக அழகோடும் இவ்விரண்டு துவாரபாலகர் உருவங்கள் காணப்பெறுகின்றன.[1]

பல்லவ, முற்காலச் சோழர் கோயிற் கோபுரங்களில் திகழும் துவாரபாலகர் சிற்பங்களுக்கு இரண்டு கரங்கள் மட்டுமே உள்ளமை குறிப்பிடத்தக்கதாகும். இடைக்காலச் சோழர் சிற்பங்களில் தொடங்கி,பிற்காலம் வரை கோபுரங்களில் திகழும் வாயிற்காலவர் சிற்பங்களுக்கு நான்கு கரங்கள் இருப்பது காணப் பெறுகின்றன.

திருவாரூர் அணுக்கன் கோபுரத்தில் 6 கோஷ்டங்களில் முன்னாளில் சிற்பங்கள் இடம் பெற்றிருந்திருக்கின்றன. ஆனால் தற்போது தெற்குக் கோஷ்டத்தில் தட்சிணாமூர்த்தியும், தென்மேற்கில் ஆலிங்கன சந்திர சேகரரும், வடக்கில் பிரம்மன் உருவமும் உடைந்த சிற்பங்களாகத் திகழ்கின்றன. இக்கோபுரத்தில் இடம் பெற்றிருந்த மற்ற சிற்பங்களைப் பற்றி அறிய முடியவில்லை.

இடைக்காலச் சோழர் கோபுரச் சிற்பங்கள்

இடைக்காலச் சோழர் காலத்திய கோபுரங்களுக்குச் சிறந்த எடுத்துக் காட்டாகத் திகழும் தஞ்சை இராஜராஜேச்சரத்துக் கோபுரங்களில் இடம் பெற்றுள்ள சிற்பங்களை இங்கு ஆராயும்போது பல புதிய மாற்றங்கள் ஏற்பட்டுள்ளமையை அறிய முடிகிறது. முதற்திருக்கோபுரமான கேரளாந்தகன் திருவாயிலில், கீழ்நிலையில் சிற்பங்கள் ஏதும் இடம் பெறவில்லையாயினும் முதற்தளத்தின் பக்கவாட்டின் தென்புறமும், வடபுறமும் அமைந்துள்ள சிறு சன்னதிகளில் முறையே தட்சிணாமூர்த்தி, பிரம்மன் ஆகிய தெய்வச் சிற்பங்களைக் காணமுடிகின்றது. தட்சிணாமூர்த்தி மற்ற திருக்கோயில்களில் காணப்பெறவது போல் கல்லால மரத்தின் கீழ் ஒரு காலை மடித்து அமர்ந்த நிலையில் நான்கு கரங்களுடன் ஞானம் உரைப்பவராகத் திகழ்கிறார். ஆனால் பிரமன் திருவுருவம் சற்று மாறுபட்ட கலை அமைதியில் திகழ்கின்றது.

குடையின் கீழ்சடா மகுடராய் தாடி, மீசை ஆகியவற்றுடன் திகழும் நான்கு முகங்களோடு சுகாசனராக ஒரு காலை மடித்தும், மறுகாலைத் தொங்க விட்ட நிலையிலும் அமர்ந்த வண்ணம் அத்திருவுருவம் காணப்பெறுகின்றது. வல மேற்கரத்தில் ஸ்ருவம், ஸ்ருக் எனும் வேள்விக் கரண்டிகளும், இட மேற்கரத்தில் ஜலகெண்டியும், வலது கீழ்கரத்தில் அக்க மாலையும், இடது கீழ்கரம் சுவடிபிடித்த நிலையில், இடது தொடைமேல் இறுத்திய வண்ணமும் காணப்பெறுகின்றன.

முற்கால, பிற்காலச் சோழர் கோயில்களில் காணப்பெறும் பிரமன் திருவுருவங்களில் தாடி மீசை இல்லாமலும், கைகளில் ஸ்ருவம்,ஸ்ருக் எனும் வேள்விக் கரண்டிகள் காணப்பெறாமலும் இருப்பதுதான் சிற்பமரபாகும். ஆனால் இந்நிலையிலிருந்து மாறுபட்ட வடிவத்தினைத் தஞ்சைக் கோபுரத்தில் காண முடிகிறது. இடைக்காலச் சோழர்களான இராஜராஜன், இராஜேந்திரன் அவனது புதல்வர்கள் படைத்த கோயில்களில் எல்லாம் தாடி மீசையுடனும், வேள்விக்கரண்டிகளுடனும் திகழும் பிரமன் உருவங்கள் உள்ளன.

கங்கை கொண்ட சோளீச்சரம் கோயிற் கருவறையின் தென்புற கோஷ்டத்தில் பிரமன் நின்ற கோலத்தில் தாடி மீசைகளுடன் நான்கு தலை கொண்டவராய் இருபுறமும் இரு தேவியர் (சாவித்திரி, சரஸ்வதி) விளங்கக் காட்சி தருகின்றார். அவரது மேற்கரங்ளில் வேள்விக் கரண்டிகளும், தர்ப்பைப்புற்கட்டும், கீழ்கரங்களில் அக்கமாலையும் நீர்க்கெண்டியும் உள்ளன.

முற்கால, பிற்காலச் சோழர் சிற்ப மரபுகளில் காணப்பெறாத இப்புதிய வடிவம் தஞ்சைக் கோபுரத்தில் எவ்வாறு இடம் பெற்றது என்பதை ஆராய முற்படும் போது, இக்கலை மரபு சோழப்பேரரசர்களின் குருமார்களாகத் திகழ்ந்த லகுளீசபாசுபத மார்க்கத்தினரால் அறிமுகமான ஒரு கலை மரபு என்பது விளங்கும். சர்வசிவ பண்டிதர், ஈஸ்வர சிவபண்டிதர் போன்ற இராஜகுருமார்கள் கௌடதேசம், ஆர்யதேசம் போன்ற வடபுலத்திலிருந்த வந்தவர்கள் ஆவர். இதனைத் தஞ்சைக் கல்வெட்டொன்று[2] வலியுறுத்துகிறது. வட இந்திய பகுதிகளில் மத்திய கால சிற்பப்படைப்புகளாகவுள்ள பிரமன் திருவுருவங்கள் தாடி, மீசை ஆகியவையுடைய வயோதிகராய், வேள்விக்குரியவராக, வேள்விக்குரிய சின்னங்களுடன் காணப்பெறுகின்ற[3] அம்மரபைப் பின்பற்றிச் சோழநாட்டுச் சிற்பிகள் படைத்த பிரமன் சிற்பங்களே தஞ்சை கேரளாந்தகன் கோபுரச்சிற்பமும், கங்கை கொண்ட சோளீச்சரத்து விமானத்துச் சிற்பமும் ஆகும்.

இராஜராஜன் திருவாயில்

மூன்று நிலைகளையுடையதும் தரையிலிருந்து கலசம் வரை கருங்கற் கட்டுமானமாய் விளங்குவதுமான இராஜராஜன் திருவாயில் எனும் தஞ்சைக் கோயிலின் இரண்டாம்கோபுரம் முதலாம் இராஜராஜ சோழன் காலத்துச் சிற்பக் களஞ்சியமாகவே விளங்குகின்றது. கோபுரத்தின் வெளிப்புறமும் உட்புறமும் உபீடப் பகுதியில் உள்ள சிவபுராணக்காட்சிகள், அதிஷ்டானத்திற்கு மேலும்

பிரஸ்தரத்திற்குக் கீழும் உள்ள கால்பகுதியில் இடம் பெற்றுள்ள கோஷ்ட சிற்பங்கள், கோபுரத்தின் ஒரு அங்கமாகவே திகழும் பரிவாராலயக் கோயிற் சிற்பங்கள் என மூன்று வகையான கற்சிற்பங்களை இக்கோபுரத்தில் காணமுடிகிறது.

அதிஷ்டானத்திலுள்ள சிற்பக் கதைத் தொகுப்புகளில் பெரும்பான்மையான சிற்பங்கள் நல்ல நிலையில் இருந்தபோதும் சில சிதைந்தும், சில காட்சிகள் செதுக்கப் பெறாமல் சிற்பங்களாகக் கற்கள் மட்டும் பதித்த நிலையிலும் காணப்பெறுகின்றன. கோபுர அதிஷ்டானத்தின் வலப்புறம் லிங்கோத்பவர், மணி, தூபக்கால், முக்காலி மீது சங்கு ஆகியவையுள்ள முதற்சிற்பத்தொகுதி தொடங்குகிறது. சிவபெருமான் உமையோடு வீற்றிருக்கும் மற்றொரு காட்சி சிதைந்துள்ளது.

சிவபெருமான் சுகாசனக் கோலத்தில் அமர்ந்திருக்க அவருக்கு இருபுறமும் துவாரபாலகர் இருவர் கதைகளுடன் நிற்க, வாணன் குடமுழவிசைக்கும் காட்சி சிதைவுகளுக்கிடையேயும் தெளிவாகத் தெரிகின்றது. இத்தொகுப்பு இதே கோபுரத்தின் பின்புற அதிஷ்டானத்தில் விளங்கும் திரிபுர காட்சித் தொகுப்புடன் தொடர்புடைய ஒன்றாகும். முப்பரங்களை சிவபெருமான் தன் புன்னகையாலேயே எரித்துச் சாம்பலாக்கிய பின்பு தாரகாட்சன், கமலாட்சன், வித்யுன்மாலி என்ற மூன்று அசுரர்களில் இருவரை தன் கோயில் வாயிற்காவலாராகவும், ஒருவனைத் தன் ஆடலுக்கு குடமுழா இசைப்பவராகவும் அருளிய சிவபெருமானின் கருணையைக் காட்டும் சிற்பத்தொகுதியாக அது விளங்குகின்றது.[4] சுந்தரர் தம் தேவாரத்தில்,

“மூவெயில் செற்ற ஞான்றுய்ந்த மூவரில்
இருவர் நின்றிருக்கோயில் வாய்தல்
காவலாளரென் றேவிய பின்னை
ஒருவன் நீகரி காடரங்காக
மானை நோக்கியார் மாநட மகிழ
மணிமு ழாமுழக் கவருள் செய்த
தேவ தேவ நின் திருவடி அடைந்தேன்
செழும்பொ ழில்திருப் புன்கூர் உளானே”

(சுந்தர - தேவா -VII 55, 3)

என்று இவ்வரலாற்றைக் கூறியுள்ளார். இக்காட்சியினை விளக்கும் சிற்பத்தொகுதி இக்கோபுரத்திலன்றி வேறு எந்த கோயிலிலும் இல்லாதது குறிப்பிடத்தக்கதாகும்.

இக்காட்சியினை அடுத்து சண்டீசர் கதைத் தொகுப்பும், மார்க்கண்டேயன் புராணக் காட்சித் தொகுப்பும் இடம் பெற்றுள்ளன.

கோபுர வாயிலுக்கு இடப்புறமாக வள்ளி தேவசேனையுடன் முருகப் பெருமான் மயிலோடு காணப்படுகிறார். அடுத்து வள்ளித் திருமணக் காட்சித் தொடராக கிழவேதியர் (முருகப்பெருமான்) வருதலும், யானையைக் கண்ட

வள்ளி கிழவரைத் தழுவுதலும், யானை மீது முருகனும் வள்ளியும் அமர்ந்திருந்தலும் ஆகிய கட்சிகள் உள்ளன.

இக்காட்சித் தொகுப்புக்கு அடுத்ததாகக் கிராதார்ச்சுனக் காட்சித் தொகுப்பு உள்ளது. அர்ச்சுனன் தவம், வேடுவனாகச் சிவபெருமானும், குழந்தை முருகனை இடுப்பில் கொண்ட வேட்டுவப் பெண்ணாக உமையும், வேட்டை நாய்கள், பன்றி ஆகியவை சூழவரும் காட்சி, அர்ச்சுனனுக்கும் சிவபெருமானுக்கும் நடக்கும் விற்போர், சிவபெருமானும் உமையவளும் அமர்ந்திருக்க அர்ச்சுனன் பாசுபதம் பெறுதல் ஆகிய காட்சிகள் சிற்பத்தொகுதியாக விளங்குகின்றன. காஞ்சிபுரம் கைலாசநாதர் கோயிலிலுள்ள கிராதரார்ச்சுனச் சிற்பத் தொகுதியின் தாக்கம் இங்கு கண்கூடாக வெளிப்படுகின்றது.

அடுத்தக் காட்சியாகப் பிரமன் அமர்ந்திருக்கச் சூரிய, சந்திரர்களும், விண்ணவர்களும், பூத கணங்களும் ஈசனைப் போற்றுவதாக அமைந்துள்ளது. இதனுடன் இணைந்து சிவபெருமான் தேவியோடு அமர்ந்திருக்க கங்கை யமுனை எனும் இரு பெண்கள் சாமரசம் வீச, எதிரில் காமன் நிற்கும் காட்சி உள்ளது. கரும்பு வில்லால் காமன் சிவபெருமான் மீது எய்வதும், பின்னர்ப் பொடிபட எரிந்து வீழ்வதும், இரதியின் பிரார்த்தனைக்காகக் காமனுக்கு இறைவன் அருளுதலும் ஆகிய சிற்பக்காட்சிகள் உள்ளன.

இதே கோபுரத்தின் வடதிசையில் அதிட்டானப் பகுதியில் கண்ணப்பர் கதையின் சிற்பத் தொகுப்பு மிகுந்த எழிலோடு காணப்பெறுகின்றது. சூரியனும், சந்திரனும் விண்ணில் பவனி வர, இரண்டு மரங்களுக்கிடையே அழகான கற்கோயில் ஒன்றுள்ளது. கோயிலுக்கு முன்னே பலிபீடம் உள்ளது. அதற்கு முன்பாக வில்அம்பு ஏந்திய கண்ணப்பர் நிற்கும் காட்சியுள்ளது. கண்ணப்பரின் காலடியில் நான்கு வேட்டை நாய்கள் குரைத்த வண்ணம் ஓடுகின்றன. மரத்தில் பல்லி, குரங்கு போன்றவைகள் கூட உள்ளன. கோயில், கருவறையில் சிவலிங்கம் வாயிற்படியில் சிவகோசரியார் ஆகிய உருவங்கள் உள்ளன.

அடுத்த நிலைக்காட்சியாகக் கண்ணப்பர் வில்லுடன் நிற்கிறார். இக்காட்சியை அடுத்து மற்றொரு காட்சியாகக் கண்ணப்பர் கையில் வில் அம்புடன் உடும்பு ஒன்றினை ஏந்திய வண்ணம், மரத்தடியில் சிவலிங்கத்தின் மேலுள்ள மலர்களை வில்லால் கீழே தள்ளுகிறார். இதற்கு அடுத்த காட்சியாக மரத்தடியில் சிவகோசிரியார் மறைந்துநிற்க, கண்ணப்பர் தன் வில்லைத் தரையில் வைத்துவிட்டு ஓர் அம்பால் தன் கையை உயர்த்திக் கண்ணை அகழ்தலும் மற்றொரு கரத்தால் எடுத்த கண்ணை இலிங்கத்தின் முகத்தில் அப்ப முனையும் போது இலிங்கத்திலிருந்து வெளிப்பட ஒரு கை அதனைத் தடுப்பதையும் காணமுடிகிறது.

இக்கோபுரத்தில் காணப்பெறும் கண்ணப்பர் சிற்பக்காட்சியானது சேக்கிழார் பெரிய புராணத்தில் கண்ணப்பர் புராணம் கூறுவதற்கு 150 ஆண்டுகள் முன்னரே வடிக்கப்பட்டது என்பதை வைத்து நோக்கும் போது கண்ணப்பர்

தஞ்சை இராஜராஜன் திருவாயில் அதிஷ்டானத்தில் உள்ள கண்ணப்ப நாயனார் புராணச் சிற்பக் காட்சிகள்

கதையினைச் சேக்கிழார் பெருமான் கூறுவதற்கு முன்பே தமிழ்மக்கள் நன்கறிந்து போற்றினர் என்பதை அறிய முடிகிறது.

இக்கோபுரத்தின் உட்புற உபபீடத்தில் திரிபுராந்தகர் புராண வரலாறு முழுவதும் சிற்பக் காட்சிகளாக விளங்குகின்றன. போதிமரத்தடியில் திருமால் புத்தராக அமர்ந்த நிலை, சிவபெருமான் போருக்குச் சொல்லும்போது உடன் கணபதி, முருகப்பெருமான் தேவி ஆகியோர் முறையே பெருச்சாளி, மயில், சிம்மம் போன்றவற்றிலேறி செல்லுதல், தலையில் சிவலிங்கதத்தைச் சுமந்த அசுரர்கள் எதிரே வருதல் போன்ற காட்சிகளும் சுந்தரர் கையிலை செல்லும் காட்சியும் உள்ளன.

தென்புறம் இடபத்தின் மேல் சிவபெருமான் ஒய்யாரமாக அமர்ந்திருக்க, பூதகணங்கள் குடை பிடித்த வண்ணம் சங்கம் ஊதி தாளமிட்டு குதூகலிக்கின்றன. எதிரில் நான்கு பெண்கள் நிற்கின்றனர். வடபுறம் இந்திரன் ஆலயத்தை ஒட்டிப் பெரிய அளவில் உமையொருபங்கன், கஜசம்ஹாராமூர்த்தி, ஆறுகரங்களோடு கங்காளமூர்த்தி ஆகிய சிற்பங்கள் சற்றுச் சிதைந்த நிலையிலுள்ளன. இச்சிற்பங்களுக்கு மேலாக உபபீடத்தின் கபோதகத்திலுள்ள கூடுகளில் உள்ள வட்ட அமைப்பினுள் பெண்களின் எழிலுறு முகங்கள் காணப்பெறுகின்றன.

இவ்வாறு உபபீடம் முழுவதும் சிவபுராணக்கதைகள், அடியார்களின் வரலாறு, சிவவடிவங்கள் ஆகியவை திகழ்கின்றன. தமிழகத்தில் திகழும் வேறு எந்த கோபுரத்தின் உபபீடப் பகுதியிலும் இத்தகைய கதைத் தொகுப்புச் சிற்பங்கள் இடம் பெறவில்லை. மேலும் இங்கு உபபீடப்பகுதியில் பிற்காலக் கோபுரங்களில் காணப்படுவது போன்ற கோஷ்டங்கள் இல்லாமல் இருப்பது சிறப்பு அம்சமாகும்.

கோஷ்ட தெய்வங்கள்

அதிஷ்டானத்து வேதிகைப் பகுதிக்கு மேலாகவும் பிரஸ்தரத்திற்குக் கீழாகவும் உள்ள கால் பகுதியில் (பித்தியில்), கோபுரத்தின் நான்கு மூலைகளிலும் பக்கத்திற்கு இரண்டிரண்டாக விளங்கும் எட்டு கோஷ்டங்களிலும், இருகரங்களுடன் நின்ற கோலத்தில் உள்ள கங்கபுத்திரர்களான அஷ்டவசுக்களின் சிற்பங்கள் இடம்பெற்றுள்ளன.

இதைத் தவிர இக்கோபுரத்தின் உட்புறம் மேற்கு நோக்கிய வண்ணம் இரண்டு சிற்றாலயங்கள் உள்ளன. தென்புறம் உள்ள சிற்றாலயத்தில் நாகராஜர் சுகாசனராகத் தலைக்கு மேல் படமெடுத்த பாம்போடு அமர்ந்துள்ள திருமேனி இடம் பெற்றுள்ளது. வாயிலை ஒட்டி வடபுறம் இந்திரனுக்குரிய சிற்றாலயம் உள்ளது. ஆனால் அங்கிருந்த இந்திரன் திருமேனி பின்னாளில் அழிந்து விட்டது. இவ்விரு சிற்றாலயங்களின் மேல் நிலைகளில் இந்திரன், நாகராஜன் சிற்பங்கள் உள்ளன.

உலகிலேயே மிகப் பெரிய துவாரகாலகர் சிற்பங்கள்

இந்த கோபுரத்தின் கீழ்திசை வாயிலினை ஒட்டி இருபுறமும் அதிஷ்டானத்தில் தொடங்கி உத்திரமட்டம் வரை திகழக்கூடிய பதினெட்டு அடி உயரமுடைய ஒரே கல்லாலான இரண்டு துவாரபாலகர் சிற்பங்கள் உள்ளன. இவைதான் உலக அளவில் மிகப் பெரிய துவாரபாலகர் சிற்பங்களாகும். இவ்வளவு உயர கற்சிற்பங்களின் அங்க அளவீடுகளில் எந்தவொரு இடத்திலும் குறைபாடு எதுவும் இல்லை என்பது தான் இவற்றின் சிறப்பு அம்சமாகும். வாயிலின் இடப்புறம் நிற்கும் துவாரபாலகர் சிற்பத்தின் வலக் கால் தரையிலும், இடக் கால் அருகில் திகழும் மழுவின் மீதும் உள்ளன. கீழிரு கரங்களிலும் வலக் கரம் தர்ஜனி (எச்சரிக்கை) முத்திரை காட்டி இடக் கரம் மார்பின் குறுக்காக நீண்டு மழுவின் கைப்பிடிமேல் அழுந்தியுள்ளது. வல மேற்கரம் ஈசன் இருக்கும் திசையைக் காட்டுவதோடு இடக் கரம் விஸ்மயம் (பெருவியப்பு) எனும் ஹஸ்த முத்திரை காட்டுகின்றது. தலையில் நெற்றிப் பட்டத்தோடு விளங்கும் கரண்ட மகுடமும், அதன் உச்சியில் மூவிலைச் சூலமும் உள்ளன. காதுகளில் பத்ர குண்டலங்கள் விளங்குகின்றன. குண்டலங்கள் நடுவே ஆந்தைகள் அமர்ந்துள்ளன. அணிகலன்களும், மார்பில் மலரால் அணி செய்யப்பெற்ற யக்ஞோபவீதமும், பறக்கும் இடுப்பாடையும், பாதங்களில் சலங்கைகள் உள்ள காலணிகளும் திகழ இச்சிற்பம் கம்பீரமாக நிற்கின்றது. வாயில் மெல்லிய இருகோரைப் பற்கள் திகழ்ந்த போதும் உதட்டில் புன் முறுவலையும், முகத்தில் தெய்வீகப் பொலிவையும் இவ்விரு துவார பாலகர் சிற்பங்களிலும் காணலாம்.

தென்புறத்திலுள்ள துவாரபாலகர் சிற்பம் எல்லா அம்சங்களிலும் வடபுற துவாரபாலகர் போன்றே இருப்பினும், இச்சிற்பத்தில் வலக் கால் அருகிலுள்ள வெட்டப்பட்ட மரக்கிளை மீது அழுத்தப்பட்டுள்ளது. கீழ் இடக் கதரம் அம்மரத்தின் மேல் வைக்கப் பெற்றுள்ளது. இருதுவார பாலகர் பாதங்களுக்கு அருகே சிம்மங்கள் அமர்ந்துள்ளன. மரக்கிளையை மிதித்த வண்ணம் திகழும் தென்புற துவாரபாலகரின் வலக் காலின் கீழ் மரப்பொந்திலிருந்து வெளிவரும் பாம்பொன்றின் தலை காணப்பெறுகின்றது. அதன் வாய் ஓடிக்கொண்டிருக்கும் யானை ஒன்றினைக் கவ்விய வண்ணம் உள்ளது.

மாசுணத்துவாய் மதகளிறும் மீநடப்பியல் கோட்பாடும்

மேனாட்டுக் கலைமரபில் மீநடப்பியல் (சர்ரியலிசம்) எனும் கோட்பாடு சிற்ப ஓவியக்கலைஞர்களிடையே மிகவும் போற்றப் பெறுகின்ற ஒன்றாகும். ஒரு கலைஞன் தான் வெளிப்படுத்த விரும்புகின்ற ஒரு கருத்தினைத் தன்படைப்பில் இயற்கைக்கு மாறுபட்ட கோணத்தில்சில குறியீடுகள் வாயிலாக மிக அழுத்தமாக எடுத்துக்காட்டும் ஒரு உத்தியே சர்ரியலிசம் என்பதாகும். 20 ஆம் நூற்றாண்டின் தொடக்ககாலத்தில் பிரான்ஸ்நாட்டு ஓவியர்களால் இக்கலை மரபு உருவாக்கப்பட்டதாகக் கூறுவர். ஆனால் தஞ்சை பெரியகோயில் கோபுரத்துச் சிற்பமாகத் திகழும் துவாரபாலகர் வடிவம் அக்கோட்பாட்டின் மிகச்சிறந்த ஒரு எடுத்துக்காட்டாக விளங்குகிறது.

தஞ்சை இராஜராஜன் திருவாயிலில்
உள்ள துவார பாலகர் சிற்பங்கள்

தஞ்சைப் பெரிய கோயில் சிற்பம்

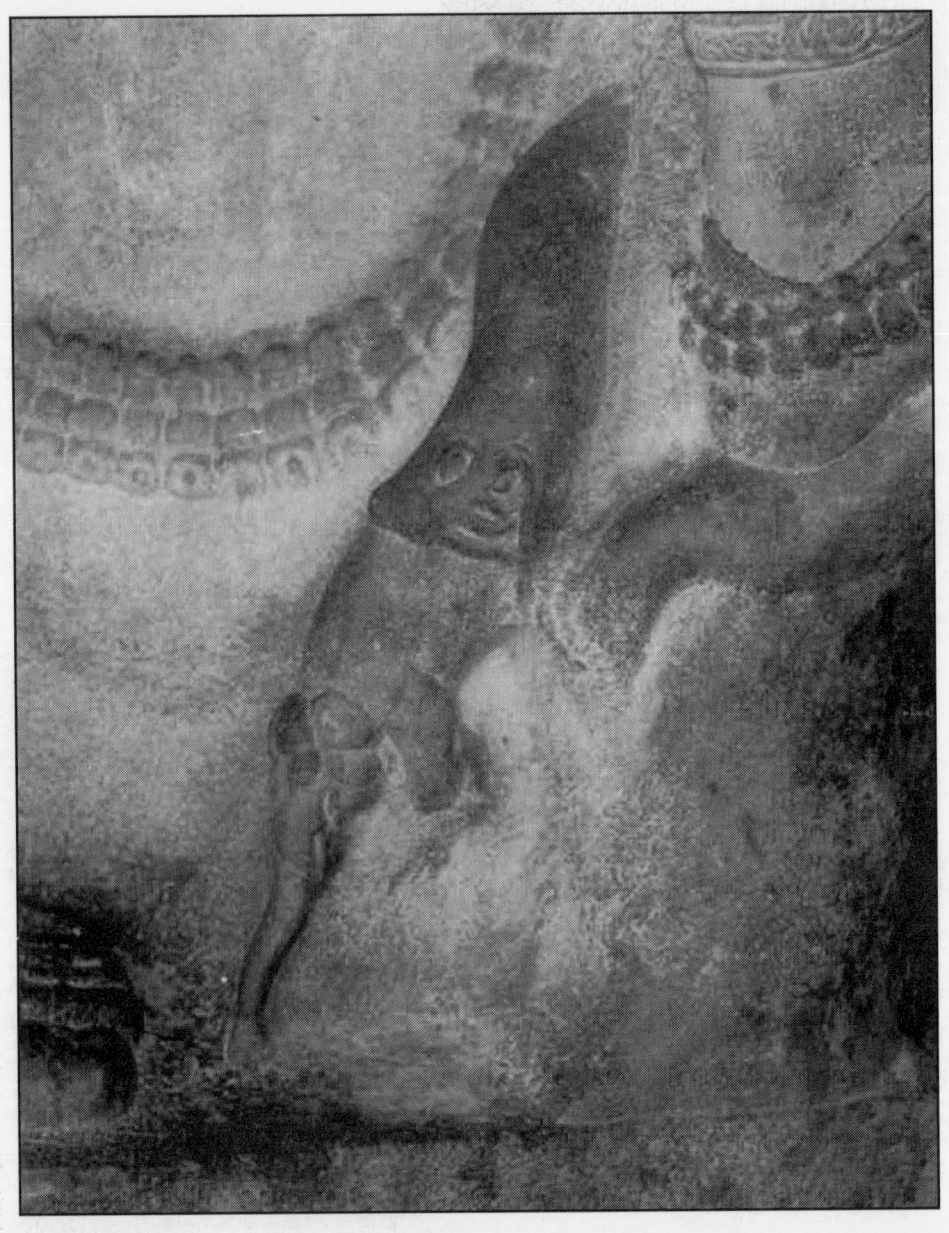

துவார பாலகர் காலடியில் உள்ள பாம்பு யானையை விழுங்கும் காட்சி

பதினெட்டு அடி உயரமுள்ள அத்துவார பாலகரின் காலடியில் திகழும் ஒரு பாம்பு எலியை விழுங்குவது போன்று ஓடுகின்ற யானையைப் பிடித்து விழுங்குகின்றது. மாசுணத்து வாயில் திகழும் அந்த மதகளிற்றை உண்மையான யானையின் அளவுக்குக் கற்பனை செய்து கொண்டால் அந்த பாம்பின் தலைக்கு மேலாகத் திகழும் துவாரபாலகரின் ஒருபாதம் மட்டும் எவ்வளவு பெரிது என்பதை கற்பனை செய்து பார்க்கலாம். பாதத்தின் அளவை யானையின் அளவிலிருந்து கற்பனை செய்துகொண்டு அப்பாதத்திற்குரிய அந்த வாயிற்காவலனின் உயரத்தைக் கற்பனையில் கணக்கிட்டால் அந்த பதினெட்டு அடி உயர உருவம் வானத்தளவு முன்தோன்றும். அவனோ ஒரு கையால் எச்சரிக்கை (தர்ஜனி முத்திரை) காட்டி, மறுகரத்தால் கோயிலினுள் ஈசன் இருக்கும் திசையைக் காட்டுவதோடு, மற்றொரு கரத்தை மேலுயர்த்தி பெருவியப்பு என்பதைச் சுட்ட விஸ்மயம் எனும் ஹஸ்த முத்திரை காட்டுகின்றான்.

வானத்து உயரத்து திகழும் ஒருவன் உள்ளே இருக்கும் ஈசனின் உருவை வியப்பின் முத்திரையைக் காட்டி எச்சரிக்கின்றான். கோயிலின் விமான அமைப்பே இருபெரும் தத்துவங்களை தன்னுள் அடக்கிச் செம்மாந்து நிற்கின்றது. 216 அடி உயரமுடைய அவ்விமானம் புறத்தோற்றத்தில் விண்ணகத்தில் சிவபெருமான் உறையும் பொன்மலையாகக் (மகாமேரு) காட்சி தருகின்றது. இராஜராஜனின் சிற்பிகள் விண்ணகத்து மேருவை மண்ணகத்துக்கு இறங்கி இருக்கிறார்கள். விமானத்தின் உட்தோற்றமோ நிலத்தில் தோன்றி நெடுவானத்தில் விரியும் ஈசனின் தூல உருவைக்காட்டுவதாக விளங்குகின்றது. விமானத்தின் உட்கூட்டில் பிரபஞ்சமே ஒடுக்கப்பெற்றுள்ளது. இவ்விரு தத்துவங்களின் வெளியீடாகத் திகழும் இராஜராஜேச்சரம் எனும் விமானத்தை அந்த துவாரபாலகர் சுட்டிக் காண்பிப்பதாகவே பிரமாண்டமான அக்கோபுர சிற்பம் காட்சி தருகின்றது. உன்னத தத்துவத்தினை ஒரு சிற்பப்படைப்பு வாயிலாக காட்டியுள்ள சிற்பிக்குத் திருஞானசம்பந்தர் கயிலாயப் பதிகத்தில்[5] பாடிய

"புரிகொள்சடையார் அடியார்க்கு எளியார் கிளிசேர் மொழிமங்கை
தெரிய உருவில் வைத்து உகந்த தேவர் பெருமானார்
பரிய களிற்றே அரவு விழுங்கி மழுங்க இருள் கூர்ந்த
கரிய மிடற்றர் செய்ய மேனிக் கயிரை மலையாரே"

(திருஞான . தேவா *1.68.2)*

என்ற பாடலே கருப்பொருளாக இருந்துள்ளது.

தஞ்சைக் கோயிற் கோபுர சிற்பங்கள் அமைப்பினை நோக்கும்போது கோபுரத்தோடு இணைந்த சிற்றாலயச் சிற்பங்கள், அஷ்ட வசுச் சிற்பங்கள், புராணக்கதை கூறும் தொடர் சிற்பங்கள், அடியார் வரலாறு கூறும் தொடர் சிற்பங்கள், மீநடப்பியல் கோட்பாட்டை விளக்கும் சிற்பம் எனப் பல்வேறு கூறுபாடுகள் அங்கு பொதிந்து திகழ்கின்றமையைக் காணலாம். அதிஷ்டானத்திலிருந்து உத்தர மட்டம் வரை உயரமுடைய பிரமாண்ட

சிற்பங்களையும் கோபுரத்தில் பொதித்திட முடியும் என்ற தனி ஆற்றலையும் இங்குக் காணமுடிகின்றது.

பிற்காலச் சோழர் கோபுரச் சிற்பங்கள்
தில்லைப் பெருங்கோயிற் சிற்பங்கள்

பிற்காலக் கோபுரச்சிற்பங்கள் அமைப்பு முறைக்குச் சிறந்த எடுத்துக்காட்டாக விளங்குவன தில்லை, தாராசுரம், திருவாரூர்க் கோயில்களின் கோபுரங்களே ஆகும். தில்லைக் கோயிற் கோபுரங்களைப் பொறுத்தவரை சோழர்காலத்துக் கல்ஹாரப் பகுதி சிறிதும் மாற்றம் பெறாமல் விளங்குவது மேற்குக் கோபுரமேயாகும். கிழக்கு மற்றும் தெற்குக் கோபுரங்களில் கோப்பெருஞ்சிங்கன் காலத்திய கலைப்பணியையும், வடக்குக் கோபுரத்தில் கிருஷ்ணதேவராயர் காலத்துக் கலைப்பணியையும் காண முடிகிறது. நான்கு கோபுரங்களில் காலத்தால் பழமையான மேற்குக் கோபுரத்தில் காணப்பெறும் சிற்ப அமைப்பே மற்ற கோபுரங்களிலும் பின்பற்றப்பட்டுள்ளது. ஒரு சில மாறுபாடுகள் இருப்பினும், மேற்குக் கோபுரத்தின் வடிவமைப்பையும், சிற்பங்கள் அமைப்பினையும் அப்படியே மற்ற கோபுரங்களிலும் பின்பற்றியுள்ளனர்.

கோபுரத்தின் உபபீடப் பகுதி முழுவதையும் கோஷ்டங்களாகப் பகுத்து அவற்றில் கோஷ்ட தெய்வங்களை இடம்பெறச் செய்யும் ஒரு புதிய கலைமரபு முதன் முதலாக இரண்டாம் குலோத்துங்கன் எடுத்த தில்லை மேற்குக் கோபுரத்தில் காணப்பெறுகின்றது. குறிப்பாகக் கோஷ்டங்களுக்கு மேல் கோஷ்ட தெய்வத்தின் பெயரைக்கல்வெட்டாக எழுதிய ஒரு புதிய உத்தியும் இக்கோபுரத்திலிருந்துதான் தொடக்கம் பெற்றுள்ளது. உபபீடத்தில் மட்டும் நாற்பத்தாறு கோஷ்டங்கள் உள்ளன. இதுபோலவே அதிஷ்டானத்திற்கு மேலுள்ள வேதிகையில் தொடங்கி உத்தரமட்டம் வரையுள்ள பித்தியில் இடையிடையே கோஷ்ட கும்ப பஞ்சரங்களுடன் தெய்வங்கள் இடம் பெறும் மாடங்களாக இருப்பத்தாறு கோஷ்டங்கள் உள்ளன. இவை தவிர வாயிலின் உட்பகுதியில் மாடங்கள், பித்தி, விதானம் ஆகியவற்றிலும் சிற்பங்கள் இடம்பெற்றுள்ளன. இதே அமைப்பு நான்கு கோபுரங்களிலும் மாற்றமில்லாமல் காணப்பெறுகின்றன.

உபபீட கோஷ்ட சிற்பங்கள்

உபபீடத்திலுள்ள 46 கோஷ்டங்களில் சிவபெருமானின் மூர்த்தங்கள் இடம் பெறாமல்

1. பிற தெய்வ உருவங்கள்
2. வாயிற் காவலர்கள்
3. மருத்துவ தேவர்கள்
4. அஷ்டதிக் பாலகர்கள்

5. நவகோள்கள்
6. நதிதெய்வங்கள்
7. மகரிஷிகள்

எனும் ஏழுவகைப் பகுப்பில் அடங்கும் உருவங்களே இடம் பெற்றுள்ளன.

பிற தெய்வத்திருமேனிகள்

சிவனார் உருவமின்றி மற்ற தெய்வ உருவங்களாக க்ஷேத்ரபாலர், சண்டீசர், திரிபுரசுந்தரி, கணபதி, பத்ரகாளி, ஞானசக்தி, விஷ்ணு, சுப்ரமணியர், சரஸ்வதி, பிரம்மன், துர்க்கை, கிரியாசக்தி, ஸ்ரீநாகராஜன் ஆகிய கற்சிற்பங்கள் அந்தந்தச் சிற்பங்களுக்குரிய பதங்களில் இடம் பெற்றுள்ளன.

துவாரபாலகர்கள்

ஒவ்வொரு கோபுர வாயிலின் உபபீடப் பகுதியின் இருபுறங்களிலும் பக்கத்திற்கு இரண்டிரண்டாக நான்கு துவாரபாலகர் வடிவங்கள் உள்ளன. இவற்றில் மேற்குக் கோபுரத்தின் வெளிவாயிலின் வடபுறம் உள்ள துவார பாலகருக்கு மேலாக "வைஜயன்" என்றும் உள்வாயிலின் வடபுறம் உள்ள துவாரபாலகருக்கு மேலாக "ஞானேஸ்வரர்" என்றும் கல்வெட்டுப் பொறிப்புகள் காணப்பெறுகின்றன.

பொதுவாகக் கீழ்த்திசை வாயிற்காவலர்களை நந்தி - மகாகாளன் என்றும், தென் திசைக்காவலர்களை ஹேரம்பன் - பிருங்கி என்றும் மேற்குத் திசைக் காவலர்களை துர்முகன் - பாண்டுரேன் என்றும், வடதிசை வாயிற்காவலர்களை சிதன் - அசிதன் என்றும் கூறும் மரபை ஆகமங்கள் உரைக்கின்றன. ஆனால் வைஜயன், ஞானேஸ்வரர் என்ற பெயரில் துவார பாலகர்கள் எந்த நூலில் குறிப்பிடப் பெறுகின்றனர் என அறிய இயலவில்லை.

மருத்துவ தேவர்கள்

தன்வந்திரி, அஸ்வினி தேவர்கள் எனும் இரட்டையர் ஆகிய மருத்துவ தேவர்களின் திருவுருவங்கள் நான்கு கோபுரங்களிலும் உள்ளன. மேற்குக் கோபுரத்திலுள்ள தன்வந்திரி உருவம் இடம்பெற்றுள்ள கோஷ்டத்தில் "தன்வந்திரி" என்ற கல்வெட்டுப் பொறிப்புள்ளது.

அஷ்டதிக் பாலகர்கள்

கிழக்கில் இந்திரன், தென்கிழக்கில் அக்நி, தெற்கில் இமயன், தென்மேற்கில் நிருதி, மேற்கில் வருணன், வடமேற்கில் வாயூ, வடக்கில் குபேரன், வடகிழக்கில் ஈசானன் ஆகிய அஷ்டதிக்பாலகர்தம் உருவங்கள் நான்கு கோபுரங்களிலும் உள்ளன. மேற்குக் கோபுரத்தில் 'ருத்ரதேவர்', 'அளகேஸ்வரன்', 'வாயுபகவான்',

தில்லைக் கோபுரங்களும் கீழ் ஆவர்ணச் சிற்பங்கள் அமைப்பும்

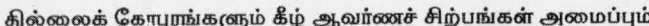

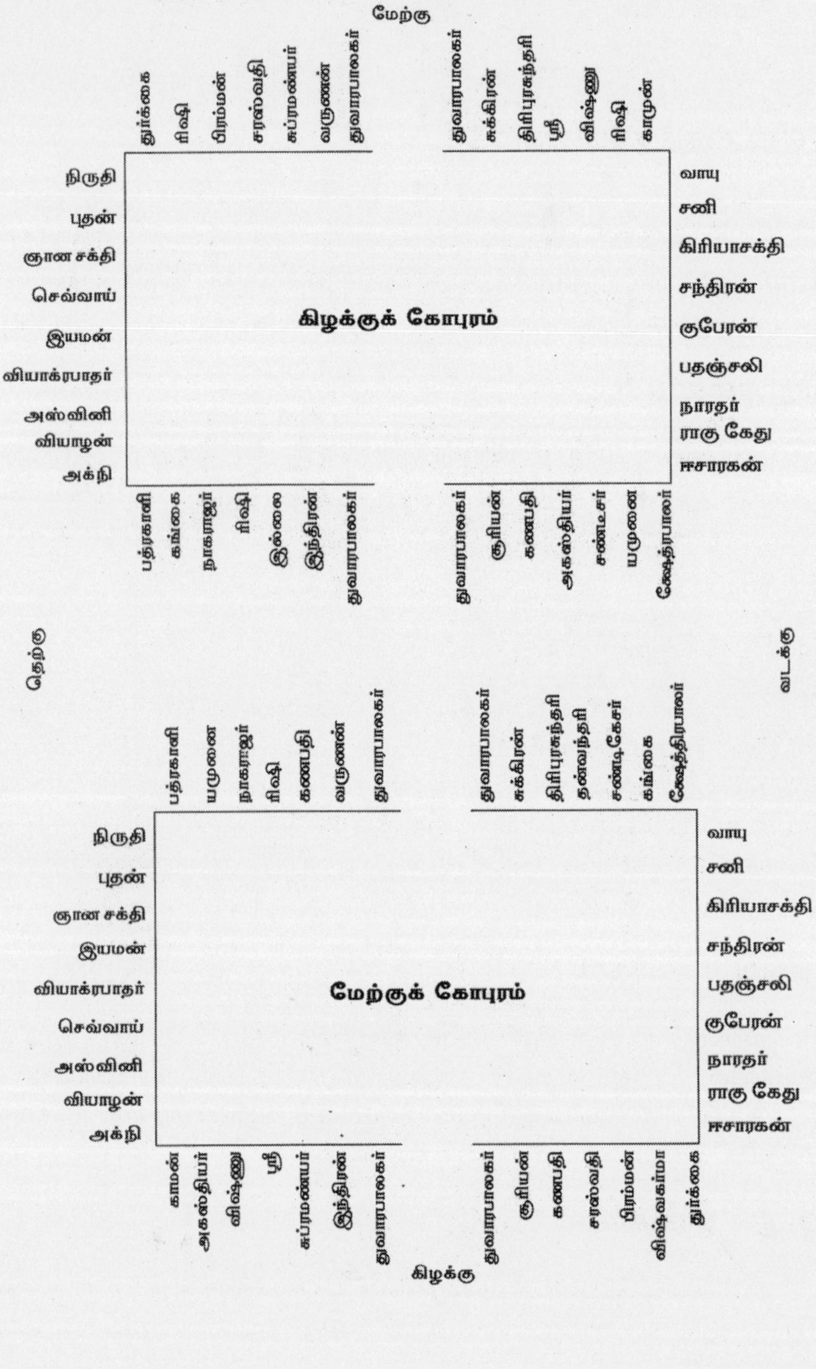

272 தமிழகக் கோபுரக்கலை மரபு

தில்லைக் கோபுரங்களும் கீழ் ஆவர்ணச் சிற்பங்கள் அமைப்பும்

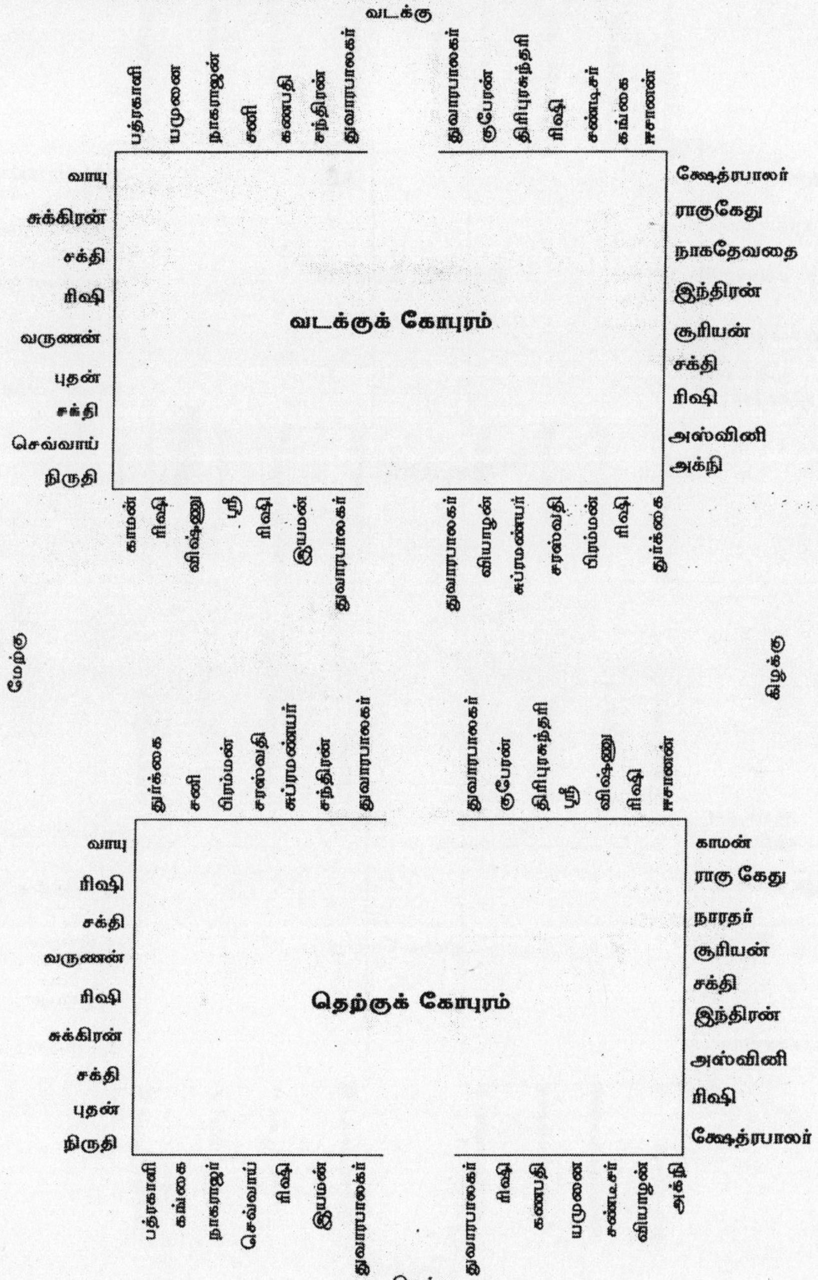

வடக்குக் கோபுரம்

வடக்கு பக்கம் (மேலே இடமிருந்து வலம்): பத்ரகாளி, யமுனை, நாகராஜன், சனி, கணபதி, சந்திரன், துவாரபாலகர் | துவாரபாலகர், குபேரன், திரிபுரசுந்தரி, ரிஷி, சண்டீசர், கங்கை, ஈசானன்

இடது பக்கம் (மேலிருந்து கீழ்): வாயு, சுக்கிரன், சக்தி, ரிஷி, வருணன், புதன், சக்தி, செவ்வாய், நிருதி

வலது பக்கம் (மேலிருந்து கீழ்): க்ஷேத்ரபாலர், ராகுகேது, நாகதேவதை, இந்திரன், சூரியன், சக்தி, ரிஷி, அஸ்வினி, அக்னி

கீழ் பக்கம்: காமன், ரிஷி, விஷ்ணு, ஸ்ரீ, ரிஷி, இயமன், துவாரபாலகர் | துவாரபாலகர், வியாழன், சப்ரமண்யர், சரஸ்வதி, பிரம்மன், ரிஷி, தீர்க்கை

மேற்கு — கிழக்கு

தெற்குக் கோபுரம்

மேல் பக்கம்: தீர்க்கை, சனி, பிரம்மன், சரஸ்வதி, சுப்ரமண்யர், சந்திரன், துவாரபாலகர் | துவாரபாலகர், குபேரன், திரிபுரசுந்தரி, ஸ்ரீ, விஷ்ணு, ரிஷி, ஈசானன்

இடது பக்கம்: வாயு, ரிஷி, சக்தி, வருணன், ரிஷி, சுக்கிரன், சக்தி, புதன், நிருதி

வலது பக்கம்: காமன், ராகு கேது, நாரதர், சூரியன், சக்தி, இந்திரன், அஸ்வினி, ரிஷி, க்ஷேத்ரபாலர்

கீழ் பக்கம்: பத்ரகாளி, கங்கை, நாகராஜன், செவ்வாய், ரிஷி, இயமன், துவாரபாலகர் | துவாரபாலகர், ரிஷி, கணபதி, யமுனை, சண்டீசர், வியாழன், அக்னி

தெற்கு

குடவாயில் பாலசுப்ரமணியன்

தில்லைக் கோபுரங்களும்—மேல் ஆவர்ணச் சிற்பங்கள் அமைப்பும்

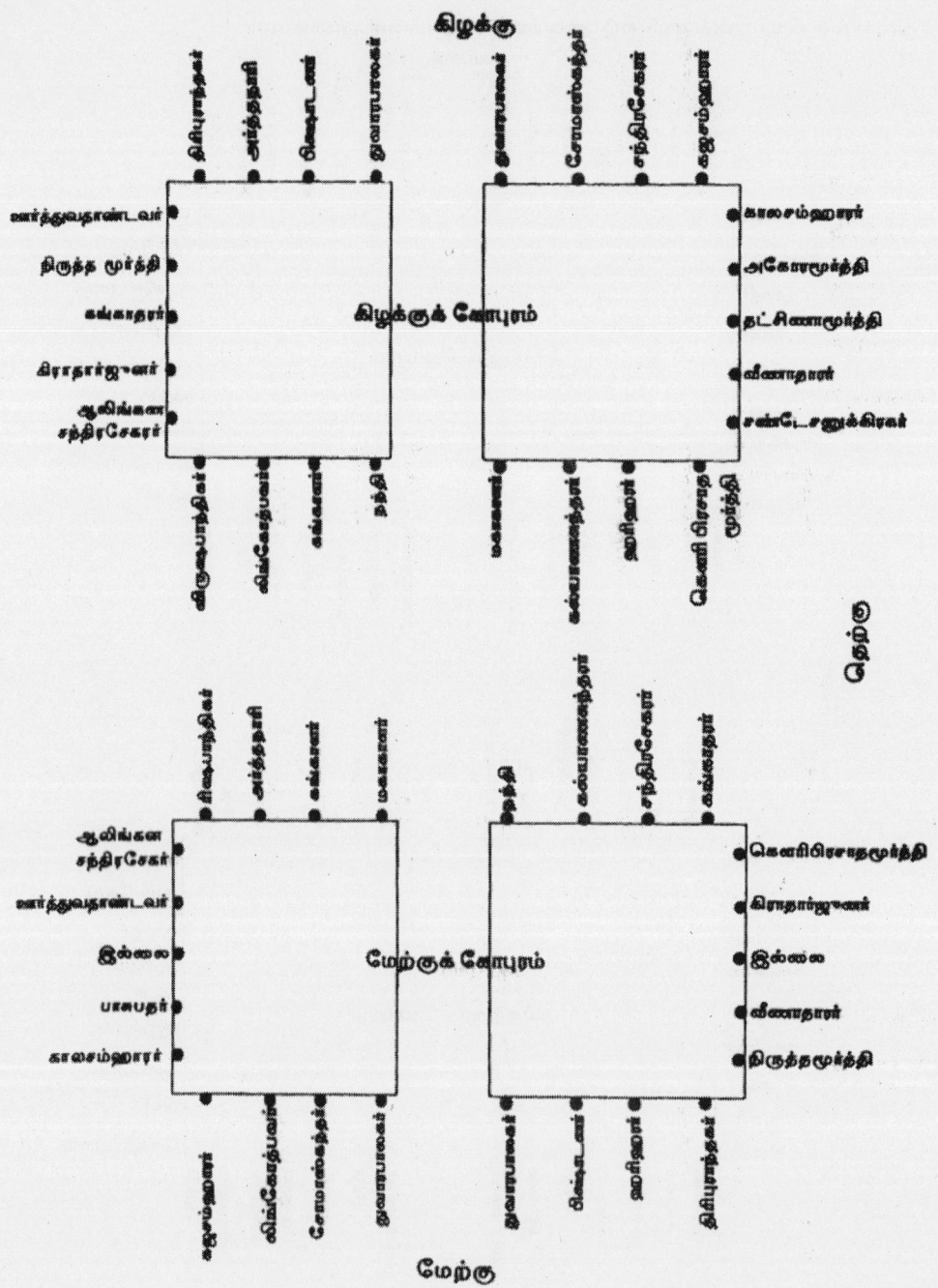

தில்லைக் கோபுரங்களும்-மேல் ஆவர்ணச் சிற்பங்கள் அமைப்பும்

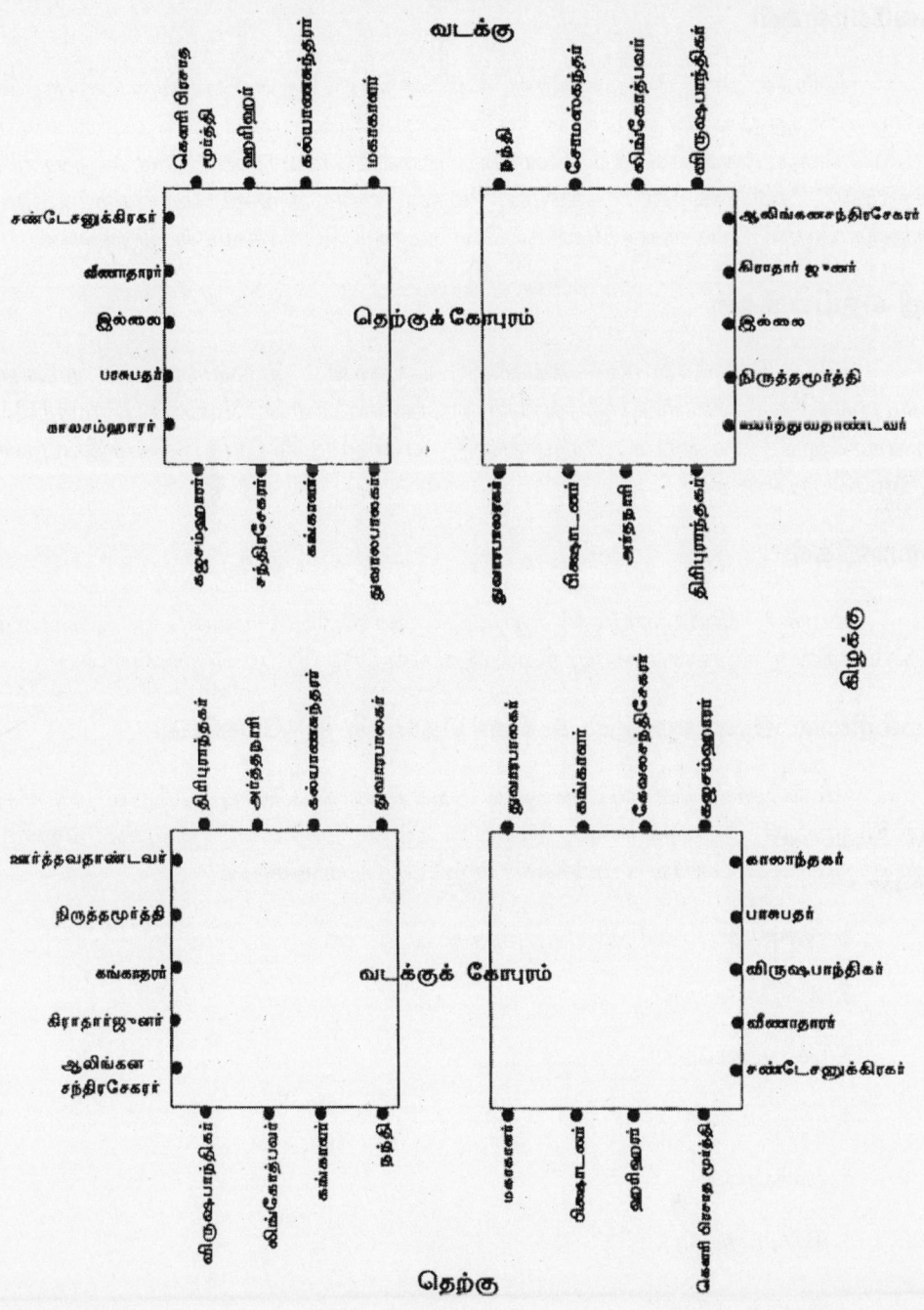

'நிருதி', 'அக்னிதேவர்' என்ற ஐவர் பெயர்கள் மட்டும் கல்வெட்டுப் பொறிப்பாகக் காணப்பெறுகின்றன.

நவகோள்கள்

சூரியன், ராகு, கேது, சந்திரன், சனி, சுக்கிரன், புதன், செவ்வாய், வியாழன் ஆகிய ஒன்பது கோள்களும் நான்கு கோபுரங்களிலும் ஆவர்ண தெய்வங்களாக எட்டு கோஷ்டங்களில் விளங்குகின்றன. மேலைக் கோபுரத்தில் "ராகுகேதுக்கள்", "சந்திரன்" "சனிபகவான்" "சுக்கிரன்" "புதன்" என்ற அறுவர் பெயர்கள் மட்டும் அந்தந்த கோஷ்டங்களுக்கு மேல் கல்வெட்டாகப் பொறிக்கப் பெற்றுள்ளன.

நதி தெய்வங்கள்

நதிதெய்வங்களான கங்கை, யமுனை இருவருக்கும் நான்கு கோபுரங்களிலும் வெளிப்புறத்தில் கோஷ்டங்கள் உள்ளன. மேலைக் கோபுரத்தில் "கங்காதேவி" என்றும் "யமுனை" என்றும் பெயர் பொறிப்புகள் காணப்பெறுகின்றன.

மகரிஷிகள்

நாரதர், வியாக்ரபாதர், தும்புரு, அகஸ்தியர், பதஞ்சலி, திருமூலர் ஆகியோரின் திருவுருவங்கள் கீழ்நிலை ஆவர்ணத்தில் இடம் பெற்றுள்ளன.

மேல்நிலை ஆவர்ணத்தில் உள்ள தெய்வத் திருமேனிகள்

மேல்நிலை கோஷ்டங்களில் ஒவ்வொரு கோபுரத்திலும் நான்கு வாயிற்காவலர் கோஷ்டங்கள் நீங்கலாக இருபத்திரெண்டு கோஷ்டங்களில் சிவபெருமானின் பல்வேறு மூர்த்தங்கள் இடம் பெற்றுள்ளன.

1. கஜ சம்ஹார மூர்த்தி
2. லிங்கோத்பவர்
3. சோமாஸ்கந்தர்
4. பிக்ஷாடனர்
5. ஹரிஹரர்
6. திரிபுராந்தகர்
7. நிருத்த மூர்த்தி
8. வீணாதாரர்

9. வியாக்கியான தட்சிணாமூர்த்தி

10. பாசுபதமூர்த்தி

11. கிராதார்ஜீன மூர்த்தி

12. அர்த்தநாரீஸ்வரர்

13. கங்காதரர்

14. கேவலசந்திர சேகரர்

15. கல்யாண சுந்தரர்

16. கங்காளர்

17. விருஷபாந்திகர்

18. ஆலிங்கன சந்திர சேகரர்

19. ஊர்த்துவ தாண்டவர்

20. கௌரி பிரசாத மூர்த்தி

21. காலாந்தகர்

22. சண்டேசனுக்கர்

என்ற இருபத்திரண்டு மூர்த்தங்களும் இடம் பெற்றுள்ளன. இவற்றில் சில மூர்த்தங்கள் நான்கு கோபுரங்களிலும் ஒரே வரிசையில் இடம் பெறாமல் சில உருவங்கள் இடம் மாற்றம் பெற்றுள்ளன. மேற்குக் கோபுரத்தின் இரண்டு கோஷ்டங்களில் தெய்வ உருவங்கள் தற்போது காணப்பெறவில்லை.

மகாதுவார வாயிலின் இருபுறங்களிலும் உள்ள சிற்பங்கள்

மேற்குக் கோபுரத்தின் துவார வாயிலின் தென்புறச் சுவரில் மேற்கு வெளிவாயிலை ஒட்டியுள்ள மாடத்தில் துர்கையும், அம்மாடத்திற்கு நேர் எதிர்புறம் வடபுறச்சுவரில் பைரவர் சிற்பமும் இடம் பெற்றுள்ளன. அதே கோபுரத்தின் உட்புறவாயிலை ஒட்டித் தென்புறச் சுவரில் உள்ள மாடத்தில் இரண்டாம் குலோத்துங்கன் மற்றும் சேக்கிழாரின் உருவச் சிலையும், அம்மாடத்திற்கு எதிர்புறம் வடபுறச் சுவரில் உள்ள மாடத்தில் அதிகார நந்தியின் உருவச்சிலையும் உள்ளன. இவை தவிர இருபுறச் சுவர் முழுவதும் நாட்டிய கரணச் சிற்பங்களும், விதானத்தில் சிற்ப வேலைப்பாடுகளும் உள்ளன.

கிழக்குக் கோபுரத்தின் தென்புற சுவரில் சுப்பம்மாள், பச்சையப்ப முதலியார் ஆகியோர் உருவச்சிலைகள் இரண்டு மாடங்களிலும், வடபுறச்சுவரில் துர்க்கை மற்றும் அடியவர் ஒருவரோடு கோப்பெருஞ்சிங்கனின் உருவமும்

தில்லை கிழக்குக்கோபுரம்
கோஷ்டங்கள் அமைப்பும் தெய்வ
உருவங்களும்

பாசுபத மூர்த்தி

கௌரி பிரசாத மூர்த்தி

தில்லை கிழக்குக் கோபுரம் – மேல்நிலை சிவ மூர்த்தங்கள்

திரிபுராந்தகர்

திரிபுராந்தகர்

சந்திரசேகரர்

சோமாஸ்கந்தர்

கஜசம்ஹாரமூர்த்தி

தில்லை கிழக்குக் கோபுரம் – மேல்நிலை சிவ மூர்த்தங்கள்

கங்காளர்

அர்த்தநாரி

தில்லை - மகாதுவார வாயில்களின் இருபுறங்களிலும் உள்ள சிற்பங்கள்

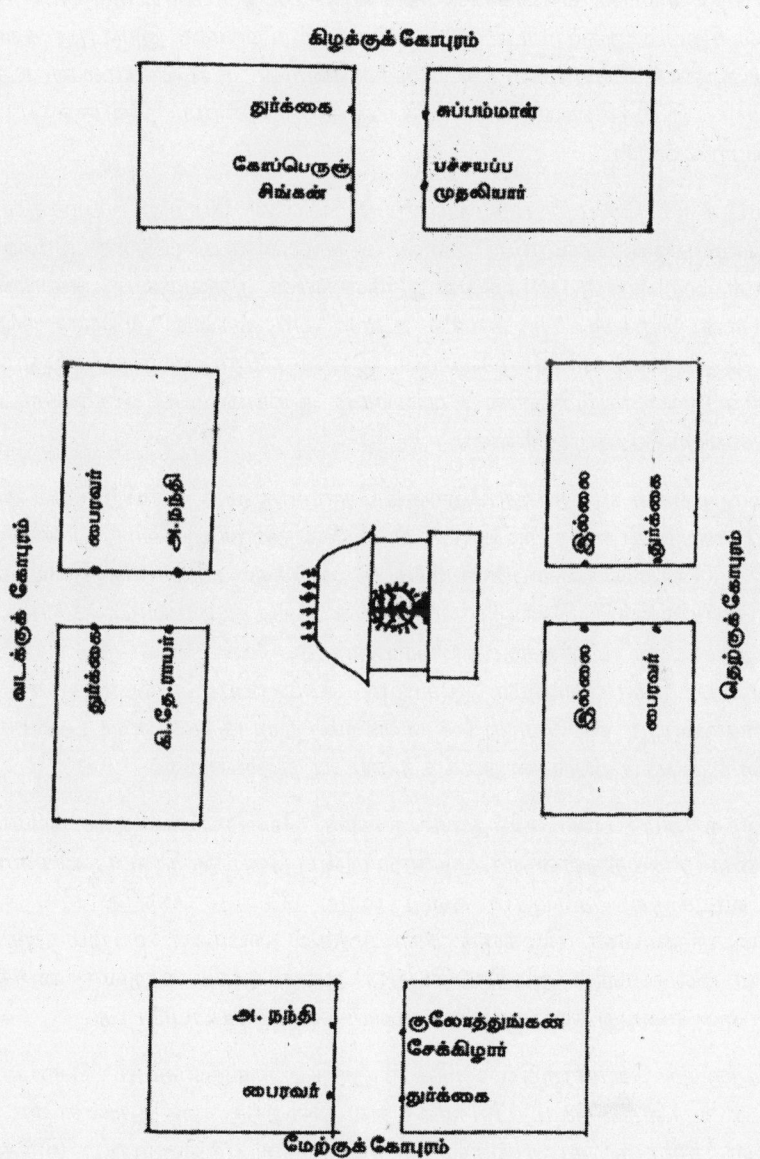

உள்ளன. இவற்றுடன் நாட்டிய கரணச் சிற்பங்களும், விதானத்துச் சிற்பங்களும் அவ்வாயிலை அலங்கரிக்கின்றன.

தெற்குக் கோபுர மகாதுவார வாயிலின் மேற்குப் புறச்சுவரில் ஒரு மாடத்தில் பைரவர் சிற்பமும், மற்றொரு மாடத்தில் முன்பு இடம் பெற்றிருந்து அது உளிகொண்டு அகற்றப்பட்ட சுவடுகளும் காணப்படுகின்றன. அதே வாயிலின் கிழக்குப் புற சுவரில் துர்கையின் திருவுருவம் ஒரு மாடத்திலும், மற்றொரு மாடத்தில் சிற்பம் அகற்றப்பட்ட சுவடுகளும் உள்ளன. இருபுறச் சுவர்களிலும் நாட்டிய கரணச் சிற்பங்கள் அலங்கரிக்கின்றன. நிலைக்காலின் உத்திரத்தில் பாண்டியர் இலச்சினையும், விதானத்தில் சிற்ப வேலைப்பாடுகளும் காணப்பெறுகின்றன.

வடக்குக் கோபுர மகாதுவார வாயிலின் மேற்குப் புறச்சுவரில் ஒரே மாடத்தில் கிருஷ்ணதேவராயர் சிலை, அருகிலுள்ள மாடத்தில் இரண்டு அப்பர் உருவங்கள், மற்றொரு மாடத்தில் துர்க்கையின் திருவுருவம் ஆகியவை இடம் பெற்றுள்ளன. கிழக்குப் புற சுவரில் உள்ள மாடங்களில் அதிகார நந்தி மற்றும் பைரவர் திருவுருவங்கள் திகழ்கின்றன. இவை தவிரச் சுவர் முழுவதும் நாட்டிய கரணச் சிற்பங்கள், சிற்பிகளின் உருவங்கள் ஆகியவையும் விதானத்தில் அழகிய சிற்ப வேலைபாடுகளும் உள்ளன.

மாற்றங்கள் ஏற்படாத மேற்குக் கோபுர துவார வாயிற் சிற்ப அமைப்பை வைத்து நோக்கும் போது ஒரு கோபுர வாயிலில் நுழையும் போது துர்க்கை, பைரவர் ஆகிய இரு தெய்வங்களையும் வழிபட்டு அடுத்து அதிகார நந்தியை வணங்கிய பின்பே கோயிலினுட் செல்லும் மரபினை உய்த்துணரலாம். கோபுரம் எடுத்த கர்த்தா, அவருடன் மதிக்கத்தக்க பெரியவர்கள், கோபுரம் எடுத்த சிற்பிகள் ஆகிய அனைவரும் கோயிலுனுள் திகழும் ஈசனையும், வணங்கச் செல்லும் அடியவர்களையும் எப்போதுமே வணங்கி நிற்பதாகவுள்ள பண்பாட்டினை அங்குள்ள உருவச் சிற்பங்கள் நமக்குக் காட்டி நிற்கின்றன.

இந்த அடிப்படையில்தான் நான்கு கோபுரங்களிலும் துவார வாயிற் சிற்பங்களை அமைத்துள்ளனர். ஆனால் பின்பு திகழ்ந்த திருப்பணிகளால் மேற்கு மற்றும் வடக்குக் கோபுரம் தவிர மற்ற கோபுரங்களில் சில சிற்பங்கள் மாற்றமடைந்துள்ளன. கிழக்குக் கோபுரத்தில் பைரவர் மற்றும் அதிகார நந்தி சிற்பங்கள் பின்னாளில் அகற்றப்பெற்று அங்கு மனித உருவச்சிலைகள் இடம் பெற்றுள்ளன என்பது கள ஆய்வின் மூலம் கண்டறியப்பட்டது.

தெற்குக் கோபுரத்தில் அதிகார நந்தி உருவத்தையும், கோபுரம் எடுத்த மன்னவன் உருவத்தையும் பிற்காலத்தில் சிதைத்து அழித்துள்ளனர் என்பதை அங்குள்ள சிற்பத் தடயங்கள் எடுத்துக்காட்டுகின்றன. இந்த நான்கு கோபுரங்களிலும் உள்ள நாட்டிய கரணச் சிற்பங்கள், மனித உருவச்சிலைகள் மற்றும் விதானச் சிற்பங்கள் குறித்த ஆய்வுச் செய்திகள் இவ்வியலின் பிற்பகுதியில் விளக்கப்பெற்றுள்ளது.

அதிகார நந்தி

மேற்குக் கோபுரத்தின் அதிகார நந்தி சிற்பம் சோழர்கால அமைதியுடன் திகழ்கின்றது. சடாமுடி, நான்கு கரங்கள், மேலிருகரங்களில் மான், மழு ஆகியவை திகழ மார்பில் உடைவாளை அணைத்த வண்ணம் கீழிரு கரங்களைக் கூப்பி வணங்குகின்றவராக அவ்வுருவம் உள்ளது. வடக்குக் கோபுரத்தில் திகழும் அதிகார நந்தி தேவியுடன் காணப் பெறுகின்றார். மேலிரு கரங்களில் மான், மழு ஆகியவை திகழ்கின்றன. கீழ் வலக் கரம் அபயம் காட்டக் கீழ் இடக்கரம் சிறிய வாள் ஒன்றினைத் தோளுயரத்திற்கு தூக்கி அணைத்த நிலையில் உள்ளது. அபயம் காட்டும் நிலை சோழர் கலை சிற்பம் இல்லை என்பதை எடுத்துக்காட்டுகின்றது. இதே அமைதியுடன் கூடிய அதிகார நந்தி சிற்பம் திருவானைக்கா சுந்தரபாண்டியன் கோபுர வாயிலில் உள்ளது. கோபுரங்கள் பற்றி ஆய்வு செய்த ஜேம்ஸ் சி.ஹார்லி தில்லை, திருவானைக்கா, திருவண்ணாமலைக் கோபுரங்களிலுள்ள அதிகார நந்தி சிற்பத்தினை எந்த மூர்த்தியின் உருவம் என்பதை அறிய முடியவில்லை லைக் குறிப்பிட்டுள்ளார். திருக்கோபுரங்களைப பொறுத்தவரை அதிகார நந்திக்கு மிக முக்கிய இடமுண்டு. அவரை வணங்கி அனுமதி பெற்ற பின்பே சிவாலயத்திற்குள் நுழைய வேண்டும் என்பது சைவ நெறியாகும். கயிலாயத்தின் நுழைவாயிலில் அதிகார நந்தியே அதிகாரம் பெற்றவராகத் திகழ்கிறார் என்று சிவபுராணங்கள் கூறுகின்றன. இதனைச் சிற்பமாகக் காட்டிடும் காட்சிகள் தாராசுரம் திருக்கோயில் ராஜகம்பீரன் மண்டபத்தூண்களில் காணப்பெறுகின்றன. இப்புராண மரபினை ஒட்டியே தில்லையின் நான்கு கோபுர வாயில்களிலும் முன்னர் அதிகார நந்தி சிற்பங்கள் இடம் பெற்றிருந்து தற்போது இரண்டு கோபுரங்களிலும் மட்டுமே உள்ளன.

தில்லைக் கோபுரச் சிற்ப ஆய்வால் பெறப்படும் முடிவுகள்

தில்லைகோபுரச் சிற்பங்கள் முழுவதையும் ஒருங்கிணைத்து ஆராயும்போது வேறு எங்கும் காண இயலாத சிறப்புத் தன்மைகள் பல அங்கு திகழ்வதை அறிய முடிகிறது. நான்கு கோபுரங்ளும் ஒரே காலகட்டத்தில் படைக்கப்பெறாமல் பல்வேறு மரபினரால் பல்வேறு காலகட்டங்களில் படைக்கப் பெற்றுங்கூட அவற்றுள் முதற்கோபுரமான மேற்குக் கோபுரத்தின் கலைக்கூறுகளைப் பின்பற்றியே மற்ற கோபுரங்கள் உள்ளன. அங்கு திகழும் சிற்பங்களை ஆய்வு செய்ததின் பயனாய்க் கீழ்க்கண்ட முடிவுகள் பெறப்பெற்றன.

அ. கோஷ்ட சிற்ப அமைப்பின் தத்துவம்

நான்கு கோபுரங்களின் வெளி ஆவர்ண சிற்பங்களை நோக்கும் போது மேல் நிலை கோஷ்ட சிற்பங்களும், கீழ்நிலை (உபபீட) கோஷ்ட சிற்பங்களுக்கும் ஒரு முக்கிய வேறுபாடு இருப்பதைக் காண முடிகின்றது. மேல் நிலையில் வாயிற் காவலர் சிற்பங்கள் நீங்கலாக அனைத்து கோஷ்டங்களும் சிவனார்க்கே உரியவையாகும். உபபீட கோஷ்டங்களில் சிவனார் உருவம் இன்றிப் பிற

தெய்வங்கள், எண் திசைக்காவலர்கள், நதி தெய்வங்கள், மருத்துவ தேவர்கள், மகரிஷிகள் ஆகியோர் உருவங்களே உள்ளன. இத்தகைய அமைப்பு முறையினைத் தில்லையின்றி வேறு எந்த கோபுரத்திலும் காண முடியவில்லை. திருவாரூர், திருவானைக்கா போன்ற இடங்களில் கூட மேல்நிலை ஆவர்ணத்தில் சிவனார் திருவுருவங்களோடு பிற தெய்வங்களும், நவகோள்களும், எண்திசைக் காவலர்களும் இடம் பெற்றிருப்பதைக் காணமுடிகின்றது. மேல் நிலையில் சிவனார்க்கே தனி இடம் இருப்பதற்கான காரணத்தை இனிக்காண்போம்.

நீர், நிலம், தீ, காற்று, வளி எனும் ஐம்பூதங்கள் அடிப்படையில் போற்றப் பெறும் தலங்கள் வரிசையில் ஜம்புகேஸ்வரம் எனும் ஆனைக்கா நீராகவும், கச்சி, ஆரூர் எனும் தலங்கள் நிலமாகவும், அண்ணாமலை தீயாகவும், காளத்தி வாயுவாகவும், தில்லைப் பெருங்கோயில் ஆகாசமாகவும் போற்றப்பெரும் தலங்களாகும். தில்லையில் திகழும் திருமூலட்டானர் இலிங்கவடிவில் இருப்பினும் அவர் ஆகாசலிங்கமாகவே கருதப் பெறுகின்றார்.

"*நவத்தரு பேதம் ஏக நாதனே நடிப்பன் என்பர்*"

எனும் சிவஞான சித்தியாரின் கூற்றுக்கேற்ப அந்த லிங்க வடிவம் பிரமன், விஷ்ணு, ருத்திரன், மகேசன், சதாசிவன், பரபிந்து, பரநாதம், பராசக்தி எனும் எட்டுநிலைகளைக் கடந்து ஒன்பதாம் நிலையில் பரசிவமாகத் தோன்றுகின்றது. பரசிவம் என்பது அண்டப்பெரு வெளியாகவும், பிரபஞ்சப் பேரியக்கமாகவும் திகழும் பரமனின் திருவடிவம், அதுதான் ஆடவல்லான் எனும் திருவுருவமாகும். எனவேதான் தில்லைப் பொன்னம்பலத்தில் ஆகாசமாக விளங்கும் அப்பரம்பொருள் சபாபதியாக - ஆடல்வல்லானாக வெளிப்படுகின்றார். அம்பல மேடை ஆகாசம் என்பதைக் காட்டிடும் இடமாகும். பொன்னம்பலம் என்பது ஆகாசத்தில் விளங்கும் பொன்மேரு எனக் கருதப்பெறுகின்றது.

தில்லையைப் பொறுத்தவரை அம்பல மேடையில் ஆகாசத்தத்துவம் உறைகின்றது. அம்பல பரவெளி - பரசிவம் என்பது அம்பலமேடை உயரத்திலேயே வழிபடும் தெய்வமாகப் போற்றப் பெறுகின்றது. அம்பல தளத்தின் உயரமும், நான்கு திருக்கோபுரங்களின் உபபீட உயரமும் ஏறத்தாழ ஒரே உயரமாகும். கோபுரங்களின் உபபீடத்தின் மேலுள்ள வேதிகைகளிலிருந்தே அத்தத்துவம் திகழ்கின்ற இடமாக அக்கோயில் காட்சி அளிக்கின்றது. எனவேதான் குலோத்துங்கனின் சிற்பிகளும், பின்வந்தவர்களும் கோபுரங்களின் வேதிகைக்கு மேலுள்ள பகுதியை ஆகாசத் தத்துவம் உறைகின்ற பகுதியாகக் கருதி அங்கு பரம்பொருளாகிய சிவனார்க்கு மட்டுமே இடம் தந்திருக்கவேண்டும் எனக் கருதமுடிகிறது.

ஆ. நவகோள்கள்

தமிழகக் கோயிற்கலை வரலாற்றில் இராசி மண்டலங்களுக்குரிய சூரியன், சந்திரன், செவ்வாய், புதன், வியாழன், வெள்ளி, சனி, ராகு, கேது ஆகிய ஒன்பது

கோள்களின் திருவுருவங்கள் பிற்காலச் சோழர்காலத் தொடக்கம் வரை கோள் மண்டல அடிப்படையில் எந்தத் திருக்கோயிலிலும் இடம்பெறவில்லை. ஆனால் சூரியன் சந்திரன் ஆகிய இரு தெய்வ உருவங்களும் அஷ்டப் பரிவார தெய்வங்களில் இருவராக எல்லாக் கோயில்களிலும் தொடக்ககாலம் முதல் இடம்பெற்று வந்தன.

முதன் முதலாகத் தில்லைப் பெருங்கோயிலில் இரண்டாம் குலோத்துங்கனால் எடுக்கப்பெற்ற மேலைக் கோபுரத்தின் உபபீட கோஷ்டங்களில்தான் நவகிரகம் எனும் அடிப்படையில் ஒன்பது கோள்களும் கோஷ்டங்களில் இடம் பெற்றுள்ளன. மேலும் அத்தெய்வங்களின் பெயர்கள் அவை இடம் பெற்றுள்ள மாடங்களின் மேல்புறம் கல்வெட்டாகப் பொறிக்கப் பெற்றிருப்பதும் குறிப்பிடத்தக்கதாகும். இதனைப் பின்பற்றியே பின்னர் இதே கோயிலில் எடுக்கப்பெற்ற கிழக்கு, தெற்கு, வடக்குக் கோபுரங்களிலும் நவகோள்கள் இடம் பெற்றுத் திகழ்கின்றன. மூன்றாம் குலோத்துங்கனால் எடுக்கப் பெற்ற திருவாரூர் திருக்கோயிற் கோபுரத்திலும், சுந்தர பாண்டியனால் எடுக்கப் பெற்ற திருவானைக்காகோவில் கோபுரத்திலும் ஒன்பது தெய்வங்களின் உருவங்களையும் இடம் பெறச் செய்துள்ளனர்.

இராசி மண்டலமும் - பண்டைய தமிழ் மரபும்

மேஷம், ரிஷபம், மிதுனம், கடகம், சிம்மம், கன்னி, துலாம், விருச்சிகம், தனுசு, மகரம், கும்பம், மீனம் எனும் பன்னிரண்டு ராசிகளையும் அவைகளுக்குரிய ஒன்பது கோள்களையும் போற்றும் மரபு தமிழகத்தில் சங்க காலத்திலேயே திகழ்ந்தது என்பதைச் சங்கப்பாடல்கள் வழி அறிய முடிகிறது.

பாண்டியன் நெடுஞ்செழியனைப் பிரிந்து வருந்தும் தலைவிக்கு அவ்வருத்தம் தீரும்படி பகை முடித்து அவன் விரைந்து வருவானென்று கொற்றவையைப் பரவுவாள் ஒருத்தி கூறுவதாக அமைந்த பகுதி நெடுநல் வாடை எனும் நூலில் உள்ளது. அந்நூலில் நக்கீரர் இராசி மண்டலம் பற்றியும் சூரியன், சந்திரன் போன்ற நவகோள் நாயகர்கள் பற்றியும் கூறியுள்ளார்.

குளிர்காலத்தில் வடந்தைக் காற்றினால் வருந்தும் தலைவி படுத்திருக்கும் கட்டிலின் மேற்புறம் உள்ள மேற்கட்டியில் தீட்டப்பெற்றுள்ள ஒரு ஓவியக்காட்சியே இங்கு பேசப் பெறுகின்றது.

“நுண் சேறு வழித்த நோனிலைத் திரள்கா
லூறா வறுமுலை கொளீஇய கால்திருத்திப்
புதுவ தியன்ற மெழுகு செய் படமிசைத்
திண்ணிலை மருப்பி னாடு தலையாக
விண்ணூர்பு திரிதரும் வீங்குசெலன் மண்டிலத்து
முரண் மிகு சிறப்பிற் செல்வனொடு நிலைஇய
உரோகிணி நினைவன கணாக்கி....” (நெடுநல். 157 - 163)

மெழுகு வழித்த மேற்கட்டியின் மேல் புதிதாகப் படம் எழுதப் பெற்றிருக்கின்றது. அதில் விண்ணில் உள்ள மேடராசி முதலாகவுள்ள ராசி மண்டலத்தில் (12 ராசிகளில்) சென்று திரிகின்ற சூரியனுக்கு மாறுபட்ட சந்திரன் உரோகினி எனும் பெண்ணுடன் இணைந்து பிரியாமல் திகழும் காட்சி வண்ண ஓவியமாகத் திகழ்வதாகக் கூறப்பெற்றுள்ளது. இப்பாடலின் வழி இராசி மண்டலம், அவற்றில் திரியும் சூரியன், சந்திரன் உள்ளிட்ட ஒன்பது கோள்கள், அம்மண்டலத்துக்குரிய விண்மீன்கள் பற்றிய தெளிவான ஞானமும், அவற்றைக் கலையியலில் கண்டு மகிழ்ந்த திறமும் 2000 ஆண்டுகளுக்கு முன்பே பேசப்பெற்றுள்ளமையை அறியலாம்.

பாண்டியன் பல் யாகசாலை முதுகுடுமிப் பெருவழுதியைப் பாடிய காரிக்கிழார் புறநானூற்றுப் பாடலின் (எண் - 8) "வீங்கு செலன் மண்டிலம்" என இராசி மண்டலத்தைப் பற்றிக் கூறியுள்ளார். திருமணம் நிகழும் இல்லமொன்றில் கடவுளை வணங்கித் தலைவிக்கு மங்கல நீராட்டும் காட்சி ஒன்றினை அகநானூற்றில் கூறும் விற்றூற்று மூதெயினனார்,

"மைப்பு அறப் புழுக்கின் நெய்க்கனி வெண்சோறு
வரையா வண்மையோடு புரையோர்ப் பேணிப்
பள்ளுப் புணர்ந்து இனிய ஆகத் தென் ஒளி
அம்கண் இருவிசும்பு விளங்கத் திங்கட்
சகடம் மண்டிய திகள் தீர் கூட்டத்துக்
கடிநகர் புனைந்து கடவுட் பேணி
படு மண முழுவொடு பரூஉப் பணை இமிழ
உதுவை மண்ணிய மகளிர்....." (அகம் - மணிமிடை, 136)

என்று அந்நிகழ்ச்சியைக் குறிப்பிட்டுள்ளார். இதன் பொருள்,

குற்றந்தீர நெய்யிடத்துக் கனிந்த இறைச்சியோடு கலந்த வெண்சோற்றைக் குறையாக வன்மையோடு உயர்ந்தோரைப் பேணி, அழகிய இடமகன்ற பெரிய வாளின் கண் விளங்கும் தெளிந்த ஒளியை உடைய திங்களை உரோகிணி கூடியதனால் எல்லாத் தீங்கும் நீங்கிய சுபநாட் சேர்க்கையிலே திருமண வீட்டை அலங்கரித்துக் கடவுளைப் பேணி மணத்தைத் தோற்றுவிக்கும் மணமுழவோடு பெரிய முரசம் ஒலிக்க மணப்பெண்ணை மங்கல நீராட்டிப் போற்றினர் மகளிர் என்பதாகும்.[7] இக்கூற்றின் வாயிலாகத் திங்களும், உரோகிணியும் கூடும் நாள் திருமணச் சுபநாளாகப் போற்றப்பெற்ற பண்டைய மரபு பற்றி அறிய முடிகிறது. காதலரின் இணைவு சந்திரன், ரோகிணி ஆகிய இருவர் வாயிலாக உணர்த்தப்பட்டது.

கோவலன் கண்ணகி திருமணம் பற்றிக் கூறும் இளங்கோ அடிகள்,

"நீல விதானத்து நித்திலப்பூம் பந்தர்க் கீழ்
வானூர் மதியஞ் சகடணைய வானத்துச்

சாலியொரு மீன் றகையாளைக் கோவலன்
மாமுது பார்ப்பான் மறைவழிக் காட்டிடத்
தீவலஞ் செய்வது காண்பார்கணோன் பென்னை" (சிலப் - மங்கல, 49 - 53)

"காதலற் பிரியாமற் கவவுக்கை ஞெகிழாமல்
தீதறுகென வேத்திச் சின்மலர் கொடுதூவி" (சிலப் - மங்கல, 61 -62)

என மகளிர் அரச வாழ்த்தோடு மணவாழ்த்துப் பாடிய காட்சியை விவரித்துள்ளார்.

"வானூர் மதியம் சகடணைய"

என்பதின் வாயிலாகச் சந்திரன் உரோகிணி விண்மீன் திகழும் மண்டலத்தில் கூடும் நாளில் திருமணம் நிகழ்ந்த காட்சியைக் காண்கிறோம். இங்கு காதலர் பிரியாமை சந்திரனுக்கும் ரோகிணிக்கும் உள்ள பிணைப்பின் வாயிலாக உணர்த்தப் பெறுகின்றது.

பெருங்கதையோ சந்திரன் பற்றிக் குறிப்பிடுமிடத்து

"உறவுகொள் உரோகிணியோடு உடனிலை புரிந்த
மறுவுதை மண்டிலக் கடவுளை" (பெருங் - இலாவண. 167 -168)

என்று சந்திரன் பற்றிப் பேசுகின்றது.

சங்ககாலத்தில் இணை பிரியாக் காதலின் வெளிப்பாடாகச் சந்திரன் உரோகிணி எனும் காதலர் இணைந்து திகழும் காட்சியை ஓவியமாகக் கட்டிலின் மேற்கட்டில் தீட்டி எப்போதும் காணும் வண்ணம் வைத்த கலை மரபு பற்றி அறிய முடிகிறது.

அண்மையில் கருவூர் அமராவதி ஆற்றில் கிடைத்த சங்ககாலத் தங்க மோதிரம் ஒன்றில் ஓர் ஆண்மகன் அழகிய பெண் ஒருத்தியைத் தழுவுகின்ற காட்சி புடைப்புச் சிற்பமாக வடிக்கப்பெற்றுள்ளது.[8] தமிழகக் கலைமரபில் மிகவுன்னதப் படைப்பாக இது கலை வல்லோரால் போற்றப்பெறுகின்றது. ஒப்பரும் கலைப்படைப்புகள் வரிசையில் இதுவே தொன்மையானதென்றும் அறிஞர்களால் கணிக்கப்பெற்றுள்ளது. மிதுன சிற்ப உருவங்கள் இவை எனக் கலை வல்லோர் குறிப்பிட்டதை[9] இவ்வாய்வின் மூலம் சந்திரன் ரோகிணி எனக்கொள்ள முடிகிறது.

2000 ஆண்டுகளுக்கு முன்பிருந்தே இராசி மண்டலம், அம்மண்டலத்திலுள்ள 27 விண்மீன்கள் அவைகளில் திரியும் ஒன்பது கோள்கள் பற்றிய தெளிவான அறிவும், அவற்றைத் தெய்வப்படுத்தி வாழ்வியலிலும், கலையியலிலும் உருவகப்படுத்திப் போற்றும் மரபும் இருந்துள்ளது. அப்பண்பாட்டின் ஒரு வளர்ச்சி நிலையே தில்லைக் கோபுரங்களில் முதன் முறையாக ஒன்பது கோள்களுக்கும் உருவம் அமைத்து ஆவர்ண தெய்வமாகப் போற்றப் பெற்றதாகும்.

தில்லைக் கோபுர சந்திரன் திருவுருவம்

'சந்திரன்' என்ற கல்வெட்டுப் பொறிப்போடு காணப்பெறும் தில்லைக் கோபுர கோஷ்ட சிற்பமானது ஒளி வட்டத்துடனும், கரண்ட மகுடம், காதுகளில் பத்ரகுண்டலங்கள், நீண்ட இடுப்பாடை ஆகியவற்றுடன் இருகரங்களிலும் குவளை மலர்கள் ஏந்திச் சமபங்க நிலையில் நின்ற கோலத்தில் காட்சியளிக்கின்றது. சந்திரனுக்கு வாகனமாகப் பின்புறம் சிம்ம உருவம் காட்டப்பெற்றுள்ளது. சிம்மத்துடன் திகழும் சந்திரன் உருவம் இது ஒன்றேயாகும். இதே போன்ற மேலும் மூன்று சந்திரன் உருவங்கள் மற்ற மூன்று கோபுரங்களிலும் உள்ளன. சந்திரனுக்குச் சோமன் என்ற பெயரும் உண்டு என்பதைச் சிற்ப ஆகம நூல்கள் கூறுகின்றன. தஞ்சைப் பெரியகோயிலின் வடதிசைக் காவலராகச் சோமன் போற்றப்பெற்றார். அத்திருமேனி திகழ்ந்த சிற்றாலயத்தில் மேற்தளத்தில் நான்குபுறமும் சிம்ம உருவங்களே உள்ளன.

அரிய சூரியன் திருமேனிகள்

பல்லவர் காலந்தொட்டுச் சிவலாயங்களில் அஷ்டப் பரிவாரங்களுள் ஒன்றாகத் திகழும் சூரியனின் திருவடிவம் நின்ற கோலத்தில் இரு கரங்களிலும் தாமரை மலர்களைப் பிடித்த வண்ணம் தலைக்குப் பின்புறம் ஒளிவட்டத்துடன் திகழும் உருவமாகவே காணப்பெறும். ஆனால் தில்லைக் கோபுரங்களில் மட்டும் மாறுபட்ட நிலையில் சூரியனின் திருவுருவங்கள் காணப்பெறுகின்றன. நான்கு கோபுரங்களின் கீழ்த்திசைக் கோஷ்டங்களில் இடம் பெற்றுள்ள சூரியன் திருவுருவங்கள் ஒளிவட்டத்துடன் நான்கு முகங்களோடு, எட்டுத் திருக்கரங்கள் பெற்றுக் காட்சியளிக்கின்றன. இரு தேவியர் உடனுறைய ஓராழியும் ஏழு புரவியும் பூட்டிய தேரில் நின்றவண்ணம் இவ்வுருவங்கள் திகழ்கின்றன. அருணன் தேர் ஓட்டுபவனாகக் காட்சியளிக்கிறான். சூரியனின் ஆறு கரங்களில் அக்கமாலை, பாசம், வாள், கேடயம் இரு தாமரைமலர்கள் ஆகியவை திகழ, இருகரங்கள் அபயம் வரதம் காட்டுகின்றன. அப்பெருமானின் இருபுறமும் அவர்தம் தேவியர் இருவர் கை உயர்த்தி போற்றி நிற்கின்றனர்.

நான்கு முகங்களுடன் இங்கு திகழ்வது போன்ற அமைப்பிலான சூரியன் சிலை தாராசுரம் திருக்கோயிலிலுள்ளது. அங்கு அவ்வுருவம் தேர்மீது காணப்பெறாமல் பீடத்தின் மீது நிற்பதாகவே காணப்பெறுகின்றது. ஆறு பின்கரங்களில் தில்லைச் சிற்பங்களில் காட்டப்பெற்றுள்ளது போன்றே அக்கமாலை, பாசம், வாள், கேடயம் போன்றவை திகழந்தாலும், இங்கு வலக் கீழ்க்கரம் அபயம் காட்டாமல் தாமரை மலரைப் பிடித்த வண்ணமும், இடக் கரம் கபாலம் ஏந்தியும் காட்சி நல்குகின்றது. இச்சிற்பத்தின் சிறப்பு அம்சமாக உடலின் ஒரு பாதி ஆணாகவும், ஒரு பாதி பெண்ணாகவும் விளங்குகின்றது. இவ்வுருவம் திகழும் கோஷ்டத்தின் மேற்புறம் கல்வெட்டு வெட்டப்படுவதற்கு முன் எழுதப்பெறும் செந்தூர எழுத்துக்களில் (சோழர் கால எழுத்தமைதியில்) "*அர்த்த*

தில்லைக் கிழக்குக் கோபுரத்திலுள்ள
சந்திரன் திருவுருவம் (சிம்ம வாகனத்துடன்)

கரூரில் கிடைத்த கி.மு.முதல்
நூற்றாண்டைச் சார்ந்த
தங்கமோதிரம் – சந்திரன் உரோகினி

அரிய சூரியன் திருமேனிகள்

சூரியன் – தில்லை மேற்குக் கோபுரம்

அர்த்தநாரி சூரியன் – தாராசுரம்

சூரியன் – தில்லைக் கிழக்குக் கோபுரம்

நாரி சூரியன்" என்று எழுதப் பெற்றுள்ளது. தாராசுரத்து அர்த்தநாரி சூரியன் சிற்பத்தையும், தில்லைக் கோபுர சூரியன் சிற்பங்களையும் ஒப்பிட்டு நோக்கும்போது "சிவசூரியன்" எனும் கோட்பாடமைதியில் சூரியன் உருவங்கள் படைக்கப் பெற்றிருக்கின்றன என்பதறியலாம்.

கிருஷ்ணசாஸ்த்திரி,[10] சிவராமமூர்த்தி[11] போன்ற அறிஞர்கள் பிரமன், விஷ்ணு, மாகேஸ்வரன் ஆகிய மூவுருவங்களின் சேர்க்கையாகச் சூரியன் வடிவம் வடிக்கப்பெற்றுள்ளது என்று குறிப்பிட்டுள்ளார்கள். ஆனால் இவ்வறிஞர் பெருமக்கள் தாராசுரத்து அர்த்தநாரி சூரியன் சிற்பத்தைத் தில்லைச் சிற்பங்களோடு ஒப்பிட்டு நோக்கவில்லை. சிவபெருமானுக்கு, அகோரம், வாமதேவம், தத்புருஷம், சத்யோஜாதம், ஈசானம் எனும் ஐந்து முகங்களை மட்டுமே காட்டுவர். ஈசான முகம் ஊர்த்துவ முகமாகப் பாவனையாக மட்டுமே கொள்ளப்பெறும். இலிங்க வடிவின்றிச் சிவபெருமானை ஐந்து முகங்களுடைய மூர்த்தியாகக் காட்டும்போது நான்கு முகங்கள் மட்டுமே வடிக்கப்பெறுவது மரபாகும்.

உதாரணத்திற்குத் திருத்துறைப்பூண்டி திருக்கோயிலில் கஜசம்ஹாரமூர்த்தி சிற்பத்தினைக் காட்டும் போது நான்கு முகங்களுடன் மட்டுமே காட்டியுள்ளனர். அதே முறையில் சூரியனுக்கு தில்லையிலும், தாராசுரத்திலும் நான்கு முகங்கள் மட்டுமே திகழ்கின்றன. சூரியனை "சூரிய நாராயணன்" எனக்காட்டும் வைணவ மரபிலிருந்து மாறுபட்டுச் சிவ சூரியனாகப் போற்றும் நெறியைத்தான் இக்கோயில்களில் காண முடிகின்றது.

சிவபெருமான் சூரிய மண்டலத்தின் நடுவே ஒளிர்கிறார் என்றும், சூரியனாகவே விளங்குகிறார் என்றும், அவரது அட்ட மூர்த்தி வடிவங்களில் சூரியனும் ஒன்று என்றும் சிவாகமங்கள் கூறுகின்றன. சூரியனைச் சிவசூரியன் என்றும், அவர் நான்கு முகம், எட்டுத்தோள்கள் சிவந்த ஆடை ஆகியவற்றை உடையவர் என்றும் கூறுகின்றன.

ஸ்ரீருத்திரம் வேதத்தின் சாரம் என்று கூறப்பெறுகின்றது. ருத்திரத்தில், அஸௌய:தாம்ர: அருண: உதபப்ரூ: சுமங்கள: என்ற சுலோகம் ஒன்றுள்ளது.[12] அதன் பொருள், சிவபெருமான் தாம்ர வண்ணத்திலும், அருணவண்ணத்திலும் பப்ரூ என்ற வண்ணத்திலும் தோன்றுகிறார் என்பதாகும். இதற்கு உரை எழுதிய சாயனர் சூரியன் உதிக்கும் போது மிகவும் சிவந்த வண்ணமாகத் தோன்றுவதை தாம்ர வண்ணம் என்றும், பின்னர் இளஞ்சிவப்பாக இருப்பதை அருண வண்ணம் என்றும், பின்பு வெளிர்சிவப்பாக இருப்பதை பப்ரூ என்றும் பொருள் கூறியுள்ளார்.

"*செக்கர் ஒளிபவள ஒளி மின்னின் சோதி*
செழுஞ்சுடர்த்தீ ஞாயிறெனச் செய்யர் போலும்" (திருநா.தேவா VI. 75 : 4)

என்ற அப்பர் வாக்கு[13] இதனையே குறிக்கின்றது. மேலும் திருநாவுக்கரசர் ஆதிபுராணத்திருக் குறுந்தொகையில்,

"அருக்கன் பாதம் வணங்குபவர் அந்தியில்
அருக்கனாவான் அரனுரு வல்லனோ
இருக்கு நான்மறை ஈசனையே தொழும்
கருத்தினை நினையார் கல் மனவரே" (திருநா.தேவா V. 100 : 8)

என்றும் கூறுவதிலிருந்து சிவபெருமானே சூரியன் என்பது நன்கு விளங்கும். சிவபெருமானின் அட்ட மூர்த்தங்களுள்[14] சூரியனும் ஒன்று என்பதைப் பல தேவாரப் பாடல்கள்[14] எடுத்துரைக்கின்றன.

இராசி மண்டலத்துடன் காணப்பெறும் சூரியன் திருவுருவம்

இதே தில்லைக் கோயிலில் முன்னர் இடம் பெற்றிருந்து தற்போது அருகேயுள்ள செங்கழுநீர் விநாயகர் கோயிலில் இடம் பெற்றுத்திகழும் அரிய சூரியன் திருமேனி அமைப்பிற்கும் திலலைக்கோபுரங்களில் திகழும் சூரியன் மற்றும் ஒன்பது கோள் தெய்வ அமைப்பிற்கும் ஒரு நெருங்கிய தொடர்பு உள்ளதை அறிய முடிகிறது. இங்கு குறிப்பிடப்பெறும் சூரியன் திருவுருவை ஒத்த சிற்பம் தமிழகத்தில் வேறு எங்கும் இல்லை.

நின்ற கோலத்தில் இருகரங்களுடன் தேவியர் இருவருடன் ஓராழி ஏழுதேர்கள் பூட்டப்பெற்ற தேரில் விளங்க அவர்தம் பின்புறம் 12 இதழ்களுடன் பெரிய தாமரைமலர் விரிந்து காணப்பெறுகிறது. ஒவ்வொரு இதழும் மேஷம் முதல் மீனம் ஈறாகவுள்ள பன்னிரெண்டு இராசிகளைக் காட்டி நிற்கின்றன. அந்தந்த இதழ்களில் இராசி உருவங்கள் உள்ளன. இவை தவிரப் பன்னிரண்டு இராசிகளுக்குரிய சூரியன் நீங்கலாக எட்டுக்கோள்களின் உருவங்களும் தாமரை இதழ்களின் மேல் காணப்பெறுகின்றன. அரிய இச்சிற்பத்தின் திருக்கரங்கள் உடைந்த நிலையில் உள்ளன. கோபுரங்களில் எவ்வாறு சூரியனோடு எட்டு கோள்களையும் முதன்முதலாக அமைத்து ஆலய வழிபாட்டு முறையில் ஒரு புதிய மரபை ஏற்படுத்தியுள்ளார்களோ அதே காலகட்டத்தில் அதே திருக்கோயிலில் இப்புதிய சிற்ப அமைப்பில் அமைந்த சூரியனையும் வழிபட்டிருக்கிறார்கள் என்பது குறிப்பிடத்தக்கதாகும்.

ராகு கேது சிற்பங்கள்

தில்லைக் கோபுரங்களில் காணப்பெறும் ராகு, கேது, எனும் இரண்டு கிரக தெய்வங்களும் ஒன்றாகவே ஒரு கோஷ்டத்தில் ஒரே சிற்பமாகவே காணப்பெறுகின்றன. இரு உருவங்களும் இடுப்புக்கு மேலே இருகரங்களையும் கூப்பிய நிலையில் கரண்ட மகுடம் அணிந்த மனித உருவங்களாகவே காட்டப் பெற்றுள்ளன. காதுகளில் பத்ர குண்டலங்கள் விளங்குகின்றன. இருவர் தலைக்கும் மேலாகப் படமெடுத்த பாம்பு உருவங்கள் காணப்பெறுகின்றன.

பிற்கால மரபில் வடிக்கப்பெற்ற கற்சிற்பங்களிலும், செப்புப் படிமங்களிலும் இராகுவின் உடல் இடுப்புக்குக் கீழே பாம்புடலாகவும் மேலே

தில்லையிலுள்ள அரிய சூரிய தேவன் சிற்பம்

சூரிய தேவனுக்குப் பின்புறம் உள்ள தாமரை இதழ்களில் இராசி உருவங்களும் கோள்களும்

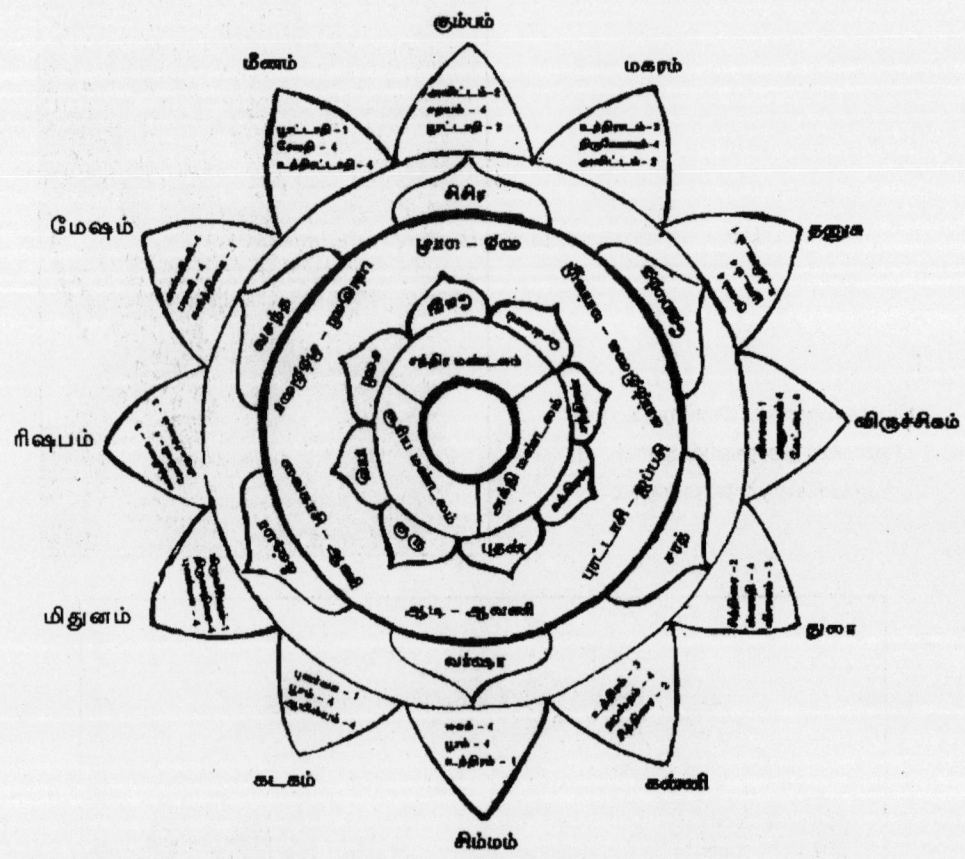

கும்பம்
மீனம்
மகரம்
மேஷம்
தனுசு
ரிஷபம்
விருச்சிகம்
மிதுனம்
துலா
கடகம்
கன்னி
சிம்மம்
சிசிர
வர்ஷா
ஆடி – ஆவணி
சந்திர மண்டலம்
குரு
புதன்

இராசி மண்டலம்

மனித உருவமாகவும், கேதுவின் உடல் முழு மனித உடலாகவும் தலைக்கு மேல் படமெடுத்த பாம்பின் உருவமும் திகழ்வதாக விளங்குகின்றன. சில இடங்களில் கேதுவின் உடல் மனித உடலாகவும் தலை பாம்பின் வடிவத்துடனும் காணப்பெறுகின்றன.

நவகோள்களின் அமைப்பு முறை

தில்லைப் பெருங்கோயில் கோபுரங்கள் நான்கு, திருவானைக்கா மேற்குக் கோபுரம் ஆகியவற்றில் இடம்பெற்றுள்ள நவகோள் சிற்பங்களின் அமைப்பு முறை ஒரு குறிப்பிட்ட வரைமுறைக்கு உட்பட்டதாக விளங்குகின்றது. கோபுரத்தின் கீழ்த்திசையில் சூரியனும், வடதிசையில் இராகு கேதுக்கள், சந்திரன், சனைஸ்வரன், மேற்குத் திசையில் சுக்கிரன், தென்திசையில் புதன் குஜன், பிரகஸ்பதி ஆகிய திருவுருவங்கள் இடம்பெற்றுள்ளன. தில்லை தெற்கு, வடக்குக் கோபுரங்களில் மட்டும் மேற்கு திக்கில் சுக்கிரனும், புதனும் காணப்பெறுகின்றன.

பிற்காலத்தில் குறிப்பாக விஜயநகர அரசு காலத்திலும் பின்பும் திருக்கோயில்களின் கோபுரங்களில் ஆவர்ண தேவதைகளாக நவகோள்களை இடம்பெறச் செய்யாமல் கோபுர விதானத்தில் இராசி மண்டலம் காட்டும் சிற்பங்களாகவும், மண்டபங்களில் நவக்கிரக பிரதிஷ்டை என்ற பெயரிலும் இடம்பெறச் செய்துள்ளனர். பிற்காலச் சோழர்காலத்திய அமைப்பு முறையைப் பின்பற்றாமல் மாறுபட்ட நிலையிலேயே அச்சிற்பங்களைப் பிரதிட்டை செய்துள்ளனர்.

ஆகமப் பிரதிஷ்டை

கோயில்களில் நவகிரக வழிபாட்டுக்கெனத் தனி இடம் வகுக்கப்பெற்று, ஒன்பது கிரகங்களுக்கும் தெய்வ உருவங்கள் அமைத்து வழிபாடு செய்யப் பெறும் முறை விஜயநகர அரசு காலத்திலிருந்து தொடர்ந்தது. அங்கெல்லாம் ஆகமப் பிரதிஷ்டை வைதீகப் பிரதிஷ்டை எனும் இரு அமைப்புப்படி மண்டலங்கள் அமைத்தனர்.[15] ஆகம பிரதிஷ்டைப்படி நடுவில் சூரியனும், அவர்க்குக் கிழக்கே சந்திரனும், தெற்கே புதனும், மேற்கே குருவும், வடக்கே சுக்கிரனும், தென்கிழக்கே செவ்வாயும், தென்மேற்கே சனைஸ்வரனும், வடமேற்கே இராகுவும், வடகிழக்கே கேதுவும் இடம்பெற்றிருக்கும்.

வைதீகப் பிரதிஷ்டை

வைதீகப் பிரதிஷ்டையில் நடுவிலே சூரியனும், அவருக்குக் கிழக்கே சுக்கிரனும், தெற்கே செவ்வாயும் மேற்கே சனைஸ்வரனும், வடக்கே குருவும், தென்கிழக்கே சந்திரனும், தென்மேற்கே இராகுவும், வடமேற்கே கேதுவும், வடகிழக்கே புதனும் இடம் பெறுவர். வைதீகப்பிரதிஷ்டையில் பல உட்பிரிவுகள் உள்ளன. எனினும் நவக்கிரகங்களின் இருப்பிடம் மாறுவதில்லை. அவர்கள் பார்க்கும் திசைகள் மட்டுமே மாறுபடும்.

தில்லைக் கோபுரங்களில் ஒன்பது கோள்களின் அமைப்பு முறை

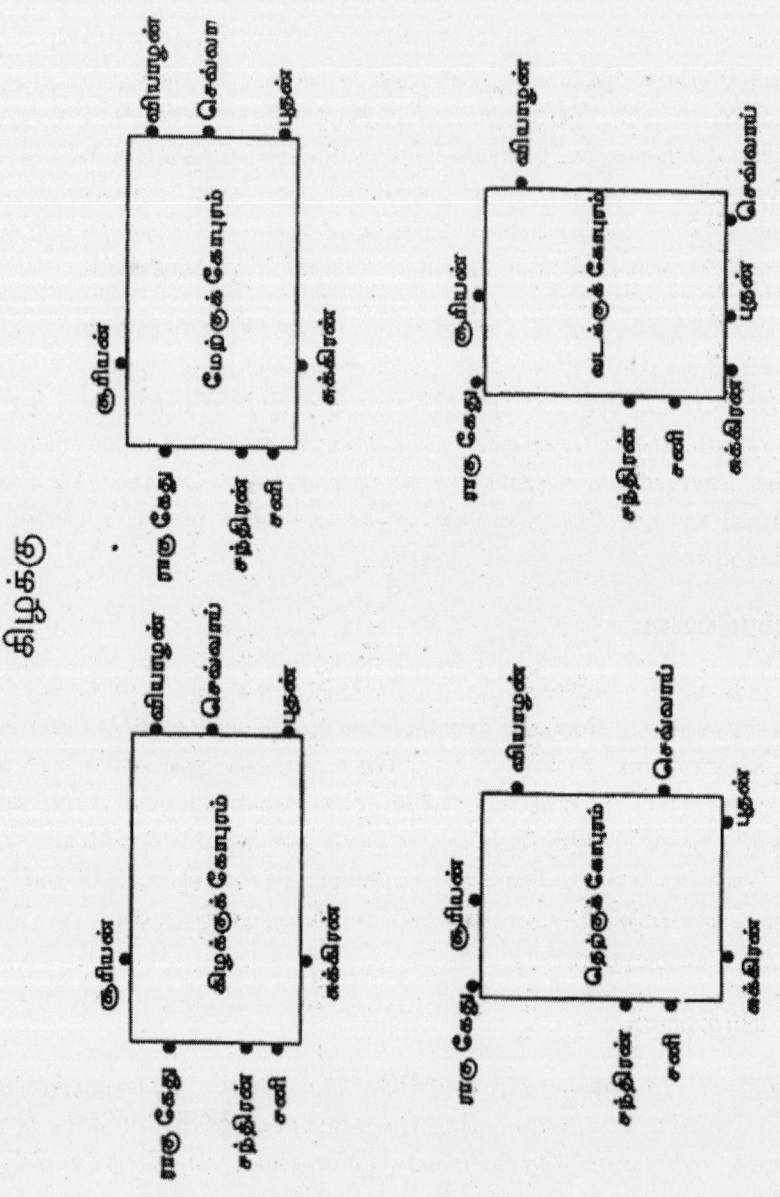

தமிழகக் கோபுரக்கலை மரபு

ஆகம பிரதிஷ்டை

கிழக்கு

கேது	சந்திரன்	செவ்வாய்
சுக்கிரன்	சூரியன்	புதன்
ராகு	குரு	சனி

வைதீக பிரதிஷ்டை

கிழக்கு

புதன்	சுக்கிரன்	சந்திரன்
குரு	சூரியன்	செவ்வாய்
கேது	சனி	ராகு

பிற்கால நவகிரக அமைப்பு முறை

சோதிட இயல் அடிப்படையில் நவகிரகங்களுக்குரிய வீடுகள் என்றும் உச்ச வீடுகள் என்றும் இருபகுப்பாக நவக்கிரக மண்டலம் காட்டப்பெறுகின்றது.

இம்மண்டலப் பகுப்புகளைத் தில்லை, திருவாரூர், திருவானைக்கா கோபுர ஆவர்ண அமைப்போடு ஒப்பிடும்போது கோள்களுக்குரிய இட அமைப்பு மாறுபாடு உடையவைகளாக விளங்குகின்றன. மேலும் சோழர்கால நவகோள் மண்டல அமைப்பிற்கும் பிற்கால நவகிரகப்பிரதிஷ்டை அமைப்பிற்கும் மிகுந்த வேறுபாடுகள் உள்ளன என்பதை அறிய முடிகிறது.

இ. அஷ்டதிக்பாலகர்கள்

தில்லையின் நான்கு கோபுரங்களிலும் எண்திசை அதிபதிகளான இந்திரன் அக்னி, இயமன், நிருதி, வருணன், வாயு, குபேரன், ஈசானன் ஆகியோர் திருவுருவங்கள் அவரவர்களுக்குரிய திசையில் காணப்பெறுகின்றன. அஷ்டதிக் பாலகர்கள் எனும் இத்தேவர்களையும், நவகோள் நாயகர்களையும் ஒரே கோபுரத்தில் சுற்று மாடங்களில் (கோஷ்டங்களில்) இடம் பெறச் செய்யும் ஒரு சிற்பக்கலை மரபு முதன் முதலாகத் தில்லைக் கோபுரங்களில் தான் காணப்பெறுகின்றது என்பது இவ்வாய்வின் மூலம் உறுதி செய்யப் பெற்றுள்ளது.

இத்தகைய அமைப்பு முறைக்கு முன்னோடியாக இந்தியச் சிற்பக்கலை வரலாற்றில் சில அரிய சிற்பங்களைக் காண முடிகின்றது. குப்தர் காலத்தைச் சார்ந்த (கி.பி.5ஆம் நூற்றாண்டு) ஒரு தூணின் தலைப்பகுதி குவாலியர் அருங்காட்சியத்தில் உள்ளது.[16] அதில் ஒரு வட்ட அமைப்பில் இரண்டு கரத்தினராய் ஒன்பது கோள் தெய்வங்களும் அமர்ந்த கோலத்தில் காணப்படுகின்றனர். அவர்களுக்கு இடையிடையே 12 ராசிகளின் உருவங்களும் மனித வடிவிலே காணப்பெறுகின்றன. மிதுனத்திற்கு ஒரு ஆணும் பெண்ணும் கட்டி அணைத்த நிலையிலும், கடகத்திற்கு ஒரு மனித உருவம் நிற்க அதன் தலைப்பகுதி மட்டும் முழு நண்டாகவும், சிம்மத்திற்கு ஒரு மனித உருவத்தின் தலை சிங்கமாகவும் உள்ளன. இச்சிற்பம் தான் இந்தியக் கலைமரபில் ஒரு ராசி மண்டலத்தின் முழு அமைப்பும் ஒரு வட்ட சிற்ப அமைப்பிற்குள் காட்டப்பெற்றுள்ள காலத்தால் பழைமையான, இச்சிற்ப அமைப்பினைத் தில்லையில் உள்ள சூரியன் உருவத்தோடு ஒப்பிடலாம்.

அதே குவாலியர் அருங்காட்சியகத்தினில் கி.பி.9ஆம் நூற்றாண்டைச் சார்ந்த ஒன்பது கோள் தெய்வங்களின் சிற்பமொன்றுள்ளது.[7] பீடத்தின் மேல் மலர்ந்த தாமரை மலர் திகழ முன்புறம் ஒரே வரிசையில் எண்மர் கையில் கதையை ஊன்றிய வண்ணம் இருகரத்தினராய் நிற்கின்றனர். பீடத்தின் கீழ்ப்புறம் அழகு செய்யப் பெற்ற ஒரு தோரண அமைப்பின் கீழ் சூரியதேவர் இருகரத்திலும் தாமரைகளை ஏந்திய வண்ணம் அமர்ந்துள்ளார். மலர்ந்த தாமரையாக இராசிமண்டலம் திகழ ஒன்பது கோள் தெய்வங்களும் அருள் பாலிப்பதாக இச்சிற்பம் வடிக்கப்பெற்றுள்ளது.

மூன்றாவதாகத் திகழும் அரிய காகதீயர்களின் சிற்பம் ஒன்று ஹைதராபாத் அருங்காட்சியத்திலுள்ளது.[18] சதுரவடிவ அடித்தளத்தின் நடுவே சற்று உயரத்துடன் மேல் நோக்கிய மலர்ந்த தாமரைப்பீடம் விளங்குகின்றது. மலர்ந்த தாமரை இதழ்களைச் சுற்றிலும் மேஷம் முதல் மீனம் வரை உள்ள பன்னிரண்டு இராசிகளின் உருவங்கள் (ஆடு, காளை போன்றவை) உள்ளன. இவை அனைத்தும் மேல் நோக்கிய வண்ணம் திகழ்கின்றன. உயர்ந்த தாமரைப் பீடத்தின் பக்கவாட்டில் சுற்றிலும் எட்டுத் திசை நாயகர்களும் தேவியர்களுடன் அவரவர்களுக்குரிய வாகனங்களின் மேல் அமர்ந்த வண்ணம் காணப்பெறுகின்றனர். சதுர அடித்தளத்தின் ஒருபுறம் ஏழு குதிரைகள் பாயும் வண்ணம் திகழ அருணனின் உருவம் உள்ளது. இச்சிற்பத்தில் 12 ராசிகளும், எட்டு திசை நாயகர் உருவங்களும் சூரியனாக விளங்குகின்ற தாமரை மலரோடு காட்சியளிக்கின்றன.

காகதீயர்களின் இச்சிற்பத்திலிருந்து சற்று மாறுபட்ட பிறிதோர் எழில் மிகுந்த சிற்பம் ஒன்று இராஜேந்திர சோழன் எடுப்பித்த கங்கை கொண்ட சோழபுரம் திருக்கோயிலிலுள்ளது. மலர்ந்த தாமரை மேல் நோக்கித் திகழ அதன் பக்கவாட்டு இதழ்களின் மேல் எட்டுத்திசைகளிலும் எண்மர் இருகரத்தினராய் பத்மாசனத்தில் அமர்ந்திருக்க அத்தாமரை மலரை ஒரு சக்கரம் நேராகப் பக்கவாட்டில் தாங்க, அத்தேரை ஏழு குதிரைகள் இழுக்க, அருணன் சாரதியாக அமர்ந்துள்ளான். விண்ணகத்தில் பவனி வரும் அத்தேருடன் நான்கு மூலைகளிலும் கந்தவர்கள் கானமிசைத்துப் பறந்து வருகின்றனர். அவர்களோடு இரண்டு கணங்கள் சங்கை ஊதிய வண்ணம் அமர்ந்து வருகின்றனர். இச்சிற்பத்தில் காணப்பெறும் எண்மரைச் சூரியன் நீங்கலாகவுள்ள கோள் நாயகர்கள் எனச் சிலர் கருதுகின்றனர். காகதீயர்களின் சிற்பத்தை ஒப்பிட்டு நோக்கும்போது எண்மரும் திசைநாயகர்கள் என்றே கொள்ள வேண்டும். அதுபோலவே இதனைச் சோழர் சிற்பம் என்றும், சாளுக்கியர் சிற்பம் என்றும் கூறும் இருவகைக் கருத்துக்கள் உண்டு. அரிய இப்படைப்பினை இராஜேந்திர சோழனோ அல்லது அவன் புதல்வர்களோ கங்கை கொண்ட சோழபுரம் கோயிலில் இடம் பெறுமாறு செய்துள்ளனர். கி. பி 11 ஆம் நூற்றாண்டில் சிற்பவழி இராசி மண்டல வழிபாடு தனித்துவம் பெற்றுக் கங்கை கொண்ட சோழபுரம் கோயிலில் அறிமுகம் ஆகியுள்ளது. இதன் ஒரு விரிந்த நிலை அமைப்பைத்தான் தில்லைக்கோபுரங்களில் காணமுடிகிறது. இதற்கு வடபுலத்துக் கலையின் தாக்கமும் ஒரு காரணமாக இருந்திருக்கின்றது என்பதை மேலே கண்ட சிற்பங்கள் வழி உணர முடிகிறது.

சங்க காலத்தில் வானவியல் பற்றியும், கோள்கள் பற்றியும் தெளிந்த புலமை இருந்துள்ளது. சந்திரன் போன்ற கோள்களின் உருவங்களை ஓவியங்களிலும், மோதிரங்களிலும் படைத்துப்போற்றிய நெறியினை தொல்லியல், இலக்கிய சான்றுகளால் உறுதிப்படுத்த முடிகிறது. பல்லவர் முற்காலப்பாண்டியர், அதிகர், முற்காலச்சோழர் ஆகிய பேரரசர்கள் காலத்தில் கோயில்களில் நவக்கிரஹங்களுக்கு (சூரியன், சந்திரன் நீங்கலாக) உருவங்கள் சமைக்கும் வழக்கம் இல்லை. ஆனால்

கோள்கள் வழிபாடு பல்லவர்காலத்தில் நடைமுறையில் இருந்தது என்பதை ஞானசம்பந்தரின் கோளறு பதிகம்,[19] சுந்தரின் "மகத்தில் புக்கதோர் சனியென" என்ற தேவாரக்கூற்று,[20] ஆகம பூஜாபத்ததிகள் வாயிலாக அறியலாம், சிவபெருமானை வணங்கியதால் கோள்துயர் அகலும் என்ற நம்பிக்கை இருந்ததால் சிவலாயங்களில் கோள்களுக்குச் சிற்பம் அமைத்து வழிபடும் நெறிவழக்கில் இல்லாமல் இருந்தது. முதன் முதலாகத் திலலைக்கோபுரத்தில் தான் ஒன்பது கோள் தெய்வங்களையும், எட்டுத்திசைத் தெய்வங்களையும் பெயர் பொறிப்புகளோடு தனித்தனியே சிற்ப வடிவில் காணமுடிகிறது.

ஈ. துவாரபாலகர் சிற்பங்கள்

தில்லைநான்கு கோபுரங்களிலும் மொத்தம் 32 துவாரபாலகர் சிற்பங்கள் உள்ளன. அவற்றில் மேற்குக் கோபுரதுவார பாலகர் சிற்பங்கள் இரண்டுக்கு மட்டும் "வைஜயன்" "ஞானேஸ்வரர்" என்ற பெயர் பொறிப்புகள் இருப்பது குறித்து இவ்வியலின் முற்பகுதியில் விளக்கப் பெற்றுள்ளது. ஒவ்வொரு கோபுரத்தின் உட்பகுதியின் மேல் ஆவர்ணத்தில் விளங்கும் துவாரபாலகர் ஒவ்வொருவரும் ஒளிரும் சடாபாரத்துடன், மேலிரு கரங்களில் மான், மழு ஏந்தியவர்காளாகக் காணப்படுகின்றனர். இவ்வகைச் சிற்பங்களை மற்ற கோயில்களில் காண இயலவில்லை.

உ. ஆதி சண்டேஸ்வரர்

மேலைக் கோபுரத்தில் "ஆதி சண்டேஸ்வரர்" என்ற பெயர் பொறிப்புடன் காணப்பெறும் திருவுருவம் நின்ற கோலத்தில் நான்கு திருக்கரங்களுடன் நான்கு தலைகளுடன் (ஒருதலை பின்புறம் மறைவாக) காணப்பெறுகிறது. ஜடாமகுடதாரியாய், சமபங்க நிலையில் இவ்வடிவம் விளங்குகின்றது. பின்கரங்களில் மழுவும் சூலமும் தரித்து காணப்பெறகின்றார். முன்னிரு கரங்கள் உடைந்து காணப்பெறுகின்றன. இதே கோலத்தில் கிழக்கு மற்றும் தெற்குக்கோபுரத்தில் ஆதி சண்டேஸ்வரர் உருவங்கள் விளங்குகின்றன. வடக்குக்கோபுரங்களில் காணப்பெறும் இவரது உருவம் கமண்டலத்துடனும் காணப்பெறுகின்றது.

ஊ. பதஞ்சலி - வியாக்ரபாதர்

தில்லையில் உள்ள கோபுரங்களில் கிழக்குக்கோபுரத்திலும், வடக்குக் கோபுரத்திலும் பதஞ்சலி, வியாக்ரபாதர் உருவங்கள் இடம்பெற்றுள்ளன.

பதஞ்சலியின் உடல் இடுப்புக்குக்கீழே பாம்புடலாகவும் இடுப்புக்கு மேலே மனித உடலாகவும் விளங்குகிறது. தலையில் கரண்ட மகுடமும், காதுகளில் மகரக் குழைகளும் விளங்குகின்றன. இருகரங்களையும் கூப்பியவராக அவரது உருவம் காட்டப்பெற்றுள்ளது. தலைக்கு மேல் ஐந்தலைகளுடன் விரிந்த படத்துடன் நாகவுருவம் காணப்பெறுகின்றது.

வியாக்ரபாதர் வடிவம் தாடி மீசையுடன் ஜடாமகுடதாரராய் நின்ற கோலத்தில், வணங்கும் திருக்கோலத்தில் காணப்பெறுகின்றார். கால்கள் இரண்டும் புலிக்கால்களாக விளங்குகின்றன. கையில் அணைத்துள்ள நீண்ட மலர்பறிக்கும் கம்பும், மலர் எடுத்துச்செல்லும் குடலையும் காணப்பெறுகின்றன. காலடியில் இரு அடியார் சிற்பங்கள் இடம் பெற்றுள்ளன.

எ. அஸ்விநி தேவர்கள்

மருத்துவ தேவர்களான அஸ்விநி எனும் இரட்டையர் சிற்பம் தில்லைக் கோபுரங்களில் அன்றி வேறு எந்தக் கோபுரத்திலும் காண முடியாததாகும். இரட்டையர்களாக கரண்ட மகுடம் அணிந்து நின்ற கோலத்தில் இருகரத்தினராக இவர்களுடைய சிற்பங்கள் விளங்குகின்றன. ஒருவர் இடக் கரத்தில் சுவடியை ஏந்திக்கொண்டு வலது கரத்தால் சின் முத்திரை காட்டுகின்றார். மற்றவர் இடக் கரத்தை தொடையில் இருத்திய வண்ணம், வலக் கரத்தால் சின் முத்திரை காட்டுகின்றார். இருவருமே மருத்துவ சாத்திரத்தை உலகத்தவருக்கு போதிப்பவர்களாக விளங்குகின்றனர்.

அஸ்விநி தேவர்களின் சிற்பங்கள் பற்றிக் குறிப்பிடும் டி.ஏ. கோபிநாதராவ்[21] கோயில்களில் சுவயம் பிரதான தெய்வமாக அஸ்விநி தேவர்கள் இடம் பெறுவதில்லை என்றும், இந்தியாவில் வேறு எந்தக் கோயிலிலும் இவ்வாறு சிற்பங்கள் இடம் பெறவில்லை என்றும் குறிப்பிடுவதோடு அசுமத் பேதாகமத்தில் குதிரை முகத்தோடு அமர்ந்த கோலத்தில் இவர்களின் உருவங்கள் திகழும் என்று குறிப்பிடுவதாகவும் கூறியுள்ளார்.

கோபுர ஆவர்ண தெய்வங்களாகத் தில்லையில் நான்கு கோபுரங்களிலும் இவர்களது உருவங்கள் இடம் பெற்றமை சிறப்புக்குரியதாகும். கோபிநாதராவ் குறிப்பிடுவது போன்று வேறு எந்தக் கோயிலிலும் இத்தகைய உருவங்கள் இல்லை என்று கருதுவது தவறுடையதாகும். அட்டவீரட்டங்களுள் ஒன்றான திருக்கடவூர் வீரட்டேஸ்வரத்தின் (திருக்கடையூர் சிவாலயம்) முதற் திருச்சுற்றில் தில்லையில் இருப்பதனை ஒத்த அஸ்விநி தேவர்களில் சிற்பங்கள் உள்ளன. அவை சோழர்காலத்திய படைப்பு என்பது குறிப்பிடதாகும்.

ஏ. தன்வந்திரி

மேலைக் கோபுரத்தில் திகழும் தன்வந்திரியின் சிற்பத்திற்கு மேலாக கோஷ்டத்தில் தன்வந்திரி என்ற பெயர் கல்வெட்டாக உள்ளது. சடாமகுடத்துடனும் நீண்ட தாடி மீசைகளுடனும் இருகரங்களுடனும் கணுக்கால் வரை ஆடை தரித்து அவர்தம் உருவம் விளங்குகின்றது. காலடியில் இரு முனிவர்கள் நின்று அவரை கை உயர்த்தி போற்றுகின்றனர். இருகரங்களும் உடைந்து காணப்பெறுகின்றன. தன்வந்திரியின் உருவம் இதே அமைப்பில் கிழக்குக் கோபுரத்தில் விளங்குவதோடு அச்சிற்பங்களின் கரத்தில் சிறிய கமண்டலம் போன்ற மருந்து பாத்திரம் உள்ளது.

தில்லை கிழக்குக் கோபுரம் – கீழ்நிலை ஆவர்ணச் சிற்பங்கள்

பதஞ்சலி

வியாக்கிர பாதர்

அஸ்வினி தேவர்கள்

இயமன்

கிரியா சக்தி

நாரதர்

தில்லை கிழக்குக் கோபுரத்திலுள்ள சிற்பங்கள்

அகத்தியர்

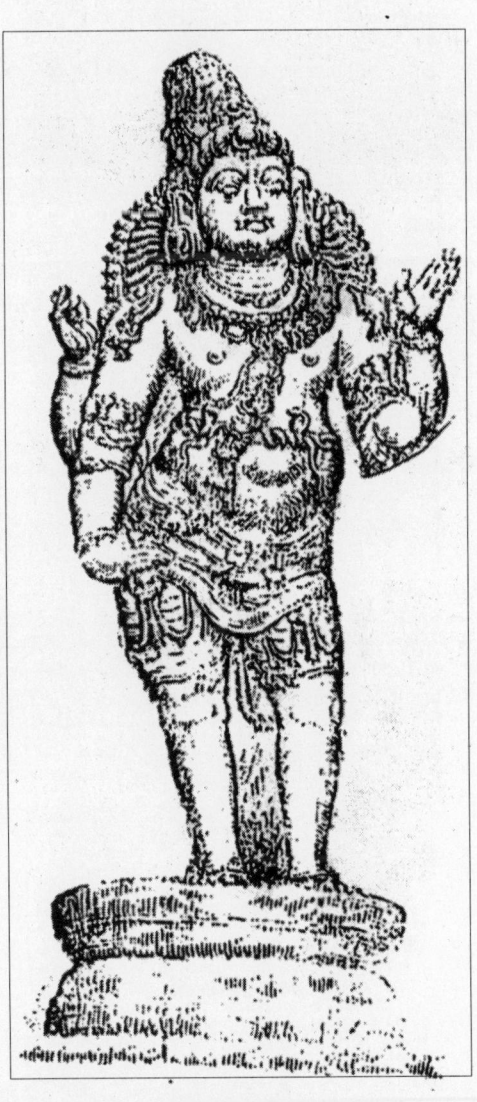

துவாரபாலகர்

தில்லைக் கோபுரத்தில் இடம்பெற்றுள்ள தெய்வ உருவங்கள்

சனி பகவான்

தேவியுடன் அதிகாரநந்தி

தன்வந்திரி - திருவரங்கம்

தில்லை மேற்குக் கோபுரத்தில்
கல்வெட்டுப் பொறிப்புடன்
திகழும் தன்வந்திரி திருவுருவம்

சுசிந்திரம் தேரில் உள்ள
தன்வந்திரி மரச்சிற்பம்
(சேரநாட்டுக் கலைப்பாணி)

தில்லைக்கோபுரம் மட்டுமின்றித் தாராசுரம் கோபுரத்தின் தென்புற கோஷ்டத்தில் பெயர் பொறிப்புடனும் (தற்போது சிற்பம் இல்லை). திருவானைக்கா கோபுரத்தின் தென்பகுதியிலும் தன்வந்திரி கோஷ்டங்கள் உள்ளன. தாராசுரம் கோயிலின் மகாமண்டபத்துக் கோஷ்டத்திலும் தன்வந்திரியின் உருவச்சிற்பம் உள்ளது. திருவரங்கம் திருக்கோயிலில் தன்வந்திரிக்கென்றே தனிச் சன்னதி உள்ளது. அங்கே சங்கு சக்கரம் ஏந்தி நான்கு கரத்தினராக தன்வந்திரி விஷ்ணு அம்சமாக விளங்குகிறார். சுசீந்திரம் கோயில் தேரிலும் விஷ்ணு தன்வந்தியின் உருவம் காணப்பெறுகின்றது. தில்லைக் கோயிற் சிற்பங்களுக்கும், அவைகளுக்கும் மிகுந்த வேறுபாடுகள் உள்ளன.

ஐ. அகத்தியர்

தில்லைக் கோபுரங்கள் நான்கிலும் அகத்தியர் திருவுருவம் மிக அழகிய வடிவில் காணப்பெறுகின்றது. உயரமான சடைமுடி, நீண்ட தாடி, மீசை, நீள் செவிகள், மார்பில் யக்ஞோபவீதம், கணுக்கால் வரையிலான நீண்ட ஆடை ஆகியவை திகழப் பருத்த வயிறுடன் குறுமுனியாக அவர் திருவுருவம் விளங்குகின்றது. இடக் கரம் கமண்டலம் ஏந்தி, வலக் கை சின்முத்திரை காட்டுகின்றது. மூடியுடன் திகழும் கமண்டலத்தே காவிரி ஒடுங்கியுள்ளாள். திருவடிகளுக்குப் பின்பிறமாக இரு முனிவர்கள் கை உயர்த்தி அகத்தியரைப் போற்றுகின்றனர்.

அகத்தியரின் இத்தகைய வடிவங்கள் தாராசுரம் கிழக்குக் கோபுரம், திருவானைக்கா சுந்தரபாண்டியன் கோபுரம் ஆகியவற்றிலும் காணப் பெறுகின்றன. முற்காலச் சோழர்களின் கோயில்களில் அகத்தியருக்கு ஒரு இடம் கொடுக்கப்பெற்று அதுவே பிற்காலச் சோழர் கலை மரபிலும் தொடர்ந்தது. குறிப்பாகத் தில்லைக் கோபுரத்தில் இரண்டாம் குலோத்துங்கன் காலத்தில் இடம்பெற்ற அகத்தியர் கோஷ்ட அமைப்பு, விஜயநகர நாயக்கர்கள் காலத்திலும் தொடர்ந்தது.

ஒ. நாரதர் - தும்புரு

தெய்வ இசைவல்லோர்களான நாரதர், தும்புரு ஆகியோருடைய சிற்பங்கள் தனித்தனி கோஷ்டங்களில் நான்கு கோபுரங்களிலும் இடம் பெற்றுள்ளன. மேற்குக் கோபுரத்தில் நாரதர் இடம்பெற்றுள்ள நீண்ட சடாமகுடம், தாடி மீசை, நீள் செவிகளில் குண்டலங்கள், மார்பில் புரிநூல், இடுப்பில் உதரபந்தம் ஆகியவை திகழ நீண்ட இடுப்பாடை அணிந்தவராக இருகரங்களாலும் வீணை ஏந்தி மீட்டுபவராகக் காணப்பெறகின்றார். மகரத்தலையுடனும், குடத்துடனும் வீணை காணப்பெறுகின்றது.

தும்புரு திகழும் கோஷ்டங்களில் சிற்பங்கள் உடைந்து காணப்பெறுவதால் தில்லைக் கோயிலை ஆராய்ந்த அறிஞர்கள் தும்புருவைப் பற்றிக் கூறாமல்

விடுத்தனர். தாராசுரம் கோபுரத்தில் நாரதர் தாடி மீசையுடனும், தும்புரு தாடியில்லாமலும் ஒரே பீடத்தில் இருவரும் வீணைகள் ஏந்தியவர்களாகக் காணப்பெறுகின்றனர். அங்கே தும்புரு, நாரதர் என்ற கல்வெட்டுப் பொறிப்பும் காணப்பெறுகின்றது. திருவானைக்கா சுந்தரபாண்டியன் கோபுரத்திலும் நாரதர், தும்புரு ஆகிய இருவருக்கும் தனித்தனி கோஷ்டங்கள் உள்ளன. தாராசுரம் கோபுரத்தில் இடம் பெற்றிருந்த நாரதர், தும்புரு சிற்பம் தற்போது இடம் பெயர்ந்து தஞ்சைக் கலைக் கூடத்தில் உள்ளது.

நாரதர், தும்புரு சிற்பங்கள் முற்காலப் பல்லவர், பாண்டியர், காலம் முதலே சைவ வைணவக் கோயில்களில் இடம் பெற்றிருந்தன. திருமெய்யம் குடைவரையில் அனந்த சாயியின் திருவுருவத்திற்கு மேலாக நாரதர் தும்புரு ஆகிய இருவரும் மகரயாழ், மகதை எனும் வீணை ஆகியவற்றோடு திகழும் சிற்பங்கள் இடம்பெற்றுள்ளன.

ஓ. நதிதெய்வங்கள்
கங்கை யமுனை

தில்லை கிழக்குக் கோபுரத்தில் கீழ்த் திசையிலும் தெற்குக் கோபுரத்தில் தென் திசையிலும் மேற்குக் கோபுரத்தில் மேற்கு திசையிலும், வடக்குக் கோபுரத்தில் வட திசையிலும் கோபுர வாயிலின் இருபக்கங்களும் கங்கை, யமுனை ஆகிய இரு நதி தெய்வங்களின் உருவங்கள் திகழ்கின்றன. மேற்குக் கோபுரத்திலுள்ள அத்தெய்வங்களின் கோஷ்டங்களுக்கு மேலாக "கங்காதேவி" "யமுனை" என்ற பெயர்ப் பொறிப்புகள் கல்வெட்டாக காணப்பெறுகின்றன

மேற்குக் கோபுத்தில் திகழும் கங்காதேவியின் சிற்பம் திரிபங்கமாக நின்ற கோலத்தில் உள்ளது. கரங்கள் இரண்டும் பிற்காலத்தில் உடைக்கப்பெற்றுள்ளன. தெற்கு மற்றும் வடக்குக் கோபுரத்தில் காணப்பெறும் கங்கா தேவியின் காலடியில் மகர உருவம் காணப்பெறுகின்றது. ஒரு கரம் அபயம் காட்ட, மறுகரம் தாமரை மொட்டை ஏந்திய நிலையில் ஒரு சிற்பம் மட்டும் வடக்குக் கோபுரத்தில் முழுமையாக உள்ளது.

மேற்குக் கோபுரத்தில் காணப்பெறும் யமுனை எனும் பெண் தெய்வ உருவம் திரிபங்க நிலையில் ஆமையின் மேல் நின்றவண்ணம் திகழ்கின்றது. உடைந்த நிலையிலும் இடக் கரம் நீலோத்பல மலர் ஏந்தியும் காணப்பெறுகின்றது. மற்ற கோபுரங்களிலும் இதனை ஒத்த சிற்பங்கள் இருப்பினும் கரங்கள் உடைந்து காணப்பெறுகின்றன. தில்லைக் கோபுரங்கள் போன்றே தாராசுரம் திருக்கோயில் கோபுரத்திலும், திருவானைக்கா சுந்தரபாண்டியன் கோபுரத்திலும் கங்கை, யமுனை ஆகிய இரு நதிதெய்வங்களுக்கும் கோஷ்டங்கள் உள்ளன.

கங்காதரமூர்த்தி சிற்பங்களில் விரிசடையில் கங்கை வந்து இறங்குவதைச் சிற்பங்களில் காணலாம். நடராஜப்பெருமானின் செப்புத்திருமேனிகளில் அவர்தம்

விரிந்த சடையொன்றில் இருகரம் கூப்பிய நிலையில் கங்கா தேவியின் உருவம் காட்டப்பெற்றிருக்கும். அத்தகைய உருவங்களில் இடுப்புக்கு மேல் பெண் உருவாகவும், இடுப்புக்குக்கீழ் அலையாகச் சுழலும் நீர்வடிவமும் காட்டப்பட்டிருக்கும். தாராசுரம் கோயிலில் மேல்நிலை மாடமொன்றில் உள்ள கங்கையின் வடிவம் இடுப்புக்குக் கீழே நதியலையாகவும், இடுப்புக்கு மேலே ஒரு கரத்தில் தாமரை மலரும், மறு கரத்தில் கலசமும் ஏந்திய பெண் வடிவிலும் காணப்பெறுகின்றது. தில்லைக் கோபுரத்திலோ முழுப்பெண் வடிவில் கங்கை காணப்பெறுகின்றாள்.

விஜயநகர காலத்துக் கோபுரங்களின் நிலைக்காலில் ஒருபுறம் மகரத்தின் மீது நிற்கும் கங்கையும், அதற்கு நேர்புறம் மறுநிலைக்காலில் ஆமை மீது நிற்கும் யமுனையும் கொடிப்பெண் சிற்பங்களாக நிற்பதைக் காணலாம்.

இந்தியத் திருநாட்டில் பலநதிகள் ஓடுகின்றன. பூஜைகளில் சங்கல்பம் செய்யும் போது கங்கை, யமுனை, சிந்து, பிரமபுத்திரா, காவேரி என ஐந்து நதிகளைக் குறிப்பிடும் போது, ஏன் கோபுரங்களில் கங்கை, யமுனை ஆகிய இருநதிகள் மட்டுமே சிறப்பாக இடம் பெறச் செய்துள்ளனர் என்பதை ஆராய்கையில் ஒரு மரபு புலப்படும். திருக்கயிலை விளங்கும் இமய மலையிலிருந்து கங்கை, யமுனை ஆகிய இரு நதிகள் புறப்பட்டு (அலகாபாத்) திரிவேணி சங்கமத்தில் அவை இணைந்தபின்பு கங்கையாகவே பிரவாகிக்கின்றது. சிவனார் முடிவிலிருந்து கங்கை புறப்படுவதாகப் புராண நூல்கள் பேசுகின்றன. எனவே இரண்டு நதிகளாகப் புறப்பட்டுப் பின்பு ஒரே நதியாகத் திகழும் கங்கை யமுனை ஆகிய இரு நதிகளும் சிவகங்கையாகவே போற்றப்பெறுவதால் அவற்றை நதி தெய்வங்களாக்கிச் சிவாலய கோபுரங்களில் இடம் பெறச்செய்துள்ளனர் என்பதை அறியலாம்.

சோதி வடிவாகத் திகழும் கோபுர வாயில் வழியாகச் செல்லும் போது பாவனைத் தீ தீண்டுவதால் எவ்வாறு ஒரு ஆன்மா தூய்மை பெறுகின்றதோ அதுபோலவே இந்நதி தெய்வங்கள் உறைகின்ற கோபுரங்கள் வழியாக திருக்கோயிலுக்குள் நுழையும் போதும், வெளிவரும் போதும் அந்நதிகளின் ஸ்பரிசத்தால் மனிதர்கள் புனிதம் பெறுகின்றனர் என்ற கோட்பாட்டின் அடிப்படையிலே கோபுரவாயிலில் நதி தெய்வங்களுக்கு இடம் வகுக்கப் பெற்றது என்பதறியலாம்.

ஔ. கிரியாசக்தி – ஞானசக்தி

தில்லை மேற்குக் கோபுரத்தின் கீழ் ஆவர்ணத்தில் வடபுறம் வடமேற்குத் திசையில் வாயுபகவான் கோஷ்டத்திலிருந்து மூன்றாவதாக கிரியாசக்தி என்ற பெயர் பொறிப்புடன் கோஷ்டமொன்றுள்ளது. அதில் கிரீட மகுடணிந்து நின்ற கோலத்தில் வலது கரத்தில் சாமரம் ஏந்தி, இடது கையைத் தொடை மேல் இருத்திய வண்ணம் பெண் தெய்வம் ஒன்றின் திருவுருவம் காணப்பெறுகின்றது.

கல்வெட்டுப் பெயர் பொறிப்பால் இத்தெய்வவுரு கிரியாசக்தி என அறிய முடிகிறது.

இதோ போல் இதே கோபுரத்துத் தென்புறம் தென்மேற்கு மூலையில் நிருதி கோஷ்டத்திலிருந்து மூன்றாவது மாடத்தில் சாமரம் ஏந்திய மற்றொர் பெண் தெய்வ உருவம் காணப்பெறுகின்றது. அக்கோபுரத்தில் "ஞானசக்தி" என்ற பெயர்ப்பொறிப்பு கல்வெட்டாகத் திகழ்கின்றது. தில்லையிலுள்ள மற்ற மூன்று கோபுரங்களிலும் கிரியாசக்தி, ஞானசக்தி திருவுருவங்கள் காணப்பெறுகின்றன. இத்தகைய தெய்வ உருவங்கள் தமிழகத்தில் வேறு எந்தக் கோபுரத்திலும் இடம் பெறவில்லை என்பது குறிப்பிடத்தக்க அம்சமாகும். தாராசுரம் கோபுரத்தில் நிவிருத்தி சக்தி, பிரதிஷ்டாசக்தி, வித்யாசக்தி, சாந்தி சக்தி, சந்தியாத்த சக்தி என்ற ஐந்து சக்தியுருவங்கள் பெயர் பொறிப்போடு காணப்படினும், அங்கு கிரியாசக்தி ஞானசக்தி இடம் பெறவில்லை.

தாராசுரம் கோயில் கோபுரச் சிற்பங்கள் (பிற்காலச் சோழர் காலம்)

தாராசுரம் திருக்கோயில் இரண்டாம் இராஜராஜ சோழனால் இராஜராஜேச்சரம் எனும் பெயரில் எடுக்கப்பெற்ற சிவாலயமாகும். தில்லை மேற்குக் கோபுரத்தை எடுத்த இரண்டாம் குலோத்துங்கனின் மகனான இரண்டாம் இராஜராஜன் காலத்தில் தொண்டர் சீர் மாக்கதை (பெரியபுராணம்) எனும் நூலினையாத்த சேக்கிழார் பெருமானும், தக்கயாகப் பரணி மூவருலா போன்ற நூல்களையாத்த ஒட்டக் கூத்தரும் வாழ்ந்தவர்களாவர். சேக்கிழாரின் பெரியபுராண அடிப்படையில் அடியார்களின் வரலாற்றுச் சிற்பங்கள் இக்கோயிலில் இடம் பெற்றமை போன்று, தக்கயாகப் பரணியில் இக்கோயிலின் ஈசன் பேசப்படுகிறார்.[22] பரணிநூல் குறிப்பிடும் சாக்த நெறியும் இக்கோயிலின் சிற்ப அமைப்புகளில் பின்பற்றப்பெற்றிருக்கின்றது என்பது குறிப்பிடத் தக்க செய்தியாகும்.

தாராசுரம் திருக்கோயிலின் கோபுரம் இரண்டாம் திருச்சுற்றின் கீழ்த்திசையில் மேல் நிலைகளின்றிக் காணப்பெறுகிறது. இம்மொட்டைக் கோபுரத்தின் கல்ஹாரப் பகுதியில் தில்லை போன்றே உபபீட கோஷ்டங்களும், மேல்நிலை கோஷ்டங்களும் பெற்றுத்திகழ்கின்றன. இக்கோபுரம் இயற்கையின் சீற்றத்தால் அழிவுகளுக்கும், இடிபாடுகளுக்கும், பலமுறை உட்பட்டதால் மேல் நிலையில் துவாரபாலகர் சிற்பங்களைத் தவிர மற்ற சிற்பங்களைக்காண முடியவில்லை. உபபீடப் பகுதியில் 45 கோஷ்டங்கள் உள்ளன. பெரும்பாலான கோஷ்ட சிற்பங்கள் சிதைந்தும், அழிந்தும் போயின ஒரு சிலவே எஞ்சியுள்ளன. எஞ்சிய சிலவற்றுள்ளும் ஒரு சில சிற்பங்கள் கலைக்கூடங்களுக்கு இடம் பெயர்ந்துவிட்டன. கோபுரத்தின் வடதிசையில் வடகிழக்கு கோஷ்டத்திலிருந்து தொடங்கி வரிசையாக நோக்குவோமாயின் 5, 15, 18, 24, 29, 37 ஆகிய 6 கோஷ்டங்களைத் தவிர மற்ற கோஷ்டங்களில் கோஷ்டதெய்வங்களின் பெயர்கள் கிரந்தத் தமிழ் எழுத்துக்களில் கல்வெட்டாகப்

பொறிக்கப்பெற்றுள்ளன. கோபுரம் எடுத்த காலத்திலேயே (கி.பி.12ஆம் நூற்றாண்டு) இவை வெட்டுவிக்கப் பெற்றவையாகும். மேற்குறித்த 6 கோஷ்டங்களில் பெயர்ப்பகுதி சிதைந்துள்ளமையால் கல்வெட்டுக்களைக் காண இயலவில்லை.

கோஷ்டங்களுக்கு மேல் காணப்பெறும் பொறிப்புகள்

வடதிசை

1. ஆதி சண்டேஸ்வர தேவர்

2. கங்காதேவி

3. தும்புரு நாரதர்

4. ---------

5. வைஸ்ரவணன் (குபேரன்)

6. சந்திரன்

7. மகாசாஸ்தா

8. நாகராஜா

9. வாயு

மேற்குத்திசை - தென்பகுதி

18. ----------

19. சாந்தியாதித்த தேவி

20. சாந்திசக்திணு

21. வித்யாசக்தி

22. பிரதிஷ்யாதேவி

23. நிவிர்த்த சக்தி

மேற்குத்திசை

10. ஹருல்லேகா தேவி

11. ருத்ராணி

12. வைஷ்ணவி

13. ப்ரமாணி

14. வருணன்

கிழக்குத் திசை - தென்புறம்

15. ---------

16. ஸ்ரீ நந்திகேஸ்வர தேவர்

17. பெரியதேவர்

32. ரதி - காமதேவன்

33. அக்னிதேவர்

34. அகஸ்தியதேவர்

35. ஸ்ரீதேவி

36. துர்க்கை தேவி

37. -----------

38. தேவேந்திரன்

39. சங்கநிதி

தென்திசை

24. ---------

25. தன்வந்திரி

26. அஸ்வினிகா

கிழக்குத் திசை

40. பத்மநிதி

41. சூர்யதேவர்

27. வீரபத்திரர்

28. யமன்

29. -----------

30. தக்ஷபிரஜாபதி

31. யமுனாதேவி

42. சுப்ரமண்ய தேவர்

43. சேத்திரபாலர்

44. சரஸ்வதி

45. விஸ்வகர்மா

46. ஈசானதேவர்

4, 15, 18, 24, 29, 37 ஆகிய கோஷ்டங்களில் இடம்பெற்றிருந்த சிற்பங்கள், அவ்விடத்திற்குரிய தெய்வங்கள் ஆகியவை அடிப்படையில் நோக்கும்போது அவை முறையே பிரம்மன், ரிஷி, நிருதி, விஷ்ணு, கணபதி ஆகிய தெய்வங்களுக்குரியவை என்பதறிய முடிகிறது.

இக்கோபுரத்தின் கீழ் ஆவர்ண தெய்வங்களையும், தில்லைக் கோபுரங்களின் கீழ் ஆவர்ண தெய்வங்களையும் இங்கு ஒப்பிட்டு நோக்கும்போது சாஸ்தா, ஹர்லேகாதேவி, ருத்ராணி, வைஷ்ணவி, பிரஹ்மாணி, சாந்தியாதித்த சக்தி, சாந்திசக்தி, வித்யாசக்தி, பிரதிஷ்தாதேவி, நிவிர்த்திசக்தி, வீரபத்திரர், தக்ஷபிரஜாபதி, சங்கநிதி, பத்மநிதி ஆகிய தெய்வ உருவங்கள் இங்கு புதுமையாக இடம் பெற்றுள்ளதைக் காண முடிகிறது. குறிப்பாகச் சக்தி வடிவங்களும், சாஸ்தா, வீரபத்திரர், தக்ஷபிரஜாபதி போன்ற சிற்ப உருவங்களும் வேறு கோபுரங்களில் எங்கும் காண இயலாது. அவ்வகையில் தாராசுரம் திருக்கோபுரம் தனித் தன்மையுடையதாக விளங்குகின்றது.

இதற்கு அடிப்படைக் காரணம் சாக்தநெறி இக்கோயிலில் மிகவும் போற்றப்பட்டதேயாகும். தக்கயாகப்பரணி எனும் நூல் இக்கோயிலில் தான் மலர்ந்தது என்பதும் இங்கு சிந்திக்கத் தக்கதாகும்.

சக்தி வடிவங்கள்

அழிந்தவைபோக எஞ்சிய சக்தி வடிவங்களில் ஹருல்லேகா, ருத்திராணி, சாந்தி சக்தி, பிராம்மி போன்றவை தலைஇழந்தும் உடலுறுப்புகள் இழந்த நிலையிலும் உள்ளன.

ஹருல்லேகா தேவி

சில்பரத்தினம் எனும் நூல் இத்தேவி பற்றிக் கூறும்போது யௌவனப் பருவத்துடன் ஒளி மிகுந்தவளாய், அணிகலன்கள் பூண்டு, பிறைச்சந்திரன் சூடிய குழலுடனும் அழகிய கண்களுடனும், பாசம் அங்குசம் ஆகியவற்றை மேலிருகரங்களிலும், கீழிரு கரங்களில் அபய வரத முத்திரைக்காட்டி விளங்குபவள் என்று கூறுகின்றது.

தாராசுரத்தில் திகழும் ஹருல்லேகாசிற்பம் பத்மாசனத்தில் அமர்ந்த தேவியாக நான்கு கரங்களுடன் மேலிருகரங்களில் பாசம், அங்குசம் எந்தி அபயம் வரதம் காட்டும் கைகள் முழுவதையும் சிதைந்த நிலையில் காணப்பெறுகின்றது.

ருத்திராணி, சாந்திசக்தி, பிராம்மி ஆகிய தேவியர் சிற்பங்கள் பெரிதும் சிதிலமடைந்து விட்டன. பிற தேவியர் சிற்பங்கள் முழுவதுமாக மறைந்து விட்டன.

சாஸ்தா

கோபுரச் சிற்பக்கலை வரலாற்றில் முதன் முறையாகச் சாஸ்தா (ஐயனார்) இடம்பெறுவது தாராசுரம் கோபுரத்தில் தான். இங்குத் திகழும் சிற்பத்தில் சாஸ்தா ஆசனத்தில் ஒரு காலை மடக்கிய வண்ணமும், மறுகாலைக் கீழுள்ள தாமரை மீது இருத்திய வண்ணமும் அமர்ந்துள்ளார் கீழ் இடக்கரம் டோலகரமாக முழங்கால் மீதுள்ளது. கீழ் வலக் கரத்தால் அபயம் காட்டுகிறார். மேல் வலக் கரம் சாட்டை ஏந்திஇருக்க, இடது மேற்கரத்தில் சாமரம் விளங்குகின்றது.

இரதி – காமதேவன்

ரதி - காமதேவன் என்ற கல்வெட்டுப் பொறிப்பு திகழும் கோபுர கோஷ்டத்தில் திகழ்ந்த சிற்பம் தற்போது இடம் பெயர்ந்து தஞ்சைக் கலைக்கூடத்தில் காணப்பெறுகின்றது. மிக எழிலுடைய இச்சிற்பத்தில் தேர் ஒன்றினைக் குதிரை இழுக்க அதன்மேல் வில்லேந்திய காமனும், ஒய்யாரமாய் நிற்கும் ரதியும் திகழ்கின்றனர். சோழர்காலச் சிற்பங்களில் தனித்தன்மை பெற்ற சிற்பங்களின் பட்டியலில் இச்சிற்பத்திற்கும் ஓர் இடமுண்டு.

அக்நி

தாராசுரம் கோபுரத்தில் இடம்பெற்றிருந்த அக்நிதேவர் சிற்பம் தற்போது தஞ்சைக் கலைக்கூடத்தில் உள்ளது. யோக பட்டம் தரித்து அமர்ந்த வண்ணம் வலக் கரத்தில் அக்க மாலையும், இடக் கரத்தில் ஜலகெண்டியும் (நீர்ப்பாத்திரம்) ஏந்திய வண்ணம் தாடி மீசைகளுடனும் ஜீவாலாமகுடத்துடனும் யோகநிலையில் (அமர்ந்த கோலத்தில்) காணப்பெறுகின்றது.

இச்சிற்பமும் தஞ்சாவூர் பெரிய கோயிலின் திருச்சுற்று மாளிகையில் தென்கிழக்கு மூலையில் அமைந்துள்ள அக்நி தேவர் ஆலயத்திலுள்ள அக்நிதேவரின் பெரிய உருவமும் ஒத்த சிற்ப அமைப்புடையவையாய்த் திகழ்கின்றன என்பது குறிப்பிடத்தக்கதாகும்.

நிருதி

இங்கு இடம்பெற்றிருந்த நிருதியின் சிற்பமும் தற்போது தஞ்சைக் கலைக்கூடத்தில் உள்ளது. பீடத்தின் மேல் இருகரங்களுடன் சுகாசனராக அமர்ந்துள்ள நிருதியின் பாதமொன்றினை நரன் ஒருவன் தனது வலக் கரத்தால் தாங்கியுள்ளான். வலக் கரத்தில் கதையும் இடக் கரத்தில் ஆகூய வரத முத்திரையும் காணப்பெறுகின்றன. இச்சிற்பத்தைத் தஞ்சை கலைக்கூடத்தினரும், லெர்னோ அவர்களும் (தாராசுரம் எனும் பிரெஞ்சு மொழி நூலை எழுதியர்) இயமன் எனக் குறிப்பிட்டுள்ளனர்.

தாராசுரம் கோபுரச் சிற்பங்கள்

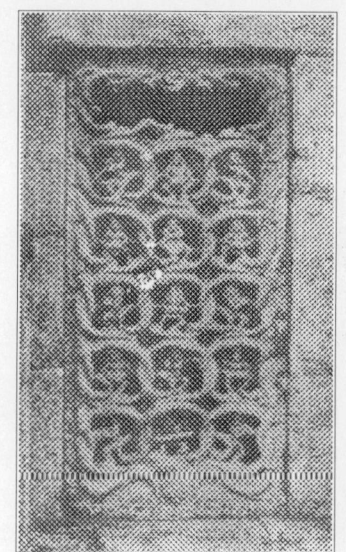

ஜாலம்

ஆதி சண்டேஸ்வரர்

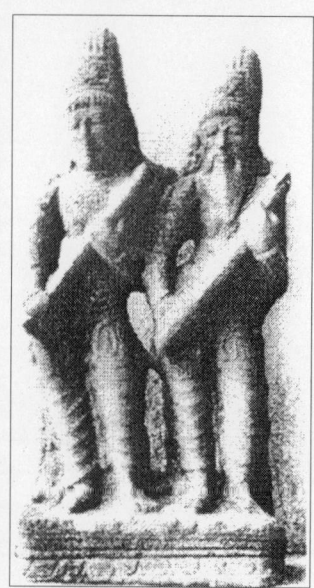

தும்புரு நாரதர்

சாஸ்தா

நாகராஜா

சாந்தி சக்தி

குடவாயில் பாலசுப்ரமணியன்

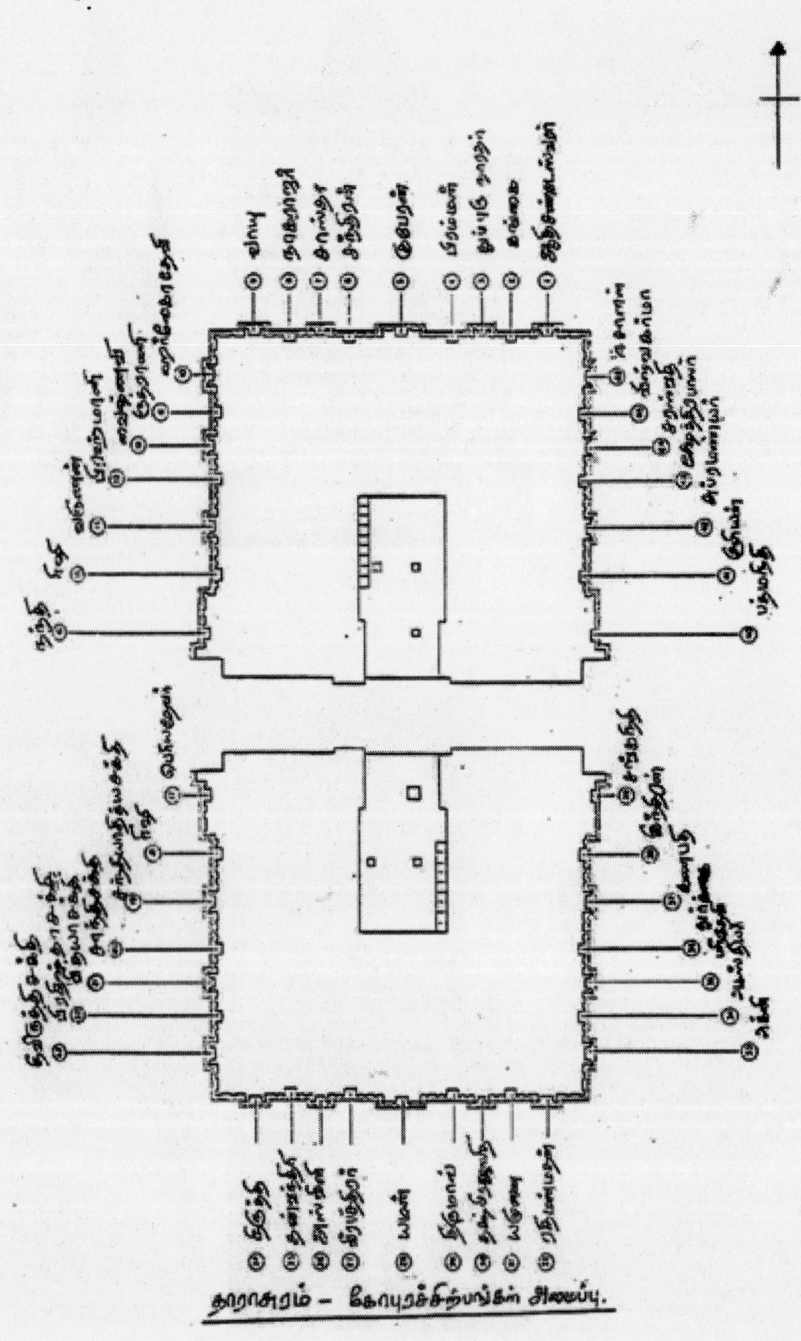

தாராசுரம் - கோபுரச்சிற்பங்கள் அமைப்பு.

ஸ்ரீநந்திகேஸ்வரர்

அதிகாரநந்தி எனும் நந்திகேஸ்வரர் சிற்பம் கோபுரத்திலிருந்து இடம் பெயர்ந்து மறைந்து விட்டது எனினும் இதே திருக்கோயிலின் முன் மண்டபமான ராஜகம்பீரன் திருமண்டபத்தில் உட்புற வாயிலை ஒட்டியுள்ள கோஷ்டத்தில் நான்கு கரங்களோடு நின்ற நிலையில் நந்திகேஸ்வரர் சிற்பம் திகழ்கின்றது. சடாமுடியில் மேலிருகரங்களில் மான் மழு ஏந்திய நிலையில் மார்பில் நீண்ட உடைவாளை அணைத்த வண்ணம் கூப்பிய கரங்களுடன் விளங்குகின்றது. இச்சிற்பத்தின் முகத்தினைப் பின்னாளில் உளிகொண்டு பொளிந்து திருத்தியுள்ளனர். இதனால் முகப்பொலிவும் அளவீடுகளும் குறைந்து விட்டன.

இந்த அதிகாரநந்தி சிற்ப அமைதியிலேயே கோபுரத்தில் இடம் பெற்றிருந்த அதிகார நந்தியின் திருவடிவமும் இருந்திருக்க வேண்டும் எனக் கருத முடிகிறது.

தில்லை, திருவானைக்கா போன்ற கோபுரங்களிலும், பிற இடங்களிலுள்ள கோபுரங்களிலும் கோபுர ஆவர்ண தெய்வமாகக் கோபுர நுழைவாயிற் பகுதியின் பக்கவாட்டில் அமைந்துள்ள மாடங்களில்தான் அதிகாரநந்தி தேவரின் உருவம் காணப்பெறுகின்றது. ஆனால் தாராசுரம் கோபுரத்தில் உட்புறம் வாயிலை ஒட்டிக் கோயிலை நோக்கிய வண்ணம் ஆவர்ண தெய்வமாக நந்திகேஸ்வரர் காணப்பெறுகின்றார்.

சங்கநிதி – பதும நிதி

குபேரன், அவர்தம் அதி தெய்வமாகிய சோமன் ஆகியவர்களிடம் மகாபத்மம், பத்மம், சங்கம், மகரம், கச்சபம், முகுந்தம், குந்தம், நீலா கர்வம் எனும் நவநிதியங்கள் உள்ளன என்று நூல்கள் உரைக்கின்றன.[23] அவற்றுள் சங்கநிதியும் பதுமநிதியும், முதல்நிலையில் பேசப்பெறுபவையாகும். இந்நிதியங்களின் உருவமாகக் குட்டையான பூத வடிவில் தாமரை மீது அமர்ந்த வண்ணம் இருவர் முறையே, சங்கு, பத்மம் ஆகியவற்றை அவரவது வலக்கரத்தில் பிடித்திருப்பர். மங்கலமான நுழைவாயிலின் இடப்புறம் பதுமநிதியும், வலப்புறம் சங்கநிதியும் சிற்பமாக இடம் பெறுவர்.

பல்லவர் காலம் தொட்டு எல்லா ஆலயங்களிலும் நுழைவாயிலில் இவ்விருவர் சிற்பங்கள் இடம் பெற்றிருக்கும். தஞ்சை பெரிய கோயிலின் திருவாயிலில் திகழும் சங்கநிதி பதுமநி சிற்பங்கள் குறிப்பிடத்தக்க சிறப்பு வாய்தவையாகும். தாராசுரம் கோபுரத்தின் கிழக்கு பகுதியில் நுழைவாயிலை ஒடடிய இருபுறமும் கோஷ்டங்களில் இவ்விரு சிற்பங்கள் அமைக்கப்பெற்று, மேலே அவர்களின் பெயர் கல்வெட்டாகவும் பொறிக்கப்பெற்றுள்ளன.

பிற்காலப் பாண்டியர் கோபுரச் சிற்பங்கள்

திருவானைக்கா சுந்தரபாண்டியன் கோபுரம்

திருவானைக்கா சிவாலயத்துக் கிழக்குக் கோபுரமான சுந்தர பாண்டியன் கோபுரத்தின் மேல் நிலையில் 46 கோஷ்டங்கள் உள்ளன. இவை அனைத்திலும் தில்லை, தாராசுரம், போன்றே 46 தெய்வ உருவங்கள் இடம் பெற்றுள்ளன. கோபுரத்தின் வடபுறத்தில் வடகிழக்கு மூலையில் தொடங்கி வடமேற்கு வரை.

1. ஈசானன்
2. ராகுகேது
3. நாரதர்
4. சந்திரன்
5. ?
6. குபேரன்
7. சக்தி
8. சனி
9. வாயு

ஆகிய கற்சிற்பங்களும், மேற்குத் திசையில் வடமேற்கில் தொடங்கி வாயில் வரை

10. காமன் - ரதி
11. ஸ்ரீதேவி
12. விஷ்ணு
13. அகஸ்தியர்
14. மஹிஷாசுரமர்த்தினி
15. வருணன்
16. துவாரபாலர்

ஆகியோர் கற்சிற்பங்களும், வாயிலை ஒட்டிய தென்புறத்தில் தொடங்கித் தென்மேற்கு திசை வரை

17. துவாரபாலர்
18. சுக்கிரன்
19. ரிஷி
20. சரஸ்வதி
21. பிரம்மா
22. ரிஷி
23. துர்க்கை

ஆகியோர் உருவங்களும் திகழ்கின்றன.

கோபுரத்தின் தென்திசையில் தேன்மேற்கு மூலையில் தொடங்கித் தென்கிழக்கு மூலை வரை உள்ள கோஷ்டங்களில்

24. நிருதி
25. புதன்
26. சக்தி
27. குஜன்
28. ரிஷி
29. இமயன்
30. பிரகஸ்பதி
31. ?
32. யத்ஞமூர்த்தி (அக்நி)

ஆகிய தெய்வ உருவங்களும் இடம் பெற்றுள்ளன. தென்கிழக்கு மூலையில் தொடங்கிக் கிழக்கு வாயில் வரை உள்ள கோஷ்டங்களில்

33. பத்ரகாளி
34. ரிஷி
35. கங்கை
36. சண்டீசர்

37. சுப்ரமண்யர்
38. இந்திரன்
39. துவாரபாலர்

ஆகிய திருமேனிகள் திகழ்கின்றன. அதே வாயிலுக்கு வடபுறம் தொடங்கி வடகிழக்கு மூலைவரை உள்ள கோஷ்டங்களில்

40. துவாரபாலர்
41. சூரியன்
42. கணபதி
43. ரிஷி

44. யமுனை
45. நாகராஜா
46. சேத்ரபாலர்

ஆகிய திருவுருவங்கள் கற்சிற்பங்களாகவுள்ளன.

கோபுர வாயிலுக்கு உட்புறம் இருபக்கச் சுவர்களில் காணப்பெறும் மாடங்களில் விஷ்ணு துர்க்கை, அதிகார நந்தி ஆகிய திருவுருவங்கள் இடம்பெற்றுள்ளன.

விஜயநகர – நாயக்கர் காலச்சிற்பங்கள்
(திருவண்ணாமலை ராஜகோபுரத்துச் சிற்பங்கள்)

திருவண்ணாமலை திருக்கோயிலின் வெளிப்புற மதிலில் கீழ்த் திசையில் உள்ள 11 நிலைக்கோபுரம் தஞ்சை மன்னன் செவ்வப்ப நாயக்கரால் கட்டப்பெற்றாகும். இக்கோபுரக் கட்டுமானப் பணிக்கு மூலகாரணமாய் விளங்கியவர் விஜயநகரப் பேரரசர் கிருஷ்ணதேவராயர் ஆவார். கி. பி.16ஆம் நூற்றாண்டில் எழுந்த இக்கோபுரத்தில் மட்டுமே தில்லை, தாராசுரம், திருவாரூர், திருவானைக்கா கோபுரங்கள் போன்று அதிக கோஷ்டங்களும், அவற்றில் கோஷ்ட சிற்பங்களாகிய இறையுருவங்களும் அதிக அளவில் உள்ளன. இதே காலகட்டத்தில் எடுக்கப்பெற்ற மதுரைப் பெருங்கோபுரங்களில், திருவல்லிபுத்தூர் கோபுரங்களிலும், பிறகோபுரங்களிலும், இந்த அளவு சிற்பங்களுக்கு முக்கியத்துவம் கொடுக்கப் பெறவில்லை.

திருவண்ணாமலை ராஜகோபுரத்தில் கீழ் ஆவர்ணத்திலும், மேல் ஆவர்ணத்திலும் தில்லைக் கோபுரங்கள் போன்றே தெய்வத்திருமேனிகள் இடம்

பெற்றிருந்தாலும், இங்கு கோபுரத்தில் நான்கு பக்கங்களிலும் கோஷ்டங்கள் இருந்தபோதும் கிழக்கு, மற்றும் மேற்கு திசையில் அமைந்த கோஷ்டங்களில் மட்டுமே திருவுருவங்கள் இடம் பெற்றுள்ளன.

கீழ்நிலை ஆவர்ண தெய்வ உருவங்கள்

கீழ் ஆவர்ணத்தில் கிழக்குத் திசையில், வாயிலுக்கு வடபுறம் வடகிழக்கு மூலையில் தொடங்கி வாயில் வரை நான்கு கோஷ்டங்கள் உள்ளன. அவற்றில் வடகிழக்கில் உள்ள கோஷ்டத்தில் நான்கு தலைகள், நான்கு கரங்கள் திகழ நின்ற கோலத்தில் மான் மழு ஏந்தியவராக ஆதி சண்டேஸ்வர தேவரின் திருவுருவம் திகழ்கின்றது. வாயிலை ஒட்டியுள்ள கோஷ்டத்தில் துவாரபாலகர் சிற்பம் உள்ளது. இடையே உள்ள மூன்று கோஷ்டங்களில் தெய்வ உருவங்கள் காணப்பெறவில்லை. வாயிலுக்குத் தென்புறம் முதல் கோஷ்டத்தில் துவார பாலகரும், இரண்டாவது கோஷ்டத்தில் தெய்வ உருவம் இல்லாமலும், நான்காவதில் சுவடியும் அக்கமாலையும் ஏந்திய தன்வந்திரியும், ஐந்தாவது கோஷ்டத்தில் நாகராஜுனன் உருவமும் உள்ளன. கீழ்த்திசையில் நான்கு திருவுருவங்கள் இடம் பெற்றிருந்து பின்னாளில் மறைந்து விட்டன.

கோபுரத்தின் உட்புறம் மேற்குத் திசை கீழ்நிலைக் கோஷ்டங்களில் வாயிலுக்கு வடபுறம் முறையே துவார பாலகர், இருகரங்களுடன் திகழும் உருவமும் பதினாறு கரங்களுடன் மகிஷாசுர மர்த்தினி உருவமும் ஒளிவட்டத்துடள் கூடிய நான்கு தலைகள், பாசம் - அக்கமாலை, தாமரை - தாமரை, மழு - சக்தி, அபயம் - வரதம் ஆகியவற்றோடு நின்ற கோலத்தில் உள்ள சூரியனுடைய திருவுருவமும் உள்ளன.

வாயிலின் தென்புறம் முறையே துவாரபாலகர், மயில்மீது பன்னிரண்டு கரங்களுடன் அமர்ந்த கோலத்தில் திகழும் முருகன், அன்னப்பறவையின் மீது அமர்ந்துள்ள பிரமன், இருகரத்துடன் கூடிய முனிவர் (அகத்தியர்) ஆகிய திருவுருவங்கள் கோஷ்டங்களில் இடம் பெற்றுத் திகழ்கின்றன.

மேல்நிலை ஆவர்ண தெய்வ உருவங்கள்

மேல்நிலை ஆவர்ணததில் கீழ்த் திசையில் வாயிலின் வடபுறம் வடகிழக்கு மூலையில் தொடங்கி முறையே திரிபுராந்தகர், அர்த்தநாரி, பிக்ஷாடனர், இராணவ அனுக்கிரக மூர்த்தி துவார பாலகர் என வாயில் வரை உள்ள ஐந்து கோஷ்டங்களில் தெய்வ உருவங்கள் திகழ்கின்றன. வாயிலுக்குத் தென்புறம் முறையே துவாரபாலகர், மழு, மான் ஆகியவற்றை மேற்கரத்திலும், வாள் கேடயம் ஆகியவற்றைக் கீழ்கரத்திலும் தரித்த சிவமூர்த்தி சோமாஸ்கந்தர், நின்ற கோல சந்திர சேகரர், கஜசம்ஹார மூர்த்தி ஆகிய திருவுருவங்கள் இடம் பெற்றுள்ளன.

கோபுரத்தின் உட்புற மேல் நிலையில் வாயிலுக்கு வடபுறம் முறையே துவாரபாலகர், விருஷபாரூடர், கங்காளர், லிங்கோத்பவர் விருஷபாந்திகர் ஆகிய

திருவுருவங்களும், வாயிலுக்குத் தென்புறம் துவாரபாலகர், கேவலசந்திர சேகரர், கல்யாண சுந்தரர், ஹரிஹரர், கங்காதர் ஆகிய திருவுருவங்களும் கோஷ்டங்களில் திகழ்கின்றன.

தில்லை வடக்குக் கோபுரத்தைக் கிருஷ்ணதேவராயர் சோழர்கால மேற்குக்கோபுரத்தின் அமைப்பிலேயே எடுத்த காரணத்தால், திருவண்ணாமலையில் அவரது ஆதரவால் தொடங்கப்பெற்ற இக்கோபுரத்தில் தில்லைக் கோயிலின் சிறப்பு அம்சங்கள் பல கையாளப் பெற்றுள்ளமையை அறிய முடிகிறது. இக்கோபுர சிற்பங்களின் ஆய்வால் பின்வரும் கருத்துக்களை நிறுவ முடிகிறது.

1. கீழ்நிலையில் சிவபெருமானின் திருவுருவங்களை இடம்பெறச் செய்யாமல், மேல்நிலையில் சிவபெருமானின் உருவங்களை மட்டும் இடம் பெறச்செய்துள்ளனர். இத்திருக் கோயிலில் அழலே சிவமாகப் போற்றப் பெறுகின்றது. விண்ணில் அழல்தூணாக முடிவே இல்லாத சிவஜோதியாகச் சிவபெருமான் இங்கு காட்சி தந்தார் என்ற தத்துவ அடிப்படையில் இக்கோயில் அமைந்த காரணத்தால் மேல்நிலை முழுவதும் சிவ வடிவங்களே காட்சி தருகின்றன. இவ்வகை அமைப்பு முறையைத் திருவாரூரிலோ அல்லது திருவானைக்காவிலோ காண இயலவில்லை.

2. சூரியன் திருமேனி தில்லையில் காணப்பெறுவது போன்றே நான்கு தலை உடையதாக இங்கு காணப்பெறுகின்றது. கைகளில் உள்ள ஆயுதங்கள் தெளிவாக உள்ளன.

கோபுரச் சிற்பங்களில் அரிய காட்சிகள்

தில்லை, தாராசுரம், திருவானைக்கா ஆகிய கோபுர ஆவர்ண திருமேனிகளோடு திருவண்ணாமலை கோபுரத்துத் திருமேனிகளை ஒப்பிட்டு நோக்கும்போது,

1. இராவண அனுக்கிரக மூர்த்தி
2. வாள் கேடயம் ஏந்திய சிவவடிவம்
3. ரிஷிபாரூடர்

ஆகிய வடிவங்கள் திருவண்ணாமலையில் மட்டுமே உள்ளன.

இராவணானுக்கிரக மூர்த்தி திருவுருவம் சிவாலயங்களில் தனித்த சிற்பமாகவோ, அல்லது பித்தியில் புடைப்புச் சிற்ப காட்சியாகவோ இடம்பெறும். பழையாறை சோமநாதர் ஆலயத்தில் உள்ள சிற்பம் மூன்றாம் குலோத்துங்கன் காலத்தில் வடிக்கப் பெற்றதாகும். புழைக்குள் சிம்மம், பாம்பு ஆகியவை திகழுகின்ற கயிலை மலை மீது மான் மழு ஏந்திய சிவபெருமான் அமர்ந்திருக்க முன்புறம் ஐந்து தலைகளுடன் திகழும் இராவணன் தன் கரங்களால் மலையைப்

பெயர்க்க, உமாதேவி அஞ்சிச் சிவபெருமானை தழுவ, பரமனோ தனது இடக் கரத்தால் தேவியின் முதுகைத் தாங்கிய வண்ணம், வலது கரத்தைக் கீழ்நோக்கி திருப்பித் தன் சுட்டுவிரலால் இராவணன் மலையைப் பெயர்க்கும் காட்சியைக் காட்டுகிறார். இங்கு மலையைப் பெயர்க்கும் இக்காட்சி தனித்த சிற்பமாக வடிக்கப்பெற்றுள்ளது.

தாராசுரம் கோயில் மூலவர் விமானத்து வடபுறச் சுவரில் இராவணானுக்ரஹ மூர்த்தி வடிவம் புடைப்புச் சிற்பமாகக் காணப்பெறுகின்றது. கயிலை மலைமீது சிவபெருமானும், தேவியும் ஆசனத்தில் அமர்ந்திருக்க முன்புறம் ஐந்து தலைகளும், பத்துக் கரங்களும் விளங்கக் கயிலை மலையை இராவணன் பெயர்த்துத் தலைக்கு மேலே உயர்த்தியுள்ளான். இக்காட்சிக்கு மேலாக மீண்டும் கயிலை நாதனும் தேவியும் அமர்ந்து அனுக்கிரகம் செய்ய இராவணன் நின்று வணங்கும் காட்சி காணப்பெறுகிறது

திருவண்ணாமலைக் கோபுரத்தில் இராவணன் கயிலையைப் பெயர்க்கச் சிவபெருமான் அவனது சாமகானம் கேட்டு அருளும் நிலையில் உள்ள காட்சியே இடம் பெற்றுள்ளது.

வாளேந்திய சிவபெருமான் உருவம்

மேலிருகரங்களில் மான் மழு ஏந்தியும், கீழிரு கரங்களில் வாள் கேடயம் தரித்த நிலையிலும் உள்ள நின்ற கோல சிவ வடிவம் மிகவும் அரிய ஒன்றாகும். தஞ்சை இராஜராஜேச்சரத்து விமானத்து வடபுற கோஷ்டங்களில் ஒன்றில் சிவபெருமான் இக்கோலத்தில் காணப்பெறுகின்றார். அதே கோலத்தில் திருவண்ணாமலை இராஜ கோபுர சிற்பமும் விளங்குகின்றது. மானும் மழுவும் சற்று உடைந்துள்ளன.

விருஷபாரூடர் – விருஷபாந்திகர்

தில்லையில் நான்கு கோபுரங்களிலும் விருஷபாந்திகர் திருமேனிகள் உள்ளன. அங்கு ரிஷபம் பின்புறம் நிற்க அதன் முதுகிலோ அல்லது தலையிலோ சிவபெருமான் தன் வலக் கரத்தை அமர்த்தித் தேவியுடன் நின்ற கோலத்தில் திகழ்வார். இதே வடிவத்தில் சோழர் காலக்கோயில்கள் பலவற்றில் விருஷபாந்திகர் செப்புத் திருமேனிகள் பலவுள்ளன. திருவெண்காடு, கோனேரிராஜபுரம் செப்புத் திருமேனிகள் உலகப்புகழ் வாய்ந்தவையாகும்.

திருவண்ணாமலை இராஜகோபுரத்தின் மேல்நிலைகளில் விருஷபாந்திகர் மற்றும் விருஷபாரூடர் திருமேனிகள் உள்ளன. இங்குள்ள விருஷபாந்திகர் சிற்பம் தனித்தன்மை வாய்ந்ததாகும். சிவபெருமான் அருகேயுள்ள ரிஷபத்தின் முதுகின் மீது தனது வலது காலையும் வலது கரத்தினையும் ஊன்றியுள்ளவாறு நிற்கும் காட்சி வேறு எங்கும் காண முடியாத வடிவமாகும்.

விருஷபாரூடர் என்பது இடபத்தின் மீது சிவபெருமானும் உமையும் அமர்ந்து உலாப்போகும் காட்சியாகும். குடுமியான்மலை எனும் ஊரின் சிவாலயத்திற்குப் பின்புறம் மலைமீது காணப்பெறும் சிவபெருமானின் இடப உலாக் காட்சியும், தாராசுரத்து சிற்றுருவ சிற்பக் காட்சிகளில் இடம் பெற்றுள்ள ரிஷப வாகனர் காட்சிகளும் தமிழகத்து சிற்ப மரபின் உன்னத வெளிப்பாடுகளாகும்

தஞ்சைப் பெரிய கோயிலில் உமையவளின்றி சிவபெருமான் கணங்களோடு ரிஷப உலா போகும் காட்சியுள்ளது. திருவண்ணாமலையில் உள்ள சிற்பப்படைப்பில் விடைமீது சிவபெருமானும் உமையும் அமர்ந்து வலம்வர கணங்களும், இசைவாணர்களும் உடன் செல்வதாக அச்சிற்பம் காணப்பெறுகிறது.

மதுரைக் கோபுரச் சிற்பங்கள்

மதுரை திருக்கோயிலுள்ள கோபுர நாயக கோபுரம், சிறிய மொட்டைக் கோபுரம், நடுக்கட்டுக் கோபுரம் ஆகியவற்றின் பித்தியில் (காலில்) கோஷ்டங்கள் வகுக்கப்பெறாமல் சிற்பங்கள் அமைக்கப்பெற்றுள்ள ஒரு புதிய கலைமரபைக் காணமுடிகிறது. இவை முழு உருவமாக அமையாமல் சுவரில் பொதிந்து திகழும் அரைச் செதுக்குருவங்களாக விளங்குகின்றன. தூண்களின் அடிப்பகுதியில் சிம்ம உருவங்கள் செதுக்கப் பெற்றிருப்பதோடு இரு கால்களுக்கு இடை இடையே மயில் மீதமர்ந்த முருகன், சனகாதி முனிவர்களுடன் தட்சிணாமூர்த்தி, துவாரபாலகர், பைரவர், நின்றகோல முருகன் போன்ற பல திருவுருவங்கள் காணப்பெறுகின்றன. இவை பெரும்பாலும் 16ஆம் நூற்றாண்டுப் படைப்புகளாகும். மதுரைச் சிற்பங்களின் கலைநயம் சிறப்புடையதாகவுள்ளன.

2. கோபுரங்களில் மனித உருவச்சிலைகள்

மனிதர்களுக்கு உருவச்சிலைகள் எடுக்கும் மரபு தமிழகத்தில் சங்க காலத்திலிருந்தே தோன்றயதாகும். சங்க காலத்தில் மாற்றார் நாட்டிற்குச் சென்று ஆநிரை கவர்தல், மாற்றார் கவர்ந்து செல்லும் ஆநிரைகளை மீட்டல், மாற்றார் அரணைக்கொள்ளல், தம் கோட்டையைக் காத்தல், எதிர்த்து வருகின்ற படையைத் தாக்குதல் போன்ற வீரச்செயல்களில் ஈடுபடும் தமிழ் மறவர்கள் வீர மரணம் எய்தும் இடத்தில் நடுகல் நட்டு வழிபட்டனர். கால வளர்ச்சியில் நடுகற்களில் மாண்ட வீரனது உருவம் பொறித்துப் பீடும் பெயரும் எழுதும் மரபு தோன்றியது. கி. பி.5ஆம் நூற்றாண்டு தொடங்கி பிற்காலம் வரை வீரமரணம் அடைந்தவர்களுக்காக எடுக்கப்பெற்ற அவர்தம் உருவத்துடன் காணப்பெறும் நடுகற்கள்பலவற்றைத் தமிழகத்தில் பல்வேறு இடங்களில் தொல்லியல் ஆய்வாளர்கள் கண்டு பிடித்துள்ளனர்.[24] சிலப்பதிகாரம் கண்ணகிக்காக எடுக்கப்பெற்ற உருவச்சிலை பற்றி விரிவாகப் பேசுகின்றது.[25]

பல்லவர் காலம் தொடங்கி, தொடர்ந்த பல்வேறு மரபினரின் ஆட்சிக் காலங்களிலும் கோயில்களில் மனிதர்களுக்கு உருவச்சிலைகள் எடுக்கப்பெற்றதை அச்சிலைகள் வாயிலாகவும், கல்வெட்டுக்கள் வாயிலாகவும் அறியலாம். சோழப் பேரரசர்கள் எடுப்பித்த கோபுரங்களில் தான் முதன் முதலில் மனிதர்களின் உருவச்சிலைகளை இடம்பெறச் செய்து கோபுரக்கலை மரபில் ஒரு புதுமையைப் புகுத்தினர் என்பதும், அவர்களால் தோற்றுவிக்கப் பெற்ற அக்கலை மரபு பின்வந்த மன்னர்களாலும் ஆக்கம்பெற்று நாயக்கர்கள் காலம் வரை தொடர்ந்தது என்பதும் இவ்வாய்வின் மூலம் கண்டறிய இயலுகிறது.

இரண்டாம் குலோத்துங்கன் – சேக்கிழார் உருவச்சிலைகள்

தில்லை மேற்குக் கோபுத்தின் நுழைவாயிற் பகுதியின் தென்புறம் உள்ள மாடமொன்றில் நின்ற கோலத்தில் தன் இருகரங்களையும் கூப்பிய நிலையில் மன்னன் உருவம் ஒன்றும் அருகிலுள்ள மற்றொரு மாடத்தில் உருத்திராக்க மாலை அணிந்த கூப்பிய கரங்களுடன் திகழும் அடியார் உருவம் ஒன்றும் காணப்பெறுகின்றன.

மன்னனது உருவம் பின்பக்கம் முடிந்த கொண்டை, நீண்ட செவிகள், தாடி, மீசையுடன் கூடிய முகம், மேலாடை இன்றி இடுப்பிலிருந்து கணுக்கால் வரை

வேட்டி, அதன் மேல் சுற்றப்பட்ட துண்டு ஆகியவற்றுடன் காணப்பெறுகின்றது. வலக்கரம் முழுமையாகவும், இடக்கரத்து விரல்கள் பகுதியும் உடைந்து விட்டன. முகம் சற்றுச் சிதைந்துள்ளது. மார்பில் உருத்திராக்க மாலைகள் விளங்குகின்றன.

அடியவர் உருவத்தின் முகமும், இரண்டு கரங்களும் சிதைந்துள்ளன. கழுத்து, மார்பு, கைகளில் உருத்திராக்க மாலைகள் திகழ்கின்றன. மழித்த தலையின் உச்சியில் முடித்த சிகை காணப்பெறுகின்றது. இச்சிலைகளை ஆராய்ந்த இரா. நாகசாமி இவை முறையே இரண்டாம் குலோத்துங்கன் மற்றும் சேக்கிழாரின் திருவுருவச் சிலைகள் எனக் குறிப்பிட்டுள்ளார்.[26]

அவர் கருத்து ஏற்புடையது என்பதனைத் திருவாஞ்சியம் கல்வெட்டு மற்றும் அச்சுதமங்கலத்துத் திருக்கோயிலில் காணப்பெறும் மூன்றாம் குலோத்துங்கன், சேக்கிழார் உருவச்சிலைகள் வாயிலாக உறுதி செய்ய முடிகிறது.

மூன்றாம் குலோத்துங்க சோழன் தன் இருபந்தைந்தாம் ஆட்சியாண்டில் (கி.பி 1203) அனபாயன் சேவூர் எனும் ஊரில் இருந்த திருமணக் கோயிலுடையார் என்ற சிவாலயத்தில் தேவார மூவர்க்கும் (திருஞான சம்பந்தர், திருநாவுக்கரசர், சுந்தரர்) தனித்தனியாக மூன்று கோயில்களும், தொண்டர் சீர் உரைத்தாரான சேக்கிழார் பெருமானுக்குப் படிமமும் எடுத்து அவைகளுக்கு நித்ய வழிபாட்டிற்கு நிவந்தமும் அளித்தான் என்பதைத் திருவாஞ்சியம் திருக்கோயில் இரண்டாம் கோபுரத்தில் காணப்பெறும் கல்வெட்டால் அறிய முடிகிறது.[27]

அக்கல்வெட்டு பின்வருமாறு கூறுகின்றது. "ஸ்வஸ்திஸ்ரீ திருபுவனச் சக்கரவர்த்திகள் மதுரையும், ஈழமுங், கருவூரும் கொண்டருளிய ஸ்ரீ குலோத்துங்க சோழ தேவருக்கு யாண்டு 25 குலோத்துங்க (சோழவள நாட்டு) அநபாயன் சேவூரில் உடையார் திருமணக் கோயிலுடையார் கோயில் நம்பெருமக்கள் கோயில் மூன்றுக்கும் திருத்தொண்டர் சீர் உரைத்தார்க்குமாக அமுது படி செய்யுமிடத்து நாள் ஒன்றுக்கு மாணிரெண்டுக்கு சோறு .... இருநாழி அரிசிச்சோறு (இடக்) கடவ நிவந்தமாக ஸ்ரீ பண்டாரத்தில் திருக்கற்றளி திருப்பணிக்கு ஒடுங்கின காசு .. ங்க .. காசு ..."

மூன்றாம் குலோத்துங்கனால் அநபாயன் சேவூர் கோயிலில் சேக்கிழார் பெருமானின் படிமம் வழிபாடு செய்யப் பெற்றது என்பது கல்வெட்டு கூறும் செய்தியாகும். அநபாயன் என்பது இரண்டாம் குலோத்துங்களின் பெயராகும். சேவூர் எனும் ஊர் இரண்டாம் குலோத்துங்கனின் விருதோடு சேர்ந்து அநபாயன் சேவூர் என அழைக்கப்படலாயிற்று.

அநபாயன் சேவூர் என்பது தற்போதைய நன்னிலம் வட்டம் அச்சுதமங்கலத்தின் பழம்பெயர் என்பதும், அவ்வூர்தான் சேக்கிழார் குடியின் மூதாதையர்களின் பூர்விக ஊர் என்பதும், அங்குள்ள குலோத்துங்கன் காலத்திய சிவாலயத்தில் மூன்றாம் குலோத்துங்கனுடைய உருவச்சிலையோடு, கல்வெட்டு கூறும் சேக்கிழாரின் உருவச் சிலை இருப்பதும் இந்நூலாசிரியரால் 1990ஆம் ஆண்டு கண்டறியப்பட்டது.[28]

அக்கோயிலில் காணப்பெறும் சேக்கிழாரின் உருவ அமைப்பும் தில்லைக் கோயிலில் காணப்பெறும் உருவ அமைப்பும் ஒத்த கூறுகள் உடையனவாய் விளங்குகின்றன. அதுபோலவே சோழ மன்னர்களின் தோற்றம், உடை அமைப்பு ஆகியவையும் ஒத்து திகழ்கின்றன. எனவே தில்லைக் கோபுரத்தில் காணப்பெறும் உருவச்சிலைகளை இரண்டாம் குலோத்துங்கன், சேக்கிழார் உருவச் சிலைகளாகவே உறுதியாகக் கொள்ளலாம்.

கோப்பெருஞ்சிங்கன் – இராஜகுரு திருவுருவங்கள்

தில்லைக் கோயிலின் கிழக்குக் கோபுரத்தின் நுழைவாயிலின் வடபுறம் உள்ள ஒரு மாடத்தில் தாடி, மீசைகளுடன் வணங்கும் கோலத்தில் ஒரு மன்னனுடைய உருவமும் அருகிலுள்ள மாடத்தில் உருத்திராக்கம் பூண்ட அடியவர் ஒருவரின் திருவுருவமும் உள்ளன. இங்கு காணப்பெறும் மன்னவன் உருவம் சோழமன்னர்களின் படிம அமைப்புகளிலிருந்து சற்று மாறுபட்ட கலை அம்சத்துடன் விளங்குகின்றது. தற்போது தில்லையில் விளங்கும் கிழக்குக் கோபுரம் கோப்பெருஞ்சிங்கனால் முழுமையாக எடுக்கப் பெற்றது என்ற செய்தி இயல் மூன்றில் ஐயம் திரிபற மெய்ப்பிக்கப் பெற்றுள்ளது. எனவே இக்கோபுரத்தில் காணப்பெறும் மன்னவன் உருவத்தினைக் கோப்பெருஞ்சிங்களின் உருவமாகவும், அருகில் இருக்கும் அடியவர் உருவத்தை அவம் மன்னவனின் ராஜகுருவாகவும் கொள்ளலாம்.

மூன்றாம் குலோத்துங்கன் – ஈஸ்வர சிவர் உருவச்சிலைகள்

திருவாரூர் கிழக்கு இராஜகோபுரத்தின் உட்புறம் உபபீடப் பகுதியில் வாயிலுக்கு வடபுறமும், தென்புறமும் இருகோஷ்டங்களில் மூன்றாம் குலோத்துங்கன் அவர்தம் ராஜகுரு ஈஸ்வர சிவர் ஆகியோரின் உருவச்சிலைகள் ஆருர் ஈசன் இருக்கும் திசை நோக்கி வணங்கும் கோலத்தில் காணப்பெறுகின்றன.

திருவாலங்காடு, கொற்கை, அகரஓகை கும்பகோணம், திருமண்டங்குடி ஆகிய இடங்களில் சிவாலயங்களில் இடம் பெற்றுள்ள மூன்றாம் குலோத்துங்கனின் உருவச்சிலைகளை ஒத்து ஆரூர்த் திருக்கோயில் கோபுரத்துப் படிமம் விளங்குவதோடு, பீடத்தில் சோழர்காலக் கல்வெட்டாக "..லோதுங்க..." என்ற எழுத்துப் பொறிப்பும் காணப்பெறுகின்றது.[29]

ஈஸ்வர சிவர் எனும் சோமேஸ்வரர் மூன்றாம் குலோத்துங்கனின் இராஜ குருவாக விளங்கியதோடு, திரிபுவனம் திருக்கோயில் திருவாரூர் கிழக்குக்கோபுரம் ஆகியவற்றிற்குக் கடவுண் மங்கலம் செய்தவர் என்பதைத் திருபுவனம் வடமொழிக் கல்வெட்டுப்பாடல்கள் எடுத்துரைக்கின்றன.[30] திருவாரூர் ராஜகோபுரத்தில் காணப்பெறும் இவர்தம் உருவச்சிலையின் கரங்களைப் பிற்காலத்தில் சிதைத்து விட்டனர். தாடி, மீசை திகழ மார்பில் புரிநூலும், உருத்திராக்க மாலையும், நீண்ட இடுப்பாடையும் கொண்டு திகழும் இவர்தம் தலையில் பரிவட்டம்

தில்லைக் கோபுரங்களிலுள்ள மனித உருவச் சிலைகள்

இரண்டாம் குலோத்துங்கன்

சேக்கிழார்

கிருஷ்ணதேவராயர்

சிற்பிகள்

கட்டப்பெற்றுள்ளது. இவர் நிற்கும் பீடத்தில் சோழர்கால கிரந்த எழுத்துக்களில் "சோமேஸ்....." என்ற எழுத்துப் பொறிப்பு சிதைவுகளுக்கிடையே தெளிவாகக் காணப்பெறுகின்றது.

ஆரூர் கோபுரத்தில் திகழும் இவ்விரு உருவச்சிலைகளின் பீடத்துக் கல்வெட்டுப் பொறிப்பு கொண்டு இவை மாமன்னன் மூன்றாம் குலோத்துங்கன், மற்றும் ராஜகுரு ஈசானசிவர் ஆகியோர் உருவச் சிலைகளே என உறுதியாகக் கூறலாம்.

மணலூர் கிழவர் வாகீசர்

திருவலங்காடு எனும் ஊர் கும்பகோணம் மயிலாடுதுறை நெடுஞ்சாலையில் திருவாவடுதுறையை ஒட்டித் திகழ்கின்றது. இங்குள்ள சிவாலயம் சோழர் காலத்தியதாகும். இதன் உட்கோபுரம் சோழர்கள் காலத்தில் கட்டப் பெற்றதாகும். இக்கோபுர வாயிலின் தென்புற மாடத்தில் ஒரு அடியவர் உருவம் கற்சிலையாக உள்ளது. அம்மாடத்தின் ஒருபுறத்தில் "மணலூர் கிழவர் வாகீசர்" என்ற எழுத்துப் பொறிப்பு காணப்பெறுகின்றது.[31]

கூப்பிய கரங்களுடன் திகழும் மணலூர் கிழவர் வாகீசர் இக்கோபுரத்தை எடுப்பித்திருக்க வேண்டும். இதே கோபுரத்தில் இராஜராஜனால் சோழ மண்டலம் முழுதும் அளக்கப்பெற்ற கோலின் அளவு கல்வெட்டுடன் குறிக்கப்பட்டிருப்பதால் இவர் அப்பணியை நிறைவேற்றிய அலுவலர்களுள் ஒருவராகவும் இருந்திருக்கக்கூடும். மணலூர் எனும் அவர்தம் ஊர் திருவாலங்காட்டிற்கு வடபுறம் இன்றும் திகழ்கிறது.

பெரிய தேவர் (இரண்டாம் இராஜராஜ சோழன்)

தாராசுரம் கிழக்கு மொட்டைக் கோபுரத்தின் அதிஷ்டான வர்க்கத்தில் கோஷ்டங்கள் பலவுள்ளன. அங்கு இடம் பெற்றிருந்த தெய்வ உருவங்களின் பெயர்கள் கல்வெட்டாகக் காணப்பெறுகின்றன. அக்கோபுரத்தின் மேற்றிசையில் கோபுரவாயிலுக்குத் தென்புறம் ஒரு கோஷ்டத்திற்கு மேலாக "பெரிய தேவர்" என்ற எழுத்துப் பொறிப்பு காணப்பெறுகின்றது. அதில் இடம் பெற்றிருந்த தலை உடைக்கப்பெற்ற உருவச்சிலை ஒன்றினை அக்கோயிலில் திகழும் தொல்லியல் துறை அருங்காட்சியத்தில் காட்சிப்படுத்தி வைத்துள்ளனர்.

நின்ற கோலத்தில், கூப்பிய கரங்களுடன் திகழும் அவ்வுருவச்சிலை தாராசுரம் கோயிலை எடுப்பித்த இரண்டாம் இராஜராஜ சோழனின் உருவச்சிலையாக இருக்கலாம். சோழநாட்டுத் திருமாந்துறை சிவாலயத்தில் காணப்பெறும் இரண்டாம் இராஜராஜனின் கல்வெட்டு[32] "பெரியதேவருக்குயாண்டு ..." என்று கூறி வரிப் பளுவால் அவ்வூரின் வள்ளுவ நாயகப் பெருந்தெருவினர் வருந்தியபோது அது மீண்டும் இரண்டாம் இராஜராஜனால் குறைக்கப் பெற்றதை விளங்குகின்றது. எனவே அப்பேரரசனைப் "பெரிய தேவர்" எனக் குறிக்கும் மரபு இருந்துள்ளது என்பதறியலாம்.

தஞ்சைக் கோயிலில் இராஜராஜன் மற்றும் அவன் பட்டத்தரசி லோகமாதேவி ஆகியோரின் செப்புப் பிரதிமங்களை எடுப்பித்த ஸ்ரீ கார்யம் தென்னவன் மூவேந்த வேளான் அப்பிரதிமங்கள் பற்றிக் குறிப்பிடும் கல்வெட்டில்[33] இராஜராஜனின் திருவுருவத்தை “பெரிய பெருமாள்” என்றே குறிப்பிட்டுள்ளான். அதுபோன்றே தாராசுரத்தை எடுப்பித்த பெருந் தச்சனும் தன் அரசனை பெரிய தேவர் என்றே குறிப்பிட்டிருக்க வேண்டும். இதே கோயிலின் உள் மண்டபத்தில் இடம் பெற்றிருந்த இரண்டாம் இராஜராஜன், அவன் தேவி ஆகியோரின் கற்படிமங்கள் தற்போது தஞ்சைக்கலைக் கூடத்தில் இடம் பெற்றுள்ளன.

தன் தந்தை இரண்டாம் குலோத்துங்கன் தில்லை மேற்குக் கோபுரத்தில் தன் உருவச்சிலையை இடம் பெறுமாறு செய்தது போல இப்பேரரசனும் தன் உருவச்சிலையைத் தான் எடுப்பித்த கோபுரத்தில் இடம் பெறச் செய்துள்ளான்.

சீர்காழி கோபுரத்தில் சோழமன்னன் உருவச்சிலை

சீர்காழி சிவாலயத்தின் இரண்டாம் கோபுரத்தின் பித்தியிலுள்ள மாடம் ஒன்றில் தாடி, மீசைகளுடன் நின்ற கோலத்தில் கூப்பிய கரங்களுடன் திகழும் சோழ மன்னன் ஒருவனின் உருவச்சிலை காணப்பெறுகின்றது. அக்கோயில் கல்வெட்டுக்களை ஆராயும்போது வீரராஜேந்திரன் காலம் தொடங்கி, மூன்றாம் குலோத்துங்கன் காலம் வரை உள்ள சோழர் கல்வெட்டுக்கள் பல உள்ளன. பிற கோயில்களில் காணப்பெறும் இரண்டாம் குலோத்துங்கன், மூன்றாம் குலோத்துங்கன் ஆகியவர்களின் உருவச்சிலைகளை ஒத்ததாகவே இச்சிற்பம் காணப்பெறுகின்றது. இவ்விரு மன்னர்களுள் ஒருவர் தம் உருவச்சிலையாக இது இருக்கலாம்.

வரகுண பெருமாள்

திருமங்கலக்குடி திருக்கோயிலின் முதல் பிரகாரத்தின் கீழ்த் திசையில் விளங்கும் கோபுரத்தில் வாயிலின் வலப்புற பித்தியில் மகுடம் தரித்த மன்னவன் ஒருவனின் உருவச்சிலையும், அருகே அவன் தேவியின் உருவமும் காணப்பெறுகின்றன. இவர்கள் இருவரின் உருவத்துக்கு மேலாக கி.பி.13ஆம் நூற்றாண்டு எழுத்திமைதியின் “வரகுண பெருமாள்” என்ற கல்வெட்டுப் பொறிப்பும் காணப்பெறுகின்றது.

தலையில் மகுடம், காதுகளில் மிகப் பெரிய காதணிகள், நீண்ட இடுப்பாடை அணிந்த நின்ற கோலம், வணங்கும் கரங்கள் ஆகியவற்றோடு வரகுண பெருமாள் திகழ அருகே ஒருபுறம் சாய்ந்த கொண்டை, எழில்மிகு அணிகளும், ஆடைகளும் பூண்டு தன் கணவரைப் போல அஞ்சலி ஹஸ்தராய்த் தேவியின் திருவுருவமும் திகழ்கின்றது.

கோபுரங்களிலுள்ள மனித உருவச் சிலைகள்

திருவரங்கம் கோபுரத்திலிருந்து
விழுந்து உயிர் துறந்த ஜீயர் இருவர்

சிற்பிகள் – தில்லை

கோப்பெருஞ்சிங்கனும் அடியவர்
ஒருவரும் – தில்லைக்கோபுரம்

தமிழகக் கோபுரக்கலை மரபு

கோபுரங்களிலுள்ள மனித உருவச் சிலைகள்

வரகுணப் பெருமாள் – திருமங்கலக்குடி

விஜயராகவ நாயக்கர் – தஞ்சாவூர்
இராஜகோபால சுவாமி கோயில்

உருவச் சிலைகளுக்கு மேலாகக் காணப்பெறும் கல்வெட்டின் எழுத்தமைதி 13ஆம் நூற்றாண்டுக்குரியதாக விளங்குவதால் 13ஆம் நூற்றாண்டில் வரகுணன் என்ற பெயரில் சோழநாட்டில் எந்த ஒரு பாண்டிய அரசனும் இருந்ததாக அறிய முடியவில்லை. ஆனால் கி.பி.863இல் முடிசூடிய வரகுண பாண்டியன் சோழநாட்டை வென்றான். வரகுணனின் கல்வெட்டுக்கள் திருநெய்த்தானம், திருக்கோடிக்கா, திருக்காட்டுப்பள்ளி, கும்பகோணம், ஆடுதுறை, திருவிசலூர் ஆகிய ஊர்களில் காணப்பெறுகின்றன.[34] பின்னாளில் தன் அரச உரிமையைத் தம்பியிடம் அளித்துவிட்டுச் சிவதர்மத்தில் தன்னை இப்பேரரசன் முழுமையாக ஈடுபடுத்திக் கொண்டான்.

10ஆம் நூற்றாண்டில் வாழ்ந்த பட்டினத்தார் வரகுணனைத் தன் பாடல்களில் போற்றியுள்ளார். தன் தேவியைத் திருவிடை மருதூர் ஈசனுக்காக அர்ப்பணித்தவன் என்பதை,

"புரிகுழல் தேவியைப் பரிவுடன் கொடுத்த
பெரிய அன்பின் வரகுண தேவர்"

என்பது பட்டினத்தாரின் வாக்காகும். வரகுண பாண்டியனின் கல்வெட்டுக்கள் திகழும் ஆடுதுறை, திருவியலூர், திருக்கோடிகா ஆகிய மூன்று ஊர்களுக்கும் இடையில் திருமங்கலங்குடி விளங்குகின்றது. எனவே பின்வந்த பாண்டிய அரசர்கள் தன்குல முன்னவர்கள் வரகுணன் மற்றும் அவர்தம் தேவியின் திருவுருவத்தை இத்திருக்கோயிலின் கோபுரத்தில் இடம்பெறச் செய்திருக்க வேண்டும்.

திருவரங்கத்துக் கோபுரங்களில் உருவச்சிலைகள்
தெற்குக் கோபுரம் – அப்பாவய்யங்கார்

விஜயநகர - நாயக்க அரசர்களால் மொட்டைக் கோபுரமாக எடுக்கப்பெற்று அண்மைக்காலத்தில் பதிமூன்று நிலைகளையுடைய பெருங்கோபுரமாக எடுக்கப்பெற்ற திருவரங்கத்துத் தெற்கு ராஜகோபுரத்தின் நுழைவாயிலின் கீழ்ப்புறச் சுவரில் காணப்பெறும் மாடமொன்றில் கூப்பிய கரங்களுடன் வைணவ அடியார் ஒருவரின் உருவம் உள்ளது. அருகிலுள்ள தமிழ், தெலுங்குக் கல்வெட்டுக்கள்[35] மூலம் அவ்வுருவம் அப்பாவய்யங்கார் என்பவருடையது என்றும், அவர் கி.பி.15ஆம் நூற்றாண்டில் கோபுரமேறி விழுந்து உயிர்துறந்தவர் என்பதும் அறிய முடிகிறது.

வெள்ளைக் கோபுரம் – பெரியாழ்வார்

திருவரங்கத்துப் பெருங்கோயிலின் கிழக்குக் கோபுரங்களில் ஒன்றான வெள்ளைக் கோபுரத்து வடபுற நிலைக்காலில் நெற்றியில் திருமண் தரித்து, வலக் கையில் அரிவாள் ஒன்றினை அணைத்த வண்ணம் அரங்கனை வணங்கும்

திருக்கோலத்தில் அடியார் ஒருவரின் திருவுருவம் காணப்பெறுகின்றது. மார்பில் மணிமாலைகளும், பூமாலையும் திகழ, முழங்கால் வரை இடுப்பாடை தரித்த கோலத்தில் வணங்கிய நிலையில் இவ்வுருவம் காணப்படுகிறது. அருகிலுள்ள தமிழ், தெலுங்குக் கல்வெட்டுக்கள்[36] வாயிலாகப் பெரியாழ்வார் எனும் அவர் வெள்ளைக் கோபுரமேறி விழுந்து உயிர் துறந்தமை பற்றியும் அவருக்குச் செய்யப்பட்ட மரியாதைகள் பற்றியும் அறிய முடிகிறது.

ஜீயர் இருவர்

வெள்ளைக் கோபுரத்தில் திகழும் பெரியாழ்வார் எனும் வைணவ அடியார் சிற்பத்திற்கு நேர் எதிர்புறம் நிலைக்காலில் இரண்டு ஜீயர்களின் திருவுருவங்கள் சிற்பமாகவுள்ளன. அவர்கள் இருவரும் நெற்றியில் திருமண் தரித்து, தலையில் பரிவட்டம், இடுப்பில் ஆடை, அதன் மேல் சுற்றப்பட்டதுண்டு, மார்பில் மாலைகள் புரளக் கையில் சன்னியாசிக்குரிய தண்டும் தாங்கி வணங்கும் கோலத்தில் திகழ்கின்றனர். இவர்களைப் பற்றிய கல்வெட்டுக் குறிப்புகள் இல்லையாயினும், திருவரங்கத்துக் கோயிலொழுகு இவர்கள் இருவரும் கோபுரத்தில் ஏறி சரீரத்தை பேஷித்தவர்கள் (துறந்தவர்கள்) என்று குறிப்பிடுகின்றது.[37]

திருவரங்கத்துக் கோபுரங்களின் மேலேறி விழுந்து உயிர்துறந்த இந்நால்வர் பற்றிய ஆய்வுச் செய்திகள் இந்நூலின் ஐந்தாம் இயலில் விரிவாகக் கூறப்பெற்றுள்ளன.

கிருஷ்ண தேவராயர்

தில்லை வடக்குக் கோபுரத்தைத் திருப்பணி செய்தவர் கிருஷ்ணதேவராயர் என்பதனை அக்கோபுரத்துக் கல்வெட்டுக்கள்[38] உறுதிப்படுத்துகின்றன. தமிழகக் கோபுரக்கலை வளர்ச்சிக்குப் பெருந்தொண்டாற்றிய அவர்தம் திருவுருவம் தில்லை வடக்குக் கோபுர வாயிலின் மேற்குச் சுவர் மாடமொன்றில் காணப்பெறுகின்றது.

கருமையான வழவழப்பான கருங்கல்லில் தலையில் நீண்ட குல்லாய் அணிந்த வண்ணம் மார்பில் உடைவாளை அணைத்துக் கொண்டு வணங்கும் கோலத்தில் அவர்தம் திருவுருவம் காணப்பெறுகின்றது. ஒருகையில் காப்பு, ஒரு காலில் விருது பெண்டேரம் எனும் வீரக்கழல் சூடி நிற்கும் அவரின் மேலாடை விசிறி போல் பறந்தவண்ணம் உள்ளது. இங்குக் காணும் அவர்தம் உருவ அமைப்பும், திருப்பதி திருமலைக் கோயிலில் காணப்பெறும் அவர்தம் செப்புத் திருமேனியும் ஒத்த கலையமைதியுடன் திகழ்கின்றன.

தில்லைக் கோயிற் கோபுரச் சிற்பிகள்

தில்லை மேற்கு, கிழக்கு, வடக்குக் கோபுரங்களில் முறையே இரண்டாம் குலோத்துங்கன், கோப்பெருஞ்சிங்கன், போசளர் அல்லது கிருஷ்ண தேவராயர்

ஆகியோர் காலங்களில் அக்கோபுரங்களை எடுப்பித்த சிற்பிகளின் உருவச் சிலைகள் காணப்பெறுகின்றன. மேற்குக் கோபுர நுழைவாயிலின் வடபுறச் சுவரிலும், கிழக்குக் கோபுர நுழைவாயிலின் தென்புறமும், வடக்குக் கோபுரத்தில் கிருஷ்ண தேவராயர் உருவச் சிலைக்குக் கீழாக இரண்டு குடைவுப் பகுதிகளிலும் அவ்வுருவச் சிலைகள் இடம் பெற்றுள்ளன.

மேற்குக் கோபுரத்தில் நாட்டியகரணச் சிற்பங்களுக்கு இடையே உள்ள பெரிய மாடப் பகுதியில் சிலரின் உருவச்சிலைகள் உள்ளன. தலைப்பாகை, நீண்ட ஆடைதரித்து, வணங்கும் கரங்களோடு நின்ற நிலையில் காணப்படும் இவ்வுருவச் சிற்பங்கள் அக்கோபுரத்தை எடுத்த சிற்பிகளின் உருவச் சிலைகளாகத்தான் இருத்தல் வேண்டும்.

கிழக்குக் கோபுரம் எடுத்த சிற்பிகள்

கிழக்குக் கோபுரத்தில் காணப்பெறும் இரண்டு சிற்பிகளும் தலைப்பாகையுடன், கழுத்தில் உருத்திராக்க மாலை அணிந்து, நீண்ட இடுப்பாடை, மார்பில் புரளும் மேலாடை ஆகியவற்றோடு கூப்பிய கரங்களுடன் நின்ற கோலத்தில் காணப்பெறுகின்றனர். இவர்களுக்கு அருகே ஒரு நீண்ட கோல் அளவுக்குறியீடுகளோடு காணப்பெறுகின்றது. அது அக்கோபுரத்தை எடுப்பித்த அவர்கள் பயன்படுத்திய அளவாகும். இந்த அளவு கோல் பற்றிய செய்திகள் பின்வரும் ஐந்தாம் இயலில் விரிவாகக் கூறப்பெற்றுள்ளன.

கிருஷ்ண தேவராயரின் உருவம் இடம் பெற்றுள்ள மாடத்திற்குக் கீழாக நான்கு சிற்பிகளுடைய உருவச்சிலைகள் உள்ளன. ஒவ்வொருவர் தலைக்கு மேலும் அவரவர் பெயர்கள் கல்வெட்டாகக் காணப்பெறுகின்றன. இடுப்பில் நீண்ட ஆடை, காதில் குண்டலங்கள், தலையில் நீண்ட குல்லாய், மார்பில் அணிகலன்கள், கைகளில் காப்புகள் திகழ இறைவனை வணங்கும் கோலத்தில் நால்வரும் உள்ளனர்.

இவற்றில் முதலாமவர் பெயராக விருத்தகிரியில் சேவகப்பெருமாள் என்றும், அடுத்து இந்த சேவகப்பெருமாள் மகன் விசுவமுத்து என்றும், அதற்கடுத்து இவன் தம்பி காரணாகாரி என்றும், நான்காவதாகத் திருப்பிறைக் கொடை ஆசாரி திருமருங்கன் என்றும், பதினாறாம் நூற்றாண்டுத் தமிழ் எழுத்துக்களில் கல்வெட்டுக்கள் காணப்பெறுகின்றன.[39]

இங்கு காணும் உருவச் சிலைகளின் சிற்ப அமைப்பு கி.பி.13-14ஆம் நூற்றாண்டுகளுக்குரிய போசளர் கலைப் பாணியைத் தழுவிய வகையில் உள்ளன. ஆனால் சிற்பங்களுக்கு மேலாக திகழும் கல்வெட்டுப் பொறிப்புகளோ எழுத்தமைதியால் கி.பி.16ஆம் நூற்றாண்டுக்குரியவையாக விளங்குகின்றன. இம்முரண்பாடுகளுக்குரிய காரணம் பற்றி இந்நூலில் இரண்டாம் இயலில் விவாதிக்கப் பெற்றுள்ளது. முன்னர் போசளர்களால் எடுக்கப்பெற்ற கோபுரக் கட்டுமானத்தைக் கிருஷ்ணதேவராயர் மீண்டும் புனர் நிர்மானம் செய்திருக்க

வேண்டும் எனக் கொள்ள முடிகிறது. எனவே கிருஷ்ணதேவராயர் காலத்தில் கோபுரத் திருப்பணியில் ஈடுப்பட்ட சேவகப் பெருமாள், விசுவமுத்து, காரணாகாரி, திருமருங்கன் எனும் நான்கு சிற்பிகளும், முன்னரே அங்கு திகழ்ந்த சிற்பிகளின் உருவங்களுக்கு மேலாகத் தங்கள் பெயர்களைப் பொறித்திருக்க வேண்டும் எனக் கருத முடிகிறது.

எப்படி இருப்பினும் கிருஷ்ண தேவராயர் காலத்தில் மிகப்பெரிய கோபுரத் திருப்பணிகளை நிறைவேற்றிய சிற்பிகள் தமிழகத்தைச் சார்ந்த சிற்பிகளே என்பதற்குப் பல சான்றுகள் உள்ளன. விஜயநகரத்தின் தலைநகரமான ஹம்பியில் காணப்பெறும் பல கோயில்கள் தமிழக கோயிற் கட்டுமான அமைப்பிலே விளங்குகின்றன என்பதை இரா. நாகசாமி தன் ஓவியப் பார்வை எனும் நூலில் பின்வருமாறு குறிப்பிட்டுள்ளார்.[40] விஜயநகர தலைநகரமாகிய ஹம்பியில் பல கோயில்கள் எடுக்கப் பெற்றுள்ளன. மண்டபங்கள் பலவுள்ளன. இவற்றின் கற்களில் எண்கள் தமிழிலேயே இடம்பெற்றுக் காணப்படுகின்றன. தமிழகம் தாண்டி பெல்லாரிக்கு அருகிலுள்ள இந்தத் தலைநகரில் தமிழ்ச் சிற்பிகளின் குறியீடுகள் தமிழிலேயே உள்ளன என்பதை அறியும் போது தமிழ்ச் சிற்பிகளை விஜயநகர அரசர்கள் தமது அவையில் பெரிதும் போற்றியருக்கின்றனர் என்பதும், தமிழ்ச்சிற்ப மரபு ஆந்திர, கர்நாடக மரபுகளுடன் இணைந்தது என்பதும் மிகத் தெளிவாக அறிய இயலும், என்று கூறியுள்ளார். இக்கூற்று தில்லைக் கோயில் சிற்பங்களுடன் விளங்கும் கல்வெட்டுக்கள் வாயிலாகவும் உறுதியாகின்றது.

திருப்பதிகம் பாடிய ஓதுவார் உருவச்சிலை

கடலூர் மாவட்டம் திருமுட்டம் (ஸ்ரீ முஷ்ணம்) நித்யேஸ்வரர் திருக்கோயில் கோபுரத்தின் இடப்புறம் ஒருவருடைய உருவச்சிலையும் அதற்கு மேலாக,

"இத் திருக்கோயிலில்
திருப்பதியம் விண்ணப்
பம் செய்து விடை
கொண்ட மானக்
கஞ் சாறர்"

என்ற கல்வெட்டுப் பொறிப்பும்[41] காணப்பெறுகின்றது. இக் கல்வெட்டுச் சான்று கொண்டு, அங்கு காணப்பெறும் உருவச்சிலை அத்திருக்கோயிலில் திருப்பதிகம் (தேவாரம்) பாடிய ஒரு ஓதுவாருடையது என்பது அறிய முடிகிறது. மானக்கஞ்சாறர் என்ற தொகையடியாரின் பெயரினைக் கொண்டு விளங்கிய அந்த ஓதுவார் திருமுட்டம் திருக்கோயிலில் திருப்பதிகப் பணி செய்து கொண்டிருக்கும் போதே மரணமுற்றதால் அவருக்குச் சிலை எடுத்து நினைவு கூர்ந்துள்ளனர். சோழர் காலத்தில் திருப்பதிகம் விண்ணப்பம் செய்த அடிகள்மார்க்கு (பிடாரர்களுக்கு) அரசர்களாலும், மற்றவர்களாலும் மிகுந்த ஆக்கம் கிடைத்தது என்பதைக்

கல்வெட்டுச் சான்றுகள் எடுத்துக் கூறுகின்றன. தாராசுரம் சிவாலயத்தில் திருப்பதிகம் விண்ணப்பம் செய்த ஓதுவார் 100 பேருடைய உருவச்சிலைகள் கல்வெட்டுப் பொறிப்புகளோடு விளங்குகின்றன. ஆனால் திருமுட்டம் கோபுரத்தில் உள்ள இந்த உருவச்சிலை இறுதி மூச்சு வரை தேவாரப் பணி செய்த ஒரு அடியவர்க்காக எடுக்கப்பெற்றது என்பது குறிப்பிடத்தக்க ஒன்றாகும்.

அச்சுதப்ப நாயக்கர் - கமலை ஞானப்பிரகாசர்

திருவாரூர் வடக்குக் கோபுரம் ஏழுநிலைகளை உடையதாகும். இதன் வாயிலை ஒட்டி ஒரு பெரிய மாடமும், சிறிய மாடமும் உள்ளன. பெரிய மாடத்தில் சாய்ந்த கொண்டை, காதுகளில் குண்டலங்கள், நெற்றியில் திருமண், நீண்ட இடுப்பாடை, கழுத்தில் முத்துமாலைகள், இடுப்பில் குத்துவாள், கூப்பிய கரங்களில் வலக்கரம் நீண்ட உடைவாளை அணைத்த வண்ணம் திகழும் நாயக்க மன்னர் ஒருவரின் உருவம் காணப்படுகிறது.

இவ்வுருவச் சிலை உள்ள மாடத்திற்கு அருகாகத் திகழும் சிறிய மாடத்தில் ஒரு சிவனடியாரின் உருவச்சிலை காணப்பெறுகின்றது. அவ்வடியவர் இடுப்பில் துண்டு போன்ற அரை ஆடை உடுத்தி, தலையிலும், மார்பிலும் உருத்திராக்க மாலை அணிந்து இருகரங்களும் கூப்பி வணங்கும் கோலத்தில் காணப்படுகின்றார்.

இத்திருக்கோயிலுள்ள கல்வெட்டுக்களை ஆராயும்போது செவ்வப்ப நாயக்கர் அவர் மகன் அச்சுதப்ப நாயக்கர் ஆகிய இருவரின் இணைந்த ஆட்சிக்காலத்தில் (கி.பி.1563-1590) ஆரூர்க் கோயிலுக்கென பல கொடைகள் நல்கியதை அறியமுடிகிறது. கிழக்கு இராஜகோபுரத்தில் செவ்வப்ப நாயக்கர் அளித்த பல வரிச்சலுகைகள் பற்றிய குறிப்புகள் உள்ளன. அதுபோன்றே இத்திருக்கோயில் மூலட்டானேஸ்வர் கோயில் அருகில் தரையில் பாவப்பட்டுள்ள பலகைக் கல்வெட்டில்[42] கி.பி.1564இல் செவ்வப்ப நாயக்கரின் தர்மமாக அச்சுதப்ப நாயக்கர் அளித்த அறக்கொடை பற்றிக் குறிப்பிடப் பெற்றுள்ளது.

சோழநாட்டிலுள்ள செவ்வப்ப நாயக்கர், அச்சுதப்ப நாயக்கர் உருவச் சிலைகளுடன் இங்குக் காணப்பெறும் நாயக்க மன்னரின் உருவச்சிலையை ஒப்பிட்டு நோக்கும்போது, இது அச்சுதப்ப நாயக்கரின் உருவச்சிலையே என்பது நன்கு விளங்கும். திருவாரூர் வடக்குக் கோபுரம் செவ்வப்ப நாயக்கர், அச்சுதப்ப நாயக்கர் ஆகியோரால் எடுக்கப் பெற்றது என்பது இந்நூலாசிரியரின் திருவாரூர் திருக்கோயில் எனும் நூலில் உறுதி செய்யப் பெற்றுள்ளது. குறிப்பாக மன்னார்குடி இராஜ கோபாலசாமி கோயிலில் இன்றளவும் கோயில் வழிபாட்டில் திகழும் அச்சுதப்ப நாயக்கர் உருவச்சிலை, திருமண்டபத்தில் உள்ள அச்சுதப்ப நாயக்கர் உருவச்சிலை ஆகியவற்றுடன் இச்சிலை முழுவதும் ஒத்தே விளங்குவது குறிப்பிடத்தக்கதாகும்.

சிறிய மாடத்திலுள்ள அடியவர் உருவம் சைவ ஆசார்ய பரம்பரையில் தோன்றிய கமலைஞானப்பிரகாசர் என்பவருடையதாகும். திருவாரூர் செட்டித்

தெருவில் வசித்த இவர் ஞானப்பிரகாசர் என்பவரிடத்தில் சிவஞான உபதேசம் அருளப் பெற்றவர். இவர்தம் இயற்பெயர் சிதம்பரநாத மாசிலாமணி ஞானப்பிரகாச பண்டாரம் என்பதாகும். பின்னாளில் கமலை ஞானப் பிரகாசர் என அழைக்கப்படலானார். திருவாரூர் சித்தீச்சரத்திலுள்ள தட்சிணாமூர்த்தி திருமேனியையே ஆன்ம மூர்த்தியாகப் போற்றியவர். இவரின் மாணாக்கர்களுள் குறிப்பிடத்தக்கவர் தருமபுரத்து ஆதீனத்து ஆதி குருமூர்த்திகளாகிய குருஞான சம்பந்த தேசிக பரமாச்சரிய சுவாமிகளாவார் இவரே. "தியாகப்பள்ளு" எனும் நூலை யாத்த பெருமகனாரும் ஆவார்.

செவ்வப்ப நாயக்கர் - அச்சுதப்ப நாயக்கர் ஆகிய இருவரின் இணைந்த ஆட்சி நிகழ்ந்த போது திருவாரூர், சிக்கல், வடகுடி போன்ற ஊர்களில் திகழ்ந்த கோயில்கள் கமலை ஞானப்பிரகாசரின் அருளாட்சியின் கீழ் திகழ்ந்தன என்பதைக் கல்வெட்டொன்று எடுத்தக் கூறுகின்றது.

அச்சுதப்ப நாயக்கர் எடுத்த மேற்குக் கோபுரத்தில் அவரின் உருவச்சிலையோடுக் கோயிலை நிருவகித்த கமலை ஞானப்பிரகாசரின் உருவச் சிலையையும் இடம் பெறச்செய்துள்ளான் என்பது அறிய முடிகிறது.

இராகுநாத நாயக்கர் – விஜயராகவ நாயக்கர்

தஞ்சாவூர் இராஜகோபாலசுவாமி கோயிலின் கிழக்கு இராஜ கோபுரம் இரகுநாத நாயக்கர் (கி. பி. 1600 - 1645) அவர் மகன் விஜயராகவ நாயக்கர் (கி. பி. 1631 - 1675) காலத்தில் எடுக்கப் பெற்றதாகும். இக்கோபுரத்தின் நிலைக்கால்களில் குடையப்பெற்ற மாடம் போன்ற பகுதிக்குள் இரகுநாத நாயக்கர் மற்றும் அவர் மகன் விஜயராகவ நாயக்கர் ஆகிய இருவரின் உருவச்சிலைகள் எதிரெதிரே விளங்கும் கோலத்தில் காணப்பெறுகின்றன.

தஞ்சாவூர் பெரிய கோயில் நந்தி மண்டபம், கும்பகோணம் இராமசாமி கோயில் மண்டபம், மகாமகக் குளக்கரை மண்டபம், மன்னார்குடி இராஜகோபாலசுவாமி கோயில் மண்டபம் ஆகியவற்றில் திகழும் இரகுநாதநாயக்கரின் உருவத்தையே முழுதும் ஒத்தநிலையில் இங்குக் காணப்பெறும் இரகுநாதர் சிலை விளங்குகின்றது. அதுபோல மன்னார்குடி இராஜகோபாலசாமி கோயில், தஞ்சை பெரிய கோயில் நந்தி மண்டபம், இராஜகோபால சக்கரம் எனும் காசில் திகழும் உருவம், ஆண்டுதோறும் பகல் பத்து ஆறாம்நாளில் மன்னார்குடி இராஜகோபலசாமி சூடும் விஜயராகவ நாயக்கர் அலங்காரம் ஆகியவற்றை முழுதும் ஒத்தநிலையில் இங்குக் காணப்பெறும் விஜயராகவ நாயக்கரின் உருவம் காணப்படுகின்றது. மன்னார்குடி கிழக்கு ராஜகோபுரம் அச்சுதப்ப நாயக்கரால் கட்டப்பெற்றதாகும். இதன் நிலைக்காலில் பின்னாளில் விஜயராகவ நாயக்கர் தன் உருவத்தையும், இராஜகோபால சுவாமியின் திருவுருவத்தையும் செதுக்கச் செய்துள்ளார். பழைய தூண்களின் மேல் புதிதாகக் குடையப்பட்ட மாடத்தில் இவ்விரு சிலைகளும் காணப்பெறுகின்றன.

உருவச்சிலைகள் பற்றிய ஆய்வு முடிவு

சோழராட்சி காலம் முதல் கோபுரங்களில் மனித உருவச் சிலைகளுக்கும் இடம் அளிக்கப்பெற்ற ஒரு கலைமரபைக் காண முடிகின்றது. அம்மரபு பின்னாளில் நாயக்கர்கள் காலம் வரை தொடர்ந்துள்ளது. கோபுரத்தை எடுப்பித்த கர்த்தாக்கள் தங்களுடன் தாம் போற்றிய அருளாளர்கள், சான்றோர்கள் ஆகியோரின் உருவச்சிலைகளையும் இடம்பெறச் செய்துள்ளனர். இரண்டாம் குலோத்துங்கன் சேக்கிழாருக்கும், மூன்றாம் குலோத்துங்கன் ஈஸ்வர சிவனாருக்கும், கோப்பெருஞ்சிங்கன் தன் இராஜகுருவுக்கும், அச்சுதப்ப நாயக்கர் கமலை ஞானப் பிரகாசருக்கும் சிலை எடுத்துள்ள நெறியை இவ்வாயிவின் மூலம் அறிய முடிகிறது. சோழப்பேரரசர்கள் தங்கள் தேவியர் யாருக்கும் கோபுரங்களில் சிலை எடுக்கவில்லை என்பதும், வரகுண பாண்டியனின் தேவி ஒருத்திக்கே சிலை அமைந்துள்ளதையும் காண முடிகின்றது. அப்பேரரசன் தன் தேவியை ஈசனுக்கே அர்ப்பணம் செய்தவன் என்பதால் அத்தேவியின் உருவச் சிற்பத்தையும் அவனோடு இடம்பெறுமாறு செய்துள்ளனர். கோபுரம் எடுத்த சிற்பிகள், அவர்கள் பயன்படுத்திய அளவுகோல், அதன் துல்லியமான அளவு, தேவாரம் பாடும் பணிசெய்து மரணமுற்ற ஓதுவாரின் உருவச்சிலை, தங்கள் கொள்கை காக்கக் கோபுரமேறிக் கீழே விழுந்து உயிர்த்தியாகம் செய்தவர்களுக்கு உருவச்சிலைகள் அமைத்தல் ஆகிய பரந்த பண்புநெறி பல்வேறு காலகட்டங்களில் திகழ்ந்தது என்பதும் இவ்வாய்வின் மூலம் அறிய முடிகிறது.

எந்த ஒரு அரசனின் உருவமும், முழு இராஜ அலங்காரத்துடன் திகழாமல் எளிய கோலத்தில், அடியானாகவே சித்தரிக்கப் பெற்றுள்ளது குறிப்பிடத்தக்கது. மேலும் இறை ஆலயத்தில் மாமன்னர்கள் மகுடம் தரிக்காமல், உடைவாளை மார்பில் அணைத்த வண்ணமே காணப்படுகின்றனர். குறுவாள் தரிப்பதும், உடைவாள் அணைப்பதும் ஆலயங்களில் பின்பற்றப்பட்ட உயர்நெறி என்பது இவ்வாய்வால் அறிய முடிகிறது. சிவகணத் தலைவராகவும், கயிலை வாயிலின் அனுமதி அதிகரியாகவும் போற்றப் பெறுகின்ற அதிகார நந்தி தனது உடைவாளை இடுப்பில் தரிக்காமல், மார்பில் அணைத்த வண்ணமோ அல்லது கையில் பிடித்த வண்ணமோ திகழும் திருவுருவங்களைத் தான் எல்லாக் கோபுர வாயில்களிலும் காண முடிகிறது. அதே கலை அமைப்புதான் மன்னர்களின் உருவச் சிலைகளுக்கும் காட்டப்பெற்றுள்ளது. உருவச் சிலைகளுக்கு அருகே கல்வெட்டாகப் பெயர் பொறிப்பது அல்லது அவ்வுருவச் சிலைக்கு உரியவர் பற்றிய வரலாறு எழுதுவது ஆகிய நெறிகளும் பின்பற்றப் பட்டுள்ளமையால் பின்னாளில் அச்சிலைகள் பற்றிய முழு வரலாற்றை அறிய இயலுகின்றது.

...

3. கோபுரங்களில் நாட்டியச் சிற்பங்கள்

சோழப் பேரரசர்கள் காலந் தொட்டுப் பிற்காலம் வரை எடுக்கப் பெற்ற தமிழகக் கோபுரங்கள் திருவாயில்களாகத் திகழ்வதோடு நாட்டியக் கலையைக் கற்பிக்கும் கலைக் கூடங்களாகவும் விளங்கின என்பதைத் தில்லை, திருவாரூர், பழையாறை, திருவதிகை, திருக்குடந்தை, திருமுதுகுன்றம் (விருத்தாசலம்) திருவண்ணாமலை ஆகிய ஊர்களில் திகழும் பெருங்கோபுரங்கள் வாயிலாக அறியமுடிகிறது. இவை தவிரத் தமிழகத்தில் பிற இடங்களில் திகழும் கோபுரங்களிலும் நாட்டியக் கலையின் பல்வேறு கூறுகளை அங்குள்ள சிற்பங்கள் வாயிலாகக் காணமுடிகிறது. பரத நாட்டியம் என்பது தமிழகத்திற்கே உரிய ஆடல் மரபாகும். அதற்கு இலக்கணம் கூறும் பரத சாத்திரத்தின் ஒரு அங்கமான 108 கரணங்களைச் சிற்பங்களாக வடித்துச் சில இடங்களில் அவற்றுடன் பரத சாத்திர கரணங்கள் பற்றி விவரிக்கும் சுலோகங்களைக் கல்லிலும் வெட்டுவித்து, கோபுரச் சிற்பங்கள் வாயிலாக நாட்டிய நன்னூலைக் கற்பித்துள்ளனர்.

தமிழக் கோபுரங்களில் திகழும் அனைத்துக் கரணச் சிற்பங்கள் பற்றியும் ஆராய்வது என்பது விரிந்த ஆய்வாக அமையும் என்பதால் இங்குத் தில்லைக் கோபுரங்கள், கும்பகோணம் சார்ங்கபாணி திருக்கோயில் கோபுரம், திருவாரூர் கிழக்குக் கோபுரம், ஆகியவற்றில் திகழும் கரணச் சிற்பங்கள் மட்டும் ஆய்வுக்கு எடுத்துக் கொள்ளப்பெற்றுள்ளது. தஞ்சை மற்றும் பிற இடங்களில் திகழும் நாட்டிய சிற்பங்களோடு அவற்றை ஒப்பிட்டு ஆராய்ந்து, முந்தைய ஆராய்ச்சியாளர்களின் கருத்துக்களிலிருந்து மாறுபட்ட புதிய முடிவுகள் இங்கு விவாதிக்கப் பெறுகின்றன.

தில்லைக் கோபுரங்களில் கரணச்சிற்பங்கள்

தில்லைக் கிழக்கு கோபுர நுழைவாயிலின் இருபுறமும் 96 நாட்டிய கரணச் சிற்பங்கள் தனித்தனியாக இடம் பெற்றிருப்பதோடு அவைகளுக்கு மேலாக அக்கரணத்திற்குரிய பரத சாத்திர சுலோகங்கள் கிரந்தத்தில் கல்வெட்டாகக் காணப்பெறுகின்றன. பரதரின் நாட்டிய சாத்திரம் 108 கரணங்களைக் குறிப்பிட்ட போதும் இக்கோபுரத்தில் 96 சிற்பங்கள் மட்டுமே இடம் பெற்றுள்ளன.

கிழக்குக் கோபுரத்திற்குக் காலத்தால் முற்பட்ட மேற்குக் கோபுரத்திலும் வாயிலின் இருபுறமும் நாட்டிய கரணம் காட்டும் பெண்கள் சிற்பங்கள் 108-உம்

வரிசையாக அணிவகுத்து நிற்கும் நாட்டிய அணங்குகள், தாளக்கருவிகள், குடமுழா போன்றவை இசைக்கும் கலைஞர்கள் என மேலும் எட்டுச் சிற்பப்படைகளும் காணப்பெறுகின்றன. கிழக்குக் கோபுரம் போன்றே இக்கோபுரத்தில் திகழும் கரணசிற்பங்களுக்கு மேலாக அந்தந்த காரணங்களுக்குரிய சுலோகங்கள் கிரந்த கல்வெட்டாகக் காணப்படுகின்றன.

இவ்விரு கோபுரங்களிலும் உள்ள நாட்டியச் சிற்பங்களின் அமைப்பு முறையை அப்படியே பின்பற்றித் தெற்குக் கோபுரத்தில் 104 சிற்பங்களும், வடக்குக் கோபுரத்தில் 108 சிற்பங்களும் இடம்பெற்றுத் திகழ்கின்றன. இவ்விரு கோபுரங்களிலும் பரதரின் கரண சுலோகங்கள் கல்வெட்டாகப் பொறிக்கப் பெறவில்லை.

தில்லைக் கோபுரச்சிற்பங்களில் ஒவ்வொரு காட்சியிலும் நாட்டியக் கலையில் வல்ல பெண் ஒருத்தி கரண நிலை காட்ட உடன் ஆடிய வண்ணம் ஆடவர் இருவர் கைத்தளமும் மத்தளமும் இசைப்பதாகக் காட்டப்பெற்றுள்ளன. இங்குள்ள சிற்பங்களையும் திருமுதுகுன்றம் (விருத்தாசலம்) திருவண்ணாமலை ஆகிய இடங்களிலுள்ள சிற்பங்களையும் ஆராய்ந்த பத்மா சுப்ரமண்யம் மூன்று இடங்களிலும் 108 கரணங்களை ஆடிக்காட்டும் பெண் பார்வதி என்றே குறிப்பிட்டுள்ளார்.[44]

இக்கருத்து ஏற்புடையதன்று இவ்விடங்களில் 108 கரணங்களையும் ஒரே பெண் ஆடுவதாகச் சிற்பங்கள் இல்லை. ஆடும் பெண் சிற்பங்கள் பலரின் உருவங்கள் என்பதை அனைத்துச் சிற்பங்களையும் ஒப்பிட்டு நோக்கும் போது அறியலாம். மேலும் தில்லை மேற்குக் கோபுரத்தில் 108 கரணங்கள் உள்ள சிற்பங்களோடு உள்ள ஐந்து காட்சிகளில் பலபெண்கள் வரிசைகளாக நின்று ஆடல்வல்ல பெருமானை வணங்குவதாக உள்ள காட்சிகள் இடம் பெற்றுள்ளன. மேலும் இங்கு குறிப்பிடப்பெறும் எந்தக் கோபுரத்திலும் பார்வதி ஆடுவதாக நிச்சயம் சொல்லமுடியாது. தேவிக்குரிய இலக்கண அமைதிகள் ஏதும் இச்சிற்பங்களில் காட்டப்பெறவில்லை. மேலும் கணங்களோ அல்லது சேடிப்பெண்களோ இசைக்கருவிகளை வாசிக்காமல் ஆண்களே வாசிப்பதாகக் காட்டப்பெற்றுள்ளதையும் இங்கு நோக்க வேண்டியுள்ளது.

தில்லைக் கோபுரங்களில் உள்ள நாட்டியப் பெண்களின் சிற்பங்கள், திருவண்ணாமலை, திருவாரூர் ஆகிய இடங்களில் உள்ள கரணம் காட்டும் பெண்களின் சிற்பங்கள் ஆகியவற்றின் தலையரங்காரம், கீழாடை அமைப்பு ஆகியவற்றை ஒப்பிட்டு நோக்கும் போது வேறுபாடுகள் மிகுதியாகக் காணப்பெறுகின்றன. மேற்குக் கோபுர சிற்பங்களில் சுருள்கேச அலங்காரமும் உயரம் குறைந்த மேல் கொண்டையும் திகழ்கின்றன. கிழக்கு கோபுரச் சிற்பங்களில் மிகுந்த அணிகலன்களுடன் சற்று உயரமுடைய தலையரங்காரம் காணப்பெறுகின்றது. வடக்குக் கோபுர சிற்பங்களில் மூன்று அடுக்குகளுடன் தலை உச்சியில் பந்து போன்ற கொண்டையுடன் அணிகலன்கள் அதிகம் இடம்பெறாமல்

காணப்பெறுகின்றன. திருவாரூர் கோபுரச் சிற்பங்களின் தலையலங்காரம் ஏறக்குறையத் தில்லை மேற்குக் கோபுர சிற்பங்களில் காணப்பெறுவது போன்றே உள்ளன. திருவண்ணாமலையில் பல அடுக்குகளுடன் உயரமான கொண்டையும், அதில் மிகுதியான அலங்காரமும் காணப்பெறுகின்றன.

தலையலங்காரம் போன்றே இடுப்பிலிருந்து தொடங்கும் கீழாடை அமைப்பும் வேறு வேறு அமைப்புகளில் காணப்பெறுகின்றன. கி.பி 12 -13 ஆம் நூற்றாண்டுப் படைப்புக்களான தில்லைக் கோபுரச் சிற்பங்களில் பெரும்பாலும் இடுப்பிலிருந்து தொடைவரை உள்ள கீழாடையும், சிலசிற்பங்களில் கணுக்கால் வரை உள்ள ஆடையமைப்பும் காணப்பெறுகின்றன. திருவாரூரிலும் இதே போன்ற இருவித அமைப்பு முறைகளில் கீழாடைகள் விளங்குகின்றன. ஆனால் திருவண்ணாமலையில் விசிறி மடிப்புடன் கூடிய கீழாடை அமைப்பு காணப்பெறுகின்றது. இவ்வகை ஆடைகள் முழங்கால் வரையிலோ அல்லது கணுக்கால் வரையிலோ உடலை ஒட்டிய வண்ணம் காணப்பெறுகின்றன.

இவ்வகையான அலங்கார வேறுபாடுகளைத் துல்லியமாக ஆராயமுற்படும்போது அச்சிற்பங்களின் காலத்தை வரையறுக்க உதவுகின்றன. மூன்று ஊர்களிலும் உள்ள காரணச் சிற்பங்களைத் தொகுத்து நோக்கும் போது நான்கு வகையான காலகட்டத்தில் இச்சிற்பங்கள் அனைத்தும் படைக்கப்பெற்றன என்பதறியலாம். அவை பிற்காலச் சோழர், கோப் பெருஞ்சிங்கன், போசளர், விஜயநகர அரசு ஆகியோர் காலத்தைச் சார்ந்தவை எனத் துணியலாம்.

கும்பகோணம் சார்ங்கபாணி கோயிற் கரணச் சிற்பங்கள்

கும்பகோணம் சார்ங்கபாணி கோயில் கிழக்கு இராஜகோபுரம் விஜயநகரப் பேரரசர் இரண்டாம் தேவராயர் காலத்தில் தமிழகத்தின் மகாமண்டலேசுவரராகப் பணிபுரிந்த திப்பதேவ மகாராயரால் எடுக்கப் பெற்றது என்பதும், அவர் இடிபாடுற்ற சிவாலயங்கள் சிலவற்றின் கற்களை எடுத்து வந்து இக்கோபுரத்தைக் கட்டியதோடு , அக்கோயில்களில் ஒன்றில் கல்வெட்டுக்களோடு திகழ்ந்த நாட்டியக் கரண சிற்பங்களையும் அப்படியே கொணர்ந்து இத்திருக்கோபுரத்தில் அவை சிதைவுறாமல் பொதித்து வைத்தார் என்பதும், இந்நூலின் மூன்றாம் இயலில் விளக்கப்பெற்றுள்ளது.

வைணவ ஆலய கோபுரத்தில் சிவாலய கரணச் சிற்பங்களைக் கரண விளக்கக் கல்வெட்டுக்களோடு இடம்பெறச் செய்த திப்பதேவமகாராயர் பாரதக்கலையினை விளக்கும் தால தீபிகை என்ற நூலை வகுத்தவர் என்பதும் குறிப்பிடத்தக்க செய்தியாகும்[45] மேலும் அந்நூலில்,

> *“இதி ஸ்ரீ ஸால்வ வம்சார்வ பூர்ணிமா சந்த்ரஸ்ய பரத மத*
> *பாராவார பாரீணஸ்ய ஸ்ரீ கோபதிப்ப பூமி பாலஸ்ய*
> *க்ருதௌ தால தீபிகாயாம் மார்க்க விவேகா நாம*
> *ப்ரதம பரிச்சேதம்”*

தில்லை மேற்குக் கோபுரத்தில்
உள்ள கரணச் சிற்பங்கள்
(சோழர் காலம்)

தில்லைக் கோபுரக் கரணச் சிற்பங்கள்

கிழக்குக் கோபுரத்தில் உள்ளது
(கோப்பெருஞ்சிங்கன் காலம்)

மேற்குக் கோபுரத்தில்
உள்ளது
(சோழர் காலம்)

குடவாயில் பாலசுப்ரமணியன்

தில்லைக் கோபுரக் கரணச் சிற்பங்கள்
(பரத சாத்திர சுலோகக் கல்வெட்டுக்களுடன்)

மேற்குக் கோபுரம்

கிழக்குக் கோபுரம்

கிழக்குக் கோபுரம்

கோபுரங்களின் கரணச் சிற்பங்கள்

தில்லை வடக்குக் கோபுரம்

திருவண்ணாமலை கிழக்குக் கோபுரம்

தில்லை வடக்குக் கோபுரம்

தில்லை வடக்குக் கோபுரம்

தில்லைக் கோபுரக் கரணச் சிற்பங்கள்

மேற்குக் கோபுரம்

வடக்குக் கோபுரம்

கரணச் சிற்பங்களில் காணப்பெறும் அலங்காரங்கள்

தில்லை மேற்குக் கோபுரம்

கிழக்குக் கோபுரம்

வடக்குக் கோபுரம்

திருவண்ணாமலை

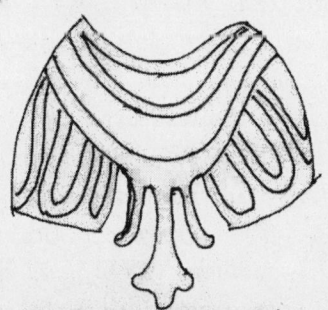
தில்லை மேற்குக் கோபுரம்

தில்லை கிழக்குக் கோபுரம்

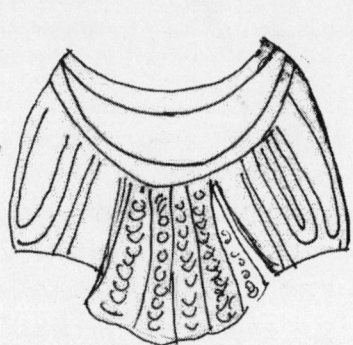
தில்லை வடக்குக் கோபுரம்

திருவண்ணாமலைக் கோபுரம்

என்ற கூறப் பெற்றுள்ளது. ‘பரதமத பாரா வார பாரிணன்’ என்ற பட்டத்துடன் பரதநாட்டயக் கலையில் வல்வராகத் திகழ்ந்த திப்பதேவராயர் சோழர்கால 94கரணச் சிற்பங்களையும், சிவபெருமான் ஆடும் ஊர்த்துவ தாண்டவசிற்பம், காளி தாண்டவ சிற்பம் ஆகியவற்றையும் இக்கோபுரத்தில் இடம் பெறச் செய்துள்ளார். இங்கு காணப்பெறும் 94 கரணச்சிற்பங்களோடு திகழ்ந்த மேலும் இரண்டு கரணச் சிற்பங்கள் கும்பேஸ்வரர் திருக்கோயிலில் அமைந்தமை அண்மைக் காலத்தில் கண்டறியப்பட்டது[46].

குடந்தையில் திகழும் இந்த 96 கரணச் சிற்பங்களும் ஆண்மகன் ஒருவனால் ஆடப்பெறும் காட்சிகளாகவே திகழ்கின்றன. தமிழகத்தில் காணப்பெறும் கரணச் சிற்பத் தொகுதிகளில் காலத்தால் தொன்மையானதாக விளங்குபவை இராஜராஜனால் எடுக்கப்பெற்ற தஞ்சைப் பெரியகோயில் கரணச் சிற்பங்களே ஆகும். அங்கு சிவபெருமானே காரணங்களை ஆடிக் காட்டுவதாகச் சிற்பங்கள் அமைந்துள்ளன. தில்லைக் கோபுரங்களிலோ நாட்டிய நங்கை ஒருத்தி ஆடிக் காட்டுவதாகவே சிற்பங்கள் அமைந்துள்ளன. ஆனால் குடந்தையில் ஆடிக்காட்டுவதாகத் திகழும் ஆண் உருவம் யாருடையது என்பதில் நாட்டிய - சிற்பக் கலையியல் அறிஞர்களிடையே ஒத்த கருத்து நிலவவில்லை. நடராஜர் எனும் ஆங்கில நூலை யாத்த கலம்பூர் சிவராமமூர்த்தி இச்சிற்பங்கள் வைணவ ஆலயத்தில் காணப்பெறுவதால் விஷ்ணுவின் அவதாரமாகிய கண்ணன் ஆடும் கரணக்காட்சிகளாகவே வரையறுத்துள்ளார்.[47] வரலாற்றில் பரத நாட்டியம் எனும் நூலை எழுதிய இரா. நாகசாமியும் ‘சாரங்கபாணி கோயில் நடனச் சிற்பம்’ எனும் ஆங்கில நூலை எழுதிய கபிலா வாத்சாயனும், அவை சிவபெருமான் ஆடும் காட்சிகள் என்றே கருதுகின்றனர். “நிருத்த கரணங்கள்” என்ற ஆங்கிலக் கட்டுரையை எழுதிய பத்மாசுப்ரமண்யம் கும்பகோணம் சார்ங்கபாணி கோயிற் கோபுரத்தில் காணப்பெறும் கரணச்சிற்பங்கள், தஞ்சை கோயிலில் காணப்பெறுவது போன்றே சிவபெருமான் ஆடும் கரணங்களாகவே குறித்துள்ளார்[48].

“புதிய பார்வையில் சாரங்பாணி கோயிற் கரணங்கள்” என்ற கட்டுரையை[49] எழுதிய இரா.கலைக்கோவன் சிவராமமூர்த்தி கூறும் கண்ணன் ஆடல் என்பதை மறுப்பதோடு, குடந்தைச் சிற்பங்களில் ஆடுபவர் அணிந்துள்ள மாலை பற்றியும் விவாதித்துள்ளார். அவர் குறிப்பிடும் போது “சிவராமமூர்த்தி நடராஜரைப்பற்றிய தன்னுடைய மிகப்பெரும் நூலில் சார்ங்கப்பாணி கோயில் கரணங்களைக் கண்ணன் நிகழ்த்துவதாக எழுதி தம் கூற்றுக்குச் சான்றாக சிற்பங்களிலில் காணப்படும் வனமாலை போன்ற மாலையையும் மார்பணி ஒன்றையும் சுட்டுகிறார். இந்த மார்பணியை அவர் சுவர்ண வைகாக்ஷம் என்று குறிப்பிட்டு இதை இளவயதினர் அணி என்றும் கூறுகிறார். வைகாக்ஷம் என்பதற்குத் திருமோனியர் வில்லியம்ஸ் தோளிலிருந்து தொங்கவிடப்படும் ஒரு மாலை என்று பொருள் தருகிறார். சிவராமமூர்த்தி சுட்டும் மார்பணி உண்மையில் சன்னவீரமாகும். இதை ஏன் அவர் வைகாக்ஷமாகக் கொண்டார் என்று

புரியவில்லை". - என்று கூறியுள்ளார். நடராஜர் எனும் பெருநூலில் சிவராமூர்த்தி அச்சிற்பங்களில் காணப்பெறும் நீண்ட தோள்மாலை வனமாலை எனும் மாலையாகவோ (பூக்கள் - தளிர்கள் கொண்டு கட்டப்படுவது) அல்லது ஸ்வர்ண வைகாக்ஷம் எனும் அணியாகவோ இருக்கலாம் என்று கூறியிருக்கிறாரேயன்றி மார்பில் கிடக்கும் சன்னவீரம் பற்றி அவர் பேசவில்லை என்பதை இங்கு நோக்குதல் வேண்டும்.

இரா.கலைக்கோவன் மேலும் பத்மா சுப்ரமணியமும் டாக்டர் கபிலாவத்சாயனும் இவ்வடிவங்களைச் சிவபெருமான் என்று கூறுகின்றனர். சான்றாக அவர்கள் காட்டுவது பூத கணங்களை; பூதகணங்களும், நந்தியும் சிவச் சார்புடையவை என்பதில் எள்ளத்தனையும் ஐயமில்லைதான். ஆனால் அதனாலேயே இங்கு ஆடுபவரைச் சிவபெருமான் என்று எப்படிச் சொல்ல முடியும். நெற்றிக்கண்ணில்லை. ஆகம விரோதமாய் இரண்டே கைகள். இவர் சிவபெருமான் தான் என்பதற்குத் தோற்ற அமைதியில் எந்தச் சான்றுமில்லை. ஆகமங்கள் எந்த இறைவடிவாக இருந்தாலும் தனியாக வடிக்கப் பெறும் போது அவை நான்கு கரங்களுடன் தான் அமையு மென்றுகின்றன". எனக்கூறி அச்சிற்பங்களில் காணப்பெறும் கரணமாடுபவர் சிவபெருமான் அல்ல என வாதிடுகிறார்.

அவர் கூறுமாறு போல அச்சிற்பவடிவங்கள் சிவபெருமானின் வடிவங்கள் அல்ல என்பதை ஏற்றுக் கொள்ளலாமேயொழியச் சிவபெருமானை இருகரமுடையவராக ஆமக அடிப்படையில் வடிப்பதில்லை என்ற கூற்று ஏற்புடையதாக இல்லை. உலகப்புகழ் பெற்று விளங்கும் திருவெண்காடு ரிஷபாந்திகர் செப்புத்திருமேனி (தற்போது தஞ்சைக் கலைக் கூடத்திலுள்ளது) மாமன்னன் இராஜராஜன் காலத்தில் அவனது ஆக்கத்தால் வடிக்கப்பெற்றது என்பதனைக் கல்வெட்டுச் சான்றுகளோடு உறுதிப்படுத்தியுள்ளனர்[50]. அந்தத் திருவுருவம் இருகரம் உடையதாகத்தான் காட்சி நல்குகின்றது. இதனை ஆகம விரோதம் என எப்படிக் கொள்ள முடியும். இதே போன்று தஞ்சை இராஜராஜேச்சரத்து விமான வடபுற கோஷ்டத்தில் இருகரம் உடையவராகச் சிவபெருமானின் உருவம் ஒன்றுள்ளது.

இரா. கலைக்கோவன் தன் கட்டுரையில் இறுதிப் பகுதியில் சாரங்கபாணி கோயிலில் கரணம் காட்டும் சிற்பங்கள் சிவனாரிடமிருந்து நாட்டியக் கலையை அறிந்த தண்டு என்பவரின் உருவங்களே என்றும் அவரோடு நாட்டிய ஆசான் பரதரின் உருவமும் இணைந்து காணப்படுவதாகக் கூறியுள்ளார்.

நாட்டியம் சிற்பம் ஆகிய துறைகளில் வல்ல இவ்வறிஞர்கள் முறையே,

1. கண்ணன் ஆடும் கரணங்கள்

2. சிவபெருமான் ஆடும் கரணங்கள்

3. தண்டு ஆடும் கரணங்கள்

குடந்தை சார்ங்கபாணி கோயிற் கரணச் சிற்பங்கள்

குடந்தை சார்ங்கபாணி கோயிற் கரணச் சிற்பங்கள்

குடவாயில் பாலசுப்ரமணியன்

எனக் கும்பகோணம் சார்ங்கபாணி கோபுரக் கரணச் சிற்பங்களைத் தம்தம் பார்வையில் கண்டுள்ளனர். கண்ணன் ஆடும் ஆடல் எனக் குறித்த சிவராம மூர்த்தி அக்கோபுரக் கட்டுமானம் சிவாலயங்களிலிருந்து எடுத்துவரப் பெற்றுக் கட்டப்பெற்றவை என்ற முடிவுக்கு வராததாலும், விஷ்ணு ஆலயத்தில் திகழும் கரணச் சிற்பங்களாக இருப்பதாலும், கண்ணனுக்கு ஆடற்கலையுடன் தொடர்புண்டு என நூல்கள் கூறும் கூற்றாலும் அம்முடிவைக் கண்டுள்ளார். மேலும் குடந்தைச் சிற்பங்களில் ஆடுபவர் தோளில் நீண்ட மாலை அணிந்திருப்பதால் அதனை வனமாலை அல்லது சுவர்ண வைகாக்ஷம் எனக் கொண்டு, அம்மாலை கண்ணனுக்கும், பாலசுப்பரமண்யனுக்கும் உரியதாகையால் அங்கு திகழ்பவர் கண்ணன் என்ற முடிவுக்கு வந்துள்ளார். அவர் கூறும் அம்மாலை பாலசுப்ரமண்யனுக்கு உண்டு என்ற அவரது கூற்று இங்கு சிந்திக்கத் தக்கதாகும். அவரது கருத்தான கண்ணன் என்பதை மற்ற அறிஞர்கள் மறுத்து அவை சிவாலயத்துச் சிற்பங்களே என தெளிவுபடுத்தியுள்ளனர். மேலும் திப்ப தேவராயன் தான் சிவாலயத்துச் சிற்பங்களைக் கொணர்ந்தவன் என்பதை இந்நூல் கல்வெட்டுச் சான்றுகளோடு உறுதிப்படுத்துகின்றது.

கபிலாவாத்சாயனின் முழுக் கவனமும் கரணங்கள், அவற்றின் கல்வெட்டுக் குறிப்புகள், பரதசாத்திரம் கூறும் கருத்துக்கள் ஆகியவை அடிப்படையிலேயே அமைந்ததால் அவர் ஆடும் கலைஞனின் சிற்பஅமைதி குறித்து ஆராயவில்லை. மாறாகச் சிவத் தாண்டவங்களே என்ற பொது நோக்கோடு அவரது கருத்து அமைந்துள்ளது.

பத்மா சுப்ரமணியம் சார்ங்கபாணி கோயில் கோபுரத்தில் சிவபெருமானுடன் காணும் ஒருவரைப் பரதர் என்றும், பரதரின் ஆடலைச் சிவபெருமான் காண்பதாகவும் குறிப்பிட்டுள்ளார். மேலும் தஞ்சாவூர், கும்பகோணம் ஆகிய இடங்களில் சிவபெருமான் 108 கரணங்களை ஆடுவதாகவும், தில்லை, விருத்தாசலம், திருவண்ணாமலை ஆகிய இடங்களில் பார்வதி ஆடுவதாகவும் குறிப்பிட்டுள்ளார். அவர் சிவபெருமானுக்குரிய உத்ததப்பிரயோகம் பற்றியும், பார்வதிக்குரிய சுகுமாரப் பிரயோகம் ஆகியவை பற்றியும் விவரித்து சார்ங்கபாணி கோயிலில் கரணம் காட்டும் ஆண் உருவம் சிவபெருமானின் வடிவமே எனக் கூறியுள்ளார்.

சார்ங்கபாணி கோயில் கோபுரத்தில் கரணம் காட்டுபவர் சிவபெருமானிடமிருந்து நாட்டியக் கலையைக் கற்ற தண்டு என்பவரே என வாதிடும் கலைக்கோவன் தண்டுவின் உருவ அமைதி பற்றிக் கூறும் எந்தவொரு ஆகம சிற்ப சான்றுகளையும் எடுத்துக் காட்டவில்லை. மாறாக மாமல்லை தர்மராசர் தளியில் தண்டுவின் ஆடலைச் சிவபெருமான் காண்பதாகவும், இது ஆடல் மரபுப்படி இரண்டாம் நிலை என்பதாம் முதல் நிலையை (சிவன் ஆடுவதை) இராசராசன் தஞ்சையில் உருவாக்கினார் என்றும், அதற்குப்பின் வந்த சோழமன்னன் அம்மரபின் தொடர்பைக் காட்ட இரண்டாம் நிலையைச் சார்ங்கபாணி தொடரில் காட்டியுள்ளதாகக் கூறுகிறார். மேலும் "சிவபெருமான்

தஞ்சையில் ஆடிக்காட்டியதைக்கற்ற தண்டு மாமல்லையில் அதை சிவபெருமானுக்கு ஆடிக்காட்டிச் சரிபார்த்துக்கொண்டு சார்ங்கபாணியில் பரதருக்குக் கற்றுத்தருகிறார். பரதர் அதைத் தன் பிள்ளைகளுக்கும் நான்முகன் அனுப்பிய பெண்களுக்கும் சொல்லித் தந்ததைக் கருத்தில் கொண்டு பின்னால் வந்த அனைத்து கரண வரிசையிலும், (தில்லை, திருவண்ணாமலை, திருமுதுகுன்றம்) பெண்களை இடம்பெற வைத்தனர் மரபறிந்த சிற்பாசிரியர்கள் என்று கூறும் கூற்றினை இலக்கியநயமாக எடுத்துக்கொள்ளாமலேயன்றித் திட்டமிட்ட தொடர்படைப்பாகக் கொள்ள முடியாது. இவை பல்வேறு காலகட்டங்களில், பல்வேறு மரபினரால், பல்வேறு சூழல்களுக்கிடையே பல்வேறு நாட்டிய உட்பிரிவுகள் அடிப்படையில் படைக்கப்பெற்றவை என்பதை உணர்தல் வேண்டும்.

நந்திகேஸ்வரர் எனும் தண்டுரிஷி

சிவகணங்களின் தலைவராகவும், ஆலய கோபுர வாயில் அனுமதி அதிகாரியாகவும், சிவபெருனிடமிருந்து நாட்டியக் கலையைப் பயின்றவராகவும், பரத முனிக்கு நாட்டியத்தைக் கற்பித்த ஆசானாகவும் போற்றப்பெறுபவர் நந்திகேஸ்வரர் ஆவார். இவரை அதிகார நந்தி என ஆகமச் சிற்ப நூல்களும், தண்டு ரிஷி எனப் பரதநாட்டிய சாத்திரமும் குறிக்கும்.

இரா. நாகசாமி வரலாற்று அடிப்படையில் நந்திகேஸ்வரர் பற்றிப் பின்வருமாறு குறிப்பிட்டுள்ளார். சிலாதர் அல்லது சிலாசினி என்ற முனிவருக்கு மகனாகப் பிறந்து தத்துவம் யோகம் நாட்டியம் இசை, ஆயுர்வேதம், அஸ்வவேதம், காமவேதம் முதலிய பல்வேறு சாத்திரங்களில் மிக வல்லவராகி அச் சாத்திரங்களைத் தோற்றுவித்தவராக நந்திகேசுவரர் என்ற முனிவர் வாழ்ந்திருக்கிறார். அவருடைய ஆற்றலையும் தொண்டையும் கண்டுவியந்த மக்கள் அவரை ஈசுவரருடைய அம்சமாகவேக் கொண்டார் எனக் கருதத்தோன்றுகிறது எனக் கூறியுள்ளார்[51].

நந்திகேஸ்வரர் இயற்றிய நூல்களுள் அபிநய தர்ப்பணம் என்ற நூல் குறிப்பிடத்தக்கதாகும். சிவபெருமான் நாட்டியக் கலையைப் பிரம்மாவுக்குக் கற்றுக் கொடுக்க அம்முறையை அறிந்த நந்தி பரதமுனிவருக்குப் போதித்தார் என்று அபிநய தர்ப்பணம் கூறுகின்றது.

> *"அம்முறையை தன்னை நந்திகண்டே நாலாயிரம்*
> *அருளிய அதனைப் பரதமாமுனிவர் கிரந்தமாக*
> *அறிந்து அரண் நோக்கியே நடிக்க"*

என்பது மூலத்தின் தமிழாக்கப் பகுதியாகும்.

அதிகார நந்தி எனப்படும் நந்திகேசுவரர்தான் தண்டு ரிஷி என்றழைக்கப்பட்டார் என்பதறிகிறோம். அவரைப் பற்றிய செய்திகளைப் புராணம், மற்றும் வரலாறு என்ற இரண்டு நிலைகளில் காண முடிகின்றது. புராண

நிலையில் நந்திகேஸ்வரராகவும், வரலாற்று நிலையில் தண்டு எனும் முனிவராகவும் அவரைக் கருதமுடிகிறது.

திருக்கோயிற் சிற்பங்கள் அடிப்படையில் அதிகார நந்திக்கு (நந்திகேஸ்வரருக்கு) குறிப்பிட்ட வடிவம் உள்ளமையைக் காணலாம். குறிப்பாக அவரது உருவச் சிற்பங்கள் கோபுரங்களில் காணப்பெறும். பிறைமாடங்களில் சுயஸ் என்ற தேவியுடன் காணப்பெறுகின்றன. சடாமுடி, முக்கண், மான் மழு ஏந்திய மேற்கரங்கள், உடைவாளை மார்பில் அணைத்த வண்ணம் கூப்பிய கரங்களுடன் நின்ற கோலத் திருமேனியாக அவர் உருவம் காணப்பெறும். கூப்பிய கரங்களைத் தவிர மற்ற அனைத்து அம்சங்களும் சிவபெருமானுக்குரியவை களாகவே விளங்கும். சில திருக்கோயில்களில் இதே கோலத்துச் செப்புத் திருமேனிகள் உள்ளன. இவ்வடிவம் பொதுவான திருவுருவமாகும்.

மாமல்லபுரம் தர்மராஜ ரதத்தின் இரண்டாவது தளத்தின் வடப்புறம் இரண்டாவது சிற்பமாகத்திகழும் தாண்டவமூர்த்தி சிற்பத்தின் அருகே மனித உருவம் ஒன்று திகழ்கின்றது. அவ்வுருவத்தினைத் தண்டு முனிவர் என்றும், சிவபெருமான் தண்டு முனிவர்க்கு நாட்டியம் கற்பிக்கும் பெருமானாகத் திகழ்கிறார் என்றும் இச்சிற்ப காட்சியை அறிஞர்கள் விவரித்துள்ளனர். இச்சிற்பத்தினை நந்திகேஸ்வரர்தான் என உறுதியாகக் கூற மேலும் சான்றுகள் தேவைப்படுகின்றன. இதே போன்று காஞ்சிபுரத்தில் இராஜசிம்மபல்லவன் கட்டிய கயிலாத நாதர் ஆலயத்தில் பின்புறச் சுவரில் சிவபெருமான் ஊர்த்துவ தாண்டவம் புரிகின்றார். அருகில் ரிஷப முகத்துடனும் மனித உடலுடனும் நடனம் ஆடுகின்ற ஓர் எழில் மிகு சிற்பம் உள்ளது. இதனை ஆராய்ந்த இரா. நாகசாமி இடபமுகத்துடனும், மனித உடலுடனும் சதுரத் தாண்டவம் புரியவர் நந்திகேசுவரரே எனக் குறிப்பிட்டுள்ளார்.

ரிஷப முகத்துடன் நந்திகேஸ்வரரைக் காட்டும் மரபு விஜயநகர நாயக்கர் மராட்டியர் காலச் சிற்பங்களிலும் ஓவியங்களிலும் தொடர்ந்து காண முடிகின்றது. தஞ்சைப் பெரியகோயிலுள்ள முருகன் கோயில் தஞ்சை நாயக்க மன்னர் செவ்வப்ப நாயக்கர் காலத்தில் எடுக்கப்பெற்றதாகும். இதில் கருவறை வடபுறச் சுவரில் ஜடாமகுடம் ரிஷபமுகம், மேலிருகரங்களில் மான் மழு ஏந்தி, கீழிருகரங்களால் அஞ்சலி செய்பவராக நின்ற கோலத்தில் வடிக்கப்பெற்ற நந்திகேஸ்வரர் (தண்டு) உருவம் சிற்பமாகக் காணப்படுகின்றது. இதே போன்று இத்திருக்கோயில் அம்மன் மண்டபத்து விதானத்தில் நந்திகேஸ்வரர் திருமணக் காட்சி உள்ளது. மராட்டியர் கால ஓவியத்தில் நந்திகேஸ்வர் ரிஷப முகத்துடன் தான் காணப்படுகிறார்.

நந்திகேஸ்வரர் பஞ்சமுகவாத்தியம் இசைத்தல்

சார்ங்கபாணி கோயில் கரணச்சிற்பங்கள் வரிசையில் கோபுர உட்புற வாயிலுக்கு வடப்புறம் உள்ள ஒருகரண சிற்பக் காட்சியில் ஆடுபவர் கரணம் காட்ட அவருக்கு அருகே ரிஷப முகத்துடன் முழவ வாத்தியத்தை நந்திகேஸ்வரர்

சார்ங்கபாணி கோயில் கரணச் சிற்பங்கள்

ரிஷப முகத்துடன் உள்ள நந்திகேஸ்வரர் முழவம் இசைக்க முருகன் கரணம் காட்டும் காட்சி

மூன்று இடங்களில் சிவபெருமானும் உமையும் இருக்க, கணபதி நடனமாட கரணம் காட்டும் முருகன்

(தண்டு) வாசிப்பதாகச் சிற்பம் உள்ளது. எனவே இங்கு ஆடுபவர் நந்திகேஸ்வரர் அல்லர் என்பது தெள்ளத் தெளிவாக அறிய முடிகிறது. எனவே இரா. கலைக்கோவன் கூறுவதுபோல இங்குக் கரணம் காட்டுபவர் தண்டு என்ற கூற்று பொருத்தமாக இல்லை.

சார்ங்கபாணி கோயில் கோபுரத்தில் நிருத்தமாடும் சிற்பத்தின் தோற்றம், அலங்காரங்கள் ஆகியவற்றைத் துல்லியமாக ஆராய்ந்தாலன்றி அவ்வுருவம் யாருடையது என்பதை உறுதி செய்தல் இயலாததாகிவிடுகிறது. இங்கு நிருத்தம் காட்டும் அனைத்து உருவங்களும் ஒருவருடையதே என்பது மட்டுமல்லாமல் இளம் வயதுடையவர் என்பதைத் தோற்றத்தால் தெள்ளிதின் உணரலாம். தலையில் கேசபந்தம், முன்நெற்றியில் கண்ணிமாலை, காதுகளில் மகரக்குழை, கழுத்தணி, மார்பில் சன்னவீரம், தோளில் சுவர்ண வைகாக்ஷமாலை இடுப்பிலிருந்து, தொடைவரை உள்ள ஆடை, கை, கால் , தோள் ஆகியவற்றில் எழிலார்ந்த அணிகலன்கள் ஆகியவற்றுடன் சிற்ப நூல்கள் குறிப்பிடும் ‘பால ரூபினம்’ என்ற வடிவோடு இங்கு ஆடுபவர் திகழ்கிறார்.

இங்கு ஆடுபவரை அடையாளம் காண மூன்று அடிப்படை அலங்காரங்கள் விளங்குகின்றன. கண்ணிமாலை, சன்னவீரம், சுவர்ண வைகாக்ஷக மாலை இவை மூன்றும் பாலசுப்ரமண்யனாக விளங்கும் முருகப்பெருமானுக்கே உரியவையாகும். கண்ணி மாலையை முருகனுக்கும், அவனது பெண் அம்சமான சப்தமாதரில் ஒருவராக விளங்கும் கௌமாரிக்கும் மட்டுமே சிற்பங்களில் காட்டுவது தமிழக மராபாகும். இதுவரை இச்சிற்பத்தினைக் கண்ட அறிஞர்கள் கண்ணி மாலையை நுட்பமாக ஆராயவில்லை என்பது குறிப்பிடத்தக்கதாகும். கேசபந்த முடியலங்காரம், சன்னவீரம், சுவர்ண வைகாக்ஷ மாலை ஆகியவை பாலகிருஷ்ணனுக்கும், பாலசுப்ரமண்யனுக்கும் உரியவை ஆகும். சிவராம மூர்த்தி இவ்விரு தெய்வங்களைக் குறிப்பிட்ட போதும், இச்சிற்பங்கள் வைணவ ஆலயத்தில் இடம் பெற்றுள்ள காரணத்தால் கிருஷ்ணன் என்ற முடிவுக்கு வந்தள்ளார். கந்தனுக்குரிய தேவகணங்கள் இங்கு கைத்தாளமும் முழவும் இசைக்கின்றன. நந்திகேஸ்வரர் (தண்டு) சன்ன வீரம் தரிப்பவராக எந்த ஒரு சிற்ப ஆகம நூலும் கூறுவில்லை. கண்ணன் ஆடிய ஆடல்களாக அல்லியம், குடம், மல்லாடம் என்பவையும், சிவபெருமான் ஆடிய ஆடல்களாகக் கொடு கொட்டி, பாண்டரங்கம், என்ற கூத்துகளும், இந்திராணி ஆடியது கடையம் என்றும், காமனது ஆடலை பேடி என்றும், துர்க்கை ஆடியதை மரக்கால் என்றும், திருமகள் ஆடலை பானவர் கூத்தென்றும், முருகன் ஆடியதை குடையென்றும், முருகனும் கன்னியர் எழுவரும் ஆடிய ஆடலைத் துடி என்றும் கூறுவது பண்டைய மரபாகும். இதனைப் பதினோராடல் என்பர்.

கச்சியப்ப சிவாச்சாரியாரின் கந்தபுராணத்தில் முருகப்பெருமான் பார்க்கின்றவர்கள் எவரும் நாட்டங் கொள்ளும்படி பாடுவார், ஆனந்தக் கூத்தாடுவார் என்பதை

"பாடின் படுமணி யார்த்திடும் பணை மென் குழலிசைக்குங்
கோடங்கொலிபுரி வித்துடுங் குரல் வீணை பயிலு
மீடொன்றிய சிறி பல்லியமெறியும் மேவரெவரு
நாடும்படி பாடுங்களி நடனஞ் செயுமுருகன்" (கந்த.புரா; திருவினை,11)

என்று குறிப்பிட்டுள்ளார்.

கௌமாரமரபில் முருகனை ஆடல் புரிபவனாகப் போற்றும் மரபு அண்மைக்காலம் வரை தொடர்ந்துள்ளது. பாம்பன் சுவாமிகள் தான் யாத்த 'தகராலய இரகசியம்' எனும் நூலில், பிரபஞ்சத்தின் அம்சமாகிய மனித உடலை ஆட்டி வைக்கும் மனமே ஞானசபை, அதுவே அருமையும் தூய்மையும் நிறைந்த தகராலயம். அங்குதான் பரம்பொருளான குகேசன் மகாசங்காரம் எனும் வெற்றி நடனம் புரிந்து கொண்டிருக்கிறான். அறிவு பூர்வமான அனுவத்தையும் தோற்றுவிக்கும் அம்சத்தோடு வாழ்ந்து கொண்டிருக்கிறான். இந்த அற்புதத்தை உணர்ந்தறியும் நோக்கமே மாயையிலிந்து விடுபடும் மார்க்கமாகும். அதுவே அருமையும் பெருமையும் தன்னகத்தே கொண்டுள்ள அமுதன் வாழும் புலியூர் ஆகும். இதயமத்தியாகிய சிதம்பரத்தில் வாழ்ந்து கொண்டிருக்கும் குகனே எல்லா வகையான இன்பங்களையும் அருள வல்லவன். அவனே நடேசன், அவனைக் காணமுடியும், அவரைக் கண்டால் மாயை விலகும் என்ற கருத்தை இருபாடல்கள் வழிக்கூறியுள்ளார்.

பரத சேனாபதீயம் எனும் நூல் தமிழில் நாட்டியக் கலையைப்பற்றி விவரிக்கின்றது. சுவடி வடிவில் திகழ்ந்த அந்நூல் உ.வே.சாமிநாதய்யரைப் பதிப்பாசிரியராகக் கொண்டு வெளிவந்துள்ளது. அதில் அம்பிகை கணபதிக்கும், கந்தனுக்கும் அக்கலையை கற்பித்தாள் என்று கூறப்படுவதோடு, கணபதியானவர் தாண்டவம், இலக்கியம், நாட்டியம் நிமித்தம், நடனம் என ஐந்துவகை செய்து, அவற்றைத் தாமாடிச் சிவபெருமானால் நிருத்த கணபதி எனப் பெயர் பெற்றார் என்றும், விவரிக்கின்றது. மேலும் சுப்ரமணியர் சித்தஜம், காத்திரஜம், வாகாரம்பம், புத்தியாரம்பம் ஆகிய நால்வகைப் பாவமும், புத்தியாரம்பானுபவத்தில் மூவிதப் பிரபந்தங்களும் விரித்து தம் பெயரால் நூல் செய்து வாயுதேவர், மதங்கர் அனுமன் உள்ளிட்ட முனிவராதியர்க்கு உபதேசித்தார் என்பதை,

"கந்த னால்வகைப் பாவ மூவிதப்
பிரபர்தங்கள்தன் பெயராற் செய்து
வாயு மதங்கற் குபதே சித்தனன்
அவனனு மற்கு மீ ரொன்பா னாகும்
சித்தர் தமக்குஞ் செப்பினன் றானே" (பரத சேனா. 44)

என்ற பாடல் வாயிலாக உணர்த்துகின்றது[52]. இந்நூல் வழி முருகப் பெருமானை நாட்டிய ஆச்சாரியனாகக் கருதிய நாட்டிய மரபொன்று இருந்தது என்பதறியலாம்.

சார்ங்கபாணி கோயில் கோபுரத்தை எடுப்பித்ததோடு சிவாலய கரணச் சிற்பங்களையும் அங்கு பொதித்து வைத்தவரான திப்பதேவ மகாராயர் எழுதிய தாலதீபிகா எனும் நாட்டியச் சுவடி திகழ்கின்ற தஞ்சை அரண்மனை நூலகத்தில் (சரஸ்வதி மகால்) மற்றொரு நாட்டிய சுவடி நூலொன்றும் உள்ளது. பரதார்ணவம் என அழைக்கப்பெறும் அந்நூலின் முதல் ஏட்டிலும் கடைசி ஏட்டிலும் "குகேச பரத லக்ஷணம்" என்று அந்நூலின் பெயர் குறிப்பிடப் பெற்றுள்ளது[52]. பரதவர்ணம் என்ற பெயரில் அச்சுவடி நூலைப் பதிப்பித்த கே.வாசுதேவ சாஸ்திரிகள் சற்று சிதில நிலையில் உள்ள அச்சுவடி நூலில் 4ஆவது அத்தியாயம் கடைசி சுலோகம் முதல் 15ஆவது அத்தியாயம் வரையில் கிடைத்திருப்தாகவும், குகேச பரத லக்ஷணம், ஸுமதி போதக பரதார்ணவம் பார்வதி ப்ரயுக்கத பரதார்த்தசந்திரிகா என்ற மூன்று நூல்களிலிருந்து பல பகுதிகள் அச்சுவடியில் தொகுக்கப் பெற்றுள்ளனவாகவும் கூறியுள்ளார்.[54] மேலும் அங்கஹாரம் எனும் சொல் 108 நர்த்தன கரணங்களுள் 8,9,10 அல்லது அதற்கு மேற்பட்ட கரணங்களை ஒன்று சேர்த்த நர்தனத் தொகுப்புக்குப் பெயராக உபயோகப் படுத்தப்பட்டிருக்கிறது - என்றும் நாட்டிய சாஸ்திரத்தில் 32 அங்கஹாரங்கள் பேசப்படுவதாகவும் குறிப்பிட்டுள்ளார்.

இச்சான்று கொண்டு நோக்கும் போது முருகன் பெயரால் குகேச பரத லக்ஷணம் எனும் நூல் பண்டு வழக்கில் இருந்துள்ளமையும்,அது பிற்காலத்தில் மறைந்து விட்டமையும் இந்நூலின் ஒரு சில பகுதிகள் பரதார்ணவம் எனும் நூலில் கையாளப் பெற்றுள்ளமையும் அறிய முடிகிறது.

தெளிவான சிற்பச்சான்று

சார்ங்கபாணி கோயிலில் கரணம் காட்டுபவன் குகனே என்பதற்கு ஒரு வலுவான சான்றாக அச்சிற்பத் தொகுப்பில் திகழும் ஒரு சிற்பக்காட்சி விளங்குகின்றது. கோபுர வெளிப்பபுற (கிழக்கு) வாயிலின் தென்புறம் உள்ள ஒரு காட்சியில் கோயிலொன்று காட்டப்பெற்று அதனுள்ளே சிவபெருமானும் உமையும் நிற்கின்றனர். அக்கோயில் முன்பு குகன் ஆடுகின்றார். கரணம்காட்டி அவருக்கு வலது புறம் கணபதி நிருத்தம் புரிகின்றார். கணங்கள் தாளமிடுகின்றன. இங்கு அனைத்துக் கரணங்களையும் காட்டுபவர் குகனே (முருகன்) என்பதை இச்சிற்பக்காட்சி காட்டி நிற்கின்றது.

குகனை நாட்டிய ஆசானாகக் கொண்ட ஒரு நாட்டிய மரபின் வெளிப்பாடே குடந்தை சார்ங்கபாணி கோயில் கோபுர கரணச் சிற்பங்கள் என்பதைச் சிற்ப அமைதி மட்டுமின்றி நூல்கள் வாயிலாகவும் உறுதி செய்ய முடிகிறது.

திருவாரூர் கோபுரக் கரணச் சிற்பங்கள்

மூன்றாம் குலோத்துங்களால் எடுக்கப்பெற்ற திருவாரூர் கோயில் கிழக்குக் கோபுரத்தின் உபபீடப்பகுதி, கோபுரங்கள் கபோதகவரி உட்பட அனைத்து

குகேச பரத லக்ஷணம் – காகிதச்சுவடி
(தஞ்சை – சரஸ்வதி மஹால் நூலகத்திலுள்ளது)

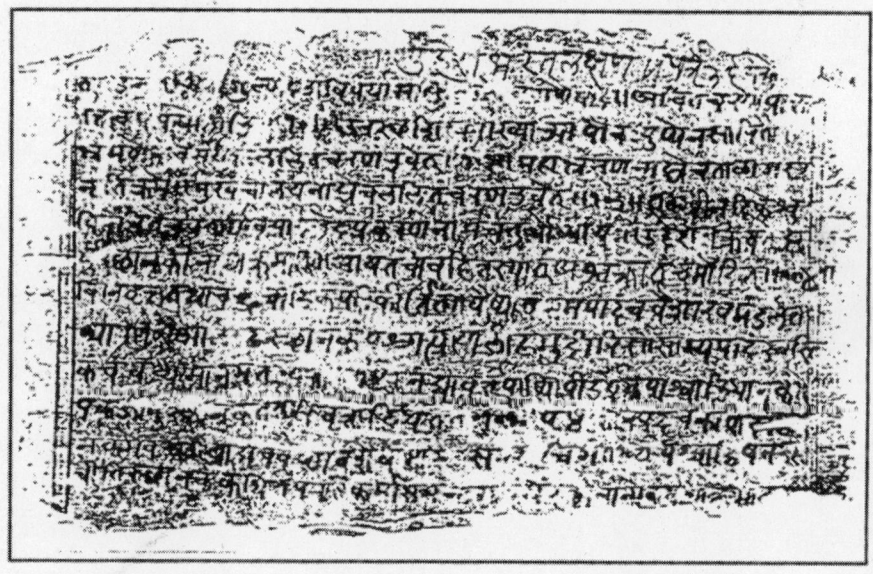

முதல் பக்கம்

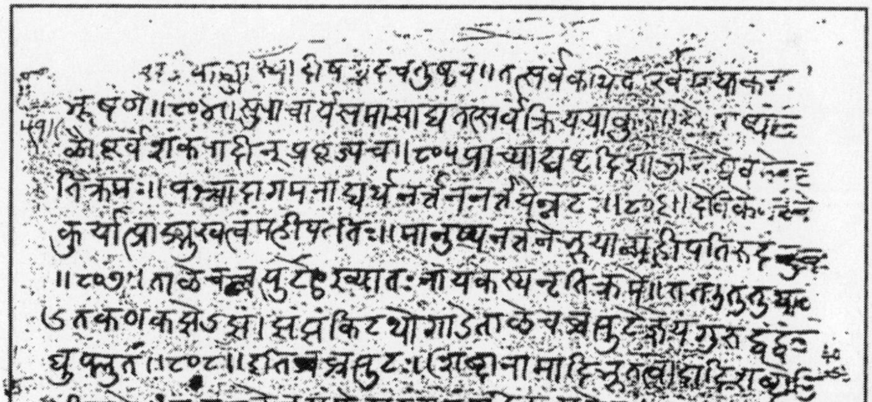

கடைசி பக்கம்

திருவாரூர்க் கோபுரத்தில் உள்ள நாட்டிய மாதர் சிற்பங்கள்

உறுப்புகளையும் கொண்டதாக விளங்குகின்றது. அதில் அமைந்த கோஷ்டங்களை அடுத்தடுத்து விளங்கும் கால்பகுதிகளில் பலகைகளின் மேல் எழில் மிகுந்த நாட்டிய கரணச்சிற்பங்கள் விளங்குகின்றன. இங்கு பெண்கள் ஆடுவதாகச் சிற்பங்கள் அமைந்துள்ளன. தஞ்சைப் பெரிய கோயில் உள்ளிட்ட கரணச்சிற்பங்கள் விளங்கும் அனைத்து இடங்களிலும் அச்சிற்பங்கள் அரை செதுக்குருவமாகவே (புடைப்புச் சிற்பங்களாக)த் திகழ்கின்றன. ஆனால் திருவாரூர் திருக்கோயிலில் விளங்கும் கரணச்சிற்பங்களோ முழு உருவத்துடன் ஒரு குறிப்பிட்ட கரணத்தின் அங்க அமைப்பு எவ்வாறு திகழுமோ அதே நிலையில் இருப்பது குறிப்பிடத்தக்கதாகும்.

தமிழகத்திலுள்ள கரணச் சிற்பங்களை ஆராய்ந்த வல்லுநர்கள் திருவாரூர் கோபுரச் சிற்பங்களை ஆராயவில்லை என்பது குறிப்பிடத்தக்கது. இங்கு 63 நாட்டியமாதர்கள் கரணங்களைக் காட்டி நின்ற சிற்பங்கள் இடம்பெற்றிருந்தன. பின்னாளில் அவற்றைக் கலையறிவற்றவர்கள் சிதைத்துள்ளனர். தற்போது அவற்றில் 6 பாவையர் சிற்பங்கள் மட்டுமே சிதையாமல் முழுமையாகவுள்ளன. 22 படிமங்கள் கையிழந்தும் தலையிழந்தும் காணப்படுகின்றன.இச்சிற்பங்களோடு மத்தளம் இசைக்கும் கலைஞர்களின் சிற்பங்களும் இடம் பெற்றுள்ளன.

கரணம்

தமிழ் நாட்டியத்தில் நிருத்தத்திற்கே சிறப்பிடம் அளிக்கப்பெற்றது. சொர்க்கம் என்பது சுத்த நிருத்தம் எனப்படும். அது 108 கரணங்களைக் கொண்டதாகும். சிவபெருமான் 108 கரணங்களை முதன் முதலில் கற்பித்தார் என்பது பண்டைய கோட்பாடாகும். அந்தி நேரங்களில் ஆடல் புரிகின்ற அவர் பல்வேறு கரணங்களை கொண்டு அலங்காரங்களால் அலங்கரித்து நிருத்தம் புரிந்தார் என்று சிவபெருமானே கூறுவதாக,

"மயா அபி ஸ்மிருதம் நிருத்தம் சந்தியாகாலேஷு
நாநா கரண சம்யுக்தை : அங்கஹாரை : விபூஷீதம்"

எனும் பரதசாத்திர சுலோகம் கூறுகின்றது.

சிவபெருமானுக்குக் கரணங்களில் உள்ள ஈடுபாட்டைத் தேவாரப் பதிகங்கள் குறிக்கின்றன.

"கழலோடு திருவிரலால் கரணம் செய்து
கனவின் கண் திருவுருவம் தான் காட்டும்மே
எழிலாரும் தோள் வீசித்தான் ஆடும்மே" (திருநாவு. தேவா :)

என்று அப்பர் பெருமான் குறிப்பிட்டுள்ளார். காலும் கையும் இணைந்து அழகுற ஆடுவது நிருத்தத்தில் கரணம் எனப்படும்.

"ஹஸ்த பாத சமயோக : நிருத்தஸ்ய கரணம் பவேத்"

என்பது பரதர் கூறும் நிருத்த இலக்கணமாகும்.

"கழலோடு திருவிரலால் கரணம் செய்து"

என்ற அப்பரின் வாக்கு இதனையே எடுத்தியம் புரிகின்றது.

"சொக்கம் பயின்றீர்"

"சொக்கன் காண் ஆடும்"

என்ற அவர்தம் சொல்லாட்சிகளும் கரணம் என்பதையே குறிக்கின்றன.

ஒரு மொழிக்கு எழுத்துக்கள் எவ்வளவு இன்றியமையாதவையோ அது போன்று நிருத்தத்திற்கும் 108 கரணங்களும் இன்றியமையாதவையாகும். பல எழுத்துக்களின் கோர்வை எவ்வாறு சொல்லாகின்றதோ அதுபோலப் பல கரணங்களின் கோவையே ஒரு அங்கஹாரமாகும். பல அங்கஹாரங்கள் இணைந்து நிருத்தமாகப் பரிணமிக்கின்றது.

காலும் கையும் இணைந்து ஆடும் நிலையின் ஒரு உறை நிலையே நிருத்தம் எனச் சுட்டப்பெறுகின்றது. நூற்றெட்டாகப் பகுக்கப்பெற்றுள்ள நிருத்த சிற்பங்களை வெவ்வேறு இடங்களில் காணும்போது அவை ஒன்று போலவே திகழாமல் அங்க அசைவுகளில் சிறிய வேறுபாடுகளைக் காணமுடிகிறது. எந்த உறை நிலையைச் சிற்பிகாட்ட விழைந்தானோ அந்த நிலையை மட்டுமே காணமுடிகிறது. அவ்வடிவ நிலை மட்டுமே அந்த குறிப்பிட்ட கரணம் எனக் கொள்ளல் தவறுடையதாகும். சிற்பிகள் வடித்துக் காட்டியுள்ள கரணங்களின் உறை நிலைகளில் வேறுபாடுகள் திகழ்வதைத் தில்லை, குடந்தை, ஆரூர் ஆகிய கோபுரங்களில் திகழும் கரணச் சிற்பங்களைப் பெரிய கோயில் கரணச் சிற்பத்தோடு ஒப்பிட்டுக் காணும் போது தெளிவாக அறிய முடிகிறது. தஞ்சையில் திகழும் கரணச் சிற்பங்கள் முன் நின்று கொண்டு ஆடும் சிவபெருமானின் மேலிரு கரங்களை மறைத்துக் கொண்டு அந்த கரண நிலையையும், பின்பு கீழிரு கரங்களையும் மறைத்துக் கொண்டு அந்த ஆடலையும்,உற்று கவனித்தால் கைகளின் அசைவுகளை உறைந்த நிலையில் உள்ள அந்தச் சிற்பத்திலும் உயிரோட்டத்தோடு காணமுடியும்.

பிறவகை நாட்டியச் சிற்பங்கள்

சோழராட்சிக் காலம் தொடங்கிப் பிற்கால நாயக்கர்கள் ஆட்சிக் காலம் வரை படைக்கப் பெற்றுள்ள கோபுரங்களில் 108 கரணச் சிற்பங்களைத் தவிர பல்வேறு வகையான நாட்டிய சிற்பங்களும் இடம் பெற்றுள்ளன. இசைவாணர்கள் தோல், துளை, கஞ்சக் கருவிகள் இசைக்க அவர்களோடு ஆடல்புரிகின்ற ஆண், பெண் சிற்பங்களாக அவை விளங்குகின்றன. உபபீடம், அதிஷ்டானம், பித்தி,

கபோதகக் கூடு, விதானம், நிலைக்கால் என்று கோபுரங்களின் அனைத்து உறுப்புகளிலும் நாட்டியச் சிற்பங்களுக்கு இடம் அளித்துள்ளனர். கலிங்கம், வங்கம் போன்ற நாடுகளின் ஆடல் மரபுகளை வெளிக்காட்டும் நாட்டிய அலங்காரங்களுடன் திகழும் சிற்பங்களைப் பிற்காலச் சோழர்களின் கோபுரங்களில் காணமுடிகிறது.

விஜய நகர காலத்துக் கோபுரங்களில் தமிழகத்து ஆடல் மரபு மட்டுமின்றி ஆந்திர நாட்டில் சிறப்பிடம் பெற்று வந்த கோலாட்ட நடனச் சிற்பங்களும் இடம் பெற்றுள்ளன. திருக்கோடிகா, திருவண்ணாமலை போன்ற கோபுரங்களில் இத்தகு சிற்பங்களுக்கு முக்கியத்துவம் அளிக்கப் பெற்றுள்ளமையைக் காண முடிகின்றது.

திருவானைக்கா கோபுரம்

4. கோபுரங்களில் அரச இலச்சினைகள்

இலச்சினை என்பது ஒரு அரசின் ஆளுமையை, இறையாண்மையை, உரிமையை வெளிப்படுத்தும் சின்னமாகும். சங்ககால சோழர்கள் புலி உருவத்தையும், பாண்டியர்கள் இணை கயல்களையும், சேரர்கள் வில்லையும் இலச்சினையாகக் கொண்டிருந்தனர். பின்வந்த பல்லவர்கள் படுத்த நிலையில் இடப உருவத்தையும், சோழர்கள் அமர்ந்த கோல புலியுடன் கயல், அட்டமங்கலங்கள் ஆகியவற்றையும், பாண்டியர்கள் இணை கயல்களுடன் செண்டுகோலையும், போசளர்கள் கண்ட பேரண்ட பறவையையும், சம்பு வரையர்கள் காளை உருவத்தையும் விஜயநகர மன்னர்கள் வராகத்துடன் குத்துவாள், சூரியசந்திர உருவங்களையும் தங்கள் இலச்சினைகளாகக் கொண்டனர். இவ்விலச்சினைகளை அரச ஆணையாக வெளியிடப்பெற்ற செப்பேடுகள் போன்ற ஆவணங்களிலும், அரச உரிமையைக் காட்டும் பிற இடங்களிலும், காசுகளிலும் பயன்படுத்தியுள்ளனர். பிற்காலப் பல்லவர் காலந் தொடங்கி விஜயநகர நாயக்கர்கள் காலம் இறுதியாக திருக்கோயில்களில் கோபுரங்களிலும், கதவுகளிலும், துவஜஸ்தம்பங்களிலும் தத்தம் இலச்சினைகளைப் பொறிக்கும் மரபு காணப்பெறுகின்றது.

பாண்டியர் இலச்சினைகள்

தில்லைத் தெற்குக் கோபுரத்து இலச்சினை

தில்லை தெற்குக் கோபுரத்தின் நிலைக்காலின் உத்திரக் கற்கவியின் அடிப்புறம் பாண்டிய அரச இலச்சினையான இணைகயல்களும் அவற்றிற்கிடையே செண்டுகோலும் உள்ள மிகப் பெரிய சிற்பம் காணப்பெறுகின்றது. செதில்களுடன் பட்டையான உடல், பெரிய கண்கள் ஆகியவற்றுடன் அழகான இரண்டு கெண்டை மீன்களின் உருவமும், சுருளுடைய தலைப்பகுதியுடன் செண்டு கோலும் காணப்பெறுகின்றன. ஜடாவர்மன் சுந்தரபாண்டியனால் இவ்விலச்சினை பொறிக்கப்பெற்றது என்பதனை வரலாற்றறிஞர்கள் உறுதிசெய்துள்ளனர். சுந்தரபாண்டியன் காலந்தொட்டு இக்கோபுரம் சுந்தரபாண்டியன் கோபுரம் என அழைக்கப்பெறலாயிற்று

மதுரை கிழக்குக் கோபுரத்து இலச்சினைகள்

திருவாலவாயுடையார் கோயில் கிழக்குக் கோபுரம் ஜடாவர்மன் குல சேகர

பாண்டியன் (1190 இல் முடி சூடியவர்), மாறவர்மன் முதலாம் சுந்தரபாண்டியன் (1216 இல் முடிசூடியவர்) ஆகியோர் காலத்தில் கட்டத் தொடங்கப் பெற்றுப் பின்பு ஜடாவர்மன் முதலாம் சுந்தரபாண்டியன் (கி.பி 1256 இல் முடிசூடியவர்) காலத்தில் நிறைவு பெற்றதாகும். இக்கோபுரத்தில் இரண்டு இடங்களில் இணைகயல்களுடன் செண்டு கோல் உள்ள சிற்பங்கள் காணப்பெறுகின்றன. இங்குக் கோபுரத்தின் புறச்சுவரான பித்தியில் கிழக்கு மற்றும் மேற்குத் திசைகளில் இவ்விலச்சினைகள் இடம் பெற்றுள்ளன.

திருவானைக்கா கிழக்குக் கோபுரத்து இலச்சினைகள்

சுந்தர பாண்டியன் திருக்கோபுரம் என்ற பெயருடன் விளங்கும் திருவானைக்கா கிழக்குக் கோபுரத்தின் வாயிலுக்கு மேலேயுள்ள விதானத்தில் (மேற்குத் திசையில்) இணைகயல்கள் செண்டு கோலுடன் திகழும் பாண்டியர்களின் அரச இலச்சினை சிற்பம் காணப்பெறுகின்றது.

திருவரங்கத்தில் பாண்டியர் இலச்சினைகள்

திருவரங்கம் ஆறாம் திருவீதியான சித்திரை வீதி பண்டு கலியுகராமன் திருவீதி என்றும், அதில் திகழும் மதில் கலியுகராமன் திருமதில் என்றும் விளங்கின. இவ்வீதியையும் மதிலையும் தன் பட்டப் பெயரால் எடுப்பித்தவன் மூன்றாம் சடையவர்மன் வீர பாண்டியன் (கி.பி 1297 - 1342) என்பவனாவான். கலியுகராமன் திருமதிலில் கிழக்குத் திசையில் விளங்கும் கோபுரமான கலியுகராமன் திருக்கோபுரம் மற்றும் தென் திசையில் விளங்கும் கோபுரம் ஆகியவையும் அப்பெரு மன்னனாலேயே எடுக்கப்பெற்றவை என்பதைத் திருவரங்கத்துக் கல்வெட்டுக்களும், கோயிலொழுகும் கூறுகின்றன.

இக்கோபுரங்களின் நிலைக்கால்களின் பக்கவாட்டில் இருபுறங்களிலும் இணை - கயல்களுடன் செண்டுகோல் திகழும் பாண்டியர் இலச்சினைகள் சிற்பங்களாகக் காட்சியளிக்கின்றன.

விஜயநகர அரசு - இலச்சினை

பன்றி (வராகம்) குத்துவாள், சூரிய சந்திரன் உருவங்கள் ஆகியவற்றுடன் விளங்குவதே விஜயநகர இலச்சினையாகும். விஜயநகர அரசு காலத்தில் எடுப்பிக்கப்பெற்ற கோபுரங்கள் சிலவற்றில் அப்பேரரசர்களாலோ, அல்லது அவர் தம் பிரதிநிதிகளாக விளங்கிய நாயக்கர்களாலோ அரச இலச்சினை சிற்பங்களாகப் பொறிக்கப்பெற்றுக் காணப்பெறுகின்றன.

திருவரங்கத்தில் திகழும் இலச்சினை

திருவரங்கம் உத்தர வீதியில் திகழும் கோபுரத்தின் நிலைக்கால்களின் இரு பக்கங்களிலும் பன்றி, குத்துவாள், சூரியன், சந்திரன் ஆகிய உருவங்கள் இலச்சினையாகப் பொறிக்கப் பெற்றுள்ளன.

கோபுரங்களில் அரசு இலச்சினைகள்

தில்லைத் தெற்குக் கோபுர நிலை வாயிலிலுள்ள பாண்டியர் இலச்சினை

திருவண்ணாமலைக் கோபுர நிலைக்காலில் உள்ள விஜயநகர இலச்சினை

திருவண்ணாமலை – கிழக்குக் கோபுரத்து இலச்சினை

திருவண்ணாமலை கிழக்கு ராஜகோபுரம் கிருஷ்ணதேவராயரின் கொடையாக தஞ்சை நாயக்கர் செவ்வப்ப நாயக்கரால் எடுக்கப் பெற்றதாகும். பதினோறு நிலைகளையுடைய அக்கோபுரத்தின் தென்புற நிலைக்காலில் கொடிப்பெண்ணோடு கொடிக்கருக்கு வேலைப்பாடு மிக நேர்த்தியாகச் செதுக்கப் பெற்றுக் காணப்பெறுகின்றது. வட்டங்களாக அமைந்த கொடிப் பின்னலின் இடையே தெய்வ உருவங்களும், ஆடும் அணங்குகளின் உருவங்களும் காணப்பெறுகின்றன. மேலே திகழும் வட்டத்தில் மயிலோடு திகழும் முருகப் பெருமானும், கீழ் வட்டத்தில் யானை மீது அய்யனாரும் விளங்க இடையில் உள்ள வட்டப்பகுதிக்குள் பன்றியும் குத்துவாளும் திகழ்கின்றன. சூரிய சந்திரன் உருவங்கள் காணப்பெறவில்லை. சிற்ப அமைப்பு மிக நேர்த்தியாகக் காணப்பெறுகின்றது.

திருவரங்கத்துத் தெற்குக் கோபுர இலச்சினை

அண்மைக்காலம் வரை மொட்டைக் கோபுமாகத் திகழ்ந்து தற்போது பதிமூன்று நிலைகளுடன் திகழும் திருவரங்கத்துப் பெரிய கோபுரவாயிலின் மூன்று இடங்களில் மகரம் குத்துவாள் துவஜம் ஆகியவற்றுடன் திகழும் இலச்சினை உருவங்கள் காணப்பெறுகின்றன. இவ்விலச்சினை தஞ்சை நாயக்கர்களின் இலச்சினையாக இருத்தல் கூடும். இராமபத்ராம்பா எழுதிய இரகுநாதாப்யுதயம், விஜயராகவ நாயக்கர் எழுதிய இரகுநாத நாயகாப்யுதயம் போன்ற நூல்களில் தஞ்சை நாயக்கர்களின் கொடி மகரக்கொடி என்று கூறப் பெற்றுள்ளது[55]. உடையார்பாளையும் ஜமீன்களின் செப்பேடுகளில் இதேபோன்ற மகரம், குத்துவாள், கொடி போன்ற இலச்சினைகள் காணப்பெறுகின்றன. தஞ்சை நாயக்க அரசனான அச்சுதப்பநாயக்கர் திருவரங்கத்தில் எட்டாம் பிரகாரத்தையும், கோபுரங்களையும் அமைத்தார் என்பதை விஜயராகவ நாயக்கரின் அவைக்களப்புலவரான செங்கல்வ காளகவிதன் இராஜகோபால விலாசம் எனும் நூலில்

> *“ஸ்ரீரங்க பதிகினி ஹிம்ஹாஸனம்புனு*
> *ப்ரணவமயம்பகு பஸிடி ஸஜ்ஜ*
> *அஷ்டமப் ராகார மதுல கோபுரமுலு”*

என்று கூறியுள்ளார்[56]. இவற்றைத் தொகுத்து நோக்கும் போது விஜயநகர மன்னர்களின் பேராதரவோடு தஞ்சை நாயக்கர்கள் இவ்விலச்சினையைப் பொறித்திருக்கலாம் எனக் கொள்ள முடிகிறது.

தமிழகத்துக் கோயில்களில் கோபுரம் எனும் வாயிலமைப்பினை அறிமுகப் படுத்திய பல்லவப் பேரரசன் இராஜசிம்ம பல்லவனோ அல்லது பின்வந்த பல்லவ அரசர்களோ, சோழப்பெருமன்னர்களோ தாங்கள் எடுப்பித்த கோபுரங்களில்

தங்களின் அரசு இலச்சினையைச் சிற்பமாக வடிக்காத போது பின்வந்த பாண்டியர்களால் மட்டும் இப்புதிய மரபு கோயில்களில் ஏன் தோற்றுவிக்கப்பெற்றது என்பதனை ஆராய்வது முக்கியத்துவம் வாய்ந்ததாகும். பாண்டியர்கள் தோற்றுவித்த மரபினையே போசளர்களும் சம்புவரையர்களும், விஜயநகர அரசர்களும், அவர்களது ஆட்சியாளர்களான நாயக்கர்களும் பின்பற்றியுள்ளனர்.

பட்டினப்பாலை பாடிய கடியலூர் உருத்திரங்கண்ணனார் பூம்புகார் நகரின் திண்ணிய மதிலையுடைய வாயிலின் கதவில் புலி இலச்சினை பொறிக்கப் பெற்றுத் திகழ்ந்தது என்பதனை,

"*புலிபொறி போர்கதவின் திரு துஞ்சும் திண்காப்பின்*" (பட்டின, 40-41)

என்று கூறியுள்ளார். இதனையே

"*விடர்ப்புலி பொறித்த கோட்டை*" (புற. 33: 8-9)

என்று புறநானூறு பகர்கின்றது.

"*கொடுவரியொற்றிக் கொள்கையிற் பெயர்வோற்கு*"
(சிலப். புகலி - இந்தி. 5 : 98)

என்பது சிலப்பதிகாரம் கூறும் செய்தியாகும்.

ஈராயிரம் ஆண்டுகளுக்கு முன்பே கோட்டை வாயிற்கதவுகளில் தங்களுடைய அரச இலச்சினையைப் பொறிக்கும் மரபு தமிழகத்தில் திகழ்ந்தது என்பது இலக்கிய சான்றுகளால் உறுதிப் படுத்த முடிவுகின்றது. இவ்வாறு கோட்டை வாயிற் கதவுகளில் சோழர் இலச்சினையைப் பொறித்த சோழர்கள் தங்கள் படைப்புக்களான கோயில்கோபுர வாயில்களில் எங்கும் தங்கள் இலச்சினையைப் பொறிக்கவில்லை.

"*பருப்பதத்துக் கயல் பொறித்த*
பாண்டியர் குலபதிபோல்
திருப்பொலிந்த சேவடியென்
சென்னியில் மேல் பொரித்தாய்" (பெரி. திருமொழி 5 : 4 -7)

என்ற பெரியாழ்வாரின் பாடல் அடியும்,

"*கயல் புலி சிலை வடவரை நெற்றியில் வரைந்தும்*"
(சின்னமனூர் பெரியசாசனம்)

"*சிலையும் புலியுங் கயலுஞ் சென்று*
நிலையமை நெடுவரையிட..." (வேள்விக்குடி சாசனம்)

என்ற பாண்டியர் செப்பேட்டுச் சாசன வரிகளும் கயல் இலச்சினை பொறிக்கும் பண்டைய மரபினை எடுத்துக்காட்டுகின்றன.

கதவங்களில் அரச இலச்சினை பொறிக்கும் மரபு பாண்டிய நாட்டில் பின்னாளில் திகழ்ந்தது என்பதனைப் பரஞ்சோதி முனிவரின் திருவிளையாடற் புராணமும், பெரும்பற்ற புலியூர் நம்பியின் திருவாலவாயுடையார் திருவிளையாடற் புராணமும் சிறந்த எடுத்துக்காட்டுகளுடன் விளங்குகின்றன. பரஞ்சோதி முனிவர் கூடற்காண்டத்தில் "விடை இலச்சினை இட்டது" என்ற படலத்தில்

" போற்றி மன்னநம் பொன்னங் கயற்குறி, மாற்றி
யுத்தர வாயிற் கதவதில்,
ஏற்றி லச்சினை யிட்டனர் யாரையென், றாற்றல் வேந்த வறிகிலம்
யாமென்றார்"

(திருவிளை.பு *34 : 32)*

என்று கூறி ஆலவாய் கோயிலின் நான்கு வாயிற் கதவுகளையும் அடைக்கும் போது பாண்டியனின் கயலிலச்சினையை இட்டதாகவும், பின்பு மறுநாள்காலை பார்க்கும் போது இறைவனின் திருவிளையாடலால் சோழன் வழிபட்டுச் சென்ற உத்தர வாயிற் கதவில் இடப இலச்சினை இருந்ததாகக் கூறியுள்ளார். இதே கதையை உரைக்கும் பெரும்பற்ற புலியூர் நம்பி,

"வந்தெயி லிடப மிட்ட வாயில் கண்ட திசயித்துச்
சுந்தரனல்லா லுண்டோ தொழுபவர்க் கெளியானென்று
முந்தையி னன்பு செய்தான் மன்னவன் முறைமைவாயி
லிந்தமா நிலத்து நின்ற திலச்சினை வாயிலென்றே"

(திரு வா. திருவிளை - *24:12)*

என்று இலச்சினை இடப் பெற்ற திருக்கோயில் வாயிலின் சிறப்பைக் கூறியுள்ளார்.

கோபுரங்களில் காணப்பெறும் இலச்சினைச் சிற்பங்களை தொகுத்து ஆராயும்போது தங்கள் மேலாதிக்கம். தங்களுடைய படைப்பு என்பதை வெளிக்காட்டும் வகையிலேயே அவற்றைக் கோபுர வாயில்களில் பொறித்தனர் என அறிய முடிகிறது.

பல்லவர்கள், முற்காலப் பாண்டியர்கள், சோழர்கள் காலத்தில் படைக்கப்பெற்ற கோயில்களின் எந்தவொரு பகுதியிலும் தங்களின் அரச உரிமையை இலச்சினை வாயிலாகக் காட்டாதபோது முதன்முதலாக மதுரை சொக்கநாதர் திருக்கோயில் கிழக்குக் கோபுரத்தில் தான் பாண்டியர்தம் இலச்சினைச் சிற்பங்கள் பொறிக்கப் பெற்றுள்ளமையைக் காண முடிகின்றது. இவை முதலாம் மாறவர்மன் சுந்தரபாண்டியன், முதலாம் ஜடாவர்மன் சுந்தரபாண்டியன் ஆகியோரால் பொறிக்கப்பெற்றவையாகும்.

ஏறத்தாழ 300 ஆண்டுகளுக்கும் மேலாகப் பாண்டிய நாடு சோழப்பேரரசின் கீழ் அடிமைப்பட்டுத் திகழ்ந்தது. கி.பி.907இல் சோழப் பேரரசனாக முடிசூடிக் கொண்ட முதலாம் பராந்தக சோழன் மதுரையை வென்று மதுரை கொண்ட பரகேசரி எனப்பட்டம் பூண்டான். அவனிடம் தோல்வியுற்ற பாண்டியன் இராஜசிம்மன் தங்கள் குலதனமாகிய சுந்தர மூடி இந்திர ஆரம் ஆகியவற்றை இலங்கை மன்னனிடம் அடிமைப்படுத்தினான். பின்பு முதலாம் இராஜேந்திர சோழன் கி.பி.1017இல் இலங்கை மீது படை எடுத்து முன்னர் அடைக்கலமாக வைக்கப்பெற்றிருந்த பாண்டியர் குலதனத்தைக் கைப்பற்றினான். மூன்றாம் குலோத்துங்க சோழன் மதுரையில் திகழ்ந்த பாண்டியர் அரண்மனையை அழித்துப் பாண்டியர் பண்டாரத்தைக் கைப்பற்றி ஆலவாய் ஈசனுக்கு அரும்பொருள்களை வழங்கி, பெருமானை எழுந்தருளச் செய்து திருவீதியில் நின்று சேவித்ததாகத் தனது மெய்க்கீர்த்தியில்[57] கூறிக்கொள்கிறான்.

"தென்மதுரைப் புறமதிளைத் தன்னெடும் படைக்கடல் வளையப்
பெருவழுதியரும் தம்பியரும் பெற்ற தாயாரும் பேருரிமையும்
பொருவருதுயர் துணையாக வேறுவேறு சுரம் படரத்
தென்மதுரைப் பதிப்புக்கு வந்ததை யெல்லாம் கெடுத்துப்
பொடிபடுத்தி வழுதியர் தம் கூடமண்டபம்
கழுதையேரிட உழுது புகழ்க் கதிர் விளையக் கவடி வித்திட்ட"

என்ற கொடுஞ்செயல்களைச் செய்த குலோத்துங்கன் அத்துடன் நில்லாமல் திரிபுவன வீரதேவன் என்ற பட்டம் புனைந்து கொண்டு,

"மாமதுரை வலங்கொண்டு திருவாலவாயுறையும்
தேமலர்க் கொன்றைவார் சடைச் செழுஞ்சுடரைத் தொழுதிறைஞ்சி
ஆங்கவர்க்குப் பூணாரம் அநேகவிதம் கொடுத்தருளி,
"அரன் திரு வாலவாயில் அமைந்தவர்க்குத் தன்பேரால்
சிறந்த பெருந்திருவீதியும் திருநாளுங் கண்டருளிப்
பொருப்பு நெடுஞ்சிலையான் முப்புரமெரித்த சொக்கற்குத்
திருப்பவனி கண்டருளித் திருவீதியிற் சேவித்துத்
தென்மதுரை திருவாலவாய் பொன் மலையெனப் பொன்வேய்ந்து"

என மதுரைக் கோயிலுக்குச் செய்த அறக்கொடைகளைக் குறிப்பிடுகின்றான்.

இவ்வாறு சில நூற்றாண்டுகள் அடிமைப்பட்டிருந்த பாண்டியர்கள் தங்கள் குலதனத்தை இழந்திருந்தனர். இறுதியாக தங்கள் அரண்மனையையும் பண்டாரத்துப் பசும்பொன்னையும் இழந்ததோடு குலோத்துங்கன் வெற்றிக் களிப்பால் ஆலவாய் பெருமான் கோயில் முன் நின்று கொடை நல்கியதால் பேரவமானத்திற்கும் ஆட்பட்டனர். அதற்குப் பின்னாளில் முதலாம் மாறவர்மன் சுந்தரபாண்டியனும், முதலாம் ஜடாவர்மன் சுந்தரபாண்டியனும் சோழர்கள் மீது பழி தீர்த்துக் கொண்டனர். பாண்டிய நாடுபெற்ற பேரழிவினைச் சோழநாடு

என்ற பாண்டியர் செப்பேட்டுச் சாசன வரிகளும் கயல் இலச்சினை பொறிக்கும் பண்டைய மரபினை எடுத்துக்காட்டுகின்றன.

கதவங்களில் அரச இலச்சினை பொறிக்கும் மரபு பாண்டிய நாட்டில் பின்னாளில் திகழ்ந்தது என்பதனைப் பரஞ்சோதி முனிவரின் திருவிளையாடற் புராணமும், பெரும்பற்ற புலியூர் நம்பியின் திருவாலவாயுடையார் திருவிளையாடற் புராணமும் சிறந்த எடுத்துக்காட்டுகளுடன் விளங்குகின்றன. பரஞ்சோதி முனிவர் கூடற்காண்டத்தில் "விடை இலச்சினை இட்டது" என்ற படலத்தில்

"போற்றி மன்னநம் பொன்னங் கயற்குறி, மாற்றி
யுத்தர வாயிற் கதவதில்,
ஏற்றி லச்சினை யிட்டனர் யாரையென், றாற்றல் வேந்த வறிகிலம்
யாமென்றார்"
(திருவிளை.பு *34 : 32)*

என்று கூறி ஆலவாய் கோயிலின் நான்கு வாயிற் கதவுகளையும் அடைக்கும் போது பாண்டியனின் கயலிலச்சினையை இட்டதாகவும், பின்பு மறுநாள்காலை பார்க்கும் போது இறைவனின் திருவிளையாடலால் சோழன் வழிபட்டுச் சென்ற உத்தர வாயிற் கதவில் இடப இலச்சினை இருந்ததாகக் கூறியுள்ளார். இதே கதையை உரைக்கும் பெரும்பற்ற புலியூர் நம்பி,

"வந்தெயி லிடப மிட்ட வாயில் கண்ட திசயித்துச்
சுந்தரனல்லா லுண்டோ தொழுபவர்க் கெளியானென்று
முந்தையி னன்பு செய்தான் மன்னவன் முறைமைவாயி
லிந்தமா நிலத்து நின்ற திலச்சினை வாயிலென்றே"
(திரு வா. திருவிளை *- 24:12)*

என்று இலச்சினை இடப் பெற்ற திருக்கோயில் வாயிலின் சிறப்பைக் கூறியுள்ளார்.

கோபுரங்களில் காணப்பெறும் இலச்சினைச் சிற்பங்களை தொகுத்து ஆராயும்போது தங்கள் மேலாதிக்கம். தங்களுடைய படைப்பு என்பதை வெளிக்காட்டும் வகையிலேயே அவற்றைக் கோபுர வாயில்களில் பொறித்தனர் என அறிய முடிகிறது.

பல்லவர்கள், முற்காலப் பாண்டியர்கள், சோழர்கள் காலத்தில் படைக்கப்பெற்ற கோயில்களின் எந்தவொரு பகுதியிலும் தங்களின் அரச உரிமையை இலச்சினை வாயிலாகக் காட்டாதபோது முதன்முதலாக மதுரை சொக்கநாதர் திருக்கோயில் கிழக்குக் கோபுரத்தில் தான் பாண்டியர்தம் இலச்சினைச் சிற்பங்கள் பொறிக்கப் பெற்றுள்ளமையைக் காண முடிகின்றது. இவை முதலாம் மாறவர்மன் சுந்தரபாண்டியன், முதலாம் ஜடாவர்மன் சுந்தரபாண்டியன் ஆகியோரால் பொறிக்கப்பெற்றவையாகும்.

ஏறத்தாழ 300 ஆண்டுகளுக்கும் மேலாகப் பாண்டிய நாடு சோழப்பேரரசின் கீழ் அடிமைப்பட்டுத் திகழ்ந்தது. கி.பி.907இல் சோழப் பேரரசனாக முடிசூடிக் கொண்ட முதலாம் பராந்தக சோழன் மதுரையை வென்று மதுரை கொண்ட பரகேசரி எனப்பட்டம் பூண்டான். அவனிடம் தோல்வியுற்ற பாண்டியன் இராஜசிம்மன் தங்கள் குலதனமாகிய சுந்தர மூடி இந்திர ஆரம் ஆகியவற்றை இலங்கை மன்னனிடம் அடிமைப்படுத்தினான். பின்பு முதலாம் இராஜேந்திர சோழன் கி.பி.1017இல் இலங்கை மீது படை எடுத்து முன்னர் அடைக்கலமாக வைக்கப்பெற்றிருந்த பாண்டியர் குலதனத்தைக் கைப்பற்றினான். மூன்றாம் குலோத்துங்க சோழன் மதுரையில் திகழ்ந்த பாண்டியர் அரண்மனையை அழித்துப் பாண்டியர் பண்டாரத்தைக் கைப்பற்றி ஆலவாய் ஈசனுக்கு அரும்பொருள்களை வழங்கி, பெருமானை எழுந்தருளச் செய்து திருவீதியில் நின்று சேவித்ததாகத் தனது மெய்க்கீர்த்தியில்[57] கூறிக்கொள்கிறான்.

"தென்மதுரைப் புறமதிளைத் தன்னெடும் படைக்கடல் வளையப்
பெருவழுதியரும் தம்பியரும் பெற்ற தாயாரும் பேருரிமையும்
பொருவருதுயர் துணையாக வேறுவேறு சுரம் படரத்
தென்மதுரைப் பதிப்புக்கு வந்ததை யெல்லாம் கெடுத்துப்
பொடிபடுத்தி வழுதியர் தம் கூடமண்டபம்
கழுதையேரிட உழுது புகழ்க் கதிர் விளையக் கவடி வித்திட்ட"

என்ற கொடுஞ்செயல்களைச் செய்த குலோத்துங்கன் அத்துடன் நில்லாமல் திரிபுவன வீரதேவன் என்ற பட்டம் புனைந்து கொண்டு,

"மாமதுரை வலங்கொண்டு திருவாலவாயுறையும்
தேமலர்க் கொன்றைவார் சடைச் செழுஞ்சுடரைத் தொழுதிறைஞ்சி
ஆங்கவர்க்குப் பூணாரம் அநேகவிதம் கொடுத்தருளி,
"அரன் திரு வாலவாயில் அமைந்தவர்க்குத் தன்பேரால்
சிறந்த பெருந்திருவீதியும் திருநாளுங் கண்டருளிப்
பொருப்பு நெடுஞ்சிலையான் முப்புரமெரித்த சொக்கற்குத்
திருப்பவனி கண்டருளித் திருவீதியிற் சேவித்துத்
தென்மதுரை திருவாலவாய் பொன் மலையெனப் பொன்வேய்ந்து"

என மதுரைக் கோயிலுக்குச் செய்த அறக்கொடைகளைக் குறிப்பிடுகின்றான்.

இவ்வாறு சில நூற்றாண்டுகள் அடிமைப்பட்டிருந்த பாண்டியர்கள் தங்கள் குலதனத்தை இழந்திருந்தனர். இறுதியாக தங்கள் அரண்மனையையும் பண்டாரத்துப் பசும்பொன்னையும் இழந்ததோடு குலோத்துங்கன் வெற்றிக் களிப்பால் ஆலவாய் பெருமான் கோயில் முன் நின்று கொடை நல்கியதால் பேரவமானத்திற்கும் ஆட்பட்டனர். அதற்குப் பின்னாளில் முதலாம் மாறவர்மன் சுந்தரபாண்டியனும், முதலாம் ஜடாவர்மன் சுந்தரபாண்டியனும் சோழர்கள் மீது பழி தீர்த்துக் கொண்டனர். பாண்டிய நாடுபெற்ற பேரழிவினைச் சோழநாடு

பதிலுக்குப் பெற்றது. பாண்டியப் பேரரசை மீண்டும் வலுவுடையதாகச் செய்தனர்.

அக்கால கட்டத்தில் எழுந்ததே ஆலவாய்ப் பெருமான் கோயில் கிழக்கு இராஜகோபுர மாகும். எப்படி பாண்டிய நாடு தலை நிமிர்ந்து நின்றதோ அதனைப்போல் கிழக்கு இராஜகோபுரம் தலைநிமிர்ந்து நின்றது. எந்த வாயிலில் நின்று சோழன் மெய்க்கீர்த்திபாடச் செய்தானோ அதே வாயிலில் தன்னால் எழுப்பப்பெற்ற கோபுரத்தில் செம்மாந்த கயலிலச் சினையைப் பொறித்துத் தனது மேலாதிக்கத்தை, எழுச்சியை, மாட்சியை வெளிப்படுத்திக் கொண்டான் என்று கொள்வதே பொருத்தமானதாகும்.

இதனை மேலும் ஒரு சான்றால் உறுதி செய்ய முடிகிறது. சோழப் பெருமன்னன் இரண்டாம் குலோத்துங்கன் காலத்தில் எழுநிலைக் கோபுரமாகத் திகழ்ந்த தில்லைத் தெற்குக் கோபுரத்தை முழுவதுமாகப் பிரித்து மீண்டும் "சொக்கசீயன் திருநிலை ஏழு கோபுரம்" என்ற பெயரில் கோப்பெருஞ்சிங்கன் எனும் பிற்காலப் பல்லவன் எடுத்தான். அவனை வெற்றி கண்டு, தன்னடிப்படுத்திய ஜடாவர்மன் சுந்தரபாண்டியன் சொக்கசீயன் கோபுரம் எனும் தில்லை தெற்குக் கோபுரத்து மேல் நிலையில் தனது கயலிலச்சினையைப் பொறித்தான். "சுந்தரபாண்டியன் திருக்கோபுரம் எனப்பெயர் மாற்றம் செய்தான். இதனைப் பாண்டியன் கல்வெட்டால் அறிய முடிகிறது. சோழநாட்டுத் திருவானைக்கா, திருவரங்கம் கோபுரங்களில் காணப்பெறும் பாண்டிய இலச்சினைகள் அவர்களின் மேலாதிக்கத்தின் அடையாளமாகவே விளங்குகின்றன. அவர்களால் கோபுரங்களில் இலச்சினை பொறிக்கும் மரபு தொடக்கம் பெற்றதோடு, அது பின்னாளில் நாயக்கர்களது ஆட்சிக்காலம் வரை தொடர்ந்தது என்பதனைத் தமிழகக் கோபுரங்களில் காணப்பெறும் பல்வேறு இலச்சினைச் சிற்பங்களால் அறிய முடிகிறது.

5. கோபுரங்களில் அரிய சிற்பக்காட்சிகள்

சோழர்கால கோபுரங்களைப் பொறுத்த வரை தஞ்சைப் பெரிய கோயில் இரண்டாம் கோபுரத்தில் (இராஜராஜன் திருவாயில்) தான் புராணக் கதைகள் தொடர் சிற்பக் காட்சிகளாக இடம் பெற்றுள்ளன. இராஜராஜன் காலத்திற்குப் பின்பு வந்த சோழர், பாண்டியர் மரபைச் சார்ந்த பேரரசர்களால் எடுக்கப்பெற்ற எந்தவொரு கோபுரத்திலும் புராணக் கதைகளை விளக்கும் தொடர்சிற்பக் காட்சிகள் இடம் பெறவில்லை. இவர்களின் ஆட்சிக் காலத்திற்குப் பின்னர் தமிழகத்தில் கோலோச்சிய விஜய நகர அரசர்களும் அவர்களின் ஆட்சியாளர்களாக விளங்கிய நாயக்கர்களும் எடுப்பித்த கோபுரங்களில் பல்வேறு புராணக் கதைகளை விளக்கும் தொடர் சிற்பக்காட்சிகளை இடம் பெறச் செய்ததோடு மக்கள் வாழ்வோடு தொடர்புடைய பல்துறை சார்ந்த காட்சிகளையும் சிற்பமாக வடித்துள்ளனர். அவர்கள் காலத்துப் பெரும் பான்மையான கோபுரங்களில் இத்தகைய சிற்பங்கள் இடம் பெற்றிருந்தாலும் இங்கு திருப்பாலைத்துறை, திருக்கோடிகா, திருவரங்கம், திருக்கழுக்குன்றம் திருநெல்வேலி, திருவண்ணாமலை ஆகிய ஆறு கோபுரங்களில் காணப்பெறும் தனிச்சிறப்பு வாய்ந்த சிற்பங்கள் மட்டும் ஆராயப் பெறுகின்றது.

அ. திருப்பாலைத்துறை கோபுரத்துச் சிற்பங்கள்

தஞ்சாவூர் மாவட்டம் திருப்பாலைத்துறை பாலைவனநாத சுவாமி திருக்கோயிலின் கிழக்குஇராஜகோபுரம் தஞ்சை நாயக்க மன்னன் இரகுநாதன் காலத்தில் கோவிந்த தீட்சிதரால் எடுக்கப்பெற்றதாகும். இக்கோபுரத்தில் திருவிளையாடற் புராணத் தொகுப்புச் சிற்பக் காட்சிகள், விநோதக் கூத்துக்களில் ஒன்றான கழாய்க் கூத்துக் காட்சிகள், பாம்பாட்டியின் வித்தைக்காட்சி ஆகியவை இடம் பெற்றுள்ளன.

தொடர்புராணச் சிற்பக் காட்சிகள்

கோபுர வாயிலின் நுழைவுப் பகுதியில் தென்புறம் ஒன்றின் கீழ் ஒன்றாக மூன்று தொடர் சிற்பக்காட்சிகள் உள்ளன. இவை திருவிளையாடல் புராணக் காட்சிகளாகும். புராணக் கதை கீழிருந்து தொடங்குகின்றது. முதற்காட்சி நரி பரியான திருவிளையாடலைக் குறிப்பதாகும். சிவலிங்கம் ஒன்றினை மணிவாசகர் வணங்கி நிற்க பின்புறம் விடை மீது சிவபெருமானும் தேவியும் காட்சி

நல்குகின்றனர். அடுத்து நரிகள் பரிகளாகி வரிசையாக அணிவகுத்து வருகின்றன. மறைப்பரிமீது இறைவன் அமர்ந்து குதிரை வணிகராக வர, வாதவூரர் அவரைச் சுட்டிக் காட்டுகிறார். பாண்டிய மன்னன் குதிரை வணிகரை வரவேற்கிறார். பின்புறம் மற்றொரு காட்சியாக அமைச்சர் குழாம் சூழ அரசர் அமர்ந்திருந்திருக்கிறார்.

இக்காட்சித் தொகுப்புக்கு மேலாகத் திருவிளையாடற் புராணத்தின் பரி நரியான படலக் காட்சித் தொகுப்புள்ளது. நரியாக மாறிய மாயப் பரிகள் பாண்டியனின் நல்ல குதிரைகளைக் கடித்துக் குதறுகின்றன. இதனைக் கண்டு கோபமடைந்த பாண்டியன் முன்பு ஏவலர்கள் திருவாதவூரரைப் பிடித்து இழுத்து வருகின்றனர். அமைச்சர்கள் அருகே இருக்க வாதவூரரை வருத்துமாறு மன்னன் ஆணையிடும் காட்சியுள்ளது.

இவ்விரு தொடர் காட்சிகளுக்கும் மேலாக விளங்கும் மூன்றாவது சிற்பத் தொகுதியில் பிட்டுக்கு மண் சுமந்து பிரம்படிபட்ட கதை காணப்பெறுகின்றது. ஒரு அழகிய மண்டபத்தின் கீழ் இரு பெண்கள் நிற்கக் கருவுற்ற பாண்டி மாதேவி கட்டிலில் அமர்ந்திருக்கிறாள். இதையடுத்துப் பாண்டியன் ஆசனத்தில் அமர்ந்திருக்க அவன்முன்பு அமைச்சர் ஒருவர் நிற்கிறார். அடுத்து அமைச்சருடன் மன்னவன் சென்று பிட்டுக் கிழவியின் முன்பு நின்று வினவுகிறான். இதனையடுத்து நால்வர் மண்கூடை சுமக்க, ஒருவனை மட்டும் மன்னன் கோலால் அடிக்கிறான். நிறைவாக விடைமேல் தேவியுடன் ஈசன் காட்சி நல்க, அவர்கள் முன் பாண்டியனும் திருவாதவூரரும் வணங்கி நிற்கின்றனர். இம்மூன்று திருவிளையாடல்களும் மணிவாசகரின் வரலாற்றை விவரிப்பனவாகும். இவ்வரலாற்றைப் பெரும்பற்ற புலியூர் நம்பியின் திருவாலவாயுடையார் திருவிளையாடல் புராணம் எடுத்துரைக்கின்றது. இந்நூல் உத்தர மகாபுராணமென்னும் வடநூலின் ஒரு பகுதியான சாரசமுச்சயமென்பதிலிருந்து மொழி பெயர்க்கப் பெற்றதாகும். இதே மணிவாசகரின் வரலாறு கூறும் மூன்று திருவிளையாடல்களும் பரஞ்சோதி முனிவர் இயற்றிய திருவிளையாடற் புராணத்திலும் கூறப்பெற்றுள்ளன. அந்நூல் ஸ்ரீஹாலாஸ்ய மகாத்மிய மென்னும் வடமொழி நூலிலிருந்து தமிழில் மொழிபெயர்க்கப் பெற்றதாகும். இருநூல்களின் கதையமைப்பில் சிறுசிறு வேறுபாடுகள் உண்டு. இங்குக் காணும் சிற்பத் தொகுப்புகள் மூன்றும் எந்த நூலின் அடிப்படையில் செதுக்கப் பெற்றுள்ளன என்பதை ஆராய முற்படும்போது சில சிற்பக் காட்சிகள் நமக்குத் துணை புரிகின்றன. சோமசுந்தர கடவுள் வையை நதியின் உடைப்பை அடைப்பதற்குக் கிழவியின் கூலி ஆளாக வந்து வேலை செய்யாமல் உழப்பியபோது, அவனைப்பாண்டியனே கோலால் அடித்தான் என்று பரஞ்சோதி முனிவர் கூறியுள்ளார். இதனை,

“கண்டனன் கனன்று வேந்தன் கையிற் பொற் பிரம்பு வாங்கி
அண்டமு மளவிலாத வுயிர்களு மாகக்

கொண்டவன் முதுகில் வீசிப் புடைத்தனன் கூடை யோடு
மண்டனை யுடைப்பிற் கொட்டி மறைந்தன னிறைந்த சோதி'
(திருவிளை. புரா. 53)

என்ற பரஞ்சோதியார் பாடல் எடுத்துரைக்கின்றது. பெரும்பற்ற புலியூர் நம்பியோ, கூலியாள் உழப்பியபோது பாண்டியனுடைய ஏவலாளர்கள் சினந்து அவன் முதுகில் அடித்தாரென்று கூறுகிறார். இக்கருத்தினை,

உன்னவநியான் மேன்மை யங்க யற்க னுமை கொங்கை படச்
சிவக்கு மெய்யன் முற்றுந், தன்னுருவ மென்னுமது மண்ணிற் காட்
டத்தருளநடையிடக் கண்டு தண்டஞ்செயுந், தெனன்முறை
செய்வோர் களந்தோ விந்தச் சற்றயக் கொற்றாளின் கையிற்
சற்று, நன்மையிலை யுடைப் படை யானெனப் பிடித்து நடுமுதுகிற்
கறுத் தடித்தார் சிவக்க நாடி (திருவால. திருவிளை. 37)

என்ற பாடல் வாயிலாக விவரித்துள்ளார்.

இங்குள்ள சிற்பப் படைப்பில் நீண்ட குல்லாய் போன்ற மகுடமணிந்த பாண்டியனே கோல்பிடித்து அடிக்கும் காட்சி இடம் பெற்றுள்ளது. இதே போன்று மண்சுமந்த திருவிளையாடல் சிற்பக் காட்சியில் ஒரு மண்டபத்தில், தாதியர் இருவர் சூழச் சூலுற்ற மங்கை ஒருத்தி கட்டிலில் அமர்ந்துள்ள காட்சி காணப்பெறுகின்றது. பாண்டியனுக்குச் சகநாதன் என்ற மகன்பிறந்து இன்பமுடன் திகழ்ந்தான் என்ற செய்தியை,

"இன்புறுவான் சகநாத மெனு மகப் பெற்றின்பத்துனின்பத் தாழ்ந்தான்"
(89)

என்ற அடிகள் வாயிலாகக் குறித்துள்ளார். பிரம்படிப்பட்ட பின்பு, இறையருளால் மணிவாசகனின் பெருமையை உணர்ந்த பின்பே பாண்டியனுக்கு மகன் பிறந்தான் என்று கூறப்பெற்றுள்ளது. அம்மகப் பேறு நிகழப்போவதை முன்பே காட்டும் வண்ணம் இச்சிற்பக் காட்சியின் தொடக்கத்திலேயே சூலுற்ற தேவியின் உருவம் காட்டப்பெற்றுள்ளது.

திருப்பாலைத்துறை திருக்கோபுரத்தில் திகழும் திருவிளையாடற் புராணச் சிற்பக்காட்சிகள் பரஞ்சோதி முனிவரின் புராணத்தை அடிப்படையாகக் கொண்டு படைக்கப்பெற்றவையே என்பது உறுதியாகின்றது.

இதே கோபுர வாயிலின் வடபுறம் ஒன்றின் கீழ் ஒன்றாக இரண்டு காட்சித் தொடர் சிற்பங்கள் உள்ளன. இவை முழுவதும் திருவிளையாடற் புராணத்திலுள்ள கூடற் காண்டத்து "கல்யானைக்குக் கரும்பருத்தியது" எனும் படலத்தை விவரிப்பனவாகும். இக்காட்சியும் கீழிருந்து தொடங்கி மேலே செல்கின்றது. சொக்கநாதரும் தேவியும் அமர்ந்திருக்கும் திருவடிவம் முதலில் காட்சி அளிக்க அதனை அபிடேக பாண்டியன் வணங்கி நிற்கிறான்.

திருப்பாலைத்துறைக் கோபுரத்தில் திகழும் திருவிளையாடற் புராணக் காட்சிகள்

பிட்டுக்கு மண் சுமந்த காட்சி. பரி நரியான காட்சி
பாண்டியனுக்குப் பரிகளைக் காட்டும் காட்சி

கல்யானைக்குக் கரும்பருத்திய காட்சி

மன்னன் வணங்கிநிற்கும் காட்சியை அடுத்து மண்டபம் ஒன்றில் யோகாசனத்தில் சித்தர், ஒருவர் வீற்றிருக்கிறார். அவருக்கு அருகே இருவர் நிற்கின்றனர். இதனை அடுத்து மன்னன் நிற்க அவன் கரத்திலிருந்து கரும்பைக் கல்யானை பறித்துத் துதிக்கையை வளைத்து விழுங்குகின்றது. இதனை அடுத்து அதே யானை அமைச்சர்களும் காவலர்களும் சூழநிற்கும் மன்னன் கழுத்திலிருந்து முத்துமாலையைத் தன்துதிக்கையை நீட்டிப் பறிக்கும் காட்சியுள்ளது. இக்காட்சிக்கு முன்பாக ஆலவாய்க்கோயில் கோபுரம் உள்ளது.

இத்தொகுப்பு காட்சிக்கு மேலாகவுள்ள சிற்பத் தொடரின் வலப்புறம் இருவர் நிற்கச் சித்தர் ஒரு கையைத் தலைக்கு மேல் உயர்த்தி மறுகையால் தன்னைக் கோலேந்தி புடைக்க வரும் காவலனைத் தடுக்கிறார். இக்காட்சிக்கு முன்பாக திருவாசியோடும் மாலையோடும் அலங்கரிக்கப்பெற்று விளங்கும் இலிங்க உருவமும் அவருக்கு முன்பாக நந்தி பலிபீடம் ஆகியவையும் உள்ளன. பாண்டியனும் கோலேந்திய காவலனோடு மற்றொருவனும் இலிங்கப் பெருமானை வணங்கி நிற்கின்றனர்.

கல்யானைக்கு கரும்பு அருத்திய கதையை முதன்முதலாகக் கல்லாடம் எனும் அருந்தமிழ்நூல்,

"நதிமதந் தறுகண் புகார் கொலை மறுத்த கல்லப
மதனைக் கரும்பு கொள வைத்த வாலவாயமர்ந்த நீல நிறை கண்டன்"

(33)

என்ற அடிகள் வாயிலாக உரைக்கின்றது.

இங்கு காணப்பெறும் காட்சி பரஞ்சோதி முனிவரின் திருவிளையாடற்புராணம், பெரும்பற்ற புலியூர் நம்பியின் திருவாலவுடையார் திருவிளையாடற்புராணம் ஆகியவை கூறும் காட்சிகளை அப்படியே விவரிப்பதோடு திருவிளையாடற் பயகர மாலை 58 கூறும்,

"நீங்காத செல்வ மதுரை நன் னாட்டி னிறை புவியைத்
தாங்காவ லிற்புய மீதுவைத் தோர்தன் மதிக்குலத்தோ
ராங்காத மார்மன் ன வன்கைக் கரும்பைக் கல் லானையினகற்
மாங்காக வாங்குஞ்சொக் கேபர தேசி பயகரனே"

என்ற பாடல் செய்தியையும் விவரிப்பதாகவுள்ளது.

கழாய்க் கூத்து - குரங்காட்டம் - பாம்பாட்டம்

திருப்பாலத்துறை கோபுர வாயிற் பகுதியில் இருமருங்கும் மனிதர்கள் ஆடும். கூத்துக்கள், விலங்குகளின் ஆட்டம் எனப் பல்வேறு சிற்பங்கள் காணப்பெறுகின்றன. இவை நானூறு ஆண்டுகளுக்கு முன்பு தமிழகத்தில் நிகழ்ந்த

கலைப் பண்பாட்டுக் கூறுகளை வெளிப்படுத்தும் வண்ணம் திகழ்கின்றன. அங்கு காணப்பெறுகின்ற ஐந்து சிற்பக்காட்சிகள் இங்கு விவரிக்கப் பெறுகின்றன.

முதற் காட்சியாக நடுவே கழைக்கம்பு திகழ ஒருதலை இரண்டு கரங்கள், நான்கு உடல்களோடு வடிக்கப்பெற்ற கழைக்கூத்தாடிச் சிற்பம் இடம் பெற்றுள்ளது. இச்சிற்பத்தில் காணப்பெறும் தூணுக்குக் கீழேயுள்ள நான்கு மனித உடல்களில் மூன்று உடல்களை கைகளால் மறைத்துக் கொண்டு அச்சிற்பத்தைப் பாப்போமாயின் கூத்தாடும் ஒருவன் கழைக் கோலைத் தன் கைகளால் பற்றிய நிலையில் அவன் ஆடலின் ஒரு காட்சி தென்படும். உடனே அந்த வுடலை மறைத்துக் கொண்டு அதனை அடுத்த மற்றொரு உடல் மட்டும் தெரியும் வண்ணம் பார்த்தால் அக் கலைஞனின் வித்தையின் அடுத்த நிலை தெரியும். இவ்வாறாக அங்கு திகழும் நான்கு உடல்களில் மூன்றினை மறைத்து வரிசையாக மாற்றி மாற்றிப் பார்த்தால் தரையில் நின்ற வண்ணம் கழைக் கோலைப் பற்றி நிற்கும் அக்கலைஞன் இரண்டாம் நிலையில் கழியைப் பற்றிய தன் உடலை மேல் நோக்கித் தூக்குவதும், பின்பு அப்படியே அக்கழயைப் பிடித்த வண்ணம் சுழல்வதும், பின்பு கீழே இறங்குவதுமாகிய சுழற்சி நிலை தெரியும். ஒரே சிற்பத்தில் அக்கழைக் கூத்தாடி ஆடும் ஆடல் வித்தையை சிற்பி காட்டியிருப்பது சிற்ப உத்தியாகும்.

இதே போன்ற சிற்ப உத்திகளைப் பயன்படுத்தி மற்றொருவன் ஆடும் சுழற்சி ஆடலின் ஐந்து நிலைகளை இதே கோபுரத்தில் திகழும் மற்றொரு சிற்பத்தின் வாயிலாகக் காணமுடிகின்றது. அச்சிற்பத்தில் ஒரே மனிதனின் மூன்று தலைகள் ஐந்து உடல்கள் காட்டப் பெற்றுள்ளன. கைகளில் கத்தியும் கேடயமும் ஏந்திய நிலையில் அவன் சுழன்று ஆடுகிறான். சிற்பத்தில் மற்ற பகுதிகளை எல்லாம் மறைத்துவிட்டு ஒரு தலை இரண்டு கைகள், இரண்டு கால்கள் உள்ள ஒரு முழுமனித உருவத்தை மட்டும் பார்த்தால் அவன் ஆடும் ஆடலின் ஒரு நிலை தெரியம். இவ்வாறாக அடுத்தடுத்துப் பார்த்தால் ஐந்து நிலைகளில் அவன் சுழன்று ஆடுவது தெரியும்.

மூன்றாவது காட்சியாக அக்கோபுரத்தில் திகழ்வது ஒருதலை நான்கு உடல்களோடு உள்ள குரங்கு உருவமாகும். இச்சிற்பக் காட்சியிலுள்ள மூன்று உடல்களை மறைத்து ஒரு குரங்கு உருவத்தை முதலில் பார்க்க வேண்டும். பின்பு வரிசையாக இதே போன்று அடுத்தடுத்த உடல்களை அத்தலையோடு இணைத்துப் பார்த்தால் அமர்ந்த நிலையில் உள்ள அக்குரங்கு வலப்புறமாக எழுந்து நிற்பதும், மேல்நோக்கிப் பாய்வதும், பின்பு இடப்புறமாக நிற்பதும் என நான்கு காட்சி நிலைகளைக் காணலாம்.

நான்காவது காட்சியாக இருதலை நான்கு உடல்கள் இணைந்த குரங்கு உருவச்சிற்பம் உள்ளது. இக்காட்சியில் உள்ள ஒரு குரங்கு உருவத்தை மட்டும் மாற்றி மாற்றி மற்ற பகுதிகளை மறைத்துக்கொண்டு பார்த்தால் நான்கு நிலைகளில் ஒரு குரங்கு ஆடும் ஆட்டத்தினை கண்டு களிக்கலாம். இக்காட்சியோடு இணைந்தே பாம்பாட்டி ஒருவனது சிற்பக் காட்சியும் காணப்பெறுகின்றது.

கழைக்கூத்துச் சிற்பங்கள்

தாராசுரம் கோயிலிலுள்ளது

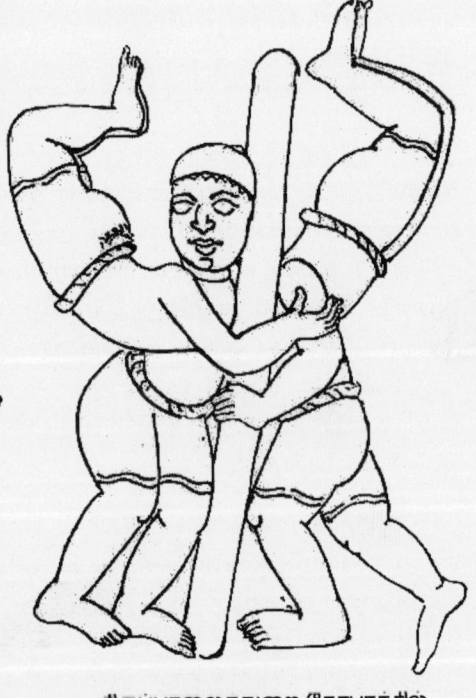

திருப்பாலைததுறை கோபுரத்தில்
காணப்படும் சிற்பம்

திருப்பாலைத்துறை கோபுரத்திலுள்ளது

மண்டியிட்ட நிலையில், வாயால் மகுடியை ஊதிக் கொண்டிருக்கும் பாம்பாட்டியின் முன்பு பாம்புப் பெட்டியிலிருந்து நாகம் ஒன்று எழுந்து படம் எடுத்து ஆடுகின்றது.

ஐந்தாவது சிற்பத்தில் இருவர் தன் உடல்களை வளைத்த வண்ணம் ஒருவனின் கை கால்களை மற்றவர் பற்றிய வண்ணம் ஒரு சக்கரமாகத் தங்கள் உடலை அமைத்துக் கொண்டு தரையில் சுழன்று ஆடும் காட்சி இடம் பெற்றுள்ளது.

இந்த ஆறு சிற்பக்காட்சிகளையும் தொகுத்து நோக்கும்போது நாட்டுப்புற இயலில் சிறப்பிடம் வகிக்கின்ற பலவகையான கூத்துக்கள் (ஆடல் வகைகள்) 500 ஆண்டுகளுக்கு முன்பு தமிழகத்தில் எவ்வாறு சிறந்து திகழ்ந்தன என்பதறிய இயலுகிறது. கழைக்கூத்து என்பது மிகத்தொன்மையான தமிழகக் கலையாகும். சிலப்பதிகாரத்தின் உரையாசிரியர் பதினோராடலும், ஆறுவிநோதக் கூத்தும் எவ்வகை ஆடல்கள் எனப் பாங்குற விளக்கியுள்ளார். விநோதக் கூத்துக்களாகக் குரவை, கலிநடம், குடக்கூத்து, கரணம், நோக்கு, தோற்பாவை என ஆறுகூத்துக்களைப் பட்டியலிட்டுள்ளார். கம்பர் இதனைக் கழைக் கூத்தர் ஆடும் கூத்தே என

"வலி நடத்திய வாள் என வாளைகள் பாய
ஒலி நடத்திய திரை தொறும் உகள்வன, நீர்நாய்
கலி நடக் கழைக் கண்ணுளர் என நடம் கவின்
பொலி உடைத்து என தேரைகள் புகழ்வன போலும்"

(கம்ப. இரா: பம்பை : கிட், 21)

என்று கூறியுள்ளார்.

கழை அல்லது கழாய் என்பது மூங்கிலினைக் குறிக்கும் சொல்லாகும். மூங்கிலின் மேல் ஆடுவதும், மூங்கிலின் மேல் கட்டப்பெற்றுள்ள கயிற்றின் மேல் ஆடுவதும் கழாய்க் கூத்தாகும். அக்கலைஞர்கள் கழாயின் மேல் ஆடுவதோடு இசைக் கருவிகளை வாசித்துக் கொண்டு பல்வேறு வகையான சாகசங்களை செய்து காட்டுவர்.

கழாயர், கழைக் கோதையர், கழைக் கூத்தர், கழைக் கூத்தாடி என்ற பல பெயர்களால் அக்கூத்துக் கலைஞர்கள் (இருபாலரும்) அழைக்கப்பெற்றனர். குறுந்தொகையில் பறை ஒலி முழங்க ஆரிய மகளிர் ஆடும் கழாய்கூத்து நிகழ்வதும், அதற்காக ஒலிக்கப்பெறும் பறை ஒலி வாகைமரத்து முற்றிய காய்கள் அசைவதால் எழும் ஒலியை ஒத்து திகழ்ந்தது என்பதனை ஒரு பாடல் விவரிக்கின்றது. அரித்தெழுகின்ற ஓசையைக் கூட்டுதலையுடைய இனிய வாத்தியங்களொலிப்ப ஆடுகின்ற மகள் கழாய் கயிற்றலே ஏறி ஆடுகின்ற காட்சி ஒன்றினை குறிஞ்சிப்பாட்டு,

"அரிக் கூட்டின்னிங் கறங்க வாடுமகள்
கயிறூர் பாணியின் ...." (குறிஞ். 193 - 94)

என்ற அடிகள் வாயிலாகக் காட்டுகின்றது.

கழாய்க் கோதையர் கயிறு மேல் நடப்பதும், கயிற்றைத் தாண்டி ஆடுவதும் போன்ற காட்சிகள் நளவெண்பா, சீவக சிந்தாமணி போன்ற நூல்களில் உவமை அணியில் கூறப்பெற்றிருப்பது சுவைபயப்பதாகும். நீர் நிறைந்த பெரிய குளத்திலுள்ள வள்ளைக் கொடியில் நடந்து செல்லும் அன்னப்பறவை போன்று ஒற்றைக் கயிற்றின் மேல் நடக்கும் கழைக் கோதையர் ஏகும் காட்சியுடையது காந்தார நாடு என்பதனை.

"மாநீர் நெடுங்கயத்து வள்ளைக் கொடிமீது
தாளேகு மன்னந் தனிக் கயிற்றில் போநீள்
கழைக் கோதைய ரேய்க்கும் காந்தார நாடன்
மழைக் கோதை மானேயிம்மன்" (நள. சுயம். 145)

என நளவெண்பா பாடலொன்று கூறுகிறது.

இதனையொத்த மற்றொரு காட்சி சீவக சிந்தாமணியில் கூறப்பெற்றுள்ளது. பல அணிகலன்கள் ஒலிக்கக் கழைக் கூத்தாடும் பெண்ணொருத்தி கயிற்றிற் பாய்ந்து ஆடுவது போன்று பொய்கையிலுள்ள வள்ளைக் கொடியில் ஏறி வாளை மீன்கள் பாய்வதாக இயற்கையழகு கூறப்பெற்றுள்ளது.

"கூடினர் கணம் மலர்க் குவளையங் குழியிடை
வாடு வள்ளை மேலெலாம் வாளை யேறப் பாய்வன
பாடுசால் கயிற்றிற் பாய்ந்து பல கலனொலிப்பபோந்
தாடு கூத்தியாடல் போன்ற நாரை காண்ப வொத்தவே" (சீவக. சிக்., 66)

என்பது சிந்தாமணியாசிரியர் கூற்றாகும்.

இத்தகைய இலக்கிய சான்றுகளைத் தொகுத்து நோக்கும் போது கழைக் கூத்து மரபு தமிழகத்தில் ஈராயிரம் ஆண்டுகளுக்கு முன்பிருந்தே திகழ்ந்த ஒரு நாட்டுப்புறக்கலை என்பதறிய முடிகிறது. கழைக்கூத்தின் ஒரு அம்சமாகத் திகழும் சாகச நிகழ்வுகளைக் காட்டிடும் சோழர் காலச் சிற்பங்கள் பல தாராசுரம் இராஜராஜேச்சரம் எனும் ஐராவதீஸ்வரர் கோயிலில் மூன்று இடங்களில் காணப்பெறுகின்றன. மத்தளம், குழல் போன்ற இசைக் கருவிகளை உதவியாளர்கள் இசைக்கச் சாகசம் காட்டுபவன் தன் வலக்கையில் வாள் ஒன்றினை ஏந்தி இருக்கிறான் அந்த வாளில் முனையில் மற்றொரு குத்துவாளின் கூர்முனை நிற்கிறது. அக்குத்துவாளின் மேல் ஒரு குரங்குக் குட்டி அமர்ந்துள்ளது. அவன்

இடக் கரத்தால் பந்து ஒன்றினை மேலே எறிந்து எறிந்து பிடித்துக் கொண்டு இருக்கிறான். மேல் நோக்கிப்பார்க்கும் அவன் தன் மூக்கின் நுனியில் மற்றொரு குத்துவாளின் கூர்முனையைத் தாங்கி இருக்கிறான். ஒரே நேரத்தில் தன்மூக்காலும் கைகளாலும் கத்திகள், பந்து, குரங்கு ஆகியவற்றைக் கீழே விழாமல் பிடித்தபடியே நடக்கிறான். இதே போன்று மற்ற இருகாட்சி சிற்பங்களும் உள்ளன. அதில் ஒரு காட்சியாக அக்கலைஞன் தன் மூக்கின் நுனியில் தாங்கியுள்ள கத்தியில் கைப்பிடிமேல் சிறுவன் ஒருவன் அமர்ந்துள்ளான்.

அரிய இச்சிற்பக்காட்சிகள் இடம் பெற்றுள்ள தாராசுரம் திருக்கோயில் திருப்பாலைத்துறையிலிருந்து ஆறு கி.மீ. தொலைவில் தான் உள்ளது. அச்சிற்பங்களின் தாக்கத்தின் வெளிப்பாட்டினைத் திருப்பாலைத் துறைக் கோபுர சிற்பங்களில் காணமுடிகிறது. குறிப்பாகத் திருப்பாலைத் துறை கோபுரத்தில் உள்ள இருவர் இணைந்து சக்கர வடிவில் ஆடும் காட்சியும், தாராசுரம் கோயிலில் காணும் சிற்பமும் மிகவும் ஒத்து உள்ளன.

தாராசுரம் சிற்பங்களில் ஒரே காட்சியில் இருநிலைகளை வெளிப்படுத்தும் நுட்பத் திறனைப் பார்க்கலாம். கூத்தாடும் பெண் ஒருத்தி தன் வலக் காலைக் கீழே ஊன்றி இடக் காலை தூக்கிக் கரங்கள் இரண்டையும் மேலுயர்த்தி ஆடுகிறாள். அவள் இடுப்பு வரை உள்ள மற்றொரு உருவம் அவளின் வயிற்றுப் பகுதியிலிருந்து தொடங்கிக் கீழ் நோக்கி வளைந்துள்ளது. அது அவள் ஆடலின் மற்றொரு நிலையாகும். இவ்வாறு ஒரே காட்சியில் ஆடலின் இருநிலைகள் வடிக்கப்பெற்றுள்ளன. மற்றொரு ஆடல் சிற்பத்தில் மூன்று நிலைகள் காட்டப் பெற்றுள்ளன. இதே முறையைப் பின்பற்றி திருப்பாலைத் துறையில் ஒரே சிற்பத்தில் இரண்டு, மூன்று, நான்கு, ஐந்து நிலைகள் வரை காட்டும் சிற்பங்கள் அமைக்கும் உத்தியைக் காண முடிகிறது.

திருப்பாலைத் துறை சிற்பங்களில் குரங்கு ஆடும் நிலையில் உள்ள சிற்பங்கள் பலவுள்ளன. குரங்காட்டம் காட்டுவது என்பது தமிழகத்தில் சோழர் காலத்திலேயே திகழ்ந்திருத்தல் வேண்டும். சேக்கிழார் பெருமான் திருத்தொண்டர் மாக்கதையில் (பெரிய புராணத்தில்) சுந்தரர் வரலாறு கூறுமிடத்து நம்பியாரூரர் நங்கை பரவையாரோடு திருவாரூர் திருவீதியில் பரிசனங்கள் சூழச் செல்லும்போது விளையாட்டுக்குரியனவாகிய ஆட்டுக்கிடா, குரங்கு, கோழி, கவுதாரி ஆகியவற்றைப் பற்றிச் செல்பவர்களும் உடன் வந்தனர் என்பதை,

> *"கைக்கிடா குரங்கு கோழி சிவல்கவுதாரி பற்றிப்*
> *பக்க முன்போதுவார்கள் பயில் மொழி பற்றிச் செல்ல*
> *மிக்கபூம் பிடாகை கொள்வோர் விரையாடப் பையோர் சூழ*
> *மைத்தடங் கண்ணினார்கள் மறுக நீள் மறுகில் வந்தார்"*
>
> *(பெரிய புரா. தடுத்.187)*

என்று கூறியுள்ளார்.

குடவாயில் பாலசுப்ரமணியன் 379

இங்குக் குரங்காட்டத்தோடு பாம்பாட்டியின் சிற்பமும் உள்ளதை வைத்து நோக்கும்போது, பாம்பாட்டும் கலை தமிழகத்தைப் பொறுத்தவரை மிகவும் பிற்காலத்தில் அறிமுகமான ஒரு கலையாகவே கொள்ள வேண்டியுள்ளது. பாம்பாட்டிச் சித்தர் என்ற சித்தர் வரலாறு பேசப்பட்டாலும் அதில் மகுடி இசையோடு பாம்பு ஆட்டும் வித்தை நிகழ்ச்சிகள் குறிக்கப்பெறவில்லை. பாம்பாட்டி உருவத்தைக் காட்டும் காலத்தால் முதற்சிற்பம் திருப்பாலைத்துறை சிற்பமே எனக்கொள்ள முடிகிறது.

ஆ. திருக்கோடிகா கோபுரத்தில் – அரிய காட்சிகள்

சோழநாட்டுக் காவிரியின் வடகரைத் தலங்களில் சூரியனார் கோயிலை அடுத்து விளங்கும் திருக்கோடிகா, எனும் ஊரில் கோடீஸ்வரர் சிவாலயத்துக் கோபுரம் விஜய நகர அரசுக் காலத்தில் எடுக்கப்பெற்றதாகும். அக்கோபுரத்தில் பல அரிய சிற்பக்காட்சிகள் காணப்பெறுகின்றன. நாட்டிய நங்கையர் ஆடும் காட்சிகள், வரிசையாகத் தேர்கள் மேல் வீரர்கள் மனு நீதிச் சோழன் வரலாற்றுக் காட்சிகள், விலங்கினக் காட்சி எனப் பலவகையான அரிய காட்சிகள் கோபுர நுழைவாயிலின் உட்புறம் இருமருங்கும் காணப்பெறுகின்றன.

நாகசுரம் – தவில்

இக்கோபுரத்தில் காணப்பெறும் இசை வாணர்களின் வரிசையில் ஒருவர் நீண்ட நாகசுரத்தை நின்ற வண்ணம் வாசிக்க மற்றொருவர் நின்ற வண்ணம் தவில் இசைக்கின்றார். தமிழகத்து சிற்பங்கள் வரிசையில் நாகசுரம் தவில் ஆகிய இரு இசைக் கருவிகளைக் காட்டும் காலத்தால் தொன்மையான சிற்பம் இதுவேயாகும். நாகசுரம் நீண்ட குழலாக உள்ளது. தற்காலத்தில் உள்ளது போன்ற அகண்ட தலைப்பகுதி காணபெறவில்லை. தவில் வாசிப்பவர் ஒரு முகத்தை குறுந்தாடியாலும், மறுமுகத்தை விரல்களாலும் தட்டி இசைக்கின்றனர்.

நாட்டியச் சிற்பங்கள்

இக்கோபுரத்தில் விளங்கும் சிற்பங்களில் அடுத்து முக்கியத்துவம் பெற்று விளங்குபவை நாட்டியச் சிற்பங்களே ஆகும். பெண்களோடு ஆண்களும் இணைந்து ஆடுகின்றனர். இவை பெரும்பாலும் தேசி எனும் வகை நாட்டிய சிற்பங்களே. கையில் கோல் ஏந்தி ஆடும் கோலாட்ட நடனத்தினைப் பெண்கள் வரிசையாக அணிவகுத்து நின்று ஆடுகின்றனர். இந் நடனம் மட்டுமின்றிப் பிற வகையான நடனங்களையும் ஆடும் காட்சிகள் இடம் பெற்றுள்ளன. நாட்டிய நங்கையரின் உடையலங்காரங்கள் தற்காலத்திய நாட்டிய நங்கையரின் உடையலங்காரத்தை முழுவதும் ஒத்துக் காணப்பெறுகின்றன. இரண்டடுக்கு விசிறி மடிப்புடைய கீழாடை மிக அழகாகச் சிற்பங்களில் காணப்பெறுகின்றன.

தேர்ச் சிற்பங்கள்

இக்கோபுரத்தின் நுழைவாயிலின் இடப்புறம் வடக்கு மேற்கு ஆகிய

திசைகளில் 26 தேர்ச்சிற்பங்கள் காணப்பெறுகின்றன. இவற்றில் 23 சிற்பங்கள் ஒரே வரிசையில் அமைந்துள்ளன. முழுதும் மரத்தால் அமைந்த தேர்களின் வடிவங்களாகவே இவை விளங்குகின்றன. ஒவ்வொரு தேரும் ஒரு கர்ப்பகிருஹம் போன்றே காணப்பெறுகின்றது. தேரினைக் குடைகள், மாலைகள், கொடிகள், தொம்பைகள் போன்றவை அலங்கரிக்கின்றன. தேர்ச்சங்கரங்கள் கூடக் கலையழகுடன் விளங்குகின்றன. 24 அங்குல உயரமும் 15 அங்குல அகலமும் உடையதாக ஒவ்வொன்றும் உள்ளன. மிகுந்த எழிலோடு மிகுந்த எண்ணிக்கையில் தேர்ச்சிற்பங்கள் எந்தக் கோயிலிலும் இல்லை என்பது குறிப்பிடத்தக்கதாகும்.

போர் வீரர்களின் சிற்பங்கள்

யானை, குதிரை ஆகியவற்றின் மீது அமர்ந்து அணி வகுத்து செல்லும் வீரர்களின் சிற்பங்கள் பலவுள்ளன. சில குதிரைகள் வீரர்களைச் சுமந்த வண்ணம் நடந்து செல்கின்றன. குதிரை, யானை ஆகியவற்றின் உடலமைப்பும், அவற்றிற்குப் பூட்டப் பெற்றுள்ள அலங்கார அமைப்புகளும் நுணுக்கமான வேலைப்பாடுடையவைகளாக விளங்குகின்றன.

மனுநீதிச் சோழன் வரலாறு

கன்றை இழந்த பசு தன் கொம்பால் அரண்மனை மணியை அடித்தல், ஆசனத்தில் அமர்ந்துள்ள மனுநீதிச்சோழன் அமைச்சரிடம் விசாரித்தல், பின் நீதி வழங்குதல் போன்ற பல காட்சிகள் ஆங்காங்கு காணப்படுகின்றன. கதையை விளக்கும் வண்ணம் தொடர்ச் சிற்பங்களாக அமையாமல், ஆங்காங்கே பொதிக்கப்பெற்றுக் காணப்பெறுகின்றன. ஓரிடத்தில் பசு மான், பன்றி போன்ற விலங்கினங்கள் மிக அழகாக வடிக்கப் பெற்று காணப்பெறுகின்றன.

திருக்கோடிகா திருக்கோடீஸ்வரர் திருக்கோயில் கோபுரம் கி.பி 15 -16 ஆம் நூற்றாண்டில் ஒரு சிற்பக்களஞ்சியமாகவே வடிக்கப் பெற்றுத் திகழ்ந்திருக்க வேண்டும். பின்னாளில் அக்கோபுரம் அழிவுகளுக்கு உட்பட்டு இருநூறு ஆண்டுகளுக்க முன்பு மீண்டும் புதுப்பிக்கப்படும் போது இழந்த சிற்பங்களைத் தவிர மீதமுள்ளவற்றை வரிசையின்றி ஆங்காங்கே பொதித்துள்ளனர்.

இங்குக் காணப்பெறும் நாட்டியச் சிற்பங்களில் கோலாட்டம் போன்ற நடனங்கள் இடம் பெற்றுள்ளன. கர்நாடகம் ஆந்திரம் போன்ற பகுதிகளில் சிறப்பிடம் பெற்றிருந்த அவ்வகை ஆடற் கலைகளின் தாக்கம் இங்கும் ஏற்பட்டது என்பதன் வெளிப்பாடாகவே உள்ளது. மேலும் தமிழகத்தில் பண்டைய நாட்டிய மரபில் இருந்த உடை அலங்காரம் இங்கு மாற்றம் பெற்றிருப்பதும் அறிய முடிகிறது.

சோழர்கால நாட்டியச் சிற்பங்களிலும், பிறவகையான இசைவாணர்களின் சிற்பக் காட்சிகளிலும் தவில் நாகஸ்வரம் என்ற வாத்தியங்கள் கிடையாது.

திருகோடிக்கா கோபுரச் சிற்பங்கள்

ஆடல் மகளிர்

நாதசுரம் தவில் இசைக்கும் கலைஞர்கள்

தாராசுரம் போன்ற இடங்களில் காணப்பெறும் நடனக் காட்சிகளில் மத்தளமும், பிறவும் இசைக்கப்பெறும் காட்சிகள் காணப்பெறுகின்றன. தஞ்சைப் பெரிய கோயிலில் உள்ள இராஜராஜனின் கல்வெட்டு[59] , கண்டியூரிலுள்ள இராஜேந்திர சோழனின் கல்வெட்டு[60], திருவையாற்றிலுள்ள லோகமாதேவியின் (இராஜராஜனின் தேவி) கல்வெட்டு[61] ஆகியவற்றில் நட்டுவ காணியாக மெராவியம் மற்றும் மட்டு ஆகியவை இசைப்பதற்கு நிவந்தம் அளித்தது கூறப்பெற்றுள்ளது. மெய்மட்டு என்பது மத்தளத்தைக் குறிப்பதாகும். மெராவியம் என்பது சோழர் சிற்பங்களில் காட்டப்பெறும் குறுங்குழலாகும் (முகவீணை போன்றது). அக்குறுங்குழலே 14ஆம் நூற்றாண்டுக்குப் பிறகு வளர்ச்சி பெற்று நாகஸ்வரமாகவும் அதற்குத் தாளக் கருவியாகத் தவிலும் தோன்றின. அக்கால கட்டத்தில் வடிக்கப் பெற்றனவே திருக்கோடிகா நாகஸ்வர, தவில் கலைஞர்களின் சிற்பமாகும்.

தமிழகத்தைப் பொறுத்தவரை தேர்வடிக்கும் கலை மிகத் தொன்மையானதாகும். சங்கத் தமிழ் நூல்கள் கூறும் தேர்கள் பற்றிய செய்திகளும்,

> "*ஆழித்தேர் வித்தகனை நான்கண்ட தாரூரே*"

என்ற அப்பர் வாக்கும் இதனை வலியுறுத்தும் சான்றுகளாகும். சக்கரங்களை உடைய நகரும் வாகனமாக மட்டும் இதனைக் கொள்ள முடியாது. கோயில்களையே நகரும் கோயில்களாக மாற்ற விரும்பிய தமிழகக் கலைஞர்கள் திருக்கோயில் தேர்களைப் படைத்து மகிழ்ந்தனர். விக்கிரம சோழன் தில்லைக் கூத்தன் வீதியில் எழுந்தருள்வதற்கென நகரும் கோயிலாகத் தேர் ஒன்றினை செயதளித்துச் செம்பொன்னால் மேய்ந்து அழகூட்டினான் என்பதை அவனுடைய மெய்க்கீர்த்தி,

> "*அம்பல நிறைந்த அற்புதக் கூத்தர்*
> *இம்பர் வாழ எழுந்தருள்வதற்குத்*
> *திருத்தேர் கோயில் செம்பொன் வேய்ந்து*"

என்று கூறுவதை நோக்கும்போது தேர்கள் வடிக்கும் கலை சிறந்திருந்தது என்பதறியலாம். திருக்கோடிகா கோபுரத்தில் சிற்பங்களாகத் திகழும் தேர்கள் அனைத்தும் சக்கரங்களுடைய கோயில் விமானங்கள் போன்றே உள்ளன. தற்காலத் தேர்கள் கூட அந்த அளவுக்குக் கோயில் விமானங்கள் போன்று படைக்கப் பெறுவதில்லை.

இ. திருக்கழுக்குன்றத்துக் கோபுர சிற்பம்

செங்கற்பட்டு மாவட்டம் திருக்கழுக்குன்றம், பக்தவத்சலேஸ்வரர் திருக்கோயில் பண்டு தாழக்கோயில் என்றழைக்கப் பெற்ற முற்கால சோழர் கற்றளியாக விளங்குகின்றது. பண்டைய கல்வெட்டுக்கள் இக்கோயிலைக் கழுக்குன்றத்து மகாதேவர் திருக்கோயிலென்றும், கழுக்குன்றத்து நாயனார்

கோயிலென்றும் குறிப்பிடுகின்றன. இத்திருக் கோயிலின் புற மதிலும், நான்கு வாயிற் கோபுரங்களும் விஜயநகரப் பேரரசர்கள் காலத்தில் செஞ்சி அல்லது மதுரை நாயக்கர்களால் எடுக்கப்பெற்றவையாகும்.

அக்கோபுரங்களில் ஒன்றாகத் திகழும் தெற்குக்கோபுரம் ஏழுநிலைகளோடு கம்பீரமாகக் காட்சி அளிக்கின்றது. இக்கோபுர நுழைவாயிற் பகுதியில் பலசிற்பக் காட்சிகள் இருப்பினும் ஒரு சிற்பக் காட்சி வேறு எங்கும் காண முடியாத தனித் தன்மையுடையதாகத் திகழ்கின்றது

ஏறத்தாழ 450 ஆண்டுகளுக்கு முன்பு கல்ஹாரமாக எடுக்கப்பெற்ற இக்கோபுரத்தில் திகழும் அச்சிற்பக் காட்சி கோபுரம் எடுக்கப் பெற்ற காலத்திலேயே வடிக்கப்பெற்றது என்பது சிற்ப அமைப்பால் உறுதி செய்ய முடிகிறது. இங்கு காட்சியாக விளங்குவது பண்டாரம் ஒருவர் அமர்ந்து கொண்டு தன் வலக் கையால் உணவு உருண்டையை எதிரே திகழும் இருகழுகள் முன்பு நீட்டுகிறார். அவ்வுணவு உருண்டையை இருகழுகுகளும் வாய் பிளந்து கவ்வி உண்கின்றன. கழுகுகளுக்கும் முன்பாக தண்ணீர் வைத்துள்ள பாத்திரம் உள்ளது.

இச்சிற்பங்கள் இடம் பெற்றுள்ள பகுதிக்கு மேலாகவுள்ள கோபுர விதானத்தில் நாயக்கர்கள் கலை வண்ண ஓவியக் காட்சிகள் பலவுள்ளன. சிற்பத்தில் காட்டப் பெற்றுள்ளது போன்றே இரு கழுகுகளுக்கு ஒருவர் உணவூட்டும் காட்சி இடம் பெற்றுள்ளது.

அண்மைக்காலம் வரை திருக்கழுக்குன்றம் மலை மீது உச்சிப் பொழுதில் இரண்டு கழுகுகளுக்குப் பொங்கல் உணவூட்டும் முறை வழக்கத்தில் இருந்தது. பண்டாரம் அளிக்கும் பொங்கலை இரு கழுகுகள் உண்டு, அருகிலுள்ள கிண்ணியில் உள்ள நீரை அருந்திவிட்டு பின்பு பறந்து செல்லும் வழக்கம் இருந்தது. திருக்கழுகுன்றத்து உலா எனும் நூலில் காப்புச் செய்யுளுக்கு உரை கூறுமிடத்து உ.வே.சாமிநாதையர், கழுக்குன்று - கழுகுபூஜித்த மலை; கழுகு குன்றென்பது கழுக்குன்றென மருவிற்று என்று கூறியுள்ளார்.

புராண நூல்கள் இவ்வூரினை வேதகிரி, வேதாசலம், கழுகாசலம், கதலிவனம், ஆதிநாராயணபுரம், ருத்ரகோடி எனும் பெயர்களால் குறிப்பிடுகின்றன[62]. சோழர்கள் கல்வெட்டுக்களில் உலகளந்த சோழபுரம் என்ற பெயரும் குறிக்கப்பெற்றுள்ளது.

கழுகுகள் இங்கு நாளும் மதியம் உணவு அருந்துவதை இத்தலத்துப் புராணங்கள் விரிவான கதைகள் வாயிலாக உரைக்கின்றன. ஒவ்வொரு யுகத்திலும் சாபம் பெற்ற இருவர் இங்கு நாளும் கழுகாய் வந்து உணவு அருந்தி யுகமுடிவில் நற்பேறு பெற்றனர் என்று கூறுகின்றன. கிருத யுகத்தில் சண்டன் பிரசண்டன் என்ற இருவரும், திரேதாயுகத்தில் ஜடாயு சம்பாதி என்ற இருவரும், துவாபரயுகத்தில் சம்புகுப்தன், மகாகுப்தன் எனும் இருவரும் இங்கு கழுகாய் வந்து ஈசனை

திருக்கழுக்குன்றத்துக் கோபுரமும் சிற்பமும்

விஜயநகர அரசு ஆட்சிக்காலத்தில் எடுக்கப்பெற்ற கோபுரம்

இரண்டு கழுகுகளுக்கு ஒருவர் உணவூட்டும் காட்சிச் சிற்பம் கோபுர நிலைகளில் உள்ளது.

வழிபட்டு மோட்சம் பெற்றதாகவும், தற்போது கலியுகத்தில் பூஷன், விதாதன் என்ற இருவர் கழுகாய்ப் பிறந்து நாளும் இங்கு உணவு உண்டு ஈசனை வழிபட்டுச் செல்வதாகவும் கூறுகின்றன. கழுகாசல மகாத்மியம் என்ற வடமொழி நூல் கி.பி 15 ஆம் நூற்றாண்டில் இயற்றப் பெற்றதாதல் வேண்டும். அந்நூலில் பலயுகங்களாக இருகழுகுகள் ஒவ்வொரு நாளும் கழுகாசலம் வந்து வழிபடுவதாகக் குறிக்கப் பெற்றுள்ளது. வடமொழியில் அமைந்த இத்தலப் புராணம் முப்பத்திரண்டு அத்தியாயங்கள் கொண்டது. வேத கிரீசுவராஷ்டம் எனும் வடமொழிநூலிலும் கழுகுகள் பூஜிப்பதைக் கூறுகின்றன.

கி.பி.15ஆம் நூற்றாண்டில் தொண்டை மண்டலத்தில் வாழ்ந்தவர் அந்தகக் கவி வீரராகவ முதலியாராவார். அவர் காலத்தில் தொண்டை மண்டலத்தில் விஜயநகர அரசின் பிரதிநிதியாகத் திகழ்ந்த திம்மையஅப்பைய என்பவரின் வேண்டுகோளுக்கிணங்க திருக்கழுக்குன்றத்துக்குரிய வடமொழிப் புராணத்தை வீரராகவ முதலியார் தமிழில் செய்யுள் வடிவில் இயற்றினார்[63]. அந்நூலின் கங்காசலச் சருக்கம் பூடாவிருத்தா கதை எனும் பகுதியில் ஒவ்வொரு நாளும் கழுக்குன்றத்துக்கு இரு கழுகுகள் வந்து பூஜிக்கும் வரலாறு (பாடல் எண்கள். 8,9) கூறப்பெற்றுள்ளது.

அந்தகக் கவி வீரராகவ முதலியாரே எழுதிய திருக்கழுக்குன்றத்து உலா எனும் நூலில்,

"விருப்பின் மலை மகளை வேட் டொருகால் வேதப்
பொருப்பி னெடிதுகுடி புக்கோன் - கிருத்திரம்
ஓரெட்டும் வந்தித் துகந்தோறு மோரி ரண்டாய்
ஈரெட் டுபசாரத் தேக்கினான்" (திரு. கழு. உலா, 9,10)

என்றும்,

"கண்ணுங்கமுகிரண்டு போனமையுங் காப்பாரன்
றண்ணுஞ் சகோரங்காளய்ப் பொலிவார்..." (திரு. கழு. உலா -9)

என்றும்

"அங்கப் பணிய ரருளே பொருளென்கை
கங்கப் பிறவிக்கே காணியோ.." (கண்ணி - 256)

என்றும் கூறி இத்தலத்தில் கழுகுகள் வழிபடும் மரபைப் பேசுகின்றார்.

பத்தொன்பதாம் நூற்றாண்டில் காஞ்சிபுரம் மாகாவித்துவான் சபாபதி முதலியார் என்பவர் இயற்றிய திருக்கழுக்குன்றச் சிலேடை வெண்பா எனும் நூலும் உ.வே.சாமிநாதையராால் பதிப்பிக்கப்பெற்றதாகும். அந்நூலாசிரியர்

"சுங்கரனார் சொன்மறுத்த தன்மையாற் சம்பாதி
கங்கெனவந் தேத்துங் கழுக்குன்றே" (திரு. சிலே. 43)

என்று குறிப்பிட்டு சம்பு ஆதி என்ற கழுகுகள் (கங்குகள்) வந்து வழிபடுகின்ற கழுக்குன்றம் என்று கூறியுள்ளார்.

சிற்பம், ஓவியம், இலக்கியச் செய்திகள் ஆகியவற்றைத் தொகுத்து நோக்கும் போது கி.பி.15ஆம் நூற்றாண்டுக்கு முன்பிருந்தே இரண்டு கழுகுகளுக்கு உணவு அளிக்கும் வழக்கம் தொடர்ந்து இருந்திருக்கிறது என்பது தெளிவாய்ப் புலப்படுகின்றது.

அம்மரபினை எடுத்துக்காட்டுவதே கி.பி.16ஆம் நூற்றாண்டைச் சார்ந்த திருக்கழுக்குன்றத்துக் கோபுரச் சிற்பமும், ஓவியத்தொகுப்புமாகும்.

ஈ. கன்று ஈனும் கவினுறு காட்சிகள்

திருவாரூர் கிழக்கு இராஜகோபுரம் மூன்றாம் குலோத்துங்கனால் எடுக்கப்பெற்றதாகும். இக்கோபுரத்தின் உட்புற அதிஷ்டானப் பகுதியில் உள்ள கோஷ்டங்களில் முறையே மூன்றாம் குலோத்துங்கன், அவன் இராஜகுரு ஈஸ்வர சிவர் ஆகியோர்தம் உருவங்கள் இடம் பெற்றுள்ளன. ஈஸ்வர சிவரின் உருவம் அமைந்துள்ள கோஷ்டத்தின் மேற்பகுதி மகர தோரண வேலைப்பாடாக அமைந்துள்ளது. அதன் மையப் பகுதியில் யானை ஒன்று கன்று ஈனும் காட்சி இடம் பெற்றுள்ளது. தாய்மை அடைந்த அப்பெண் யானையின் உடலை மற்றொரு யானை தன் தும்பிக்கையால் அணைத்து அது கீழே விழாமல் தாங்கிப் பிடிக்கின்றது. மற்றொரு யானை தன் துதிக்கையால் அதன் வாலைப்பிடித்து மேலே தூக்கி நிறுத்துகிறது. அதே நேரத்தில் பெண் யானையின் குதத்திலிருந்து யானைக்குட்டியின் தலைப்பகுதி வெளி வருகிறது.

பேறுகாலத்தில் தாய் யானை படும் துன்பமும், மற்ற யானைகளின் உதவியும் அரவணைப்பும் இச்சிற்பக்காட்சியில் உயிரோட்டமாகப் படைக்கப்பெற்றுள்ளன. சந்திரலேகைச் சதுர்வேதிமங்கலம் எனும் செந்தலை சுந்தரேஸ்வரர் திருக்கோயில் கோபுரம் பராந்தகசோழன் காலத்திய அமணப்பள்ளி ஒன்றின் கட்டுமானக் கற்களை எடுத்துவந்து கட்டப்பெற்றது என்பது மூன்றாம் இயலில் விளக்கப் பெற்றுள்ளது. அக்கோபுரத்தின் உட்புற வாயிலுக்குத் தென்புறம் மேற்குப்புற பார்வையில் அமைந்த பித்தியில் எருமை ஒன்று கன்று ஈனும் காட்சி சிற்றுருவச் சிற்பமாகப் படைக்கப்பெற்றுள்ளது. இச்சிற்பமும் பண்டு அமண்குடி சமணப்பள்ளியில் இடம் பெற்றிருந்த ஒன்றாகும்.

அதில் வேதனையுறுந் தாய் எருமையும், அதன் குதத்திலிருந்து எருமைக் கன்றின் முன்னுடற் பகுதி வெளிவரும் காட்சியும் காணப்பெறுகின்றன. அருகே ஒருவன் நின்று கொண்டு அக்கன்றினைத் தாங்கிப் பிடிக்கும் காட்சியும் இடம் பெற்றுள்ளது. திருவாரூர் செந்தலை கோபுரங்களில் இடம் பெற்றுள்ள தாய்மைச் சிறப்பை வெளிப்படுத்தும் இச்சிற்பங்கள் கோபுரச் சிற்பக்கலை வரலாற்றில் தனியிடம் பெற்றுத் திகழ்பவையாகும்.

யானை கன்று ஈனும் காட்சிச் சிற்பம் - திருவாரூர் கோபுரம்

எருமை கன்று ஈனும் காட்சிச் சிற்பம்
- செந்தலை கோபுரம்

உ. தூண்களில் கோபுரச் சிற்பங்கள்

திருநெல்வேலி நெல்லையப்பர் கோயிலிலுள்ள மண்டபம் ஒன்று நாயக்கர் கால கலை அழகுடன் திகழ்கின்றது. பொதுவாக மண்டபங்களில் ஒரே வடிவமைப்புடைய தூண்களை அமைப்பதுதான் மரபாகும். ஆனால் அம்மண்டபத்திலோ பல வகையான தூண்கள் அணி செய்கின்றன. அவற்றில் ஒரு தூணைக் கோபுர வடிவிலேயே அமைத்துள்ளனர். முழு கோபுரத்தின் கட்டமைப்பிற்கு மேலாகப் போதிகைகள் திகழ்கின்றன. இவ்வகை அமைப்பில் தமிழகத்திலேயே இங்கொரு தூண் மட்டுமே திகழ்கின்றது. திருவரங்கம் திருக்கோயிலின் நான்காம் திருச்சுற்றின் கிழக்குப் பகுதியில் வெள்ளைக் கோபுரத்திற்கு அருகாக சேஷராயர் மண்டபம் எனும் கலையழகு மிகுந்த மண்டபம் ஒன்று காணப்பெறுகின்றது. இம்மண்டபத்தின் வடபுறத்தில் முன்வரிசையில் எட்டுத் தூண்கள் உள்ளன. இவையாவும் பாயும் குதிரை உருவங்களையும், அவற்றின் மேல் வீரர்கள் அமர்ந்துள்ளதையும் சித்தரிக்கும் சிற்பங்களோடு விளங்குகின்றன. இத்தூண்களின் மேற்பகுதி கோபுர அமைப்புடையதாய் விளங்குகின்றன.

ஊ. புராணச் சிற்பங்களில் கோபுரங்கள்

சேக்கிழாரின் பெரிய புராணக் காட்சிகளை அப்படியே சிற்ப வடிவில் காட்டும் திருக்கோயில் தாராசுரம் ஐராவதேஸ்வரர் திருக்கோயிலாகும். சுந்தரர், திருஞானசம்பந்தர், திருநாவுக்கரசர் ஆகிய மூவரின் வரலாற்று நிகழ்வுகளைக் காட்டிடும் சிற்பங்களில் தொடங்கி தொகையடியார் வரலாறு 78 சிற்பக் காட்சிகளாக இடம் பெற்றுள்ளன. அவற்றுள் 6, 18, 21, 56 ஆகிய காட்சிகளில் கோயிற் கோபுரங்களின் சிற்பங்கள் இடம் பெற்றுள்ளன.

ஆறாவது காட்சியாக விளங்குவது விறன்மிண்டநாயனார் கதைக் காட்சியாகும். தேவாசிரிய மண்டபத்தில் அடியார்களுடன் விறன்மிண்டர் அமர்ந்திருக்கத் திருவாரூர் பூங்கோயிலை நோக்கிச் சுந்தரர் செல்கிறார். அவர் முன்பு ஆரூர் அணுக்கன் கோபுரமும் பூங்கோயிலும் காட்சியளிக்கின்றன. இங்கு திருவணுக்கன் கோபுரம் ஒரு நிலையுடன் பக்கவாட்டுத் தோற்றமாக வடிக்கப்பெற்றுள்ளது.

பதினெட்டாவது காட்சியாக விளங்குவது திருநாளைப் போவாரின் கதையை விவரிப்பதாகும். நந்தனார் தில்லையின் எல்லையிலே இறைவனைப் பணிந்தவண்ணம் வேள்விக்குண்டத்தில் மூழ்கிப் பழையவுருவை ஒழித்துப் புண்ணிய மாமுனி வடிவுடன் எழுகிறார். அருகில் தில்லைக் கோயிலின் தெற்குக் கோபுரமும்,தில்லைவாழ் அந்தணர்கள் தொழுது நிற்பதும் ஆகிய காட்சிகள் உள்ளன. தில்லைக் கோபுரத்தின் பக்கவாட்டுத் தோற்றமே காணப்பெறுகின்றது. கோபுரம் சற்று உயரமுடையதாகவே விளங்குகின்றது.

கோபுரச் சிற்பம

திருநெல்வேலி நெல்லையப்பர் திருக்கோயிலிலுள்ள கோபுர வடிவில் அமைந்த தூண்

இருபத்தோராவது காட்சியாக விளங்குவது நல்லூரில் அப்பர் அடிகள் திருவடி தீக்கை பெறும் காட்சியாகும். அக்காட்சியில் ஒருபுறம் நல்லூர்க் கோயிலின் கோபுரம் விளங்க மறுபுறம் கருவறை விமானம் திகழ்கின்றது. இடையே இறைவன் அப்பர் அடிகளுக்குக் காட்சி நல்கி அருள் பாலிக்கும் சிற்றுருவச் சிற்பம் உள்ளது. இக்காட்சியில் திகழும் கோபுரம் மூன்று நிலைகளையுடைய உயரமான கோபுரமாகவுள்ளது.

ஐம்பத்தாறாவது காட்சியாக விளங்குவது புகழ்த்துணை நாயனார் கதையை விவரிப்பதாகும். அரிசிற்கரை புத்தூர் கோயில் கருவறையில் திகழும் சிவலிங்கத்திற்குப் புகழ்த்துணையார் திருமஞ்சனம் ஆட்டுவது கருவறையிலிருந்து வெளிவரும் புகழ்த்துணையார், எதிரே நந்தி, அதன் முன்பாக பலிபீடம், பலிபீடத்திலிருந்து புகழ்த்துணையார் பொற்காசு எடுத்தல், அவருக்கு அருகே அக்கோயிலின் கோபுரம் ஆகிய காட்சிகள் சிற்றுருவச் சிற்பங்களாகத் திகழ்கின்றன. கோபுரத்தின் பக்கவாட்டில் கோஷ்டம் ஒன்று இடம் பெற்றுள்ளது.

தாராசுரம் சிற்பங்களில் காணப்பெறும் நான்கு கோபுரச் சிற்பங்களில் மூன்று கோபுரங்கள் ஒருநிலைக் கோபுரமாகவும், நல்லூர் கோபுரம் மூன்று நிலைகளை உடையதாகவும் விளங்குகின்றது. அரிசிற்கரைப்புத்தூர் கோபுரம் மட்டும் வேலைப்பாடுகள் மிகுந்து காணப்பெறுகின்றது.

திருப்பாலைத்துறை பாலை வனநாதர் கோயில் கோபுரத்தில் இடம் பெற்றுள்ள திருவிளையாடற் புராணக் காட்சிகளில் கல்யானைக்குக் கரும்பருத்திய படலக்காட்சி குறிப்பிடத்தக்கதாகும். மதுரைப் பெருங்கோயிலில் நிகழ்ந்ததாகக் காட்டப்பெறும் அக்கதைக் காட்சியில் ஆலவாயுடையார் கோயிற்கோபுரமும், சித்தர் அமர்ந்துள்ள மண்டபமும் காட்டப்பெற்றுள்ளன. இங்கு காணும் கோபுர வடிவம் பலநிலைகளையுடைய உயர்ந்த கோபுரமாகக் காணப் பெறுகின்றது.

தாராசுரம், திருப்பாலைத்துறை சிற்பங்களில் காணும் கோபுர அமைப்புகள் ஒரே அமைப்புடையன அன்று. தாராசுரத்து சிற்பம் சோழர் காலத்தியதாகும். திருப்பாலைத்துறை சிற்பமோ தஞ்சை நாயக்கர் காலத்தியது. தாராசுரத்தில் பல நிலைகள் காட்டப்பெறாமல் ஒரே அடுக்குடைய வாயிற்கோபுரமாகவும், அதுவும் பக்கவாட்டுக் காட்சியுடையதாகவும் சித்திரிக்கப்பெற்றுள்ளன. திருப்பாலைத் துறையிலோ, பல அடுக்குகளுடன் நேர்பார்வை காட்சியாக விளங்குகின்றது.

6. கோபுரச் சுதைச் சிற்ப உருவங்கள்

கோபுரங்களின் முதற் தளத்தில் தொடங்கி, சிகரம் வரை உள்ள ஒவ்வொரு தளத்தின் வெளிப்புறத்தில் சாலை கூடு ஆகியவைகளுடன் சுண்ணாம்புக் காரையால் அமைக்கப்படுகின்ற சுதைச் சிற்ப அமைப்பு சோழர் காலத்திலிருந்து வளர்ந்த ஒரு கலையாகும். மழை, சூரிய வெப்பம் ஆகியவற்றின் நேரிடையான தாக்குதலுக்கு இவை உட்படுவதால் ஒரு நூற்றாண்டுக் காலத்திற்குள் அவை சிதையக்கூடிய வாய்ப்புகள் ஏற்பட்டன. ஆதலால் அவ்வப்போது நிகழும் திருப்பணிக் காலங்களில் அவற்றைச் செப்பப்படுத்துவது அல்லது பழைய சிற்பங்களை அகற்றிவிட்டுப் புதுமையான சிற்பங்களை அமைப்பது என்ற முறையைப் பின்பற்றி வந்துள்ளனர்.

தஞ்சைப் பெரிய கோயிலின் முதற்கோபுரமான கேரளாந்தகன் திருவாயிலின் மேல் நிலைகளில் ஒரு சில சுதைச் சிற்பங்கள் மட்டுமே சோழர்கால அமைதியுடன் விளங்குகின்றன. அவை பெரும்பாலும் மழையின் பாதிப்பு இல்லாத இடங்களில் மட்டுமே காணப்பெறுகின்றன. மற்றபடி தஞ்சைக் கோபுரங்கள் இரண்டிலும் நாயக்கர், மராட்டியர் கால சுதை உருவங்களே மிகுதியாக உள்ளன. சோழர்காலச் சுதை உருவங்களோடு அவற்றை ஒப்பிடும்போது கலையழகால் குறைவுடையனவாகவே விளங்குகின்றன. தஞ்சைக் கோபுரங்களில் விளங்கும் சுதை உருவங்களில் மகாசதாசிவ மூர்த்தி, தஞ்சை மன்னன் செவ்வப்ப நாயக்கரின் உருவச்சிற்பங்கள் ஆகியவை குறிப்பிடத்தக்கனவாகும்.

விஜய நகர - நாயக்கர் காலத்துக் கோபுரங்களில் சுதைச் சிற்ப அலங்காரத்திற்கு மிகவும் முக்கியத்துவம் கொடுத்துள்ளனர். கும்பகோணம் சார்ங்கபாணி கோயிற் கோபுரம் மன்னார்குடி இராஜகோபாலசுவாமி கோயிற் கோபுரங்கள், மதுரைக் கோபுரங்கள், செந்தலை இராஜகோபுரம் போன்றவை மிகுதியான சுதைச்சிற்பங்களைப் பெற்றவையாகும். மன்னார்குடியில் உள்ள கோபுரங்களில் தஞ்சை நாயக்கர் அரச குடும்பத்தவர் உருவச் சிற்பங்கள், கோவிந்த தீட்சிதர் உருவம் ஆகியவை தெற்கு, மேற்கு, வடக்குக் கோபுரங்களில் உள்ளன. தெற்குக் கோபுரத்தில் இராவண - இராமன் யுத்த காட்சி ஒன்றுள்ளது. அதில் இராவணுக்குப் பத்து தலைகள், இருபது கரங்கள் இருப்பது போலவே இராமனுக்கு பத்துத் தலைகள் இருபது கரங்கள் உள்ளன.

கும்பகோணம் சார்ங்கபாணி கோயில் கோபுரத்தில் கண்ணனின் லீலைகளுக்கு மிகுந்த முக்கியத்துவம் கொடுக்கப் பெற்றுள்ளது. ஆடையில்லாத கோபியர்கள், கண்ணன் பெண்களுடன் திகழும் காட்சி போன்றவை கீழ் நிலைகளில் அதிகம் உள்ளன. கஜுரகோ கோயிலில் இருப்பது போன்ற காமச்சிற்பங்களே எங்கும் திகழ்கின்றன.

மதுரை திருக்கோயிற் கோபுரங்களில் பெரும்பாலும் திருவிளையாடற் புராணக் காட்சிகளுக்கே முக்கியத்துவம் கொடுக்கப்பெற்றுள்ளன. முப்பத்திரு தலையுடன் மகாசதாசிவ மூர்த்தி, சிவபுராணக் காட்சிகள் ஆகியவையும் உள்ளன.

பதப்படுத்தப் பெற்ற சுண்ணாம்புக் காரையால் செய்யப் பெறுகின்ற சுதைச் சிற்ப அமைப்புப் பற்றி மயமதம், காசியப சிற்ப சாத்திரம், மானசாரம், சிற்ப ரத்தினம் போன்ற பலநூல்கள் விரிவாக கூறுகின்றன. சூலம் அமைத்தல், கம்பிகள் கட்டுதல்,கயிறு சுற்றுதல், சுதையால் உருவம் அமைத்தல், வண்ணம் தீட்டுதல் ஆகியவை பற்றியும் விவரிக்கின்றன. தற்காலக் கோபுரத் திருப்பணிகளில் சுண்ணாம்பு சாந்து பயன் படுத்துவதற்குப் பதிலாகச் சிமெண்ட கலவையைப் பயன்படுத்துகின்றனர். விஜயநகர அரசு காலத்தில் வைணவ ஆலயங்களில் மட்டுமே ஓரளவு இடம்பெற்று வந்த காமசிற்பங்களை தற்காலத்தில் சைவ ஆலயக் கோபுரங்களிலும் மிகுதியாக இடம் பெறச் செய்கின்றனர்.

சிற்ப ஆகம நூல்கள் காமசிற்ப அமைப்பு பற்றி எதுவும் கூறவில்லை. தமிழகத்தைப் பொறுத்தவரை இவ்வகை சுதைசிற்ப அமைப்பு முறை விஜயநகர அரசு காலத் தாக்கமேயாகும். திருப்பணி செய்யும்போது திருக்கோபுரங்களில் எல்லாம் பழைய புராணச் சிற்பக் காட்சிகளை அகற்றிவிட்டுக் காமசிற்ப காட்சிகளைப் படைக்கும் புதிய நெறி உருவாகி வருவது ஒரு வகையான மரபுச் சிதைவு என்றே கூறலாம்.

தமிழகத்துக் கோபுரங்களில் இடம் பெற்றுத் திகழும் சுதைச் சிற்பக் காட்சிகளைக் கால வரிசைப்படி ஆராயும்போது கி.பி.15 ஆம் நூற்றாண்டிலிருந்துதான் சுதைச் சிற்ப அமைப்பு முறை புதிய உத்வேகத்தோடு வளர்ந்துள்ளது என்பதை அறிய முடிகிறது. தலபுராணங்கள் வடமொழியிலும் தமிழிலும் மிகுதியாகப் படைக்கப் பெற்ற அக்கால கட்டத்தில், அக்கதைகளை எளிய மக்களுக்கும் புரியும் வகையில் கோபுரங்களில் தொடர்சிற்பமாகப் படைக்கும் புதிய நெறி தோன்றலாயிற்று. பெரும்பாலும் அந்தந்தக் கோயிலின் தலபுராணக் காட்சிகள் அக்கோயிலின் கோபுரங்களில் இடம் பெற்றிருப்பதைக் காண முடிகிறது. புராணங்களைக் காட்சி வழிக் கற்பிப்பதற்குக் கோபுரச்சுதை சிற்பங்கள் மிகவும் பயனுடையதாய் விளங்கின என்பதறிய முடிகிறது.

திருவானைக்கா சுந்தரபாண்டியன் கோபுரத்திலுள்ள சுதை உருவங்கள்

செங்கற் சிற்பங்கள் (அழிந்த கலை)

அம்மையப்பன்

மாத்தூர்

7. செங்கற் சிற்பங்கள்

கோபுரங்களில் செங்கற்களாலேயே அனைத்து உறுப்புக்களையும் படைக்கின்ற திறம் சோழநாட்டில் மட்டும் திகழ்ந்திருந்து பின்னர் அக்கலை முற்றிலுமாக அழிந்துவிட்டது. இத்தகைய கட்டுமானம் பற்றி இந்நூலின் இரண்டாம் இயலில் விவரிக்கப் பெற்றுள்ளது. தோரண வேலைப்பாடுகள், கும்ப பஞ்சரம், கோஷ்ட பஞ்சரம், கால்கள் போன்றவற்றை செங்கற்களாலேயே (மேற்பூச்சின்றி) படைப்பது போன்று செங்கற்களாலேயே சிற்பங்களையும் வடித்துள்ளனர். கும்பகோணம் வீரபத்ர சாமி கோயில், தாராசுரம் ஒட்டக்கூத்தர் நினைவாலயம் போன்ற இடங்களின் கோபுரங்களிலும், கரைவீரம், மாத்தூர், அம்மையப்பன், திருவாரூர், திருக்கண்ணமங்கை போன்ற இடங்களில் கோபுரத்தை ஒட்டி அமைக்கப்பெற்றுள்ள மண்டபங்களிலும் செங்கற் சிற்பங்களைப் படைத்துள்ளனர். இவற்றில் பெரும்பாலான சிற்பங்கள் சிதைந்த நிலையில் காணப்பெறுகின்றன.

தனித்த செங்கல்லிலோ அல்லது அடுக்கப்பெற்று மயிரிழை கனம் பூசப்பெற்ற சாந்துடன் ஒட்டப்பெற்ற பல செங்கற்களின் இணைப்பிலோ, கொடிப்பெண், பறவைகள், மலர்கள், கொடிக்கருக்கு வேலைப்பாடு, நாட்டிய மாதர் எனப் பலவகையான உருவங்களைச் சிறிய உளி கொண்டு குடைந்து உருவாக்கியுள்ளனர். இவ்வகை செங்கற் சிற்பங்கள் வங்காள மாநிலத்தில் ஒரு காலத்தில் சிறந்து திகழ்ந்ததற்கான சான்றுகள் அம்மாநிலத்தில் உள்ளன. தமிழகத்தில் குறிப்பாகத் தஞ்சை, திருவாரூர் பகுதியில் திகழ்ந்த இக்கலை மரபு போற்றுவார் இன்றி அழிந்து விட்டது.

8. மரச் சிற்பங்கள்

கோபுரங்களின் வாயிற்கதவுகள், மேற்தளங்களின் விதானங்களில் உள்ள உத்திரம், பலகை மற்றும் தூண்கள் ஆகியவை மர வேலைப்பாடுடையவையாகும். அவற்றில் பல்வேறு வகையான சிற்பங்களை உருவாக்கி அழகுபடுத்தினர். இக்கலை மரபு மிகத் தொன்மையான காலந்தொட்டு தொடர்ந்துள்ளது. அவற்றை உருவாக்குவதற்கு மன்னர்களும் பிறரும் கொடை நல்கியமையை பல கல்வெட்டுக்களும், பிற வகையான ஆவணங்களும் எடுத்துக் கூறுகின்றன.

கதவுகள்

கோபுரக் கதவுகள் மகாதுவாரம் எனும் வாயிலின் நிலைக் காலளவு உயரத்துடன் இரண்டு கதவங்களாக விளங்கும். அவற்றின் ஒருபக்கத் தலையிலும், அடிப்பகுதியிலும் குடுமி என்ற நீளமைப்பு விளங்கும். அவை நிலைக்காலின் பின்புறம் மேலும் கீழும் உள்ள துளைப்பகுதியில் பொருந்தி நிற்பதால் கதவுகள் திறக்கவும் மூடவும் எளிதாய் அமையும். கதவு மூடப்பட்டிருக்கும் போது பணியாளர்கள் மட்டும் கோயிலுக்குள் செல்ல வசதியாகத் திட்டி வாசல் அல்லது புதவு எனப்பெறும் சிறுவழியும், சிறு கதவமும் பெரிய கதவு ஒன்றில் அமைக்கப் பெற்றிருக்கும். மூடப்பட்ட கதவை யானைகள் கொண்டு மோதித் திறக்காமல் இருக்க இரும்புப் பட்டைகளும், கூரிய முனையுடைய குமிழாணிகளும் மரக்கதவம் முழுவதும் பொருத்தப் பட்டிருக்கும். இவை தவிர மீதமுள்ள மரப்பகுதியில் பல்வேறு வகையான உருவங்களைச் செதுக்கி கதவுகள் பொலிவூட்டப் பெறும்.

கோயிற் கோபுரக் கதவுகளாயினும், அரண்மனைக் கோபுரக் கதவுகளாயினும் ஒரே வகையான அமைப்பு முறைதான் பின்பற்றப் பெற்று வந்துள்ளது என்பது தமிழகத்தில் திகழும் கோபுரங்கள் மற்றும் அரண்மனைக் கதவங்களின் அமைப்புகள் வாயிலாக அறிய முடிகிறது. இவ்வாறு கதவுகள் அமைக்கும் முறை ஈராயிரம் ஆண்டுகளுக்கு முன்பிருந்தே தொடரும் ஒரு மரபு என்பதனை நெடுநல்வாடை வாயிலாக அறிய முடிகிறது.

"*தாழொடு குயின்ற*" (84)

"*துணைமாண் கதவம் பொருத்தி*" (81)

குடவாயில் பாலசுப்ரமணியன்

என்ற அடிகள் இருகதவம் அமைக்கும் பண்டைய மரபைக் காட்டுகின்றன. அவ்வாறு அமைக்கப் பெறும் கதவுகளின் பலகைகளில் சிற்பங்காளகச் செதுக்கப் பெற்ற மன்னர்களின் இலச்சினைகள் திகழ்ந்தன என்பதனை,

"புலி பொறி போர் கதவின் ..." (பட்டினப்பாலை 40)

"விடற்புலி பொறித்த கோட்டை" (புறநா.174:17)

"ஏழெயிற் கதவமெறிந்து கைக் கொண்டு நின்,
பேழ்வா யுழுவை பொறிக்கு மாற்றலை" (புறநா 33:8)

என்ற சங்கப் பாடலடிகள் வாயிலாகவும்,

"போற்றி மன்னநம் பொன்னங் கயற் குறி, மாற்றி யுத்தர வாயிற் கதவதில் ஏற்றி இலச்சினை இட்டனர் யாரை யென் றாற்றல் வேந்த வறிகிலம் யாமென்றார்"
(திருவிளை 34 : 22)

என்ற பிற்கால இலக்கியக் குறிப்பாலும் அறிய முடிகிறது.

மன்னர்களின் இலச்சினைகள் மட்டுமின்றிப் புராணக் கதைக் காட்சிகள், தெய்வ உருவங்கள், விலங்கு பறவை உருவங்கள், இலை, பூ, கொடி, பழம் போன்ற வடிவங்கள் ஆகியவற்றைக் கோயிற் கதவுகளில் செதுக்கச் செய்து மரச் சிற்பங்களாக்கி அழகு படுத்தியுள்ளனர் என்பதைத் தமிழகம் முழுவதும் உள்ள பழமையான கோபுரங்களைக் கள ஆய்வு செய்த போது அறிய இயன்றது. பல கோபுரங்களைப் பின்னாளில் புதுப்பித்த போதும், பராமரிப்பு இல்லாததாலும் அவற்றில் திகழ்ந்த பழைய மரக்கதவங்கள் அழிந்து விட்டன.

தமிழக மன்னர்கள் கோபுர வாயில்களில் கதவுகள் அமைப்பதற்கு எவ்வளவு முக்கியத்துவம் கொடுத்துள்ளனர் என்பதற்குக் கி.பி.1492இல் வெட்டுவிக்கப் பெற்ற திருவரங்கத்துக் கல்வெட்டுச் சாசனம்[64] சான்றாக விளங்குகின்றது. அது பின்வருமாறு:

1. பரிதாபி வரு ஆவணி மீ
2. 26 உ வெள்ளிக் கிழமை
3. மயும் துவதியையும் உத்திர
4. மும் பெற்ற நாள் மத்தியான
5. த்திலே விருச்சிகம் லக்
6. கினமான இந்த திருக்கதவு
7. நாட்டித்து கோனேரி தேவ
8. மகா ராசாவின் க
9. யிங்கரியம்.

திருவரங்கத்து ஐந்தாம் பிரகாரத் தெற்குக் கோபுர வாயிலில் காணப்பெறும் இக்கல்வெட்டு அங்குள்ள கதவு கோனேரி தேவமகாராயரின் கொடை என்பதைக் கூறுகின்றது.

செந்தலை சுந்தரேஸ்வரர் திருக்கோயிலின் கோபுரவாயிலின் திகழும் கதவு விஜயநகர அரசு காலத்தில் அப்பகுதியின் பிரதிநிதி ஒருவர் அமைத்துத் தந்ததாகும். அவர் செய்த பணியை அக்கதவின் மரச்சட்டத்தில் எழுத்துக்களாக வெட்டுவித்துத் தெரிவித்துள்ளார். மதுரை, சுந்தரேஸ்வரர் திருக் கோயிற் கதவுகள் சிறந்த வேலைப்பாடுகளுடன் திகழ்கின்றன. திருவரங்கம் அழகர்கோயில், திருக்குறுங்குடி ஆகிய இடங்களிலும் திருநெல்வேலி மாவட்டத்துக் கோயிற் கோபுரங்களில் திகழும் கதவுகளிலும் சிறந்த மர வேலைப்பாடுகள் காணப்பெறுகின்றன.

போதிகை மற்றும் விதானத்தில் வேலைப்பாடுகள்

தென்தமிழ் நாட்டில் திகழும் மன்னார்கோயில், திருநெல்வேலி, திருப்புடை மருதூர், திருவில்லிபுத்தூர் போன்ற கோபுரங்களில் திகழும் மரத்தூண்களில் போதிகைகளிலும், விதானத்துப் பலகைகளிலும் சிறந்த வேலைப்பாடுகள் காணப்பெறுகின்றன. பூங்கொத்துகள், பழக்குலை, வாழைப்பூ, இராசி மண்டபம், பூக்களைக் கொத்தும் கிளிகள் எனப் பலவகையான மரச் சிற்ப வேலைப்பாடுகள் உள்ளமையைக் காண முடிகிறது.

கேரள நாட்டில் (சேர நாட்டில்) பண்டு தொட்டு ஆலயங்களில் மரவேலைப்பாடுகள் மிகுதியாக உண்டு. அதன் தாக்கத்தால்தான் கேரள நாட்டை ஒட்டி அமைந்த தென் தமிழகக் கோயில்களில் மிகுந்த அளவில் மரவேலைப்பாடுகள் காணப்பெறுகின்றன என்பது ஒப்பீட்டு ஆய்வால் உறுதி செய்ய இயலுகிறது.

9. ஸ்தூபி (கலசங்கள்)

கோபுரங்களின் உச்சியில் விளங்கும் ஸ்தூபிகள் செம்பு, வெள்ளி, தங்கம், கருங்கல், செங்கல் ஆகியவற்றில் ஒன்றால் செய்யப்படுவதாகும். ஸ்தூபிகள் அமைப்பதற்கான அளவீடுகள், அமைப்பு முறைகள், அவற்றைக் கோபுரத்தின் உச்சியில் பொருத்தும் முறை ஒட்டும் பொருள்கள் தயாரிக்கும் முறை, ஸ்தூபிகளைப் பொருத்தும் போது செய்யப்பெற வேண்டிய பூஜை முறைகள் ஆகியவை பற்றி மயமதத்தின் பதினெட்டாவது அத்தியாயமான சிகர கரணம் பவன ஸமாப்தி விதானம் எனும்பகுதியில் மிக விரிவாகக் குறிப்பிடுகின்றது.

பெரும்பாலும் உலோகங்களால் அமைக்கப்பெறும் ஸ்தூபிகளுக்கே கோபுரங்களில் முக்கியத்துவம் கொடுத்துள்ளனர். ஸ்தூபித் தண்டம் எனும் உலோகத்தாலான கோலினையோ அல்லது மரத்தால் ஆன கோலினையோ மூர்தேஷ்டகம் செய்தபின்பு அதன் மேல் வைத்து பொருத்தி, பின்பு அதில் உலோகத்தால் கூடாகச் செய்யப்பெற்ற ஸ்தூபியை (கலசத்தை)ப் பொருத்துவர். ஸ்தூபிகள் பல்வேறு வடிவங்களில் திகழ்ந்தாலும் அவை கோபுரத்திற்கு அழகூட்டும் முக்கிய அங்கங்களுள் ஒன்றாகும்.

10. கோபுர ஓவியங்கள்

சிற்பங்களின் கருவூலமாக எவ்வாறு திருக்கோபுரங்கள் விளங்குகின்றனவோ அவ்வாறே ஓவியங்கள் பொதிந்த கருவூலமாகவும் அவை ஒரு காலத்தில் திகழ்ந்தன. தஞ்சாவூரில் திகழ்ந்த இராஜராஜசோழனின் அரண்மனை வாயிற் கோபுரத்தில் சித்திரக் கூடம் ஒன்று திகழ்ந்ததை அப்பேரரசனின் உக்கல் கல்வெட்டு "தஞ்சாவூர் பெரிய செண்டு வாயில் சித்திரக் கூடத்து ..." என்று கூறுவதை நோக்கும்போது கோபுரங்களில் அனைத்தும் சிற்பக்களஞ்சியங்களாகத் திகழ்ந்தன என்பதில் ஐயமில்லை. பின்னாளில் கோபுரங்களைத் திருப்பணி செய்ய முனைந்தவர்கள் அவற்றின் அருமை தெரியாமல் வண்ண ஓவியங்கள் மீது வெள்ளையடித்து அல்லது நவீன தொழில் நுட்பமான சான்ட் பிளாஸ்டிங் எனும் அதிவேக காற்றழுத்தத்தோடு மணலைச் செலுத்தி ஓவியங்கள் இடம்பெற்றுள்ள காரைகளை நீக்குவது ஆகிய செயல்களால் அழித்து வருகின்றனர். ஒரு காலத்தில் தமிழகத்திலுள்ள பெரும்பான்மையான கோபுரங்களின் ஒவ்வொரு தளத்தின் உட்புறச் சுவர்களிலும், நுழைவாயிலின் விதானங்களிலும் ஓவியங்களைத் தீட்டிப் பொலிவுடைளவைகளாகச் செய்திருந்தனர். அவ்வாறு திகழ்ந்த ஓவியக் கூடங்களில் அழிந்தவை போக எஞ்சியிருப்பவை ஒரு சிலவே.

அத்தகைய கோபுரங்களின் வரிசையில் திருநெல்வேலி மாவட்டம் திருப்புடைமருதூர் இராஜகோபுரம், திருவரங்கத்துத் தெற்குச் சித்திரை வீதி கோபுரம், திருக்கழுக்குன்றத்துத் தெற்குக் கோபுரம், திருக்கோவலூர் வீரட்டானத்துக் கோபுரம் ஆகியவற்றில் திகழும் ஓவியங்கள் பற்றியும் தஞ்சாவூர் மாவட்டம் திருப்பட்டீச்சரம் திருக்கோயிலில் திகழ்ந்து இவ்வாய்வுப்பணி நிகழும் காலை கண்ணெதிரே அழிக்கப்பட்ட ஓவியங்கள் பற்றியும் இங்கு ஆராயப் பெறுகின்றது. திருக்கோபுரங்களில் ஓவியங்கள் தீட்டப்பெற்றதற்கான காரணக் கூறுகள் பற்றியும் அவை அழிக்கப்படுதற்கான காரணிகள் மற்றும் சூழல்கள் பற்றியும் இப்பகுதியில் விவாதிக்கப் பெறுகின்றன.

அ. திருப்புடைமருதூர் கோபுர ஓவியங்கள்

திருநெல்வேலி மாவட்டம் அம்பாசமுத்திரம் தாலுக்காவில் வீரவநல்லூரிலிருந்து 7கி.மீ தொலைவில் விளங்கும் அழகிய கிராமமாகத்

திருப்புடைமருதூர் நறும்பூநாதசுவாமி திருக்கோயில் விளங்குகின்றது. அத்திருக்கோயிலின் கிழக்கு இராஜகோபுரம் ஐந்து நிலைகளையுடையதாகும். விஜயநகர காலத்துப் படைப்பான இக்கோபுரத்தின் ஐந்து தளங்களின் உட்புறச் சுவர்களிலும், அங்கு திகழும் தூண்களின் போதிகைகளிலும் கி.பி.16-17ஆம் நூற்றாண்டைச் சேர்ந்த வண்ணஓவியங்கள் நிறைந்து காணப்பெறுகின்றன. இவற்றைத் தமிழ்நாடு அரசு தொல்லியல் துறையைச் சார்ந்த எஸ். ஹரிஹரன் என்ற அலுவலர் ஆராய்ந்து கலையுலகுக்கு அறிமுகம் செய்தார். மியூரல் அல்லது டெம்பரா என்றழைக்கப்படும் சுலரோவிய வகையைச் சார்ந்ததே இவ்வோவியங்களாகும்.

திருஞானசம்பந்தர் மதுரையில் நிகழ்த்திய அற்புதங்களை விவரிக்கும் நிகழ்ச்சிகளாக முதற்தளத்து ஓவியக்காட்சிகள் தொடங்குகின்றன. திருஞானசம்பந்தர் மதுரை அரண்மனைக்குச் சிவிகையில் செல்லுதல், பாண்டிமாதேவியான மங்கையற்கரசியாரும், அமைச்சர் குலச்சிறையாரும் அவரை வரவேற்பது ஆகியவை முதற் காட்சியாகவுள்ளன. அடுத்த காட்சியில் சமணர்களால் குணப்படுத்த முடியாத பாண்டியனின் பிணியை ஞானக்குழந்தை போக்கும் காட்சி விளங்குகின்றது. இதனையடுத்துத் திருஞானசம்பந்தருக்கும், சமணர்களுக்கும் இடையே அனல்வாதம், புனல்வாதம் ஆகியவை நிகழ்தலும், ஞானசம்பந்தர் வெற்றி பெறவே சமணர்கள் உயிர் துறத்தலும் ஆகிய காட்சிகள் உள்ளன. இதே கூடத்தில் மற்றொரு காட்சித் தொடராக மன்னன் ஒருவன் இந்திரவிமானம் உள்ள ஆலவாய்ப் பெருமான் கோயிலில் தொடங்கிப் பல திருக்கோயில்களில் வழிபடும் காட்சிகள் திகழ்கின்றன.

இரண்டாம் தளத்தில் பல்வேறு வகையான ஓவியப் படைப்புகள் உள்ளன. நரசிம்ம மூர்த்தி, நடராஜர், கணபதி போன்ற தெய்வங்களின் பெரிய உருவங்கள் ஒருபுறம் திகழ, சீனநாட்டு வணிகர்கள் இங்குள்ளவர்களுடன் பேசிக் கொண்டிருத்தல், குதிரைகளை ஏற்றிவரும் அரேபிய நாட்டுப் பாய்மரக் கப்பல் ஒன்று கடலில் வருதல் போன்றே காட்சிகள் ஒருபுறம் திகழ்கின்றன. இக்காட்சியில் திகழும் பாய்மரக் கப்பலின் கீழ்த்தளத்தில் வரிசையாக குதிரைகள் நிற்கப் பணியாள் ஒருவன் காணப்படுகின்றான். மேல் தளத்தில் மாலுமிகள் கப்பலைச் செலுத்த, அமர்ந்த நிலையில் இருவர் ஆணையிட, காவலர்கள் துப்பாக்கிகளையும், ஈட்டிகளையும் பிடித்து நிற்கின்றனர். மேலே பாய்மரம் காற்றில் பறக்கிறது. நடுவில் உள்ள உயர்ந்த கம்பத்தின் உச்சியிலுள்ள கண்காணிக்கும் மேடையிலிருந்து ஒருவன் கப்பலின் போக்கைக் கண்காணிம் வண்ணம் அமர்ந்துள்ளான். கடலலைகள் எழும்ப நீரில் மீன்கள் மிகுதியாகக் காணப்படுகின்றன. ஓவியத்தில் பின்புலத்தில் தாமரை இதழ் கோலமொன்றும் காணப்படுகிறது. இதற்கு அடுத்த காட்சியில் அரேபியர்கள் ஒவ்வொருவரும் குதிரையியல் ஏறி அணிவகுத்துச் செல்கின்றனர். இதனை அடுத்துக் குதிரை, யானை இவைகளில் படைவீரர்கள் அமர்ந்து போர் இசைக்கருவிகள் முழங்கிக் கொண்டு, அணிவகுத்துச் செல்லும் காட்சி காணப்பெறுகின்றது.

மூன்றாம் தளத்தில் மீனாட்சி சுந்தரேஸ்வரர் திருக்கல்யாண வைபோகக் காட்சியோடு ஓவியங்கள் தொடங்குகின்றன. இக்காட்சி திருவிளையாடற் புராணத்தை அடிப்படையாகக் கொண்டு தீட்டப் பெற்றதாகும். குண்டோதரன் உணவு அருந்துதல், வைகையாற்று நீரைப் பருகுதல் போன்ற காட்சிகள் உள்ளன. விஜயநகர அரசு காலத்தில் போர்த்துக்கீசியர்களுடன் நிகழ்ந்த சண்டைகளை நினைவூட்டும் வண்ணம் அமைந்த போர்க்களக் காட்சி, அரசவைக் காட்சி போன்றவைகளும் இக்கூடத்தில் இடம் பெற்றுள்ளன. திருப்புடைமருதூர் தல வரலாறு சில காட்சிகளில் சித்திரிக்கப் பெற்றுள்ளன. இந்திரன் மருதமரத்தின் கீழ் புடை மருதீசரை வணங்கும் காட்சி அவற்றுள் ஒன்றாகும். திருமாலின் தசாவதாரக் காட்சி அற்புதமாகத் தீட்டப் பெற்றுள்ளது. இதனையடுத்து இலக்குவன் பின்னே நிற்க, அனுமன் திருப்பாதங்களைத் தாங்க, இராமன் அம்புகளைச் சோதிக்கும் காட்சியுள்ளது. இதனையடுத்து அரவணைப் பள்ளிமேல் திருமாலின் கிடந்த கோலக் காட்சியும், யானை மீது சுந்தரரும், குதிரை மீது சேரமான் பெருமாளும் அமர்ந்து கயிலை ஏகும் காட்சியும் இவ்வோவியக் கூடத்திற்கு மெருகூட்டும் வகையில் அமைந்துள்ளன.

இக்கோபுரத்தின் நான்காம் தளத்தில் வள்ளித் திருமணவரலாற்றுக் காட்சித் தொடருக்கு முக்கியத்துவம் கொடுக்கப் பெற்றுள்ளது. வள்ளியின் பிறப்பு, குறவர்கள் குடியிருப்பு பகுதியில் அவளின் வளர்ப்பு, குறவர்களின் வாழ்க்கை அமைப்பு, வேட்டைக் காட்சிகள், பன்றியை நெருப்பிலிட்டு வாட்டுதல், அரிய மணிகள் விற்பனை செய்யப்படும் கடைகள் அமைந்த இடம், தினைப்புனத்தில் வள்ளி, வேடனாக முருகன் வந்து வள்ளியைக் காதலித்தல், கிழவனாக முருகன் வருதல் போன்ற காட்சிகள் அனைத்தும் வண்ணமயமாகக் காணப்பெறுகின்றன. கருவூர்த் தேவர் புராணத்தில் குறிப்பிடப்பெறும் திருப்புடைமருதூர் நிகழ்வுகள், வேணுகோபாலன், கருடன், மன்மதன் போன்றவர்களின் உருவங்கள் ஆகியவை அழகிய பூ வேலைப்பாடுகளுடன் காணப்பெறுகின்றன.

மேல்நிலையாகத் திகழும் ஐந்தாம் தளத்தில் பிற்காலத்தில் வெள்ளைச் சுண்ணாம்பு பூசப் பெற்றுள்ளதால் ஓவியங்கள் மிகவும் சிதைந்து விட்டன. சில வண்ணப் பூக்காட்சிகளும், ஓவியங்களும், காளி நடனம், அர்த்தநாரீஸ்வரர் ஆகிய வண்ணப் படைப்புகளும் சிதைவுகளுக்கிடையேயும் பொலிவுடன் விளங்குகின்றன.

இங்கு திகழும் ஓவியக் காட்சிகளுக்குக் கீழே தமிழில் காட்சி விளக்கங்கள் ஆங்காங்கே எழுதப் பெற்றுள்ளன. கி.பி 16 ஆம் நூற்றாண்டு எழுத்தமைதியுடன் இவ்விளக்கக் குறிப்புகள் காணப்பெறுகின்றன. பெரிய புராணத்தில் திகழும் ஆளுடைய பிள்ளையார் புராணம், திருவிளையாடல் புராணம், திருப்புடைமருதூர் தலபுராணம், கருவூர்ப் புராணம், கந்த புராணம், விஷ்ணு புராணம் ஆகிய புராணங்களில் கூறப் பெறுகின்ற கதைகள் வண்ணக் காட்சிகளாக விளங்குகின்றன.

திருப்புடை மருதூர் கோபுர ஓவியங்கள்

நவமணிகள் விற்பனை செய்யும் வணிகர்கள்

முகமதிய குதிரை வீரன்

திருப்புடை மருதூர் கோபுர ஓவியங்கள்

மரக்கலத்தில் அரேபிய குதிரை வணிகர்கள்

அரசனும் போர் வீரர்களும்

குடவாயில் பாலசுப்ரமணியன்

தெய்வீகம் சார்ந்த புராணக் கதைகளுக்குத்தான் இங்கு முக்கியத்துவம் என்றில்லாமல், கி.பி 16 ஆம் நூற்றாண்டின் தமிழக வரலாற்றின் சில பகுதிகளைக் காட்டுபவையாகவும் இவை விளங்குகின்றன. சீனநாடு, அரேபிய நாடு போன்றவற்றோடு நிகழ்ந்த வணிகம் பற்றிய செய்திகள், குதிரை இறக்குமதி, மீன்வளம், முத்து வணிகம், நாட்டின் படை அமைப்பு, போர்த்துகீசியருடன் ஏற்பட்ட மோதல்கள் போன்ற பலவற்றையும் திருப்புடைமருதூர் ஓவியங்கள் காட்சிகளாக காட்டுகின்றன.

கரூர்த் தேவர் பற்றிய செய்திகளும் – ஓவியங்களும்

பன்னிரு திருமுறை ஆசிரியர்களுள் ஒருவரான கருவூர்த்தேவர் பற்றிய புராணக் கதைகள் கருவூர்ப் புராணம் எனும் நூலின்[65] "கருவூர்த்தேவர் கதி பெறு சருக்கம்" எனும் பகுதியில் விரிவாகக் கூறப்பெற்றுள்ளது. அந்நூலாசிரியர் இப்புராணத்தைக் கற்பக மரமாக உருவகம் செய்கின்றார். இந்த கற்பக மரம் வடமொழி என்னும் விதையிலிருந்து முளைத்து, தமிழ்க் கவிதை என்னும் கிளைகளை ஏந்தியுள்ளது என்றும், ஞானம் எனும் கொம்புகளைப் பெற்று, ஒளியைப் பூத்துள்ளது என்றும், இம்மரம் வஞ்சி வனத்தில் உள்ளதாகவும், இதற்கு ஆனிலைநாதனே வேலியாக உள்ளான் என்றும் கூறியுள்ளார். எனவே வடமொழி மூலத்திலிருந்து தமிழாக்கம் பெற்றதே கருவூர்ப் புராணமாகும். இந்நூல் அரங்கேறிய காலம் சகம் 1540 (கி.பி.1618) என்பதை இதன் பாயிரத்தில்,

"முத்தம் நிரைத்து ஒளி கவினும் முழுமதி வெண்
குடைச் சகரர் மூரி முந்நீர்
இத்தரணி புரந்து அதன்மேல் மூவைந்நூறு
எண் ஐந்தாம் எல்லை யாண்டில்
அத்தர் பசுபதி நாதர் சந்நி தானத்தில்
அருள் அன்பர் கேட்ப
உத்தம நற்பொருள் கருவூர்ப் புராணம் நிலை
நிற்க என உரைத்தது அன்றே" (கருவூர் . புரா - பாயிரம். 27)

என்று குறிப்பிடுகின்றது.

இந்நூலின் கதிபெறு சருக்கமோ திருப்புடைமருதூரில் கருவூர்த் தேவர் இறைவனை அழைக்க மாலும், அயனும் தேடிக் காணாத அவ்விறைவன் அவர்களே அதிசயிக்கத் தலை சாய்த்து ஓலம் ஓலம் என முழக்கியருளினார் என்றும், பின்பு கருவூர்த் தேவர் அமுதமென திருவிசைப்பா இசைத்தனர் என்றும் கூறுகின்றது. பின்னர் புறநகர் காவலந் தெய்வமாம் சூலி இறைவன் கட்டளையால் மதுவளிக்க உண்டு மகிழ்ந்தார் என்றும், கருவூர்த் தேவர் ஆணைப்படி, வன்னிமரம் மீன்மழை பொழிந்தது என்றும் விவரிக்கின்றது.

இங்கு கருவூர்ப் புராணம் எனும் நூல் காட்டும் செய்திகளைத் திருப்பூடைமருதூர் கோபுர ஓவியக் காட்சிகளில் அப்படியே காண முடிகின்றது.

திருப்புடைமருதூரில் கருவூர்த்தேவர் வழிபடும் காட்சியில் புடை மருதீசர், சிவலிங்கமாகக் கருவறைக்குள் காணப்படுகிறார். கோயிலின் முன் துவஜஸ்தம்பம் உள்ளது. அதற்கு முன்பாக அர்ஜீன மரம் உள்ளது. கருவூர்த் தேவர் கைக்கூப்பி வணங்குகிறார். தலையிலும் கழுத்திலும் உத்திராக்க மாலைகள் காணப்பெறுகின்றன. அவர் இடுப்பாடை மட்டும் தரித்துள்ளார். வலக் கையில் நீண்ட தண்டம் ஒன்றை அணைத்துள்ளார். காதுகள் நீண்ட துளைக் காதுகளாகவுள்ளன. தாடி, மீசையில்லாமல் எழிலோடு காணப்படுகிறார். அவருக்குப் பின்னால் முப்புரிநூல் அணிந்து சடைமுடியும், தாடி மீசையுமுடைய வயதானவர் ஒருவர் தலைக்குமேல் கையுயர்த்தி வணங்குகிறார்.

இக்காட்சிக்கு மேலாக வன்னிமரத்தடியில் அணி செய்யப்பெற்ற பீடம் ஒன்றின்மேல் கணபதி திருவுருவம் உள்ளது. பூசகர் ஒருவர் படிகளின் மேல் நின்றவண்ணம் ஒருகையில் அடுக்குத் தீபத்தையும், மறுகையில் மணியையும் அடித்துக் கொண்டு பூஜை செய்கிறார். வன்னிமரத்திற்கு அருகே கீழ் ஓவியத்தில் காட்டப்பெற்றுள்ள கருவூர்த்தேவரின் அதே உருவம் மீண்டும் அப்படியே காணப்பெறுகின்றது. இங்கு தண்டத்தை வலது கையால் பிடித்துக் கொண்டு இடது கையால் வன்னிமரத்தை நோக்கி ஏதோ சுட்டிக் காட்டுகிறார். அவரது காலடியில் "கருவூர்த் தேவர் கூற" என்று 16 ஆம் நூற்றாண்டு எழுத்தமைதியில் எழுதப் பெற்றுள்ளது. வன்னிமரத்தின் மேலிருந்து நீர் பெருக்கெடுத்து நதிபோன்று வழிந்தோடுகிறது. அந்நீரில் மீன்கள், முதலை போன்றவை காணப்பெறுகின்றன.

கருவூர் புராணமோ இந்நிகழ்ச்சியை,

"ஆனதொல் பதியிலாரும்
    அருச்சுன நீழல் மேவி
மோன மாமுனிவர் ஓதும்
    முதுமறைச் சுரும்பர் மூசும்
ஆறாக் கமழ் நாறும் பூவே
    ஈன வல்வினைகள் தீர்க்கும்
இறைவனே என விளித்தார்"   (கருவூர். புரா - கதிபெறு. சருக்கம். 40)

என்றும்,

"மற்றவர் இறைஞ்சி நிற்ப
    வம்மீன்கள் நீவிர் செஞ்சேல்
உற்ற மந்திரத்துக் கேற்பக்
    கொணர்மின் என்றுரைப்ப மாடே
சுற்றினர் நேடிக் காணார்
    சூழ்ச்சி யென்று உணர்ந்து யாரும்
இற்றை நாள் இதுபோழ்து ஐய
    கிடைத்திலது இசைத்தது என்றார்"

(கரு. புரா - கதிபெறு சருக்கம் - 51)

திருப்புடை மருதூர் கோபுர ஓவியங்கள்

குதிரை மீது அரசன்

திருப்புடை மருதூர் கோயிலில் கருவூர்த்தேவர் வழிபடும் காட்சி

"என்று அவர் கவலித்து உட்க
ஏய்த்து சிற்றிலை கடுற்று
நின்றதோர் வன்னி தன்னை
நீ தருக என்ற போழ்தில்
மின்தரு வானம் பூத்த
மீன் நிலன் இழிதல் ஏய்ப்ப
அன்று அளித்தது யார்மேல் ஓர்
கருத்தினை அளவு காண்பார்" (கரு. புரா - கதிபெறு சருக்கம் - 52)

என்றும் விவரிக்கின்றது.

வடமொழியில் இருந்த கருவூர்ப் புராணம் கி.பி.1518இல் தமிழில் மொழியாக்கம் பெற்றுள்ளது. இங்குள்ள ஓவியமோ 16 - 17 ஆம் நூற்றாண்டினைச் சார்ந்ததாகும். ஏறத்தாழ ஒரே கால கட்டத்துப் படைப்புகளாக இலக்கியமும், ஓவியமும் விளங்குகின்றன.

கருவூர்த் தேவரின் உருவம்

தஞ்சைப் பெரிய கோயிலில் கருவறையைச் சுற்றி அமைந்துள்ள சாந்தாரம் எனப்பெறும் சுற்று அறையின் சுவர்களில் மாமன்னர் இராஜராஜ சோழன் காலத்து வண்ண ஓவியங்கள் (ஃபிரஸ்கோ) இடம் பெற்றுள்ளன. அவற்றில் காணப்பெறும் இருவர் உருவங்களை முறையே கருவூர்த்தேவர், இராஜராஜன் எனப் பலரும் குறிப்பிட்டு வருகின்றனர். இங்கு கருவூர்த் தேவர் எனச் சுட்டப்பெறும் ஓவியத்தில் காணப்பெறும் உருவமும், திருப்புடைமருதூரில் கருவூர்த் தேவர் என்ற பெயர்ப் பொறிப்புடன் காணப்பெறும் ஓவியமும் எந்த வகையிலும் ஒப்புமை உடையதாக இல்லை.

முதலில் தஞ்சையில் காணப்பெறும் ஓவியத்தில் திகழும் முனிபுங்கவர் கருவூர்த் தேவர்தாமா? என்பதை அறிதல் வேண்டும். தஞ்சை இராஜராஜேச்சரத்தில் திருவிசைப்பா பாடிய ஒரு காரணத்தினாலேயே அவர் இராஜராஜனின் சமகாலத்தவர் எனக் கொள்ள முடியாது. இராஜராஜ சோழனின் வரலாற்று ஆவணங்கள் எதிலும் கருவூர்த் தேவர் பற்றிய குறிப்பு கிடையாது. மேலும் இராஜராஜனின் இராஜகுருவாகத் திகழ்ந்தவர் ஈசான சிவபண்டிதர் என்பதைத் தஞ்சை இராஜராஜேச்சரத்துக் கல்வெட்டு எடுத்தியம்புகின்றது.

தஞ்சை ஓவியத்தில் காணப்பெறுவது கருவூர்த்தேவர் எனக் குறிப்பிடுபவர்கள் இருவர் உருவங்களை மட்டுமே காட்டுகின்றனர். ஆனால் அவ்வோவியக் காட்சியில் நால்வர் உருவங்கள் உள்ளன. மூவர் தாடி, மீசையுடன் திகழ ஒருவர் பால ரூபமாய்க் காணப்படுகிறார். இந்த நால்வர் ஓவியங்களையும் சனகாதி முனிவர்களான சநகர், சநந்தனர், சநாதனர், சநத்குமாரர் எனக் கொள்வது

பொருத்தமுடையது. மூர்த்தித்தியானம் எனும் நூலொன்றில் சனகாதி முனிவர்கள் பற்றி குறிப்பிடும் தியான சுலோகங்களில் சநகர் என்பவர் மட்டும் தாடி மீசையின்றிப் பால வடிவுடன் இருப்பவராகவும் (சுத்த ஸ்படிக ஸங்காசம் வந்தேஹம் பால ரூபிணம்) மற்ற மூவரும் தாடி மீசைகளுடன் திகழ்பவராகவும், "ஜடாகூர்சதரம்", "ஜடா மண்டல ஸம்யுக்தம் லம்ப கூர்ச்சம் தீர்க்க கூர்ச்சம்" என்றெல்லாம் விவரிக்கப் பெறுகின்றது[66]. மேலும் நான்கு முனிவர்களும் ஞானமுத்திரை காட்டிடும் தவக்கோலத்தினராய் இருப்பதாகவும் கூறப்பெறுகின்றது. இவை அனைத்தும் தஞ்சை ஓவியத்தில் திகழும் நால்வருடன் முழுவதும் ஒத்துக் காணப்பெறுகின்றன.

இங்கு இராஜராஜனின் உருவம் எனக் காட்டப்பெறுகின்ற தாடி, மீசை இல்லாத உருவத்தில் ஜமாமகுடமும், சின்முத்திரையும் காட்டப்பெற்றுள்ளன. அவர் யோகபட்ட வேஷ்டியும் தரித்துள்ளார். சிற்ப, ஆகம நூல்கள் அனைத்தும் மன்னவர் உருவங்களுக்கு மேற்கூரிய ஜமாமகுடம், சின்முத்திரை, யோகப்பட்ட வேஷ்டி ஆகியவை காட்டுதல் கூடாது என்பதை வலியுறுத்துகின்றன. எனவே அங்கு தாடி, மீசையின்றி இருப்பவரை இராஜராஜன் எனக்கூறுவதை விடச் சநகர் என்று கூறுவதே பொருந்தும்.

தஞ்சை ஓவியத்தில் தாடி, மீசையுடன் திகழ்பவரைக் கருவூர்த்தேவர் எனக்கொண்டு அவ்வுருவத்தைத் திருப்புடைமருதூரிலுள்ள கருவூர்த் தேவரின் உருவத்தோடு ஒப்பிட்டு நோக்கினால் இவ்விரு உருவங்களுக்கும் இடையேயான ஒற்றுமை எதனையும் காண முடியாது.

கி.பி 15 -16 ஆம் நூற்றாண்டுகளில் கருவூர்த் தேவரைத் தாடி, மீசையின்றிக் கற்பனை செய்து கொண்டு ஓவியத்தில் கண்ட தமிழ்மக்கள் தஞ்சை ஓவியத்தில் சநக முனிவரை கருவூர்த்தேவர் எனத் தவறாகக் கொண்டதால் இருபதாம் நூற்றாண்டில் தஞ்சைக் கோயிலில் அவரது சிலையைத் தாடி, மீசையுடன் படைத்து வழிபடத் தொடங்கினர் என்பதறிய முடிகிறது.

ஆ. திருவரங்கத்துக் கோபுர ஓவியங்கள்

திருவரங்கத்துத் தெற்குச் சித்திரை கோபுரம் ஜடாவர்மன் சுந்தர பாண்டியனால் எடுக்கப்பெற்றதாகும். இக்கோபுர விதானத்தில் திருவரங்கத்தில் நிகழும் சில விழாக்காட்சிகள் வண்ண ஓவியங்களாகத் திகழ்கின்றன. இவை கி.பி 17 ஆம் நூற்றாண்டைச் சார்ந்த விஜயநகர - நாயக்கர்கள் கால படைப்பாகும். இங்கு திருவரங்கம் பெருமாள் முத்தங்கி தரித்துக் குதிரை வாகனமேறித் திருவீதி பவனி வரும் காட்சி மிக அற்புதமாகத் தீட்டப்பெற்றுள்ளது. எழுந்தருளும் திருவரங்கருக்கு முன்னர் திருக்குடை, திருத்தொங்கல், திருச்சின்னம் முதலிய பரிச்சின்னங்கள் தாங்கிப் பலர் செல்கின்றனர். கொம்பு, பறை ஆகியவற்றினை சிலர் இசைக்க அலங்கரிக்கப்பட்ட யானை, குதிரைகள், ஒட்டகம் ஆகியவையும் ஊர்வலத்தின் முன்னே செல்கின்றன.

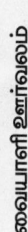

திருவரங்கத்து கோபுர ஓவியம்

வையாளி உள்வலம்

குடவாயில் பாலசுப்ரமணியன் 411

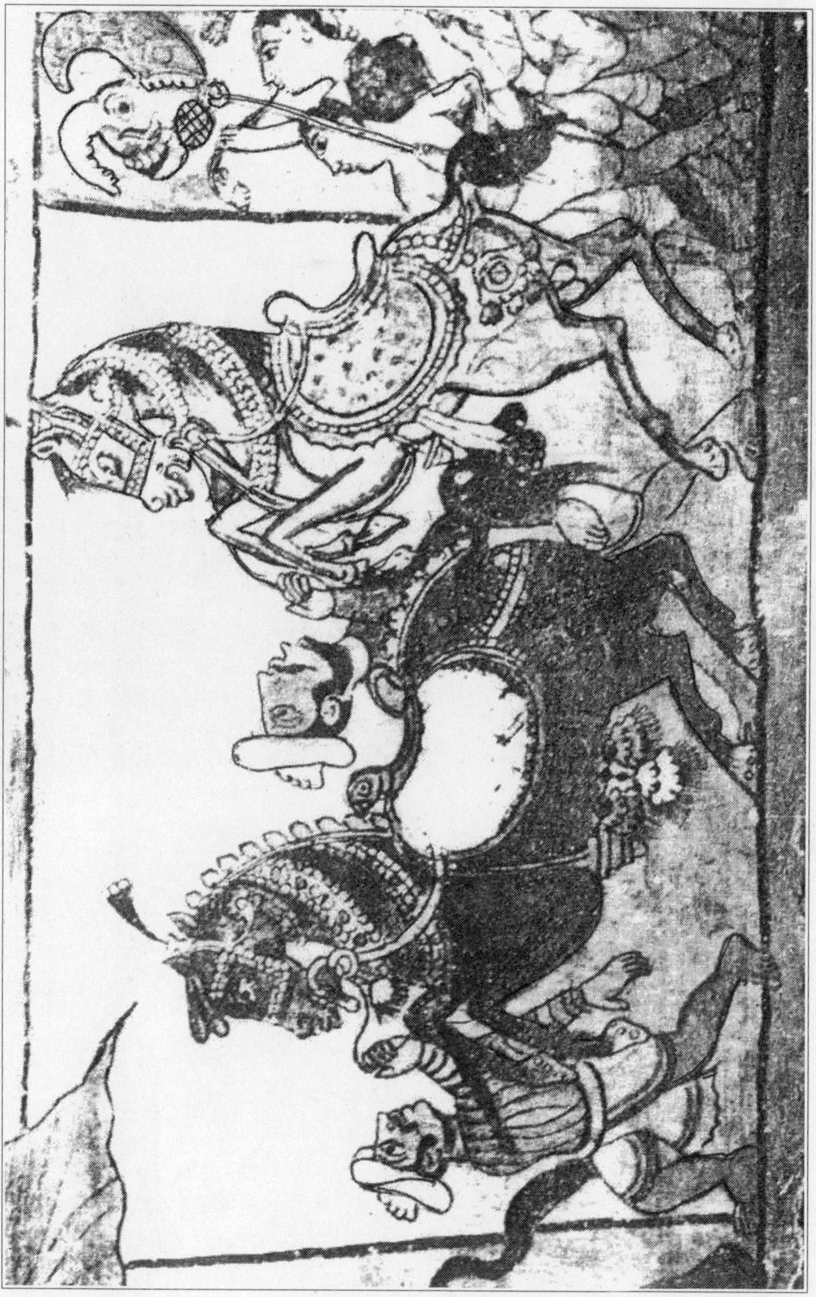

திருக்கழுக் குன்றத்து கோபுர ஓவியம்

இரு கழுகுகளுக்கு ஒருவர் உணவூட்டும் காட்சி

412 தமிழகக் கோபுரக்கலை மரபு

இக்காட்சி திருவரங்கத்தில் நிகழும் வையாளி அல்லது கோன வையாளி எனும் நிகழ்வைச் சித்தரிப்பதாகும். திருவரங்கர் உலாப்போகும் குதிரைகளோடு ஆடிக் கொண்டு செல்லும் நிகழ்ச்சியே வையாளி என்பதாகும். இத்தலத்தில் ஆண்டுக்கு ஏழுமுறை திருவரங்கன் திருவீதி உலாவில் வையாளி நிகழ்வு நடைபெறுகின்றது. இவற்றில் நான்கு முறை அரங்கர் தங்கக் குதிரை வாகனத்தில் எழுந்தருளும் போதும், மூன்று முறை சாதாரணமாக உலாவரும் போதும் நடைபெறுகின்றன.

சித்திரை மாதத் தேர்த் திருவிழாவின் போது நிகழும் விருப்பன் திருநாள், வைகாசி மாதத்தில் நிகழும் வசந்த உற்சவம், புரட்டாசி மாத விஜயதசமி விழா, மார்கழி மாதத்தில் நிகழும் இராப்பத்து உற்சவத்தின் எட்டாம் நாள் விழா, தை மாதம் நிகழும் பூபதித் திருநாள், பங்குனி மாதத்தில் நிகழும் பிரம்மோஸ்தவத்தின் எட்டாம் நாள் விழா ஆகிய காலங்களில் வையாளி ஊர்வலம் நிகழ்கின்றது. இவ்விழாக்களில் குறிப்பிடப்பெறும் விருப்பன் திருநாள் என்பது விருப்பண்ண உடையார் (விருபாக்ஷராயர்) நினைவாக நடைபெறுவதாகும். இவர் முதலாம் புக்கரின் மகனும், இரண்டாம் ஹரிஹரனின் தளபதியாகவும் விளங்கியவர். இவர் பெயரில் கி.பி.1383ஆம் ஆண்டு முதல் இவ்விழா நடைபெறுவதாகத் திருவரங்கத்துக் கல்வெட்டொன்று[67] எடுத்துக் கூறுகின்றது.

இதுபோலவே பூபதி திருநாள் என்பது சதாசிவராயர் கி.பி 1555 முதல் பூபதி உடையார் கிருஷ்ண தேவ மகாராயர் பெயரில் நடத்திய திருவிழாவாகும்.

வையாளி ஊர்வலம் திருவரங்கத்துப் பகுதியினை கி.பி.12-13ஆம் நூற்றாண்டுகளில் ஆட்சி செய்த போசள மன்னர்களின் காலத்திலேயே ஏற்பட்ட ஒன்றாகும். ஏறத்தாழ கி.பி.1129இல் போசள மன்னன் சோமேஸ்வரனின் உதவியோடு மலர்ந்த மானசோல்லாசம் எனும் நூலில் "வஹ்யாளி" எனும் குதிரை ஏற்றம் பற்றிய வீர விளையாட்டு பேசப்படுகிறது.

இவ்வாறு வரலாற்றுச் சிறப்புடைய குதிரைப் பாய்ச்சல் எனும் குதிரையாட்டத் தினை (வையாளி) இங்கு காணும் ஊர்வலத்தின் முன்பகுதியின் ஓவியன் மிக அழகாகத் தீட்டியுள்ளான். குதிரைச் சேவகர்கள் குதிரையைக் கயிற்றால் பிணைத்துக் கையில் பிடித்து இழுத்துச் செல்கின்றர். குதிரைகள் முன் கால்களைத் தூக்கிக் கொண்டு பாய்ந்து ஆடுகின்ற காட்சி இக்கோபுரத்தின் அழகுக்கு மேலும் எழில் கூட்டுகின்றது.

இ. திருக்கழுக் குன்றத்துக் கோபுர ஓவியங்கள்

திருக்கழுக்குன்றம் பக்தவத்சலேஸ்வரர் திருக்கோயில் தெற்குக் கோபுரம் கி.பி.17ஆம் நூற்றாண்டில் விஜயநகர அரசு காலத்தில் எடுக்கப்பெற்றதாகும். இதனைச் செஞ்சி நாயக்கர்கள் எடுத்திருக்கச் சாத்தியக்கூறுகள் உள்ளன. இக்கோபுரத்தின் நுழைவாயிலுக்கு மேல் காணப்பெறும் விதானம் முழுவதும் பல வண்ண ஓவியங்கள் காணப்பெறுகின்றன. இவை கோபுரம் கட்டப்பெற்ற

காலத்திலேயே தீட்டப் பெற்றவையாகும். அவற்றில் நாயக்க மன்னன், அவரது பிரதிநிதிகள் ஆகியவர்களின் உருவங்கள் காணப்பெறுகின்றன. அருகே உள்ள மற்றொரு காட்சி குறிப்பிடத்தக்க முக்கியத்துவம் பெற்ற ஒன்றாகும்.

ஓவியத்தில் திருக்கழுக்குன்றத்து மலைமேல் உள்ள கோயில் காணப்பெறுகின்றது. கோயிலினுள் சிவலிங்க உருவமும், வெளியே இறைவனை வணங்கும் அடியவர் உருவம் ஒன்றும் உள்ளன.

கோவிலுக்கு அருகே உள்ள மேடை மீது பண்டாரம் ஒருவர் அமர்ந்து கொண்டு தன் வலக்கையில் ஏந்தியுள்ள உணவுப் பாத்திரத்தைத் தலைக்குமேல் தூக்கிப் பிடித்துள்ளார். அவர் அருகே மற்றொரு பெரிய பாத்திரம் உள்ளது. இரண்டு பெரிய கழுகுகள் அவர் நீட்டும் உணவை உண்ண, பாறை மீது நடந்து வருகின்றன. இக்காட்சியில் கோவில், சிவலிங்கம், வணங்கும் அடியார், உணவூட்டும் பண்டாரம் ஆகியவர்களின் உருவங்களை விடப் பலமடங்கு பெரியதாக இரு கழுகுகளும் உள்ளன. இது குறிப்பிடத்தக்க ஒருவகை ஓவிய நுட்பமாகும்.

திருக்கழுக்குன்றத்தில் இரு கழுகுகளுக்கு உணவூட்டும் முறை 500 ஆண்டுகளுக்கு முன்பிருந்தே தொடர்ந்த ஒரு வழக்கம் என்பது கோபுர சிற்பங்கள் எனும் பகுதியில் விளக்கப் பெற்றுள்ளது. அதனையே இவ்வோவியக் காட்சியும் வலியுறுத்துகின்றது.

ஈ. திருக்கோவலூர் வீரட்டத்துக் கோபுர ஓவியங்கள்

திருவண்ணாமலை மாவட்டம் திருக்கோவலூரிலுள்ள வீரட்டானேஸ்வரர் திருக்கோயில் அட்ட வீரட்டங்களுள் ஒன்றாகும். அந்தகாசுரன் என்பவனை சிவபெருமான் வதம் செய்ததாக இவ்வீரட்டத்தின் புகழ் போற்றப் பெறுகின்றது. இத்திருக்கோயில் பெண்ணையாற்றின் தென்கரையில் மேற்கு நோக்கி அமைந்துள்ளது. நான்கு நிலைகளுடன் திகழும் இக்கோபுர வாயிலுக்கு மேலாக விதானத்தில் திருக்கோவிலூர் தலபுராணம் வண்ண ஓவியக் காட்சிகளாக விளங்குகின்றன.

ஓவியக்காட்சிகள்

இவ்வோவியத் தொகுப்பில் பத்து காட்சிகள் உள்ளன. ஒவ்வொரு காட்சிக்கு மேலும் கீழும் காட்சி பற்றிய குறிப்புகள் தமிழில் எழுதப் பெற்றுள்ளன. இவ்வோவியம் பத்தொன்பதாம் நூற்றாண்டில் தீட்டப்பெற்றதாகும். முதற்காட்சி முற்றிலுமாகச் சிதைந்து விட்டது. இரண்டாம் காட்சியில் ஒரு வேதிகைக் குண்டத்திலிருந்து தீப்பிழம்பு எழுகின்றது. அருகே ஒரு மகரிஷி அமர்ந்து வேள்வி செய்கிறார். இக்காட்சியின் பெரும்பகுதி சிதைந்து விட்டது. இக்காட்சி திருக்கோவிலூர் புராணம் கூறும் கண்ணுவ மகரிஷி சருக்கம் உரைப்பதாகும். மூன்றாம் காட்சியில் ஒரு மூதாட்டி கணபதியார் முன்பு நின்று கொண்டு ஒரு கையில் மலர்ப் பாத்திரத்தை வைத்துக் கொண்டு மறுகரத்தால் பூக்கள் கொண்டு

அர்ச்சிக்கின்றாள். இடுப்புக்குக் கீழ் கணுக்கால் வரை புடவை தரித்துள்ளாள். கொண்டையிட்ட முடியும், தொங்கும் மார்பகங்களும், பொய்கை வாயும் அவளை மூதாட்டியாகக் காட்டுகின்றன. இவ்வோவியக் காட்சிக்குக் கீழாக ... “சேரமானாரும், சுந்தரரும்” என்று எழுதப்பட்ட வரி தெளிவாகக் காணப் பெறுகின்றது. இதனை அடுத்த நான்காம் காட்சியில் கயிலை மலையுச்சியில் சிவபெருமானும் உமையும் அமர்ந்திருக்கின்றனர். கணபதியார் அமர்ந்து கொண்டு தன் துதிக்கையால் அம்மூதாட்டியைத் தூக்கிக் கயிலைநாதன் முன்பு கொண்டு செல்கிறார். துதிக்கையில் மூதாட்டியின் உருவம் மிகச்சிறிதாகக் காணப் பெறுகின்றது. இவ்விரு காட்சிகளும் திருக்கோவிலூர் புராணம் கூறும் ஔவையார் வரலாற்றை விவரிப்பவையாகும்.

சுந்தரர் இறைவன் அனுப்பிய யானை மூலமாகவும், சேரமான் பெருமாள் குதிரை மூலமாகவும் கயிலை செல்கின்றனர் என்பதை அறிந்த ஔவையார், திருக்கோயிலூர் திருக்கோயிலுள்ள பெரியானைக் கணபதியை அர்ச்சித்துத் தானும் அவர்களுக்கு முன் கயிலை ஏக வேண்டும் என வேண்டிட, உடன் கணபதியார் விஸ்வரூபம் எடுத்து தன் துதிக்கையால் அப்பிராட்டியைத் தூக்கிக் கயிலைக்கு அனுப்பினார் என்பது திருக்கோயிலூர் தலபுராணம் செப்பிடும் கதையாகும்.

இதனை ஒரு பழம்பாடல்[68],

“கரிமீதும் பரி மீதும் சுந்தருஞ் சேரருமே கைலைச் செல்லத்
தரியாது உடன்செல்ல ஔவையுமே பூசைபுரி தரத்தை நோக்கிச்
கரவாது துதிக்கையால் எடுத்து அவர்கள் செலுமுன்னும் கைலை விட்ட
பெரியானைக் கணபதி தன் கழல் வணங்கி விருப்பமெலாம் பெற்று வாழ்வாம்”

என்று கூறுகின்றது.

ஐந்தாம் காட்சியாக முனிபுங்கவர் ஒருவர் அமர்ந்திருக்க அவர் எதிரே மன்னர் ஒருவர் வணங்கி நிற்கிறார். இக்காட்சியும் திருக்கோயிலூர் புராணக் காட்சியேயாகும். இங்கு வணங்கிடும் மன்னவர் அப்புராணம் கூறும் தெய்வீகராஜன் என்பவரேயாகும்.

மலையர் குல மன்னவர்களின் மூதாதையாகத் தெய்வீகராஜன் என்பவனை இப்புராணம் குறிக்கின்றது. குலசேகரன், நரசிங்க முனையரையர், மெய்பொருள் நாயனார் ஆகியோர் அவன் வழித் தோன்றல்கள் என்றும், மலையமன், நத்தமன், சுருதிமன் (மூப்பனார்) போன்ற உடையார் இனத்தவரும் அவன் வழி வந்தவர்களே என்றும் கூறுகின்றது.

கீழ்வரிசையில் முதலாவது ஓவியமாக விளங்குவது கணபதிப் பெருமான் ஒரு மரத்தடியில் உள்ள இலிங்கத்தை ஆடையாலும், மாலைகளாலும் அலங்கரித்து, பூக்கள் கொண்டு அர்ச்சிக்கும் காட்சியாகும். காட்சியின் கீழ்புறம் “விக்கினேஷ்வரர் இத்தலத்தில் முன்... சதுர் யுகம் பூசித்து விக்கினத்துக்கு எமனென பேறு பெற்றது..” என்று காட்சி விளக்கம் எழுதப்பெற்றுள்ளது.

கபிலக்கல்லும் – கபிலேஸ்வரம் எனும் கோயிலும்

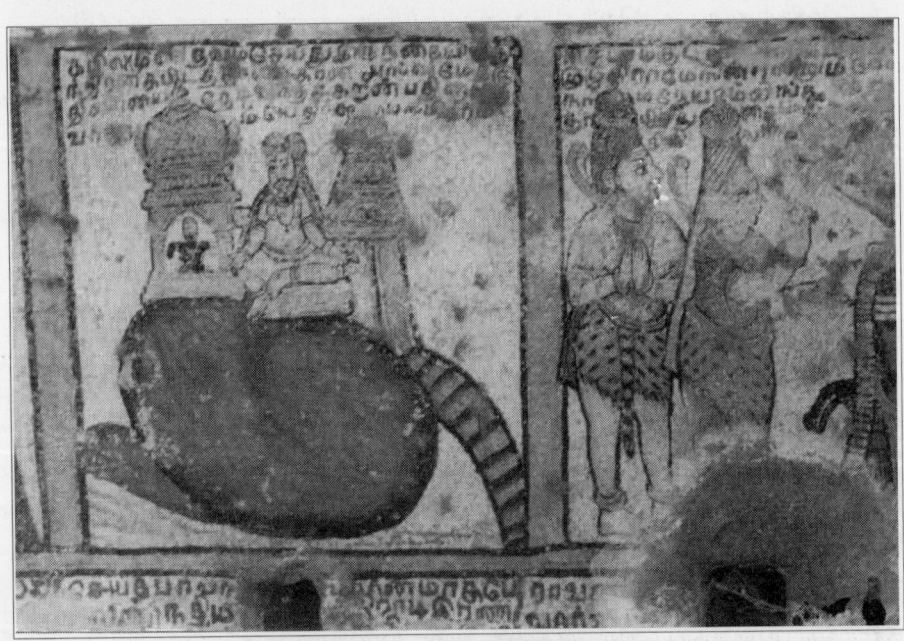

கோபுர ஓவியத்தில் பாறை மீது அமைந்த
கபீலேஸ்வரமும் கபில முனிவரும்

விநாயகப் பெருமான் திருக்கோயிலூரில் இலிங்கப் பிரதிட்டை செய்து நான்கு யுகங்கள் வழிபட்டுக் கோவிலூர் ஈசன் அருளால் பேறு பெற்றார் என்பது திருக்கோயிலூர் புராணம் கூறும் செய்தியாகும்[69]. இதனை அப்புராணம்,

"கய முகன் முன் சிவ புரத்திற் கண்ணுதலை மதுமலரா
லயர்வறவங் கொரு மூன்று சதுரியுக மருச்சித்து
வியனகில முதலான புவனமெலாம் விக்கினத்துக்
கியமெனென வடி வணங் கெழின் மௌலி புனையுற்றான்"

(திருக்கோ. புரா - இந்திராதியர் சருக்கம், 14)

என்று கூறுகின்றது.

இதற்கு அடுத்ததாகத் திருக்கோயிலூர் தலத்தில் வில்வமரம் ஒன்றின் கீழ் விளங்கும் இலிங்க உருவத்தை வியாழபகவான் (குரு) மலர் கொண்டு அர்ச்சிக்கும் காட்சி விளங்குகின்றது. காட்சிக்கு மேலாக சதுயுகம் பூசித்து இஷ்ட காமியம் பெற்றனன் என்றும் காட்சிக்குக் கீழாக வியாழ பகவான்.... என்றும் எழுதப் பெற்றுள்ளன.

திருக்கோயிலூர்த் தலபுராணம்,

"கோவனக ரிறையை யொரு சதுரி யுகங் கொழு மலராற் குருமுன் பூசை
யாவலொடும் புரிந்திறைஞ்சி யந்தகாந் தகரருளா லமரர் போற்றுந்
தேவ கங்காப் பிரவாகம் போன் மலிந்த கெம்பீரஞ் செறிந்த வாக்கைத்
தகவறவங் கடைந்தன னாண்டிட்ட காமிய மெல்லாஞ் சார்ந்தா னன்றே"

(திருக்கோ. புரா - இந்திராதியர் சருக்கம், 15)

கீழ் வரிசையில் மூன்றாவது காட்சியாகக் கபிலமுனி பேறு பெற்ற நிகழ்வு ஓவியமாகச் சித்திரிக்கப் பெற்றுள்ளது. இங்கு பெரிய பாறை ஒன்றின் மேல் ஒரு கோயில் கோபுரம், கருவறை, இலிங்கவுருவம் ஆகியவை காணப் பெறுகின்றன. பாறை மீதுள்ள அந்த கோயிலுக்குச் செல்லப் படிக்கட்டுக்களும் உள்ளன.

கருவறைக்கும், கோபுர வாயிலுக்கும் இடைப்பட்ட பகுதியில் கபிலமுனிவர் அமர்ந்துள்ளார். இக்காட்சிக்கு மேலாக "கபில முனி தவம் செய்து இருக்கையில் இந்திரன் கபிடத்தால் சகரன் அஸ்வமேத குதிரையயைத் தேடிவந்த சகறான் பதினாயிர வரையும் யெதிர்க்க பஸ்மித்ரம்" - என்று எழுதப்பெற்றுள்ளது. காட்சிகளுக்குக் கீழாக "செய்த பாவத்தின் காரணமாக பெண்ணை நதியதில் நீராடி இரண்டும் ...." என்றும் குறிப்பெழுதப் பெற்றுள்ளது.

திருக்கோயிலூர் புராணத்தின் கபிலச் சருக்கம், 18 பாடல்கள் வாயிலாக அப்புராணக் கதையை விவரிக்கின்றது.

"தாலிறவக் கபிலமா விருடி முன்னாட் டிருக்கோவற்
கடிலத் தேவை யாவலொரு மாராதித் ததி வீரகத்தி தொலைத்தான்"

(திருக்கோ. புரா - கவிலச் சருக்கம் -18)

என்று தொடங்கிச் சரகர் பதினாயிரவர் அஸ்வமேதா யாகம் செய்ய, யாகப் பரியை இந்திரன் கபடத்தால் கவர்ந்து கபிலரின் பரணசாலையில் மறைக்க, குதிரையைத் தேடிவந்த சரகர் கபிலர் கவர்ந்தார் எனக் கூற, கோபமுற்ற கபிலர் சகரர் பதினாயிரவரையும் தன் சாபத்தால் எரிக்க அவருக்கு ஏற்பட்ட வீரகத்தி தோஷத்தைப் போக்கத் திருக்கோவிலூர் பெண்ணையாற்றில் உள்ள பாறை மீது கபிலேசுவரர் கோயில் எடுத்து கபிலலிங்கம் தாபித்து இரண்டு சதுரயுகம் வழிபடக் கோவிலூரீசன் லிங்கத்திலிருந்து வெளிப்பட்டு, வரங்கள் ஈந்தான்; பின்னர் கபிலர் வீடுபேறு பெற்றார் என்று கூறுகிறது.

கபில முனியும் – சங்கப்புலவன் கபிலரும்

கி.பி. பதினாராம் நூற்றாண்டுக்குப் பின்பு எழுந்த திருக்கோவிலூர் தலபுராணமும், அதனைக் காட்சிப்படுத்திய கோவிலூர் கோபுரத்திலுள்ள பத்தொன்பதாம் நூற்றாண்டு ஓவியமும், வீரட்டானேசுவரர் கோயிலுக்கு அருகே பெண்ணை நதியின் நடுவண் திகழும் பெரிய கற்பாறையில் அமைந்துள்ள கோயிலைக் கபிலேசுவரம் என்றும், அதிலுள்ள இலிங்கத்தைக் கபில இலிங்கம் என்றும் புராணக்கதை அடிப்படையில் விளக்குகின்றன. சுவையான புராணக்கதை அப்பாறையையும், சிறுகோவிலையும் கபில முனியோடு தொடர்பு படுத்தினாலும், உண்மை வரலாற்று நிகழ்வாக சிறுகுன்றெனத் திகழும் அக்கற்பாறை சங்கப்புலவர் கபிலரின் வரலாற்றோடு நீக்கறத் தொடர்புடைய ஒன்று என்பது வியப்புக்குரியதாகும். அவ்வரலாற்றை மாமன்னன் முதலாம் இராஜராஜ சோழனின் திருக்கோவிலூர் கல்வெட்டுச் சாசனம்[70] என்றும் அழியாதவாறு நிலைபெறச் செய்துள்ளது.

திருக்கோவலூர் வீரட்டானேஸ்வரர் திருக்கோயில் கருவறையில் மாமன்னன் இராஜராஜ சோழனின் அவையில் அறங்களை எடுத்துக் கூறும் உயர்நிலை அலுவலனான சோழநாட்டு ஆலங்குடியினன் கம்பன் ஆதிவிடங்கன் என்பான் செய்த அறக்கொடைகள் நீண்ட கல்வெட்டு பாடலாகப் பொறிக்கப்பெற்றுள்ளது. அக்கல்வெட்டின் முற்பகுதி திருக்கோவலூரின் பெருமைகளாக இரண்டு நிகழ்ச்சிகளைக் குறிப்பிடுகின்றது. இராஜராஜனின் தாயும் கோவலூர் மலையமானின் மகளுமான வானவன் மாதேவி தன் கணவர் சுந்தர சோழர் உயிர் நீத்த போது ஈமத்தீயில் இறங்கி உயிர் நீத்தவள் என்று முதல் நிகழ்வைக் குறிப்பிடுகின்றது. இரண்டாம், நிகழ்வாக அக்கல்வெட்டு பொறிக்கப்படுவதற்கு ஆயிரம் ஆண்டுகளுக்கு முன்பு அவ்வூரில் நிகழ்ந்த கபிலரின் மரணத்தோடு தொடர்புடைய ஒரு நிகழ்வை விவரிக்கின்றது.

முத்தமிழ்க் காவலனாகிய செஞ்சொற் கபிலன் தன்னிடம் அடைக்கலமாக இருந்த பாரி வள்ளலின் மகளைத் திருக்கோவிலூர் மலையமானுக்கு மணம் முடித்துவிட்டுப் பெண்ணையாற்றிலுள்ள கல்லின் மேல் தீமூட்டி அதில் புகுந்து வீடு பேறு அடைந்தார் என்றும் அந்தக் கல்லே கபிலக்கல் என்றும் கூறுகின்றது.

“மொய் வைத்தியலு முத்தமிழ் நான்மைத்
தெய்வக் கவிதைச் செஞ்சொற்கபிலன்
மூரிவண் தடக்கை பாரிதனடைக்கல
பெண்ணை மலையற் குதவிப் பெண்ணை
அலை புனல் அழுவந்து அந்தரிச்சம் செல
மினல் புகும் விசும்பின் வீடு பேறெண்ணி
கனல் புகும் கபிலக் கல்லது”

என்பது இராஜராஜசோழனின் சாசனத்தில் காணப்படும் அடிகளாகும்.

பத்துப்பாட்டு மூலமும் - நச்சினார்க்கினியார் உரையும் எனும் நூலினைப் பதிப்பித்த உ.வே.சாமிநாதைய்யர் குறிஞ்சிப் பாட்டைப் பாடிய கபிலரின் வரலாற்றை இலக்கியக் கூற்றுக்கள் அடிப்படையில் விரிவாகக் கூறியுள்ளார். 279 பாடல்களைப் பாடிய அப்பெருமகனார் திருவாதவூரில் பிறந்த அந்தணர் என்றும், வேள்பாரியின் உயிர் நண்பர் என்றும், பாரியின் மரணத்திற்குப் பின்பு அவன் இருமகள்களையும் தன்னோடு அழைத்துச் சென்று காத்ததாகவும், அந்தணர் ஒருவரிடம் அம்மகளிரை ஒப்புவித்துப் பாரியின் பிரிவை ஆற்றவொண்ணாராய் வடக்கிருந்து உயிர் துறந்தார் என்றும் கூறுவதோடு திருக்கோவலூர் கல்வெட்டுச் சாசனத்தையும் மேற்கோள்காட்டி அவர் உயிர் துறந்த கபிலக்கல்லின் சிறப்பு பற்றியும் குறிப்பிட்டுள்ளார்.

புறநானூற்றில் காணப்படும் கபிலரின் பாடல்கள், பாரியின் வரலாறு, அவன் புதல்வியரின் அவநிலை போன்றவற்றை எடுத்துக் கூறும்போதே அவர்தம் வரலாற்றையும் உள்ளூறையாகக் காட்டி நிற்கின்றன. அப்பாடல்களுக்கு பின்னவர்களால் எழுதப்பெற்ற குறிப்புகளில் சில பிழைபடவும், மிகைபடவும் அமைந்திருக்க வாய்ப்புக்கள் உள்ளன. இந்த இரண்டாயிரம் ஆண்டுகளில் ஒவ்வொரு நூற்றாண்டிலும் குறைந்தது ஒரு முறையேனும் ஏடு பெயர்த்து எழுதியிருப்பார்கள். அப்போது பெயர்த்து எழுதுபவர்களின் இடைச் செருகல்களும் இடம் பெற இயலும்.

இவை தவிரக் கபிலரைப் பற்றிக் கூறும் நூல்களாகத் திருவாலவாயுடையார் திருவிளையாடற்புராணம், கடம்பவன புராணம், கவிலரகவல், சோழமண்டல சதகம், ஞானாமிர்தம், தமிழ் நாவலர் சரிதை, தனிப்பாடற்றிரட்டு, விநோதரச மஞ்சரி, திருவள்ளுவர் கதை, பன்னிருபுலவர் சரித்திரம், வடமொழி நூலான ஹாலாஸ்ய மகாத்மியம் முதலியன திகழ்கின்றன. இவையனைத்தும் பிற்காலத்தில் கற்பனை வளத்தோடு கூறப்பெறும் செய்திகளைத் தாங்கி நிற்கின்றன.

சோழர் ஆட்சிக் காலத்திற்குப் பிறகு பிற்காலப் பாண்டியர் ஆட்சி செய்யும் நாளில் (கி.பி.14ஆம் நூற்றாண்டின் தொடக்கத்தில்) ஏற்பட்ட வட புலத்துக் கொள்ளையர்களின் சூறையாடல்களும், மதுரையை ஆண்ட ஒரு பிரிவினரின் கொடுங்கோன்மையும் தமிழகக் கலைக் கோயில்களையும், பண்பாட்டு மூலங்களையும் வேரோடு சாய்த்தன. அந்த இருண்ட வேதனைக் குரிய காலம்

மாறிய போது தமிழரல்லாத பிறதேசத்து மன்னர்களின் ஆட்சி இங்கு மலர்ந்தது. அவர்கள் வீழ்ந்த கலையையும், பண்பாட்டையும் நிலை நிறுத்த முயன்றனர். அப்போது அவர்களின் மொழியாதிக்கமும், பண்புகளும் இயல்பாகவே தமிழ் மண்ணில் கலந்த போது இங்கு மலர்ந்த இலக்கியங்களும் பிறவும் புதிய பரிணாமத்தோடு வளர்ந்தன. வடமொழித் தலபுராணங்களும், அவற்றின் தமிழாக்க நூல்களும் உதித்தன. அக்கால கட்டத்திற்குப் பின்புதான் கபிலர் வரலாறு தடம் மாறியது.

திருக்கோவலூர் கோயிலில் இராஜராஜனின் உயர்நிலை அலுவலன் கம்பன் ஆதிவிடங்கன் கல்வெட்டுப் பாடலினைப் பொறிக்கவில்லை என்றால் திருக்கோவிலூர் மலையமானின் மகளும், மாமன்னன் இராஜராஜனின் தாயுமான வானவன் மாதேவியின் இறப்பு பாரிமகளின் திருமணம் சங்கப் புலவன் கபிலனின் கபிலக்கல் ஆகியவை பற்றி அறிந்திருக்க முடியாது.

திருக்கோவிலூர் புராணத்தில் கபிலமுனிவர் பற்றியும் திருக்கோவிலூர் பெண்ணையாற்றுப் பாறையில் கபில லிங்கம் தாபிக்கப்பட்ட புராணச் செய்திகளையும் காணமுடிகிறது. கல்வெட்டின் மூலம் கபிலக்கல் எனும் பெயர் பற்றியும், பாரியின் மகளைக் கோவலூர் மன்னன் மலையமான் மணம் புணர்ந்ததும் பாரியை அடையக் கபிலர் பாறைமீது தீமூட்டிச் செந்தழல் புகுந்து விண்ணுலகு எய்திய செய்தியும் அறியமுடிகிறது. கபிலேஸ்வரம் என்ற பாறைமீது அமைந்த கோயிலையும் கோவலூர் புராணம் குறிப்பிட்டபோதும், அது செந்தமிழ்ப் புலவன் கபிலனின் நினைவாலயம் (பள்ளிப்படை) என்பதுதான் உண்மை.

திருக்கோவலூர் கோபுரத்து ஓவியத்தின் ஒருகாட்சி கபிலரின் வரலாற்றோடு ஒரு வகையில் தொடர்புடையதாகவே விளங்குகின்றது.

இராவகச் சருக்க ஓவியக்காட்சி

கீழ்வரிசையின் நான்காவது காட்சியில் மரத்தடியில் திகழும் இலிங்க உருவத்தை வில்லேந்திய இராமனும், இலக்குவனும் அர்ச்சித்து வணங்குகின்றனர். புலி உரி தரித்த இருவரும் சடா முடியினராய்த் திருநீறு பொலிகின்ற உடலோடு பூஜிக்கின்றனர். ஓவியக் காட்சிக்கு மேலுள்ள எழுத்துக்கள் சிதைந்து காணப்பட்டாலும் பெண்ணையாற்றில் மூழ்கி ராமேஸன் எனும் லிங்கம் பிரதிஷ்டை செய்தது போன்ற குறிப்புகள் காணப்பெறுகின்றன.

திருக்கோவிலூர் புராணத்தின் இராவகச் சருக்கம் எனும் பகுதி ஐந்து செய்யுள்கள் அடங்கியதாகத் திகழ்கின்றது. அதில்,

> "*அவுண வனத்தி ராவணனாந் துருமத்தை யடிபறிய*
> *விவிதமலர்க் கிளையோடு முலரநனி வீட்டியந்தக், கவியதி*
> *பரனிகந்தாழ் கழற்கோமன் கொலைப்பாவம், புவியத்தி*
> *ற்காண்டொழிப்பச் சிவபுரத்திற் புக்கனனால்*"
>
> (திருக். கோ.புரா - இராகவச் சருக்கம் - 2)

"புக்கியி லக்குமனோடு தவக்கோலம் புரிந்து சடைபுனைந்து
கோச, மிக்க புனற் பினாகி நதிகுடைந்தாடித் திருவெண்ணீ
றணிந்து மெய்யிற், றக்கதிரி புண்டரமுந் துலக்க லுதறனி
ற்சாத்திச் சைவமாகித் தொக்கவி லிங்கமுந் தாபித்தி
ராமேசமெனு நாஞ் சூட்டியம்மா" (இராவகச்சருக்கம் - 3)

"அருச்சனை செய்தரனருளா விராவணனைத் தொலைத்த
பழியகற்றி வாழ்ந்தான், றிருத்தகுமற் போர்க்கியை தோட்
சீதை நாயகனு வமை செப்பக்கூடா, வருத்த மற வுயிர்
னுருத்த திருக்கோவனகர் தனிலென்றான் சூதனெனு முர
வோன்றானே" (இராகவச் சருக்கம் - 4)

என்று கூறி இராமன், இலக்குவன் ஆகிய இருவரும் இராவணனைக் கொன்ற தோஷத்தை இத்தலத்தில் சிவ வழிபாட்டால் போக்கிக் கொண்டனர் என்பதை விவரிக்கின்றது. புராணம் கூறும் நிகழ்வுகள் அனைத்தும் அப்படியே ஓவியக் காட்சியில் திகழ்கின்றன.

பரசுராமன் சருக்க ஓவியக் காட்சி

கீழ்வரிசையில் ஐந்தாவது காட்சியாக ஒரு மரத்தடியில் அலங்கரிக்கப்பட்டுத் திகழ்கின்ற இலிங்க வடிவத்தினை, மகுடம், மாலைகள் தரித்த பரசுராமர் மலர்களால் அர்ச்சிக்கும் ஓவியம் திகழ்கின்றது. ஓவியத்திற்கு கீழாகத் தொடங்கி ஓவியத்தின் மேற்புறம் வரை ஓவிய விளக்கம் எழுதப் பெற்றுள்ளது.

"பரசுராமர் ... தலம் மரை அர்ச்சித்து...
....ர்யுகம் பூசித்து ஸ்தலத்தில் நிவாரணம்"

என்ற சொற்றொடர்கள் காணப்பெறுகின்றன.

திருக்கோயிலூர் புராணம் இராகவச்சருக்கத்திற்கு அடுத்ததாகப் பரசுராமச் சருக்கத்தை எட்டுப் பாடல்கள் வாயிலாக விவரிக்கின்றது. பரசுராமர் தன்தாயையும், பிறரையும் கொன்றதால் அவருக்கு ஏற்பட்ட பாவத்தைப் போக்கக் கோவன் மாநகரில் இலிங்கம் எடுத்து பூஜித்ததால் விமோசனம் பெற்றார் என்று கூறுகிறது. இந்நிகழ்ச்சியே இங்கு ஓவியமாகக் காணப்பெறுகின்றது.

இங்குள்ள பத்துக்காட்சிகளில் மூன்று மற்றும் நான்காவது காட்சிகளில் ஔவையார் பற்றியும் எட்டாவது காட்சியில் கபில முனிவர் பற்றியும் புராணக்காட்சிகள் இடம்பெற்றமை சுவை பயப்பதாய் உள்ளன. மேலும் இங்கு ஓவியத்தில் காட்டப்பெறாத பாரி - ஔவையார் பற்றிய பல செய்திகள் திருக்கோவிலூர் தலபுராணத்தில் கூறப்பெற்றுள்ளன.

பாரிசலன் என்ற அரசன் ஈழநாட்டில் சிவாகம நெறிதவறாது வாழ்ந்ததாகவும், வீரசேனன் என்பவன் போர்தொடுத்துப் பாரிசலனின் நாட்டை

பட்டீச்சரத்துக் கோபுர ஓவியம் (அழிக்கப் பெற்றது)

திருக்கோவலூர்க் கோபுர ஓவியம் (தலபுராணக் காட்சிகள்)

பட்டீச்சரத்துக் கோபுர ஓவியங்கள் (அழிக்கப்பட்டவை)

ஆடவல்லான்

கோலாட்டப் பெண்கள்

கவர்ந்து அவனை விரட்டவே, பாரிசலன் சேரநாட்டையடைந்து அங்கு சிறுகுடிலில் தன்மகள்கள் அங்கவை சங்கவை என்பாரோடு வாழ்ந்த போது அங்கு ஔவையார் வரவே, அம்மூதாட்டியிடம் பாரி மகளிர் இருவரும் அன்புடன் ஒழுக, அவர்கள் பால் அன்பு கொண்ட ஔவையார் அம்மகளிரை திருக்கோவிலூர் மன்னன் தெய்வீக ராஜனுக்கு மணமுடித்ததாகவும் கோவிலூர் பெரியானைக் கணபதி அருளாலும் முருகன் அருளாலும் ஔவையார் பல அற்புதங்களைச் செய்துகாட்ட, இறுதியில் பாரிசலனுக்காக தெய்வீகராஜன் சிங்கள தேசமடைந்து வெற்றி கொண்டு, பாரிசலனுக்கு மீண்டும் மகுடாபிஷேகம் செய்வித்து, திரும்பினான் என்றும் கூறப் பெற்றுள்ளது.

பறம்பு மலை வள்ளல் பாரியின் வரலாறு, அவன் மகளிர் திருமணம், கபிலர் வரலாறு, ஔவையார் வரலாறு ஆகியவை எவ்வாறு புராண வடிவம் பெற்று மக்களால் போற்றப்பெற்றன என்பதைத் திருக்கோவிலூர் தலபுராணமும், வீரட்டானத்துக் கோபுரக் காட்சிகளும் எடுத்துக்காட்டுகின்றன.

பட்டீச்சரத்து கோபுர ஓவியங்கள்

சோழப் பேரரசர்களின் கோநகரமான பழையாறை நகரின் மையப் பகுதியில் நிகழ்வதே பட்டீச்சரம் எனும் தேனுபுரீஸ்வரர் திருக்கோயிலாகும். திருஞானசம்பந்தருக்கு இறைவன் முத்துப்பந்தல் அளித்து அருளிய இடமும் இதுவாகும். இத்திருக்கோயிலின் இரண்டாம் திருக்கோபுரம் தஞ்சை நாயக்கர் மன்னர்களின் ஆட்சிக்காலத்தில் கோவிந்த தீட்சிதர் எனும் அமைச்சரால் புதுப்பிக்கப்பெற்றதாகும். அவர் செய்த திருப்பணியின் போது அக்கோபுரத்து விதானம், திருசுற்று மாளிகையின் விதானம், அம்மன்கோயில் மண்டபத்து விதானம் ஆகிய இடங்களில் பல வண்ண ஓவியக் காட்சிகளைத் தீட்டிப் பொலிவடையச் செய்தார்.

கடந்த 2000ஆவது ஆண்டில் திருக்கோயில் நிர்வாகத்தினர் இத்திருக்கோயிலில் திருக்குட நன்னீராட்டுப் பெருவிழா நடத்திக் கடவுண் மங்கலம் செய்தனர். அப்போது கோயிற்சுவர், தூண்கள் ஆகியவற்றைத் தூய்மை செய்வதாகக் கூறி சான்ட் ப்ளாஸ்ட் எனும் புதிய முறையில் காரைகளை நீக்கினர். ஒரு கருவியில் ஆற்று மணலை நிரப்பிக் கொண்டு கம்ப்ரசர் எனும் உயர் அழுத்த காற்று உமிழியினால் ஒரே நேரத்தில் மணலையும் காற்றையும் நுண்துளை வழியாகச் செலுத்தித் தூய்மைப்படுத்துவது இப்புதிய முறையாகும். அத்திருப்பணியின் போது காரை நீக்கும் முயற்சியாக இரண்டாம் கோபுரத்து விதானத்து ஓவியங்கள் முழுவதையும் 30 மணித்துளிக்குள் அகற்றிவிட்டனர்.

இவ்வாய்வு நிமித்தம் பட்டீச்சரம் கோயில் கோபுர ஓவியங்கள் முழுதும் அவை அழிக்கப் படுவதற்குச் சிலநாட்கள் முன்பு படமெடுக்கப் பெற்றன. அவ்வோவியங்கள் பாதுகாக்கப்பட வேண்டும் என்று நேரிடையாகப் பொறுப்பாளர்களிடமும் வேண்டுகோள் வைக்கப் பெற்றது. எத்தனை முயற்சிகள் எடுக்கப் பெற்றும் அவை அழிந்தமை வேதனைக்குரியதாகும்.

இக்கோபுர நுழைவாயிலில் முதலாவதாகத் திகழ்ந்தது திருஞானசம்பந்தருக்குப் பட்டீச்சரத்தில் முத்துப் பந்தல் அளித்த காட்சியாகும். ஞானக் குழந்தை கையில் பொற்றாளத்தோடு பதிகம் பாடி வர சூரியனின் கடும் வெப்பத்திலிருந்து அவரைக் காக்க தேவகணங்கள் முத்துப் பந்தலைத் தாங்கி வரும் வண்ணப் படைப்பாக அது விளங்கியது.

இதனை அடுத்து உட்புற விதானத்தில் நடராஜப் பெருமான் திருநடனமாட சிவகாமி அம்மை அருட்கோலம் காட்ட, நந்திதேவர் பஞ்ச முகவாத்தியம் எனும் குடமுழா இசைக்க நாரதர் வீணை இசைக்க, தேவர்களும், திக்பாலர்களும், அடியார்களும், கணங்களும் சூழ்ந்து நின்று கைகூப்பித் தொழும் அரிய காட்சி இடம் பெற்றிருந்தது. இதற்கு இடப்புறம் கோலாட்ட நடனம் புரியும் மாந்தர்களின் அணிவரிசையும், வலப்புறம் அழகிய பூவேலைப் பாடமைந்த தரைவிரிப்பு (ஜமுக்காளம்) போன்ற வண்ணப் படைப்பும் இருந்தன.

திருக்கோயில் கோபுரங்களில் காணப்பெறும் ஓவியக்காட்சிகளைத் தொகுத்து நோக்கும் போது கீழ்க்கண்ட செய்திகளை அறிய முடிகிறது.

1. பல்லவர், சோழர் முற்காலப் பாண்டியப் பேரரசர்கள் காலத்தில் தமிழகத்தில் சிறந்து திகழ்ந்த ப்ரஸ்கோ ஓவிய நுட்பம் முழுவதுமாக மறைந்து டெம்பரா எனும் புதிய தொழில் நுட்பமே கோபுர ஓவியங்களில் கையாளப் பெற்றுள்ளது. காஞ்சி கயிலாயநாதர் ஆலயம் பனைமலை கோயில், தஞ்சைப் பெரியகோயில், சித்தன்னவாசல் குடைவரை போன்ற இடங்களில் திகழும் ஓவியங்கள் சுவரில் மேற்பூச்சான காரை பூசப்படும்போதே ஈரநிலையில் இயற்கை மூலிகை வண்ணங்கள் கொண்டு தீட்டப் பெற்றவையாகும். இவ்வகைப் படைப்புக்களில் சுவர்களின் காரையிலுள்ள (லைம் பிளாஸ்டர்) நுண் துளைகளில் வண்ணங்கள் பொதிந்து ஒன்றையொன்று பிரிக்க இயலாதவைகளாகி விடும். அவை ப்ரஸ்கோ ஓவியங்கள் என உலகளவில் குறிக்கப் பெறுகின்றன. 11 ஆம் நூற்றாண்டு வரை தமிழகக் கலைஞர்கள் அறிந்திருந்த இவ்வோவிய செய்முறைகள் முழுவதுமாக வழக்கழிந்து விட்டன. டெம்பரா ஓவியங்கள் வெள்ளையடிக்கப்பட்ட சுவரில் வண்ண நீர்க்கலவை பொருள்களைக் கொண்டு தீட்டப் பெறுவதாகும். செந்தூரம், மஞ்சள், கருப்பு, சிவப்பு, நீலம் போன்ற அடிப்படை வண்ணங்களே நேரிடையாக இம்முறையில் பயன்படுத்தப் பட்டுள்ளன. இவ்வகை ஓவியங்களைத்தான் தமிழகக் கோபுரங்களில் காண முடிகின்றது.

2. இங்கு ஆராயப்பெற்ற கோபுர ஓவியங்கள் தமிழகத்தின் பண்டைய ஓவிய பாணியிலிருந்து மாறுபட்ட விஜயநகர ஓவியத்தாக்கத்தோடு விளங்குகின்றன. குறிப்பாக திருப்புடைமருதூர் ஓவியங்களில் லெபாக்ஷி ஓவியங்களின் சாயல் அதிகம் இருப்பதைக் காணலாம். மன்னர்கள், வீரர்களின் ஆடை அலங்காரங்கள் அவர்கள் தரித்துள்ள நீண்ட குல்லாய் போன்றவை

விஜயநகர கால ஓவியங்களின் தனித்தன்மையாகும். ஓவியங்களின் பின்புலத்தைப் பூக்களால் அலங்கரிக்கும் தனித்தன்மை அப்பாணி ஓவியங்களுக்கே உரியதாகும். பட்டீச்சரத்து ஓவியங்களிலும் விஜய நகரபாணி ஓவியங்களின் சாயல் அப்படியே தென்படுகின்றது. இங்கு காட்டப்பெற்றுள்ள தரை விரிப்பு போன்ற விதானத்து ஓவியத்தில் சித்தன்னவாசல் விதானத்து ஓவியச் சிற்பங்களைக் காண முடிகிறது. திருவரங்கத்து ஓவியங்கள் அப்பாணியிலிருந்து சற்று மாறுபட்ட தன்மையுடையனவாய் விளங்குகின்றன. திருக்கோவலூர் ஓவியங்களிலோ மிகவும் பிற்காலத்திய மராட்டியர்கால ஓவியச் சாயல் இழையோடுகின்றது. ஓவியப்பணிகள் வேறுபட்டாலும் அவ்வோவியங்களைப் படைத்தவர்கள் தமிழகத்து ஓவியர்களே என்பதில் எள்ளளவும் ஐயமில்லை.

3. கோபுர ஓவியங்களில் புராணக் கதைகளுக்கே முக்கியத்துவம் தரப்பட்டுள்ளது. பெரும்பான்மையான காட்சிகளுக்குத் தமிழில் விளக்கக் குறிப்புகளும் காணப்பெறுகின்றன. மெத்தப்படித்தவர்களுக்கே புரியக் கூடிய கவிதைகளாக அமைந்த புராண இலக்கியச் செய்திகளைப் பாமரரும் அறிந்து கொள்ள வேண்டும் என்ற பெருநோக்கோடு இவ் ஓவியக் காட்சிகளைத் தீட்டியுள்ளனர் என்பதைத் திருப்புடை மருதூர், திருக்கோவலூர் கோபுர ஓவியங்கள் வாயிலாக அறிய முடிகிறது.

4. தங்கள் காலத்தில் நிகழும் சமுதாய நிகழ்வுகளையும், விழாக்களையும் பதிவு செய்தல் என்ற அடிப்படையிலும் ஓவியங்களைத் தீட்டியுள்ளனர்.

5. இங்கு ஆராயப் பெற்ற கோபுர ஓவியங்களின் அழிவுக்கான காரணக்கூறுகள் பலவுள்ளன. ஓவியங்களின் முக்கியத்துவம் கருதி இயற்கை சீற்றங்களிலிருந்தும், கலையறிவற்றவர்களின் வன்முறைகளிலிருந்தும் அவை முறையாகப் பாதுகாக்கப்படாது இருத்தல் முதற்காரணமாகும். அடுத்துத் திருக்கோயில் நிர்வாகிகள் கோயிற் திருப்பணிகளைச் செய்யும்போது பழமையானவற்றை அகற்றிவிட்டுப் புதுமையானவற்றைச் செய்ய வேண்டும் என்ற முனைப்புடையவர்களாக இருக்கின்றனர். சிலர் தனிப்பட்ட முறையில் சொந்த ஆதாயங்கள் கிடைப்பதைக் கருத்தில் கொண்டு பழைய ஓவியங்களை அகற்ற முற்படுகின்றனர். இதற்கெனக் காற்றுமிழி கொண்டு காரை நீக்குதல், அந்த இடத்தில் புதிய காரை பூசுதல், அல்லது ஓவியங்கள் மீது சுண்ணாம்பு பூசி மஞ்சள் காவி அடித்தல் ஆகிய முயற்சிகளை மேற்கொள்கின்றனர். திருவலஞ்சுழி ஓவியங்கள் சுண்ணாம்பு பூசி மஞ்சள் காவி அடிக்கப்பட்டு அழிந்தவை என்பதை இங்குக் கருத்தில் கொள்ள வேண்டும். திருப்புடை மருதூர் கோபுரத்தின் ஐந்தாம் தளத்தில் ஓவியங்கள் மீது சுண்ணாம்பு பூச முனைந்தது இத்தகைய காரணங்களுள் ஏதோ ஒன்றின் அடிப்படையில் அமைந்ததாகும்.

பின்குறிப்பு

இந்நூல் அச்சாகுங்கால் இந்நூலாசிரியருக்கு மீண்டும் திருக்கோவலூர் வீரட்டானேஸ்வரர் திருக்கோயிலுக்குச் செல்லும் வாய்ப்புக்கிட்டியது. அப்போது இங்கு விவரிக்கப்பெற்றுள்ள திருக்கோவலூர் கோபுரத்து ஓவியங்கள் மீது மஞ்சள் காவியினை அடித்து ஒரு காட்சி கூட காண முடியாதவாறு அழிந்துள்ள கொடுமையைக் கண்ணுற்றார் என்பது வருத்தமளிக்கும் செய்தியாகும்.

சான்றெண் விளக்கம்

1. S. R. Balasubramaniyam, Four Chola Temples, p.15
2. South Indian inscriptions, Vol II, part III. No.46
3. C. Sivaramamurthi, Royal conquests and Cultural migrations in South India and the Deccan. p.24.
4. சுந்தரர் தேவாரம் 7.55:8
5. திருஞானசம்பந்தர் தேவாரம் - I.68. 2
6. அருணந்தி தேவநாயனார், சிவஞான சித்தியார், சுபக்கம், இரண்டாம் சூத்திரம், - 74.
7. புலியூர் கேசிகன் (பதி. ஆ) அகநானூறு, மணிமிடை பவளம். 136.
8. இரா. நாகசாமி, தவம் செய்த தவம், ப. 146
9. மேலது - ப.147
10. H.Krishnasastri, South Indian Images of Gods and Goddesses, p.236.
11. C. Sivaramurthi, Royal conquests. p. 36
12. இரா. நாகசாமி, பொய்யிலிமாலை, ப.- 155
13. அப்பர் தேவாரம், குடந்தைக் கீழ்கோட்டத்துப் பதிகம் 6.75.4.
14. தேவாரம் 1.53:2, 11.48:3, VI94:1, VII9:3.
15. சூரியனார் கோயில் தலவரலாறு - பக். 25,26
16. C. Sivaramamurthi, Royal conquests and Cultural migrations in South India and the Deccan. p.25.
17. Ibid p.25
18. Ibid p.25

19. திருஞானசம்பந்தர் தேவாரம் 11.8.1
20. சுந்தரர் தேவாரம் 7 54. 9.
21. T.A Gopinatha Rao, Elements of Hindu iconography, Vol 11, p.544.
22. தக்கயாகப் பரணி பாடல் 246, 772.
23. அமரகோசம் தொகுதி , பக் 49.
24. செங்கம் நடுகற்கள் - தமிழ்நாடு அரசு தொல்லியல் துறை வெளியீடு
25. சிலப்பதிகாரம் 4156-4157, 4625-4630, 4632-4634.
26. இரா. நாகசாமி, சொல்மாலை பக். 120 - 122
27. A.R.E. No 229 of 1938 - 39.
28. குடவாயில் பாலசுப்ரமணியன், சேக்கிழாரைத் தேடி (கட்டுரை) தினமணி தமிழ்மணி செப். 22- 1990.
29. குடவாயில் பாலசுப்ரமணியன், சோழ மண்டலத்து வரலாற்று நாயகர்களின் சிற்பங்களும் ஓவியங்களும் - ப. 179.
30. Annual Report of Epigraphy No. 30 of 1907.
31. Ibid, No.98 of 1926
32. Ibid, No. 234 of 1927.
33. S.I.I, Vol 11 No. 40
34. என் சேதுராமன், பாண்டியர் வரலாறு, ப - 13.
35. குடவாயில் பாலசுப்ரமணியன், கோனேரிராயன், ப.100
36. மேலது ப. 101
37. கோயிலொழுகு - ப. 75
38. S.I.I Vol IV No. 622 (172 of 1892) ibid Vol IV No. 623 (175 of 1892) A.R.E. No. 371 of 1913.
39. குடவாயில் பாலசுப்ரமணியன், சோழ மண்டலத்து வரலாற்று நாயகர்களின் சிற்பங்களும் ஓவியங்களும் - ப.424.
40. இரா. நாகசாமி, ஓவியப்பார்வை. ப.55
41. A.R.E. No.255 of 1916.
42. குடவாயில் பாலசுப்ரமணியன் - திருவாரூர் திருக்கோயில், க. எண் .80.
43. A.R.E. No.104 of 1911.
44. மகாமகமலர் 1992, பக். 136 - 140.

45. சரஸ்வதிமகால் நூலகம், சமஸ்கிருதசுவடி எண் B. 11522, D. 10830
46. Kapila vatsyayan- Dance Sculpture in Sarangapani Temple, p 117.
47. C. Sivaramamurthi -Nararaja in indian Art, Thought and Literature Chapter 5, p. 60.
48. மகாமகம் மலர் 1992 - ப. 139.
49. குடவாயில் பாலசுப்ரமணியன், மேலது ப. 23 - 132
50. A.R.E. No. 456 of 1918.
51. இரா. நாகசாமி, தவம் செய்த தவம் - ப. 81
52. உ. வே. சாமிநாதைய்யர் (பதி) பரதசேனாபதியம் மூலமும் உரையும், ப. 34
53. தஞ்சாவூர் சரஸ்வதி மகால் சமஸ்கிருத சுவடி B எண்- 10653 D.எண்.14843.
54. வாசுதேவ சாஸ்திரி (பதி. ஆ) பரதார்ணவம், முகவுரை. பக். XXI
55. குடவாயில் பாலசுப்ரமணியன், தஞ்சை, நாயக்கர் வரலாறு, பக் 342
56. மேலது, ப. 136
57. திவை. சதாசிவ பண்டாரத்தார், பிற்காலச் சோழர் வரலாறு ப. 654
58. உ. வே. சாமிநாதைய்யர் (பதி.ஆ) - திருவாலவாயுடையார் திருவிளையாடற் புராணம் -ப. 320.
59. தஞ்சைப் பெரிய கோயில் திருச்சுற்று மாளிகையின் வடபுறம் வெளிப்புற சுவரில் உள்ள கல்வெட்டில் குறிக்கப்பெற்றுள்ளது.
60. S.I.I Vol V No. 578 (A.R.E. No 22 of 1895)
61. A.R.E 156 of 1918
62. உ. வே. சாமிநாதைய்யர் (பதி) திருக்கழுகுன்றத்து உலா - ப.35
63. இரா. நாகசாமி, சொல் மாலை, ப - 120
64. S.I.I Vol XXIV No. 351. A.R.E. No 115 of 1937 - 38.
65. எஸ். கே. இராமராசன் (பதி. ஆ) கருவூர்ப் புராணம்
66. மூர்த்தி தியானம் - பக் 112- 115.
67. A.R.E. No. 88 of 1937 - 38.
68. பு. மா. ஜெயச்சந்திரன், திருமுறைத் தலங்கள், ப. 164.
69. சௌந்தரராஜ உடையார் (பதி) திருக்கோவிலூர் புராணம் - ப.50
70. இரா. நாகசாமி, (பதி) - திருக்கோயிலூர் பாட்டு.

கோபுரப் பதிவுகளில் வரலாற்று வெளிப்பாடு

தமிழகக் கோபுரங்களில் சிற்பங்கள் ஓவியங்கள் ஆகியவை இடம் பெற்று கோபுரங்களுக்கு தனிப் பொலிவையூட்டுவன போன்று கோபுரங்களில் வெட்டுவிக்கப்பெற்றுள்ள கல்வெட்டுக்களும், கோபுரம் சார்ந்த ஆவணங்களும் வரலாறு, சமுதாய நிலை, வணிகம், அபூர்வ நிகழ்வுகள் எனப் பலதரப்பட்ட செய்திகளை எடுத்துக் கூறுபவைகளாக விளங்குகின்றன. அத்தகைய கல்வெட்டுக்களும் ஆவணங்களும் நூற்றுக்கணக்கில் காணப்படுகின்றன. அவற்றில் குறிப்பிடத்தக்கன இவ்வியலில் ஆய்வுக்காக எடுத்துக் கொள்ளப்பெற்றுள்ளன.

1. கோபுரமேறி உயிர்த் தியாகம்

பல்வேறு காலகட்டங்களில் திருக்கோயில்களின் அறக்கட்டளைகளுக்கும், நிர்வாக அமைப்பிற்கும் இடையூறு ஏற்பட்ட போதெல்லாம் சிலர் அதற்கு எதிர்ப்புத் தெரிவித்து ஆங்காங்குள்ள கோயிற் கோபுரங்களின் மேலேறிக் கீழே விழுந்து தங்கள் உயிரைப் போக்கிக் கொண்டுள்ளனர். பின் வந்தவர்கள் அவர்களுக்கு மரியாதை செய்யும் வண்ணம் அவர்களின் உருவச்சிலைகளைக் கோபுரங்களில் எடுப்பது, வணங்குவது, இரத்த காணிக்கையாக நிலம் அளிப்பது போன்றவற்றைச் செய்து அந்நிகழ்வுகளைப் பதிவும் செய்துள்ளனர். இவ்வாறு கோபுரமேறி விழுந்து உயிர்துறந்த நிகழ்வுகள் திருவரங்கம், திருப்பரங்குன்றம், மதுரை, தில்லை போன்ற இடங்களில் நிகழ்ந்துள்ளன. அந்நிகழ்வுகள் பற்றியும், அவை பற்றி விவரிக்கும் ஆவணச் சான்றுகள் பற்றியும் இனிக் காணலாம்.

திருவரங்கத்து நிகழ்வுகள்

அப்பாவய்யங்கார் கோபுரமேறி விழுந்தது

அண்மைக்காலம் வரை மிக உயர்ந்த மொட்டைக் கோபுரமாகவும், தற்போது தமிழகத்துக் கோபுரங்களிலேயே மிக உயர்ந்த 13 நிலைகளையுடைய கோபுரமாகவும் விளங்கும் திருவரங்கத்துத் தெற்கு இராஜகோபுர வாயிலின் கீழ்ப்புற நிலைக்காலில் நீண்ட இடுப்பாடை, தோளில் நீண்ட துண்டு, கூப்பிய கரங்கள் ஆகியவற்றுடன் திகழும் ஒருவருடைய உருவச் சிலையுள்ளது.

அவ்வுருவச் சிலைக்குச் சற்று மேலாக "சுபமஸ்த்து சௌமிய வருஷம் தைமாதம் நாலாந் தேதி வெள்ளிக்கிழமை நாள் ஸ்ரீ ரங்கநாத சுவாமிக்குப் படித்தனம் ஒன்றும் நடக்காமல் மிகவும் அன்னியாயம் பண்ணுகையில் பொறுக்கமாட்டாதே இந்த திருக்கோவிரத்தில் ஏறி விழுந்து இறந்தகாலம் எடுத்த அழகிய மணவாளதாசன் ஸ்ரீகாரியம் அப்பாவய்யங்கார். இவருக்கு சுவாமியெக்காளைகள், திருத்தேற்புறப்பாடு முதலான அதிய வரிசை பிரசாதித்தருளி பிரம்ம மேத சமஸ்காரம் பண்ணிவித்தருளி முழுப்படித்தனம் கொண்டருளினார். இப்படி நடந்த முழுபடித்தனத்துக்கு விரோதம் பண்ணினவன் ரெங்கத் துரோகியாய் போகக் கடவன். அனுகூலம் பண்ணினவன் ஸ்ரீ லட்சுமி பரிபூர்ண கடாட்ச பாக்கியஸ்தனா இருக்கக் கடவன்" - என்று தமிழில் எழுதப் பெற்றுள்ள கல்வெட்டு[1] காணப்பெறுகின்றது

குடவாயில் பாலசுப்ரமணியன் 431

பெரியாழ்வார் கோபுரமேறி விழுந்தது

இதே திருக்கோயிலின் கிழக்குக் கோபுரமான வெள்ளைக் கோபுரத்தின் வடபுற நிலைக்காலில் நெற்றியில் திருமண் தரித்து, கையில் அரிவாள் ஒன்றினை ஏந்திய வண்ணம், இடுப்பில் அரையாடையும் கழுத்தில் மாலையும் சூடி அரங்கனை வணங்கும் திருக்கோலத்தில் ஓர் அடியவர் உருவச் சிலையுள்ளது. இதற்கு மேலாகத் தமிழ், தெலுங்கு ஆகிய மொழிகளில் வெட்டப் பெற்ற கல்வெட்டும் உள்ளது[2]. அதில்,

"சுபமஸ்த்து சௌமிய வரு தைமாதம் இருபதாம் தேதி வெள்ளிக்கிழமை ஸ்ரீரங்கநாத சுவாமிக்கு படித்தனம் ஒன்றும் நடத்தாமல் மிகவும் அன்னியாயம் பண்ணுகையில் பொறுக்க மாட்டாதே யிந்த திருக்கோபுரத்திலேறி விழுந்து இறந்த காலமெடுத்த அழகிய மணவாளதாசன் ஸ்ரீகார்யம் பெரியாழ்வார். இவருக்கு சுவாமி எக்காளைகள், திருத்தேற் புறப்பாடு முதலான அதிக வரிசைகளையும் பிரசாதித்தருளி முழுப்படித்தரத்துக்கு விரோதம் பண்ணினவன் ரங்கத் துரோகியு குருத்துரோக்கியுமாய்ப் போகக் கடவன் அநுகூலம் பண்ணுகிறவன் ஸ்ரீலஷ்மி பரிபூரண கடாஷ பாத்ர சூதனாய் வாழக்கடவன்.

(தெலுங்குப்பகுதி)

ஸ்ரீ ரங்கநாதஸ்சுவமி கி ஆரகிம் (புலு ஏவிள்ளி) நடபக அன்யாயம்சா யங்கானு குடி கோபுரம் மீத நுண்டி பரம பாதனகு வேஞ்சேஸின ஸ்ரீ கார்யம் பெரியாளுவாருல ஈஸ்தலம் பெத்தலருவ லெனெதிரு வத்யனம் ஸ்வாமி கட்ட சேஸனு" - என்று கூறப்பெற்றுள்ளது.

ஜீயர் இருவர் உயிர் துறந்தது

வெள்ளைக் கோபுரத்தின் மேலேறி விழுந்து உயிர் துறந்தவராகக் கூறப் பெறும் பெரியாழ்வார் என்பவரின் உருவச்சிலை இருக்கும் இடத்திற்கு நேர் எதிரே அதே கோபுர வாயிற் பகுதியில் இரண்டு ஜீயர்களின் உருவச்சிலைகள் உள்ளன. இவர்கள் இருவரும் நெற்றியில் திருமண் தரித்து, தலையில் முண்டாசு, இடுப்பில் உடை, அதன் மேல் கட்டப் பெற்ற துண்டு, மார்பில் மாலைகள் புரளக் கையில் சன்னியாசிக்குரிய தண்டம் ஆகியவை தாங்கி வணங்கும் கோலத்தில் உள்ளனர். இவர்களைப் பற்றிய கல்வெட்டுக் குறிப்புகள் இல்லையாயினும் திருவரங்கத்துப் பாரம்பரிய வரலாறு கூறும் சுவடியான கோயிலொழுகு எனும் நூலில் உள்ள "கந்தாடை இராமனுஜதாசர் கைங்கரியம் எனும் பகுதியில், இரண்டு ஜீயர்களும் ஏகாங்கிகளும் கோபுரத்திலேயேறி சரீரத்தை யுபேக்ஷித்தாலும்..." என்று கூறப்பெற்றுள்ளது[3]. எனவே ஏகாங்கிகளான அப்பாவய்யங்கார், பெரியாழ்வார், இரண்டு ஜீயர்கள் ஆகிய நால்வரும் கோபுரத்தில் ஏறிக் கீழே விழுந்து உயிர் துறந்தவர்கள் என்பதும், அந்த ஜீயர்களது உருவங்களே இவை என்பதும் நன்கு விளங்கும்.

இந்த நால்வருக்கும் கோபுரத்தில் உருவச்சிலை அமைத்துக் கல்வெட்டு பொறித்தது பற்றிக் கோயிலொழுகு, அகளங்கன் திருமதிள் கீழ்க் கோபுரத்திலே துலுக்காவணத்துக்கு முன்னே இடிவிழுந்து பாழாகி சேதாமாயிருக்கையில் பழைய அடிப்பாரத்து வரைக்கும் கோபுரமும் கட்டி, அதுக்குப் படியும் கட்டுவித்து நிலைக்காலிலே கோனேரி ராஜா நாளையில் அந்த கோபுரத்தில் ஏறி விழுந்த ஜீயர்களையும், ஏகாங்கிகளையும் உருக்களடிப்பித்து எழுத்தும் வெட்டுவித்து, கோபுரங்கள் நாயகன் பாழாகி சரிவாகையில் நன்றாகக் கட்டி, புதிதாகப் பொற்குடமும் கொடுங்கைகளும் வைப்பித்து... என்று கூறுகிறது[4].

பெரியாழ்வார், அப்பாவய்யங்கார் உருவச் சிலைகளுக்கு மேலாகப் பொறிக்கப் பெற்றுள்ள கல்வெட்டில் கோபுரமேறி உயிர்துறந்த அவர்களுக்குக் கோவிலார் எவ்வகை மரியாதைகளையெல்லாம் செய்தனர் என்பது பற்றி விரிவாகக் கூறப்பெற்றுள்ளது. அக்கல்வெட்டுக்கள் "இவருக்கு சுவாமி யெக்காளைகள், திருத் தேர் புறப்பாடு முதலான வரிசை பிரசாதித்தருளி பிரம்மமேத சமஸ்காரம் பண்ணிவித்தருளி" - என்று கூறுகின்றன.

இறந்தவர்களுக்காக கோயில் நிர்வாகத்தினர் செய்யும் மிக உயர்ந்த இறுதி மரியாதையே பிரம்ம மேத சமஸ்காரம் என்பதாகும். இறந்தவர்கள் வேதம் பயின்ற வைஷ்ணவர்கள் என்பதால் அவர்களின் ஆன்மாவை வைகுந்தத்திலிருந்து வந்த பிரம்மரதம் வாயிலாக அனுப்புவதாகப் பாவிப்பதே அம்மரபாகும். இதற்கென கோயிலார் ஒரு தேர் போன்ற இரதம் செய்து அதனைக் கோயிலை சுற்றியுள்ள நான்கு திருவீதிகள் வழியாக இழுத்து வந்து பின்பு அதில் இறந்தவர்களின் உடலை வைத்து அந்திம ஊர்வலம் எடுத்துச் செல்வதும், அப்போது கோயில் எக்காளம் ஊதப்படுவதும், கோயிலிருந்து அரங்களின் பிரசாதமாகத் தீர்த்தம், பரிவட்டம், திருமாலை ஆகியவற்றோடு, திருக்கொட்டாரத்திலிருந்து அமுது படியும், திருமடைப்பள்ளி நெருப்பும் அளித்துத் திருநாடு எழுந்தருளச் செய்வது மரபாகும். இதனை திருக்கோபுரத்திலிருந்து விழுந்தவர்களுக்குச் செய்ததாக அக்கல்வெட்டுக்கள் கூறுகின்றன.

நால்வர் உயிர் துறக்கக் காரணம்

கி.பி.1489 தமிழ் சௌமிய ஆண்டு தை மாதம் நாலாம் நாள் வெள்ளிக் கிழமையன்று தெற்குக் கோபுரத்திலும், வெள்ளைக் கோபுரத்திலிருந்தும் நால்வர் கீழே விழுந்து உயிர்த்தியாகம் செய்ததற்கான காரணம் யாது என்பதைக் கோயிலொழுகு விரிவாகக் கூறியுள்ளது.

கர ஆண்டு அதாவது கி.பி.1471இல் சோழ மண்டல ஆட்சியாளராகப் பொறுப்பேற்ற கோனேரி ராஜா என்பவர் திருவானைக்கா கோயிலுக்கு எல்லா உதவிகளையும் செய்ததோடு அரங்கன் கோயிலுக்குரிய புரவுவரி, காணிக்கை, பட்டு பரிவட்டம் போன்ற பல வருவாய்களைப் பறித்துத் திருவானைக்கா கோயிலுக்கு அளித்ததாகவும் கூறுகின்றது. திருவரங்கன் கோயிலுக்கு உள்ள சில நிலங்களைக் கோட்டை சாமந்தன், செல்லப்ப நாயக்கன் என்பவர்களுக்கு அளித்ததோடு

கோயில் நிருவாகிகளைப் பல நெருக்குதல்களுக்கு ஆளாக்கி நிருவாகத்தையும் பூசைகளையும் குலைத்ததாகவும் இதற்கு எதிர்ப்புத் தெரிவிக்கும் வண்ணம் இரண்டு ஜீயர்களும் ஏகாங்கிகளும் கோபுரத்தில் ஏறி விழுந்து உயிர்த் தியாகம் பண்ணினர் என்றும் குறிப்பிடுகின்றது. இதன்பின்னர் கந்தாடை இராமனுஜதாசன் என்பவர் இந்நிகழ்ச்சியை விஜயநகர அரசர் நரசநாயக்கனிடம் பலமுறை முறையிட்டதால் நாயக்கன் கோனேரியராயனோடு போரிட்டு அவனை அழித்ததாகவும், பின்னர் திருவரங்கம் சீர்பெற்றதாகவும் விவரிக்கின்றது[5].

திருவரங்கத்துக் கல்வெட்டுக்கள், சிற்பங்கள், கோயிலொழுகு கோனேரிராயனின் கல்வெட்டுக்கள் ஆகியவற்றை ஆராய்ந்து எழுதப் பெற்ற கோனேரிராயன் சோழ மண்டலத்து வரலாற்று நாயகர்களின் சிற்பங்களும் ஓவியங்களும் எனும் இரு நூல்களும் திருவரங்கத்துக் கோபுரத்திலிருந்து கீழே விழுந்து நால்வர் உயிர் துறந்த நிகழ்ச்சிக்குப் பின்புலமாக அமைந்தது விஜயநகர ஆட்சியாளரான ராயருடைய தமயனாராக கந்தாடை இராமானுஜ தாசருக்கும், கோனேரி ராயனுக்கும் இடையே இருந்த அரசியல் பகைமையே என்றும், சமயம் சார்ந்த நிகழ்வுகள் அல்ல என்பதையும் தெளிவாக விளக்கியுள்ளன[6]. அரசியல் பகைமை கோயில் நிர்வாகத்தில் எதிரொலித்து அதன் பயனாய் நால்வர் கோபுரமேறி உயிர்துறந்த நிகழ்வு ஏற்பட்டுள்ளது என்பது அறிய முடிகிறது.

எம்பெருமானடியார் வீழ்ந்தது

சைவர் கோயில்களில் இறைவன் முன்பு ஆடற் பணிபுரியும் மாதரைத் தேவரடியார், பதியிலார் என்ற சொற்களால் பண்டுதொட்டுக் குறித்து வந்தனர். வைணவக் கோயில்களில் ஆடற் பணிபுரிந்த மகளிரை "எம்பெருமானடியார்" என்பது குறிப்பது மரபு. திருவரங்கத்துத் திருக்கோயிலில் ஆடல்பணி புரிந்த எம்பெருமானடியார் ஒருத்தி அறம் காப்பதற்கென திருவரங்கத்துக் கீழைக்கோபுரமான வெள்ளைக்கோபுரம் மீதேறி மகத்தான சாதனை ஒன்றைப் புரிந்தாள். அந்நிகழ்ச்சியைத் திருவரங்கத்துக் கோயிலொழுகு பதிவு செய்துள்ளது[7].

திருவரங்கத்துக்கு அருகிலுள்ள கண்ணனூரினைத் (சமயபுரம்) தலைமையிடமாகக் கொண்டு திகழ்ந்த போசளர்கள் ஆட்சியின் இறுதிக் காலத்தில் (கி.பி.14ஆம் நூற்றாண்டில்) மதுரை சுல்தான்களின் படையினரால் திருவரங்கம் கோயில் பலமுறை இன்னல்களைக் கண்டது. அக்காலகட்டத்தில் நிகழ்ந்ததே எம்பெருமானடியார் ஒருத்தி திருக்கோபுரமேறி விழுந்து உயிர் துறந்த நிகழ்ச்சியாகும்.

ஒரு தளபதி தலைமையில் துலுக்கர் சிறுபடை ஒன்று திருவரங்கம் கோயிலில் தங்கிக்கொண்டு பல கொடுமைகளைப் புரியலாயிற்று. பூசைகள் முட்டப்பாடுற்றன. கோவிலுக்குள் மக்களைப் போகவொட்டாமல் தடுத்து வந்தனர். இக்கொடுமையைக் கண்ட அக்கோயிலில் பணிபுரியும் எம்பெருமானடியார் ஒருத்தி ஒருநாள் அத்தலைவன் மோகம் கொள்ளுமளவு அலங்கரித்துக் கொண்டு கோயிலுக்குள் வந்தாள். அத்தலைவனும் அவள் அழகில்

மயங்கினான். அவளை நெருங்கியவன் தங்கவிக்கிரகம் எங்கிருக்கிறது என்று கேட்டான். தான் காண்பிப்பதாக அவனைத் தனியே சல்லாபத்தோடு அழைத்துக் கொண்டு கிழக்கு பெரிய கோபுரத்தின் மேல் நிலைக்குச் சென்றாள் அங்கிருந்து பரவாசுதேவ மூர்த்தியைச் சுட்டிக் காண்பித்தாள். அதைப் பார்ப்பதற்காக வெளியில் எட்டிப்பார்த்த அந்தத் தலைவனைக் கீழே தள்ளியதோடு தானும் விழுந்தாள். நிலை குலைந்து விழுந்த தலைவன் தரையில் மோதி இறந்தான். உடன் விழுந்த எம்பெருமான் அடியார் குற்றுயிராகக் கிடந்தாள்.

தலைவனை இழந்த துலுக்கர்கள் பயந்து ஓட்டம் பிடித்தனர். கோயில் நிர்வாகத்தாரும், பரிஜனங்களும் அவ்விடம் வந்து இறக்கும் தருவாயில் இருந்த அந்நங்கையின் இறுதி வேண்டுகோள் யாது என வினவினர். அவள் உடனே "எந்தக் காலத்திலும் திருநாடு அலங்கரிக்கின்ற காலத்தில் (இறந்து வைகுந்தம் அடையும் நேரத்தில்) என்னுடைய வர்கத்துக் கெல்லாம் கோயில் திருமடைப்பள்ளியிலிருந்து நெருப்பும், திருக் கொட்டாரத்திலிருந்து அமுது படியும், சுவாமியின் தீர்த்தம், திருமாலை, திருப்பரிவட்டம் ஆகியவற்றை எந்த காலத்திலும் ஸாதிக்க வேண்டும்" என்று கேட்டுக் கொண்டாள். அது முதலாக அப்படியே நடந்து வருகிறது என்று கோயிலொழுகு கூறுகின்றது.

இது புனைந்துரையன்று, இன்றும் திருவரங்கத்துத் தேவரடியார் மரபினருக்கு (இசைக்ககருவிகள் வாசிக்கும் ஒரு குறிப்பிட்ட மரபினருக்கு) அவ்வுரிமை நடைமுறையில் உள்ளது. அவர்கள் வீட்டில் இறப்பு நேரிட்டால் பிரேத சமஸ்காரமாகத் திருவரங்கன் தீர்த்தம், திருமாலை, பரிவட்ட ஆடை ஆகியவை வழங்கப்படுவதோடு ஈமக்கிரியைகளுக்காகத் திருக்கொட்டாரத்து அரிசியும், ஈமத் தீ மூட்டுவதற்காகக் கோயில் மடைப்பள்ளியிலிருந்து நெருப்பும் அனுப்பப்படுகின்றன. பல நூற்றாண்டுகளுக்கு முன்பு திருக்கோபுரமேறி அறங்காத்த அந்த நங்கையின் வேண்டுகோள் இன்றும் நடைமுறைப்படுத்தப் பெறுவது குறிப்பிடத்தக்கதாகும்.

திருப்பரங்குன்றத்தில் நிகழ்ந்தவை

திருக்கோயிலையும் ஊரையும் காப்பதற்காக இருவர் திருப்பரங்குன்றத்துக் கோபுரமீதேறி விழுந்து உயிர் துறந்த நிகழ்வுகள் பற்றியும், அவர்கள் குடும்பத்தார்க்கு அளிக்கப்பட்ட இரத்த காணிக்கை பற்றியும் திருப்பரங்குன்றத்திலுள்ள இரண்டு கல்வெட்டுக்கள் கூறுகின்றன.

சகம் 1714 (கி.பி.1793)இல் ஹசரத் இபிலை நவாப் சாகிப் ஆட்சிக் காலமாகக் குறிப்பிடப்பெற்ற ஒரு கல்வெட்டுச் சாசனத்தில்[8], ஐரோப்பியர் படையினர் திருப்பரங்குன்றம் அருகில் முகாமிட்டுத் திருப்பரங்குன்றம் கோயிலுக்கு மிகுந்த அழிவுகளை ஏற்படுத்தியதாகக் கூறுகின்றது. மேலும் அங்கிருந்த சொக்கநாதர் மற்றும் பழனியாண்டவர் கோயில்களை அவர்கள் இடித்ததோடு, நகரத்தினைக் கைப்பற்றி, ஆஸ்தான மண்டபத்திற்குள் நுழைந்து மூடப்பெற்றிருந்த கோபுர வாயிலைத் தகர்த்துக் கல்யாண மண்டபத்திற்குள் நுழைய முற்பட்ட போது

கோயில் ஸ்தானீகர்கள் ஒன்று கூடி ஐரோப்பியர் நுழைவுக்கு எதிர்ப்புக் காட்டிட வைராவி முத்துக் கருப்பன்மகன் குட்டி என்பவனைக் கோபுரமேறி விழுந்து உயிர்த்தியாகம் செய்ய வேண்டவே, அதன்படி அவன் கோபுரமேறி விழுந்து உயிர் துறந்தான் என்றும், பிறகே ஐரோப்பியர் படை முன்னேறாது பின்வாங்கினர் என்றும் அக்கல்வெட்டு கூறுகின்றது. அவ்வுயிர் தியாகத்திற்காக அவன் குடும்பத்தினருக்கு ரத்த காணிக்கை அளிக்கப்பெற்றதையும் அக்கல்வெட்டே விவரிக்கின்றது.

இவ்வுயிர்த்தியாகம் நிகழ்ந்த அதே நாளில் அதே காரணத்திற்காக எல்லப்ப முதலி மகன் ஆண்டராபரண முதலி என்பவரும் அக்கோபுரத்திலிருந்து கீழே விழுந்து உயிர்த்தியாகம் செய்ததற்காக இரத்த காணிக்கை அளிக்கப் பெற்றது பற்றி மற்றொரு கல்வெட்டுக்கூறுகின்றது[9]. இந்நிகழ்வுகளால் ஐரோப்பிய படைகளின் தாக்குதல்களிலிருந்து திருப்பரங்குன்றம் நகரமும் கோயிலும் காக்கப்பெற்றன என்பதறிய முடிகிறது.

மதுரைக் கோபுரத்தில் நிகழ்ந்த உயிர்த் தியாகம்

கி.பி.1706 - முதல் 1732 வரை மதுரைப் பகுதியை ஆட்சி செய்தவர் விஜயரங்க சொக்கநாத நாயக்கராவார். இவரின் நிர்வாகத் திறமைக் குறைவால் பல இன்னல்கள் ஏற்பட்டன. அமைச்சர்களின் தவறானநிர்வாகத்தால் பல கேடுகள் விளைந்தன. இயற்கையின் உத்பாதத்தால் வறட்சியும் பஞ்சமும் ஏற்பட்டன. அக்கால கட்டத்தில் அளவுக்கு மீறிய வரிச்சுமை ஏற்பட்டதால் மக்கள் அல்லலுற்றனர். தாளமுடியாத வரிச் சுமைக்கு எதிர்ப்புத் தெரிவிக்கும் வண்ணம் திருக்கோயில் ஊழியர் ஒருவர் மதுரைக் கோபுரத்தின் மீதிருந்து கீழே விழுந்து தன் உயிரைப் போக்கிக் கொண்டார். கி.பி.1710இல் நிகழ்ந்த இந்நிகழ்வு பற்றிக் கோயில் கல்வெட்டொன்று கூறுகின்றது[10].

தில்லை வாழ் அந்தணர்களின் உயிர்த் தியாகமும்

கி.பி.1597இல் தில்லை நடராசர் கோயில் முதல் பிரகாரத்தில் கோவிந்த ராஜப் பெருமாளுக்கென தனிக் கோயிலொன்றினைப் பெரிய அளவில் கட்டுவதற்குச் செஞ்சி நாயக்க மன்னன் கிருஷ்ணப்ப நாயக்கன் முயன்றபோது அதற்கு எதிர்ப்பு தெரிவித்துத் தில்லை தீட்சிதர்களில் இருபது பேர் அக்கோயில் கோபுரத்தின் மீதேறி கீழே விழுந்து உயிர் துறந்தனர். மேலும் சிலர் கோபுர மேறி உயிர் துறக்க முனைந்ததைக் கண்ட கிருஷ்ணப்ப நாயக்கன் தன் அதிகாரிகளைக் கொண்டு துப்பாக்கியால் சுட உத்தரவிடவே அவர்கள் கோபுர மேறிய தீட்சிதர்கள் இருவரைச் சுட்டு வீழ்த்தினர். இவற்றைக் கண்ணுற்ற தில்லை வாழ் அந்தணர் குடும்பத்தைச் சேர்ந்த அம்மையார் ஒருவர் அவ்விடத்திலேயே கழுத்தையறுத்துக் கொண்டு தற்கொலை செய்து கொண்டார். இந்நிகழ்ச்சியினை அங்கு பயணியாக வந்த பிமெண்டா பாதிரியார் தம்யாத்திரைக் குறிப்பிலும்[11], அக்விவா பர்சாஸ் எனும் பாதிரியாருக்கு எழுதிய கடிதத்திலும் குறிப்பிட்டுள்ளார்[12].

தில்லைத் திருக்கோயில் சித்திர கூடம் ஒன்றில் திருமால் உருவம் இடம்பெற்றிருந்தது, அப்பெருமானைத் தில்லைவாழ் அந்தணர்களே பூசித்து வந்துள்ளார்கள். இதனை

"தில்லை நகர்த் திருச்சித்திரக் கூடந்தன்னுள்
அந்தணர்கள் ஒரு மூவாயிரவர் ஏத்த
அணி மணி ஆசனத்து இருந்த அம்மான்தானே"

"சித்திரக் கூடத்திருந்தான் தன்னை இன்று
தில்லை நகர்த் திரு சித்திர கூடந்தன்னுள்"

என்று குலசேகராழ்வார் பெருமாள் திருமொழியிலும்

"மூவாயிரநான் மறையாளர் நாளும்
முறையால் வணங்க அணங்காயசோதி
தேவாதிதேவன் திகழ்கின்ற தில்லைத்
திருச்சித்திரக் கூடம் சென்று சேர்மின்களே"

என்று திருமங்கையாழ்வார் பெரிய திருமொழியிலும் குறிப்பிடுவதன் வாயிலாக அறியலாம்.

இவ்வாறு தில்லைவாழ் அந்தணர்களால் (தீட்சிதர்களால்) போற்றி வணங்கப் பெற்ற சித்திரக் கூடத்து திருமால் மூர்த்தம் ஓவியமாகவோ அல்லது சுதைச் சிற்பமாகவோ இருந்திருத்தல் வேண்டும். தஞ்சை அரண்மனையில் ஒரு சித்திரக் கூடம் இருந்ததை இராஜராஜ சோழனின் கல்வெட்டுக் கூறுகிறது[13]. காஞ்சிபுரத்து அரண்மனையில் ஒரு சித்திர மண்டபம் இருந்ததை மற்றொரு கல்வெட்டு கூறுகின்றது[14]. திருவரங்கம் திருக்கோயிலில் சித்திர மண்டபங்கள் இருந்ததைப் பல கல்வெட்டுக்கள் எடுத்துரைக்கின்றன[15]. சித்திரக் கூடம், சித்திர மண்டபம் ஆகிய இடங்களில் பல வண்ண ஓவியங்கள் திகழ்ந்திருக்க வேண்டும்.

குலோத்துங்க சோழன் காலத்தில், இராமானுஜரின் எழுச்சிக்குப் பிறகு அங்கு திகழ்ந்த சித்திரக் கூடத்துத் திருமால் மூர்த்தத்தினை ஸ்ரீவைஷ்ணவர்கள் பூஜை செய்ய முயன்றிருக்க வேண்டும். இதனால் தீட்சிதர்களுக்கும், அவர்களுக்கும் பூசல்கள் ஏற்பட்டிருக்க வாய்ப்புகள் உண்டு. இதனைத் தவிர்க்க நினைத்த குலோத்துங்க சோழன், தில்லைக் கோயிலில் விரிவாக்க பணிகளை செய்தகாலை கோயிலின் பழைய கட்டுமானப் பகுதிகளை அகற்றிய போது, பிரச்சனைக்குரியதாக திகழ்ந்த திருச்சித்திரக் கூடத்தையும் பிரித்து மாற்றங்கள் செய்திருக்க வேண்டும். அப்போது அங்குத் திகழ்ந்த திருமால் மூர்த்தத்தினை (ஓவியம் அல்லது சுதையால் திகழ்ந்த உருவத்தை) விசர்ஜனம் செய்யும் பொருட்டுக் கடலில் கொண்டுபோய் விட்டிருக்கலாம். பண்டைய நாளில் பெரும்பாலான திருமால் மூர்த்தங்கள் படாசாதனம் எனும் சுதை உருவங்களால்தான் அமைப்பது மரபு. ஓவியத்தில் அமைக்கும் உருவத்தை லேக்ய பிம்பம் என்பர். திருப்பணிகளின் போது அவற்றை அகற்றி நீரில் விடுவது என்பது ஆகமங்களிள் கூறியுள்ள வழி முறையாகும்.

தில்லையில் அவ்வாறு திருமால் உருவம் அகற்றப்பட்டுக் கடலில் விடப்பட்ட நிகழ்வைத்தான் ஒட்டக்கூத்தர்

"முன்றிற் கிடந் தடங்கடல் போய்
முன்னைக் கடல் புகப் பின்னைத்
தில்லை மன்றிற்கு இடங்கண்ட கொண்டல் மைந்தன்
மரகத மேருவை வாழ்த்தினவே" (தக்க. பரணி. 777)

என்றும்,

"தில்லை மன்றின் முன்றிற் சிறுதெய்வத்
தொல்லைக் குறும்பு தொலைத் தெடுத்து....." (குலத். உலா. 77 - 78)

என்றும்,

"புறம்பிற் குறும்பு எறிந்து முன்றிற்
கடல் அகழின் மூழ்குவித்த
சென்னித் திருமகன் ஸ்ரீராசராசன்" (இராச. உலா. 65- 67)

என்றும் தாம்யாத்த நூல்களில் கூறியிருக்க வேண்டும். இதே நிகழ்வை இராமானுஜ திவ்யசரிதை, அம்பொற் கொடைச் சகரனாயிரத்தின் மேனாற்பத்தொன்பதாம் வர்ஷத்துயர் தில்லை தென்பாலிற் சென்னி குலோத்துங்கன் சித்திரக் கூடத் திருமால் தன்னை அலை எறிநாடன் என்று கூறியுள்ளது.

இரண்டாம் குலோத்துங்கள் காலத்திற்குப் பிறகு விஜய நகர அரசர் கிருஷ்ணதேவராயர் காலம் வரை தில்லைக்கோயிலினுள் திருமால் மூர்த்தம் இருந்ததற்கான சான்றுகள் ஏதும் கிடைத்தில. கி.பி.1516இல் போத்தனூரில் தான் பெற்ற வெற்றிக்குப் பிறகு தில்லை வந்த கிருஷ்ணதேவராயர் வடக்குக் கோபுரத்தை எடுத்துப் பொன்னம்பல நாதர்க்கு நிலம் வழங்கியமையைக் கல்வெட்டொன்று[16] குறிப்பிடுகின்றது. கிருஷ்ண தேவராயருக்குப் பின் விஜய நகர பேரரசராக விளங்கிய அச்சுத தேவராயர் கி.பி.1539இல் தில்லை நடராஜர் கோயிலில் கோவிந்தராஜ பெருமாளைப் பிரதிஷ்டை செய்து வைகானச ஆகமத்தின்படி பூஜை நடத்த 500 பொன் வழங்கினார். இவ்வாறு கோவிலின் ஒரு பகுதியில் வைணவ ஆலயம் இடம் பெற்றதோடு, வைணவர்களும், தீட்சிதர்களின் உரிமைகளுக்குப் புறம்பாகத் தங்கள் ஆதிக்கத்தைத் தில்லைக் கோயிலில் செலுத்த முற்பட்டனர்.

கி.பி.1597 இல் செஞ்சி நாயக்க மன்னன் வையப்ப கிருஷ்ணப்ப நாயக்கர் தில்லை பொன்னம்பலத்தை ஒட்டியே முதற்பிரகாரத்தில் கோவிந்த ராஜப் பெருமாளுக்கெனச் சன்னதி எடுக்கத் தொடங்கிய போதுதான், அதற்கு எதிர்ப்புத் தெரிவித்துத் தீட்சிதர்கள், திருகோபுரமேறி விழுந்து உயிர் துறந்ததும், கிருஷ்ணப்ப நாயக்கனால் சுடப்பெற்று இறந்ததும் ஆகியவை நிகழ்ந்துள்ளன.

2. திருக்கோபுரத்தில் உலகளந்தகோல்

நாகை மாவட்டம் திருவாடுதுறை ஆதினத்திற்குச் சொந்தமான திருவாலங்காடு வடவாரண்யேஸ்வரர் திருக்கோயிலின் இரண்டாம் கோபுர வாயில் உட்புற அதிஷ்டாணத்தில் முதலாம் இராஜராஜ சோழன் காலத்துக் கல்வெட்டொன்று காணப் பெறுகின்றது. அதில், "ஸ்வஸ்திஸ்ரீ திருவுலகளந்த கோலுக்கு தஞ்சாவூர் உடையார் ராஜராஜீஸ்வர முடையார் கோயில் கல்வெட்டுப் படி ஒப்பிட்டு வந்த கோல்படி" என்ற சொற்றொடர் ஒரே நீண்ட வரியில் எழுதப்பெற்றிருப்பதோடு, அவ்வரிக்கு நேர் எதிராகச் சற்றுத்தள்ளி ஒரு நட்சத்திரக் குறியீடும் காணப்படுகின்றது.

1926ஆம் ஆண்டில் இந்தியக் கல்வெட்டுத் துறையினர் இக்கல்வெட்டைப் (எண்.97/1926) பதிவு செய்திருந்த போதும் இதுவரை அதன் வாசகமோ அல்லது கோலின் அளவோ வெளியிடப் பெறவில்லை என்பது குறிப்பிடத் தக்கதாகும். இக்கல்வெட்டைப் படி எடுத்து, அதில் குறிக்கப் பெற்றுள்ள அளவீடு தஞ்சைப் பெரிய கோவிலான இராஜராஜேச்சரத்தில் கல்வெட்டாகக் காணப்பெறுகின்றதா என ஆராய இந்நூலாசிரியர் முனைந்தபோது அக்கோயிலின் இரண்டாம் கோபுரமான இராஜராஜன் திருவாயிலின் உட்புற அதிஷ்டானப் பகுதியில் மூன்று குறியீடுகளுடன் அளவுகோல் குறிக்கப்பெற்றிருப்பது கண்டறியப் பட்டது.

மாமன்னன் முதலாம் இராஜராஜ சோழனின் சாதனைகளுள் தலையாயதாகப் போற்றப் பெறுவது சோழ மண்டலம் முழுவதையும் அளந்தமையாகும். தன் ஆட்சிக்குட்பட்ட நிலப்பரப்பை உள்ளவாறு அளந்து பதிவு செய்தாலன்றி, நில நிர்வாக அமைப்புச் செம்மையாகச் செயல்பட முடியாது என்பதை உணர்ந்த அப்பேரரசன் தன் ஆட்சியின் 16ஆம் ஆண்டாகிய கி.பி 1001இல் சோழ மண்டலம் முழுவதையும் அளக்குமாறு ஆணையிட்டான்[17]. அப்பணி குரவன் உலகளந்தான் இராஜராஜமாராயன் தலைமையில் தொடங்கப்பெற்று இரண்டாண்டுகளில் நிறைவேறியது. அப்பணிக்கு பயன்படுத்தப் பெற்ற நில அளவைக்கோல் பதினாறு சாண் நீளமுடையது எனப் பிற்காலச் சோழர் வரலாறு எழுதிய வை. சதாசிவ பண்டாரத்தார் தம் நூலில் (பக்.129) குறிப்பிட்டுள்ளார். அதற்கான சான்றுகள் ஏதும் அவரால் குறிப்பிடப்பெறவில்லை.

தென் திருவாலங்காடு கோபுரத்தில் உள்ள உலகளந்த கோல் கல்வெட்டு

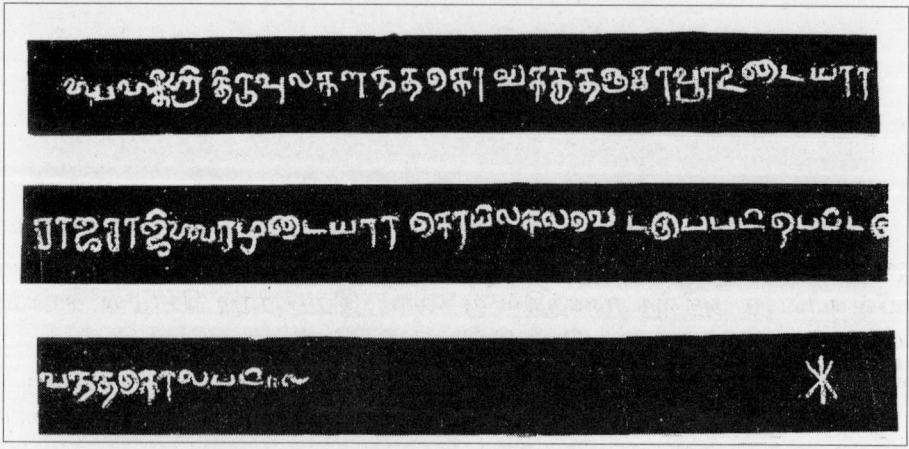

ஒரே வரியிலுள்ள கல்வெட்டு மூன்று பகுதிகளாகக் காட்டப்பெற்றுள்ளது

கல்வெட்டுப் படி எடுத்தல்

இராஜராஜ சோழனுக்குப் பின்பு முதலாம் குலோத்துங்கச் சோழன் மீண்டும் ஒருமுறை சோழநாடு முழுவதையும் அளந்து நில அளவை முறையை ஒழுங்குப் படுத்தினான். அப்பணி கி.பி.1086ஆம் ஆண்டில் தொடங்கப்பெற்று இரண்டாண்டுகளில் முடிவெய்தியது என்பதைக் கல்வெட்டுக்கள் எடுத்துரைக்கின்றன. அவற்றில், "நம் உடையார் சுங்கதந்தவிர்ந்தருளின குலோத்துங்க சோழ தேவர்க்கு 16 ஆவது திருவுளகலந்த கணக்குப் படி நீக்கல் நீங்கி" - என்றும்[18], "சுங்கம் தவிர்த்த குலோத்துங்க சோழன் தேவர்க்குப் பதினாறாவது அளக்கக் குறைந்த நிலம்" என்றும்[19] அந்நிகழ்வு குறிக்கப்பெற்றுள்ளன.

திருவாலங்காட்டுக் கல்வெட்டின் படி உலகளந்த கோலின் அளவு 128.5 அங்குலம் உள்ளது என்பதும், தஞ்சையில் காணப்பெறும் குறியீடுகளின் முதல் இரண்டு குறியீடுகளுக்கிடையே உள்ள தூரம் 128.5 அங்குலமாகவும், இரண்டாம் குறியீட்டிற்கும் மூன்றாம் குறியீட்டிற்கும் இடையே உள்ள அளவு 29 அங்குலமாக இருப்பது அறியப்பட்டது. இவ்வேந்தன் ஆணையின்படி அப்பணியை நிறைவேற்றியவர்கள் திருவேகம்பமுடையானான உலகளந்த சோழப்பல்லவராயன், குளத்தூருடையான் உலகளந்தானான திருவரங்கதேவன் என்போராவர் என்றும், அப்பெருவேந்தனது கல்வெட்டுக்கள் வழி அறியமுடிகிறது[20]. இச்சான்றுகளால் சோழப்பெருவேந்தர்களின் ஆட்சிக்காலத்தில் இருமுறை சோழமண்டலம் துல்லியமாக அளக்கப்பெற்றது என்பதறிய முடிகிறது.

திருவாரூர் மாவட்டம் நன்னிலம் வட்டம் திருப்புகலூர் அக்னீஸ்வரர் திருக்கோயில் அர்த்தமண்டபத் தென்புற அதிட்டானப் பட்டிகையில் ஒரு அளவுகோல் காட்டப்பெற்று அத்துடன் ஒரு கல்வெட்டுப் பொறிப்பும் காணப்பெறுகின்றது[21]. அங்குக் காணப்பெறும் கோலின் மொத்தநீளம் 146 அங்குலம் இக்கோல் 14 பிரிவுகளாகப் பிரிக்கப்பெற்றுள்ளது. இப்பிரிவுகள் உயர்க்கோடு, படுகைக்கோடு, கூட்டல் குறி ஆகியவற்றால் காட்டப்பெற்றுள்ளன. இதற்கு அருகில் "இது இவ்வூர் நிலமளந்த கோல் க உ" என்ற கல்வெட்டு வாசகமும் பொறிக்கப்பெற்றுக் காணப்பெறுகின்றது.

திருவாலங்காட்டுக் கோபுரம் தஞ்சைக் கோபுரம் மற்றும் திருப்புகலூர் கோயிற் கல்வெட்டுக்களை வைத்து நோக்கும்போது அந்தந்தக் காலகட்டத்தில் பயன்படுத்தப் பெற்ற அளவுகோல்களின் அளவு மக்களின் பார்வைக்குத் தெரிய வேண்டும் என்பதற்காகவும், நில அளவை நடைமுறைகளில் யாரும் தவறு செய்யக்கூடாது என்ற பெருநோக்கோடும் மக்கள் நாள்தோறும் செல்லக்கூடிய கோயில்களில், அதுவும் எளிதில் புலப்படக்கூடிய வண்ணம் கோபுர வாயிற் பகுதிகளில் கல்வெட்டாகப் பதிவு செய்திருக்கிறார்கள் என்பதறிய முடிகிறது.

தில்லைக்கோபுரத்தில் அளவு கோல்கள்

தில்லையிலுள்ள நான்கு கோபுரங்களிலும் காணப்பெறும் சிற்பிகளின் உருவச்சிலைகள் பற்றி இயல் ஐந்தில் விளக்கப்பெற்றுள்ளது. அவற்றில் கிழக்கு,

அளவுகோலுடன் தில்லைக் கோபுரச் சிற்பிகள்

மேற்கு, வடக்குக் கோபுரங்களில் உள்ள சிற்பங்களின் உருவச்சிலைகளின் கரங்களில் அந்தந்த கோபுரங்கள் கட்டுவதற்கு அவர்கள் பயன்படுத்திய அளவுகோல்கள் காணப்பெறுகின்றன. அச்சிற்பங்கள் வரிசையில் கிழக்குக் கோபுரத்தில் காணப்பெறும் சிற்பக் காட்சியில் மட்டும் சிற்பங்களின் உருவங்களோடு தனித்த அளவுகோல் ஒன்றும் உள்ளது.

இவ்வளவுகோல் 8.4" (21.6 செ.மீ) நீளத்துடன் ஆறு உட்பிரிவுகளுடன் விளங்குகின்றது. ஒவ்வொரு உட்பிரிவும் 1.4 (3.6 செ.மீ) அளவுடையதாகும். ஒரு சாண் நீளமுடைய அளவு கோலாக இதனைக் கொள்ளலாம். இதுவே கிழக்குக் கோபுரம் கட்டுவதற்குப் பயன்படுத்தப் பெற்ற அடிப்படை அளவு கோலாக இருந்திருக்கலாம் எனக் கருத முடிகிறது.

திருவண்ணாமலைக் திருக்கோபுரத்தில் காணப்பெறும் சிற்பங்களின் உருவங்களோடு கோல்கள் காணப்பெற்றாலும் அவற்றை உண்மையான அளவுகோலின் அளவீடாகக் கொள்ள முடியாது. தில்லையில் மட்டுமே அளவுகோல் தனித்துக் காட்டப்பெற்று உட்பிரிவு அளவுகளோடு துல்லியமாக விளங்குகின்றது.

மயமதத்தின் ஐந்தாவது அத்தியாயமான மனோபகரணம் எனும் பகுதி அளவீடுகள் பற்றி விவரிக்கின்றது. கர்த்தாவினுடைய கையின் நக விரலின் மத்ய பர்வாவினுடைய நீளமானது மாத்ராங்குலம் எனப்படும் என்றும் அதுவே கட்டடங்கள் கட்டப்பயன்படுத்தப் பெறும் அடிப்படை அளவு என்றும் கூறுகின்றது. சில்ப ரத்தினம் மாத்ராங்குலம் பற்றியும் எடுத்துரைக்கின்றது.

3. கோபுரத் திருப்பணிகளில் மக்களின் பங்களிப்பு

தமிழக கோபுரங்களைப் பொறுத்தவரை பெரும்பாலும் மன்னர்களின் பங்களிப்பதால் தான் அவை சிறப்புடையவைகளாகத் திகழ்ந்தன. சில இடங்களில் மக்களும் தங்களுடைய பங்களிப்பால் கோபுர கலைக்கு ஏற்றம் தந்துள்ளனர். கோபுரங்களை எடுப்பதற்கும், அவைகளுக்கு ஊறு நேரும் போது காப்பதற்கும் தங்களால் இயன்ற வரை தொண்டாற்றியுள்ளனர். அவர்களின் இத்தகைய பங்களிப்புகள் குறித்துச் சில கல்வெட்டுக்கள் பேசுகின்றன.

தில்லையாடிக் கல்வெட்டு கூறும் நிகழ்வு

நாகை மாவட்டம் தில்லையாடி திருக்கோயிலுள்ள பெருமாள் பராக்கிரம பாண்டியனின் எட்டாம் ஆட்சியாண்டு கல்வெட்டு[22] அவ்வூரில் வசித்த தறியாளர்களாகிய துணி நெய்வோர் செய்த கோபுரத் திருப்பணிபற்றி விவரிக்கின்றது.

முதலாம் சடையவர்மன் பராக்கிரம பாண்டியனின் (கி.பி.1315 - 1334) எட்டாம் ஆண்டான கி.பி. 1323 இல் விக்கிரம சோளீஸ்வரம் எனும் அவ்வாலயத்து உட்கோபுரம் பல இடங்களில் விரிசல்கண்டு சிதைந்திருந்தது. இதனைக் கண்ணுற்ற அக்கோயிலைச் சுற்றி வசித்து வந்த தறியாளர்கள் தங்களின் இயங்கும் தறி ஒன்றுக்கு 1 காசு வீதம் அளிப்பது என ஓர் உடன்படிக்கை செய்து கொண்டு அக்கோபுரத்தைத் திருப்பணி செய்ய முடிவு செய்தனர். அவர்கள் எடுத்த முடிவு கல்வெட்டுச் சாசனமாக அதே கோபுர வாயிலில் உட்புறம் பொறிக்கப்பெற்றுக் காணப்பெறுகின்றது.

சித்ரமேழி பெரிய நாட்டார் எடுத்த கோபுரம்

மழநாட்டுத் திருபைஞ்ஞீலி (திருச்சி மாவட்டம்) ஞலிவனநாதர் திருக்கோயில் காவிரி வடகரைத்தலங்களுள் ஒன்றாகும். இக்கோயிலில் திகழும் மொட்டைக் கோபுரத்தின் உட்புறச் சுவரின் வலது புறத்தில் மாறவர்மன் குலசேகர பாண்டியனின் இருபத்து ஏழாம் ஆட்சியாண்டு (கி.பி. 1295) குறிக்கப் பெற்றுள்ள கல்வெட்டொன்றுள்ளது[23]. அக்கல்வெட்டுச் சாசனத்தில் பூமி புத்திரர்கள் எனும்

ஐயப் பொழில் பரமேஸ்வரபுத்திரர்கள் என்றும் கூறப் பெறும் சித்திர மேழி பெரிய நாட்டவர்கள் எடுத்த முடிவுபற்றிக் கூறப் பெற்றுள்ளது. முதலியார் தவப் பெருமாள் முதலியார் என்பவர் திருப்பைஞ்ஞீலி உடைய நாயகர் கோயிலில் பணி முடிக்கப் பெறாமல் திகழும் பெரிய நாட்டான் திருமாளிகை, பெரிய நாட்டான் திருக்கோபுரம் ஆகியவற்றின் திருப்பணி பொறுப்பை ஏற்றுக் கொண்டார் என்று கூறுகிறது. அப்பணிக்காக நாடு, நகரம், அகரம், பிரம்மதேயம் ஆகியவற்றில் திகழும் சாகுபடியாளர்களான பெரிய நாட்டார் சமூகத்தினர் வேலி ஒன்றுக்கு இவ்வளவு நெல்லும் பணமும் அளிப்பதாக ஒப்புக் கொண்டு அச்சாசனம் எழுதியதாகக் கூறுகின்றது.

இதே கோபுரத்தில் காணப்பெறும் மற்றொரு கல்வெட்டு 'கோனேரி மெய் கொண்டான்' என்ற வாசகத்துடன் திகழும் அரசு ஆணையாகும். சோழ, பாண்டிய மன்னர்களின் ஆணைகளாதகத் திகழும் சில கல்வெட்டுக்கள் மன்னன் பெயரினைக் குறிக்காமல், கோனேரின் மெய் கொண்டான் என்று மட்டுமே குறிக்கப்பட்டிருக்கும். இவை அரசனின் நேரடி ஆணைகளைத் தெரிவிப் பவையாகும். இங்கு குறிக்கப்பட்டிருக்கும் கல்வெட்டில் எழுத்தமைதி கொண்டு நோக்கும்போது இச்சாசனம் கி.பி. 13 ஆம் நூற்றாண்டில் பாண்டிய மன்னன் ஒருவனால் பொறிக்கப்பட்டிருக்க வேண்டும் எனக் கொள்ள முடிகிறது.

கல்வெட்டு

1. ஸ்வஸ்திஸ்ரீ திரிபுவன சக்கரவர்த்தி கோநேரின்மெல் கொண்டான் உ
2. டையார் திருப்பைஞ்ஞீலி உடையார் கோயில் தானத்தாற்க்கு
3. இக்கோயில் செய்கிற திருநிலை ஏழு கோபுரத் திருப்பணிக்கும்
4. பல திருப்பணிக்கும் உடலாக வள்ளுவப் பாடி நாட்டில் ஆத
5. னூர் நான் கெல்லை உட்பட்ட நன்செய் புன்செயும்ங குள
6. மும் கரையும் பொதுவும் பொதாதியும் உட்பட 31-வது
7. முப்பந் தொன்றாவது கார்த்திகை மாதமுதல் இறையிலியா
8. க தந்தோம் இன்னாள் முதல் கைக்கொண்டு நன்செய் புன்
9. செயும் கமுகும் கொழுந்தும் கரும்பும் செங்கழுநீரும் உள்
10. ள்ளிட்டுத் தாம் வேண்டும் பயிற் செய்து கொண்டு சந்திரபாதி
11. த்தவரை செல்வதாக கல்லிலும் செம்பிலும் வெட்டி நா
12. ன் கெல்லையிலும் கல்வெட்டி நாட்டிக் கொண்டு அனு
13. பவிக்க உ.

வள்ளுவப்பாடி நாட்டிலுள்ள ஆதனூர் எனும் ஊரினை இறையிலியாகச் சந்திரன் சூரியன் உள்ளளவும் நிரந்தரமாக வழங்கி அதன் வருவாயிலிருந்து அக்கோபுரத்தின் திருப்பணிகளையும், கோயிலில் பிற திருப்பணிகளையும் மேற்கொள்ள ஆணை பிறப்பித்ததை இக்கல்வெட்டு[24] கூறுகின்றது.

திருப்பைஞ்ஞீலியிலுள்ள இரண்டு சாசனங்ளையும் நோக்கும் போது மக்களின் பங்களிப்போடு திகழும் ஏழுநிலை கோபுரப் பணிக்கு மேலும் ஆக்கமளிப்பதற்காகப் பாண்டிய மன்னன் ஒருவன் கொடை நல்கி உதவியுள்ளான் என்பதறிய முடிகிறது. இங்குக் கோபுரப் பணிக்குப் பங்களிப்பு செய்தவர்கள் உழுகுடி பெருமக்கள் என்பதால் மன்னனின் கொடை நிதியாக அமையாமல் நிலமாகவே அமைந்துள்ளதைக் காண முடிகின்றது.

4. மன்னர்கள் பெயரில் கோபுரங்கள்

கேரளாந்தகன் திருவாயில்

தஞ்சைப் பெரியகோயிலின் முதற் கோபுரமான ஐந்து நிலைக் கோபுரத்தின் பெயர் கேரளாந்தகன் திருவாயில் என்பதனை அவ்வாலயத்திலுள்ள கல்வெட்டுக் குறிப்பால்[25] அறிய முடிகிறது. மாமன்னன் முதலாம் இராஜராஜனின் விருதுப் பெயர்களில் ஒன்றான கேரளாந்தகன் என்பது அம்மன்னன் கேரளமன்னன் பாஸ்கர ரவிவர்மனை வென்று காந்தளூர் சாலை கல மறுத்தருளிய பின்பு சூடியதாகும். அப்பேரரசன் நேரிடையாகப் பங்கேற்ற போர்க்களங்கள் இரண்டாகும். முதற்போர் கேரள மன்னன் ரவிவர்மனுடனும், இரண்டாம் போர் மேலைச் சாளுக்கியன் சத்யாச்ரயனுடனும் நிகழ்ந்தவையாகும். கேரளாந்தகன் எனும் விருதுப் பெயரால் இக்கோபுரம் திகழ்ந்ததோடன்றி இவனது தானைத் தலைவனான கிருஷ்ணன் இராமன் எனும் மும்முடிச் சோழ பிரம மாராயனின் ஊரான நித்த விநோத வளநாட்டு, வேணாட்டு அமண்குடியும் கேரளாந்தகச் சதுர்வேதி மங்கலம் எனும் பெயரால் விளங்கிற்று. சோழ மண்டலத்து ஒரு வளநாடும் கேரளாந்தக சோழ வளநாடு எனப் பெயர் பெற்றது.

இராஜராஜன் திருவாயில்

இராஜராஜன் எனும் பெயர் அருண்மொழிவர்மன் முடிசூடிய போது சூட்டிக்கொண்ட அபிடேக நாமமாகும். சிவபெருமானின் திருநாமங்களுள் ஒன்றாக இராஜராஜன் எனும் பெயர் கூறப் பெறுகின்றது. திருமால் சக்கரம் வேண்டி ஆயிரம் திருமலர் கொண்டு அர்ச்சித்தபோது ஒருமலர் குறையவே, தன் கண் மலரால் அர்ச்சிக்கவே இலிங்கத் திருவுருவிலிருந்து வெளிப்பட்ட ஈசன் அவருக்குச் சக்கராயுதம் அருளியதாக சிவ மகாபுராணமும், திருவீழிமிழலை மான்மியமும் எடுத்துரைக்கின்றன. அவ்வாறு சக்கரம் ஈந்த பெருமானின் திருநாமமே "இராஜராஜன்" என்பதாகும். தான் சூடிக்கொண்ட அத்திரு நாமத்தாலேயே தான் எடுப்பித்த பெருங்கோயிலுக்கு "இராஜராஜேஸ்வரம்" என்றும், அதன் இரண்டாம் திருவாயிலுக்கு "இராஜராஜன் திருவாயில்" என்றும் பெயர் சூட்டி மகிழ்ந்தான்.

இரண்டாம் கோபுரத்திற்கும் ஈசான மூர்த்தி பரிவாராலயத்திற்கும் (திருச்சுற்று மாளிகையின் வடமேற்கு மூலையிலுள்ளது) இடைப்பட்ட பகுதியில்

காணப்பெறும் ஒரு நீண்ட கல்வெட்டுச் சாசனம், அப்பகுதியில் பூர்த்தி பெற இடமில்லாமையால் திருமதிலின் வெளிப்புறம் அதன் தொடர்ச்சி வெட்டப்பெற்றுக் காணப்படுகின்றது. இவ்வாறு வெளிப்புறம் அக்கல்வெட்டு ஆரம்பமாகுமிடத்தில் ஸ்ரீராஜராஜன் திருவாசலுக்கு வடக்கு ஈசான மூர்த்தி ஆலயத்தளவுஞ் செல்லக் கல்லில் வெட்டி அவ்விடத்தில் நிலம் போதாததாக அதில் குறை போந்து இவ்விடத்தில் கல்லில் வெட்டித்து... என்று கூறப்பெற்றுள்ளது.

தஞ்சைப் பெரிய கோயிலின் இரண்டாம் திருக்கோபுரமான இராஜராஜன் திருவாயிலின் தென்புற நிலைக்காலில் தமிழ், சமஸ்கிருதம் ஆகிய மொழிகளில் இராஜராஜனின் புகழ்பாடும் கல்வெட்டுப் பாடல்கள் உள்ளன. பிற்கால கட்டுமானத்தால் அப்பாடல்களின் ஒரு பகுதி மறைக்கப்பட்டுள்ளது. வரலாற்றுச் சிறப்புடைய அக்கல்வெட்டுப் பாடல்கள் முதன் முறையாக இந்நூலாசிரியரால் கண்டறியப்பட்டு வரலாற்றுலகுக்கு அறிமுகப்படுத்தப் பெற்றன[26].

"*சுனங்கா முலையுடை உமை பங்கர்க்கு...*" எனத் தொடங்கும் தமிழ்ப்பாடல் இராஜராஜனின் பெயரினை அருண்மொழி என்று குறிப்பிடுகின்றது. அப்பேரரசனின் பிறகல்வெட்டுக்கள் அனைத்தும் அவன் பெயரினைச் சுட்டும்போது அருமொழி என்றே கூறுகின்றன. ஆனால் இப்பாடல் ஒன்றே அவனை அருண்மொழி என்று கூறுவது குறிப்பிடத்தக்கதாகும்.

நிலைக்காலில் உள்ள தமிழ்ப் பாடலின் தொடர்ச்சியாக கிரந்தத்தில் பொறிக்கப்பட்டுள்ள சமஸ்கிருத பாடல்கள் காணப்பெறுகின்றன. அவற்றில் அப்பேரரசன் புற்றிலிருந்து எழும் நாகம் போல் சீறி போர்மேற் சென்றதாகவும், அவன் வெற்றியால் மேலைக் கடலலைகள் அவன் பாதங்களில் வந்து வீழ்ந்து சரணம் சரணம் என்று வணங்குவதாகவும் கூறுகின்றன. இப்பாடல்கள் அம் மன்னவனின் மலைநாட்டு வெற்றியையும், காந்தளூர்ச் சாலை கலமறுத்த (கேரளனின் கடற்படையை வென்ற) நிகழ்ச்சியையும் சுட்டுபவையாகும்.

விக்கிரம சோழன் திருக்கோபுரம்

திருவையாறு ஐயாறப்பர் திருக்கோயில் நான்கு திருச்சுற்றுக்களுடன் திகழ்கின்றது. மூன்றாம் திருச்சுற்றில் கிழக்கு, தெற்கு, வடக்கு வாயில்கள் உள்ளன. வடக்கு வாயிலை பின்னாளில் மூடிவிட்டனர். கிழக்கு, தெற்கு வாயில்களில் கோபுரங்கள் உள்ளன. கிழக்குக் கோபுரத்தின் மேற்குப் பகுதி அதிஷ்டானத்தில் **ஸ்வஸ்திஸ்ரீ இத்திருக்கோபுரம் விக்கரம சோழனதே** என்ற கல்வெட்டு சோழர்கால எழுத்தமையுடன் காணப்பெறுகின்றது[27].

விக்கிரம சோழனின் ஆட்சிக் காலத்தில் (கி.பி.1118 - 1135) எடுக்கப்பெற்ற இக்கோபுரம் பலமுறை திருப்பணிகளுக்கு உட்பட்டதால் பல்வேறு மரபினரின் கலையம்சங்கள் காணப்பெறுகின்றன. இக்கோபுரம் கீழிருந்து மேலாக உபானம்,

அதிஷ்டானம் (ஜகதி, முப்பட்டைக் குமுதம், பட்டிகை, வேதிகை) சுவர் பிரஸ்தரம் (பூதவரி, கபோதம், யாளிவரி) மூன்று தளங்கள், சாலை வடிவச் சிகரத்தில் 5 ஸ்தூபிகள் ஆகியவற்றுடன் காணப்பெறுகின்றது. கீழ்தளத்தின் கிழக்கு வாயிலில் உள்ள துவார பாலகர் சிற்பங்கள் விக்கிரம சோழன் காலத்தியவையேயாகும்.

சொக்கசீயன் எழுநிலைக் கோபுரம்

பேணு செந்தமிழ் வாழப் பிறந்த காடவர் கோன் என்ற புகழ்பெற்ற கோப்பெருஞ்சிங்கன் பதின் மூன்றாம் நூற்றாண்டில் (கி.பி.1243 - 79) செங்கோலோச்சிய பிற்காலப் பல்லவ மன்னனாவான். சோழ, பாண்டிய, போசள, காகதீய மன்னர்களோடு பல போர்கள் செய்து தன்னுடைய வீரத்தை நிலைநிறுத்தி அழிவுற்றிருந்த பல்லவ குலத்திற்குப் புத்துயிர் அளித்தவன். இப்பெருவேந்தன் செய்த கோபுரப் பாணிகளாகத் தில்லைப் பெருங்கோயிலின் கிழக்குக் கோபுரமும், தெற்குக் கோபுரமும் விளங்குகின்றமை இரண்டாம் இயலில் விவரிக்கப் பெற்றுள்ளது.

தில்லைக் கோயிலின் இரண்டாம் பிரகாரம் வடபுறச் சுவரில் காணப்பெறும் கோப்பெருஞ்சிங்கனின் ஐந்தாம் ஆட்சியாண்டுக் கல்வெட்டு தில்லை தெற்குக் கோபுரத்தை சொக்க சீயன் திருநிலை ஏழு கோபுரத்திரு வாசல் என்று குறிப்பிடுகின்றது[28]. இக்கோபுரத் திருப்பணிக்கு முதலாக (உடலாக) ஆற்றூர் எனும் ஊரில் கோப்பெருஞ்சிங்கன் நிலம் வழங்கியதைக் கல்வெட்டொன்று[29], "ஸ்வஸ்தி ஸ்ரீ சகல புவன சக்கரவர்த்தி கோப் பெருஞ்சிங்க தேவர்க்கு யாண்டு 5ஆவது தனியூர் பெரும்பற்றப் புலியூர் உடையார் திருச்சிற்றம்பல முடையாருக்கு அழகிய சீயன் அவனியாளப் பிறந்தான் காடவன் கோப்பெருஞ்சிங்கனேன் இது நாயனார் கோயில் தெற்கில் திருவாசர் சொக்கசீயன் திருநிலை ஏழு கோபுரமாகச் செய்யத் திருப்பணிக்கு உடலாக ஜெயங்கொண்ட சோழ மண்டலத்து ஊற்றுக் காட்டுக் கோட்டத்து ஆற்றூர் நாட்டு ஆற்றூரான ராஜராஜ நல்லூர்...." என்று கூறுகின்றது.

இக்கோபுரம் (தெற்குக்கோபுரம்) சொக்கசீயன் எனும் கோப்பெருஞ்சிங்கனால் எழுநிலை கோபுரமாகத் திருப்பணி செய்யப்பெற்றதாகக் குறிப்பிட்ட போதும், இரண்டாம் குலோத்துங்கன் காலத்திலேயே இங்கு எழுநிலை கோபுரம் இருந்துள்ளது என்பதும், பின்னர் அதனைக் கோப்பெருஞ்சிங்கன் திருப்பணி செய்தான் என்பதும் முற்பகுதியில் விளக்கப்பெற்றுள்ளன.

சுந்தரபாண்டியனின் எழு நிலைக் கோபுரம்

கோப்பெருஞ்சிங்கனை ஜடாவர்மன் சுந்தரபாண்டியன் வென்ற பிறகு தில்லைத் தெற்குக் கோபுரத்திற்குச் சுந்தரபாண்டியன் திருக்கோபுரம் என்ற பெயர் மாற்றம் ஏற்பட்டுள்ளது. தில்லைக் கோயிலிலுள்ள கல்வெட்டு ஒன்று[30],

"சுந்தரபாண்டியன் திருநிலை யேழுகோபுரச் சன்னதியில்
சொக்க சீயன் குறளில் கீழ்பக்கத்து கீழை மடஸ்தானமாகத்
திருநோக்கியழகியான் திருமடமென்னும் பேரால்
செய்வித்த மடத்துக்கு..."

என்று கூறுகின்றது. முன்னர்க் கோப்பெருஞ்சிங்கனின் பெயரால் திகழ்ந்த கோபுரம், சுந்தரபாண்டியன் கோபுரம் எனப் பெயர் மாற்றம் பெற்றதை இக்கல்வெட்டு எடுத்துக் கூறுகின்றது.

ஈகை மூவேந்திராயர் திருக்கோபுரம்

தாராசுரம் திருக்கோயிலில் காணப்பெறும் கல்வெட்டொன்று[31] ஈகை மூவேந்திராயர் திருக்கோபுரம் என்று அத்திருக்கோயில் கோபுரத்தின் பெயரினைச் சுட்டுகிறது. இக்குறிப்பு கிழக்கு பெரிய கோபுரத்தினைக் குறிப்பிடுவதாக இருக்கலாம். மேலும் ஈகை மூவேந்திராயர் எனும் பட்டப்பெயர் இரண்டாம் இராஜராஜ சோழனுக்கு இருந்ததா என்பதற்கான போதிய தரவுகள் இதுவரை கிடைக்கப் பெறவில்லை.

கண்டர் சூரியன் திருக்கோபுரம்

தென் ஆற்காடு மாவட்டம் திருவக்கரை ஆளுடையார் திருக்கோயில் முதற்பிரகார கோபுரத்தின் வலப்புறத்தில் உள்ள இரண்டாம் இராஜாதிராஜ சோழனின் ஏழாம் ஆண்டு (கி.பி.1170) குறிக்கப்பெற்றுள்ள கல்வெட்டில்[32] அக்கோபுரத்தின் பெயர் கண்டர் சூரியன் திருக்கோபுரம் எனக் குறிக்கப் பெற்றுள்ளது. அம்மையப்பன் பாண்டி நாடு கொண்டானான கண்டன் சூரியன் சம்புவரையர் என்பவன் தன் பெயரால் அக்கோபுரத்தை எடுத்ததாகவும் அக்கல்வெட்டு விவரிக்கின்றது.

அம்மையப்பன் பாண்டிநாடு கொண்டானான கண்டர் சூரியன் சம்புவராயன் சேங்கேணிக் குடியில் பிறந்தவன். தென் ஆற்காடு மாவட்டத்தின் ஒருபகுதியில் நாடுகாவல் அதிகாரியாய் விளங்கியவன். பாண்டியநாடு கொண்டானென்று இவன் பட்டம் கொண்டமையால் இராஜாதிராஜ சோழன் ஆட்சியில் பாண்டி நாட்டுப் போருக்குச் சென்றிருந்த சோழ நாட்டுப் படைத் தலைவர்களுள் இவனும் ஒருவனாதல் வேண்டும். திருவக்கரை ஆளுடையார் கோயிலில் தன் பெயரால் இக்கோபுரம் எடுத்ததோடு மண்டபம் ஒன்றினையும் எடுத்துள்ளான்[33]. சைவத் திருக்கோயிலில் இவன் பெயர் விளங்குவது போலச் சமணத்திற்கும் தொண்டாற்றியுள்ளான்.

சிற்றாமூரிலுள்ள சமண ஆலயத்திற்கு இவன் பள்ளிச் சந்தமாக நிலம் அளித்துள்ளமையை அவ்வாலயத்திலுள்ள கல்வெட்டொன்று கூறுகின்றது[34].

கண்டர கூளிமாராய நாயக்கன் திருக்கோபுரம்

வந்தவாசி வட்டம் மடம் எனும் ஊரில் சிவாலயத்தில் காணப்பெறும் வீரகம்பணனின் கல்வெட்டொன்று சக ஆண்டு *1285* (கி.பி.*1363*) சோபகிருது ஆண்டில் பொறிக்கப் பெற்றதாகும்[35]. கம்பணன் தன் படைத்தளபதி கண்டர கூளி மாராயநாயக்கன் என்பவருக்கு, அவர், வென்று மண் கொண்ட சம்புவராயனைப் போரில் வென்று சிறைப்படுத்தி, இராஜகம்பீர மலையையும் கைப்பற்றியதற்கு வெகுமதியாக அண்ணமங்கலப் பற்றில் குளத்தூரைக் கொடுத்தார் என்றும், அவ்வூர்க் கோயிலில், அத்தளபதி தான் பெற்ற வெற்றியின் நினைவாக தன் பெயரில் கோபுரம் ஒன்றைக் கட்டுவித்தார் என்றும் கூறுகிறது. இச் செய்தியினை அக்கல்வெட்டு,

"ஸ்வஸ்தி ஸ்ரீஸ்ரீ மந் மஹா மண்டலீஸ்வரந் ஹரிராய விபாடந் பாஷைக்குத் தப்புவராயர் கண்டந் மூவராயர் கணடந் பூர்வ பச்சிம.. ஸ்ரீவீர பொக்கண உடையார் குமார ஸ்ரீமத் கம்பண உடையார் மஹாப்ரதாநி ஸோமய தண்ணாயக்கர் குமாரன் ஸ்ரீ கண்டர கூளி மாராய நாயக்கர் வென்று மண் கொண்ட சம்புவராயரையும் ஜெயுத்து கைப்பிடியாகப் பிடித்து இராச கெம்பீரன் மலையும் கொண்டதுக்கு சந்திராதித்த வரையும் செல்லக் குடுத்த அண்ணமங்கலப் பற்றில் சகாற்த்தம் ஆயிரத்து இருநூற்று யெண்பத்தைஞ்சிந் மேல் செல்லாநின்ற ஸோபக்ருது ஸம்வத்ஸரத்து குளத்தூர் ஆளுடையார் திருவக்நீஸ்வர முடைய மஹாதேவர்க்கு இரண்டாம் ப்ரகாரத்தில் பண்ணின தர்மம் கண்டர கூளி மாராய நாயக்கன் திருக்கோபுரம்" என்று கூறுகின்றது

இதே கோபுரத்திலுள்ள மற்றொரு கல்வெட்டுப் பாடலில்[36],

"*சம்பனரன் பல வழித்து சம்பனனையும் கைக்கொண்டு*
குழந்தை வளம் பதியீசர் கோலமலர்ந்தாள் வணங்கி
கண்டர கோபுரம் கண்டு கைதொழுவார்
அண்டராகுவர் அனைவரும் தொழவே"

என்றும் குறிக்கப்பெற்றுள்ளது.

5. கல்வெட்டுப் பாடல்களும் - வரலாறும்

தென்காசிக் கோபுர கல்வெட்டுக்கள்

மதுரை சுல்தானியர்களின் ஆட்சிக்குப் பிறகு கி.பி.1371இல் வீரகம்பணன் மதுரையைக் கைப்பற்றி விஜயநகரப் பேரரசின் கீழ்க் கொணர்ந்தான். கி.பி.1371க்குப் பிறகு பாண்டியர்கள் திருநெல்வேலிப் பகுதியை அடைந்து அங்கிருந்து ஆட்சி புரியலாயினர். கி.பி.1422இல் முடிசூடிய ஜடியலவர்மன் அரிகேசரி பராக்கிரம பாண்டியன் தென்காசி நகரை தோற்றுவித்து விஸ்வநாதர் கோயிலைக் கட்டுவித்தான். பின்னர் 1463இல் மரணமுற்றான். இவனுக்குப் பின்னர் தென்காசிப் பாண்டியர்களின் ஆட்சி தொடர்ந்தது. இவர்களைப் பற்றிய வரலாற்றினைப் பாண்டியகுலோதயம் எனும் வடமொழி நூல் விரிவாக எடுத்துரைக்கின்றது.

இவன் தென்காசி விஸ்வநாதர் ஆலயத்தில் கிழக்குக் கோபுரத்தை ஒன்பது நிலையுடைய கோபுரமாக எடுத்தான். அவன் எடுத்த கோபுரத்தின் மேல்நிலைகள் பின்னாளில் பேரிடி தாக்கியதால் அழிவுற்றது. காலவெள்ளத்தில் மேன்மேலும் அழியத் தொடங்கிய அக்கோபுரம் அண்மையில் புதுப்பிக்கப் பெற்றுப் புதுபொலிவுடன் விளங்குகின்றது. அக்கோபுரத்தை எடுத்த பராக்கிரம பாண்டியன் தான் எடுப்பித்த கோபுரத்தைப் பின்னாளில் காப்பவர்களை அடிபணிந்து வணங்குவதாக அவன் கூறிக்கொண்டது பல்வேறு பாடல்களாக இக்கோபுரத்தில் பொறிக்கப்பெற்றுள்ளன[37]. மேலும் அவன் இறந்த ஆண்டும் அங்கு பாடலாகப் பதிவு பெற்றுள்ளது.

இக்கோபுரப் பணி முற்றுப் பெறுவதற்கு முன்பே பராக்கிரம பாண்டியன் இறந்ததால் அதனை அவனுடைய தம்பி குலசேகர பாண்டியன் முற்றுப்பெறச் செய்தான். அச்செய்தியும் அக்கோபுரத்திலேயே ஒரு பாடலாகப் பதிவு பெற்றுள்ளது. தன் தமையனின் பணிகளையும், வேண்டுகோளையும் இங்குக் கல்வெட்டாகப் பொறித்தவனும் இவனேயாவான்.

சாசனச் செய்யுள்

அன்பினுடன் சகாத்த மாயிரத்து முந்நூற்
றறுபத் தெட்டின்மேல் வைய்காசித் திங்கள்
மன்தியதி யீரைந்திற் பூருவ பக்க
மருவு தெசமியில் வெள்ளி வாரந்தன்னில்
மின்திக மூத்தரநாள் மீனத்தில் வாகைவே
லரிகேசரி பராக்கிரம மகிபன்
தென்திசையிற் காசிநாதர் கோயில் காணச்
சென்றுநின்று தரிழ்சணைதான் செய்வித்தானே 1

பன்னு கலியுக நாலாயிரந் தைஞ்ஞூற் றைம்பத்
தெட்டின் மேவெவரும் பணிந்து போற்றச்
சென்னெல்வயற் றென்காசி நகரில் நற்கார்த்திகைத்
திங்கள் தியதியைற்திற் செம்பொன் வார
மன்னிய மார்கழிநாளில் மதுரை வேந்தன்
வடிவெழு தொணாத பராக்கிரம மகிபன்
சொன்ன வரைபோற் றிருக்கோபுரமுங் காணத்
துடியிடையா யுபானமுதல் துடங்கி னானே. 2

சேலேறிய வயற் றென்காசி யாலையந் தெய்வச்செய
லாலே சமைத்த திங்கென் செயலல்ல வதனையின்ன
மேலே விரிவு செய்தே புரப்பாரடி வீழ்ந்தவர் தம்
பாலேவல் செய்து பணிவன் பாராக்கிரம பாண்டியனே. 3

மனத்தால் வகுக்கவு மெட்டாத கோயில் வகுக்கமுன்னின்
றெனைத்தான் பணிகொண்ட நாதன் தென்காசி யென்றுமண்
நினைத்தா தரஞ்செய்து தங்காவல் பூண்ட நிருபர்பதந் மேல்
தனைத்தாழ்ந் திறைஞ்சித் தலைமீ தியானுந் தரித்தனனே 4

பூந்தண் பொழில்புடை சூழுந்தென் காசியைப் பூதலத்தில்
தாங்கிளை யுடனே புரப்பார்கள் செந்தா மரையாள்
காந்தன் பராக்கிரமக் கைதவன் மான கவசன்கொற்கை
வேந்தன் பணிபவ ராகி யெந்நாளும் விளங்குவரே 5

காண்டகு சீர்புனை தென்காசிக் கோபுரக் கற்பணியா
றாண்டில் முடித்துக் கயிலை சென்றா னகிலேசர் பதம்
பூண்டுறை சிந்தை யரிகேசரி விந்தைப் போர்கடந்த
பாண்டியன் பொன்னின் பெருமாள் பராக்கிரம பாண்டியனே 6

ஆரா யினுமிந்தத் தென்காசி மேவுபொன் னாலயத்து
வாராதோர் குற்றம் வந்தாலப் போதங்கு தந்ததனை
நேராக வேயொழித் துப்புரப் பார்களை நீதியுடன்
பாரா ரறியப் பணிந்தேன் பராக்கிரம பாண்டியனே. 7

அரிகே சரிமன் பராக்கிரம மாற னரனருளால்
வரிசேர் பொழிலணி தென்காசிக் கோயில் வகுத்துவலம்
புரிசேர் கடற்புவி போற்றவைத் தேனன்பு பூண்டிதனைத்
திரிசேர் விளக்கெனக் காப்பார்பொற் பாதமென் சென்னியதே. 8

சாத்திரம் பார்த்திங் கியான்கண்ட பூசைகள் தாம்நடாத்தி
யேத்தியவன்பால் விசுவநாதன் பொற்கோயி லென்றும்புரக்கப்
பாத்திபன் கொற்கைப் பராக்கிரம மாறன் பரிவுடனல்
கோத்திரந் தன்னி லுள்ளார்க்கு மடைக்கலங் கூறினனே. 9

மென்காசை மாமல ரன்ன மெய்யோற்கும் விரிஞ்சனுக்கும்
வன்காசு தீர்த்திடும் விச்சுவ நாதன் மகிழ்ந்திருக்கப்
பொன்காசை மெய்யொன்று தொட்ட கைக்குமிப் பூதலத்துத்
தென்காசி கண்ட பெருமாள் பராக்கிரமத் தென்னவனே. 10

ஏரார் சகாத்த முந்நூற்றிட னாயிரத் தெண்பத்தஞ்சிற்
சீராரு மார்கழி சித்திரை நாளிற் சிறந்துகுற்றம்
வாராத பூரணையினிற் பராக்கிரம மாற.....
.... கயிலாயந்தான் ....கண்டனனே. 11

கோதற்ற பத்தி யறுபத்து மூவர்தங் கூட்டத்திலோ
தீதற்ற வெள்ளிச் சிலம்பகத்தோ செம்பொன் னம்பலத்தோ
வேதத்திலோ சிவ லோகத்திலோ விசுவ நாதனிரு
பாதத்திலோ சென்று புக்கான் பராக்கிரம பாண்டியனே 12

ஓங்குநிலை யொன்ப துற்றதிருக் கோபுரமும்
பாங்கு பதினொன்று பயில்தூணுந் - தேங்குபுகழ்
மன்னர் பெருமான் வழுதிகண்ட தென்காசி
தன்னிலன்றி யுண்டோ தலத்து. 13

முதற்பாடலில் சாலிவாகன சகாப்தம் 1368இல் வைகாசி மாதம் பத்தாம் நாள் பூர்வபட்ச தசமி திதி, உத்திர விண்மீன் கூடிய வெள்ளிக்கிழமையன்று தென்நாட்டில் காசி விஸ்வநாதர் கோயில் எடுப்பித்து அர்ச்சனை செய்வித்தான் என்று கூறுகின்றது. இங்கு குறிப்பிடும் நாள் கி.பி.1446ஆம் ஆண்டு மே மாதம் 6ஆம் நாளைக் குறிப்பதாகும்.

இரண்டாம் பாடலில் கலி வருடம் 4558இல் செந்நெல் விளையும் தென்காசி நகரில் கார்த்திகை மாதம் ஐந்தாம் நாளில் மலைபோன்ற கோபுரம் எடுப்பதற்காக உபானம் முதல் கட்டுமானப் பணியினைத் தொடங்கினான் என்று கூறுகின்றது. இது கி.பி.1457இல் நிகழ்ந்ததாகும்.

மூன்றாம் பாடலில் சேல்மீன்கள் துள்ளக்கூடிய வயல்கள் சூழ்ந்த தென்காசி நகரில் திகழும் ஆலயம் அமைத்தது பராக்கிரம பாண்டியனான என்னால் நிகழ்ந்தது அன்று. அது தெய்வச்செயல் ஆகும். இக்கோயிலைப் "பின்னாள் யாரேனும் விரிவு செய்து காப்பாற்றுவார்களாயின் அவர்கள் திருவடிகளில் வீழ்ந்து நான் வணங்குவதோடு அவர்களுக்கு ஏவல் செய்தும் பணி செய்வேன்" என்றும் அம்மன்னன் கூறுவதாக அமைந்துள்ளது.

மனத்தால் கற்பனை செய்ய முடியாத அளவுக்குச் சிறந்த கோயிலொன்றினைத் தென்காசி மண்ணில் வகுப்பதற்கு என்னைப் பணிகொண்ட அந்த ஈசனின் கருணையால் எனக்கு ஆதரவாக நின்று காவல்புரியும் அரசர்களின் திருவடிகளைத் தாழ்ந்து வணங்கி என் தலைமேல் தரித்தேன் என்று கூறுவதாக நான்காம் பாடல் அமைந்துள்ளது.

குளிர்ந்த சோலைகளையுடைய தென்காசி நகரைத் தன் சுற்றத்தார்களுடன் காப்பாற்றுகின்றவர்கள் யாராக இருந்தாலும் அவர்கள் திருமகள் அருள்பெற்றவனும், கொற்கை வேந்தனுமாகிய பராக்கிரம பாண்டியனால் எந்நாளும் பணிந்து போற்றப்படுவர்களாக விளங்குவார்கள் என்பது ஐந்தாம் பாடலின் கூற்றாகும்.

தென்காசி கோயிற் கோபுரத்தினைக் கல்லால் கட்டுவித்த பணி ஆறு ஆண்டுகளாக நிகழ்ந்துவரப் பொன்னின் பெருமாள் பராக்கிரம பாண்டியன் மண்ணுலக வாழ்வை நீத்து கயிலையை அடைந்து அகிலேசனாகிய சிவபெருமானின் பதம் பெற்றார் என்பது ஆறாம் பாடலின் கூற்றாகும்.

தென்காசியில் பொன்னாலயமாக விளங்குகின்ற விசுவநாதர் ஆலயத்திற்கு வாராத ஒரு குற்றம் ஏற்பட்டு குறைவுகள் ஏற்பட்டால், அப்போது அதனை அங்கு நேராக வந்து குற்றம் களைந்து காப்பாற்றுபவர்களை உலகம் முழுவதும் அறியுமாறு நீதியோடு இன்றே பராக்கிரம பாண்டியனாகிய நான் அவர்களைப் பணிகிறேன் என்ற அவ்வரசனின் ஆழ்மனத்தின் வெளிப்பாடே ஏழாம் கல்வெட்டுப் பாடலாக மிளிர்கின்றது.

தென்காசி கோயிலின் புகழை உலகமெலாம் அறியுமாறு போற்றி, திரிசேர் விளக்கென காப்பவர்களின் பொற்பாதங்களைப் பராக்கிரம மாறன் தன் தலைமீது சூட்டிக் கொண்டதாக எட்டாம் பாடல் கூறுகின்றது.

சாத்திரங்கள் படி கண்ட பூசைகளை எல்லாம் விசுவநாதரின் பொற்கோயில் விளங்குமாறு என்றும் போற்றும் சிறந்த கோத்திரத்தார்கள் அனைவருக்கும் பராக்கிரம மாறன் அடைக்கலம் அளிப்பதாக ஒன்பதாம் பாடல் இயம்புகின்றது.

திருமாலும், பிரம்மனும் வியக்குமாறு விசுவநாதர் மகிழ்ந்திருக்குமாறும் பொற்காசுகளால் திருப்பணி செய்து தென்காசி கண்டவன் பெருமாள் பராக்கிரமத் தென்னவனே என்பது பத்தாம் பாடலாகும்.

சாலிவாகன சகாப்தம் 1385இல் (கி.பி.1463) மார்கழி மாதம் சித்திரை விண்மீன் கூடிய பூரணநாளில் பராக்கிரம பாண்டியன் கயிலயம்பதியடையும் பேறுபெற்றான்'' என்பதே பதினோராம் பாடல் கூறும் செயலாகும்

தொகையடியார்களான அறுபத்து மூவர் கூட்டத்தில் ஒருவராகவோ, சிவபெருமான் சூடியுள்ள வெள்ளிச் சிலம்பிலோ, தில்லைப் பொன்னம்பலத்திலோ, வேதத்தினுள்ளோ, சிவலோகத்திலோ அல்லது விசுவநாதர் இருபாதத்திலோ சென்று புகுந்துவிட்டான் பராக்கிராம பாண்டியன் என்று கூறுகிறது பன்னிரெண்டாம் பாடல்.

ஒன்பது நிலைகளுடைய இத்தகைய சிறந்த கோபுரம், பதினோரு தூண்கள் உள்ள மண்டபம் இவைகள் பராக்கிரம பாண்டியன் செய்த தென்காசிக் கோயிலிலன்றி இவ்வுலகத்தில் எங்கேனும் காணமுடியுமா'' என்கிறது பதிமூன்றாம் பாடல்.

குலசேகர பாண்டினின் கோபுரப்பணி

கி.பி.1463இல் பராக்கிரம பாண்டியன் தென்காசி விசுவநாதர் ஆலயக் கோபுரப்பணியைச் செய்து கொண்டிருந்த காலத்திலேயே கயிலாயநாதனின் திருவடிகளை அடையும் பேறுபெற்றான். உடன் அவன் தம்பியான குலசேகர பாண்டியன் அப்பணியைப் பூர்த்தி செய்தான். இதனைத் தென்காசி விசுவநாதர் ஆலயத்து முன்மண்டபத்தின் வடபுறச் சுவரில் உள்ள கல்வெட்டுப் பாடல்[38],

“விண்ணாடர் போற்றுந் தென்காசி பொற்கோபுர மீதிலெங்க
ளண்ணாவி செய்த பணி யிப்படி குறையாய்க் கிடக்க
வொண்ணா தெனக்கண் டுயர்ந்த தட் டோடெங்கு மூன்றுவித்தான்
மண்ணாளு மாலழகன் குலசேகர மன்னவனே”

என்று கூறுகின்றது.

தென்காசியில் கோபுரம் எடுத்தது பற்றிப் பேசும் இக்கல்வெட்டுப் பாடல்களைத் தொகுத்து நோக்கும்போது பராக்கிரம பாண்டியனின் பக்திப் பெருவுணர்வும், எதிர்காலத்தில் அக்கோபுரம் காக்கப்பட வேண்டும் என்ற பெருவிழைவும் வெளிப்படுவதைக் காண முடிகின்றது. பக்திப் பெருக்கோடு செய்யப்படுகின்ற தர்மங்கள் சந்திரன், சூரியன் உள்ளளவும் தடையின்றிச் செயல்பட வேண்டும் என்பதுதான் தமிழ் மன்னர்களின் நோக்கமாக இருந்திருக்கிறது. இதனைத் தமிழ்க் கல்வெட்டுக்கள் எடுத்துரைக்கின்றன. மேலும் அவற்றை எதிர்காலத்தில் காப்பார் திருவடிகளைத் தலைமேல் தரித்துப் போற்றும் மரபு தமிழகத்துப் பண்பாட்டுக் கூறுகளுள் ஒன்றாகத் திகழ்ந்திருக்கிறது.

‘வலஞ்சுழி வலம் கொள்வார் அடி என் தலை மேலவே’ என்று முதன் முதலில் இம்மரபுக்கு வித்திட்டவர் திருநாவுக்கரசு பெருமானாவார்.பின்னர் வந்த சோழர்களும், பாண்டியர்களும் இம்மரபை மிகவும் போற்றினர். போற்றுதற்குரிய இப்பண்பின் உச்ச வெளிப்பாட்டைப் பராக்கிரம பாண்டியனின் 6 பாடல்கள் தெளிவாக எடுத்துக் காட்டுகின்றன. குறிப்பாக ஏழாம் பாடலில் “பாரார் அறியப் பணிந்தேன் பராக்கிரம பாண்டியனே” - என்ற வரிகள் அம்மன்னவனின் உயர்வு நிலையைத் தெளிவாக எடுத்துக்காட்டுவதாக அமைந்துள்ளன.

பல்லவர் காலம் தொட்டுச் சோழர் பாண்டியர் காலம் வரை கோயில்களும், அறக்கட்டளைகளும் நன்கு போற்றப்பட்டு வந்தன. 1319க்கு பிறகு 1371 வரை தமிழக கோயில்கள் இருண்ட காலத்தைச் சந்திக்க நேர்ந்ததால் கோயில்களின் அழிவு பற்றி அவற்றை எடுப்பிக்க முயன்றவர்கள் பெரிதும் கவலைப்படத் தொடங்கினர். கி.பி.1457இல் தென்காசி விசுவநாதர் ஆலயத்துக் கோபுரத்தைக் கட்டத்தொடங்கிய பராக்கிரம பாண்டியன் அக்கோபுரம் எக்காலத்தும் அழியக்கூடாது, அதனை மக்கள் போற்ற வேண்டும், அழிவுகள் நேரிடின் அவற்றை போக்க முயல வேண்டும் என்பதற்காகவே அப்பாடல்களைக் கல்மேல் எழுத்தாகப் பொறித்துச் சென்றுள்ளான்.

இத்தகைய சூழல்கள் ஏற்பட்டதால்தான் பின்னாளில் பொறிக்கப்பட்ட அறக் கல்வெட்டுக்களில் காப்பவர்கள் அடையும் பலன் பற்றியும், அழிப்பவர்கள் அடையும் கேடுகள் பற்றியும் குறிப்பிட வேண்டிய நிலை ஏற்பட்டது. கி.பி. 15 ஆம் நூற்றாண்டில் பராக்கிரம பாண்டியன் அக்கல்வெட்டில் வேண்டிக் கொண்ட வண்ணம் 21 ஆம் நூற்றாண்டில் அக்கோபுரம் மீண்டும் பொலிவு பெற்றுள்ளது ஆறுதலான நிகழ்வாகும்.

அதிவீர ராமபாண்டியனின் கோபுரச் சாசனம்

தென்காசி விசுவநாதர் கோயில் பெரிய கோபுரத்தில் வடபுற சுவரில் தென்காசி பாண்டியன் அதிவீரராமபாண்டியன் அக்கோயிலுக்கு வழங்கிய தானங்களைப் பற்றிப் பாடலாகவுள்ள கல்வெட்டொன்று பொறிக்கப் பெற்றுள்ளது[39].

சாசனச் செய்யுள்

அந்தர் தென்காசி கண்டோன் கண்ட வாலையமு
மடியாரும் வாழ்வுபெற வந்
தழக னதிவீர ராமன் சறுவமானிய
மதாகக் கொடுத்த படிதான்
சித்திரைப் பரணியூர்த் தெண்ட கோஷப் பொன்
திரும்பக் கொடுத்தவ் வூரிற்
செங்கோட்டையார் கொண்ட பகுதியு நிறுத்தித்
திருக்கோயிற் பகுதியாய்

வைத்ததை யறக்கழித் தாயங் கணக்குடன்
மகா நவமி திருநாளிடை
வந்த காணிக்கை பாட்டப் பகுதி காணம்பல்
வரியிவை யெலாங் கழித்துப்
பத்திரமாய்க் குண ராமநாதற்கு மேற்படி
பணங்கழித் தடியர் வீட்டுப்
பணமுங் கழி .. த்திப்படிச் சருவமானியப்
பட்டையமு மருளி னானே.

இவ்வாறு கோயிலுக்கு வழங்கப்பெற்ற சறுவமானியமாகிய நிலக் கொடையினை மக்கள் பார்வையில் இருக்கும் வண்ணம் கல்வெட்டாகக் கோபுர வாயிலில் பொறித்துள்ளது குறிப்பிடத்தக்கதாகும்.

குடுமியான் மலை – கோபுரப் பாடல்கள்

புதுக்கோட்டை மாவட்டம் குளத்தூர் வட்டம் குடுமியான் மலை சிகாமணி நாதசுவாமி கோயில் இரண்டாம் கோபுர வாயிலில் 5 கல்வெட்டுப் பாடல்கள்[40] உள்ளன. இவை பாண்டியன் சோழனை வென்று அரசாண்ட திறம் பற்றிக் கூறுகின்றன.

கோபுர வாயிலின் வலப் புறம் உள்ள கல்வெட்டுப் பாடல்கள்:

தென்னவன் செய்ய பெருமான் திருமதுரை
மன்னவன்றன் மால்களிற்று வல்லிக்கும் - பொன்னிநாட்
டாலிக்குந் தாளை அபையன் குலமகளிர்
தாலிக்கு மொன்றே தளை.

பொன்னி வளநாடு பாணன் பெறப்புரந்தான்
சென்னி திருமார்பிற் செயல்தீட்டினான் - முன்னே
புரமெறிவார் மண்சுமக்கப் பூபாரங் காத்தான்
தரமறிவான் மீனவர்கோன் தான். என்றும்,

கோபுர வாயிலின் இடப் புறம் உள்ள கல்வெட்டுப் பாடல்கள்;

மால்விட்ட படைதுரத்து வடுகெறிந்து
மகதேசன் வடிவேல் வாங்க
கால்விட்ட கதிர்முடிமே லிந்திரனைப்
புடைத்ததுமுன் கடல்போய் வற்ற
வேல்விட்ட தொருதிறலு முகிலிட்ட
தனிவிலங்கும் வெற்பி லேறச்
சேல்விட்ட பெருமலியு மாங்கேவிட்டு
நடந்தான் தென்னர் கோவே.

'வலஞ்சுழி வலம் கொள்வார் அடி என் தலை மேலவே' என்று முதன் முதலில் இம்மரபுக்கு வித்திட்டவர் திருநாவுக்கரசு பெருமானாவார்.பின்னர் வந்த சோழர்களும், பாண்டியர்களும் இம்மரபை மிகவும் போற்றினர். போற்றுதற்குரிய இப்பண்பின் உச்ச வெளிப்பாட்டைப் பராக்கிரம பாண்டியனின் 6 பாடல்கள் தெளிவாக எடுத்துக் காட்டுகின்றன. குறிப்பாக ஏழாம் பாடலில் "பாரார் அறியப் பணிந்தேன் பராக்கிரம பாண்டியனே" - என்ற வரிகள் அம்மன்னவனின் உயர்வு நிலையைத் தெளிவாக எடுத்துக்காட்டுவதாக அமைந்துள்ளன.

பல்லவர் காலம் தொட்டுச் சோழர் பாண்டியர் காலம் வரை கோயில்களும், அறக்கட்டளைகளும் நன்கு போற்றப்பட்டு வந்தன. 1319க்கு பிறகு 1371 வரை தமிழக கோயில்கள் இருண்ட காலத்தைச் சந்திக்க நேர்ந்ததால் கோயில்களின் அழிவு பற்றி அவற்றை எடுப்பிக்க முயன்றவர்கள் பெரிதும் கவலைப்படத் தொடங்கினர். கி.பி.1457இல் தென்காசி விசுவநாதர் ஆலயத்துக் கோபுரத்தைக் கட்டத்தொடங்கிய பராக்கிரம பாண்டியன் அக்கோபுரம் எக்காலத்தும் அழியக்கூடாது, அதனை மக்கள் போற்ற வேண்டும், அழிவுகள் நேரிடின் அவற்றை போக்க முயல வேண்டும் என்பதற்காகவே அப்பாடல்களைக் கல்மேல் எழுத்தாகப் பொறித்துச் சென்றுள்ளான்.

இத்தகைய சூழல்கள் ஏற்பட்டதால்தான் பின்னாளில் பொறிக்கப்பட்ட அறக் கல்வெட்டுக்களில் காப்பவர்கள் அடையும் பலன் பற்றியும், அழிப்பவர்கள் அடையும் கேடுகள் பற்றியும் குறிப்பிட வேண்டிய நிலை ஏற்பட்டது. கி.பி. 15 ஆம் நூற்றாண்டில் பராக்கிரம பாண்டியன் அக்கல்வெட்டில் வேண்டிக் கொண்ட வண்ணம் 21 ஆம் நூற்றாண்டில் அக்கோபுரம் மீண்டும் பொலிவு பெற்றுள்ளது ஆறுதலான நிகழ்வாகும்.

அதிவீர ராமபாண்டியனின் கோபுரச் சாசனம்

தென்காசி விசுவநாதர் கோயில் பெரிய கோபுரத்தில் வடபுற சுவரில் தென்காசி பாண்டியன் அதிவீரராமபாண்டியன் அக்கோயிலுக்கு வழங்கிய தானங்களைப் பற்றிப் பாடலாகவுள்ள கல்வெட்டொன்று பொறிக்கப் பெற்றுள்ளது[39].

சாசனச் செய்யுள்

அந்தர் தென்காசி கண்டோன் கண்ட வாலையமு
மடியாரும் வாழ்வுபெற வந்
தழக னதிவீர ராமன் சறுவமானிய
மதாகக் கொடுத்த படிதான்
சித்திரைப் பரணியூர்த் தெண்ட கோஷப் பொன்
திரும்பக் கொடுத்தவ் வூரிற்
செங்கோட்டையார் கொண்ட பகுதியு நிறுத்தித்
திருக்கோயிற் பகுதியாய்

வைத்ததை யறக்கழித் தாயங் கணக்குடன்
மகா நவமி திருநாளிடை
வந்த காணிக்கை பாட்டப் பகுதி காணம்பல்
வரியிவை யெலாங் கழித்துப்
பத்திரமாய்க் குண ராமநாதற்கு மேற்படி
பணங்கழித் தடியர் வீட்டுப்
பணமுங் கழி .. த்திப்படிச் சருவமானியப்
பட்டையமு மருளி னானே.

இவ்வாறு கோயிலுக்கு வழங்கப்பெற்ற சறுவமானியமாகிய நிலக் கொடையினை மக்கள் பார்வையில் இருக்கும் வண்ணம் கல்வெட்டாகக் கோபுர வாயிலில் பொறித்துள்ளது குறிப்பிடத்தக்கதாகும்.

குடுமியான் மலை – கோபுரப் பாடல்கள்

புதுக்கோட்டை மாவட்டம் குளத்தூர் வட்டம் குடுமியான் மலை சிகாமணி நாதசுவாமி கோயில் இரண்டாம் கோபுர வாயிலில் 5 கல்வெட்டுப் பாடல்கள்[40] உள்ளன. இவை பாண்டியன் சோழனை வென்று அரசாண்ட திறம் பற்றிக் கூறுகின்றன.

கோபுர வாயிலின் வலப் புறம் உள்ள கல்வெட்டுப் பாடல்கள்:

தென்னவன் செய்ய பெருமான் திருமதுரை
மன்னவன்றன் மால்களிற்று வல்லிக்கும் - பொன்னிநாட்
டாலிக்குந் தாளை அபையன் குலமகளிர்
தாலிக்கு மொன்றே தளை.

பொன்னி வளநாடு பாணன் பெறப்புரந்தான்
சென்னி திருமார்பிற் செயல்தீட்டினான் - முன்னே
புரமெறிவார் மண்சுமக்கப் பூபாரங் காத்தான்
தரமறிவான் மீனவர்கோன் தான். என்றும்,

கோபுர வாயிலின் இடப் புறம் உள்ள கல்வெட்டுப் பாடல்கள்;

மால்விட்ட படைதுரத்து வடுகெறிந்து
மகதேசன் வடிவேல் வாங்க
கால்விட்ட கதிர்முடிமே லிந்திரனைப்
புடைத்ததுமுன் கடல்போய் வற்ற
வேல்விட்ட தொருதிறலு முகிலிட்ட
தனிவிலங்கும் வெற்பி லேறச்
சேல்விட்ட பெருமலியு மாங்கேவிட்டு
நடந்தான் தென்னர் கோவே.

வெற்றுறமுன் வேற்செய்ய கொற்கையர்கோ மாறன்
பரிக்குத்தோற்ற கழல்வளவன் சோணாட்டி - லெற்றும்
புகையாற் குவளையாம் பூங்குமுதம் புண்ணீர்
கயாற்றிற் சேர்கழு நீராம்

கன்னி வளநாடன் காவேரி நாடாளச்
சென்னி விழுந்தோடுஞ் சேவடிகள் - பொன் இரை
யெரிகாலுங் கான நடத்திச் சென்னியையுங்
கரிகால னாக்கிட வோ காண்

என்றும் கூறுகின்றன.

ஏறத்தாழ 400 ஆண்டுகாலம் சோழர்களிடம் அடிமைப்பட்டிருந்த பாண்டியர்கள் சோழ நாட்டை வீட்சியடையச் செய்த பிறகு தங்கள் எழுச்சியை இத்தகைய பாடல்கள் வாயிலாகப் பதிவு செய்துள்ளனர்.

தில்லைக் கோபுரப் பாடல்களில் பாண்டியர் புகழ்

ஜடாவர்மன் முதலாம் சுந்தரபாண்டியன் (கி.பி.1250 - 1284), பிற்காலப் பல்லவ மன்னன் கோப்பெருஞ்சிங்கனை வென்று புகழடைந்தான். கோப்பெருஞ்சிங்கன் எடுத்த கிழக்குக் கோபுரத்தில் தன் சிற்பங்களையும், பெற்ற புகழையும் பாடல்களாகப் பதிவு செய்தான்[41].

அப்பாடல்களாவன:

(கிழக்குக் கோபுர வாயிலின் வலப் புறச் சுவரில் உள்ளவை)

வட்ட வெண்குடை மன்னர் தம்புகல் கொண்டு மாமுடி கொண்டுபோர்
மாறு கொண்டெழு போசளன் தடை கொண்டு வாணன் வனம்புகத்
தொட்ட வெம்படை வீரன் வெற்றி புனைந்த சுந்தர மாறன்முன்
சூழி விட்ட தெலிங்கர் சேனை துணிந்து வென்ற களத்துமேல்
விட்ட வெம்பரி பட்ட பொழுதெழு சோரி வாரியை யொக்குநீர்
மேல் மிதந்த நிணப் பெருந்திரள் வெண்ணுரைத்திர ளொக்குமுன்
பட்ட வெங்கரி யந்த வீரர் படிந்த மாமுதி லொக்கும்வீழ்
பருமனிக் குடை யங்கு வந்தெழு பருதி மண்டல மொக்குமே. 1

இனவ ... கம்புரி வெண்பிறைக் கோட்டிகல் வெங்கடுங்கட்
சின மதத்த வெங்கரிச் சுந்தரத் தென்னவன் தில்லைமன்றில்
வனசத் திருவுடன் செஞ்சோற் றிருவை மணந்ததொக்கும்
கனகத் துலையுடன் முத்தத் துலையிற் கலந்ததுவே. 2

சுந்தர பாண்டியன் தில்லைச் சிற்றம்பலத்தில் துலாபாரம் ஏறித் தன் எடைக்கு சரியாகப் பொன்னையும் முத்தையும் நிறுத்துத் தானம் செய்ததை இச்செய்யுள் கூறுகின்றது.

காரேற்ற தண்டலைக் காவிரி நாடனைக் கானுலவுந்
தேரேற்றிவிட்ட செழுந்தமிழ்த் தென்னவன் சென்தெரிர்த்து
தாரேற்ற வெம்படை யாரியர் தண்டுபடத் தனியே
போரேற்று நின்ற பெருவார்த்தையின்றும் புது வார்த்தையே. 3

பண்பட்ட மென்மொழிப் பைந்தொடி கொங்கையர் கவைமேற்
கண்பட்ட முத்த வடங்கண்டு காக்கிலன் காடவர்கோ
னெண்பட்ட சோனை யெதிர்பட் டொழுக வெழுந்த புண்ணிர்
விண்பட்ட லையப் படை தொட்ட சுந்தர மீனவனே. 4

கிழக்குக் கோபுரத்துத் தெற்குக் கதவு நிலையில் மூன்று செய்யுட்கள்[42] உள்ளன. அவையும் சுந்தர பாண்டியனின் வெற்றிச் சிறப்பையே பாடுகின்றன.

சாசனச் செய்யுள்

மீளா வழிசெல்ல வேணாடர் தங்களை வென்றதடத்
தோளான் மதுரைமன் சுந்தர பாண்டியன் சூழ்ந்திறைஞ்சி
யாளான மன்னவர் தன்னேவல் செய்ய வவனிமுட்ட
வாளால் வழிதிறந் தான்வட வேந்தரை மார்திறந்தே 1

கொங்க ருடல்கிழியக் குத்தியிரு கோட் டெடுத்து
வெங்க ணழலில் வெதுப்புமே- மங்கையர்கண்
சூழத் தாமம்புனையுஞ் சுந்தரத்தோள் மீனவனுக்
கீழத்தா னிட்ட இறை. 2

வாக்கியல் செந்தமிழ்ச் சுந்தர பாண்டியன் வாளமரில்
வீக்கிய வன்புகழ் கண்ட கோபாலனை விண்ணுலகிற்
போக்கிய பின்பவன் தம்பியர் போற்றப் புரந்தரசி
லாக்கிய வார்த்தை பதினா லுலகமு மானதுவே. 3

விக்கிரம பாண்டியனின் கல்வெட்டு

சுந்தரபாண்டியனுக்குப் பின்பு வந்த விக்கிரம பாண்டியனின் புகழும் கிழக்குக் கோபுரத்தில் கல்வெட்டுப் பாடல்களாகக் காணப்பெறுகின்றன[43].

சாசனச் செய்யுள்

ஏந்து மருவி யிரவி புரவியின்முன்
பூந்து வலைவீசும் பொதியிலே - காந்துசின
வேணாடனை வென்ற விக்கிரம பாண்டியன் மெய்ப்
பூணாரம் பூண்டான் பொருப்பு. 1

புயலுந் தருவும் பொருகைப் புவநேக வீரபுனல்
வயலுந் தரளந்தரு கொற்கை காவல வாரணப்போர்

முயலுங் கணபதி மொய்த்த செஞ்சோதி முகத்திரண்டு
கயலுண் டெனுமதுவோ முனிவாறி காரணமே. 2

வெங்கண் மதயானை விக்கிரம பாண்டியனே
பொங்கி வடதிசையிற் போகாதே - யங்கிருப்பாள்
பெண்ணென்று மீண்ட பெருமாளே பேரிசையாழ்ப்
பண்ணென்றும் வேய்வாய் பகை 3

இதே கிழக்குக் கோபுரத்தில் விக்கிரம பாண்டியனின் யானையைப் புகழ்ந்துரைக்கும் கல்வெட்டுப் பாடல்[44] ஒன்றும் உள்ளது.

மீனவற்கு விக்கிரம பாண்டியற்கு வேந்தரிடும்
யானை திருவுள்ளத் தேறுமோ - தானவரை
வென்றதல்ல மேனிநிறம் வெள்ளையல்ல செங்கைக்
குன்றதல்ல நாவல்ல கோடு

என்பதே அச்சாசனச் செய்யுளாகும்.

சோழ குலவல்லியைப் புகழும் தில்லைப்பாடல்

தில்லைத் திருக்கோயிலின் கிழக்குக் கோபுர வாயிலின் வலப்புறச் சுவரில் திருமூலத்தானமுடையான் என்பார் எழுதிய இரண்டு கல்வெட்டுப் பாடல்கள்45 காணப்பெறுகின்றன.

சாசனச்செய்யுள்

ஓதுஞ் சகரர் யாண்டோ ரொருபத்தெட்டில்
மேலாதி மூலநாளி லானிதனில் - சோதி
துளங்கிலமேல் சோழன் சோழகுல வல்லி
களங்கமற வைத்தாள் கரு. 1

வண்ணந் திகழுங் கொடியாட மன்னுஞ் சோழ குலவல்லி
நண்ணுந் தலைமை யுடையாரை நாமார் புகழப் பாமாலை
யெண்ணும் படியில் புகழாளர் என்றே யன்றே யென்னுடைய
கண்ணும் பழனக் கழுமலமுங் கலந்தார் திருவ மலிந்தாரேல்
திருமூலந்தான முடையான் 2

கோபுரத்திற்குரிய கர்ப்பப்பாத்திரத்தைச் சோழகுல வல்லி கொடையாக அணித்திருத்தல் கூடும். அதனைப் புகழ்ந்து பாடப் பெற்ற பாடல்களே இவையாகும்.

6. வரலாற்றுப் பதிவுகள்

ஏகாம்பரேஸ்வரர் கோபுரக் கல்வெட்டு

காஞ்சிபுரம் ஏகாம்பர நாதர் திருக்கோயில் பெரிய கோபுரம் விஜய நகரப் பேரரசர் கிருஷ்ண தேவராயரால் எடுக்கப் பெற்றதாகும். அப்பேரரசர் தான் எடுப்பித்த அக்கோபுரத்தின் நுழைவாயில் உத்திரத்தின் அடிப்பகுதியில், "**ஸ்வஸ்தி கிருஷ்ண தேவராயர் பண்ணுவித்த திருக்கோபுரம்**" - என்று தமிழிலும் தெலுங்கிலும் எழுதப் பெற்ற கல்வெட்டுப் பொறிப்பு காணப்பெறகின்றது. இங்கு கல்வெட்டு எழுத்துக்கள் ஒவ்வொன்றும் அளவில் மிகப் பெரியவையாக விளங்குகின்றன. தமிழகத்துக் கல்வெட்டுக்களிலேயே மிகப் பெரிய எழுத்துக்களால் ஆன பொறிப்பு இதுவேயாகும்.

திருமுட்டம் கோபுரம் எடுத்தது

தென்ஆர்க்காடு மாவட்டம் ஸ்ரீ முஷ்ணம் ஆதிவராக சுவாமி திருக்கோயில் இரண்டாம் பிராகாரத்தில் காணப்பெறும் கி.பி.13ஆம் நூற்றாண்டு கல்வெட்டுப் பாடலொன்று[46] பெருங்கோபுரம் எடுத்ததையும், அக்கோயிலுக்கெனச் செய்யப்பெற்ற பிற அறக்கட்டளைகள் பற்றியும் சிறப்பாக எடுத்துரைக்கின்றது.

திருப்பத்தூர் திருத்தளிநாதர் கோயில் கல்வெட்டில் – பெரிய கோபுரம்

*1990*ஆம் ஆண்டு திருச்சிராப்பள்ளி டாக்டர் மா. இராசமாணிக்கனார் வரலாற்றாய்வு மையத்தினர், அத்திருக்கோயிலின் இரண்டாம் திருச்சுற்றின் வடபுறச் சுவரில் பதிவு பெறாத கல்வெட்டொன்றைக் கண்டு படி எடுத்துள்ளனர். அக்கல்வெட்டில் "திருப்பத்தூர் உடையார் திருத்தளியாண்ட நாயனார் பெரிய திருக்கோபுரம்" - என்ற குறிப்பு காணப்பெறுகின்றது. இக்கல்வெட்டு மாறவர்மன் முதலாம் சுந்தரபாண்டியன் காலத்தியதாகும். எனவே அப்பெரிய கோபுரம் மாறவர்மன் சுந்தர பாண்டியன் காலத்திலோ அல்லது அதற்கு முன்போ எடுக்கப் பெற்றிருக்க வேண்டும் என அறியமுடிகிறது.

7. இலக்கியப்பதிவு

மன்னர் மோகனப் பள்ளு

தஞ்சை நாயக்க மன்னர் விஜயராகவரின் ஆக்கத்தால் மலர்ந்த தமிழ் நூல்கள் வரிசையில் "மன்னர் மோகனப் பள்ளு" எனும் இச்சிற்றிலக்கியம்[47] மன்னார்குடி இராஜகோபாலப் பெருமானைப் போற்றுவதாகும். இந்நூலின் பதிமூன்றாம் பாடலில் - "பாராளும் விசயராகவ பூபாலனை பட்சமுடன் நித்தம் காத்தவர்" - என்று இராஜகோபாலின் கருணை பேசப் பெறுகின்றது. பள்ளு இலக்கிய வரிசையில் இந்நூல் குறிப்பிடத்தக்கதாகும். இந்நூலின் காப்புச் செய்யுளாக,

புத்தியும் புத்திக்கேற்ற பொறுமையும் உதவிப் பின்னும்
முத்தியுந் தருமன்னார்மேல் மோகனப் பள்ளுப்பாட
எத்திசை தனிலுமன்பர் ஏதுரைத்தாலும் கேட்டுச்
சித்தமே மகிழ்வார் ராசைச் செங்கமலத்தாய் காப்பாம்.

கூடிய அளையுண் டாச்சி கோல் கொடு அதட்ட வாயை
மூடிய மன்னர் பேரில் மோகனப் பள்ளுப்பாட
சூடிய வெற்றிமாலை துலங்கிட கீழைவாயில்
தேடியங் கமர்ந்த ராசை திகழனு மந்தன் காப்பாம்

எனும் பாடல்கள் அமைந்துள்ளன.

இரண்டாம் பாடல் குறிப்பிடும் கீழைவாயிலில் அமர்ந்த ராசை அனுமந்தன் என்பது கிழக்கு ராஜகோபுரத்தில் அளிந்தம் எனும் திண்ணை மேடையில் காட்சி நல்கும் அனுமன் திருவுருவமாகும். இப்பள்ளு இலக்கியத்தின் துணை கொண்டு நோக்கும் போது தற்போது அக்கோபுரத்தில் திகழும் அனுமன் திருவுருவம் விஜயராகவ நாயக்கர் காலத்திலிருந்து வழிபடப் பெறுகின்ற திருமனியே என்பது நன்கு விளங்கும்.

திருவரங்கத்துக் கோபுரம்

சான்றெண் ஆதாரங்கள்

1. குடவாயில் பாலசுப்ரமணியன், தமிழ்மன்னன் கோனேரிராயன் ப.100
2. மேலது. ப.101
3. ஸ்ரீ கிருஷ்ணஸ்வாமி அய்யங்கார் (பதி). கோயிலொழுகு ப.75
4. மேலது. ப.76.
5. மேலது பக். 74 - 78.
6. குடவாயில் பாலசுப்ரமணியன், சோழமண்டலத்து வரலாற்று நாயகர்களின், சிற்பங்களும் ஓவியங்களும் - பக். 205 - 219. தமிழ்மன்னன் கோனேரிராயன் - ப.24 - 36
7. கோயிலொழுகு பக். 58 - 59.
8. Annual Report of Epigraphy No. 261 of 1942
D. Devakunjari, Madurai through the ages, p. 315
9. A.R.E No 260 of 1942. Madurai through the ages P. 316
10. A.R.E No 6 of 1915. Madurai through the ages P. 191
11. Rev. Henry Heras, The Aravidu dynastry of Vijayanagar pp. 554,54
12. Fv. N. Piemento to Fr. C. Aquaviva, Purchas, P. 208 - 9 Cf. Jarric I, P. 637, Avquetil du perron IC P. 169.
13. South Indian inscriptions Vol, III. No. 128.
14. S.I.I Vol. III No.142
15. I bid Vol. XXIV nos. 490,501,546
16. S.I.I Vol. VII No.199
17. I bid Vol. VII nos. 222 & 223.
18. I bid Vol. VI No. 990
19. I bid Vol. VI No. 34
20. A.R.E No. 132 of 1930, 340 of 1917.
21. நன்னிலம் வட்டக் கல்வெட்டுக்கள் தொகுதி II எண் 352 / 1978
22. A.R.E 238 of 1925.

23. A.R.E 189 of 1938,39.
24. S.I.I Vol. VI - No. 541, A.R.E. No. 94 of 1892.
25. I bid Vol II, No.11.
26. குடவாயில் பாலசுப்ரமணியன் தஞ்சாவூர் ப - 258.
27. சு. இராஜகோபால் திருவையாறு ப.81.
28. S.I.I Vol. VIII - No. 51, A.R.E. No. 413 of 1902.
29. I bid Vol XII, No.119.. A.R.E. No. 258 of 1921.
30. I bid Vol IV No.624; A.R.E. No. 176 of 1892.
31. A.R.E. No. 27 of 1908.
32. S.I.I Vol. XVII - No. 271, A.R.E. No.195 of 1904.
33. I bid Vol XVII No.212; A.R.E. No.190 of 1904.
34. I bid Vol VII No.829
35. A.R.E 267 of 1919.
கோ. தங்கவேலு, இல. தியாகராஜன், சம்புவரையர் வரலாறு, கல்வெட்டு வரிசை எண் 197.
36. மேலது 286 of 1919 மேலது க. வ. எண் 198
37. Trivangore Arcaelogical series Vol. I PP 96,97
38. I bid P. 103
39. செந்தமிழ் தொகுதி 4. ப. 120
40. Inscriptions of pudukkottai State Nos. 651 to 655
41. S.I.I Vol. IV Nos 619,629,618
42. செந்தமிழ் தொகுதி 4. பக் 492, 493
43. மேலது ப.493, 494
44. மேலது ப.493
45. S.I.I Vol. IV No. 621
46. A.R.E 354 of 1958-59.
47. குடவாயில் பாலசுப்ரமணியன், தஞ்சை நாயக்கர் வரலாறு ப.369.

துணை நூற்பட்டியல்

தமிழ் நூல்கள்

❖ **அகநானூறு**, *1962*, முதற்பதிப்பு, புலியூர் கேசிகன் (பதி), அருணா பப்ளிகேஷன்ஸ், சென்னை.

❖ **அகராதி, நிகண்டு**, *1983*, முதற்பதிப்பு, இரா. நாகசாமி (பதி), உ.வே.சாமிநாதையர் நூல் நிலையம், சென்னை.

❖ **இரட்டைக்காப்பியங்கள்**, *1958*, முதற்பதிப்பு, மாணிக்கம் வ.சு.ப (பதி), செல்வி பதிப்பகம், காரைக்குடி.

❖ இராகவய்யங்கார் மு., *1984*, நிழற்படப்பதிப்பு, **ஆராய்ச்சி தொகுதி**, தமிழ்ப்பல்கலைக் கழகம், தஞ்சாவூர்.

❖ இராசகோபால். சு., (ஆண்டுக்குறிப்பு இல்லை) **திருவையாறு**, தமிழ்நாடு அரசு தொல்பொருள் ஆய்வுத்துறை, சென்னை

❖ **கந்தபுராணம்**, ஏவிளம்பி, வடிவேலு முதலியார் (உரை), இந்து தியலாஜிகல் அச்சுக்கூடம், சென்னை.

❖ **கருவூர்ப்புராணம்**, *1984*. இரண்டாம் பதிப்பு, இராமராசன். எஸ். கே (பதி), பூரம்பப்ளிகேஷன்ஸ் , சென்னை.

❖ **கோயிலொழுகு**, *1990*, இரண்டாம் பதிப்பு, ஸ்ரீகிருஷ்சாமி அய்யங்கார் (பதி), ஸ்ரீவைஷ்ணவசுதர்சனம், புத்தூர் - திருச்சி.

❖ சதாசிவபண்டாரத்தார். தி. வை., *1974*. முதற்பதிப்பு, **பிற்காலச் சோழர் வரலாறு**., அண்ணாமலைப் பல்கலைக்கழகம், சிதம்பரம்.

❖ -------------------- *1977*, முதற்பதிப்பு, **பாண்டியர் வரலாறு**, திருநெல்வேலி தென்னிந்திய சைவ சித்தாந்த கழகம், சென்னை

❖ **சாசனச் செய்யுள் மஞ்சரி**, *1959*. முதற்பதிப்பு, வேங்கடசாமி, மயிலை. சீனி. (தொ.ஆ), பாரிநிலையம், சென்னை.

❖ **சிலப்பதிகார மூலமும் அரும்பதவுரையர் அடியார்க்கு நல்லார் உரையும்**, *1985*. நிழற்படப்பதிப்பு, சாமிநாதையர். உ. வே. (பதி), தமிழ்ப்பல்கலைக்கழகம், தஞ்சாவூர்.

❖ **சிவஞானசித்தியார் சுபக்கம்**, *1965*, முதற்பதிப்பு, திருவாவடுதுறை ஆதினம், திருவாடுதுறை.

❖ **சீவகசிந்தாமணி மூலமும் நச்சினார்க்கினியருரையும்**, *1957*. ஆறாம் பதிப்பு, சாமிநாதையர். உ. வே. (பதி), ஸ்ரீதியாகராஜவியாசம், சென்னை.

❖ **சூடாமணி நிகண்டு**, *1957*. முதற்பதிப்பு, வித்யாநு பாலன் யந்திரசாலை, சென்னை.

❖ **சூரியனார் கோயில் தலவரலாறு**, *1996*, பதிப்புக்குறிப்பு இல்லை, திருவாவடுதுறை ஆதினம், திருவாவடுதுறை.

❖ **செங்கம் நடுகற்கள்**, ஆண்டுக்குறிப்பு இல்லை, தமிழ்நாடு அரசு தொல்பொருள் ஆய்வுத்துறை, சென்னை.

❖ **செந்தமிழ்**, தொகுதி *41*, *1941*, தமிழ்ச் சங்கம், மதுரை.

❖ சேதுராமன், என்., *1989*. முதற்பதிப்பு, **பாண்டியன் வரலாறு**, ராமன் அண்ட் பிரைவேட் லிமிடெட், கும்பகோணம்.

❖ சோமசுந்தரம், ஜே. எம்., *1962*, **தில்லைச் சிற்றம்பலவன் கோயில்**, அண்ணாமலை நகர்.

❖ சௌந்தரராஜ உடையார் வே., *1901*. முதற்பதிப்பு, **திருக்கோவிலூர் புராணம்**, லார்ட் ரிப்பன் யந்திரசாலை, சென்னை.

❖ **தக்கயாகப் பரணி மூலமும் உரையும்**., *1930*. முதற்பதிப்பு, சாமிநாதையர். உ. வே. (பதி) கேசரி அச்சுக்கூடம், சென்னை.

❖ தங்கவேலு, கோ., தியாகராஜன். இல., *1990*, முதற்பதிப்பு, **சம்புவரையர் வரலாறு**, கோபால் நாராயணன் நினைவு அறக்கட்டளை, சென்னை.

❖ **தஞ்சை இராஜராஜேச்சரம்**, திருக்குட நன்னீராட்டுப் பெரு விழா மலர், *1997*. தஞ்சைப் பெரிய கோயில், தஞ்சை.

❖ **தமிழ்ப் பேரகராதி**, தொகுதி இரண்டு, *1982*. மறுபதிப்பு, சென்னைப் பல்கலைக்கழகம், சென்னை.

❖ **திருக்கழுக்குன்றத்து உலா**, *1938*. முதற்பதிப்பு, சாமிநாதய்யர். உ. வே. (பதி), கேசரி அச்சுக்கூடம், சென்னை.

❖ **திருவாலவாயுடையார் திருவிளையாடற் புராணம்**, *1927*. முதற்பதிப்பு, சாமிநாதையர். உ. வே. (பதி), சேகரி அச்சுக்கூடம், சென்னை.

❖ **திருவிடை மருதூர் தல வரலாறு**, *1989* முதற்பதிப்பு, மகாலிங்கம். பா. (தொ. ஆ.), மகாலிங்க சுவாமி திருக்கோயில், திருவிடைமருதூர்.

❖ **திவாகரம்**, *19*. முதற்பதிப்பு, சண்முகம்பிள்ளை. மு., சுந்தரமூர்த்தி. இ. (பதி), சென்னைப் பல்கலைக்கழகம், சென்னை.

❖ **தென்னிந்திய கோயிற் சாசனங்கள்**, *1954*. முதற்பதிப்பு, சுப்பிரமணியம். டி. என். (தொ. ஆ), கீழ்திசை சுவடிகள் நூலகம், சென்னை.

❖ தேவநேயன், ஞா., *1966*. முதற்பதிப்பு, **பண்டைத் தமிழ நாகரீகமும் பண்பாடும்**, நேசமணி பதிப்பகம், காட்டுப்பாடி.

❖ **நன்னிலம் வட்டக் கல்வெட்டுக்கள்**, *1979 - 80*. முதற்பதிப்பு, தமிழ்நாடு அரசு தொல்பொருள் ஆய்வுத்துறை, சென்னை.

❖ நாகசாமி. இரா., *1978*. முதற்பதிப்பு, **திருக்கோயிலூர் பாட்டு**, தமிழ்நாடு அரசு தொல்பொருள் ஆய்வுத்துறை, சென்னை.

❖ ....*1979*. முதற்பதிப்பு, **ஓவியப் பாவை**, தமிழ்நாடு அரசு தொல்பொருள் ஆய்வுத்துறை, சென்னை.

- ....1993. முதற்பதிப்பு, **தவம் செய்த தவம்**, பிரகதீஷ் பதிப்பகம், சென்னை.
- ....1996, முதற்பதிப்பு, **பொய்யிலிமாலை**, பிரகதீஷ் பதிப்பகம், சென்னை.
- ....2000, முதற்பதிப்பு, **சொல்மாலை**, தமிழ் ஆர்ட்ஸ் அகாடமி, சென்னை.
- **நாம தீப நிகண்டு**, 1985, மறுபதிப்பு, வையாபுரிப்பிள்ளை, எஸ்., தமிழ்ப்பல்கலைக்கழகம், தஞ்சாவூர்.
- **நாலாயிர திவ்யப் பிரபந்தம்**, 1987., மூன்றாம் பதிப்பு, வேங்கடசாமி ரெட்டியார், கி. (பதி), திருவேங்கடத்தான் மன்றம், சென்னை.
- **பட்டீச்சரம் தேனு புரீஸ்வரர் திருக்கோயில் குடநீராட்டு விழாமலர்**, 1999. பாலசுப்ரமணியன், எம். குடவாயில். (பதி), ஸ்ரீதுர்காம்பிகா அறக்கட்டளை, சென்னை.
- **பத்துப்பாட்டு மூலமும் நச்சினார்க்கினியருரையும்**, 1986. நிழற்படப் பதிப்பு, சாமிநாதையர். உ. வே. (பதி), தமிழ்ப்பல்கலைக்கழகம், தஞ்சாவூர்.
- **பரத சேனாபதியம்**, 1994. முதற்பதிப்பு, சாமிநாதையர் உ. வே. (பதி), கேசரி அச்சுக்கூடம், சென்னை.
- **பாலசுப்பிரமணியம். எஸ். ஆர்.**, 1995. முதற்பதிப்பு, **கோப்பெருஞ்சிங்கன்**, பாரிநிலையம், சென்னை.
- ....1996. முதற்பதிப்பு, **சோழர் கலைப்பாணி**, பாரிநிலையம், சென்னை.
- **சோழமண்டலத்து வரலாற்று நாயகர்களின் சிற்பங்களும் ஓவியங்களும்**, பாலசுப்ரமணியன். குடவாயில், 1987, முதற்பதிப்பு, தமிழ்ப்பல்கலைக் கழகம், தஞ்சாவூர்.
- **குடவாயிற் கோட்டம்**, பாலசுப்ரமணியன். குடவாயில், 1978, முதற்பதிப்பு, வரலாற்றுப் பேரவை, சென்னை.
- ....1988, முதற்பதிப்பு, திருவாரூர் திருக்கோயில், தியாகராஜசுவாமி திருக்கோயில் திருவாரூர்.
- ....1992, முதற்பதிப்பு, **நந்திபுரம்**, இன்டாக், சென்னை.
- ....1999, முதற்பதிப்பு, **தஞ்சாவூர் நாயக்கர் வரலாறு**, சரஸ்வதி மகால் நூலகம், தஞ்சாவூர்.
- ....2000, முதற்பதிப்பு, **கோயிற்கலைமரபு**, சரஸ்வதி மகால் நூலகம், தஞ்சாவூர்.
- **பிங்கல நிகண்டு**, 1980. முதற்பதிப்பு, சிவன்பிள்ளை. தி. (பதி) இந்து தியலாஜிகல் யந்திரசாலை, சென்னை.
- **பூம்புகார்**, 1975. முதற்பதிப்பு, தொகுப்பாசிரியர் அறுவர், தமிழ்நாடு அரசு தொல் பொருள் ஆய்வுத்துறை, சென்னை.

❖ **பெரிய புராணம் எனும் திருத்தொண்டர் புராணம்**, *1982.* முதற்பதிப்பு, ஸ்ரீகாசிமடம், திருப்பனந்தாள்.

❖ **பெருங்கதை மூலமும் குறிப்புரையும்**, *1968.* நான்காம்பதிப்பு, சாமிநாதையர். உ. வே. (பதி), உ . வே. சாமிநாதையர் நூலகம், சென்னை.

❖ **மகாமகம் மலர்**, *1992*, மகாமக விழாக்குழு, தஞ்சாவூர்.

❖ **மதுரைத் திருக்கோயில் பெருவிழாமலர்**, *1974.*, மீனாட்சி சுந்தரேஸ்வரர் திருக்கோயில், மதுரை.

❖ **மூவருலா**, *1967.* முதற்பதிப்பு, சங்குப்புலவர். தி. (பதி), திருநெல்வேலி தென்னிந்திய சைவசிந்தாந்த நுற்பதிப்புக் கழகம் லிமிடெட், சென்னை.

❖ **வீரசோழியம் மூலமும் பெருந்தேவனார் இயற்றிய உரையும்**, *1942.* முதற்பதிப்பு, கோவிந்தராஜ முதலியார். கா. ரா. (பதி), பவானந்தர் கழகம், சென்னை.

❖ **புராதன இந்தியா என்னும் 56 தேசங்கள்** (முதற்பாகம்) ஜகதீச அய்யர். பி. வி., *1918.* முதற்பதிப்பு, ஆர். ராமஅய்யர் அண்ட் கம்பெனி, சென்னை.

❖ **திருமுறைத் தலங்கள்**, ஜெயச்சந்திரன். பு. மா., *1995.* இரண்டாம் பதிப்பு, தமிழ் நிலையம், சென்னை.

சமஸ்கிருத தமிழ் நூல்கள்

❖ **காசியப சில்ப சாஸ்திரம்**, *1968.* முதற்பதிப்பு, (பதி), சுப்ரமணிய சாஸ்திரி, கே. எஸ்., சரஸ்வதி மகால், தஞ்சாவூர்,

❖ **சங்கீத சுதா**, *1940.* முதற்பதிப்பூ, சுந்தரம் அய்யர். பி. எஸ்., சுப்பிரமணிய அய்யர். எஸ். (பதி), மியுசிக் அகாடமி, சென்னை.

❖ **சிற்பரத்தினம்**, *1961* முதற்பதிப்பு, தேவநாதாச்சாரியார் நாவல்பக்கம் (பதி) சரஸ்வதி மகால், தஞ்சாவூர்.

❖ **ஸாரஸ்வதிய சித்ரகர்ம சாஸ்திரம்**, *1960* முதற்பதிப்பு, சுப்ரமணிய சாஸ்திரி. கே. எஸ். (பதி), சரஸ்வதி மகால், தஞ்சாவூர்.

❖ **ப்ரமீய சித்ர கர்ம சாஸ்திரம்**, *1960.* முதற்பதிப்பு, சுந்தரசர்மா. வி. (பதி), சரஸ்வதி மகால், தஞ்சாவூர்.

❖ **பரதார்ணவம்**, *1957.* முதற்பதிப்பு, வாசுதேவ சாஸ்திரி, சரஸ்வதி மகால் நூலகம், தஞ்சாவூர்.

❖ **பிரகதீஸ்வர மகாத்மியம்**, *1985*, முதற்பதிப்பு, தாமோதரன். டி. ஆர். (பதி), சரஸ்வதி மகால் நூலகம், தஞ்சாவூர்.

❖ **மயமதம்**, *1966*, முதற்பதிப்பு, சுப்ரமண்யசாஸ்திரி. கே. எஸ். (பதி), சரஸ்வதி மகால் நூலகம், தஞ்சாவூர்.

❖ **மூர்த்தி தியானம்**, *1985.* முதற்பதிப்பு, சுவாமிநாத சாஸ்திரி. கே (பதி), சரஸ்வதி மகால் நூலகம், தஞ்சாவூர்.

சமஸ்கிருத நூல்கள்

- *அமர கோசம், 1886, முதற்பதிப்பு வாசுதேவ லஷ்மண் சாஸ்திரி. பனிஷ்கர் (பதி) நிர்ணசாகர் பிரஸ், வாரணாசி.*
- *காமிகாமகம், 1975, முதற்பதிப்பு, சுவாமிநாத சிவாச்சாரியார். செ. (பதி), தட்சிணபாரத அர்ச்சகர் சங்கம், சென்னை.*
- *சப்தகல்ப த்ருமம், ஆண்டுக்குறிப்பு இல்லை, மோதிலால் பன்சாரிதாஸ், தில்லி.*
- *விஸ்வகர்ம வாஸ்து சாஸ்திரம், 1958, முதற்பதிப்பு வாசுதேவ சாஸ்திரி. கே. (பதி), சரஸ்வதி மகால் நூலகம், தஞ்சாவூர்.*
- *விமானார்சன கல்பம் - மரீசி சம்ஹிதை, 1998. முதற்பதிப்பு, திருமலை திருப்பதி தேவஸ்தானம், திருப்பதி.*

BIBLIOGRAPHY

- **Annual Reports on Epigraphy**, The Director General, Archaeological Survey of India.
- Balasubramanyam.S.R. 1963, First Edition, **Four Chola Temples**, N.M. Tripathi Private Ltd., Bombay.
- .... 1971, First Edition **Early Chola Temples**, Orient Longman, Bombay.
- Brown, Percy, 1971. Sixth Reprint, Tndian Architecture, D.B.Taraporevala Sons & co, Bombay.
- Coomaraswamy, Anada.K., 1929.Reprint, **Early Indian Architecture**, Munshiram Manoharlal Publishers Private Limited, Delhi.
- Daniel Smith. H, 1963. First Edition, **Pancharatra Prasada Prasadhanam**, Syracuse University(USA).
- **Damilica**, 1973. First Edition, Nagasamy.R.(Edition), State Department of Archaeology, Chennai.
- Devakunchari.D., First Edition, **Madurai Through The ages**, SAHER, Chennai.
- Elliot. H.M. Dowson. John., Forst Edition, **Histry of India as told by Mohamaden Hisotrians**, Trubner and Co., Peternoster (England).
- **Epigraphia Indica**, Volumes, The Director General Archeaological Survery of India, New Delhi.
- Grevaly. F. H., Ramachandran, T.N., 1932. First Edition, Catalogue of South India **Hindu Metal images in the Madras Museum**, Government Museum, Chennai.
- Gopinath Rao, T.A., 1914. First Edition, **Elements of Hindu Iconography**, Government Museum, Chennai.

- Heres. Rev. Henry. 1927. First Edition, **The Aravidu dynesty of Vijayanagar**, B.G.Paul and company publishers, Madras.
- **Inscriptions of Pudukkottai State**, Madras Government Museum publication, Chennai.
- Krishna Sastri. H., 1916. First Edition, **South Indian Images of Gods and Goddesses**, Madras.
- Kapilavatsayan, 1982. First Edition, **Dance Suclptures in Sarangapani Temple**, SAHER, Chennai.
- Nagasamy, R., 1969. First Edition, **The Kailasanatha Temple**, State Department archaeology, Chennai.
- Nagasamy.R., Ramasamy. N.S., 1976 First Edition, **Ramanathapuram**, State Department archaeology, Chennai.
- ....1981. First Edition, **Tamil Coins**, Institute of Epigraphy, Chennai.
- ....1995. First Edition, **Roman Karur**, Brahad Prakashan, Chennai.
- Nilakanda Sastri, K.A., 1984. Reprint, **The Cholas**, University of Madras.
- Prasanna Kumar Acharya, 1946. First Edition, **An Encyclopeadia of Hindu Architecture**, Oxford University Press, Calcutta.
- Ramakrishna Iyyar, V.G., **The Cidambaram Temple**, Journal of Annamalai University, Vol.i, No.1.
- Sivaramamurthi,C., 1964. Reprint, **Royal Conquests and cultural migration in South India and Decan,** The Trustees of the Indian Museum, Calcutta.
- .... 1974, First Edition, **Nataraja Art Thought and Literature** National Museum, New Delhi.
- ....1977. First Edition, **The Art of India**, India Book house, Bombey.
- ....1998, Third Reprint, **Amaravathi Seculptures in Chennai**.
- **Government Museum**, Chennai.
- **South Indian Studies II**, 1979. First Edition, Nagasamy. R. (Editor) SAHER, Chennai.
- **South Indian inscriptions**, The Director General, Archaeological Survery of India, New Delhi.
- **Temple Gateways in South India**, 1963. First Edition, James C. Harle, Bruno Cassier Ltd.,oxford.
- **Tiruvannamalai inscriptions 1**.2,1990. First Edition, Institute Francais De Pondichery.
- **Trivancore Archaeological Series**, Government of Trivancore, Trivanathapuram.